अभिप्राय

मराठी माणसाने गाठलेले सत्तेचे शिखर

दैनिक ऐक्य, १-१०-२००६

सनदी अधिकाऱ्याच्या आठवणी

दैनिक सामना, १५-१०-२००६

भारतीय प्रशासकीय, राजकीय इतिहासाचे यथार्थ दर्शन

दैनिक केसरी, २२-१०-२००६

अनुभवसमृद्ध आत्मचरित्र

दैनिक लोकमत, ३१-१२-२००६

प्रांजळ आणि संयत

दैनिक सकाळ, पुणे ७-१-२००७

A CABINET SECRETARY LOOKS BACK
या पुस्तकाचा मराठी अनुवाद

पुणे ते पंतप्रधानांचे कार्यालय

लेखक
बी. जी. देशमुख

अनुवाद
अशोक पाध्ये

मेहता पब्लिशिंग हाऊस

Please contact us at **Mehta Publishing House,** Pune 411030.
✆ +91 020-24476924 / 24460313 / Mob. No. 9545000513
Email : production@mehtapublishinghouse.com
Website : www.mehtapublishinghouse.com

- *या पुस्तकातील लेखकाची मते, घटना, वर्णने ही त्या लेखकाची असून त्याच्याशी प्रकाशक सहमत असतीलच असे नाही.*

PUNE TE PANTAPRADHANANCHE KARYALAYA
A Marathi Translation of B. G. Deshmukh's
A CABINET SECRETARY LOOKS BACK
First Published in English in 2004 by
HarperCollins Publishers India,
a joint venture with The India Today Group

पुणे ते पंतप्रधानांचे कार्यालय

अनुवाद : अशोक पाध्ये

Email : author@mehtapublishinghouse.com

मराठी अनुवादाचे व प्रकाशनाचे हक्क : मेहता पब्लिशिंग हाऊस, पुणे.

प्रकाशक : सुनील अनिल मेहता, मेहता पब्लिशिंग हाऊस,
१९४१, सदाशिव पेठ, माडीवाले कॉलनी, पुणे ४११०३०.

मुद्रक : पार्कसन्स ग्राफिक्स

मुखपृष्ठ : चंद्रमोहन कुलकर्णी

प्रकाशनकाल : ऑगस्ट, २००६ / एप्रिल, २००८ / पुनर्मुद्रण : जानेवारी, २०१४

किंमत : ₹ ४००

P Book ISBN 9788177667158

ज्यांच्या सहवासामुळे मी माझी प्रदीर्घ वाटचाल करू शकलो
व या वाटचालीत ज्यांना मी गमावून बसलो, त्या माझ्या
कै. सुमती, कै. विजया व कै. जयती
यांच्या स्मृतीस अर्पण

अनुवादकाचे निवेदन

वाल्मिकी ऋषी हा किती थोर होता ते त्याने लिहिलेले रामायण वाचताना कळते. परंतु एका दृष्टीने वाल्मिकीची थोरवी खूप मोठी आहे. कित्येक हजार वर्षांपूर्वी जेव्हा भारत सोडून जगातल्या अन्य खंडातील मानवी संस्कृती पुढारलेल्या नव्हत्या तेव्हा अयोध्येच्या राजघराण्यात कैकेयीने सत्तापालट घडवून आणला. त्यातून जे रामायण पुढे निर्माण झाले तो इतिहास वाल्मिकी ऋषीने कागदावर रेखाटला. म्हणून वाल्मिकी हा पृथ्वीवरचा पहिला इतिहासकार होता असेच म्हणायला पाहिजे. वाल्मिकीने राम, लक्ष्मण, मारुती आदी सर्वांना विचारून त्या वेळच्या घटनांचे कागदावर आपल्या शब्दात चित्रीकरण करून ठेवले. आपल्याला परदेशी इतिहासकारांचे कौतुक वाटते, पण त्याहीपेक्षा फार मोठे असे काम केलेल्या वाल्मिकीचे इतिहासकार म्हणून कौतुक करावयास आपण विसरतो. तसेच मोठे काम भारतीय इतिहासात पुढे व्यासमुनी यांनी केले. त्यामुळे रामायण व महाभारत हे धर्मग्रंथ असले तरी ते खरे प्राचीन इतिहासग्रंथ आहेत.

वाल्मिकी व व्यास हे रामायण व महाभारताचे साक्षीदार होते. आपण सारे जरी वर्तमानकाळात असलो तरीही आत्ताचा वर्तमान हा भविष्यातला इतिहास असल्याने आपणही एक प्रकारे त्या इतिहासाचे साक्षीदार आहोत. परंतु आपल्याला नुसत्याच घटना घडताना दिसतात. त्या घटना घडण्यासाठी ज्यांनी भूमिका बजावल्या व धडपड केली त्यांचे प्रयत्न हाही एक इतिहासाचा भाग होऊ शकतो. परंतु एखाद्याचे आत्मचरित्र हा थोडाच इतिहासाचा भाग होऊ शकेल काय? असा प्रश्न कोणालाही पडेल. माझ्या मते कोणतीही घटना ही देश पातळीवरची असो किंवा व्यक्तिगत पातळीवरची असो, ती नेहमीच इतिहासाचा भाग ठरत असते. व्यक्तिगत पातळीवरच्या घटना कदाचित क्षुल्लक असतील. एखाद्याच्या डायरीतील पाने म्हणजे इतिहासाची पाने वाटत नसतील. परंतु कोणत्या संदर्भात त्या क्षुल्लक वाटणाऱ्या डायरीतील माहितीला इतिहासाचे मूल्य प्राप्त होईल हे केवळ भविष्यकाळातच ठरू शकते.

खेड्यातील सामान्य शिक्षकाच्या जीवनात असे काय खास वेगळे असते म्हणून त्याला भविष्यात इतिहासमूल्य मिळेल? पण भविष्यातील स्थिती व संदर्भ आज कसे समजणार? आजपासून ५०० वर्षांनी बदललेल्या काळात जर त्या शिक्षकाचे आत्मवृत्त कोण्या समाजशास्त्रज्ञाला, शिक्षणतज्ज्ञाला वाचावयास मिळाले तर त्याला ५०० वर्षांपूर्वीचे खेड्यातले जीवन, सामान्यांचे अर्थशास्त्र, महागाई, वगैरे सारा जीवनसंघर्ष कळून एक वेगळाच दृष्टिकोन दिसू शकेल. मग त्या शिक्षकाचे आत्मवृत्त किंवा डायरी ही कदाचित समाजशास्त्राच्या किंवा शिक्षणशास्त्राच्या अभ्यासकाला खूप मोलाची वाटेल. त्याच्या मते ती सामाजिक इतिहासाची पानेही ठरतील.

अन् इथे तर श्री. भालचंद्र देशमुख हे प्रशासनाच्या साऱ्या सोपान पायऱ्या चढून सर्वोच्च पायरीवर जाऊन आले. त्यांच्या लिखाणातून भारताच्या चाळीस वर्षांच्या राजकीय व प्रशासकीय इतिहासाच्या कितीतरी खिडक्या आपल्यासाठी उघडल्या गेल्या आहेत. त्यातून आपणास इतिहासाचे दर्शन घडते. ते सारे वाचताना नकळत आपण श्री. देशमुख या व्यक्तीपासून दूर होऊन त्या घटना न्याहाळतो. आपले स्वनिष्ठ लिखाण जाणवू न देता त्यातील इतिहास, मानवी स्वभाव, सांस्कृतिक मूल्ये हेच जेव्हा जाणवू लागते तेव्हा त्या लेखकाचे ते लिखाण यशस्वी झाले आहे असे म्हटले पाहिजे.

श्री. भालचंद्र उर्फ बी. जी. देशमुख हे काही साहित्यिक नाहीत. त्यामुळे त्यांनी लिहिताना कुठेही उपमा, उत्प्रेक्षा, वगैरे साहित्यिक अलंकार लिहिले नाहीत. कोणावर टीका केली नाही. आपली मते मांडली नाहीत की कोणाची मते खोडून काढली नाहीत. कसलाही अभिनिवेश न आणता त्यांनी त्यांच्या प्रशासकीय सेवेत जे घडत गेले, जसे घडत गेले तसे निखळ प्रामाणिकपणे मांडलेले आहे. वाचकाला हा प्रामाणिकपणाच भावतो व तो विश्वासाने या निवेदकाचे शब्द मनात मुकाट्याने ग्रहण करीत जातो.

श्री. देशमुख हे साठ सत्तर वर्षांपूर्वीच्या पुण्यातील मुंजाबाच्या बोळात रहाणाऱ्या मध्यमवर्गीय कुटुंबातील. त्यामुळे भावी करिअर घडवण्याच्या दृष्टीने वेगळे काही खास संस्कार त्यांच्यावरती झाले नाहीत. जे संस्कार झाले ते शाळेतील शिक्षकांनी केले. अन् ही शाळा त्यांना सुदैवाने एक नामवंत शाळा मिळाली. चिमण्यांचे गरुड बनविणारी ही नू. म. वि. शाळा होती. या शाळेत विद्यार्थ्यांना बहुगुणी बनवले जाण्याचे वातावरण होते. त्यामुळे त्यांच्यातील सुप्त गुण प्रगट होत जात. मुख्य म्हणजे त्यांच्यात महत्त्वाकांक्षा फुलत असे. श्री. देशमुख हे नक्कीच सुदैवी होते, म्हणून त्यांना असली शाळा लाभली. त्यांच्या यशामध्ये नू. म. वि. शाळेचा सिंहाचा वाटा आहे.

आपल्याकडे वेगवेगळ्या विविध विषयांवरील साहित्य निर्मिती का होत नाही याचा विचार केला असता असे दिसते की, लिखाण हे फक्त साहित्यिकांनीच करायचे असते अशी समजूत आहे. अन् ही समजूत निर्माण होण्यास तथाकथित साहित्यिकच जबाबदार आहेत. जर साहित्यक्षेत्राच्या बाहेरील व्यक्तीने काही लिखाण केले तर त्यास साहित्य मानावयास साहित्यिकांकडून बेधडक नकार दिला जातो. याचा अनुभव वैज्ञानिक विषयांवरती लिखाण करणाऱ्यांना नेहमी येतो. विज्ञान रंजन कथांना साहित्याचा दर्जा देण्यास मराठी साहित्यिक सहसा तयार होत नाहीत.

जेव्हा एखादी व्यक्ती साहित्यिक नसते व तरीही ती आपल्याला आलेले अनुभव कागदावरती उतरवते तेव्हा अनेकदा ते लिखाण साहित्याचा दर्जा प्राप्त करण्याइतपत सरस होते. जर कोणी युद्ध या विषयाचा अभ्यास करून त्यावरती कादंबरी लिहिली तर ती कितपत सरस होईल ते सांगता येत नाही. पण एखाद्या सैनिकाने किंवा सैन्यातील अधिकाऱ्याने जर प्रत्यक्ष रणभूमीवरील अनुभवांचे वर्णन केले किंवा तिथली डायरी लिहिली तर ती मात्र नक्कीच सरस ठरेल. श्री. भालचंद्र देशमुख यांनी आपल्या सनदी नोकरीतील अनुभव हे या पुस्तकात जास्ती करून

मांडले आहेत. त्यामुळे त्यावर आत्मचरित्र असा शिक्का फारसा मारता येत नाही. पण हे अनुभव इतके सत्य आहेत की साध्या लिखाणापेक्षाही त्याने बराच वरचा दर्जा गाठला आहे हे नक्की.

आपल्या चाळीस वर्षांच्या सेवाकाळात श्री. देशमुख यांना शेकडो व्यक्ती भेटल्या, त्यांची नावे, प्रसंग, घटना, काळ इत्यादी त्यांनी अचूकपणे लिहिलेले आहे. सुमारे ४७० व्यक्तींची नावे त्यांनी या पुस्तकात दिली आहेत. हे सारे नीट आठवण्यासाठी त्यांची स्मरणशक्तीही मुळात चांगली आहेच. पण त्यासाठी ते वेळोवेळी कुठेना कुठे तरी नोंदी करून ठेवीत असले पाहिजेत. एखाद्या इतिहास संशोधकाच्या किचकट कामासारखे हे काम आहे. आपल्याला शेवटी या सर्वांवरती एक पुस्तक लिहायचे आहे याचे त्यांना भान होते. त्यांनी या पुस्तकाचा जो प्रकल्प पुरा केला त्यामुळेच आपल्याला सरकारी यंत्रणेची चक्रे वरिष्ठ पातळीवरती कशी हलतात, तिथे कितीतरी नाट्यपूर्ण घटना घडत असतात, नाट्ये, उपनाट्ये, मानवी भावनांचे प्रगटीकरण, हेवेदावे, कारस्थाने व कारवाया, सारे काही आपल्याला कळू शकले आहे. अन् हे सारे सत्य असल्याने आपण ते वाचताना स्तिमित होतो, स्तंभित होतो, थक्क होतो. वर्तमानपत्रातील बातम्या आणि सत्य यात नेमके किती अंतर असते हे श्री. देशमुख यांच्या लिखाणावरून समजून येते.

सत्तेच्या राजकारणात प्रशासकीय कर्मचारी हा केवळ एक यांत्रिक बाहुले नसून तोही आपल्या अक्कलहुशारीने त्या जगड्व्याळ शासकीय यंत्रणेची चाके अशी काही फिरवू शकतो की त्यामुळे समस्या सुटू शकतात. श्री. देशमुख यांनी आपल्या व्यवहारचातुर्याने असे अनेक प्रश्न सोडवल्याचे या पुस्तकात दिसून येते. एका मध्यमवर्गीय मराठी माणसाने सत्तेच्या शिखरापर्यंत केलेली वाटचाल ही कोणत्याही मराठी माणसाला नक्कीच अभिमानास्पद वाटेल.

- अशोक पाध्ये

प्रस्तावना

डिसेंबर १९९१ मध्ये मी एक लेख लिहिला होता. त्याचे नाव होते, To write or not to write memories - A civil Servant's Dilemma (सेवाकालातील आपल्या आठवणी लिहाव्यात की न लिहाव्यात - एका मुलकी अधिकाऱ्याला पडलेला पेच) त्यात मी असे म्हटलेले होते की :

"मुलकी अधिकाऱ्यांनी आपल्या सेवाकाळातील आठवणी लिहून प्रसिद्ध करण्याची एक परंपरा भारतात प्रदीर्घ काळ चालत आलेली आहे. स्वातंत्र्यपूर्वकाळात ब्रिटिश मुलकी अधिकाऱ्यांनी ज्या आपल्या अशा आठवणी लिहून प्रसिद्ध केल्या त्यातल्या कित्येक अप्रतिम असून अत्यंत गाजलेल्या आहेत. त्या आठवणींमुळे त्या काळातील घडामोडींना एक प्रकारचे संदर्भमूल्य निर्माण होते. त्यामुळे स्वातंत्र्यानंतरच्या काळातही आपल्या सेवास्मृती लिहिण्याची परंपरा चालू राहिली."

पण फारच थोडे सरकारी अधिकारी ही परंपरा पाळत राहिले. याची कारणे काहीही असतील, पण असे घडत आले आहे खरे. याबाबतीत माझे स्वत:चे मत असे आहे की, सेवानिवृत्त झाल्यावर मुलकी अधिकाऱ्याने आपल्या आठवणी प्रसिद्ध करून जे काही सरकारी पातळीवरती महत्त्वाचे निर्णय झाले व महत्त्वाच्या घटना घडल्या त्यामागे नक्की काय कारणे होती हे प्रसिद्ध करून जनतेला ठाऊक करून दिले पाहिजे. कारण सरकारचे कामकाज कसे चालते याची जनतेला कधीच जाणीव नसते. म्हणून मी डिसेंबर १९९१ पासून नियमितपणे माझ्या आठवणी लिहून काढू लागलो. त्या आठवणींमध्ये माझ्या नुसत्याच सरकारी सेवेतल्या, सामान्य प्रशासनातल्या आठवणी नव्हत्या, तर सरकारी चाकरी करताना आलेले विविध अनुभवही मी लिहिले. मी अशा आठवणी लवकरच लिहिणार असे सूचित करताच 'भारतीय विद्याभवन' या संस्थेने १९९८ मध्ये या संबंधीचे लेख दोन भागात दोन पुस्तकात प्रसिद्ध केले. पण दुर्दैवाने हे एवढे लिखाण करण्यासाठी मला चार वर्षे लागली.

मी काही माझ्या नोकरीचे इतिहास लेखन करीत नव्हतो, तर ज्या विषयात व

काही गोष्टीत मला निर्णयप्रक्रियेत व अंमलबजावणीत सामील व्हावे लागले होते त्याबद्दलचे कथन मी करत होतो. पण काही विशिष्ट बाबी व घटना यांच्याशी किंवा काही खळबळजनक घटना, वादविवाद किंवा जुन्या गाडल्या गेलेल्या तथाकथित प्रकरणांची भुते यांच्याशी माझ्या लिखाणाचा संबंध येणार नाही. त्यामुळे कदाचित काही वाचक नाराज होतील खरे, परंतु असे काही लिखाण करण्याचा माझा हेतू नाही हेही तितकेच खरे आहे.

जनतेसाठी जी माझी प्रशासकीय सेवा झाली त्याबद्दलच्या लिखाणांमधून आणि जो काही नोकरशाहीचे दोष प्रगट झाले त्याबद्दलच्या लिखाणांमधून जे कोणी वाचक मोठी अपेक्षा ठेवून वाचतील त्यांनी तेवढी अपेक्षा ठेवू नये. अशा लोकांनी माझे A Cabinet Secretary Thinks Aloud हे पुस्तक वाचावे.

त्यात मी अशा गोष्टी जराशा अधिक तपशीलवार लिहिलेल्या आहेत.

माझ्या लिखाणातून नवीन व तरुण पिढी स्फूर्ती घेईल व त्यांना मुलकी सेवांमध्ये जाण्याची प्रेरणा मिळेल अशी मी आशा करतो. मला आलेले सरकारी सेवेतले अनुभव हे विलक्षण आहेत, आकर्षक आहेत आणि खोल समाधान देणारे आहेत. काहीही अतिशयोक्ती न करता मी असे म्हणेन की, सरकारी सेवा करताना ठरविक नियम व मूल्ये पाळली व 'आपल्यावर हे निष्कारण कामाचे ओझे लादले आहे' अशी भावना ठेवली नाही, तर हीच सरकारी सेवा, नोकरी, चाकरी ही अत्यंत नवनवोन्मेष असणारी, चैतन्यदायी व रोमहर्षक अशी आहे. पुण्यातील एका मध्यमवर्गीय कुटुंबातील एक मुलगा हा भारतातील सर्वोच्च दर्जाची स्पर्धा परीक्षा देऊन भारतीय प्रशासन सेवेत (आयएएस) शिरतो आणि या सेवेतील 'कॅबिनेट सेक्रेटरी' ह्या सर्वोच्च पदापर्यंत मजल मारतो, त्यानंतर तो पंतप्रधानांचा प्रिन्सिपल सेक्रेटरी होतो. अन् हे सारे त्याच्यामागे कोणीही हितचिंतक किंवा पाठिंबा देणारा कोणीही गॉडफादर नसताना, किंवा कोणत्याही राजकारण्याचे पाठबळ नसताना. तो ही जी मजल मारतो त्याची ही कहाणी आहे.

हे लिखाण करताना मला अनेकांचे सहाय्य झाले आहे. झरीन सिंगापोरिया आणि व्हॉयोला फर्नांडिस या माझ्या सेक्रेटरींनी अजिबात न कंटाळता माझे लिखाण टंकमुद्रित केले. त्यांची ही मदत झाली नसती तर माझ्या हातून एवढे मोठे लिखाण पुरे झाले असते की नाही याबद्दल मला शंकाच आहे. मुंबई महापालिकेमध्ये माझा सेक्रेटरी डेव्हिड पिंटो हा होता. त्याने अनेक प्रसंगी मला सहाय्य केले आहे. तसेच, ह्या पुस्तकाचे संपादन हे प्रकाशकाकडील संपादकीय कर्मचाऱ्यांनी उत्कृष्टपणे केले आहे. या सर्व व्यक्तींचे मनापासून आभार मानणे माझे कर्तव्य आहे आणि त्यांचा मी ऋणी आहे.

बी. जी. देशमुख

अनुक्रमणिका

सुरुवातीचा काळ

१
मी भारतीय प्रशासनसेवेत दाखल होतो

आमचे घराणे मूळचे निजामपूरचे. हे निजामपूर गाव मुंबई-गोवा रस्त्यावरती एक खेडेगाव आहे. जवळच महाड हे मोठे गाव आहे. माझे पणजोबा सीताराम हे एकोणिसाव्या शतकाच्या उत्तरार्धात आपले हे गाव सोडून पुण्यास आले. त्यांनी महसूल खात्यात नोकरी धरली आणि आपल्या कर्तबगारीने ते मामलेदार पदापर्यंत चढले. मग पुण्यात त्यांनी नारायण पेठेतील मुंजाबाच्या बोळात एक वाडा खरेदी केला. त्या काळाच्या वैशिष्ट्यानुसार त्यांनी आपल्या जवळच्या अनेक नातेवाईकांना मदत केली. त्यातल्या काहींना तर त्यांनी आधार देऊन आपल्याजवळ रहायला ठेवून घेतले होते. आमच्या या पणजोबांनी बऱ्याच वास्तू विकत घेऊन ठेवल्या होत्या. पण त्यांच्या मृत्यूनंतर आमच्या विधवा पणजीने त्यातील बरीच घरे आणि जंगम गोष्टी विकून टाकल्या. त्यामुळे आम्ही एकदम नेहमीच्या मध्यमवर्गात आलो. भिकाजी हे माझे आजोबा होते. त्यांनी टपालखात्यात नोकरी धरली. त्यावेळी पुण्याबाहेरील खडकी येथे एक सैन्याचे पोस्ट ऑफिस होते. ते खूप महत्त्वाचे समजले जाई. आजोबा त्या पोस्ट ऑफिसचे प्रमुख झाले. तिथे त्यांची नोकरी चालू असताना १८९६ मध्ये माझ्या वडिलांचा जन्म झाला. त्यांचे नाव गोपाळ असे ठेवले गेले. आजोबांची नोकरीतील प्रगती संथपणे पण निश्चित चालू होती. ते शेवटी चढत चढत इन्स्पेक्टर पदापर्यंत पोचले. नंतर त्यांची बदली होण्याची जेव्हा पाळी आली तेव्हा त्यांनी आपल्या नोकरीचा राजीनामा दिला. कारण त्यांना पुणे शहर सोडायचे नव्हते. मग ते खडकीहून आमच्या नारायण पेठेतील घरात रहाण्यास आले. शेवटपर्यंत ते आपल्या या वडिलोपार्जित वास्तूत राहिले.

माझ्या वडिलांना दोन बहिणी आणि चार भाऊ होते. एक सावत्र भाऊही होता. माझे वडील लहानपणापासून अत्यंत अभ्यासू व कष्टाळू होते. मॅट्रिक झाल्यानंतर ते पुढील शिक्षणासाठी शेतकी कॉलेजात दाखल झाले. त्यावेळच्या रिवाजानुसार त्यांचे आता लग्नाचे वय झाल्याने त्यांना लग्न करावे लागले. १९१४ मध्ये त्यांनी

माझी आई कमलाबाई हिच्याशी लग्न केले. त्यावेळी तिचे वय अवघे चौदा वर्षांचे होते. तिचे वडील महादेव देशपांडे हे त्यावेळी एक्साईज खात्यात काम करीत होते. १९१७ मध्ये माझे वडील 'बॅचलर ऑफ अॅग्रिकल्चर' ही शेतकीमधली पदवी परीक्षा पास झाले. त्या परीक्षेत त्यांचा प्रथम क्रमांक आला. साहजिकच त्यांना राज्य सरकारच्या शेतकी खात्याने ताबडतोब नोकरीत घेतले. त्यावेळची तशी सरकारी प्रथाच होती. सिंगापूर येथे बोटॅनिकल गार्डनमध्ये सुपरिटेन्डेन्टची जागा रिकामी होती. सिंगापूर त्यावेळी ब्रिटिशांची वसाहत होती. माझ्या वडिलांनी त्या जागेसाठी अर्ज केला, त्यात त्यांची निवड झाली आणि ते लगेच त्याच वर्षी बोटीने तिकडे निघूनसुद्धा गेले. शेतकी खात्यातील त्यांची नोकरी ही विविध प्रकारची झाली. ते ज्यावेळी परत हिंदुस्थानात तीन वर्षांनी आले तेव्हा त्यांनी पुण्यातच खात्यातल्या विविध पदांवरती काम केले. नंतर ते एकदा अंदमान व निकोबार बेटे येथेही तिथल्या बोटॅनिकल गार्डनच्या सुपरिन्टेन्डन्टच्या जागेवरती गेले. तो काळ हा गांधीजी व स्वातंत्र्याची चळवळ यांच्या प्रभावाखालचा होता. त्या वातावरणाची छाप कोणत्याही सुबुद्ध भारतीयावर पडल्यावाचून रहाणार नव्हती. हे स्वातंत्र्याचे वारे सरकारी नोकरीमधील लोकांनाही स्पर्शून गेले होते. म्हणून माझ्या वडिलांनी खादीचे कपडे वापरायला सुरुवात केली. घरीही सूतकताई चालू झाली. मग साहजिकच सरकारचे त्यांच्याकडे लक्ष वेधले गेले.

माझा जन्म १९२९ मध्ये अहमदनगर येथे झाला. तिथे माझे आजोळ होते. माझे आजोबा, म्हणजे आईचे वडील त्या गावात नोकरी करीत होते. माझे बारसे झाले त्यावेळी माझी भावंडे अशी होती : वासुदेव व भास्कर हे दोन भाऊ, मालती व प्रभा अशा दोन बहिणी. १९२८ ते १९३० या वर्षांमध्ये बदली झाल्यामुळे माझ्या वडिलांना कोकणातील अलिबाग येथे जावे लागले. त्यावेळी १९३० साली माझ्या आईने तिथे मिठाच्या सत्याग्रहात भाग घेतला होता. अशा सामाजिक चळवळीत प्रत्यक्ष भाग घेताना ती मलाही कडेवरून न्यायची. स्वातंत्र्य चळवळीत मी दोन वर्षांचा असल्यापासून अप्रत्यक्षपणे का होईना भाग घेतला आहे, असे आज मी म्हणू शकतो.

१९३० मध्ये जागतिक मंदीची लाट आली. त्यामुळे मुंबई सरकारने खर्च कमी करण्यासाठी नोकरकपात चालू केली. एव्हाना माझ्या वडिलांकडे सरकारची खप्पा मर्जी झाल्याने त्यांना ही आयतीच संधी मिळाली व त्यांनी वडिलांना १९३३ मध्ये सेवानिवृत्त केले. परंतु असे काही होणार हे वडिलांच्या वरिष्ठांनी आधीच हेरून ठेवले होते. त्यामुळे त्यांनी वडिलांना नंतर सातारा येथील जिल्हा बोर्डामध्ये लावून दिले. तिथे त्यांनी १९३४ ते १९३६ या काळात नोकरी केली. पण नंतर ही नोकरी सोडून ते पुण्यास आले. मोठमोठ्या बागा, उद्याने व वाटिका यांना ते आपली

सल्लासेवा देऊ लागले. १९३६ पासून वडील आता आपल्या कुटुंबियांसह मुंजाबाच्या बोळातील स्वत:च्या वास्तूत राहू लागले. येथेच मी लहानाचा मोठा झालो, शिक्षण पूर्ण केले व अखेर १९५१ मध्ये 'आयएएस' झालो. हा सारा कालखंड माझ्या आईवडिलांना अत्यंत कठीण गेला होता. प्रतिकूल परिस्थितीशी त्यांना झगडावे लागले होते. परंतु तरीही त्यांनी आपल्या मुलांची मोठ्या प्रेमाने काळजी घेतली. कोणत्याही मध्यम वर्गातल्या कुटुंबाप्रमाणे आमची त्यावेळची ही काटकसरीची, साधी पण चोख रहाणी होती.

पुण्यातल्या टीचर्स ट्रेनिंग कॉलेजमध्ये एक प्राथमिक शाळा होती. माझे प्राथमिक शिक्षण त्या शाळेत झाले. पण नंतरच्या माध्यमिक शिक्षणासाठी मी नूतन मराठी विद्यालय उर्फ नू. म. वि. या प्रशालेत १९३८ साली प्रवेश घेतला. तिथून १९४५ साली मी मॅट्रिकची परीक्षा उत्तीर्ण झालो. माझी शालेय शिक्षणाची वर्षे ही स्वातंत्र्य चळवळीने पूर्णपणे भारलेली होती. मी व माझ्या बहिणींनी राष्ट्र सेवा दल ह्या संघटनेत प्रवेश घेतला. आम्ही रोज त्यांच्या मैदानावर जाऊन त्यांचे खेळ, कसरती व व्यायामप्रकार करायचो. त्यांच्या बैठकींना नियमितपणे हजर राहायचो. त्यावेळी सेवा दलाचे प्रमुख भाऊ रानडे आणि नातू हे होते. तर जेधे आणि गाडगीळ हे लोकप्रिय वक्ते म्हणून सभेत बोलत. १९४२ साली गांधीजींनी 'चले जाव' चळवळीची हाक दिली. त्याचा परिणाम साहजिकपणे पुण्यावरतीही झाला. वि. मो. पंत नावाचे आमचे एक शिक्षक होते. त्यांनी तर उघडपणे शाळेबाहेरच्या रस्त्यावर जाऊन सर्व मुलांना या चळवळीत सामील होण्याचे आव्हान बेधडकपणे केले. आम्ही आपापल्या परीने या चळवळीसाठी कामे करीत होतो. म्हणजे काँग्रेसची काही पत्रके सायक्लोस्टाईल करून वाटायचो. या आमच्या कृत्यांकडे सरकारची वक्र दृष्टी गेली आणि एकदा तर आम्ही सपशेल पोलिसांच्या तावडीत सापडलो. पोलिसांनी आम्हाला फरासखाना पोलीस स्टेशनवरती नेले. ती एक चमत्कारिक व भयानक इमारत होती. आतमध्ये खूप अंधारी बोळ होते. आम्हाला एका अधिकाऱ्यापुढे नेऊन उभे करण्यात आले. त्याला आमची दया आली आणि "परत असे काही करू नका," म्हणून आम्हाला एक खिळे व नाल मारलेली पोलिसांची जाडजूड वहाण दाखविली. "जर पुढच्या वेळी तुम्ही माझ्यासमोर आलात तर याचा वापर करावा लागेल व तुम्हाला धडा शिकवावा लागेल," असा दम भरून आम्हाला सोडून दिले. रसायनशास्त्राच्या तासाला आम्ही शाळेत असे शिकलो होतो की, जर पोटॅशियम परमॅन्गनेटचे स्फटिक आणि ग्लिसरीन एकत्र केले तर ते मिश्रण पेट घेते. या युक्तीचा फायदा घेऊन आम्ही पोस्टाच्या पेट्यांना आगी लावायचे ठरवले. एका कागदाच्या पाकिटात आम्ही पोटॅशियम परमॅन्गनेटची भुकटी घातली व त्यात ग्लिसरीनने भरलेली एक छोटी, बूच नसलेली बाटली ठेवली. पाकीट बंद करून

ते लगेच एका पोस्टाच्या पेटीत टाकले. दुसऱ्या दिवशी आम्ही जाऊन पाहिल्यावर आम्हाला समजले की आमची युक्ती सफळ झाली आहे. आमचा उत्साह वाढला व त्या उत्साहाच्या भरात आम्ही ही गोष्ट ज्याला त्याला सांगत सुटलो. जेव्हा माझ्या वडिलांच्या कानावरती ही गोष्ट गेली तेव्हा त्यांनी परत असे न करण्याबद्दल आम्हाला ताकीद दिली.

त्यावेळी आम्ही कॅम्पमधल्या वेस्ट एन्ड थिएटरमध्ये इंग्रजी सिनेमा पहात असू. खेळ संपल्यावरती इंग्लंडचे राष्ट्रगीत थिएटरमध्ये वाजवले जायचे. ते चालू असताना हजर असलेली सर्व इंग्रज माणसे, सरकारी अधिकारी, सैन्यातील माणसे राष्ट्रगीताचा मान राखण्यासाठी उभी रहात. अशाच एका खेळाला आम्ही गेलो होतो. त्यावेळी आम्ही आधीच ठरवले की राष्ट्रगीत वाजवले जात असताना आपण स्तब्ध उभे न रहाता सरळ बाहेर चालते व्हायचे. त्याप्रमाणे आम्ही तसे केले. पण पुढच्या वेळी ज्यावेळी आम्ही एक चित्रपट पहायला गेलो तेव्हा असे लक्षात आले की, राष्ट्रगीत वाजवले जात असताना थिएटरची सर्व दारे बंद केली जातात. त्यावेळी कोणालाही बाहेर जाता येत नव्हते.

माझा थोरला भाऊ वासुदेव याला 'वायरलेस' विषयात खूप रस होता. त्याने खटपट करून एक रेडिओ बांधला. त्यावर आम्ही चोरून सिंगापूर स्टेशन लावून ऐकायचो. 'चोरून' असे म्हणण्याचे कारण जपान्यांनी ब्रिटिशांच्या हातून सिंगापूर हिसकावून घेतले होते. तर अशा या इंग्रजांच्या शत्रूच्या रेडिओ स्टेशनवरून आम्ही एकदा खुद्द सुभाषबाबूंचे भाषण ऐकले होते.

तो काळ असा होता की उत्तम वाटणाऱ्या विद्यार्थ्यांवर ती शिक्षक मंडळी खूप मेहनत घेत व त्यासाठी एक पैही स्वीकारीत नसत. गुरू-शिष्यांचा हा एक अप्रतिम नातेसंबंध होता. आम्हाला शिकवणाऱ्या शिक्षकांमध्ये काही नामवंत शिक्षक होते. त्यातले काही आजही आठवतात. मराठी उत्तम शिकवणारे पु. ग. सहस्रबुद्धे होते. विज्ञान शिकविण्यासाठी वामन जी. गोडबोले होते. द. वि. नवाथे हे आमच्या घरी आमची संस्कृतची स्पेशल शिकवणी घेत. आमचे मुख्याध्यापक होते ना. ग. नारळकर. त्यांनी शाळेमध्ये असंख्य नवीन नवीन कल्पना राबवल्या होत्या. आमच्यासारख्या अनेकांना ते अक्षरश: पितृतुल्य वाटत. वार्षिक परीक्षेत मला अनेक विषयात बक्षिसे मिळत. मला आठवते की एकदा मला एक आग्फा कंपनीचा कॅमेरा बक्षिस म्हणून मिळाला होता. त्यावेळी त्याची किंमत ५ रुपये होती. १९४१ मध्ये मिडल स्कूल स्कॉलरशिपही मला मिळाली होती. ती स्कॉलरशिप महिना ५ रुपयांची होती. त्यावेळी ही स्कॉलरशिप म्हणजे अक्षरश: राजेशाही स्कॉलरशिप वाटे. एवढ्या पैशावरती सारा महिना सहज घालवता येत होता. पुण्याच्या जवळ सहलींसाठी लोणावळा, कार्ल्याची लेणी, यासारखी अनेक स्थळे होती व अजूनही आहेत.

त्याठिकाणी सायकलवर जाऊन येणे ही एक लोकप्रिय बाब होती. आम्ही लोणावळ्याला गेल्यावरती घाटातून खाली खोपोलीपर्यंतही सायकलीने जायचो. परंतु तिथून परत वर घाट चढून येताना मात्र दमछाक व्हायची. त्यासाठी एखादा ट्रक थांबवून त्याला २ आणे देऊन आम्ही सायकलींसह त्याच्या ट्रकला धरून वरती परत लोणावळ्याला यायचो.

त्यावेळचे पुणे शहर हे अत्यंत शांत, निवांत व उत्साहवर्धक होते. शहराभोवतालच्या टेकड्यांवरती भरपूर झाडी होती. उन्हाळ्यातही हवा अत्यंत आल्हाददायक असायची. त्यामुळे सरकारी निवासस्थानामध्ये खोल्यातील छतांवरती कधीही पंखे बसवले जायचे नाहीत. पावसाळाही छान असायचा. मुंबईच्या तीव्र पावसामुळे तिथल्या काही सरकारी कचेऱ्या या पावसाळ्यात पुण्याला हलवल्या जायच्या. मुंबई इलाख्याची विधानसभाही पुण्यात कौन्सिल हॉलच्या इमारतीत भरवली जायची. गणेशखिंड येथे गव्हर्नरचा बंगला होता. पावसाळ्यात मुंबईऐवजी पुण्यात घोड्यांच्या रेसेस व्हायच्या. रेसकोर्सच्या मैदानापाशी एक टर्फ क्लबची इमारत उभी होती.

पुण्यात एप्रिल व मे महिन्यात पाहुण्यांची वर्दळ सुरू व्हायची. त्यामध्ये मुख्यत्वेकरून मध्यमवर्गीय पालक जास्त असायचे. आपल्या कन्येचा विवाह जमवण्यासाठी स्थळे पहावयास ते येत. लग्ने जमली की ती लगेच पुण्यात उरकली जात. सबंध पुण्यात विवाह समारंभ व त्या निमित्त दिल्या जाणाऱ्या मेजवान्या यांची धमाल उडालेली असे. त्यावेळी एका लग्नाच्या मेजवान्या ह्या पाच सहा दिवस तरी सहज चालत. कधी कधी तर लग्ने इतकी असत की महिनाभर कुणाला स्वत:च्या घरी जेवायची पाळी येत नसे. काही काही पुणेकर मात्र घरी मोठ्या संख्येने येणाऱ्या पाहुण्यांना वैतागून उन्हाळ्याच्या सुट्टीत सरळ परगावी निघून जायचे. अशा रीतीने ते पाहुण्यांपासून आपली सुटका करून घेत.

पुण्यातला दहा दिवसांचा गणपती उत्सव हा त्यावेळीही प्रसिद्ध होता. सार्वजनिकरित्या तो साजरा करण्याची प्रथा ही लोकमान्य टिळकांनी सुरू केली होती. त्यावेळी गणपती उत्सवात शास्त्रीय संगीताच्या ज्या मैफिली होत त्या म्हणजे संगीतातल्या मेजवान्याच होत्या. अशा मैफिलीत आपल्याला गायला मिळावे म्हणून अनेक गायक पुण्यात खास तेवढ्यासाठी यायचे. रात्री जेवणे झाल्यावर दहा वाजल्यानंतर या मैफिली सुरू व्हायच्या. त्या पहाटे तीन तीन वाजेपर्यंत रंगत जायच्या. पुण्यात त्यावेळीही अनेक थिएटर्स होती. रविवारी सकाळी जे चित्रपटांचे खेळ व्हायचे त्याला विद्यार्थ्यांसाठी सवलतींचे दर असायचे. त्यांना एका आण्यात चित्रपट पहाता यायचा. त्यामुळे अशा खेळांना विद्यार्थ्यांची खूप गर्दी व्हायची.

१९४५ मध्ये मी मॅट्रिक झाल्यावरती महाविद्यालयीन शिक्षणासाठी फर्ग्युसन कॉलेजात नाव दाखल केले. माझ्याबरोबर माझे अनेक मित्रही त्याच कॉलेजात

शिकावयास आले. 'फर्स्ट इयर सायन्स' ही परीक्षा झाल्यावर नंतर सायन्सच्या शिक्षणाला तीन फाटे फुटत. इंजिनियरिंग, मेडिकल आणि सर्वसाधारण सायन्स अशा त्या तीन शाखा होत्या. १९४६ मध्ये पं. नेहरुंनी आपले सरकार नुकतेच स्थापन केले होते. त्यामध्ये नंतर मुस्लीम लीग हा पक्षही सामील झाला. म्हणून अनेक विद्यार्थ्यांनी स्वातंत्र्य मिळणार असल्याने समाजसेवेच्या भावनेपोटी मेडिकलकडे जाऊन डॉक्टर होण्याचे ठरवले. मला १९४७ साली परीक्षेत उत्तम गुण मिळाल्याने मीसुद्धा मेडिकलकडे सहज जाऊ शकत होतो, पण असे घडायचे नव्हते. हिंदुस्थानला ऑगस्ट महिन्यात स्वातंत्र्य मिळणार होते. १५ ऑगस्ट रोजी पं. नेहरूंचे सरकार स्थापन होऊन ते स्वत: भारताचे पहिले पंतप्रधान म्हणून होणार होते. आमच्या घरावर काँग्रेस पक्षाचा प्रभाव होता. त्यामुळे मी पुढे काय करावे? या प्रश्नाच्या सोडवणुकीसाठी माझ्या वडिलांनी आपले मित्र न. वि. तथा काकासाहेब गाडगीळ यांचा याबाबतीत सल्ला घेतला. त्या सल्ल्यानुसार त्यांनी मला मेडिकलला न जाता बी. एस्सी. कडे जावे असे सांगितले. त्या परीक्षेनंतर मग सिव्हिल सर्व्हिसची परीक्षा देऊन सरकारी सेवेत शिरावे, म्हणजे माझी शेवटी पं. नेहरूंच्या सरकारसाठी सेवा घडणार होती. हा सल्ला मानल्यामुळे माझ्या आयुष्याच्या प्रवाहाने एकदम वेगळेच वळण घेतले.

३० जानेवारी १९४८ रोजी नथुराम गोडसे याने गांधीजींचा खून करून एक शोकांतिका घडवली. नथुराम गोडसे हा पुण्यातला असल्याने पुणे हे सर्वांचे लक्ष्य बनले. ब्राह्मणेतर जमाती ब्राह्मण जातीच्या लोकवस्तींवर हल्ले चढवू लागल्या. आमच्या बोळात असाच एक जमाव हल्ल्याच्या उद्देशाने आला. नथुराम नेहमी ज्या घराला भेटी द्यायचा त्या घराचा ते शोध घेत होते. आमचे घर नेमके त्या घरासमोरच होते. पण आम्ही आमच्या घरावरती काँग्रसचे निशाण लावलेले असल्याने जमावाची वक्र दृष्टी आमच्या घरावरती गेली नाही आणि आम्ही वाचलो. त्यावेळी पुण्याचे जिल्हाधिकारी व डिस्ट्रिक्ट मॅजिस्ट्रेट स. गो. बर्वे हे होते. त्यांनी शहराचे योग्य असे पूर्व व पश्चिम भाग केले व मधे कडक बंदोबस्त ठेवला. पश्चिम भागात ब्राह्मण लोकवस्ती होती. ती अशा रितीने जाळपोळीपासून वाचवली. स. गो. बर्वे यांची कल्पनाशक्ती ही खरोखरीच असामान्य होती. पण तरीही पुणे शहराला त्यावेळच्या संकटकाळात जावेच लागले. पश्चिम महाराष्ट्रातील अनेक ग्रामीण व अर्ध ग्रामीण भागातील कित्येक ब्राह्मण वस्त्या मात्र जमावाच्या रोषापासून वाचू शकल्या नाहीत. तिथून निघालेली अनेक ब्राह्मण कुटुंबे आश्रयासाठी पुण्यात आली होती. त्यामुळे परिस्थिती अधिक बिकट बनली होती.

१९४९ मध्ये मी माझी बी. एस्सी. (प्राणीशास्त्र ऑनर्स) ही पदवी घेतली. त्यावेळी मी वनस्पतीशास्त्र हा एक दुय्यम विषय परीक्षेसाठी घेतला होता. नंतर मी

आयएएसच्या परीक्षेला बसणार होतो. परंतु त्यासाठी नियमानुसार माझे वय तेवढे नव्हते. ते कमी पडत होते. त्यामुळे मला वर्षभर थांबावे लागले. पण या जादा वर्षाचा मला आयएएसच्या परीक्षेची तयारी करण्याच्या दृष्टीने भरपूर वेळ मिळाला. एका दृष्टीने माझा हा फायदाच झाला. त्या काळात या परीक्षेबद्दलची व अन्य स्पर्धा परीक्षांबद्दलची माहिती पुण्यात उपलब्ध नसे. म्हणून मी पब्लिक सर्व्हिस कमिशनच्या दिल्लीतील कार्यालयाला पत्र लिहून जुन्या प्रश्नपत्रिका व परीक्षेबद्दलची माहिती मागवून घेतली. आयएएस व आयएफएस (भारतीय परदेश सेवा) परीक्षांसाठी तीन विषय सक्तीचे असत. तसाच कम्पलसरी इंग्लिश हाही विषय सर्व परीक्षांना सक्तीचा असे. तर आयपीएस (भारतीय पोलीस सेवा) परीक्षा व अन्य परीक्षांसाठी दोन विषय पुरेसे असत. तिसरा विषय कोणता घ्यायचा याबद्दल मी गो. म. जोशी यांचा सल्ला घेतला. ते माझ्या वडिलांचे एक कॉलेजातील स्नेही होते. त्यांच्या सल्ल्यानुसार मी 'भारतीय इतिहास' हा तिसरा विषय परीक्षेसाठी घेतला. हा विषय घेण्याचे कारण यासाठी घरच्याघरी नुसते वाचन करता येण्याजोगे होते. वेगळ्या मार्गदर्शनाची गरज नव्हती. फक्त या विषयाच्या जुन्या प्रश्नपत्रिका नजरेखालून घालणे जरुरीचे होते. अडचण कोणतीच नव्हती. असलीच तर ती म्हणजे ह्या विषयाचा मी एकट्यानेच अभ्यास करावयाचा होता. सुदैवाने अभ्यासासाठी मला फर्ग्युसन कॉलेजच्या 'बाई जेरबाई वाडिया' ग्रंथालयातून उत्तमोत्तम पुस्तके आणता आली. कम्पलसरी इंग्लिश या विषयासाठी मला सुदैवाने प्रा. खरे यांचे मार्गदर्शन मिळाले. ते फर्ग्युसन कॉलेजच्या समोरच रहात होते. आयएएसच्या परीक्षेसाठी मी ही जी तयारी करीत होतो ती आज कोणाला अगदी नवशिक्यासारखी किंवा एखाद्या हौशी विद्यार्थ्यांसारखी वाटेल. पण त्या काळात या परीक्षेचे क्लासेस नव्हते, संस्था नव्हत्या किंवा उमेदवारांना मार्गदर्शन करण्यासाठी कोणीही निवृत्त मुलकी अधिकारी उपलब्ध नव्हता. त्यामुळे मी असे हे विलक्षण धाडस करण्याच्या फंदात पडू नये म्हणून अनेकांनी मला आपुलकीचा सल्ला दिला. १९५० च्या सप्टेंबरमध्ये माझी परीक्षा मुंबईला एल्फिस्टन शाळेत होती. या परीक्षेला उमेदवारांची संख्या फारच माफक होती.

यावर्षी मी माझे बी. एस्सी. नंतरचे शिक्षण मात्र थांबवले नव्हते. प्राणिशास्त्र विषयातील एम. एस्सी.चे शिक्षण चालू ठेवले होते. त्याच वेळी मी इंटरमिजिएट वर्षाच्या म्हणजे कॉलेजच्या दुसऱ्या वर्षाच्या प्राणिशास्त्राच्या विद्यार्थ्यांना प्रॅक्टिकल-साठी डेमॉन्स्ट्रेटर म्हणून काम करू लागलो. आयएएसची लेखी परीक्षा मी पास झालो. आता तोंडी परीक्षा द्यायची होती. त्यावेळी पब्लिक सर्व्हिस कमिशनचे चेअरमन बॅनर्जी नावाचे गृहस्थ होते. ते आणि त्यांचे सहकारी आमची तोंडी परीक्षा घ्यायला दिल्लीहून मुंबईला आले होते. आम्हाला कौन्सिल हॉलवरती बोलावले

होते. पुण्यातल्या माझ्यासारख्या माणसाला हा एक पूर्णपणे नवीनच अनुभव होता. परंतु सुदैवाने माझ्या काही प्राध्यापकांनी या परीक्षेला कसे सामोरे जावे याचे उपयुक्त मार्गदर्शन केले होते. पण माझ्या काही नातेवाईकांचे या मुलाखतीबद्दलचे काही शेरे हे चमत्कारिक होते. त्यांच्यापैकी एकाने मला म्हटले होते की, ''एखादे वेळेस ते तुझ्या गळ्यातला टाय सोडवायला सांगतील आणि परत बांधायला सांगतील.'' टायची गाठ नीट बांधणे जमते आहे की नाही हे पहाण्यासाठी ते अशी परीक्षा बघू शकत होते. परंतु सुदैवाने मुलाखत घेणारे बोर्ड हे खूप समंजस होते आणि त्यांच्या प्रश्नांना मी अगदी शांतपणे व दिलखुलासपणे उत्तरे देऊ शकलो. नंतर मला कळले की तोंडी परीक्षा किंवा मुलाखत फार महत्त्वाची असते. यावरतीच तुमची निवड अवलंबून असते. जर या परीक्षेत ठराविक गुण तुम्हाला मिळाले नाहीत तर तुम्हाला आयएएसला नापास ठरवले जाते. (ही अट नंतर काढून टाकण्यात आली. लेखी व तोंडी अशा दोन्ही परीक्षांमधील एकूण गुण पास होण्यासाठी विचारात घेतले जाऊ लागले. कारण नंतर असे आढळून आले की, ज्या उमेदवारांचे शालेय शिक्षण हे इंग्रजी माध्यमांच्या पब्लिक स्कूलमधून झालेले असते त्याच विद्यार्थ्यांना अशा तोंडी परीक्षांचा अधिक फायदा होतो.)

फेब्रुवारी १९५१ मध्ये परीक्षेचा निकाल लागला. मी आयपीएस परीक्षेत पाचजणात पहिला आलो. पण माझ्या 'इतिहास' या विषयाने मात्र मला आयएएस व आयएफएस परीक्षेत जरासे खाली ओढून ठेवले. पण तरीही मी आयएएस परीक्षेत पास झाल्याचे जाहीर करण्यात आले. त्यावर्षी पास झालेल्या आमच्या तुकडीत आम्ही २३ जण होतो. मुंबई इलाख्यातून स्पर्धा परीक्षेतून आयएएस झालेला मी पहिलाच उमेदवार ठरलो. त्यामुळे फर्ग्युसन कॉलेजात मी एक कुतूहलाचा विषय बनलो. ''हा कोण विद्यार्थी आहे?'' अशी प्रत्येकजण माझी चौकशी करू लागला. पण बाकीच्या पुण्याने माझी फारशी दखल घेतली नाही. कारण मी उच्चभ्रू वर्गातला नव्हतो.

◆

२
मेटकाफ हाऊस व बडोदा

जुन्या दिल्लीतील 'मेटकाफ हाऊस' नावाच्या इमारतीमध्ये आमचे प्रशिक्षण सुरू होणार होते. त्यासाठी मी २१ मे १९५१ मध्ये दिल्लीला रेल्वेने गेलो. स्टेशनवरून टांगा करून मी तिकडे गेलो. ते ठिकाण काश्मिरी गेटच्या पलीकडे यमुनेच्या काठावरती होते. मुख्य इमारत ही ब्रिटिश वसाहतीमधील स्थापत्यशास्त्राचा एक वैशिष्ट्यपूर्ण नमुना होता. त्या इमारतीभोवती एक अतिप्रशस्त आवार होते. मुख्य इमारतीमध्ये आयएएसचे शिक्षण दिले जात नव्हते. ते आवारातील बरॅक्समध्ये दिले जात होते. प्रत्येक प्रशिक्षणार्थीला या बरॅकमध्ये एकेक खोली दिलेली होती. तेथेच मी 'थंडरबॉक्स' (कमोड) प्रथम पाहिला.

मेटकाफ हाऊसमध्ये हरी नावाची एक व्यक्ती होती. हा हरी म्हणजे एक चालतीबोलती संस्थाच होती. हरीकडून आम्हाला हव्या त्या वस्तू विकत मिळत. कारण तो एक दुकान चालवित असे. कित्येकदा आम्हाला तो उधारीवरतीही माल देई. पण विशेष म्हणजे त्याच्याजवळ एक मोटारगाडी होती. आम्ही अनेकदा ती त्याच्याकडून भाड्याने घेऊन वापरीत असू.

आयसीएस झालेले एस. बी. बापट नावाचे एस्टॅबिशमेन्ट अधिकारी गृह मंत्रालयात होते. ते आमचे प्राचार्य होते. दुसरे आयसीएस अधिकारी जे. डी. शुक्ला हे अधिकारी उपप्राचार्य होते. त्यांचे निवासस्थान आवारामध्येच होते. प्रा. सय्यद मुनीरखान हे कायद्यावरती व्याख्याने द्यायचे. भारतीय दंडसंहिता (इंडियन पीनल कोड) क्रिमिनल प्रोसिजर कोड व एव्हिडन्स ॲक्ट हे काय आहेत ते त्यांनी आम्हाला नीट शिकवून समजावले. त्यांच्या मते अलाहाबादचे उच्च न्यायालय हे सर्वोत्तम असून त्यांचे निकाल म्हणजे अंतिम सत्य असते व त्यामुळे ते सर्वमान्य आहेत. अलाहाबाद हे आणखी एका कारणासाठी प्रसिद्ध होते. तिथल्या विद्यापीठातील म्युईर हॉस्टेलमधील बरेच विद्यार्थी आयएएसच्या परीक्षेला बसत व पास होत. मद्रासच्या प्रेसिडेन्सी कॉलेजमधील विद्यार्थीही त्या खालोखाल आयएएसच्या परीक्षेला

बसत. दुर्दैवाने पुणे शहर यात कुठेच दिसत नव्हते. आम्हाला अर्थशास्त्रही शिकवले जायचे. त्याचबरोबर जिथे नोकरीला जायचे तिथल्या प्रांताची भाषाही आम्हाला शिकावी लागे.

मुंबई इलाख्यात त्यावेळी गुजरात, महाराष्ट्र व कर्नाटक हे तीन प्रांत होते. मी गुजराथी भाषा निवडली होती व त्या भाषेचा अभ्यास सुरू केला होता. मेटकाफ हाऊसमधील सर्व वातावरण खेळीमेळीचे असे. आपण एखाद्या शिक्षण संस्थेमध्ये गंभीर विषय शिकतो आहोत किंवा आपल्यावर काही ज्ञान ठसवले जात आहे, असे आम्हाला अजिबात वाटत नव्हते. शिक्षणाचा कालखंड व नोकरीचा कालखंड यांच्यामधला हा एक रम्य मध्यंतर आहे, असे आम्हा सर्वांना वाटत होते. प्रा. बापट व प्रा. शुक्ला यांनी आपापले निरनिराळे अनुभव सांगून सरकारी मुलकी सेवेतील जोष आमच्या मनात भरवला. अधूनमधून मुलकी व सैन्यातील अनेक नामवंत व्यक्ती येऊन आम्हाला निरनिराळ्या विषयांवरती व्याख्याने द्यायच्या. मी आमच्या भोजनालयाच्या समितीचा अध्यक्ष होतो. भोजनाच्या अनेक रात्री आम्ही साजऱ्या करीत होतो. त्यावेळी पाहुणे म्हणून बाहेरच्या प्रसिद्ध व्यक्तींना बोलावले जाई. एच. व्ही. आर. अय्यंगार, जनरल करीअप्पा, गृह मंत्री कैलासनाथ काटजू, वगैरे पाहुण्यांनी आमच्या समवेत भोजनाचा लाभ घेतला होता.

आम्हाला मोटार चालवण्याचे व तिच्या दुरुस्तीचेही शिक्षण दिले गेले. पुढे आम्ही जेव्हा नोकरी करताना एखाद्या जिल्ह्याच्या अंतर्भागात दौरे काढू त्यावेळी मोटार बिघडली म्हणून कुठे अडकून पडून राहू नये, असा यामागचा हेतू होता. आम्हाला शिकवणारा बसरूर याचे कॅनॉट प्लेस येथे स्वत:चे गॅरेज होते. घोड्यावर बसायचेही प्रशिक्षण आम्हाला दिल्ली पोलिसांच्या घोडदळाने दिले. पाय ठेवायला रिकीब नसतानाही घोडा चालवणे हाही त्या शिक्षणातील सरावाचा एक भाग होता आणि तो एक अत्यंत कठीण प्रकार होता. पण घोड्याच्या पाठीवर पक्की मांड करता येण्याच्या दृष्टीने तो आवश्यकही होता. माझ्या घोड्याचे नाव होते 'मूनशाईन.' कारण तो एक राखाडी रंगाचा व अंगावर काळे ठिपके असलेला घोडा होता. या घोड्याला काबूत ठेवणे खरोखरच कठीण जायचे. तो सारखा इतरांच्या पुढे जायला बघायचा. मला असे सांगण्यात आले होते की, दिल्ली पोलिसांमधील अत्यंत ज्येष्ठ अधिकाऱ्यांसाठीच हा घोडा दिला जातो. त्यामुळे साहजिकच त्याला इतरांच्या पुढे जाण्याची सवय लागली होती.

दिल्लीच्या लाल किल्ल्यावरील १५ ऑगस्टचा सोहळा हा अत्यंत संस्मरणीय प्रसंग असे. आम्ही अत्यंत उत्साहाने तिथे पं. नेहरूंचे भाषण ऐकण्यासाठी किल्ल्याच्या तटावरती गेलो. पण तिथे व्हीआयपी लोकांना संरक्षण देणारी गृह मंत्रालयातील सुरक्षा रक्षकांची तुकडी होती. त्यांनी आम्हाला साहजिकच तिथे येऊ दिले नाही.

असिस्टंट कलेक्टरसाठी असलेल्या मार्गदर्शक नियमावलींची (Manual) एक प्रत मला मिळाली पण ती वाचल्यावर माझ्या लक्षात आले की, यातले सारे लिखाण हे ब्रिटिश सत्ता राबवण्याच्या दृष्टीने केलेले आहे. यामुळे त्या नियमावलीला फक्त ऐतिहासिक मूल्य उरले आहे. त्यातली एक मजेची गोष्ट मला आठवते. 'कोणत्याही तरुण अधिकाऱ्याने आपल्याबरोबर आपला चपराशी घेऊनच बाहेर पडावे.' हा पायंडा इंग्रजांनी घालून देण्याचे कारण असे की, तरुण अधिकारी हा नवीन असल्याने त्याचा चेहेरा हा सहसा कोणाच्याही परिचयाचा नसतो. पण त्याच्याबरोबर असलेल्या चपराशाला मात्र सारे जग ओळखत असते. त्यामुळे चपराशाबरोबरची व्यक्ती ही याचा साहेब आहे हे चटकन समजते.

नेहमीप्रमाणे आम्हाला आपल्या देशाचे दर्शन घडविण्यासाठी एक भारत दर्शन दौरा, राजस्थान व उत्तरप्रदेश या प्रांतात प्रशिक्षणासाठी आयोजित केला गेला. सैन्यातल्या आमच्या प्रशिक्षणासाठी आम्हा पाचजणांना १७ व्या मराठा पलटणीमध्ये पाठवून देण्यात आले. ह्या पलटणीचा तळ हा बंगालमधील बोंगाई गाव येथे होता. हे गाव त्यावेळच्या पूर्व पाकिस्तानच्या (हल्लीचा बांगला देश) सरहद्दीलगत होते. तिथले प्रशिक्षण घेऊन आम्ही दिल्लीला परतलो. वाटेत पाटणा व गया शहरात थांबलो. त्या दोन चार दिवसांच्या मुक्कामात भारतातले जमीनदार कसे राहतात व ते आपल्या नोकरांना कसे गुलामांसारखे वागवतात, ते आम्हाला नीट पहायला मिळाले.

दिल्लीला आल्यावर आम्हाला राष्ट्रपतींच्या भेटीसाठी नेण्यात आले. त्यावेळी राजेन्द्रप्रसाद हे राष्ट्रपती होते. त्यांच्या भेटीच्या प्रसंगी पंतप्रधान पं. जवाहरलाल नेहरू हेही उपस्थित होते. त्यावेळी त्यांच्याशी आम्ही सर्वांनी एक सर्वसाधारण चर्चा केली. काही प्रश्नोत्तरेही झाली. मी राष्ट्रपतींना असा एक प्रश्न विचारला की, जर त्यांनी पंतप्रधानांचा एखादा सल्ला मानला नाही किंवा फेटाळला, तर त्यांची घटनात्मक अवस्था काय असेल? माझ्या या प्रश्नामुळे नेहरु व राजेन्द्रप्रसाद हे दोघेही एकमेकांच्या तोंडाकडे पाहू लागले. मग राष्ट्रपती म्हणाले,"पण मी सहमत व्हावे म्हणून माझे मन नेहमीच पंतप्रधानांकडून वळवले जात असते."

महत्त्वाच्या सरकारी समारंभांना हजर रहायचे असले की आम्हाला 'अचकन' व 'चुडीदार' असा पोषाख करावा लागे. दक्षिणेकडून आलेल्या माझ्यासारख्यांना या पोषाखाची सवय नव्हती. त्यामुळे ह्या पोषाखात वावरताना आम्हाला चमत्कारिक वाटे. अनेकदा जेव्हा जलजीराने भरलेला ग्लास हातात घेऊन आम्ही जेव्हा राष्ट्रपतींना पाश्चात्त्य संस्कृतीप्रमाणे शुभचिंतन (टोस्ट) करत असू तेव्हा तर आम्ही या पोषाखात भलतेच विनोदी भासत असू.

आठवड्याच्या शेवटी आम्ही नव्या दिल्लीतील निरनिराळ्या हॉटेलात जेवणासाठी जायचो. महिन्याच्या पहिल्या पंधरवड्यात आमच्या हातात पैसे आल्याने आम्ही

अगदी राजासारखे जेवणखाण्यावर खर्च करीत असू. दर्यागंजमधील 'मोती महल' हॉटेल, कॅनॉट प्लेसमधले 'निरुला' रेस्टॉरंट अशा भारी हॉटेलात जायचो. पण महिन्याच्या दुसऱ्या पंधरवड्यात मात्र हातात तुटपुंजे पैसे उरल्याने कॅनॉट प्लेसमधल्या 'साऊथ इंडिया बोर्डिंग हाऊस' मध्ये जाऊन जेवायचो.

न. वि. उर्फ काकासाहेब गाडगीळ हे त्यावेळी केंद्रीय मंत्री होते व ते फेरोझशहा रोडवरती रहात. मी अधूनमधून त्यांना जाऊन भेटत असे. आपले चिरंजीव विठ्ठल यांने आयएएस व्हावे अशी त्यांची फार इच्छा होती. कारण त्यांना सरदार पटेल यांनी आश्वासन दिले होते की, त्यासाठी त्यांच्या मुलाची खास भरतीच्या मार्गाने निवड केली जाईल. पण विठ्ठल यांना हे पटत नव्हते व ते हट्टाने शिक्षणासाठी इंग्लंडला जाऊ बघत होते. त्यामुळे काकासाहेब खूप उद्विग्न झाले होते.

मला माझे पहिले वेतन मिळण्याचा प्रसंग अजूनही आठवतो. मी पे बिलावरती माझी सही देवनागरी लिपीत केली होती. पण ट्रेझरी ऑफिसरने तो कागद हटकून परत पाठवला व मला इंग्रजीत सही करण्यास बजावले. मला तसे करणे भाग पडले.

मेटकाफ हाऊसमध्ये आम्ही सात महिने राहिलो होतो. आमच्या शेवटच्या परीक्षाही झाल्या. आम्हाला प्रत्येकाला कोणकोणत्या प्रांतात पाठवायचे तेही ठरवले गेले. व्ही प्रभाकर, एस. एम. घोष आणि मी अशा आम्हा तिघांना मुंबई इलाखा दिला गेला. १९५२ च्या जानेवारी महिन्याच्या शेवटी आम्ही मेटकाफ हाऊसमधून निघालो. पण निघण्यापूर्वी मला सांगण्यात आले की प्रत्यक्ष कामाच्या प्रशिक्षणासाठी मी बडोद्याच्या जिल्हाधिकाऱ्यांना भेटावे.

आम्ही प्रथम मुंबईला आलो. मुंबईत त्यावेळी बी. जी. खेर हे मुख्यमंत्री होते आणि एम. डी. भट हे चीफ सेक्रेटरी होते. आम्ही तिघेही आधी त्यांना भेटलो आणि नंतर मोरारजी देसाई यांच्या भेटीला गेलो. त्यावेळी अर्थातच आम्ही सुटाबुटात होतो. मोरारजींनी ते पहाताच आम्हाला परखडपणे सांगितले की, बाहेर रस्ता ओलांडल्यावरती एक खादीचे दुकान आहे. तिथे जाऊन खादीचे बुश शर्टस व पॅन्ट खरेदी करा आणि त्या वापरायला लागा.

महसूल सेक्रेटरीं यांनी माझ्या बडोद्याला नोकरीसाठी पाठवण्याबाबत असा खुलासा केला की, माझी मातृभाषा मराठी असल्याने महाराष्ट्रात पाठवता येत नाही अन् म्हणून इलाख्यातील उत्तरेकडच्या गुजराथमध्ये पाठवलेले आहे. त्याप्रमाणे फेब्रुवारी १९५२ मध्ये मी बडोद्याला जाऊन तिथले जिल्हाधिकारी एल. आर. दलाल यांना भेटून नोकरीत रूजू झालो. हा जिल्हाधिकारी तरुण आयएएस अधिकाऱ्यांबाबत सहानुभूती बाळगणारा नव्हता. तो जरासा फटकळपणे त्यांच्याशी वागे. याचे कारण इंग्रजांच्या काळातील आयसीएस. च्या परीक्षेमधील शेवटच्या तुकडीतील तो होता.

आयएएसपेक्षा आयसीएसचा दर्जा कितीतरी वरचा असतो, असे तो मानीत असल्याने या नवीन आयएएसवाल्यांना काय नोकरी जमणार, अशी त्याची समजूत होती. म्हणून त्याच्या हेडक्लार्कने मला सर्व कार्यालय व त्यातले कामकाज कसे चालते हे हिंडून दाखवले.

बडोदा ही एका संस्थानची राजधानी होती. त्या संस्थानावरती गायकवाड घराण्याचा अंमल होता. हे एक फार छान शहर असून तिथे अनेक पॅलेस, महाल आणि देखण्या इमारती उभ्या आहेत. उदाहरणार्थ, बडोदा विद्यापीठाची इमारत, संगीतशाळा, आर्ट गॅलरी, 'लक्ष्मी विलास' राजवाडा आणि मकारपुरा. त्यावेळी शहराची वाढ रेल्वेलाईनपर्यंतच होती. रेल्वेलाईन पलीकडे फक्त सर्किट हाऊस, काही बंगले व रेसकोर्स एवढेच होते.

मी 'थर्ड क्लास मॅजिस्ट्रेट' म्हणून रूजू झालो होतो आणि एका फर्स्ट क्लास मॅजिस्ट्रेटबरोबर मला काम करण्यास सांगितले होते. त्याच्याबरोबर माझे प्रत्यक्ष कामाचे आता प्रशिक्षण होणार होते. नेहमीचेच ते होते. परंतु मला आलेला अनुभव फारसा उत्साहवर्धक नव्हता. जेव्हा काही दावे मॅजिस्ट्रेटसमोर येत तेव्हा दोन्ही बाजूंच्या वकीलांचे म्हणणे ऐकून घेतल्यावरती मला वाटे की, आता मॅजिस्ट्रेट उठून उभे राहून "उद्या निकाल दिला जाईल," असे म्हणेल. पण ह्या मॅजिस्ट्रेटने तसले काहीही केले नाही. त्याने शांतपणे आपल्या टेबलाचा खण उघडला, आतून एक कागद काढला व त्यावरील दाव्याचा निकाल वाचून दाखवला आणि पुढे म्हटले की "आता दाव्याबाबतच्या निकालाची कारणे नंतर दिली जातील."

काही दिवसांनी माझी छोटा उदयपूर येथे पाठवणी झाली. तिथे एक सबडिव्हीजन होती व तिचा प्रमुख ग्यानचंद बवेजा हा एक आयएएस अधिकारी होता. सबडिव्हीजनला मुंबई इलाख्यात 'प्रांत' म्हणत व त्याच्या अधिकाऱ्याला 'प्रांत ऑफिसर' असे म्हणत. या प्रांत ऑफिसच्या अखत्यारीत चार तालुके येत. ईश्वरन म्हणून आणखी एक आयएएस झालेले अधिकारी होते. ते सहाय्यक जिल्हाधिकारी होते. प्रशिक्षणासाठी त्यांच्या ताब्यात एक तालुका देऊन तिथले कामकाज त्यांना पहावे लागत होते. माझ्या ताब्यात कोणताच तालुका नव्हता. मी एक शिकाऊ सहाय्यक जिल्हाधिकारी होतो. माझे काम बवेजा यांच्याबरोबर राहून अनुभव घेणे व शिकणे एवढेच होते. बवेजा हे एक परिपूर्ण अधिकारी होते नि त्यांनी मला महसूल खात्याच्या कामकाजात कसा भाग घ्यावा ते छान दाखवून दिले.

तर अशा रितीने आम्ही तीन आयएएस अधिकारी एकत्र आलो होतो. अनेकदा आम्ही संध्याकाळी एकत्र बसून ब्रिजचा डाव टाकून तो अटीतटीने खेळत असू.

बडोदा जिल्हा हा टंचाईग्रस्त म्हणून जाहीर झाला होता. आम्हाला आता छोटा उदयपूर सबडिव्हिजनमध्ये जाऊन प्रत्यक्ष पहाणी करावी लागणार होती. त्याप्रमाणे

मी खूप अंतर्भागात गेलो. त्यावेळी दारिद्र्य व उपासमार यांचे मला झालेले ते पहिले दर्शन होते. आम्हाला जनतेसाठी प्रथम पिण्याच्या पाण्याची सोय करायची होती. त्यानंतर खुली सामुदायिक स्वयंपाकगृहे उघडावयाची होती. हा तालुका मुख्यत्वेकरून आदिवासींचा होता. इथली जनता अत्यंत दरिद्री तर होतीच परंतु खेड्यातील बड्या धेंडांच्या जुलूमशाहीला बळी पडत होती. ग्रामीण भारत कसा असतो आणि तिथली गरीब जनता कशी रहात असते याची जाणीव एखाद्या तरुण आयएएस अधिकाऱ्याला करून द्यायची असेल तर त्याला अशा भागात प्रशिक्षणासाठी पाठवणे. हा एक अत्यंत परिणामकारक मार्ग आहे.

छोटा उदेपूर हे एक लहान संस्थान होते. बडोद्याला ते एका नॅरोगेज रेल्वेने डभईपर्यंत जोडलेले होते. छोटा उदेपूरला एक उत्तम राजवाडा होता. पण तिथला तरुण महाराज हा अजमेरच्या शाळेत शिकत होता. नाना महाराज हा त्याचा चुलता तिथला कारभार 'रिजंट' म्हणून बघत होता. मला त्या संस्थानी रेल्वेचा एक खास आलिशान डबा वापरायची मुभा होती. पण तिथले रेल्वेचे कर्मचारी हे अद्यापही संस्थानी राज्यात असल्यासारखे वागत होते. त्यावेळच्या त्यांच्या सवयी त्यामुळे गेल्या नव्हत्या. अनेकदा ते असे काही वागत की फार पंचाईत निर्माण करणारी स्थिती बने. एकदा मी माझी मोटार चालवत एका बंद रेल्वे फाटकाजवळ येत होतो. लांबून फाटकापाशी एक आगगाडी येत आहे हेही मला दिसले होते. पण फाटक बंद करणाऱ्या गेटमनने मला दुरून पाहिले. माझ्या डोक्यावरची हॅट पाहिली. ती हॅट इंग्रज शिकारी जंगलात वापरतात तसली होती. कडक उन्हापासून बचाव करण्यासाठी मी ती वापरीत असे. त्याने फटकन हॅटवाल्या साहेबाची मोटार जाण्यासाठी बेधडक रेल्वेचे फाटक उघडले. नंतर मी त्याला याचा जाब विचारल्यावरती त्याने माझ्याकडे सरळ पहात मलाच विचारले, "पण, साहेब, मी तुम्हाला कसे थांबवू शकतो?" आगगाडीच्या मार्गात अडथळे येऊ नये म्हणून ते फाटक लावायचे असते, असे त्या गेटमनला वाटत नव्हते. आगगाडीचे रक्षण करण्यासाठी लोकांना अडवायचे असते असा त्याचा गैरसमज झाला असावा.

तिथे रहाण्यासाठी मला एक राजेशाही बंगला देण्यात आला होता. पण तो बराच काळ वापरात नसल्याने आतमध्ये असंख्य कबुतरे व वटवाघळे वस्ती करून रहात होती. मी माझ्यासाठी पुण्याहून एक आचारी आणला होता. तो अत्यंत अंधश्रद्धाळू असल्याने त्याने हा असला बंगला पाहिल्यावर "हा एक भूतबंगला आहे," असे ठरवले.

काही महिन्यांनी मी खात्याची पहिली परीक्षा दिली व त्यात उत्तम प्रकारे उत्तीर्ण झालो. आता मला एका तालुक्याचा ताबा देऊन स्वतंत्रपणे कारभार पहावयास सांगितले. एक प्रकारे ही बढतीच होती. तो तालुका होता 'संखेडा'. या तालुक्यात

महसूल खात्याचा कारभार कसा चालवायचा व विशेषत: ग्रामीण रेकॉर्ड कसे ठेवायचे हे मी अनुभवातून शिकू लागलो. ग्रामीण रेकॉर्ड किंवा जमिनीची कागदपत्रे यांची व्यवस्था इंग्रजांच्या काळात अॅन्डरसन साहेबाने लावून दिली होती. त्याने ठरवून दिलेली नियमावली हा तर आमचा एक आदर्श मार्गदर्शक ग्रंथ होता. पण या तालुक्यात जुन्या संस्थानी रिवाजानुसार वर्गवारी करून ठेवलेली कागदपत्रे, दप्तरे, रेकॉर्डस् हे संपूर्णपणे अॅन्डरसनच्या इंग्रजी पद्धतीनुसार रूपांतरीत केले गेले नव्हते. त्यामुळे मला या सर्व गोष्टींचे आकलन होणे कठीण जाऊ लागले. महसूल खात्याची दप्तरे ही त्या विशिष्ट पद्धतीनेच ठेवावी लागतात. तशी ठेवल्यावर त्या तालुक्यातील दप्तरांची तपासणी होऊन मगच थांबता येते. या तपासणी पद्धतीला 'जमाबंदी' असे नाव आहे. संखेडा तालुक्यासाठी मी माझी तपासणी किंवा 'जमाबंदी' केली. कित्येक दप्तरे, कागदपत्रे ही इंग्रजी पद्धतीने ठेवली गेली नव्हती. छोटा उदयपूरपासून संखेडा जवळ असल्याने मी तिथेच आता माझा तळ ठोकला. संखेडापासून मी रोज नवीन खेड्यांमध्ये जाऊन तिथली महसुलाची दप्तरे तपासू लागलो. त्यासाठी मी घोड्यावरून दौरे काढू लागलो. रात्री मात्र मी परत मुक्कामाला येई. संखेडा हे गाव लाकडावरती लाखेचे सुंदर नक्षीकाम केलेले फर्निचर बनविण्यात सुप्रसिद्ध होते. ते बनविणाऱ्या कारागिरांना मी शक्य तितकी मदत करीत असे आणि त्यांच्या मालाचा उठाव होण्यासाठी त्यांचा बडोद्याच्या बाजारपेठेशी कसा सुरळीत संबंध येत राहील हे मी पहात असे. संखेडा गाव हे जुन्या बडोदा संस्थानचा एक भाग होते. सयाजीराव गायकवाड यांच्या जनताभिमुख कारभाराची चांगली फळे मला तिथे पहायला मिळाली. बहुतेक सर्व खेड्यात पंचायतींच्या इमारती असत, एक शाळा असे व एक वाचनालयही असे. हे सारे सयाजी महाराजांनी सुरू करून दिले होते. ज्या लोकांनी रस्त्यालगत फळझाडे लावली, त्यांना त्या झाडाची फळे काढण्यास परवानगी होती. या पद्धतीमुळे बहुतेक रस्त्यांना दुतर्फा सावली देणारी झाडे लावली गेली. सरकारी इन्स्पेक्टर्स हे खेड्यातील लोकांत रहात नाहीत हे सयाजीरावांना ठाऊक होते. म्हणून त्यांनी काही सरकारी जमिनी खेड्यांना दिल्या. अशी प्रत्येक खेड्यातील जमीन ही तिथल्या गावाने सामुदायिकरित्या कसली पाहिजे. त्यातून येणारे उत्पन्न विकून त्या पैशांचा विनियोग हा सरकारी कर्मचाऱ्यांच्या ग्रामीण भागातील फिरतीच्या कामासाठी केला जाई.

संखेडा तालुक्यातील अनेक दावे मॅजिस्ट्रेट म्हणून माझ्यासमोर चालत. माझी पहिली केस ही एका सार्वजनिक अडथळ्यांसंबंधीची होती. एका हेड कॉन्स्टेबलला असे दिसले की, एका माणसाने आपल्या घरातील खाटा ह्या बाहेर रस्त्यावरती आणून टाकल्या होत्या. त्यामुळे सार्वजनिक वाहतुकीला अडथळा निर्माण होत होता. त्या हेड कॉन्स्टेबलने यावरून त्या माणसावरती खटला भरला. आरोपीचा

यावरती असा खुलासा होता की त्याच्या खाटांमध्ये भरपूर ढेकूण झाल्याने त्याच्या खाटा रस्त्यावर उन्हात आणून ठेवल्या होत्या. इथे प्रथमच मला त्यांचा नवीन वकील या केसमध्ये mens rea हे कायद्यातील तत्त्व सांगत होता. या तत्त्वानुसार केलेली कृती महत्त्वाची नसते, तर त्यामागचा हेतू महत्त्वाचा असतो. या ठिकाणी आरोपीचा सार्वजनिक वाहतुकीला अडथळा आणण्याचा गुन्हेगारी स्वरूपाचा हेतू अजिबात नव्हता, असे त्याच्या वकिलाचे म्हणणे होते म्हणून मी ती केस काढून टाकली. पण यामुळे पोलीस खूष झाले नव्हते. ठराविक काळात ठराविक किमान संख्या भरेल एवढ्या केसेस त्यांनी आणल्याच पाहिजेत, असे पोलिसांवरती वरिष्ठांनी बंधन घातलेले होते. माझ्या अशा निकालामुळे त्यांची मला सहानुभूती राहिली नाही. तथापि, दुसऱ्या एका केसमध्ये मी आरोपीला दोषी ठरवले मग त्याच्या वकिलाने डिस्ट्रिक्ट कोर्टात अपील केले आणि तिथे असे म्हटले की, "त्या विद्वान मॅजिस्ट्रेट महाशयांनी (म्हणजे मी) आपले लक्ष या केसमध्ये नीट घातले नाही म्हणून ते एका विकृत निष्कर्षाला पोचले." मला ते कळल्यावर मी अत्यंत अस्वस्थ झालो. मी एवढे मन लावून लक्षपूर्वक केस हाताळून जो निकाल दिला त्यावरती असले घाणेरडे शिंतोडे उडवले जावेत? पण मला नंतर असे सांगण्यात आले की, ही असली वकिलांची भाषा नेहमीचीच असते. त्याबद्दल एवढे मनावर घेण्याजोगे काहीही नसते.

प्रशासनात राजकीय हस्तक्षेप कसा होतो याचाही मला एक पहिला अनुभव आला. सरकारी दप्तर नीट ठेवले नाही, त्यात अत्यंत आक्षेपार्ह अशा चुका केल्या म्हणून मी एका तलाठ्याची बदली केली. त्याचे वरती लागेबांधे होते. तिथल्या स्थानिक आमदाराने त्या तलाठ्याची बदली रद्द करण्यासाठी मला सांगितले. त्याची ही विनंती मला का मान्य करता येत नाही याचा मी त्यांना खुलासा केला व त्या संदर्भात जिल्हाधिकाऱ्याकडे मी तक्रारही केली. पण त्याचे पुढे काय झाले ते मला शेवटपर्यंत कळले नाही.

१९५२ सालच्या शेवटी मी खात्याची वरची परीक्षा उत्तीर्ण झालो. आता मी माझ्या लायकीवरती शंभर टक्के एक सबडिव्हिजनल प्रमुख किंवा प्रांत अधिकारी होऊ शकत होतो.

◆

३
सहाय्यक जिल्हाधिकारी, भिवंडी प्रांत

मला मुंबई इलाख्याच्या उत्तर भागात गुजराथी भाषिक ठिकाणी टाकलेले होते. पण नंतर माझी बदली ठाणे जिल्ह्यात झाली. जरी ह्या जिल्ह्यात मराठी भाषिक जास्त असले तरी हा ठाणे जिल्हा हा उत्तर विभागातला अगदी दक्षिणेकडचा होता. माझी इकडे एका सबडिव्हीजनचा प्रांत अधिकारी म्हणून नेमणूक झाली. मुंबई व पुणे जवळच असल्याने मला इथे झालेल्या बदलीचा आनंद होणे साहजिक होते.

माझ्यावर आता स्वतंत्रपणे कामाची जबाबदारी सोपवल्याने माझी आयएएसची कारकीर्द खऱ्या अर्थाने आत्ता सुरू झाली असे म्हणण्यास हरकत नाही. मी सहाय्यक जिल्हाधिकाऱ्याच्या पातळीवरती गेलो होतो. आयएएस झालेल्या अधिकाऱ्यांची ही सर्वांत खालची पातळी असते. मी नोव्हेंबर १९५२ मध्ये माझ्या पदाचा ताबा घेतला. भिवंडी प्रांतात चार तालुके येत होते. भिवंडी, शहापूर, वाडा आणि वसई असे ते चार तालुके होते. आमच्या या प्रांत विभागाची मुख्य कचेरीही ठाणे शहरात होती.

जिल्हाधिकाऱ्यांचे कार्यालय हे एका जुन्या पोर्तुगीज इमारतीत होते. माझे कार्यालयही तिथून जवळ असलेल्या एका जुन्या इमारतीत होते. ठाण्याचे जिल्हाधिकारी डी.जे. मदन नावाचे एक आयएएस अधिकारी होते. आणखी दोन प्रांत अधिकारी होते ते स्टेट सिव्हिल सर्व्हिसमध्ये होते. त्यापैकी चंद्रसेन गायकवाड हे एक होते. ते बडोद्याच्या गायकवाडांच्या राजकुटुंबापैकी एक होते. हे ठाण्यातच काम करीत होते तर दुसरे अधिकारी के. व्ही. देसाई हे डहाणू शहरात काम करीत होते. ठाण्यात रहात असलेल्या चंद्रसेन गायकवाड यांची फार चांगली सोबत मला होती. त्यांचा तिथे फार मोठा दबदबा होता. त्यांच्या भल्या मोठ्या स्टेशन वॅगनमधून आम्ही अनेक स्थळी जाऊन सहली केल्या. डहाणूत रहाणाऱ्या देसाईंकडे आम्ही अनेकवार जायचो. डहाणूच्या परिसरात अनेक फळबागा होत्या. त्यातील बऱ्याचशया बागा पारशी लोकांच्या होत्या. ते आमचे आदरातिथ्य फार उत्तम रितीने करायचे. आमच्या

तिथल्या भेटी ह्या फार आनंददायक ठरत.

ठाणे येथील कोप्री कॉलनीत मला एक बंगला रहाण्यासाठी दिला होता. तो रेल्वे लाईनच्या पलीकडे होता. सर्व ज्येष्ठ अधिकारी त्या बाजूलाच रहात असत. कुणाचा कोणता बंगला आहे हे बाहेरून सहज ओळखता येत असे. जिल्हाधिकाऱ्याच्या बंगल्यावरती राष्ट्रध्वज फडकत असे. डिस्ट्रिक्ट सुपरिन्टेन्डन्टच्या बंगल्याबाहेर पोलीस पहारा असे. पब्लिक वर्क्सच्या एक्झिक्युटिव्ह इंजिनियरच्या बंगल्यात विस्तृत हिरवळ लावून तिची सतत निगा राखली जाई. जिल्हा फॉरेस्ट ऑफिसरच्या बंगल्याच्या आवारात मात्र वृक्ष अजिबात नव्हते. कॉलनीमध्ये एक क्लब हाऊस होते. तिथे सर्व इनडोअर गेम्सची साधनसामग्री होती. मी तिकडे जाऊन भरपूर बॅडमिन्टन खेळत असे. त्या क्लबचा सेक्रेटरी म्हणूनही मी निवडून आलो. पण त्यामुळे माझी दोन महिन्यात मोठीच अवघड परिस्थिती झाली. आम्ही १५ ऑगस्टचा स्वातंत्र्यदिन हा क्लबमध्ये मोठ्या उत्साहात साजरा केला. सभासदांसाठी अनेक खेळ व स्पर्धा ठेवल्या. त्यानंतर दुपारचे जेवण सर्वांना दिले. हे जेवण तयार करण्याचे काम मुंबईतील एका खाजगी कंत्राटदाराला दिले होते. जेव्हा जेवणाची वेळ झाली तेव्हा मला समजले की अजूनही जेवण तयार झालेले नाही. मी आत जाऊन पाहिले तर त्या कंत्राटदाराची माणसे दारू पिऊन झिंगलेली होती. त्यावेळी दारुबंदी होती आणि ठाणे हे दारुबंदीच्या भागाबाहेर होते. त्याचा फायदा घेऊन ते कर्मचारी दारुवरती संधी मिळताच तुटून पडले होते. पण मी कुठून तरी अन्नपदार्थ मिळवण्याची धडपड केली आणि ती वेळ कशीबशी निभावून नेली.

मी माझी मोटारगाडी विकत घेईपर्यंत रोज कामावर सायकलवरून जात होतो. मी मोटार विकत घेतली तरी त्यावेळी तिची किंमत मला परवडणारी नव्हती. त्यावेळी चांगल्या अवस्थेतील जुनी मॉरिस मायनर मोटार २००० रुपयांना होती. या गाडीचे टप काढघाल करता येण्याजोगे होते. पण खराब रस्त्यांसाठी ही गाडी योग्य नव्हती. म्हणून मी दुसरी जुनी गाडी निवडली. तीही उत्तम ठेवलेल्या अवस्थेत होती. ते एक १९३८ चे डॉज गाडीचे मॉडेल होते. ती मला ३५०० रुपयांना पडली. माझी बदली होईपर्यंत ही गाडी मला खूप उपयोगी पडली. मी भिवंडी प्रांतामध्ये माझी गाडी घेऊन मनाला येईल तिकडे जात असे. जेव्हा वसई तालुक्यात अचानक सरकारी कार्यालयांना मी भेटी देत असे तेव्हा मला ती गाडी खूप उपयुक्त ठरे. कारण तिथे जागेवरती पोचेपर्यंत मला माझी भेट गुप्त ठेवता येत असे. वसईच्या रस्त्यावर तर खूप भेगा पडलेल्या असत. त्यामुळेही माझे तिथले मोटारीने जाणे तिथल्या लोकांना आश्चर्यात पाडे. मोटार चालवण्यातले एक रहस्य मला एव्हाना कळून चुकले होते. ते म्हणजे ॲक्सिलरेटरवरचा पाय कधीही काढून घेऊ नये. इंजिन नेहमी चालूच ठेवावे. मग भले तुम्ही पाण्यातून जात असता पाण्याची

पातळी वाढली तरी. शहापूर तालुक्यात असाच एकदा मी दौऱ्यावर गेलो होतो. एका टेकडीच्या पायथ्याशी गाडी ठेवून टेकडीवरील खेड्यात भेट देण्यासाठी गेलो. जेव्हा मी माझे तिथले काम आटपून परत खाली आलो तेव्हा माझ्या लक्षात आले की, गाडीची किल्ली मी वरती गावातच कुठेतरी विसरून आलो आहे. बरोबरीच्या अधिकाऱ्यांना मी परत गावात किल्ली आणण्यासाठी पाठवू शकत नव्हतो. कारण मी किल्ली कुठे विसरलो ते मलाच आठवत नव्हते. म्हणून शेवटी मीच मागे परतून वरती गावात गेलो आणि किल्ली शोधून परत खाली आलो.

यावेळी मी माझे घर पूर्णपणे लावले होते. आचाऱ्याचा शोध घेतल्यावर मला तोही मिळाला. महिना तीस रुपयावर तो जेऊन खाऊन माझ्या घरीच रहाणार होता. ठाणे जिल्ह्यातील कल्याणजवळ एक उल्हासनगर नावाची सिंधी निर्वासितांची वसाहत होती. हे सिंधी लोक मोठे उद्योगी असतात. ते कोणत्याही वस्तूंची नक्कल हुबेहूब करीत असल्याने तिथे सर्व वस्तू स्वस्तात मिळत. मी तिथल्या बाजारातून लागतील त्या गोष्टी खरेदी करून घरात पाच हजार रुपयांत सर्व जरुरीच्या वस्तू आणल्या. मला गाडी नीट चालवता येईपर्यंत मी एक ड्रायव्हरही नोकरीवर ठेवला. त्यावेळेला पेट्रोलचा दर हा एका गॅलनला (साडेचार लिटरला) सहा आणे (सुमारे ३८ पैसे) इतका स्वस्त होता. अन् मला पगारात दरमहा १५० रुपये प्रवासभत्ता मिळत होता. त्यावेळी ठाणे हे एक छोटे व टुमदार शहर होते. बरेच विद्यार्थी व कामगार येथे राहून लोकल रेल्वेने तासाभरात मुंबईला पोचत. असा त्यांचा रोजचा दिनक्रम असे. आम्हीसुद्धा कधी कधी आमच्या गाडीने मुंबईला माटुंग्याला असलेल्या अरोरा थिएटरमध्ये रात्रीचा लोकप्रिय चित्रपट पाहून येत असू.

ठाणे शहरात पिण्याच्या पाण्याची टंचाई उद्भवे. जरी शहराजवळून मुंबईची मुख्य पाणी पुरवठ्याची पाईपलाईन गेली होती तरीही ही टंचाई निर्माण होई. चौकशी केल्यावर कळले की मुंबई महापालिकेला हीच पाईपलाईन ठाणे शहरातून न्यायची होती. पण त्यावेळच्या नगरपित्यांनी त्यासाठी महापालिकेपुढे भरमसाठ अटी ठेवल्या. म्हणून शेवटी मुंबई महापालिकेने ही पाईपलाईन ठाण्याबाहेरून नेली.

ठाण्यात एक मोठे मनोरुग्णालय होते. जर कोण्या मुंबईकराला एखाद्याने ''आपण ठाण्याहून आलो आहोत'' असे सांगितले तर ते चेष्टेने यातला वेगळा अर्थ घेऊन हसत. इंग्रजांच्या काळातला केंद्रीय तुरुंगही ठाण्याजवळील डोंगरी येथे आहे. तिथे पूर्वी इतिहासकाळात शेवटच्या पेशव्यांचे सरदार इंग्रजांनी अटकेत ठेवले होते. त्यात त्रिंबकजी डेंगळे हाही होता. तो या तुरुंगातून यशस्वीरित्या निसटून गेला आणि त्याने इंग्रजांविरुद्ध बंडाचा झेंडा उभारला. त्यामुळे ठाण्याचा तुरुंग हा पूर्वीपासून मराठ्यांच्या इतिहासात प्रसिद्ध होता.

येथल्या माझ्या कारकीर्दीत मी इंग्रजांनी घालून दिलेली व ॲण्डरसन साहेबाने

ठरवून दिलेली महसूल प्रशासनाची व्यवस्था खऱ्या अर्थाने शिकलो. ही महसूल व्यवस्था लाजबाब होती व अजूनही आहे. महसुलाच्या नोंदी ठेवण्यासाठी २१ प्रकारची कागदपत्रे किंवा उतारे ठरवून दिले आहेत. यामध्ये सातबाराचा उतारा हा सर्वांत महत्त्वाचा. यावरती शेतकऱ्याच्या जमिनीचा सर्व्हे नंबर, क्षेत्रफळ, मालकाचे नाव, कुळाचे नाव व कुळाचा प्रकार, जमिनीत घेतले जाणारे पीक, इत्यादी माहितीची नोंद केलेली असते. शिवाय जमिनीवरती जाऊन पिकांची जी वार्षिक तपासणी होते याचीही नोंद केली जाते. तालुक्याच्या कचेरीत आणखीही एक रजिस्टर असते. त्यात वारसा हक्कानुसार, जमिनीच्या विक्रीनुसार मालकी हक्कात झालेल्या बदलांची नोंद असते. त्याला 'म्युटेशन रजिस्टर' म्हणतात. ह्यातील नोंदी नंतर सातबाराच्या उताऱ्यावर याव्या लागतात. पण नोंदीत झालेले बदल आधी प्रांत अधिकाऱ्याने चौकशी करून मान्य केले तरच ते ग्राह्य धरले जातात. आणखीही काही तालुका फॉर्म आहेत. तालुक्यातील जमिनींमधून सरकारला एकूण किती उत्पन्न होते ह्याचा हिशोब व नोंदीही प्रांत अधिकाऱ्याने वर्षातून एकदा तपासावयाच्या असतात. त्याला 'जमाबंदी ' असे म्हणतात. ह्या वार्षिक तपासणीत तालुक्याच्या कार्यालयाचीही संपूर्ण तपासणी केली जाते. त्यामुळे प्रांत अधिकाऱ्याच्या सर्व कर्मचाऱ्यांना एक आठवडा ते दहा दिवस केवळ याच कामाला वाहून घ्यावे लागते. त्यांना सर्व कागदपत्रे, रजिस्टर्स, रेकॉर्ड तपासून त्यांची नीट छाननी करावी लागते. शेवटी त्यानुसार प्रांत अधिकाऱ्याला एक प्रमाणपत्र त्या कार्यालयाला द्यावे लागते. अशा रितीने ती जमाबंदी पूर्ण होते.

तालुका कार्यालयांची तपासणी करताना ट्रेझरीमधील पैशांचीही पहाणी करावी लागते. याचे कारण आपल्याकडे ग्रामीण भागापर्यंत बँकांचे जाळे अजून पोचलेले नाही. त्यामुळे सरकारी तिजोरीत किंवा खजिन्यात मोठ्या प्रमाणात रक्कम साठत जाते आणि त्यापैकी बराच भाग हा नोटांच्या रूपात असतो. तालुका पातळीवरील सरकारी खजिने तपासण्याचे काम करावे लागण्याचे कारण हे काही मामलेदारांच्या भ्रष्टाचारात आहे. हे भ्रष्टाचारी मामलेदार सरकारी खजिन्यातील रकमा ह्या स्थानिक व्यापाऱ्यांना भरमसाठ व्याजाने कर्जाऊ देतात. काही विश्वासातल्या गरजू माणसांनाही कर्जे देतात. जेव्हा अशा मामलेदारांना आता प्रांत अधिकाऱ्याकडून तपासणी होणार आहे अशी बातमी लागते तेव्हा ते भराभरा दिलेली कर्जे वसूल करून त्या रकमा सरकारी खजिन्यात ठेवून देतात. अन् जर ह्या कर्जाऊ रकमा वेळेवरती पूर्णपणे वसूल झाल्या नाहीत तर डोकेबाज मामलेदार त्यावरही युक्ती लढवतात. ते खजिन्यातील नोटांच्या बंडलांच्या थप्प्या अशा लावून ठेवतात की आतमध्ये कोठेतरी योग्य तेवढी पोकळी रहावी. थप्प्यांच्या चौकोनी ढिगांची लांबी, रूंदी व उंची मोजून एकूण रक्कम सहज काढता येते. परंतु ती फसवी असते. एका हुषार

ब्रिटिश जिल्हाधिकाऱ्याला या युक्तीचा सुगावा लागल्याने खजिन्याची तपासणी करताना तो हातात एक चपटी काठी बाळगायचा. ती काठी थप्प्यांच्या ढिगात खुपसून आत कुठे पोकळी आहे का याचा तो अंदाज घ्यायचा.

१९५३ मध्ये महसूल खात्याचे प्रशासन हे ब्रिटिशांच्या काळातल्याप्रमाणे अगदी तंतोतंत चालले होते. महिन्यातून एकदा आम्हाला २१ दिवसांच्या दौऱ्यावरती बाहेर जावे लागे. त्यातील १८ रात्री बाहेरच काढाव्या लागत. आम्हाला जो महिना १५० रुपयांचा प्रवास भत्ता मिळे त्याखेरीज आम्ही मागणी केली तर घोडाभाडे किंवा जीपभाडेही मिळे. मात्र ते महिन्यातून फक्त १०० रुपये एवढेच असे. माझ्याकडे एक घडीची व तंबूसारखी स्विस झोपडी होती. ती उघडून जमिनीत पक्की करता यायची. आम्हाला जिथे तळ ठोकावा लागे तिथे मुक्कामाचे सारे सामान वाहून नेण्यासाठी दोन बैलगाड्या कराव्या लागत. एका मोठ्या लाकडी पेटीत स्वयंपाकाची भांडीकुंडी व शिधा भरून बरोबर न्यावा लागे. आमच्या तळ ठोकण्याच्या आमच्या जागा ह्या ठराविक असायच्या. त्या सहसा बदलल्या जात नसत. बरोबर दोन चपराशी असत. त्यातल्या एकाला आचाऱ्याचे काम करावे लागे. स्वच्छ पाण्यासाठी बरोबर क्लोरीनच्या गोळ्या घ्याव्या लागत. त्या पाण्यात टाकल्यावर पाणी निर्जुन्तक होई. अन्यथा पोटात जंतूंची हटकून लागण होत असे. मी जेव्हा एका गावात माझा पहिला तळ टाकला तेव्हा त्या गावचा पाटील मला भेटायला आला. त्याने दोन माणसांना पुढे घालून त्यांच्याबरोबर आमच्यासाठी धान्य वगैरे शिधा आणला होता. मी त्याचे आभार मानून त्याच्या ह्या नजराण्याला नम्रपणे नकार दिला. त्यामुळे तो दुखावला गेल्याचे मला त्याच्या चेहऱ्यावरून स्पष्टपणे कळून आले. शेवटी माझ्या बरोबरीचा जमादार माझ्याजवळ येऊन हळू आवाजात म्हणाला, "साहेब, येणारा प्रत्येक सरकारी माणूस हा इथल्या खेड्याचा पाहुणा समजण्याचा या भागातला रिवाज आहे. म्हणून त्यांनी आपल्यासाठी हा शिधा आणलेला आहे." मग मी पुन्हा एकदा त्या पाटलाचे आभार मानून त्याने आणलेल्या सामानातील फक्त गुळाचा एक खडा स्वीकारला.

ज्या ठिकाणी सरकारी अधिकारी नेहमी उतरत त्या तालुक्यातल्या इमारतीला 'डाक बंगला' असे म्हणण्याचा प्रघात आहे. हे नाव इंग्रजांच्या काळात मिळालेले आहे. कारण त्यावेळी घोड्यावरून टपालाच्या थैल्या वाहून नेल्या जात. ही घोडी ज्या सरकारी इमारतीच्या आवारात बदलली जात त्या इमारतीला 'डाक बंगला' असे नाव मिळाले. माझ्या प्रांत भागातील चारही तालुक्यात असे डाक बंगले होते. फक्त खेड्यामध्ये मला तळ ठोकायचा असेल तर सामानसुमान घेऊन जावे लागे. माझ्या जेवणात भात, जाड चपात्या, चिकन, अंडा करी, बटाटे, डाळीचे वरण आणि पालेभाज्या एवढे असे. हे एक त्यावेळचे सर्वत्र असणारे जेवण होते. जेवणानंतर गोड पदार्थ म्हणून कॅरामेल कस्टर्ड हे गोड असे. कोणत्याही सामान्य डाक बंगल्यात

गेलो तरी वरील जेवणानंतर हे कॅरामेल कस्टर्ड दिले जाई. त्याची प्रत नेहमीच चांगली असे. जिनिव्हामधील सर्वोत्कृष्ट फ्रेंच रेस्टॉरंटमध्ये मी जे कॅरामेल कस्टर्ड खाल्ले त्याचीही प्रत इतकीच चांगली होती. मला या गोष्टीचे खूपच आश्चर्य वाटले.

तीन वर्षांतून एकदा तरी प्रत्येक खेड्याला प्रांत अधिकाऱ्याने भेट दिली पाहिजे असा दंडक त्यावेळी घालून दिलेली होता. मी सर्व खेड्यांची यादी करून तिथे आधी केव्हा भेटी दिल्या गेल्या याची माहिती घेतली तेव्हा मला आश्चर्याचा धक्काच बसला. अनेक खेड्यांना यापूर्वी गेल्या दहा पंधरा वर्षांत कोणीही भेटी दिल्या नव्हत्या. अशा खेड्यांना आता प्रथम भेटी द्यायचे मी ठरवले. मी जेव्हा त्या खेड्यात जाऊ लागलो तेव्हा मला भेटायला लोक मोठ्या संख्येने येऊन गर्दी करायचे. सर्वत्र माझ्या भेटींमुळे एक सनसनाटी वातावरण तयार झाले होते. प्रत्येक खेड्यांत एक कचेरी किंवा चावडी असे. तिथे ग्रामस्थांकडून अर्ज स्वीकारणे, तक्रारी ऐकून घेणे असे काम चाले. ती जागा जर अपुरी पडत असेल तर एखाद्या मध्यवर्ती ठिकाणी हे काम चाले. या अशा भेटींमुळे अनेकांचे प्रांत अधिकाऱ्याच्या कचेरीकडे जाणे वाचते. याचा आणखीही एक फायदा असा होता की ग्रामस्थांच्या तक्रारीमुळे सत्य काय ते हुडकून काढायला मदत होई. कारण जेव्हा मोठ्या संख्येने गावकरी जमत तेव्हा त्यांच्या समोर बोलताना खोटे बोलणे कोणालाही जड जाई. त्यामुळे माझ्या भेटींचे गावकऱ्यांकडून नेहमीच स्वागत होई. विशेषत: ज्यांच्या गावात रस्ता गेला नव्हता ते तर खूष होऊन जात.

बॉम्बे डेट रिलीफ ॲक्ट (मुंबई कर्जमुक्ती कायदा) यानुसार जर एखाद्या ऋणकोने किंवा शेतकऱ्याने घेतलेल्या कर्जाची व्याजासकट आतापर्यंत केलेली फेड ही मूळ कर्जाच्या रकमेच्या दुप्पट असेल तर त्याचे संपूर्ण कर्ज व्याजासकट फिटले असे समजावे. मी शेतकऱ्यांच्या सभेत नेहमी त्यांच्याकडे चौकशी करीत असे की कुणी काही कर्ज घेतले आहे का, त्याची परतफेड होत आहे का आणि ती परतफेड आतापर्यंत किती काळ चालू आहे? या प्रश्नांची खरी उत्तरे मिळवणे हे एक अवघड काम असते. कारण त्या भागावरती कर्जपुरवठा करणाऱ्याचा खूप प्रभाव असतो. त्याच्या विरुद्ध बोलण्यास कोणीही धजावत नाही. ज्या शेतकऱ्यांची खरोखरीच आर्थिक नड आहे, त्या शेतकऱ्यांना कोणाकडून कर्ज काढावे हे समजत नसे. सहकारी पतसंस्थांकडून सहजासहजी कर्ज मिळवणे कठीण असते. म्हणून मी शेतकऱ्यांना सरकारी तगाई उदारपणे मंजूर करीत असे. पण हे पैसे त्यांनी सरकारला परत करायचे आहेत हे त्यांना आवर्जून बजावत असे. त्याचबरोबर ही आर्थिक मदत लग्नकार्ये व अन्य तत्सम गोष्टींसाठी वापरायची नाही हेही त्यांना बजावित असे.

काही रक्कम ही प्रांत अधिकाऱ्याला पूर्णपणे त्याच्या अखत्यारीत श्रमदानासारख्या कामांना मंजूर करण्याची मुभा असे. अशा कामांमध्ये गावकऱ्यांनी आपण होऊन

रस्ता तयार करणे, विहिरी खणणे, विहिरींची खोली वाढवणे, छोटे बंधारे बांधणे, रस्त्याखालून जाणारी गटारे बांधणे, अशी कामे मोडतात. यासाठी श्रमदान करूनही काहींना काही तरी मोठा खर्च येतो. त्यासाठी गावकरी वर्गणी गोळा करतात. अशा प्रयत्नांना प्रांत अधिकारी त्या कामासाठी नियमानुसार स्वत:च्या अधिकारात रक्कम मंजूर करू शकतो.

खेड्यातील लोकांच्या दृष्टीने सरकार म्हणजे तिथला तलाठी आणि पोलीस कॉन्स्टेबल. फारच झाले तर त्या खालोखाल तिथला शाळा मास्तर आणि पंचायत सेक्रेटरी यांना घेता येईल. पण तिथला खराखुरा सर्वांचा साहेब म्हणजे फक्त तलाठी. कारण तोच सर्वांच्या जमिनींच्या नोंदी करतो व संबंधित कागदपत्रे तयार ठेवत असतो. सर्वसाधारणपणे त्याची स्वत:ची एक कचेरी असते. जर अगदी खूप अंतर्भागातील वस्तीसाठी त्याची नेमणूक झाली तर मग काय विचारायलाच नको. तो त्या भागातला एकदम राजाच झाला असे म्हटले पाहिजे. कोणत्या जमिनीत कोणती पिके घेतली जात आहेत याची पहाणी त्याने स्वत: जागेवर जाऊन केली पाहिजे. तसेच, नेमकी कोणती व्यक्ती किंवा कूळ ती जमीन कसते याचीही त्याने स्वत: खात्री करून घेतली पाहिजे. पण बहुतेक सर्व तलाठी हा तपशील त्यांच्या स्वत:च्या कचेरीत बसून आरामात कागदावरती भरत असतात. त्याच्या भोवती अनेक मर्जीतले गावकरी कोंडाळे करून बसलेले असतात. एखादा खोडसाळ तलाठी हा मुद्दाम दुसऱ्याचेच नाव जमीन कसणारा म्हणून एखाद्या शेतकऱ्याच्या जमिनीला लावे. त्यामुळे प्रत्यक्ष जमीन कसणाऱ्याची आणि जमीन मालकाची पंचाईत होऊन बसे. म्हणून मी प्रत्येक खेड्यात शक्यतो प्रत्यक्ष जागेवर जाऊन अनेक गावकऱ्यांसमवेत तपासणी करीत असे. तलाठ्याने ठेवलेल्या नोंदींची सगळ्यांच्या समोर तपशीलवार खातरजमा करून घेत असे. अनेक गावकरी बरोबर असले की सर्वांसमोर कोणालाही खोटे बोलण्याचे धारिष्ट्य होत नसे. एकदा मी असाच घोड्यावरून येत होतो. माझ्या बरोबरीची माणसे मागून येत होती. मी एकटाच पुढे गेलो होतो. समोरून एक वृद्ध बाई येत होती. मी थांबून तिला प्रश्न विचारू लागलो. मी तिला माझी ओळख एक 'सहाय्यक जिल्हाधिकारी' अशी करून दिली. प्रांत अधिकारी आहे म्हणूनही सांगितले. ती माझ्या सांगण्याला हां हां म्हणत मान डोलावीत होती. मग मागून एक दुसरा वृद्ध खेडूत आला व त्याने मला ओळखून तिला म्हटले, "अगं म्हातारे, हा आपला तलाठ्याचा साहेब आहे बरं का." तेव्हा तिला मी साहेब आहे हे पटले. पण जिल्हाधिकारी किंवा प्रांत अधिकारी या नावाने असलेल्या माझ्या गर्वाचा फुगा मात्र तिने सहजगत्या फोडला.

वारसा हक्काने ज्यांची नावे महसुलाच्या कागदपत्रांवरती, सात बाराच्या उताऱ्यावरती येतात त्याची सत्यासत्यता पहाण्यासाठी मला तलाठ्यांच्या कचेरींना भेट द्यावी

लागे. ज्यांची नावे रेकॉर्डवरती यायला हवी त्यांनी तसे अर्ज केले तर मग ती कायदेशीर प्रक्रिया सुरू होई, जमीन मालकाचे वारस, कसणाऱ्या कुळांचे वारस, मालमत्तेची वाटणी होऊन नवीन मालकी हक्क धारण करणारे नातलग, वगैरेंकडून हे अर्ज येतात. मग तलाठी याबाबतीत सर्व संबंधितांना नोटीसा काढतो. त्यांचे म्हणणे प्रांत अधिकारी ऐकून घेतो. जर ही ऐकून घेण्याची जागा ही त्या खेड्यातच असेल तर सत्य काय ते समजायला मदत होई व खऱ्या वारसदाराचे नाव कागदोपत्री चढवता येई. या प्रक्रियेला फार महत्त्व आले होते. कारण नवीन कूळ कायद्यामुळे कुळांना बरेच संरक्षण दिले गेले होते. त्यांनी जर जमीन मालकांना ठराविक खरेदीची किंमत दिली तर ते स्वत: जमिनीचे मालक बनत. अनेक जमीन मालकांनी आपल्या मर्जीतील लोकांची नावे कुळे म्हणून लावली होती. त्यासाठी आधीच्या कसणाऱ्या कुळांची नावे काढून टाकली गेली होती. हे काम करण्यासाठी तलाठ्यावरती वशिला किंवा प्रभाव टाकला होता. तपासणीच्या वेळी किंवा जमाबंदीच्या वेळी खऱ्या कसणाऱ्या कुळाचे नाव पुढे येऊ दिले जायचे नाही. वारसा हक्काने खरोखरीच ज्यांची नावे जमीन मालक म्हणून किंवा कूळ म्हणून यायला हवी अशा अनेकांना मी माझ्या परीने न्याय दिला आहे.

प्रांत अधिकाऱ्याला नवीन पाटील व कोतवाल यांच्या नेमणुका करण्याचे अधिकार आहेत. पण कधीकधी एखाद्याला पाटील म्हणून नेमताना वादविवाद होतात. कारण या पदासाठी अनेक हक्कदार असतात. मग त्या खेड्याचा मागचा संपूर्ण इतिहास पहावा लागतो व त्या खेड्याचा कारभार कसा चालतो याचीही चौकशी करावी लागते.

सुरूवातीला प्रशासनाचे काम व न्यायदानाचे काम हे एकाचकडे असावयाचे. प्रांत अधिकारी हाच सबडिव्हिजनल मॅजिस्ट्रेट असायचा. मग त्याला सर्व मॅजिस्ट्रेट मंडळींची सर्व न्यायालये तपासावी लागत. ही न्यायालये प्रशासकीय असो वा न्याय खात्यातील असो, ती सर्व तपासणे भाग पडे. पण जेव्हा या दोन गोष्टीं वेगळ्या झाल्या तेव्हा सबडिव्हिजनल मॅजिस्ट्रेट यांच्या अखत्यारीत, फक्त प्रशासकीय न्यायालये राहिली. पण तरीही या न्यायालयांना फक्त चॅप्टर केसेस चालवायचा अधिकार दिला गेला. त्यानुसार दुर्वर्तनी माणसांकडून चांगल्या वर्तणुकीचा बॉन्ड मागण्याचा अधिकार दिला गेला.

जेव्हा प्रशासनाच्या अखत्यारीत न्यायालये होती त्यावेळी मला ज्युडिशियल मॅजिस्ट्रेट न्यायालये तपासण्यासाठी जावे लागे. या बाबतीत मला एक गंमतीदार अनुभव आला. माझ्या प्रांतातील एका न्यायालयात एक पोलीस सबइन्स्पेक्टरने माझ्याकडे तक्रार केली की, मॅजिस्ट्रेट कोणालाही रिमांड देत नाहीत. तर यावरती मॅजिस्ट्रेटचे म्हणणे असे पडले की, ही पोलीस मंडळी बहुतेक वेळा रिमांडचा वापर

आरोपींना मारहाण करण्यासाठी करीत असतात. रिमांडचा असा दुरुपयोग होऊ नये म्हणून तो रिमांड देत नव्हता. जेव्हा मी परत काही महिन्यांनी त्या भागाला भेट दिली, तेव्हा तो सबइन्स्पेक्टर हसत हसत म्हणाला की, त्याने पोलीसांची ही रिमांडची समस्या आता सोडवली आहे. एकदा त्या मॅजिस्ट्रेटच्या घरातच एक किरकोळ चोरी झाली. मग पोलिसांनी एका संशयिताला पकडून मॅजिस्ट्रेटसमोर उभे केले. त्या पोलीस सबइन्स्पेक्टरने त्यासाठी अजिबात रिमांड मागितला नाही तरीही मॅजिस्ट्रेटने आपण होऊन तो रिमांड त्याला दिला आणि आरोपीकडून कबुलीजबाब मिळवावा म्हणून वरती सांगितले. त्या सबइन्स्पेक्टरच्या चेहऱ्यावरील स्मित हास्याने त्यानेच त्या आरोपीकरवी मॅजिस्ट्रेटच्या घरी चोरी घडवून आणली असा मला दाट संशय आला.

दरवर्षी आम्ही एकूण पीक उत्पादनाचे आकडे ठरवायचो. पिकांची कापणी करण्याच्या प्रयोगांवरून शास्त्रीय पद्धतीद्वारे आणि निर्हेतुकपणे वाटतील तिथली (randomly) शेते निवडून त्यांचे क्षेत्रफळ विचारात घेऊन संख्याशास्त्रीय पद्धतीने हे अंदाज आम्ही काढीत असू. यावरून त्या खेड्याची उत्पादनाची एकूण पातळी किंवा आणेवारी आम्हाला समजत असे. त्यावेळी १६ आण्यांचा एक रुपया होता. शंभर टक्के पीक उत्पादन म्हणजे १६ आणे पीक समजले जाई. बाकीची आणेवारी ही त्या त्या प्रमाणात कमी उत्पादनांची समजली जाई. जर ही आणेवारी ६ आण्यांच्या खाली (म्हणजे ३७.५% पेक्षा कमी) गेली तर ते खेडे गंभीररित्या टंचाईच्या सावटीत सापडले आहे असे समजले जायचे. मग त्या वर्षी तिथली शेतीवरील सारावसुली थांबवली जाई आणि दुष्काळ निवारण संहिता तिथे लागू केली जाई. त्या संहितेनुसार तिथे सरकारी साहाय्याची कामे चालू केली जात. म्हणून कमीत कमी आणेवारी जाहीर करण्यासाठी राजकारणी मंडळी आमच्यावरती खूप दडपण आणू पाहत. सुदैवाने मी भिवंडीचा प्रांत अधिकारी असताना कोणत्याही गावामध्ये टंचाई जाहीर करावी लागली नाही. जरी पाऊस व्यवस्थित झाला तरीही बऱ्याच ठिकाणी पाण्याचा तुटवडा होता. अनेक ठिकाणचे जलस्रोत आटले होते. जंगलतोड मोठ्या प्रमाणात झाल्याने तेथील जमिनीवरील वनस्पतींचे आच्छादन नाहीसे झाले होते. त्यामुळे जमिनीच्या पृष्ठभागालगतचे पाणी उन्हाळ्यात उपलब्ध होईना.

माझ्या प्रांत विभागात भातशेती प्रामुख्याने होत असे. फक्त वरकस जमिनीमध्ये वरईसारखी पिके घेतली जात. उत्तम प्रतीच्या भातशेतीसाठी आणि जादा उत्पादनासाठी सरकारने अनेक योजना राबवण्यास सुरूवात केली होती. सरकारतर्फे उत्कृष्ट प्रतीची बियाणे व खते वाटली जाऊ लागली. भाताच्या रोपांची लागवण करण्यासाठी जपानी पद्धती शिकवल्या जाऊन अल्पावधीत त्या लोकप्रिय होऊ लागल्या. या पद्धतीनुसार भाताची रोपे अशा ओळीत व मध्ये ठराविक अंतर सोडून लावली जात

की, त्यामुळे रोपांच्या भोवतालचे तण काढण्यास सोपे जाई. जो शेतकरी जास्त पीक उत्पादन करून दाखवे त्याला आम्ही बक्षिसे वाटू लागलो. आमच्या भागात मुसळधार पाऊस कोसळत असे त्यामुळे शेतात असलेल्या तालींचे (पाणी अडवण्यासाठी घातलेले मातीचे छोटे बंधारे) खूप नुकसान होई, अन् भाताच्या पिकाला तर खूप पाणी असलेली चिखलाची जमीन लागते. या तालींची वारंवार दुरुस्ती करणे हे अनेकदा शेतकऱ्यांना जड जाते. तालींच्या दुरुस्तीसाठी आणि खतांसाठी आम्ही उदारपणे तगाई मंजूर करीत असू. पण या तगाईच्या कर्जांची वसुली करणे हे काम दिवसेंदिवस कठीण जाऊ लागले. याचे कारण गावातील छोटे राजकीय पुढारी आणि कित्येकदा खुद्द आमदारसुद्धा, शेतकऱ्यांना सांगू लागले की, हे तगाईचे कर्ज सरकारी असल्याने ते फेडण्याची गरज नाही. याबाबतीत एका मामलेदाराने एक धाडसी सूचना केली. त्या सूचनेला मी ताबडतोब मान्यता दिली. वाडा नावाच्या तालुक्यात एक आमदार होता. त्याचीच तगाई बरीच फेडायची राहिली होती. म्हणून मामलेदाराने त्याच्या मिळकतीवरती जप्ती आणली. यावरती अर्थातच बराच गदारोळ झाला. मग वरून चौकशा सुरू झाल्या. जिल्ह्याच्या मुख्य कचेरीकडून जशी याबाबतीत विचारणा झाली तशी इलाख्याच्या मुख्य कचेरीतूनही विचारणा झाली. आमच्यावरती दबाब येत चालला पण आम्ही कशालाही भीक घातली नाही की नमलो नाही. सुदैवाने यामुळे आमची तगाई वसुली मात्र वाढत गेली. भात जमिनीवरील ताली आणि समुद्र किनाऱ्यावरच्या खाजण जमिनीवरील ताली यांची देखभाल वेळच्या वेळी होणे आवश्यक असते. अन्यथा समुद्राचे खारे पाणी आतवर घुसून चांगल्या जमिनीही पार खारावल्या जात आणि त्यामुळे भातपिकाचे नुकसान होई. त्यामुळे अशी शक्यता असलेल्या भागातील शेतकऱ्यांकडे आम्ही विशेष लक्ष दिले होते.

तांदुळाचे पीक माझ्या प्रांत भागात होत असल्याने तांदुळाच्या गिरण्याही या भागात खूप होत्या. भिवंडी गाव हे तर या बाबतीत प्रमुख केंद्र होते. येथे दांडेकर नावाच्या कुटुंबाने भात गिरण्यांची यंत्रसामुग्री बनविण्याचा कारखाना टाकला होता. पण काही खेडूत हे भलतेच उद्यमशील व डोकेबाज होते. भाताच्या लोंब्यांतील व साळीतील तांदुळाचे दाणे बाहेर पडावेत म्हणून ते भाताच्या लोंब्या बेधडक रस्त्यावरती पसरून ठेवीत. मग त्यावरून वाहने गेली की चाकांखाली लोंब्या चिरडल्याने त्यातील साळीमधून तांदुळाचे दाणे वेगळे होत. ही एक भलतीच कार्यक्षम व जवळजवळ फुकटात चालणारी प्रक्रिया होती. पण ज्या खेडुतांच्या घरांसमोरील रस्ते हे पक्के आहेत त्यांनाच ही पद्धत वापरता येत होती.

माझ्याकडच्या प्रांतामधील भिवंडी तालुका हा सर्वांत जास्त विकसित झाला होता. याचे कारण केवळ हा तालुका मुंबईजवळ आहे म्हणून नाही, तर येथे भात

गिरण्या व लाकडाच्या सॉ मिल्स् असून मोठ्या संख्येने भरभराटीस आलेला हातमाग व यंत्रभाग यावरचा वस्त्रोद्योग व्यवसायही आहे. त्याचबरोबर हे गाव मुंबई-आग्रा या राष्ट्रीय महामार्गावरती असल्याने ट्रक्सची दुरुस्ती व देखभाल करण्याचा व्यवसायही जोरात चालतो. वस्त्रोद्योगात मुसलमान मजूर मंडळी अधिक संख्येने आहेत. हे मजूर मोठ्या प्रमाणात उत्तर प्रदेशातून आलेले आहेत अन् वर्षातून एकदा ते आपल्या कुटुंबासह उत्तर प्रदेशातील आपल्या मूळ गावाची वारी करून येतात. या मुसलमानांची गावामध्ये वेगळी वस्ती आहे. तशी ती एखाद्या झोपडपट्टीसारखीच आहे परंतु ते वेगळे राहिल्यामुळे जातीय शांतताही सुदैवाने राखली जाते. इथे भाऊसाहेब धामणकर म्हणून एक प्रसिद्ध सामाजिक व राजकीय कार्यकर्ते होते. त्यांना समाजात मान होता. त्यांच्या साहाय्यामुळे आम्हाला इथे जातीय सलोखा राखण्यासाठी मोठी मदत होई. विशेषत: धार्मिक सण व उत्सव असले की त्यांचे आम्हाला बहुमोल सहाय्य होई. याच मुंबई-आग्रा महामार्गावरती पडघा नावाचे एक गाव आहे. तिथेही बहुसंख्य मुस्लीम जनता आहे. पण येथे जातीय तणाव किंवा तशा भावना कधीही नव्हत्या.

मुंबई नाशिक रेल्वेलाईन भिवंडीतून जात नाही, ती ठाण्याच्या खाडीच्या पलीकडच्या बाजूने कल्याणमधून व शहापूर तालुक्यातून जाते. या रेल्वेलाईनमुळे दोन अगदी स्पष्ट व भिन्न असे भाग पडले आहेत. यातील पश्चिम भाग हा जंगलाने समृद्ध असलेला भाग आहे तर पूर्व भाग हा तसा ओसाड व सपाटीचा भाग आहे. या पूर्व भागाला मी जेव्हा प्रथम भेट दिली तेव्हा शहापूर-मोखाडा या मार्गावरती मला किनवट गावापाशी थांबावे लागले. तिथून पुढे अंतर्भागात जायचे असेल तर पायी, घोड्यावरून किंवा बैलगाडीने जावे लागते. माझ्या बरोबरचा सारा लवाजमा व सामान वाहून न्यायचे ठरवले तर डझनभर बैलगाड्या लागत होत्या. तेवढ्या बैलगाड्या पुरवण्याची व्यवस्था करू असे डोळखांब खेड्याचा पाटील म्हणत होता. एक सहायक जिल्हाधिकारी किंवा प्रांत अधिकारी हा बऱ्याच वर्षांनी आपल्या भागाला भेट देतो आहे कळल्यावर मला भेटायला असंख्य खेडूत आले होते. गावातल्या कचेरीवरती मी अनेकांचे अर्ज, तक्रारी व वाद विचारात घेऊन ते निकालात काढले. त्यामुळे तिथे माझ्याबद्दल बऱ्यापैकी आपुलकी निर्माण झाली. महसूल खात्यातील तिथले स्थानिक कर्मचारी हे मला थोडेसे अस्वस्थ झालेले व घाबरलेले वाटत होते. कदाचित आपला इतक्या दिवसांचा बेबंद कारभार आता उघडकीस येणार म्हणून त्यांना भीती वाटत असावी. जाहीर सभा व बैठकांमध्ये काही जुन्या जाणत्या गृहस्थांनी त्या कर्मचाऱ्यांविरुद्ध आपल्या तक्रारी उठून बेधडक बोलून दाखवल्या. मला त्या चुकार कर्मचाऱ्यांविरुद्ध काहीतरी कारवाई करायला हवीच होती. त्यामुळे तिथे कारभाराला तर शिस्त लागणार होतीच, त्यामुळे जनतेचा

विश्वासपण कमावला जाणार होता.

मी जेव्हा जेव्हा फिरतीवर जाऊन मुक्काम ठोकत असे, तेव्हा मला नेहमी सधन शेतकरी, जमीनदार भेटायला येत असत. त्यांना आपल्या पिकाच्या संरक्षणासाठी बंदुका खरेदी करायच्या असत नि त्यासाठी बंदुकीचा परवाना माझ्याकडून हवा असे. त्यातून या भागात जंगल असल्याने रानटी डुकरांसारखी जनावरे ही पिकांची नासधूस करण्याची शक्यता असे. त्यामुळे बंदुकीच्या परवान्याची मागणी ही तशी योग्य होती. परंतु बहुतेक वेळा त्यांची बंदुकीची गरज ही केवळ प्रतिष्ठेचे लक्षण म्हणून असायची. ते हटकून बारा बोअरची बंदूक मागायचे आणि जर परवडत असेल तर दोन नळ्यांची बंदूक मागायचे. ज्यांनी आधीच परवाना काढला असेल तर त्यांच्या परवान्याचे नूतनीकरण करावे लागे. मात्र या कामासाठी बराच वेळ खर्च होई.

माझ्या प्रांत विभागात डोंगराळ भाग जास्त होते. अन् ते एकेकाळी घनदाट जंगलाने व्यापलेले होते. पण इंग्रजांनी जेव्हा इथल्या जमिनी खासगी मालकीच्या आहेत असे जाहीर केले तेव्हा त्यावरील जंगले, वने वगैरे सर्व खाजगी मालकीचे बनले. त्यावरती ठाणे वुडलॅन्ड कोड (ठाण्याची अरण्य संहिता) यानुसार देखरेख ठेवली गेली. या संहितेनुसार जिल्हाधिकाऱ्याला इथल्या जमिनीवरील कोणती झाडे कापावीत, तोडावीत हे ठरविण्याचे अधिकार देण्यात आले. ठाणे जिल्ह्याची एक समुद्राकडची बाजू सोडली तर या जिल्ह्याला सर्व बाजूंनी मुंबई शहराच्या वस्तीचा विळखा पडला आहे. त्यामुळे इथल्या जंगलातील झाडांची, कोळसा बनवण्यासाठी मोठ्या प्रमाणात वाटेल तशी अगदी मनमुरादपणे तोड झाली आहे. ही जंगलतोड १९ व्या शतकाच्या शेवटी व विसाव्या शतकाच्या सुरुवातीच्या दशकात बेसुमार प्रमाणात झाली. तयार झालेल्या कोळशाला जवळच्याच मुंबईत ताबडतोब बाजारपेठ होती. त्यातून जी काही झाडी वाचली ती म्हणजे सरकारी जंगल, अन् त्याही जंगलाची तोड चालली होती व त्यावरती या भागातील मुख्य अर्थशास्त्रीय उलाढाल उभी राहिली होती. या जंगलांची विभागणी अनेक लहान लहान भागात केली गेली होती व त्यावरती योजनेनुसार नियमितपणे कामे केली जात. एका लहान विभागाचा लिलाव काही ठराविक वर्षांनी केला जायचा. त्याचबरोबर नवीन झाडेही दरवर्षी लावली जायची. काही झाडांच्या विभागाचे लिलाव हे दरवर्षी होत असत. ते लिलाव घेणारे भरभराटीस आलेले कंत्राटदार हे त्या झाडांची तोड करून ते कापून त्याच्या फळ्या तयार करीत. यासाठी त्यांच्या लाकूड कापण्याच्या गिरण्या जवळपास उभ्या राहिल्या होत्या. १९५० च्या आधी सरकारने अशा कामासाठी सहकारी जंगलसंस्था उभ्या करावयास सुरूवात केली. या कामावर जे जंगलातील मजूर कामे करतात त्या मजुरांना या सहकारी संस्थांचे सभासदत्व काही सवलती देऊन खुले केले. परंतु तरीही या सहकारी संस्थांमुळे या मजुरांचा फारसा फायदा झाला नाही.

कारण या संस्थांवरती मजूर समाजातील लोकांचे नियंत्रण नव्हते. व्यवस्थापनाची सर्व कामे ही पांढरपेशा वर्गातील लोक करीत. त्यांच्या पित्त्यांची संस्थेत वर्णी लागे. यामुळे मजुरवर्गापेक्षा व्यवस्थापनातले मध्यमवर्गीय लोक त्यांचे हितसंबंधी असलेले व्यापारी लोक यांचाच खरा फायदा होई. त्यांचेच वर्चस्व या सहकारी संस्थांवरती नेहमी राहिले. यात काही छोटे राजकीय पुढारीही आपल्या फायद्यासाठी गुंतले.

जंगल मजुरांपैकी बहुतेकजण हे आदिवासींपैकी होते. लिलाव घेणाऱ्यावरती नियमांनुसार असे एक बंधन होते की, त्याने आपल्या मजुरांना सरकारने ठरवून दिलेल्या दरानेच मजुरी दिली पाहिजे. पण हे बंधन कोणी पाळीत नसे. मी माझ्या बरोबर एक रेंज फॉरेस्ट अधिकारी घेऊन मजुरांना भेटून त्यांना किती मजुरी मिळते हे विचारीत असे. याचा थोडासा तरी परिणाम हा कंत्राटदारांवरती होई.

माझ्या प्रांत विभागात सुप्रसिद्ध वज्रेश्वरीचे उन्हाळी झरे होते. जवळच मुक्तानंद यांचा आश्रम होता. त्यांना तिथे सर्वजण पूज्य मानून मान देत. पण त्यांचा आश्रम नंतर प्रसिद्धीस आला. त्यावेळी त्या आश्रमाचे कार्य अगदीच माफक प्रमाणात चालत होते व त्या आश्रमाला भेट देऊन झाल्यावर समाधान लाभत असे. आम्ही तिथल्या उन्हाळी झऱ्यांच्या भागाचा विकास करण्याची एक योजना आखली. आम्हाला त्या जागेचे नुसतेच एखाद्या पर्यटक स्थळात रुपांतर करायचे नव्हते. तर ती जागा एक आरोग्य केंद्र म्हणूनही विकसित व्हावी अशी माझी इच्छा होती. पण पुढचा विकास होण्यासाठी बराच काळ जावा लागला.

वसई तालुक्याचा पूर्व भाग हा वारली नावाच्या आदिवासी जमातींच्या वस्तीचा एक पट्टा होता. येथील खेड्यांनाही मी वारंवार भेटी देत असे व तिथले जमीनदार या आदिवासींना सरकारने ठरविलेली किमान मजुरी किंवा वेतन देत असे की नाही हे पहात असे. या वारली लोकांना अनेकदा पैशांऐवजी धान्य व दैनंदिन गरजेच्या वस्तू या स्वरूपात मजुरी दिली जाई. त्यासाठी तिथली स्थानिक मापे वापरली जात. ही मापाची भांडी सरकारी प्रमाणित मापांच्या भांड्यांपेक्षा वेगळी होती. शिवाय ती प्रत्येक जागी वेगवेगळी असत. त्यात कुठेही सारखेपणा नव्हता. त्या भागात त्यावेळी गोदावरी परुळेकर नावाची एक प्रसिद्ध कम्युनिस्ट कार्यकर्ती स्त्री आदिवासींसाठी समाजकार्य करीत असे. तिने तिथली एक दोन मोठी मापांची भांडी घेतली आणि दाखवून दिले की ही मोठी वाटणारी मापे सरकारी मापांपेक्षा कितीतरी कमी आहेत. अशा मापांनी वारली लोकांना मजुरीची धान्ये आदी गोष्टी दिल्या जाता कामा नयेत. अन् ही मापे फक्त इथल्या वारली खेड्यातच कशी काय वापरली जातात? मी या गोष्टीचा पाठपुरावा करण्यासाठी निरनिराळ्या वीस तीस खेड्यातील मापांची भांडी गोळा केली. वारली लोकांच्या सभा बोलावून त्यांच्यासमोर ती मापे ठेवली आणि त्याच्याच शेजारी सरकारी मापेही ठेवली. ती सर्व सरकारी मापे सर्व मापात साध्या

डोळ्यांनाही मोठी दिसत होती. अशा सरकारी मापांनीच जे काही घ्यायचे ते घ्यावे असे त्या सर्वांना समजावून सांगितले.

या आदिवासी लोकांची एक खास सामाजिक सुरक्षा पद्धत होती. ज्या व्यक्ती अनाथ आहेत, विधवा आहेत, वृद्ध आहेत अशांच्या जमिनी सर्व आदिवासी कसत असत. त्यातून येणारे उत्पन्न हे त्या जमिनीच्या मालकाला दिले जाई. त्यासाठी त्या आदिवासी दुर्बल मालकाकडून काहीही घेतले जायचे नाही. जर अशा एखाद्या दुर्बल व्यक्तीकडे त्याची स्वत:ची जमीन नसेल तर सर्वजण प्रत्येक घरातून धान्य गोळा करून त्यांना देत असत.

रेल्वे लाईनच्या पश्चिमेच्या वसईच्या भागात पूर्व भागापेक्षा अगदीच वेगळी परिस्थिती होती. इथली जमीन जास्त सुपीक होती व इथे शेतीसाठी पाणीही भरपूर दिले जाई. या भागात ख्रिश्चन लोकांची लोकसंख्या भरपूर होती. इथली महत्त्वाची गावे म्हणजे खुद्द वसई, आगाशी आणि अर्नाळा. इथली काही चर्चेस खूप भरभराटीस आलेली होती. त्यांच्याकडून बऱ्याच शाळा चालवल्या जात असल्याने या भागातील साक्षरताही बरीच होती. भाजीपाला, फळे व फुले यासाठी इथली जमीन चांगलीच सुपीक होती आणि या सर्वांचा मुंबईच्या बाजारात चांगलाच उठाव होई. परंतु या इथली कोळी जमात ही प्रामुख्याने महत्त्वाची होती. त्यांच्या टिकाऊ व ठणठणीत नौका ह्या खोल समुद्रात जाऊन मोठ्या प्रमाणात मासे पकडून परत येत. एकदा ह्या पकडलेल्या माशांची रास किनाऱ्यावर ओतली की पुरुष मंडळींचे काम संपले. मग ते दारू पिऊन खुषीत येत. कोळ्यांच्या बायका ते मासे गोळा करीत, त्यांची वर्गवारी करीत आणि ते कंत्राटदारांना विकून टाकीत किंवा सरळ मुंबईच्या बाजारात जाऊन स्वत: त्याची विक्री करीत. इथे पुन्हा एकदा मला त्यांची एक सामाजिक सुरक्षा व्यवस्था पहायला मिळाली. जेव्हा किनाऱ्यावरती माशांचे ढीग रचले जातात तेव्हा त्यातील हवे ते मासे निवडून घेण्याचा पहिला मान हा विधवा स्त्रिया, अनाथ व वृद्ध माणसे यांचा असायचा. ज्यांच्याकडे पहायला घरात कोणीही नाही अशाच माणसांना हा मान मिळायचा. अशा रितीने संपूर्ण कोळी समाज हा आपल्यातील निराधार माणसांकडे लक्ष देत होता व त्यांना मदत करीत होता.

हे कोळी लोक खरोखरीच आयुष्याचा उपभोग आनंदाने घेत होते. त्यांना मासेमारीसाठी गार पाण्यात व जोरदार वाऱ्यात काम करावे लागे. हे काम अति मेहनतीचे असे. ते झाल्यानंतर त्यांनी दारू पिणे हे साहजिकच घडे. सणासुदीला यांच्यातील पुरुष मंडळी ही रेशमी शर्ट व जाकिटे अंगावरती चढवीत. त्यांना सोन्याची बटणे असत. पण खाली विजार, पायजमा असले काही न वापरता ते एक रूंद रेशमी कापडाची लुंगी गुंडाळीत. त्यांना संगीताचे वेड असल्याने मुंबईहून बॅन्ड वाजवणारे आणीत. बॅन्डवरती मोठ्या प्रमाणात ते रकमा खर्च करीत. तिथल्या

खेड्यातही काही बॅन्डपार्ट्या असत. कोळी स्त्रियांना सोन्याच्या दागिन्यांचा फार हव्यास असतो. अन् सणासुदीला व लग्न समारंभात त्यांचे नटणे थटणे बघणे हे खूपच मजेचे असते. कोळी लोकांची शरीरे प्रमाणबद्ध व ऐटबाज असतात. एकदा माझा वसईला मुक्काम असताना मी कोळ्यांच्या नावेतून जाऊन मासेमारी कशी चालते ते पहाण्याची इच्छा व्यक्त केली. पण माझ्या या विनंतीला ते फारशी दाद देत नव्हते. मला बरोबर नेण्यास ते नाखूष होते असे मला दिसले. विशेषत: पौर्णिमेच्या रात्री ते मला बरोबर न्यायला तयार नव्हते. कदाचित त्या रात्री ते येताना मासे न आणता स्मगलिंग केलेला माल आणीत असावेत. त्यामुळे खोल पाण्यातील मासेमारी कशी चालते हे मला कधीच बघता आले नाही.

त्यावेळी वसईचा मामलेदार ईश्वरभाई पटेल हा होता. ही व्यक्ती वैशिष्ट्यपूर्ण होती. एव्हाना तो डेप्युटी कलेक्टर व्हायला हवा होता. पण तसे घडू शकले नाही याचे कारण असे सांगितले जाई की, उत्तर डिव्हिजनच्या एका कमिशनरच्या मर्जीतला तो होता. हा कमिशनर रोज संध्याकाळी दारू पिऊन तर्र व्हायचा. एकदा ईश्वरभाईने या कमिशनरचा राजीनामा लिहून घेऊन त्यावरती त्याची सही तो दारूच्या नशेत असताना घेतली. पुढे त्या कमिशनरला हे समजल्यावरती त्याने ईश्वरभाईची बढती थांबवून त्याला कायमचा मामलेदार पदावरती ठेऊन दिले.

भिवंडी गावाला एकदा मोरारजी देसाई यांनी ते मुख्यमंत्री असताना भेट दिली. त्यांचा आहार हा विशिष्ट पदार्थांचा असे. त्यात ताडगूळ आणि ठराविकच धान्ये यापासून बनवलेले पदार्थ असत. त्यांच्या भेटीची व जेवणाची मला पूर्वकल्पना मिळाल्याने मी ते सर्व पदार्थ बनवून घेतले होते. असे ते जेवण जेवताना त्यांचे मन कृतज्ञतेने भरून आले व त्या वृद्ध माणसाच्या डोळ्यात पाणी तरळले.

माझ्या कामात त्यावेळी कधीही राजकीय हस्तक्षेप झाला नाही. याचे कारण ब्रिटिश काळापासून आलेला अधिकाऱ्यांबद्दलचा दरारा हे असेल किंवा मोरारजी देसाईंसारखा व्यवहारी माणूस मुख्यमंत्री असल्याने तसे असेल. अर्थात तशी काही छोटी राजकीय मंडळी माझ्या कामात लुडबूड करू पहात होती, पण मी त्यांना सहज एका मर्यादेपर्यंत दूर ठेवण्यात यशस्वी झालो होतो.

◆

४
बनासकांठा जिल्ह्यात

सहाय्यक जिल्हाधिकारी व प्रांत अधिकारी म्हणून भिवंडीमध्ये मला तीन वर्षे तरी काढावी लागतील असा माझा अंदाज होता. पण जानेवारी १९५५ मध्ये माझी दोन वर्षे पुरी झाल्यावरती माझी बदली झाली. मुंबई इलाख्यातील गुजरातमधील बनासकांठा जिल्ह्यातील थराड प्रांतात मला आहे त्याच पदावरती पाठविण्यात आले.

त्यावेळी व्ही. शंकर हे एक ख्यातनाम आयसीएस अधिकारी तिथे जिल्हाधिकारी होते. एकदा तर त्यांनी सरदार पटेल यांचा सेक्रेटरी म्हणून काम केले होते. पण अचानक त्यांची दिल्लीहून उचलबांगडी झाली आणि त्यांना त्यांच्या मूळच्या इलाख्यात, म्हणजे मुंबई इलाख्यात परत पाठवण्यात आले. त्याच्याही पुढे जाऊन त्यांना शिक्षा म्हणून बनासकांठा जिल्ह्याचा जिल्हाधिकारी म्हणून काम दिले गेले. कारण राज्यातला हा जिल्हा सर्वांत मागासलेला होता. त्यांना एक आयएएस सहाय्यक जिल्हाधिकारी हवा होता. मी तसा असल्याने आणि अद्यापही सडाफटिंग असल्याने त्यांनी माझी निवड केली.

ठाणे जिल्ह्याच्या तुलनेत थराड हा सर्व बाबतीत विरुद्ध टोकाचा प्रांत होता. ठाणे जिल्ह्याला समुद्रकिनाऱ्यालगत बरेच जंगल होते. मुंबई जवळ असल्याने नागरीकरणही बरेच झाले होते. पण येथे तसले काहीही नव्हते. इथली लोकसंख्या खूप कमी होती, ओसाड भाग खूप होते, जंगले तर सोडाच पण रस्त्यालगतही झाडे नव्हती. तसेच या प्रांताची सरहद्द पाकिस्तानला भिडत होती. त्या बाजूला प्रसिद्ध कच्छचे रण होते. ते रण म्हणजे खाऱ्या पाण्याची एक दलदल होती. मी माझ्या सामानाची बांधाबांध केली आणि ते सर्व रेल्वेने पुढे पाठवून दिले. अगदी माझी मोटारगाडीही रेल्वेने मी पाठवून दिली. माझे सर्व सामान पालनपूर गावी व्यवस्थित जाऊन पोचले. परंतु माझी मोटार मात्र पुढे पार सिमल्याच्या जवळ पालमपूर गावाला जाऊन पोचली. सुदैवाने तिचा माग लागून ती परत पाठवण्यात आली. तिची

कसलीही मोडतोड झाली नव्हती, हे एक आणखी सुदैव म्हटले पाहिजे.

जिल्ह्याचे नाव बनासकांठा असले तरी जिल्ह्याचे मुख्य गाव पालनपूर हे होते. पालनपूरला मी जिल्हाधिकाऱ्यांना भेटलो. मला भेटून त्यांना खूप आनंद झाला. परंतु त्याचबरोबर त्यांनी मला सल्ला दिला की, इथली परिस्थिती व परिसर पाहून नाउमेद होऊ नकोस.

थराड प्रांतात चार तालुके येत. त्यातील थराड व वाव हे तालुके ठाकूरांच्या अखत्यारीमधील जहागिऱ्या होत्या. देवदार हा तिसरा तालुका होता व चौथा तालुका कांकरेज हा गायकवाडी भागातला होता. कुठेही पक्क्या सडका नव्हत्या. फक्त वाळूत उमटलेल्या वाटा होत्या. त्यावरून बसेस व ट्रक्स यांची वाहतूक व्हायची. शेवटी हेच रस्ते कायमस्वरूपी म्हणून धरले गेले होते. पावसाळ्यात हे रस्ते चिखलाचे बनत. उत्तर गुजरातमध्ये आणि काठियावाड भागात तर रस्ते क्वचितच होते असेच म्हटले पाहिजे. कारण रस्त्यासाठी लागणारे दगड व खडी ही खूप लांबून, म्हणजे अरवली डोंगरातून आणावी लागे. अन ही एक फारच खर्चाची बाब असल्याने स्वातंत्र्यपूर्व काळात तेथील सत्ताधाऱ्यांनी रस्ते बांधले नाहीत. एक तर त्यांना हे दळणवळण वाढवण्यात रस नसावा, किंवा तेवढ्या खर्चासाठी त्यांच्याकडे पैसे नसावेत. इथल्या बहुतेक संस्थानांनी आपल्याकडचे भांडवल हे रेल्वे लाईन टाकण्यात गुंतवले होते. कारण रेल्वे चालविण्यातून संस्थानाला बरेच उत्पन्न मिळे. या सोप्या कारणामुळे या भागात रेल्वेचे जाळे बऱ्यापैकी विस्तारले होते. काठियावाडमधील बरीच संस्थाने तर आपल्या रेल्वेच्या उत्पन्नावर जगत होते.

बनासकांठाच्या पलीकडे कच्छमध्ये गांधीधामच्या दिशेने एक मीटर गेजची रेल्वेलाईन होती. दिसा गावापासून ही रेल्वे निघून ती देवदार गावातून राधनपूरकडे जाऊन पुढे कच्छमध्ये शिरे. या भागात कुठेही जमिनीवरती वनस्पतींचे आच्छादन नव्हते. फक्त थोडीशीच खुरटी झुडुपे इतस्तत: विखुरलेली दिसायची. झाडे तर कुठेही नव्हती. बाजरीचे उत्पन्न थोडेफार घेतले जायचे. इथले पर्जन्यमान फारच कमी आणि अनियमित होते. त्यामुळे जे काही अनियमितपणे पीक घेतले जाई ते गुरांना घातले जाई. तथापि, दर तिसऱ्या वर्षी चांगला पाऊस पडल्याने त्यावर्षी बाजरीचे पीक अमाप येई. सर्वत्र पिण्याच्या पाण्याची टंचाई असायची. जिथे कुठे गोड्या पाण्याचे तुटपुंजे स्रोत असतील त्याच्या आसपास वस्ती आढळायची. जसजसे पश्चिमेकडे कच्छच्या रणाकडे जावे, तसतसे जमिनीतील पाणी हे खारे होत जाई. पण या भागात दुभत्या जनावरांची चांगली पैदास केली जायची. उन्हाळ्यात इथली गुरे चरण्यासाठी गुजरातच्या अन्य भागाकडे नेली जायची. दुभत्या जनावरांची पैदास करणाऱ्या गुराखी जमातीला इथे भरवाड म्हटले जायचे. या जमातीची माणसे उंच, धिप्पाड, उजळ व रेखीव चेहऱ्यांची होती. ही माणसे सिंध प्रांतातून इकडे येऊन

स्थायिक झाली असे सांगितले जायचे. इथली सत्ताधारी ठाकूर मंडळी जबरदस्त महसूल आपल्या प्रजेकडून घ्यायची. शिवाय शेतकरी व व्यापारी यांच्याकडून भरपूर भेटी व नजराणेही स्वीकारीत. म्हणून स्वातंत्र्यपूर्व काळात थराड व वाव तालुके हे अत्यंत दरिद्री राहिलेले होते. ठाकूर मंडळी आपल्या जहागिऱ्यांवरती अत्यंत क्रूरपणे व कठोरपणे राज्य करायची. एका खेड्यात मी पाहिले की, बऱ्याच माणसांच्या उजव्या हाताची बोटे ही कापलेली होती. चौकशीअंती मला कळले की ठाकूर जेव्हा या खेड्यात भेटीला गेले तेव्हा तिथले लोक त्यांना सलाम करण्याचे विसरल्याने त्यांना ही शिक्षा दिली गेली होती.

शेतीची वाढ अगदी हळूहळू होत होती. आम्ही शेतकऱ्यांना बाजरीचे एक नवीन वाण पुरवले आणि खतांचा वापर करण्यास सांगितले. परंतु पाण्याचे दुर्भिक्ष्य असल्याने शेतीची प्रगती फार मंद गतीने होत होती. कांकरेजचा गायकवाडी भाग याला अपवाद होता. कारण तिथे भूपृष्ठाखाली पाणी उपलब्ध होते. जिल्हाधिकारी व्ही. शंकर हे जलसिंचनाच्या योजना पुढे रेटीत होते. त्या योजना बनास नदीवर बांधणाऱ्या धरणावर आधारीत होत्या. पण त्या प्रत्यक्षात फलद्रूप होण्यास खूप काळ जावा लागणार होता. शिक्षणाच्या प्रसाराला आता कुठे इथे सुरुवात झाली होती. पण माध्यमिक शाळा या फक्त तालुक्याच्या गावीच होत्या. ठाकूरांच्या जुन्या रूढीमुळे बाहेर कुठे स्त्रिया दृष्टीस पडत नसत.

दसऱ्याच्या दिवशी सर्व व्यापारी, रहिवासी आणि खेडूत हे ठाकूरांच्या भेटीस जायचे व त्यांना नजराणा द्यायचे. ही प्रथा स्वातंत्र्य मिळाले तरी अजून चालूच होती. त्यामुळे प्रांत अधिकाऱ्याकडेही दसऱ्याच्या दिवशी लोक भेटीस येत. त्यादिवशी मला मिठाईच्या खूप भेटी आल्या. सुमारे २०० रुपये रोख मिळाले. मी ते सर्व शाळेतील शिक्षकांना देऊन, ती मिठाई विद्यार्थ्यांमध्ये वाटून टाकावी आणि पैशातून समारंभ साजरा करावा म्हणून सांगितले.

त्या प्रांतात रस्ते नसल्याने सरकारने प्रत्येक प्रांत अधिकाऱ्याच्या दिमतीला दोन दोन घोडेस्वार, दोन दोन सांडणीस्वार आणि एकेक जीप पुरवली होती. त्यामुळे मी जेव्हा जेव्हा दौऱ्यावरती जाई तेव्हा माझ्या बरोबर दोन घोडेस्वार, दोन उंट, दोन बैलगाड्या, माझी एक जीप, वगैरेंमुळे एक छोटी मिरवणूक निघाल्याचा भास होई. माझ्याबरोबर एक ब्राह्मण चपराशी होता. तोच माझ्या आचाऱ्याचे काम करी. त्याला आम्ही आचारी न म्हणता गुजराथी भाषेतील 'महाराज' या शब्दाने संबोधित असू. बैलगाडीत लादलेल्या माझ्या सामानामध्ये माझ्या कचेरीसाठी एक तंबू आणि माझ्या शिध्याची व भांड्यांची एक भली मोठी लाकडी पेटी होती.

दौऱ्यावर असताना पिण्याच्या स्वच्छ पाण्याची खबरदारी घेणे भाग असते. शिवाय त्या जिल्ह्यात विशेषतः वाव भागात नारूचा प्रादुर्भाव पाण्यामध्ये हटकून

झालेला असे. म्हणून आम्ही नेहमी आमचे पाणी आमच्याबरोबर नेत असू. तसेच बरोबरीच्या उंटावरील स्वारांकडून जवळपासच्या चांगल्या पिण्याच्या पाण्याचा शोधही घेतला जाई व तिथून ते आम्हाला आणून देत. पण इतकेही करून आम्ही पाण्यात आधी क्लोरीनच्या गोळ्या टाकून ते निर्जंतुक केल्यावाचून पीत नव्हतो. विहिरीचे पाणी प्रदूषित होऊ नये म्हणून आम्ही विहिरीच्या पायऱ्या काढून टाकण्याची मोहीम सुरू केली.

थराड, वाव आणि इतर काही भाग हे ब्रिटिशांनी प्रशासनासाठी बडोद्याच्या गायकवाड महाराजांकडे सुपूर्द केले होते. त्यामुळे आपल्या महाराजांच्या मराठी या मातृभाषेत बोलणारा अधिकारी भेटल्यामुळे लोक मला खूप मान देत. मी माझ्याबरोबर माझी ट्वेल्व्ह बोअर बंदूक बाळगीत असे. या सर्व गोष्टी बरोबर बाळगण्यासाठी सुटसुटीत असत व त्यामुळे माझा दौरा नेहमी परिणामकारक ठरे. इकडच्या काही जमीनजुमल्यांना 'कांठी' असे म्हणत. आणि कांठियावाडचा (किंवा कांठेवाडचा) ते भाग समजले जात. हे जमीनजुमले किंवा स्थावर इस्टेटी म्हणजे छोट्या जहागिऱ्या होत्या. पूर्वी कधी कधी तर काही दरोडेखोरांच्या टोळ्यांना हे छोटे जहागीरदार आश्रय देत. मग त्यांच्या पाठिंब्याने शेजारच्या ब्रिटिश मुलुखात दरोडे घालून येत. या दरोडेखोरांच्या टोळ्यांचा शोध ब्रिटिशांना लागत नसे. कारण या छोट्या जहागीरदारांनी त्यांना अभय व आश्रय दिलेला असे. या भागात नशिल्या पदार्थांचा अवैध व्यापार चाले. या पदार्थांची बेकायदेशीर वाहतूक व व्यापार थांबवण्यासाठी बिटिशांनी दक्षिणोत्तर मार्गांवरती चौकी पहारे बसवले. या चौकीच्या साखळीला 'विरमगाव घेराव' (Viramgaon Cordon) असे नाव पडले.

इथली संस्थाने व काही भाग जेव्हा मुंबई इलाख्यात विलीन केले गेले तेव्हा जमिनींची कागदपत्रे, रेकॉर्डस् हे ब्रिटिशांनी घालून दिलेल्या पद्धतींनुसार ठेवणे सुरू झाले. त्यामुळे हे सारे रेकॉर्ड विस्कळीत व गोंधळातले होऊन बसले होते. ते प्रथम नीट नोंदी करून लावून द्यायला हवे होते. या कामावरती सतत लक्ष ठेवून वेळोवेळी तपासणी करून सूचना करायला हव्या होत्या. जमिनीच्या मालकी हक्कासाठी सातबाराचे उतारे तर अत्यंत महत्त्वाचे होते. कारण त्यावरती कोणती जमीन व जमीन मालकाचे व कुळाचे नाव लिहिलेले असे. आता पूर्वीची ठाकूर मंडळी नवीन कागदपत्रांवरती आपापली नावे मालक म्हणून लावण्यासाठी धडपडू लागली. त्यांचे मालकी हक्काचे दावे कितपत खरेखोटे आहे हे समजण्यासाठी मी खेडोपाडी जाऊन जाहीर सभा घेऊ लागलो. मी प्रत्येक सातबाराचा उतारा जाहीरपणे सर्वांना वाचून दाखवू लागलो. त्यावरची नावे जाहीर करू लागलो. यामुळे कोणावरही अन्याय होण्याची सुतराम शक्यता नव्हती. काही छोट्या ठाकूर मंडळींनी आपापले निषेध प्रगट केले. पण मी प्रत्यक्ष जमीन कसणाऱ्या कुळांची नावे उताऱ्यामध्ये खरोखरच

नोंद होत आहेत की नाही ते आवर्जून पाहू लागलो.

जमीन महसुलाचा अंदाज घेणे, त्याचे मूल्यमापन करणे यासाठी या जिल्ह्यात कोणतीही नीट पद्धत वापरली जात नव्हती. ठाकूर लोक सत्तेवरती असताना 'ढाळ' नावाच्या पद्धतीनुसार जमिनीच्या उत्पन्नातील प्रमुख व मोठा हिस्सा हा ठाकूरांकडे जायचा. तो हिस्सा नक्की किती असावा हे कधीच ठरलेले नसायचे. अन् तो प्रत्येक ठिकाणी वेगवेगळा असायचा. उत्तर गुजरातमधील जहागिरदारी ही आता कायद्यानुसार विसर्जित झाली आहे. या जहागीर ॲबालिशन ॲक्टचा मसुदा तयार करण्यात व्ही. शंकर यांचा मोठा हात होता. ठाकूर किंवा जहागिरदार यांची जमिनीवरील सर्व मालकी काढून घेतली गेली. फक्त ज्या जमिनी ते स्वत: कसत होते तेवढयावरतीच त्यांची मालकी राहिली. आम्हाला अशा सूचना होत्या की, तालुक्याचे आणखी असे विभाग पाडावेत व त्यामध्ये पिके कापण्याबद्दलचे प्रयोग सुरू करावेत. एखाद्या विशिष्ट भागात कोणत्या पिकाचे किती उत्पन्न येत असते हे पहाण्याचा या प्रयोगांचा उद्देश होता. मग साऱ्या प्रयोगातून सरासरी उत्पन्नाचा आकडा काढून त्याच्या एक षष्ठांश उत्पन्नाची किंमत ही सारा म्हणून लावायची. पूर्वी जो सारा किंवा महसूल ठाकूर मंडळींना जायचा त्या ऐवजी तो सारा आता सरकारला द्यावा लागणार. तो किती असावा याचा मापदंड ठरवण्यासाठी हे प्रयोग होते. आम्ही मोठ्या जोमात ही पिके कापणीची मोहीम चालू केली. माझे मराठी आडनाव असल्याने मला या मोहिमेमध्ये फारसा कोणाचा विरोध झाला नाही. पण एका ठिकाणी मला ठाकूरांच्या प्रक्षुब्ध गटाला सामोरे जावे लागले. तिथली सर्व ठाकूर मंडळी सुमारे शंभराच्या संख्येने एकत्र होऊन माझ्याकडे आली. ते सर्वजण चांगलेच तगडे पहिलवान होते. मी इकडे पिके कापण्याचे काम चालू केले होते. आलेल्या त्या पहिलवान मंडळींनी संपूर्ण खेड्याला वेढा घातला. माझ्यापाशी आमची फक्त दहाबाराच माणसे होती. प्रत्येक ठाकूर हा स्वत:जवळ एक मोठी जाडजूड लाठी बाळगीत असे. लाठीला एक चांगली पोलादी तार गुंडाळलेली असून तिच्या टोकाशी एक शिसाचा गोळा बांधलेला असे. त्यामुळे ही लाठी म्हणजे एक प्राणघातक हत्यार ठरत होते. आता संध्याकाळ होत आली होती व मी काळजीत पडलो होतो. मी शांतपणे जवळच्या एका पोलीस चौकीला निरोप पाठवून हत्यारी पोलिसांची कुमक पाठविण्यास सांगितले. जेव्हा पोलिसांनी येऊन ठाकूरांना घेरले तेव्हा मला आता एक वेगळा विचार सुचला. मी त्या ठाकूरांमधील वयस्कर ठाकूराकडे निरोप पाठवला की, "कृपा करून मला पोलिसांना बंदुका चालविण्याचा हुकूम देण्यास भाग पाडू नका." त्यांनी त्यामागचे तथ्य ओळखले व ते सर्व मग शांतपणे निघून गेले. माझ्या सबंध नोकरीच्या कारकिर्दीमधला हा पहिला व शेवटचा प्रसंग असा होता की मला पोलिसांना गोळ्या झाडण्याचा हुकूम द्यावा लागणार होता.

दीसा गावापासून राधनपूरपर्यंत आणि तिथून पुढे कच्छपर्यंत एक मोठा रस्ता बनवण्याची योजना सरकारने मंजूरही केली होती. त्यासाठी कोणकोणत्या जमिनी ताब्यात घ्यायच्या हे ठरवण्याचे काम चालू झाले होते. पण हे काम फार मंद गतीने पुढे सरकत होते याचे कारण जमिनीच्या मालकांना त्यासाठी थराड येथे आम्ही बोलवत असू. मी ही पद्धत बंद केली व सरळ त्या त्या गावात जाऊन सभा, बैठका घेऊ लागलो. रस्ता करण्यासाठी आपल्या जमिनीचा काही भाग देण्यास कोणत्याच जमीन मालकाचा विरोध नव्हता. फक्त त्याबद्दल त्यांना जी नुकसानभरपाई दिली जाणार होती ती लवकर मिळावी अशी त्यांची इच्छा होती. मग मी तसे त्यांना अनुकूल असे हुकूम माझ्या हाताखालच्या अधिकाऱ्यांना भर सभेत सर्वांदेखत देऊ लागलो. याचा परिणाम असा झाला की जमिनी ताब्यात घेण्याचे काम पुढे वेगाने सरकत राहिले. त्यामुळे रस्ताही लवकर तयार होत गेला.

माझ्या कामातल्या अतिउत्साहामुळे मी एकदा गंभीर अडचणीत सापडलो. एका खेड्यात तपासणीसाठी गेलो असताना एका वृद्धेने माझ्याकडे तक्रार केली की तिच्या शेजारच्या ठाकूराने तिच्या जमिनीवर आक्रमण करून तिची काही जमीन हडपली व तिथे आपली हद्द सरकवून काटेरी झाडांचे कुंपणही तयार करून टाकले. मी तिच्या तक्रारीनुसार चौकशी केली व शहानिशा करून तिचेच म्हणणे खरे आहे असे मला आढळले. म्हणून सरळ त्या ठिकाणी जाऊन ते कुंपण नष्ट करून टाकले. माझ्याबरोबर एक पोलीस इन्स्पेक्टर होता. त्यामुळे त्या ठाकूराला काहीही लबाडी करता येईना. पण तरीही ठाकूरांच्यापैकी एकाने माझ्याविरुद्ध पोलीस तक्रार दाखल केली. त्याच्या तक्रारीत त्याने मी त्याच्या खाजगी जागेत घुसण्याचा गुन्हा केला होता. मी एक प्रकारे आता अडचणीत आलो. त्या पोलीस इन्स्पेक्टरने त्याची तक्रार दाखल करून घेतली, पण त्यावरती आपला असा शेरा लिहिला की,"प्रांत अधिकाऱ्याने एका हुकूमाने ती जागा ठाकूरांकडून आक्रमण केलेली आहे असे ठरवून दिल्याने त्याच्या त्या नसलेल्या जागेत प्रांत अधिकारी बेकायदा घुसला, हे म्हणणे टिकत नाही. सबब ही केस फाईल करण्यात येत आहे."

केंद्र सरकारने एक नवीन कम्युनिटी डेव्हलपमेंट ब्लॉक स्कीम नुकतीच चालू केली होती. त्यानुसार कांकरेज विभाग हा कम्युनिस्ट डेव्हलपमेंट ब्लॉक म्हणून निवडण्यात आला होता. या भागात अनेक ठिकाणी आम्ही जनतेच्या सभा घेतल्या, बैठका घेतल्या आणि खेडुतांना ही योजना खुलासेवार सांगितली. गावकऱ्यांचा या योजनेला भरघोस प्रतिसाद मिळाला आणि ते मोठ्या संख्येने पुढे येऊन रस्ते बांधू लागले आणि अन्य कामे करू लागले. त्यासाठी त्यांना आम्ही उदारपणे भरपूर मदत दिली.

एकदा अशा कामाची तपासणी करण्यासाठी मी माझी मोटार चालवित तिथे

गेलो. पण मला ते खेडेच सापडेना. माझ्याबरोबर जीपमध्ये त्या गावचा कोतवाल बसला होता. आणि तो आम्हाला वाट दाखवीत होता. जेव्हा आम्ही शेवटी त्याला ते खेडे कुठे गेले म्हणून विचारले असता तो म्हणाला की, "तुम्ही वाटेत एक चुकीचे वळण घेतले." मग त्याचवेळी का नाही सांगितले? असा प्रश्न विचारल्यावर तो म्हणाला, "पण हुजूर, तुम्ही चुकला आहात हे मी कसे बोलून दाखवणार?"

कच्छच्या रणाला लागून वाव तालुका आहे. तिथे रणात जायला मी उत्सुक होतो. स्मगलिंग करणारी तस्कर मंडळी आणि अवैध कृत्ये करणाऱ्या मंडळींचा तिथे सुळसुळाट असे. कारण तिथून पाकिस्तानची हद्द जवळच होती. या मंडळींना 'बहार वटिया' असे तिथे संबोधले जाई. ते या रणाच्या दलदलीतून पाकिस्तानला जात. दलदलीतून जाणे सोपे नसते. कोणत्या जागा टाळायच्या हे समजण्यासाठी बरोबर एक नेहमी वाटाड्या घ्यावा लागतो. नाहीतर त्या दलदलीत तुम्ही तुमच्या वाहनासकट अक्षरशः बुडून जाऊ शकता. मी माझ्याबरोबर एका स्थानिक व्यापाराला तज्ज्ञ वाटाड्या म्हणून घेतला आणि ते संपूर्ण रण, ती भयानक दलदल, पौर्णिमेच्या रात्री ओलांडली. खरोखर तो एक अविस्मरणीय प्रसंग होता. एक सबडिव्हिजनल मॅजिस्ट्रेट तिथे पहाणीसाठी येणार आहे, असा निरोप तिकडे आधीच पोचलेला असल्याने तेव्हा तरी तिकडे बेकायदेशीरपणे सरहद्दी ओलांडण्याच्या नेहमीच्या हालचाली व तस्करी धंदे थांबले होते.

एकदा जाताना थराड-पालनपूर रस्त्यावरती माझी जीप फेल झाली. मला तिथेच ठेवून माझा ड्रायव्हर जवळच्या खेड्यात एखादा उंट मिळतो आहे का ते पहाण्यासाठी गेला. त्या उंटावर बसून मला दीसा गावापर्यंत जायला हवे होते. मग तिथे आगगाडी पकडून मी पालनपूरला जाणार होतो. तो उंट झकासच होता. तो अक्षरशः मोटारीच्या वेगाने धावू लागला. तेव्हा अशा रितीने मी वेळेवर दीसाला पोचून आगगाडी गाठू शकलो. मी त्याप्रमाणे प्रवास करून पालनपूरला आलो. दुसऱ्या दिवशी मी परत मागे प्रवास करून त्या खेड्यापाशी गेलो. मला त्या उंटाच्या मालकाचे आभार मानायचे होते. पण तो मालक काही केल्या सापडेना. नंतर मला कळले त्या मालकाचे नाव बलवंतसिंग होते व तो त्या भागातला अत्यंत कुख्यात असा दरोडेखोर होता. तेव्हा त्याच्याजवळ असा उत्कृष्ट उंट असणे साहजिक होते.

माझे अधिकृत निवासस्थान हे थराड गावात होते. परंतु त्या गावात एक डाक बंगला होता आणि गावाबाहेरच क्लब होता. क्लबमध्ये जाऊन पत्त्याचा खेळ एखाद्या सब-जज्जबरोबर किंवा ज्येष्ठ नागरिकाबरोबर खेळणे यात खूप मजा येई. माझ्यासाठी तो एक सुखद अनुभव होता. ब्रिटीश तरुण मुलकी अधिकारी पूर्वी अशा डाक बंगल्यात रहात. शहरापासून दूर असलेल्या या सबडिव्हिजनमध्ये नोकरीच्या सुरुवातीच्या काळात रहाणे हे त्यांना त्यावेळी खूपच कष्टदायक असायचे. येथे शहरातल्या

कसल्याही सुखसोयी त्यावेळी नसायच्या. त्यावेळीही पाण्याचे दुर्भिक्ष्य असायचे. स्वातंत्र्यपूर्व काळात येथे नेमणुका झालेले बिचारे तरुण ब्रिटिश अधिकारी हैराण होऊन जात. आताही पाण्याची टंचाई होती. आम्हाला पाणी फार जपून वापरावे लागे व त्यात आधी क्लोरीनच्या गोळ्या टाकल्याखेरीज ते पिता यायचे नाही. मी माझ्याजवळ नेहमी एक मच्छरदाणी बाळगीत असे व रात्री तिच्यात झोपत असे. यामुळे डास आणि सरपटणारे प्राणी यांच्यापासून माझा बचाव होई.

मला एकदा एका भुताटकीच्या डाक बंगल्यात एक रात्र काढायची पाळी आली होती. 'विरमगाव घेराव' नावाने प्रसिद्ध असलेल्या चौक्या पहायला गेलो होतो. माझ्या प्रांताच्या कक्षेबाहेर त्या येत होत्या. जेव्हा अंधार पडला तेव्हा मी जवळच्या डाक बंगल्यात आश्रयासाठी गेलो. जेव्हा तिथल्या खेडुतांना कळले की एक प्रांताधिकारी या डाक बंगल्यात येऊन उतरला आहे तेव्हा त्यांनी येऊन मला विनंती केली की, कृपया इथे झोपू नये. कारण पूर्वी इथे एक ब्रिटिश सहाय्यक जिल्हाधिकारी असाच उतरला होता. मध्यरात्री तो याच डाक बंगल्यातून किंकाळ्या मारत बाहेर आला व त्यानंतर गंभीररित्या आजारी पडला. गावकऱ्यांच्या मते त्याला एखादे भूत तिथे दिसले असावे. मी त्यांच्या बोलण्याकडे लक्ष दिले नाही. पण रात्री मला सारखे काहीतरी चमत्कारिक आवाज ऐकू येऊ लागले. मी नेहमी मच्छरदाणी लावून त्यात झोपत असे. त्याप्रमाणे मी मच्छरदाणी तर लावलीच होती, परंतु माझ्या नेहमीच्या सवयीप्रमाणे खोलीत दिवाही लावून ठेवला होता. त्या डाक बंगल्यावरती नेहमीप्रमाणे नळीच्या कौलांचे छप्पर होते. अशा छपरात किडे खूप वस्ती करून रहातात. त्या किड्यांबरोबरच तिथे बरेच विंचूही येऊन वस्ती करून राहिले होते. यातले काही विंचू रात्री बाहेर पडले असणार आणि त्यातील एक दोन तर माझ्या मच्छरदाणीवरती पडले. मी खोलीतील दिवा जळत ठेवलेला असल्याने मला ते दिसले. मला वाटते की त्या ब्रिटिश अधिकाऱ्याने रात्री कदाचित त्याची मच्छरदाणी नीट लावली नसावी. मग त्याच्या बिछान्यात विंचू शिरून त्याने डंख मारला असावा. दुसऱ्या दिवशी सकाळी मी बंगल्याबाहेर आलो तेव्हा सारे गाव बंगल्याभोवती गोळा झालेले होते. माझे रात्रभरात काय झाले हे पहाण्याची त्यांना उत्सुकता होती. पण जेव्हा त्यांना कळले की रात्रभरात मला छान झोप लागली होती व मला कसलीही इजा झाली नाही, तेव्हा त्यांनी आपला हर्ष व्यक्त केला.

माझ्याकडे आता स्वतंत्रपणे दोन प्रांत विभागांचा म्हणजे भिवंडी व थराड या प्रांतांचा कारभार आला होता. ग्रामीण भागात कोणतीही समस्या अचानक जरी उद्‌भवली तरी ती आपण सहज निपटून काढू शकू असा आत्मविश्वास मला आता आला होता. मी स्वतंत्रपणे गेले साडेतीन वर्षे काम केले होते. त्यामुळे खेड्यातील लोकांशी कसे वागावे, त्यांच्या गरजा कशा हेराव्यात, आणि छोट्या सरकारी

अधिकाऱ्यांच्या जाचापासून त्यांचे कसे रक्षण करावे हे मला आता व्यवस्थित समजत होते व जमत होते. कॉलेजातून बाहेर पडून जे सरळ कामाला लागतात त्यांच्या दृष्टीने ही पहिली वर्षे फार महत्त्वाची असतात. त्यांचे नोकरीतील करीअर इथेच घडू लागते. माझ्याकडे आपापल्या समस्या घेऊन लोक येत असल्याने, त्यांना मदत हवी असल्याने माझ्यामध्ये एक जबाबदारीची भावनाही निर्माण झाली होती.

जुन्या मुलकी सेवेमध्ये रूजू झालेले व्ही. शंकर हे आमच्या दृष्टीने एक अत्यंत आदर्श असे जिल्हाधिकारी होते. मी त्यांच्याकडे केव्हाही कोणतीही समस्या घेऊन जाऊ शकत होतो. अन् तशा ह्या समस्याही खूप होत्या. विशेषत: जमिनी संबंधीची दप्तरे आणि महसुलांबद्दलचे मूल्यांकन ह्या समस्या महत्त्वाच्या होत्या. त्याचवेळी बिथरलेल्या ठाकूर जमीनदारांच्या रोषालाही तोंड द्यावे लागत होते. व्ही. शंकर हे एकीकडे चर्चा करीत असतानाच आपली टिपणेही अचूकपणे काढीत असत. त्यांचे हे कौशल्य खरोखरीच अजब होते. नंतर दिल्ली व मुंबई येथील हायकमांडने त्यांच्या बाबतीतले आपले कडक धोरण सोडून नरमाईचे धोरण पत्करले आणि त्यांना परत मुंबईला महसूल खात्याचे सेक्रेटरी म्हणून नेमले. थोडक्यात ते आता मुंबई इलाख्यातील महसूल खात्याचे प्रमुख झाले. त्यावेळी त्यांना निरोप देताना आम्हाला खूप जड गेले. त्यावेळी जिल्हाधिकारी कार्यालयाची तपासणी होणार होती. ती करण्यासाठी डेप्युटी सेक्रेटरी पिंपुटकर येणार होते. पिंपुटकर हे एक आयसीएस झालेले अधिकारी होते. व्ही. शंकर हे त्यांच्यापेक्षा अधिक जुने व श्रेष्ठ होते. त्यांनी पिंपुटकरांना आपल्या घरी रहावयाचा आग्रह केला होता. पण पिंपुटकर यांनी आपल्या गर्विष्ठ पद्धतीनुसार व्ही. शंकर यांचे निमंत्रण नाकारले. पण तेवढ्यात व्ही. शंकर हे महसूल खात्याचे सेक्रेटरी म्हणजे प्रमुख बनल्याची बातमी आली. म्हणजे आता ते पिंपुटकरांचे साहेब झाले. पिंपुटकर यांना व्ही. शंकर यांच्या घरी उतरावेसे वाटले. पण व्ही. शंकर यांनी त्यांना नाकारले.

व्ही. शंकर यांच्या जागी जे. सी. आगरवाल नावाचे माझ्यापेक्षा तीन वर्षे अधिक सेवाज्येष्ठता असलेले अधिकारी आता जिल्हाधिकारी म्हणून आले. त्यांचे व माझे फारच छान जमले. त्यांनी १९५६ मध्ये एका महिन्याची रजा घेतली तेव्हा मला त्यांच्या जागी तात्पुरता जिल्हाधिकारी म्हणून काम करावे लागले. पालनपूरमध्ये इंग्रजांच्या डेप्युटी पोलिटिकल एजंटचा एक जुना बंगला होता. हा बंगला फारच आरामदायी होता आणि त्या भोवती एक सुरेख बाग होती. स्वातंत्र्य मिळण्याअगोदर या पदावर तिथे एक भारतीय माणूस होता, ही एक नवलाची बाब होती. त्यामुळे त्या अधिकाऱ्याला 'काला एजंट' असे संबोधले जायचे.

तिथल्या नबाबाचा जो राजवाडा होता तिथे आता जिल्हाधिकाऱ्याचे कार्यालय थाटले गेले होते. तिथल्या खोल्या भव्य होत्या. पण आम्ही त्या खोल्यांना साजेसे

असे स्वरूप देऊ शकलो नाही. जिल्हाधिकाऱ्याच्या दालनाला लागून जे स्वच्छतागृह होते तेही अत्यंत भव्य होते. आत सर्वत्र निळ्या टाईल्स लावल्या होत्या व महागडी, नखरेल अशी फिटिंग्ज बसवलेली होती. पूर्वीच्या काळात गावात फक्त दोनच पक्क्या सडका होत्या. एक सडक रेल्वे स्टेशन ते नबाबाचा राजवाडा अशी होती तर दुसरी सडक डेप्युटी पोलिटिकल एजंटच्या बंगल्याकडे जाणारी होती. याच नबाबाचा दीसा गावामध्ये असाच आणखी एक राजवाडा होता. त्या राजवाड्याचे नाव त्याने आपले स्नेही हरीसिंग यांचे नाव त्यांच्या स्मृतीप्रित्यर्थ ठेवले. हरीसिंग हे 'जम्मू व काश्मिर' या संस्थानाचे महाराज होते. हा नबाब जरी मुस्लीम असला तरी त्याने आपल्या हिंदू प्रजेची खूप आपुलकीने काळजी घेतली होती. म्हणून त्यांना संस्थानामध्ये स्वातंत्र्यानंतरही खूप मान दिला जात होता. पालनपूरमध्ये जेव्हा जेव्हा ते येऊन रहात तेव्हा त्यांच्या लोकप्रियतेला उधाण येई. पालनपूरमध्ये मुंबईमधील अनेक मोठमोठ्या जवाहिऱ्यांची घरे होती. अशाच एका जवाहिऱ्याच्या घरच्या लग्नसमारंभाला मी गेलो असताना मला तिथे मुंबईमधील झाडून सारी जवाहीर मंडळी पहावयास मिळाली.

माऊंट अबू बनासकांठा जिल्ह्यात मोडत होते. ते पूर्वी राजस्थानातील सिरोही संस्थानात येत होते. तिथून काढून ते मुंबई इलाख्याला जोडण्यात आले. सरदार पटेल यांच्या आज्ञेनुसार तसे करण्यात आले असे म्हटले जायचे. माऊंट अबूवर एक लोकप्रिय हिल स्टेशन असून तिथे इंग्रजांचा पोलिटिकल एजंट राहायचा. तिथली राजस्थानच्या बाजूंची जंगले व डोंगरांचे उतार हे हिरवेगार होते तर गुजरातची बाजू मात्र उजाड झालेली होती. राजस्थानमधील बहुतेक सर्व राजेरजवाड्यांनी माऊंट अबूवरती आपापले बंगले बांधले. त्यातला जोधपूरच्या महाराजांचा बंगला व्ही. शंकर यांना फार आवडायचा. सरदार पटेल यांचे ते सेक्रेटरी असताना त्यांची या महाराजांशी जवळीक वाढलेली होती. इंडियन पोलीस सर्व्हिस ट्रेनिंग ॲकॅडेमी ही माऊंट अबूवरती उभारलेली असून, तिथल्या मेसमधले रात्रीचे समारंभ व पार्ट्या फार आनंददायक असतात. एकदा माऊंट अबूरोड स्टेशनपासून माऊंट अबूकडे जाताना वाटेत मला माझी जीप थांबवावी लागली. कारण वाटेत एक वाघीण आपल्या पिल्लांसह रस्त्याच्या मधोमध अगदी आरामात बसली होती. ती तिथून निघून जाईपर्यंत आम्हाला थांबून रहावे लागले होते. दांडियावाडा येथे अंबाजी देवीचे प्रसिद्ध देऊळ आहे. माऊंट अबूच्या जवळचे हे आणखी एक ठिकाण आहे.

१९५६ मध्ये भाषावार प्रांतरचनेसाठी आंदोलन वाढत चालले होते आणि गुजराती लोकांना आपले वेगळे गुजरात राज्य हवे होते. थराड गावातील लोकांनी त्यासाठी एक मोर्चा काढून तो माझ्या कार्यालयावरती आणला. मोर्चातील लोक सरकारविरोधी व गुजरात राज्याच्या बाजूने घोषणा देत होते. पण त्यांच्या या

घोषणाबाजीमागे फारशी तळमळ नव्हती. त्यामुळे मी त्यांना शांतपणे परिस्थिती समजावून सांगून शांत करू शकलो. ऑक्टोबर १९५६ मध्ये मला बढती मिळून मी डांग जिल्ह्याचा जिल्हाधिकारी झालो.

मी व्ही. शंकर यांना नंतर पुन्हा भेटलो ते एकदम दिल्लीतच. त्यावेळी ते पोस्ट व तार खात्याचे डायरेक्टर जनरल बनले होते. त्यावेळी मी त्या खात्याचा अंडर सेक्रेटरी हे पद भूषवित होतो. १९७८ मध्ये ते पंतप्रधान मोरारजी देसाई यांचे प्रिन्सिपल सेक्रेटरी बनले होते. १९८३-८४ मध्ये मी केंद्र सरकारच्या पुनर्वसन खात्याचा सेक्रेटरी झालो होतो. त्यावेळी मी कच्छमधून अहमदाबादला जाताना वाटेत मुद्दाम थराड गावात एक रात्र मुक्काम केला होता. मी तिथे आलो आहे हे समजताच पूर्वीची माणसे मला भेटायला आवर्जून आली. त्यात माझा जुना ड्रायव्हर प्रेमसिंग हाही होता. मी सत्तावीस वर्षांनी थराडला परतलो होतो. तेवढ्या काळात इथला सारा परिसर पार बदलून गेला होता. १९६५ मध्ये भारत-पाक युद्ध झाल्याने या भागाला आता सरहद्दीवरचा भाग म्हणून खास दर्जा सरकारने दिला होता. तिथे आता अनेक रस्त्यांचे जाळे पसरले होते. बनास व्हॅली योजनाही पूर्ण झाली होती आणि अनेक कालवे व पाट यांचे जाळेही त्या भागात पसरले होते. बऱ्याच स्थानिक शेतकऱ्यांनी आपापल्या शेतात ट्यूबवेल खणल्या होत्या. माझे जुने कार्यालय आहे तिथेच होते. एक इन्स्पेक्शन बंगला आता उभा राहिला होता. सहाय्यक जिल्हाधिकाऱ्यासाठी एक नवीन बंगला उभा राहिलेला होता. मला सर्वत्र समृद्धीच्या खुणा दिसल्या. थराड सोडताना मी या साऱ्या सुखद आठवणी बरोबर घेऊन निघालो.

◆

५
डांगचा जिल्हाधिकारी

१९५६ मध्ये भारतातील राज्ये ही भाषेच्या आधारावर ओळखली जाऊ लागली. मुंबई इलाख्यात गुजरात, महाराष्ट्र व कर्नाटकचा काही भाग मोडत होता. तेव्हा साहजिकच या इलाख्याचे विभाजन तीन राज्यात व्हायला हवे होते. त्यावेळी कर्नाटक वगळून महाराष्ट्र व गुजरात मिळून एक मोठे द्वैभाषिक राज्य निर्माण करण्यात आले. यात महाराष्ट्रातील विदर्भ व मराठवाड्यासहित मराठी भाषिक प्रांत आणि सौराष्ट्रासहित गुजराती भाषिक प्रांत एकत्र केले गेले. मुंबई इलाख्यातील दक्षिणेकडचा कन्नड भाषिक भाग हा अर्थातच कर्नाटकाला जाऊन मिळाला. अशा फेररचनेनंतर डांग जिल्ह्याच्या जिल्हाधिकाऱ्याला नवीन कर्नाटक राज्यात पाठविण्यात आले आणि त्याच्या जागी नेमून मला बढती देण्यात आली. मी माझ्या पदावरती ऑक्टोबर १९५६ मध्ये जाऊन रूजू झालो.

या डांग जिल्ह्याला एक खास इतिहास होता. हा जिल्हा ना कधी इंग्रजांनी जिंकला, ना कधी त्यांनी आपल्या भागाला जोडून घेतला. डांगमधले जहागीरदार ऊर्फ जमीनदार यांनी आपले सार्वभौम अधिकार कधीही सोडून दिले नव्हते. ब्रिटिशांनी काही ना काही करून हा भाग आपल्या ताब्यात घेतला आणि त्यावरती एका पोलिटिकल एजंटमार्फत आपला अंमल चालू केला. हा एजंट अहवा येथ राहात असे. स्वातंत्र्य मिळाल्यावर हाच डांग जिल्हा मुंबई इलाख्यात विसर्जित करण्यात आला. त्यावेळी डांग जिल्ह्याचे वैशिष्ट्यपूर्ण वेगळेपण लक्षात घेऊन तेथून मिळणारे महसुलाचे उत्पन्न हे इलाख्याच्या महसुलात सामील न करता त्याच जिल्ह्यावरती खर्च करावे असे ठरून हा जिल्हा एक मागास विभाग (शेड्युल्ड) म्हणून जाहीर करण्यात आला. अन् म्हणून इथल्या जमातींना 'मागास जमाती' (शेड्युल्ड ट्राईब्ज) असे संबोधले जाऊ लागले. मागास जाती व मागास जमाती (SC आणि ST) यांच्यासाठी वेगळे कायदे व नियम लागू करण्यात आले आणि त्यासाठी अर्थातच देशांत एका वेगळ्या कमिशनरची नेमणूक तिथे करण्यात आली.

जरी डांग जिल्ह्याचा आकार एखाद्या तालुक्याएवढा होता तरी येथे एक पूर्ण अधिकार असलेल्या जिल्हाधिकारी व जिल्हा मॅजिस्ट्रेट, यांची नेमणूक करण्यात येऊ लागली. या जिल्ह्यात सर्वत्र जंगल असल्याने येथे एक विभागीय वन अधिकारी नेमण्यात आला. पण पोलीस खात्यातील वेगळ्या डीएसपीची नेमणूक मात्र करण्यात आली नाही. सुरतेच्या डीएसपीला या भागातील सुरक्षेचे अधिकार देण्यात आले. येथे एक जिल्हा लोकल बोर्ड होते व त्याचा अध्यक्ष निवडणुकीने न होता ते अधिकार जिल्हाधिकाऱ्याला देण्यात आले.

अहवा हे जिल्ह्याचे प्रमुख गाव व ठाणे. या जिल्ह्यातून रेल्वे लाईन जात नव्हती. वघई नावाचे एक गाव पश्चिमेकडे डोंगरपायथ्याशी होते व तेच मीटर गेज रेल्वे लाईनीने मुख्य 'मुंबई-अहमदाबाद' या रेल्वेलाईनीशी बिलीमोरीया स्टेशनाला जोडलेले होते. उत्तरेकडे नवापूर गाव हे सुरत-भुसावळ रेल्वे लाईनवरती होते. हे गाव डांग जिल्ह्यातील नव्हते, पण ते जिल्ह्याला अत्यंत जवळ होते. वघई आणि नवापूरमध्ये लाकडाच्या मोठमोठ्या वखारी होत्या. दक्षिणेला अहवा ते नाशिक असा एक चांगला रस्ता होता. पश्चिमेला सुरत जिल्ह्यातील वांस्दा गावाकडे जाणारा रस्ता आणि उत्तरेला नवापूर व सोनगड या जिल्ह्याबाहेरील गावांकडे जाणारे रस्ते चांगले होते. या भागाला जरी अर्थबळाचे बंधन नव्हते तरी शेवटी जंगलातून मिळणाऱ्या उत्पन्नावरतीच भागवायला हवे होते. सर्वत्र चांगल्या रस्त्यांचे जाळे होते. 'सापुतारा' या उंचावरील गावाचा एक 'हिल स्टेशन' म्हणून चांगला विकास होऊ शकत होता, अन् तशा योजनाही सुरू झाल्या होत्या.

डांगमधील जमीनदार उर्फ जहागीरदार, यांचे जिल्हाधिकाऱ्यासमवेत वार्षिक दरबार भरायचे. त्यावेळी त्यांना जहागिरीची रक्कम देण्यात यायची.

भाषिकवादातही डांग जिल्हा अडकला होता. नाशिकच्या मराठी भाषिक भागालगत हा जिल्हा होता. तसेच तो सुरतेच्या गुजराथी भाषिक भागालाही लागून होता. त्यामुळे या जिल्ह्यावरती मराठी व गुजराथी आंदोलकांनी आपापले दावे केले होते. म्हणून मुंबई सरकारने १९५० मध्ये डांगी भाषेचे स्वरूप जाणून घेण्यासाठी एक समिती नेमली. त्या समितीच्या अहवालानुसार डांगी भाषा ही मराठी भाषेची बोली आहे असे ठरवले गेले. परिणामी येथील सरकारी शाळांत शिकवण्यासाठी मराठी माध्यम स्वीकारले गेले. तसेच प्रशासनासाठीही मराठीचा वापर स्वीकारला गेला. पण गुजराथी आंदोलकांनी तरीही आपले दावे मागे घेतले नाहीत.

डांग सेवा मंडळ ह्या संस्थेची केन्द्रे व शाखा सबंध जिल्हाभर पसरल्या होत्या. त्यांनी मराठी भाषा उचलून धरली. जंगलातील मजुरांच्या अनेक सहकारी संस्थाही त्यांनी स्थापन केल्या होत्या. त्यामुळे सबंध जिल्ह्यातील अर्थकारणावरती त्यांचा प्रभाव पडला होता. यामुळे अनेक आदिवासी मजुरांना नोकऱ्या देण्याची आणि

आरोग्य व संस्कृती यासाठी कामे करण्याची त्यांच्यात क्षमता निर्माण झाली. आदिवासींसाठी त्यांनी आश्रम पद्धतीच्या अनेक शाळा उघडल्या. अहवा गावात दीक्षित व नासिक शहरात बीडकर हे डांग सेवा मंडळाचे प्रतिनिधी होते. त्याचबरोबर गुजराथी आंदोलकांनीही आपले प्रभावी अस्तित्व अहवालामध्ये दाखवून देण्यास सुरूवात केली. त्यांच्यातर्फे रसिकभाई हे अहवामध्ये काम पाहत होते. त्यांनीही तशाच आश्रमशाळा, प्राथमिक शाळा आणि जंगलातील मजुरांच्या सहकारी संस्था स्थापन केल्या. साहजिकच मराठी व गुजराथी आंदोलकांनी एकमेकांसमोर उभे राहून दंड थोपटले. अशा वेळी जिल्हा प्रशासनाला या दोन्ही चळवळी फार काळजीपूर्वक हाताळणे भाग होते. त्यातून मी महाराष्ट्रीय होतो. परंतु, लवकरच दोन्ही पक्षांना माझी वागणूक बघून मी तटस्थ असल्याचे पटले.

आदिवासी भागात एक चर्च होते व एक मिशन कार्यालयही होते. अमेरिकन गटातर्फे ते चालवले जात होते. त्यांचे मिशनरी लोक व मिशनऱ्यांचे कुटुंबीय, लोकांशी खूप गोड बोलत व गोड वागत. मिशनऱ्यांनीही काही शाळा चालवल्या होत्या. विशेषत: अहवा व आसपासच्या भागात त्या जास्ती करून होत्या.

जिल्हाधिकाऱ्याचा बंगला हा एका छोट्या टेकडीवरती होता. जेव्हा मी तिथे असे त्यावेळी बंगल्यावरती राष्ट्रीय निशाण फडकवले जाई. गावाला गेलो किंवा दौऱ्यावरती असलो की ते खाली उतरवले जाई. पण नंतर सरकारने राष्ट्रीय निशाण फडकविण्याबद्दल जी संहिता जारी केली त्यानुसार ही निशाण उभारणी रद्द करण्यात आली.

डांग हा एक जंगल भाग म्हणून जारी झालेला असला तरी तिथल्या आदिवासींना जमिनी कसण्यासाठी आणि काही जंगलातील उत्पन्ने काढून घेण्यासाठी हक्क बहाल केले होते. आदिवासी मजुरांच्या सहकारी संस्थांखेरीज तिथे काही खासगी कंत्राटदारही होते. माझ्या दौऱ्यात मी आदिवासी मजुरांना कंत्राटदारांकडून योग्य तेवढी मजुरी मिळते की नाही हे विचारीत असे. जर जंगलातील उचित उत्पन्न घेण्यास कोणी आडकाठी केली तर मला येऊन आपापल्या अडचणी सांगाव्यात असे मी त्यांना सांगत असे. त्यांचे हक्क काय आहेत हेही मी त्यांना नेहमी सांगत असे. जंगलातील काही भागांचे लाकूड तोडण्याचे कंत्राट निघे तेव्हा आदिवासींच्या सहकारी संस्थांना सरकारकडून प्राधान्य दिले जाई. तसेच, त्यांच्या समाजकल्याणाबद्दलही सरकार जागरूक असे. बहुतेक आदिवासी लोक हे फार शिकलेले नसल्याने त्यांच्या सहकारी संस्थांवरती बाहेरचे शिकलेले लोक प्रशासनाचे कामकाज बघत. आमच्याकडे बऱ्याच तक्रारी येत असत. त्यामुळे आम्हाला या सहकारी संस्थांच्या कामकाजावरती नेहमीच लक्ष ठेवावे लागे. परंतु बहुतेक तक्रारी ह्या मराठी-गुजराथी वादातून निर्माण झालेल्या असल्याने प्रत्येक पक्षाला आपण दुसऱ्या पक्षापेक्षा किती चांगले काम

करतो आहोत हे आदिवासींना दाखवून द्यायचे असे. त्यामुळे त्यांचा प्रभाव आदिवासी समाजावरती पडण्याची शक्यता असे. खासगी कंत्राटदारांवरतीही या स्पर्धेचा परिणाम होऊन 'आपणही आदिवासी मजुरांना नेहमी न्याय देत असतो' हे दाखवावे लागे. जंगलातील बेकायदा लाकूडतोड ही एक मोठीच समस्या होती. वन खात्याने मोक्याच्या जागी आपापल्या चौक्या उभ्या केल्या होत्या. त्यांच्याकडून लाकूड वाहतुकीवरती लक्ष ठेवले जाऊन त्यावर नियंत्रण ठेवले जाई. पण नियंत्रणे आली की भ्रष्टाचार निर्माण होतो. येथेही तसेच झाले. वन खात्याच्या खालच्या पातळीवरील काही कर्मचारी त्या मार्गाने जाऊ लागले. त्यामुळे जिल्ह्यातील वन खात्याच्या प्रमुख अधिकाऱ्याला खूपच सतर्क रहावे लागले. वघई गावात काही ठिकाणी लाकूड कापण्याच्या गिरण्या होत्या. पण तरीही डांगमधील लाकूड हे डांगबाहेर जाऊ लागले. ओंडके कापण्यासाठी नाशिक, नवापूर व वघई येथे लाकडाच्या बऱ्याच गिरण्या होत्या. डांगमधील अनेक जंगलांमध्ये वनस्पतींची विविधता नैसर्गिकरित्या समृद्ध झाली होती, वाढली होती. परंतु हा विविधतेचा घटक कोणी ध्यानात घेतला नाही, किंवा त्याला महत्त्व दिले गेले नाही. या जंगलामधील पशूजीवनही समृद्ध होते व ते सहज लक्षात येई. येथे शिकारीला बंदी होती. पण पिकांचे पशूंपासून संरक्षण करण्यासाठी बंदुकांचा परवाना योग्य व्यक्तींना दिला जाई. परंतु तरीही चोरून मारून शिकारी केल्या जात आहेत याचे आम्हाला भान होते.

बऱ्याच आदिवासींनी त्यांना मिळालेल्या हक्कांनुसार जंगलातच शेती करणे चालवले होते. परंतु पृष्ठभागावरची माती निकृष्ट असल्याने आणि जमिनीला उतार असल्याने शेतीतून कमी उत्पन्न येई. म्हणून ते निकृष्ट प्रतीच्या धान्यांची शेती करीत. चांगले धान्य अर्थातच डांग बाहेरच्या शेजारील भागातून आणावे लागे. मी या सर्व गोष्टींचा अभ्यास केला आणि त्यासंबंधी एक योजना तयार करून ती सरकारकडे पाठवली. जी काही शेतीखालची जमीन होती त्यातील बहुतेक जमीन ही पिके घेण्यासाठी उपयुक्त नव्हती हे तर खरेच, पण त्याच जमिनीवरती जंगलातील झाडे मात्र व्यवस्थित वाढू शकत होती. परंतु अशी वृक्षशेती आदिवासी लोक कधीच करत नव्हते. कारण त्यातून त्यांना दरवर्षी उत्पन्न मिळत नव्हते. म्हणून मी आदिवासींना वनखात्याच्या सल्ल्यानुसार त्या जमिनींवरती झाडे लावण्यास उत्तेजन देऊ लागलो. जेव्हा अशा परिपूर्ण वाढ झालेल्या झाडांचे लाकूड कापण्यासाठी लिलाव होतील तोपर्यंत त्यांनी त्या झाडांची काळजी घ्यावी, असे मी सुचवले. जेव्हा अशी झाडे लावली जातील तेव्हा अखेरीला त्यातून किती किंमतीचे लाकूड मिळेल याचे गणित वन खात्याने आधी करावे. म्हणजे मग वन खात्याने तेवढ्या रकमेतील योग्य हिस्सा हा झाडांच्या वाढीच्या कालावधीत विभागून दरवर्षी आदिवासींना द्यावा. यामुळे झाडे लावून ती वाढविणाऱ्या आदिवासींना वार्षिक उत्पन्नाची हमी मिळेल

आणि झाडाखालच्या जमिनीचा योग्य वापरही होईल. या योजनेमुळे आदिवासी त्या झाडांचे स्वत:ची संपत्ती समजून रक्षण करणार होते. कारण त्यामुळेच त्यांना वार्षिक उत्पन्न मिळणार होते. परंतु सचिवालयात बसलेल्या डुड्डाचार्यांना माझी योजना अव्यवहार्य वाटली. शेवटी व्हायचे तेच झाले. नोकरशाहीच्या बेफिकिरीत त्या योजनेचे दफन झाले.

शेतीसाठी अधिक शास्त्रीय पद्धती राबविताना आम्ही सुधारीत बियाणे व खते यांचे आदिवासींना वाटप करू लागलो. परंतु ती खते वापरण्यास आदिवासी नाखूष असायचे. मी याचे कारण शोधून काढले. दोनतीन वर्षांपूर्वी महसूल खात्याच्या कर्मचाऱ्यांनी इथल्या शेतकऱ्यांवरती खते वापरावी म्हणून दबाब आणून त्यांना भाग पाडले होते. याचे कारण राज्याच्या शेतकी खात्याने काही लक्ष्य ठरवून ते गाठण्यासाठी महसूल खात्यावरती दडपण आणले होते. परंतु शेतकऱ्यांच्या नशिबाने त्यावर्षी पाऊस फारच तुटपुंजा व अनियमितपणे पडला. त्यामुळे पिकांचे खूप नुकसान झाले. मग जिथे शेतात खते टाकली होती, तिथे खतांमुळे पिके जळून गेली. म्हणून त्या शेतकऱ्यांचा खताला विरोध होता. त्यांच्या मनातील खतांबद्दलचा आकस निघून जाण्यासाठी काही काळ जाऊ देणे आवश्यक होते.

डांग जिल्ह्याला एका उपमंत्र्याने भेट दिली. त्यावेळी त्यांच्याबरोबर त्यांचे राजकीय अनुयायी होते. मंत्र्यांची भेट हाताळण्याची माझी ही पहिलीच वेळ होती. त्या मंत्र्यांच्या दोन दिवसांच्या भेटीनंतर त्यांचा स्वीय सहाय्यक (पीए) याने या निमित्त झालेल्या खर्चाची बिले मुंबईला पाठविण्यास सांगितले. मी एक नवीन जिल्हाधिकारी होतो व याबाबतीतला पूर्वीचा कसलाही अनुभव नसल्याने झालेल्या सर्व खर्चाचे एक बिल मी पाठवून दिले. त्या खर्चात मंत्र्यांसाठीचा खर्च, त्यांच्या वैयक्तिक कर्मचाऱ्यांवरती झालेला खर्च आणि मंत्र्यांच्या अनुयायांचा जो लवाजमा होता त्यांच्यावर झालेला खर्च, असे सर्व खर्च अंतर्भूत होते. जेव्हा त्या मंत्र्याच्या पीएच्या हातात हे बिल पडले तेव्हा एवढे भले मोठे बील पाहून तो चकित झाला. कदाचित त्याला असे वाटले असावे की मी ते बिल पाठवणार नाही, किंवा जास्तीत जास्त फक्त मंत्रीमहोदय व त्यांचे कर्मचारी त्यांच्यावर झालेल्या खर्चाचे बिल पाठवेन आणि उरलेल्या खर्चाची मी योग्य ती काळजी घेईन. त्या पीएला ते बिल द्यावे लागले. पण भविष्यात असा प्रसंग उद्भवल्यास त्यावेळी कसे वागावे याचेही सूचक मार्गदर्शन मला झाले.

पण अशा बाबतीत राजकारण्यांना दोष का द्यायचा? माझ्या विभागाच्या कमिशनरने जेव्हा डांगला भेट दिली तेव्हा त्याने स्वत:च्या स्वयंपाक्याला बरोबर आणले होते. त्यावेळी तिथला मामलेदार त्यांची सर्व व्यवस्था पहात होता. त्याने त्यांना सर्व शिधा तर दिलाच पण ते जे जे मागतील ते ते त्याने पुरवले. त्या बिलात

आचाऱ्याला पुरवलेल्या कोंबडीचेही बिल होते. ते पाहून कमिशनरने त्यावर आपला निषेध प्रगट केला. त्याचे म्हणणे असे पडले की, आपण फक्त चिकन लेगची ऑर्डर दिली असताना संपूर्ण कोंबडीचे बिल का द्यावे? मग त्या मामलेदाराने ते बिल जरा हुषारीने बदलून दिले. यावरून मला असे दिसते की, राजकीय व्यक्ती व नोकरशहा यांच्यामध्ये काही समान वैशिष्ट्ये असावीत.

जरी डांगमध्ये भरपूर पाऊस पडत असला तरीही उन्हाळ्यात पिण्याच्या पाण्याची समस्या उभी राही. म्हणून आम्ही पाण्याच्या प्रवाहात जागोजागी बांध बंधारे घालण्याची मोहीम हाती घेतली. ठिकठिकाणी पाझर टाक्या बांधायला हव्या होत्या. त्या उपयुक्त ठरणार होत्या. परंतु त्या डोंगराळ भूभागात ते शक्य नव्हते. तरीही काही योग्य जागा आम्ही शोधून काढल्या व तिथली मोजमापे घेऊन खास काळजी घेत प्रत्येक ठिकाणी टाक्या बांधण्याच्या दृष्टीने पावले टाकली.

आम्ही उत्पन्न देणाऱ्या अनेक लाभदायी योजना व्यापारी तत्त्वांवरती राबवल्या. त्यातून आम्हाला संमिश्र यश प्राप्त झाले. जरी मुसळधार पावसांमुळे व जंगलाचे सान्निध्य असल्याने येथे कुक्कुटपालनात अडचणी येत होत्या तरीही आम्ही ही योजना एका मध्यवर्ती केन्द्रात राबवली. त्यातून जी कोंबडीची पिल्ले निर्माण झाली ती दहा ते बारा आठवड्यांपर्यंत वाढवली. मग ती पिल्ले आम्ही आदिवासींना कुक्कुटपालनासाठी वाटली. त्या पिल्लांनी अंडी देईपर्यंत त्यांनी त्यांची निगा राखायला हवी होती. परंतु बहुतेक आदिवासींना हे तंत्र काही नीट समजले नाही. त्यामुळे फारच थोडी पिल्ले ही अंडी देण्याच्या अवस्थेपर्यंत पोचली. बाकीची सारी पिल्ले ही अर्थातच मांसाहारी मंडळींच्या पोटात गेली.

आम्ही फळबागा लावण्यासाठीही लोकांना उत्तेजन दिले. विशेषत: जवळच्या सुरतेच्या भागात सुप्रसिद्ध आंब्याचे चांगले उत्पन्न होत असल्याने तोही लावून पाहिला. पण जरी आंब्याची झाडे उगवली तरीही त्यातून चांगल्या आंब्यांचे उत्पन्न फारसे काही निघू शकले नाही. डांगमधील दूधदुभते देणारी जनावरे ही डोंगराळ विभागात उपयुक्त ठरत होती. या जाती बुटक्या व टिकाऊ होत्या. त्यांना सहसा रोगराई होत नसे. नाशिक व धुळे जिल्ह्यातून यांना बरीच मागणी असे. या जातींच्या जनावरांची पैदास करून, ती नीट वाढवून जवळच्या जिल्ह्यात विकण्यासाठी आदिवासींना उत्तेजन दिले. त्यासाठी तगाईच्या कर्जाचेही वाटप केले. डांगमधील भाजीपाला चवदार नव्हता, कमी प्रतीचा होता आणि तोही कमी प्रमाणात निर्माण होत होता. त्यामुळे इथले जेवण हे अगदीच सपक असायचे. भाजीपाला पिकवण्याच्या दृष्टीनेही आम्ही प्रयत्न केले. पण ह्या उद्योगाला येथे फारशी बाजारपेठ नसल्याने हा काही किफायतशीर व्यवसाय होऊ शकत नाही हे लक्षात आले.

१९५८ च्या सुरुवातीच्या काळात स्थानिक जिल्हा परिषदेच्या निवडणुका

जाहीर झाल्या. अन् मग मराठी व गुजराथी आंदोलकांमध्ये युद्ध सुरू झाले. एव्हाना हेही जाहीर झाले होते की महाराष्ट्र व गुजराथ अशी दोन स्वतंत्र राज्ये नक्की निर्माण होत आहेत. त्यामुळे या निवडणुकांचा निकाल हा डांगच्या दृष्टीने निर्णायक ठरणार होता. जे कोणी जिंकतील त्यांच्या नवीन राज्यात डांग जिल्हा जाणार होता. मग या संवेदनशील निवडणुकांसाठी आम्ही खास काळजी घेऊन तयारी केली. मी स्वत: जिल्ह्यात सर्वत्र तेवढ्यासाठी दौरे काढले. जेव्हा निवडणुकीचे निकाल बाहेर आले तेव्हा गुजराथी उमेदवार हे बहुसंख्येने निवडून आले. इथून पुढे डांग जिल्हा हा नवीन गुजराथ राज्यात जाणार, महाराष्ट्रात नाही, असा या निवडणुकीचा अर्थ स्पष्ट होत होता. त्यातून मी एक मराठी जिल्हाधिकारी असल्याने गुजराथच्या बाजूने दान पडावे असे काहीही पक्षपातीपणे वागलो नव्हतो. त्यामुळे डांग सेवा मंडळाला आता कोणतीही तक्रार करायला जागा उरली नव्हती.

◆

६
केन्द्रीय मंत्रालय, दिल्ली आणि अमेरिकेतील विल्यम्स कॉलेज

माझी आता एखाद्या मोठ्या जिल्ह्यात बदली होण्याची मी वाट पाहू लागलो. पण अचानक मला माझ्या बॅचचे व्ही. प्रभाकर यांच्याकडून निरोप मिळाला की माझी आता दिल्लीला बदली होणार आहे. व्ही. प्रभाकर मुख्यमंत्र्यांचे सेक्रेटरी होते. माझे नाव दिल्लीतील पर्यटन व दूरसंचार खात्यामध्ये अंडर सेक्रेटरीच्या पदासाठी डेप्युटेशनवर पाठवले गेले असल्याचे त्यांनी सांगितले. या बातमीने मी थोडासा नाराज झालो. कारण मला राज्यातील मंत्रालयात काम करण्याचा अनुभव नव्हता की मी कोणत्याही मोठ्या जिल्ह्यात किंवा मोठ्या शहरात आत्तापर्यंत काम केले नव्हते. अशा पार्श्वभूमीवरती एकदम देशाच्या राजधानीमधील केंद्रीय मंत्रालयात बदली होणे म्हणजे माझ्या कामकाजाच्या पद्धतीवर व आयुष्यावरतीही एकदम परिणाम घडून पूर्ण बदल होणार होता. जिल्हाधिकाऱ्याचे आयुष्य हे तसे बऱ्यापैकी आरामदायी असते. त्याला रहायला एक स्वतंत्र बंगला दिला जातो, हाताखाली भरपूर नोकरवर्ग राबण्यासाठी असतो आणि मोठ्या लोकसंख्येवरती त्याला राज्य करता येते. या गोष्टींशी तुलना करता केंद्रीय मंत्रालयातील एक 'अंडर सेक्रेटरी' म्हणजे काहीच नाही. तिथे मंत्रालयात अंडर सेक्रेटरी हा सर्वांत ज्युनियर असतो, सेवाज्येष्ठतेमध्ये कनिष्ठ असतो आणि तिथल्या सरकारी यंत्रणेमधील तो केवळ एखाद्या फिरत्या दातेरी चक्राचा एक दात असतो. एवढी त्याची तिथली भूमिका खालच्या पातळीवरची असते. पण १९५० ते १९६० च्या दहा वर्षांत दिल्लीमधील आयुष्य हे अगदी इंग्रजांच्या काळातील वसाहतीमधल्या सारखे सुखाचे होते. मी जुलै १९५८ मध्ये दिल्लीला माझ्या पदावरती जाऊन रूजू झालो.

मी मुंबईत एक जुनी गाडी विकत घेतली होती. ती मी दिल्लीला पाठवून दिली. सुरुवातीला मी दिल्लीत कॉन्स्टियूशन क्लबमध्ये रहात होतो. त्यावेळी आत्ताच्यासारखी रहाण्याच्या जागांची टंचाई दिल्लीत नव्हती. डिप्लोमॅटिक एन्क्लेव्ह या भागात

सरकारी फ्लॅटस् उपलब्ध असत. नंतर मला विनय मार्ग या रस्त्यावरील डी-टू फ्लॅटस्मधील एक फ्लॅट दिला गेला. तो एक दोन बेडरूमचा आरामशीर असा फ्लॅट होता. त्याला जोडूनच नोकरांना राहण्यासाठी खोल्या होत्या. घरगुती कामासाठी त्यावेळी ताबडतोब नोकर उपलब्ध होत. फर्निचरही त्यावेळी स्वस्तात मिळे. एक दोन आठवड्यातच मी कुटुंबियांसह त्या फर्निचरयुक्त फ्लॅटमध्ये रहायला गेलोसुद्धा. त्यावेळी पेट्रोल तर भलतेच स्वस्त होते. सहा आण्याला एक गॅलन, (म्हणजे सुमारे एक रुपयाला बारा लिटर) असा त्यावेळचा भाव होता. त्यामुळे नॉर्थ ब्लॉकमधील इमारतीमधील माझ्या कार्यालयाकडे रोज मोटारीतून जाणे येणे सहज परवडण्याजोगे होते. दिल्लीतील राहणीमानाचा खर्चही फारसा नव्हता. माझ्यासारख्या अंडर सेक्रेटरीला महिन्यातून दोनदा किंवा तीनदा करमणूक, सहल इ. मौजमजेवरती खर्च करणे सहज परवडे. आमच्या आजूबाजूला मोठ्या प्रमाणात सरकारी निवासस्थाने होती. त्यामुळे वरिष्ठ सरकारी अधिकारी यांचीही बरीच वस्ती तिथे असायची. या ठिकाणी सतत एक खेळते सामाजिक जीवन चालू असायचे. दिल्लीमध्ये तुम्ही कोठे रहाता यावरून तुमचा सरकारी नोकरीमधील स्तर हा चटकन कळतो. माझा विनय मार्गावरील डी-टू (D-II) हा पत्ता मी सांगितल्यावरती दिल्लीच्या मंत्रालयातील माझा कनिष्ठ स्तर हा लगेच समजे. कारण डी-टू (D-II flat) ही वसाहत याच स्तरासाठी होती. पण अनेकदा हा पत्ता सामाजिक समारंभात कोणाला सांगितल्यावरती अवघडलेले क्षण निर्माण व्हायचे. पण त्याला इलाज नव्हता. आहे ही परिस्थिती मुकाट्याने स्वीकारणे भाग होते.

जुनी आयसीएस परीक्षा उत्तीर्ण झालेले व आयएएस उत्तीर्ण झालेले यांनी आपली एक संघटना काढली होती. त्यांच्या वार्षिक उत्सवाच्या वेळी जे जेवण असायचे त्यावेळी कॅबिनेट सेक्रेटरीकडून भाषण केले जाई. जे सर्वांत कनिष्ठ असे आयएएस झालेले अधिकारी होते, त्यांच्यातर्फे मला भाषण करावे लागे. त्यावेळी मी व्हीआयपी टेबलापाशी आर. के. नेहरू यांच्याशेजारी बसलेला असे.

भारत सरकारच्या केन्द्रीय मंत्रालयात मी प्रथमच काम करण्यास सुरूवात केली होती. या मंत्रालयात फाईल कशी सरकत जाते त्या पद्धतीचा प्रथम अभ्यास करायला हवा होता. मी पाहिले की येथे खालच्या पातळीवरून वरच्या पातळीवरती फाईल पाठवली जाते आणि त्यावेळी त्या फायलीवरती पाठविणाऱ्याने आपला शेरा, मत वगैरेची नोंद करावी लागते. मला ही पद्धत नवीनच होती. फाईलच्या सरकण्याची सुरुवात सेक्शन ऑफिसरपासून होई. अन् यावरतीच बरेच काही अवलंबून असते. हा सेक्शन ऑफिसर म्हणजे त्या त्या खात्याची जणू काही 'स्मृती' आहे, असे मानले जाते. म्हणून त्याला या फायलीत सर्व संबंधित कागदपत्रे गोळा करून लावावी लागतात. त्यात पूर्वीची लागू असणारी कागदपत्रे, कायदेशीर

तरतुदी, वगैरे अनेक बाबी येतात. संपूर्ण कल्पना देणारी माहिती त्याला थोडक्यात लिहावी लागते. तसेच कोणाचे काही तोंडी म्हणणे, आदेश वगैरे असेल तर तेही नोंदवावे लागतात. मग ही कागदपत्रांनी भरलेली फाईल त्याला वरती अंडर सेक्रेटरीकडे पाठवावी लागते. तिथे या फायलीवर काही मते, शेरे इत्यादी असेल तर ते लिहून ती फाईल आणखी वरती म्हणजे डेप्युटी सेक्रेटरीकडे जाते. तिथून पुढे ती जॉईंट सेक्रेटरीकडे, मग सेक्रेटरीकडे सरकते. जिल्ह्यात काम करताना आमची कामाची पद्धत वेगळी होती. समस्या कशी सोडवता येईल या दृष्टीने आम्ही प्रत्येक गोष्टीकडे सर्वजण बघत असू. मग कोणतीही बाब किंवा फाईल शेवटी माझ्याकडे म्हणजे जिल्हाधिकाऱ्याकडे, समस्या सुटत नसेल तर येई. जो कोणी एक्झिक्युटिव्ह फील्ड ऑफिसर असेल, त्याला नुसता निर्णय घेऊन चालत नसे तर स्वतःच्या निर्णयाची कार्यवाही करावी लागे. त्यासाठी त्याला अर्थातच संबंधित व्यक्तिंशी चर्चा करणे, बैठका घेणे, सभा घेणे हे भाग पडते. मग त्यावरती त्याला अगदी तपशीलवार लांबलचक टिपणे लिहावी लागतात. तर याउलट इथे मंत्रालयात वेगळाच प्रकार होता. फाईलमधील जे काही प्रकरण असेल ते कसे व्यवहार्य नाही आणि म्हणून ते कसे राबवता येणार नाही, या दृष्टिकोनावरच मुख्य भर दिला जाई. ही प्रकरणे फिल्ड ऑफिसरकडून येत. त्या अधिकाऱ्यांची अशी तक्रार असे की, त्यांनी वर मंत्रालयात पाठवलेली प्रकरणे ही नुसती भिजत घोंगड्यासारखी बाजूला ठेवून दिली जातात किंवा जास्तीत जास्त ती पुन्हा परीक्षणासाठी परत पाठवली जातात किंवा सरळ नाकारली जातात. त्यांच्या ह्या तक्रारी नक्कीच रास्त होत्या. मला अशा या नवीन वातावरणात कामाला सुरुवात करायची होती. मी तशी ती केली आणि त्या कामाच्या पद्धतीतच सुरुवातीला थोडासा हरवून बसलो.

माझ्याकडे पोस्ट व तार खात्याची प्रकरणे येत. इथल्या मंत्रालयात हे खाते छोटे होते. अन् त्यामुळेच असेल, इथले वातावरण हे खेळीमेळीचे होते. या खात्याचे मंत्री होते स. का. पाटील आणि सेक्रेटरी होते एम. एम. फिलीप तर जॉईंट सेक्रेटरी होते डी. सी. दास. त्यांच्या खाली चार डेप्युटी सेक्रेटरी होते आणि त्यांच्या हाताखाली सहा सात अंडर सेक्रेटरी होते. मोहंमद अली म्हणून जे अंडर सेक्रेटरी होते त्यांच्याबरोबर मला एका खोलीत बसावे लागे. मोहंमद अली यांच्याकडे प्रशासनाच्या कामाचा व अंतर्गत व्यवस्थेचाही जादा भार सोपवला होता. जिल्हाधिकाऱ्याच्या कार्यालयातील सवयीनुसार मी फायलींचा फडशा पाडू लागलो. माझ्या टेबलावर आलेल्या फायलीचे काम मी त्याच दिवशी उरकून टाकीत असे. फार फार तर दोन दिवसात त्याबद्दलचे काम करून मोकळा होत असे. त्यामुळे अर्थातच माझे टेबल नेहमी स्वच्छ दिसे. बिहारमधील के. के. सरण हा माझ्यावरचा डेप्युटी सेक्रेटरी होता. त्याने मला असा मित्रत्वाचा सल्ला दिला की, मी टेबलावरती

निदान डझनभर तरी फायलींचा गठ्ठा नेहमी ठेवून द्यावा. तसे केले नाही तर या अधिकाऱ्याला फारसे काम नसते असा गैरसमज होईल. एम. एम. फिलीप हे माझ्या बाबतीत अत्यंत प्रेमळ होते ते माझ्याशी खूप सहानुभूतीपूर्वक वागत. कारण या मंत्रालयात मी प्रथमच काम करतो आहे हे त्यांना कळले होते. त्यांचे अक्षर अप्रतिम होते. ते फायलीतल्या कागदावर वाटेल तिथे आपले शेरे लिहित नसत. ते फक्त समासाच्या रिकाम्या जागेत लिहित. नॉर्थ ब्लॉक इमारतीमध्ये असलेल्या गृहखाते, अर्थखाते अशा इतर मातब्बर मंत्रालयांपेक्षा 'दूरसंचार खाते' हे त्या मानाने गरीब बिचारे असल्याने मला बरेच झाले. त्यामुळे मंत्रालयातील कामकाज पद्धतींशी रूळणे मला अजिबात जड गेले नाही. इथले कामही तसे नेहमीच्या शिरस्त्याचे होते, गुंतागुंतीचे नव्हते. पण जेव्हा लोकसभेचे सत्र चालू असायचे तेव्हा मात्र आमच्या खात्याकडे विचारणा करणारे अनेक प्रश्न येत असत. त्यांची उत्तरे पुरविण्यासाठी मात्र त्यावेळी आम्ही दिवसभर कामात गर्क रहात असू. काही दिवसांनी माझे जुने जिल्हाधिकारी व्ही. शंकर हे टपाल व तार खात्याचे डायरेक्टर जनरल बनले. त्या जागेवरील आधीच्या शंकर प्रसाद यांच्या बदलीमुळे त्यांना तिथे नेमले गेले. आता माझे काम आणखीनच सुलभ झाले. दूरसंचार खात्यामध्येच त्यावेळी नागरी हवाई वाहतूक (Civil Aviation) अंतर्भूत होती. त्यामुळे एअर इंडिया आणि इंडियन एअरलाईन्स यांचा कारभार आमच्या खात्याच्या अखत्यारीत येत होता. डेप्युटी सेक्रेटरी हे त्या संबंधीची कामे पहात. एकदा असे उघडकीस आले की एअर इंडियाच्या दोन वैमानिकांनी आपल्या खासगी उपयोगासाठी वातानुकूलीत यंत्रे देशात आणली, पण त्यावरची कस्टम ड्यूटी मात्र भरली नाही. ही गोष्ट आमच्यापर्यंत पोचली त्यावेळी जे. आर. डी. टाटा हे एअर इंडियाचे त्यावेळचे अध्यक्ष होते. त्यांनी आम्हाला याबद्दल असे कळवले की, ''ते दोन्ही वैमानिक खरोखरीच चांगले असून त्यांचा याबाबतीत एवढाच अपराध धरता येईल की, त्यांनी स्वत:च्या तारतम्यानुसार आपला असमंजसपणा प्रगट केला आहे. म्हणून त्याबद्दल त्यांनी आधी ती सर्व कस्ट्म्स ड्यूटी भरावी व तेवढीच रक्कम पंतप्रधानाच्या निधीमध्येही भरावी असे मी सुचवतो. परंतु त्यांच्या विरोधी कोणतीही गुन्हेगारी स्वरूपाची किंवा एखादी खात्यामार्फत कारवाई केली जाऊ नये.'' मग एम. एम. फिलिप यांनी याबाबतीत कॅबिनेट सेक्रेटरीशी विचारविनिमय करून टाटांच्या या विनंतीला मान दिला व हे प्रकरण निकालात काढले.

जेव्हा जेव्हा एखाद्या राष्ट्रप्रमुखाचे किंवा परदेशी व्ही. आय. पी. चे आगमन दिल्लीत होई, तेव्हा ते अनेकदा मिरवणुकीने विमानतळावरून राष्ट्रपती भवनाकडे आपल्या मोटारीतून सावकाश जात. त्यांचा जाण्याचा मार्ग हा साऊथ ब्लॉक व नॉर्थ ब्लॉक या इमारतींमधून जात असे. त्यावेळी दोन्ही इमारतींमधील कर्मचाऱ्यांना बाहेर

जाऊन या परदेशी पाहुण्यांना हात हलवून शुभेच्छा व्यक्त करण्याची परवानगी असे. एकदा इंग्लंडची राणी एलिझाबेथ व तिचे पती प्रिन्स फिलिप हे एका अधिकृत दौऱ्यावर भारतात आले होते. आम्ही सारेजण त्यांना पहावयास बाहेर गेलो. त्यावेळी गर्दीत काही खेडूतही होते. त्यांच्यापैकी एकाने विचारले की, "राणीच्या शेजारी कोण बाबा बसला आहे?" त्यावर त्याला उत्तर मिळाले की, "अरे वो तो रानीका घरवाला है!" सुदैवाने प्रिन्स फिलिपच्या कानावर हे गेले नाही आणि गेले असते तरी त्याला हिंदी येत नव्हते!

एअर इंडियाविषयी सरकारी बाजूने डेप्युटी सेक्रेटरी उन्नी हे कारभार पहात होते. त्यांनी नंतर एअर इंडियात मॅनेजिंग डायरेक्टर म्हणून नोकरी धरली. जेव्हा माझी डेप्युटेशनवरची इथली नोकरी संपून मी परत राज्य सरकारच्या सेवेत मुंबईला आलो, त्यावेळी जे. आर. डी. टाटांना घेऊन उन्नी हे महाराष्ट्राच्या मुख्यमंत्र्यांना भेटण्यासाठी आले होते. त्यांनी मला एअर इंडियात प्रशासक म्हणून नोकरी देऊ केली. त्यावेळी शिवसेनेने एअर इंडियात मराठी लोकांची कमी भरती होत असल्याबद्दल मोठे आंदोलन चालू केले होते. म्हणून एअर इंडियाच्या संचालक वर्गात एक महाराष्ट्रीय संचालक असावा अशी टाटांची इच्छा होती. परंतु मी फार तर तिकडे डेप्युटेशनवरती दोन वर्षेच प्रशासक म्हणून रहाणार होतो. नंतर मला तिथेच नोकरीत कायमचे रहायचे असेल तर सरकारी सेवेचा राजीनामा द्यायला हवा. जे. आर. डी. टाटांनी माझी ही स्थिती जाणली व मग त्यांनी मला फारसा आग्रह केला नाही. पण माझ्या आठवणीनुसार त्यांनी माझ्याऐवजी 'गोळे' नावाच्या व्यक्तीला त्या पदावरती नेमले.

टपाल व तार खात्याचे जे डायरेक्टोरेट होते त्याचे एका स्वायत्त स्वरूपाच्या बोर्डात रूपांतर करण्याचे धोरण सरकारने ठरवले. या बोर्डाला अधिक आर्थिक व प्रशासकीय सत्ता बहाल करण्यात यावी असेही ठरले. टपाल व तार खात्याचा डायरेक्टर जनरल हा या बोर्डाचा चेअरमन असावा. टपाल विभाग व तार विभाग यातील प्रत्येकी दोघांना आणि अर्थमंत्रालयातील एकाला या बोर्डावर प्रतिनिधी म्हणून घ्यावे असेही ठरले. या बोर्डाच्या सेक्रेटरीने मंत्रालयातील टपाल खात्याचा विभाग सांभाळावा, असेही ठरले. अशा रचनेमुळे व्ही. शंकर हे या बोर्डाचे चेअरमन झाले, टपाल विभागातील कनिंगहॅम व मराठे, तार विभागातील पी. एम. आगरवाल व जगदीशप्रसाद आणि अर्थखात्यातील शिराळकर हे या बोर्डाचे सभासद बनले. मंत्रालयातील डेप्युटी सेक्रेटरी के. के. सरण हे टपाल व तार खात्याचे कामकाज पहात होते. ते आता या नवीन बोर्डाचे सेक्रेटरी बनले.

या रचनेमुळे मंत्रालयातील माझ्यावरील कामाचा भार खूपच कमी झाला. पण मला आता दुसरे एक काम देण्यात आले. एव्हाना माझी नोकरीमधील नऊ वर्षे पूर्ण झाली होती आणि माझी डेप्युटी सेक्रेटरीच्या पदावर बढती व्हायला हवी होती.

माझ्या केसमध्ये सेक्रेटरी एम. एम. फिलिप यांनी व्यक्तिश: लक्ष घातले आणि त्याबद्दल ते एस्टॅब्लिशमेन्ट अधिकारी एम. गोपाल मेनन यांच्याशी बोलले. या वेळी आश्चर्य वाटेल अशा घटना एका पाठोपाठ घडल्या. संरक्षण खात्यात बदलीसाठी माझे नाव त्या खात्याचे सेक्रेटरी ओ. पुल्ल रेड्डी यांच्याकडे पाठवण्यात आले होते. त्यांनी माझी फाईल संरक्षण मंत्र्यांकडे पाठवली. त्यांचा अनुकूल शेरा फायलीवर बसला तरच माझ्या बदलीचा हुकूम निघणार होता. त्यावेळी कृष्ण मेनन हे संरक्षण मंत्री होते. पण संरक्षण खात्यासाठी खरेदी केलेल्या जीप्सच्या घोटाळ्याच्या संदर्भात कृष्ण मेनन यांच्यावरती अर्थमंत्री सी. डी. देशमुख यांनी ताशेरे झाडले होते. त्यामुळे कृष्ण मेनन देशमुखांवरती खूप चिडले होते. त्यांनी माझ्या फायलीबाबत संरक्षण मंत्रालयाच्या सेक्रेटरीला सांगितले की,"माझ्या खात्यात देशमुख नावाची कोणतीही व्यक्ती अजिबात मला नको आहे." जेव्हा ही बातमी फिलिप यांच्या कानावरती घालण्यात आली तेव्हा त्यांनी "आपण व्यक्तिश: या केसमध्ये लक्ष घालू," असे मला आश्वासन दिले. एव्हाना के. के. सरण हे सेवानिवृत्त होण्याच्या बेतात होते. त्यांच्यानंतर त्या जागेवरती कोणी ना कोणीतरी हवे होतेच. म्हणून मला डेप्युटी सेक्रेटरी पदावर बढती देण्यात आली. ही गोष्ट जुलै १९६० मध्ये घडली.

टपाल व तार खात्याच्या बोर्डाचे काम सुरळीत चालत नव्हते. टेलिफोन विभागातून आलेल्या सभासदाची टपाल खात्यातील सभासदांशी खडाजंगी उडे. याचे मूळ कारण म्हणजे टेलिफोन खात्याचे अंदाजपत्रक हे नेहमी शिलकीचे असायचे. त्यांच्या मागणीपेक्षा थोडी रक्कम त्यांना जादाच मिळे. तर टपालखात्याचे अंदाजपत्रक हे नेहमीच तुटीचे असायचे. पोस्ट खात्यातील पोस्टकार्ड व पाकिट यांचे दर वाढवण्यास सरकार नाराज असे. कारण ह्या दोन्ही गोष्टी सामान्य माणसांच्या गरजेच्या होत्या. यामुळे टपाल खात्याचे बरेच नुकसान होई. टपाल खात्याच्या तुटीच्या अंदाजपत्रकाचे हे एक प्रमुख कारण होते. टेलिफोन खात्याला मात्र नेहमीच फायदा होत राही. कारण ती एक सरकारी मक्तेदारी असल्याने त्यांना कोणीच स्पर्धक नसे. त्यांचे वाढीव दर मुकाट्याने मान्य केले जात असत. कारण टेलिफोनधारक हे आर्थिक सुस्थितीतील असत. टपाल खात्यातून टेलिफोन खात्याचा जन्म झाला होता. 'आताच्या टपाल व तार खात्याचा पाया हा टपाल खात्यावरती असा उभा राहिलेला आहे', असा दावा टपाल खात्यातील माणसांकडून केला जायचा. दोन्ही विभागात एकमेकांच्या विरुद्ध ईर्षा, असूया व वैर होते. साहजिकच ते नेहमीच एकमेकांविरुद्ध बेधडक दंड थोपटून उभे रहात. टेलिफोन खात्यातर्फे पी. एम. आगरवाल हे नेहमी टीकेची झोड उठवत. अर्थात ती सारी तोंडीच असे. त्यांच्या खात्याने मिळवलेले उत्पन्न हे टपाल खाते वापरून टाकते व त्यामुळे टेलिफोन खात्याचा पुढचा विकास हा नेहमीच थांबवला जातो, अशी त्यांची तक्रार होती.

म्हणून दोन्ही खात्यांसाठी वेगवेगळे बोर्ड असावेत असे ते सुचवीत. या भांडणात व्ही. शंकर यांची मोठीच पंचाईत होई. ते अडचणीत सापडत. पण तरीही ते आपल्या कौशल्याने वेळ निभावून नेत. जेव्हा व्ही. नंजाप्पा हे डायरेक्टर जनरल झाले तेव्हा तर दोन्ही खात्यातील संघर्ष विकोपाला जाऊ लागला. ते एक चांगले कार्यकारी अधिकारी होते, परंतु चांगले व्यवस्थापक नव्हते. त्यांच्याजवळ नेतृत्वगुणांचा अभाव होता. त्यामुळे समस्यांना ते मुळाशी न भिडता वरवर काहीतरी मलमपट्टी करीत. मात्र ते आपल्या जवळील फायलींचा फडशा अत्यंत वेगाने पाडीत. एकदा त्यांनी मला त्यांच्या या तत्परतेचे रहस्य सांगितले. ते म्हणाले, ''फायलीवरचे शेरे, टिपणे ही कधी वाचत बसू नका. सरळ त्याखाली सही करीत जा. मात्र ही सही प्रत्येक पाचव्या किंवा सहाव्या फायलीवरतीच करीत जा. तसेच 'समक्ष चर्चा करा.' किंवा 'आपण सहमत नाही' अशा अर्थी बाकीच्या फायलींवरती शेरे लिहा म्हणजे तुम्ही प्रत्येक फाईल वाचता असा समज होईल.'' त्यांची ही कामाची पद्धत भलतीच जबरदस्त होती. परंतु ती माझ्या पसंतीची नव्हती हेही तितकेच खरे. अर्थ खात्यातून या बोर्डावर वर्णी लागलेले शिराळकर यांनीही मला एकदा असाच उपदेश केला होता. एका केसमध्ये, बोर्डाने घेतलेल्या निर्णयाला अर्थ खात्याकडून नंतर मंजुरी घ्यावी असे त्यांनी सुचवले. कारण तो निर्णय त्यांच्या मते बोर्डाच्या अधिकारात येत नव्हता. अर्थ खात्याने तसे आधीच त्यांना सांगितलेले असल्याने ते विरोध करीत होते. अर्थ खात्याने बोर्डाच्या निर्णयाला अर्थातच मंजुरी दिली नाही. कारण आपल्या खात्याला खुद्द शिराळकर यांनीच तसे सांगितले होते, असे माझ्या कानावरती आले. म्हणून मी पुढच्या बैठकीत असा मुद्दा पुढे केला की, अर्थ खात्याचा माणूस हा एकाच वेळी अर्थ खात्याचा सभासद आणि बोर्डाचाही सभासद असू शकत नाही. जर अशा सभासदाने बोर्डाच्या बैठकीत झालेल्या निर्णयाला आपला पाठिंबा दिला असेल तर त्या निर्णयाला तसाच पाठिंबा त्याने अर्थ खात्यामध्येही द्यायला हवा किंवा त्याचा विरोध असेल तर त्याने आधीच्या बोर्डाच्या बैठकीत तसे बोलून दाखवून आपला विरोध रेकॉर्डवरती नोंदवायला हवा. नाही तर मग अशा स्वायत्त बोर्डाला काहीही अर्थ रहाणार नाही. ते एक कुठले तरी गौण कार्यालय म्हणून समजले जाईल.

टपाल व तार खात्याच्या कर्मचाऱ्यांची एक बलाढ्य संघटना होती. एकदा या संघटनेने संपाची धमकी दिली. मग टपाल खात्याच्या डायरेक्टर जनरलने संघटनेच्या पदाधिकाऱ्यांना अटक करायचा हुकूम दिला. पण कोणत्याही परिस्थितीत त्यांच्या प्रमुख नेत्याला अटक करू नये असेही बजावले. खात्यातर्फे ही एक ठरवून खेळलेली चाल होती. दोन तीन दिवसातच तो नेता आमच्याकडे आला आणि आपल्याला अटक करावी म्हणून आम्हाला विनवू लागला. त्याला सोडून इतरांना

अटक केल्याने तो नेता हा सरकारला फितूर आहे अशी एक अफवा एव्हाना सर्वत्र फैलावली होती. यामुळे कर्मचाऱ्यांच्या संघटनेत दुफळी माजू लागली होती. अन् नेमके हेच डायरेक्टर जनरलना अभिप्रेत होते. याचा परिणाम शेवटी संप मागे घेण्यात झाला.

टपाल व तार खात्याच्या बोर्डाचा सेक्रेटरी म्हणून काम करण्यात मला मोठीच मजा वाटत होती. रेल्वेच्या खास डब्यातून टपाल पाठवून आम्ही देशभराची संपर्कव्यवस्था साधत असल्याने रेल्वेने मला पास दिला होता. हा गोल्डन पास दोन व्यक्तींसाठी होता. त्यानुसार मी फर्स्ट क्लासने कोठेही जाऊ शकत होतो. या पासवरती मी अफाट प्रवास केला. आरएमएसच्या डब्यामध्ये टपालाचे वर्गीकरण कसे केले जाते, पोस्टाच्या थैल्यांची देवाणघेवाण कशी होते, ती कामे मी नीट पाहिली. ती कामे पाहून मी थक्क झालो. टपाल खात्याचे संपर्क जाळे किती अफाट आहे, ते देशभर कसे विस्तारले आहे, देशातील सर्व टपाल कचेऱ्या व टेलिफोन एक्सचेंजेस कसे जोडले गेलेले आहे याचे संपूर्ण आकलन मला झाले. काही दुर्गम भागात कायमस्वरूपी नोकरवर्ग ठेवता येत नसल्याने तिथे पोस्ट ऑफिस चालवण्याचे काम कंत्राटाने दिले जाते हे मला कळले. संपूर्ण टपाल खात्यातील कर्मचाऱ्यांमध्ये एक प्रकारचा भ्रातृभाव किंवा आपुलकी पसरलेली असते. मला याचा अनुभव दोनदा आला. एकदा मी मोटारीने जबलपूरहून नागपूरला जात होतो. शेवणी गावापाशी माझी मोटार बंद पडली, म्हणून मदत मागण्यासाठी जवळच्या पोस्ट ऑफिसात गेलो. तिथल्या पोस्टमास्तरला मी कोण आहे ते सांगितल्यावरती त्याने ताबडतोब भरपूर माणसे गोळा केली, अन् या माणसांच्या फौजेकडून माझी गाडी ढकलत ढकलत दूरच्या एका गॅरेजमध्ये दुरुस्तीला नेली. दरम्यानच्या काळात त्याने माझी सोय एका डाक बंगल्यात केली आणि अक्षरशः राजेशाही थाटाचे आदरातिथ्य केले. टपाल खात्यातील ही अंतर्गत आपुलकीची भावना जगभर पसरलेली असावी. कारण तसा अनुभव मला अमेरिकेतही आला. तिथे मी विल्यम्स कॉलेजात शिकत होतो. रस्त्याच्या पलीकडेच एक पोस्ट ऑफिस होते. मी तिथल्या पोस्टमास्तरला भेटून भारतातील टपाल बोर्डाचा सेक्रेटरी होतो, वगैरे वगैरे सांगितल्यावरती त्याला कोण आनंद झाला. तो एकदम माझा मित्र बनला व नेहमी मदत करू लागला. अभ्यासासाठी मी भारतातून बरीच पुस्तके मागवीत असे. पण एके काळी मी टपालबोर्डाचा सेक्रेटरी असल्याने ती पुस्तके कसलाही चार्ज न घेता टपाल खाते मला पाठवून देई.

डॉ. एस. सुब्बरायन हे केंद्रीय मंत्रिमंडळात जेव्हा दाखल झाले तेव्हा त्यांनी टपाल खात्याच्या वार्षिक मेळाव्यासाठी पं. नेहरूंना उद्घाटनासाठी निमंत्रण दिले. प्रत्यक्ष समारंभात या मंत्रीमहोदयांना आपले भाषण वाचून दाखवताना त्रास होत

होता. त्यांच्या डोळ्यात काहीतरी दृष्टीदोष उत्पन्न झाला असावा. मग काही महिन्यातच त्यांना मंत्रीपदावरून काढून महाराष्ट्राच्या राज्यपालपदी त्यांची नेमणूक करण्यात आली. याबाबत असे त्यावेळी बोलले जात होते की सुब्बरायन यांची अडचण नेहरूंच्या ध्यानात आली व म्हणून त्यांनी त्यांना राज्यपालपदी बसवले.

मी टपाल बोर्डाचा सेक्रेटरी असल्याने माझ्यावर निर्णयांच्या अंमलबजावणीची जबाबदारी नव्हती. टपाल खात्यामध्ये मी प्रत्यक्ष ढवळाढवळ करू शकत नव्हतो. पण तरीही अनेकजण माझ्याकडे आपापल्या तक्रारी घेऊन यायचे. याचे कारण बोर्डाचे चेअरमन आणि सभासद यांच्या मी सतत संपर्कात होतो. एकदा एक टेलिफोन ऑपरेटर बाई माझ्याकडे तिची तक्रार घेऊन आली. तिची तक्रार अशी होती की, रात्रपाळीला कामावर असताना सर्व टेलिफोन ऑपरेटर स्त्रियांना शयनगृहाची सुविधा पुरेशी नव्हती. म्हणून मी दिल्ली टेलिफोन एक्सचेंजला एस. एम. आगरवाल यांच्यासह भेट दिली. आगरवाल तेव्हा दिल्ली टेलिफोन्सचे जनरल मॅनेजर होते. आम्ही दोघांनी आपसात विचारविनिमय करून ती गैरसोय दूर करण्यासाठी बोर्डाकडून पुरेश्या रकमेची मंजुरी मिळवून घेतली. पोस्ट खात्यातही काही तक्रारी होत्या. या तक्रारींची दखल अर्थ खाते घेत नव्हते. पोस्टामधून नॅशनल सेव्हिंग्ज सर्टिफिकेट व राष्ट्रीय रोखे यांची विक्री केली जायची. हे काम टपाल खात्याचे नव्हते, अर्थ खात्याचे होते पण तरीही त्या विक्रीबद्दल पोस्टात काम करणाऱ्यांना कसलाही वेगळा भत्ता मिळत नव्हता. ह्या तक्रारीची दखल अर्थ खात्याने घ्यावी असे आम्ही बोर्डावरील अर्थ खात्याच्या सभासदाला सांगितले. त्याच्यामार्फत आम्ही आमची तक्रार लावून धरली. शिवाय जे पोस्ट मास्तर टपाल खात्याच्या सेवेत नव्हते, पण कंत्राटी पद्धतीने कामे करीत होते त्यांना तर सर्टिफिकेटस व रोखे विक्रीबद्दल छदाम मिळत नव्हता. त्यासाठी आम्ही एक समिती नेमून एक अहवाल तयार करण्याच्या मागे लागलो.

आमचे टपाल व तार खात्याचे बोर्ड हे नंतर नवीन बांधलेल्या 'डाक तार भवन' या इमारतीमध्ये हलले. ही इमारत पार्लमेन्ट स्ट्रीटवरती होती. दिल्लीचे प्रमुख पोस्ट ऑफिस हे आता या इमारतीमध्ये आहे. तिथे तळमजल्यावरती तिकीट संग्रहशास्त्रासाठी एक सुंदर विभाग उघडलेला आहे. मी या विभागाच्या सल्लागार समितीवरती होतो. नवीन तिकीटे काढण्यासाठी ज्या काही सूचना, विचार व योजना यायच्या त्यांची आम्ही दखल घ्यायचो. याखेरीज इतरही काही कामे करावी लागत.

या काळात मला एक अप्रिय अनुभव आला. अर्थात त्याचा टपाल खात्याच्या बोर्डाशी काहीही संबंध नाही. दिल्लीतील वाहतूक पोलिसांनी एके दिवशी माझ्यावरती समन्स बजावले. हॉर्नबंदी विभागात मी माझ्या मोटारीचा हॉर्न वाजवला असा आरोप त्यांनी माझ्यावरती ठेवला. ज्या तारखेला हा गुन्हा घडला ती तारीख तपासण्यासाठी

मी माझी डायरी पाहिली. त्या दिवशी मी ऑफिसात गेलोच नव्हतो असे मला दिसले. तेव्हा त्या हॉर्नबंदी विभागातून मी जाण्याचा प्रश्नच नव्हता. पण मी तरीही जुन्या दिल्लीतील काश्मिरी गेटजवळील मॅजिस्ट्रेटच्या न्यायालयात गेलो. माझ्यावरील खटला पुकारला जाण्याची वाट पहात मी दुपारपर्यंत थांबलो. शेवटी माझे नाव पुकारले गेले. मी एक आयएएस अधिकारी असल्याचे मॅजिस्ट्रेटने ओळखले.

मी एके काळी डिस्ट्रीक्ट मॅजिस्ट्रेट म्हणून केले असल्याचे त्याच्या लक्षात आले असावे. मग त्याने मला नीट समजावून सांगितले की,“असे पहा, जर तुम्ही ‘आपण निर्दोषी आहोत.’ असे म्हणालात तर मला पुढची तारीख द्यावी लागेल. मग त्या तारखेला पोलीस त्यांचे दोन साक्षीदार हजर करतील. त्या साक्षीदारांची तपासणी होईल. अर्थातच ते दोघे तुमच्याविरुद्ध बोलणार. परंतु तरीही तुम्ही निर्दोषीपणाचा आग्रह चालू ठेवलात तर तुम्हाला पुढच्या तारखांना हजर रहावे लागेल. निदान दोन तरी तारखा पडतील अन् जर तुम्ही सुरुवातीलाच गुन्हा कबूल केलात तर तुम्हाला केवळ नावापुरता दहा रुपयांचा दंड करेन आणि तुमची केस बंद करून टाकेन.” माझ्या हातून जरी गुन्हा घडला नव्हता तरी त्या मॅजिस्ट्रेटचा सल्ला हा व्यवहारी होता. म्हणून मी गुन्हा कबूल केला व दहा रुपये दंड भरून मोकळा झालो. माझ्या हातून सबंध आयुष्यात घडलेला हा एकमेव तथाकथित गुन्हा होता.

अमेरिकेतील विल्यम्स कॉलेज

१९६२ च्या सुरुवातीला एस्टॅब्लिशमेन्ट अधिकाऱ्याने मला सांगितले की, अमेरिकेतील विल्यम्स कॉलेजातील ‘सेन्टर फॉर डेव्हलपमेन्ट इकॉनॉमिक्स’ येथे भारतातील दोन सरकारी अधिकाऱ्यांना शिक्षणासाठी प्रवेश दिला जातो. तिथे एक वर्षाचा ‘विकासाचे अर्थशास्त्र’ या विषयातील एम. ए. चा शिक्षणक्रम राबवला जातो. त्या कोर्सला प्रवेश घेऊ इच्छिणाऱ्यांची मुलाखत घेण्यासाठी अमेरिकेहून एक अधिकारी दिल्लीला येणार होता. मी अर्थशास्त्रातला पदवीधर नसल्याने मला ही संधी कशी काय उपलब्ध करून दिली याचे आश्चर्य वाटले. परंतु आलेली संधी दवडू नये म्हणून मी अभ्यासाला लगेच सुरुवात केली. केंद्र सरकारचे अंदाजपत्रक, पंचवार्षिक योजना वगैरे सरकारी पातळीवरील अर्थशास्त्रीय योजनांचा व घडामोडींचा मी अभ्यास करू लागलो. सुदैवाने मला मुलाखतीच्या वेळी पंचवार्षिक योजनेवरतीच प्रश्न विचारण्यात आले. माझी निवड लगेच झाली. माझ्याबरोबर दुसरे अधिकारी मध्यप्रदेशातले एस. बी. लाल यांचीही निवड झाली. मला जून-जुलै महिन्यात भारत सोडायचा होता. वर्षभर माझे बिऱ्हाड दिल्लीत नसणार. म्हणून मी घराची आवराआवर करू लागलो. या अभ्यासक्रमासाठी मला फोर्ड फाऊंडेशनची शिष्यवृत्ती दिली गेली.

प्रवास, कॉलेजची फी, रहाणे व जेवण असा सर्व खर्च करण्यासाठी ही शिष्यवृत्ती होती.

आदल्या वर्षापर्यंत भारत सरकारकडून निवड झालेल्या उमेदवाराचा पगार हा तिकडे अमेरिकेत परकीय चलनात पाठवला जात होता. त्यामुळे शिकत असताना उमेदवाराला पैशांची टंचाई कधीच भासत नसे. माझ्याबरोबर मला माझ्या पत्नीला बरोबर नेण्याची इच्छा होती. त्यामुळे माझा पगार तिकडे डॉलरमध्ये मिळाला तर बरे पडणार होते. मी त्यासाठी मोररजीभाई देसाई यांना भेटलो. ते त्यावेळी अर्थ मंत्री होते. त्यांनी मला शांतपणे सांगितले की असे पैसे डॉलरमध्ये पाठवले की, परदेशातील भारतीय तिकडच्या वस्तूंच्या आकर्षणापोटी त्या खरेदी करून इकडे आणतात. त्यासाठी ते बचतही करत रहातात. एक वर्षापूर्वीच तिथे पाठवलेल्या एका अधिकाऱ्याने वर्षभर तुटपुंज्या खर्चात राहून वाचवलेल्या पैशातून येताना एक छोटी मोटारगाडी खरेदी करून आणली होती. यामुळे माझा पगार नवीन नियमानुसार सरकारला तिकडे डॉलरमध्ये पाठवता येत नव्हता. मोरारजी यांचे खासगी चिटणीस 'टोणपे' हे होते. त्यांनी माझी निराशा पाहिली व मला उत्तेजन देण्यासाठी म्हणाले, "तुम्हाला तिकडे जर खर्चासाठी काही पैसे कमी पडले तर रिझर्व्ह बँकेला सांगून तुम्हाला मी ते तिकडे पाठवण्याची व्यवस्था करेन."

मी जूनमध्ये भारत सोडला. मला तिकडच्या विद्यापीठातील समर स्कूलमध्ये दाखल व्हायचे होते. ते विद्यापीठ कोलॅराडो राज्यात डेन्व्हर शहराजवळील बोल्डर गावात होते. तिथे दोन महिन्यांचा अर्थशास्त्रातील इंटेन्सिव्ह शिक्षणक्रम प्रथम पुरा करायचा होता. जे विद्यार्थी आधी अर्थशास्त्र शिकले नव्हते, त्यांच्यासाठी हा शिक्षणक्रम होता. हा शिक्षणक्रम जवळजवळ पदव्युत्तर पातळीवरचा होता. मला त्यामुळे सुरुवातीला भीती वाटत होती. पण मला सांगण्यात आले की, या शिक्षणक्रमाच्या कालावधीवरती जाऊ नये. यामध्ये प्रत्येक विद्यार्थ्याची ज्ञान ग्रहण करण्याची, समजावून घेण्याची व अभ्यास करण्याची क्षमता ही प्रामुख्याने अजमावली जाते. अन् हीच जास्त महत्त्वाची असते. हा खुलासा माझ्या बुद्धीला तर्कसंगत वाटला. मला आता तशी काही अडचण वाटेनाशी झाली व माझ्यात आत्मविश्वास आला.

मी परदेशात प्रथमच जात होतो, अन् तेही जगातील एका भरभराटीस आलेल्या समृद्ध देशात. तिथला प्रत्येक गोष्टीतला भव्यपणा व भराभराट यांचे दडपण अविकसित आशियाई देशातून आलेल्यांवर सहज पडे. कॉलेजातील सोयी, सुविधा या खूपच चांगल्या होत्या. विद्यापीठाचे ग्रंथालय तर अति भव्य होते. तिथला कर्मचारी वर्गही योग्य असाच होता. शिकण्याचे तास मात्र खूप मोठे आणि लक्षपूर्वक ऐकायला लावणारे होते. तिथली शिक्षण पद्धती ही भारतातल्या शिक्षण

पद्धतीपेक्षा खूपच वेगळी होती. विद्यार्थ्यांना अभ्यासासाठी खूप कष्ट घ्यायला लागायचे. ट्यूटरकडून आयत्या नोटस् मिळणे वगैरे प्रकार नव्हते. त्यांचे आमच्यावरती बारीक लक्ष असायचे नि कुठे अडले की ते मदत करायला तत्पर असायचे.

आम्हाला आमच्या खाण्याच्या सवयी संपूर्णपणे बदलाव्या लागल्या. विद्यापीठाच्या कॅफेटेरियामध्ये पदार्थांचे असंख्य प्रकार होते. अन् अमेरिकन विद्यार्थ्यांचा सरासरी आहारही चांगलाच मजबूत होता. कोणत्याही भारतीय माणसापेक्षा तो खूपच जास्त होता.

आम्हा भारतीय विद्यार्थ्यांना तिथले रात्रीचे जेवण हे खूप लवकर आहे असे वाटे. जेवण झाल्यावर आम्ही सर्व भारतीय मंडळी हिंडायला जायला सुरुवात करू लागलो. असेच एकदा हिंडताना गस्तीवरच्या पोलिसांनी आम्हाला अडवले व आम्ही का पायी चालत हिंडतो आहोत म्हणून विचारणा केली. आम्ही कसलेही कारण नसता उगाच भटकतो आहोत हे त्यांना पटेना. याचे कारण तिकडे सर्वजण प्रत्येक ठिकाणी नेहमी मोटारीतून जात असतात.

समर स्कूलच्या शेवटी सप्टेंबरमध्ये विल्यम्स कॉलेज उघडणार होते. पण तरीही मध्ये तीन आठवडे आम्हाला रिकामे होते. मी त्या काळात एका अमेरिकन कुटुंबात जाऊन राहिलो. व्हरमॉन्ट राज्यातील कॅसल्टन येथे ते कुटुंब रहात होते. त्या काळात तिथे शिशीर ऋतू सुरू झाला होता आणि प्रत्येक झाडाला एक नवीन व अद्‌भुत अशी झळाळी प्राप्त झाली होती. हिवाळ्यापूर्वीचे ते दोन महिने फार सुंदर असतात.

सप्टेंबर महिन्यात त्या कुटुंबप्रमुखाने मला मोटारीतून विल्यम्स कॉलेजात आणून सोडले. हे कॉलेज अठराव्या शतकाच्या मध्यास स्थापन झाले होते. म्हणजे मी दाखल होण्यापूर्वी सुमारे दोनशे वर्षे आधी त्याची स्थापना झाली होती. न्यू इंग्लंड विभागातील हे कॉलेज सर्वोत्कृष्ट कॉलेजांपैकी एक समजले जाई. 'सेंटर फॉर डेव्हलपमेन्ट इकॉनॉमिक्स' हे क्ल्यूट हाऊस येथे होते. क्ल्यूट नावाच्या कुटुंबाने आपले सारे घर हे कॉलेजला देणगी म्हणून देऊन टाकले होते. याच क्ल्यूट कुटुंबाने शर्टाची एक नवीन कॉलर शोधून ती प्रचारात आणली होती. सर्व जगातून आलेले आम्ही वीस विद्यार्थी तिथे शिकायला आलो होतो. आमच्या खोल्या प्रशस्त होत्या व आत सुरेख फर्निचर होते. एक मध्यम वयाची प्रेमळ बाई आम्हा साऱ्यांचा स्वयंपाक बनवे. त्याच इमारतीमध्ये आमचे वर्ग होते. पण आम्हाला कॉलेजात असणाऱ्या साऱ्या सोयी वापरता येत होत्या. कॉलेजचे ग्रंथालय हे अप्रतिम व अद्ययावत होते. सांस्कृतिक कार्यक्रम करण्यासाठीही सोयी केलेल्या होत्या. विल्यम्स टाऊन हे एक छोटे गाव होते. त्यामुळे सर्व ठिकाणे ही साहजिकच विद्यापीठाभोवती पसरलेली होती. तिथून सर्वांत जवळची गावे ॲडॅम्स व नॉर्थ ॲडॅम्स ही होती. या

गावात एके काळी कापड उद्योग भरभराटीस आला होता.

मोटार चालवण्याचा माझा भारतीय परवाना इथे चालत नव्हता म्हणून मी अमेरिकन परवान्यासाठी अर्ज केला. मी त्यांच्या चाचणी परीक्षेत यशस्वी झालो पण तोंडी परीक्षेत नापास झालो. याचे कारण मला एक कळीचा प्रश्न विचारला होता व त्याचे नीट उत्तर देणे मला जमले नव्हते. तो प्रश्न असा होता, "रहाण्याच्या वस्तीमधून मोटारीतून जात असताना तुमच्या गाडीसमोर जर अचानक एखादा फुटबॉल येऊन आदळला तर तुम्ही काय कराल?" मला या प्रश्नाला ताबडतोब उत्तर देणे जमले नाही. पण नंतर माझ्या लक्षात आले की अशा प्रसंगात आपली गाडी एकदम वेग कमी करून हळू चालवायला पाहिजे. कारण फुटबॉलमागोमाग नक्की एखादा मुलगा धावत येणार. पण दुसऱ्या वेळी मी चाचणी परीक्षेत पास झालो. आमच्या सेन्टरची स्टेशन वॅगन चालवण्याचा परवाना मला दिला गेला. यामुळे मला आता थोडेफार पैसे कमावता येणार होते व माझा पॉकेटमनीचा खर्च बाहेर पडणार होता. माझ्यावर फक्त एकच बंधन होते. ते म्हणजे मद्य प्राशन करून गाडी चालवायची नाही.

क्ल्यूट सेंटरमधील माझे विद्यार्थी जीवन हे खूपच मजेत गेले. अमेरिकन शिक्षणपद्धतीनुसार मला आठवड्यातले पाच दिवस सपाटून अभ्यास करावा लागत होता व उरलेले दोन दिवस मी चैनीत व्यतीत करीत होतो. आम्ही ग्रंथालयाचा भरपूर वापर करीत होतो व पुस्तके खरीदण्यासाठी आम्हाला सढळपणे भत्ता दिला जायचा. मी त्यातून अनेक संदर्भग्रंथ खरेदी करून माझे स्वत:चे एक छोटे ग्रंथालय भारतात परत आल्यावरती घरी बनवले. जेव्हा माझी पत्नी माझ्याबरोबर रहाण्यास अमेरिकेत आली तेव्हा मी रहाण्यासाठी गावामध्ये एक बेड सिटींग रूम भाड्याने घेतली. माझ्या शेजारी राहणारे बहुतेक सर्व विद्यार्थी हे विवाहित होते आणि त्यांचे आमचे चांगले जमत होते. इथले माझे सामाजिक जीवनही छान चालले होते. विद्यापीठाच्या आवारात दारू विकण्यास बंदी होती. परंतु बाहेर मात्र दारूवरती कसलीही बंधने नव्हती. पण तरीही रस्त्यात कुणी झिंगून चालल्याचे मला कधी दिसले नाही. दारू पिण्याची माझी क्षमता किती आहे हे मला एकदा अजमावयाचे होते. बूरबॉन मद्याचा एक पेग घेऊनही मला काहीही झाले नाही. दोन पेग झाल्यावर मला झकास वाटू लागले. तीन पेग झाल्यावर मी मोठ्या आनंदात आहे असे मला वाटले. पण चौथ्या पेगनंतर मात्र मला नशा चढून मी खाली पडलो. यामुळे दारू किती प्यावी व कधी पिणे थांबवून स्वत:चे हसू होऊ देऊ नये, हे मला कळले.

सहलींसाठी आम्हाला लांबवर नेले जायचे. कोलॅराडो नदीवरची खोल घळई, वॉशिंग्टन न्यूयॉर्क आणि पोर्टोरिको ही शहरे अशा ठिकाणी आमच्या सहली नेल्या गेल्या होत्या. १९६० च्या सुरुवातीला अमेरिकेतील मध्यभागात फारसे भारतीय

दिसायचे नाहीत. त्यामुळे मी माझ्या पत्नीसह दिसताच अनेकजण आमच्याबरोबर आपले छायाचित्र काढून घेत. कारण तिच्या अंगावरची साडी त्यांनी यापूर्वी कधीही पाहिलेली नसे.

न्यूयॉर्कमध्ये मोटारीने प्रवास करताना नेहमी जवळ काही किरकोळ रोख पैसे ठेवण्याचा सल्ला आम्हाला दिला होता. न्यूयॉर्कचे पोलीस हे अति खोडसाळ व भ्रष्टाचारी असल्याने त्यांनी जर कुठे अडवले तर सरळ पाच डॉलरची नोट त्याच्या हातावर ठेवावी असे सांगण्यात आले.

अमेरिकेत काळ्या लोकांना चांगली वागणूक देत नाही असेही पूर्वीपासून आम्ही ऐकत आलो होतो. परंतु विल्यम्सटाऊनमध्ये काळ्या लोकांबद्दल आम्हाला कसलाही मत्सर किंवा भेदभाव आढळून आला नाही. कदाचित या गावात नेहमीच आशियातील परदेशी विद्यार्थी येत असल्याने त्यांना काळ्या लोकांची सवय झाली असावी. एका आफ्रिकन विद्यार्थ्याला जेव्हा केस कापण्यासाठी न्हाव्याच्या दुकानात जाण्याची पाळी आली तेव्हा तो खूप घाबरला होता. त्या न्हाव्याने त्याची घबराट पाहून थंड चेहेरा ठेवीत त्याला म्हटले, "तुम्ही जरी काळे असलात तरी अमेरिकन नाही, तेव्हा काहीही काळजी करू नका."

आम्हाला अमेरिकन लोक हे बरेचसे आत्मकेंद्रित आणि फक्त अमेरिकेत नजर टाकणारे आहेत असे वाटले. त्यांना अमेरिकेबाहेरच्या जगाची पर्वा नसते. ते फक्त आपले गाव अन् फारच झाले तर आपल्या राज्याची राजधानी याचीच पर्वा करतात. इतिहास, अर्थशास्त्र आणि परकीय सत्तांचे राजकारण या विषयांवरील त्यांचे ज्ञान भारतीय लोकांच्या ज्ञानाच्या तुलनेत भलतेच तुटपुंजे असते. आपल्या भारताच्या बातम्या तिथल्या वृत्तपत्रात फारशा येत नाहीत. या छोट्या देशाचे फारसे महत्त्व वृत्तसंस्थाना वाटत नाही. आपली व इतरांची नेहमी तुलना करून पहावी हे त्यांना समजत नाही. उदाहरणार्थ, भारताची काश्मिरबद्दलची भूमिका अगदी यथायोग्य आहे असे आपल्याला नेहमी वाटत आलेले आहे. परंतु बहुतेक अमेरिकनांना असे वाटत आलेले आहे की भारतानेच जबरदस्तीने काश्मिर बळकावला आहे. यावरून एकच गोष्ट मी शिकलो की, आपली बाजू नुसती बरोबर असून चालणार नाही, तर ती तशी दिसलीसुद्धा पाहिजे. ऑक्टोबर १९६२ मध्ये चीनने भारतावर केलेल्या आक्रमणाला मात्र अमेरिकन वृत्तपत्रांमध्ये ठळक प्रसिद्धी दिली गेली. तशीच या घटनेची दखल अमेरिकन माणसांच्या मनांनीही घेतली. कम्युनिस्ट हुकुमशाहीचे आपण बळी आहोत असे इकडे समजले गेले आणि त्यामुळे आपल्याला सहानुभूती दर्शविली गेली. त्यावेळी विल्यम्सटाऊन आणि आजूबाजूच्या परिसरातील अनेक व्यक्ती आमच्या घरी आल्या आणि 'अमेरिका ही भारताबरोबर आहे.' अशी भावना माझ्यापाशी व माझ्या पत्नीपाशी त्यांनी व्यक्त केली.

एमएच्या शिक्षणक्रमाने माझा अर्थशास्त्र व इकॉनॉमेट्रिक्स या विषयांचा पाया तर भक्कम केलाच, परंतु विकसनशील देशातील आर्थिक समस्यांना कसे भिडावे हेही मला त्यामुळे शिकायला मिळाले. चिनी आक्रमणानंतर मला एक सविस्तर व विस्तृत निबंध लिहायचा होता. मी त्यासाठी विषय निवडला. 'भारतीय अर्थकारणावर संरक्षणाच्या खर्चाचा होणारा परिणाम' इकॉनॉमेट्रिक्समधील सिद्धान्त वापरून मी एक मॉडेल तयार केले. त्यानुसार दरडोई वाढणाऱ्या राष्ट्रीय उत्पन्नाच्या काही निर्देशांकाचा वेध घेता येत होता, १९६१-६२ आणि १९६२-६३ वर्षांसाठी भारताच्या अंदाजपत्रकातील विशिष्ट वाढ कळू शकत होती आणि भूतकाळातील व वाढता चलनफुगवटा व अन्य घटक यांचाही अंदाज घेता येत होता. मी जे निष्कर्ष काढले होते ते जरासे निराशाजनक होते. कारण महसूल वसुलीमध्ये फार मोठी घट होण्याची शक्यता असल्याने आणि परिणामी चलनफुगवटा प्रमाणाबाहेर वाढू शकत होता. माझ्या या निबंधाचे चांगले स्वागत झाले आणि त्याला A असा शेरा मिळाला.

ख्रिसमसची सुट्टी मी एका अमेरिकन कुटुंबात घालवली. मॅसॅच्युसेटस राज्यातील केंब्रिज नावाच्या गावात ते कुटुंब रहात होते. या कुटुंबाची यजमानीण ही एक वयस्कर बाई होती. तिच्या भारताबद्दलच्या कल्पना खूपच गंमतीदार अशा होत्या. तिला अजूनही असे वाटत होते की, भारतात राजे, महाराजे, वाघ आणि गारुडी मंडळी हीच मोठ्या प्रमाणात आहेत. न्यू इंग्लंड विभागात मी अनेक भारतीय कुटुंबांना भेटलो. त्यातल्या पहिल्या पिढीच्या लोकांना भारतात परतावेसे वाटत होते. कारण बरीच वर्षे अमेरिकेत काढल्यावरती त्यांच्या लक्षात आले की, आपले वय आता वाढलेले असून इथे आता फारशा नोकऱ्या उपलब्ध नाहीत. त्यामुळे अमेरिकेत स्थायिक होणे कठीण जाणार आहे. शिवाय तिथला भारतीय समाजही फारसा मोठा नसून जे आहेत त्यांची तेवढी भरभराट झालेली नाही. पण नेमके अगदी याउलट चित्र मला सिलीकॉन व्हॅलीत नंतर दिसले.

आमचे शैक्षणिक वर्ष हे संपत येत होते. अशा वेळी मला येल विद्यापीठाची अर्थशास्त्रातील पीएच. डी. करण्यासाठी एक मोठी शिष्यवृत्ती देऊ करण्यात आली. माझ्या निबंधामुळे माझे प्राध्यापक माझ्यावर खूष होते. त्यांनाही या बातमीने आनंद झाला. पण आता पीएच. डी. करणे म्हणजे मला माझ्या आयएएसच्या नोकरीचा राजीनामा देणे भाग होते. जरी या नवीन वाटेने मी गेल्यावरती माझा भविष्यकाळ वेगळ्या अर्थाने उज्ज्वल होणार असला तरी त्यासाठी मला येथेच कायमचे वास्तव्य करावे लागणार होते. माझ्या मनाची याला तयारी नव्हती. आता मागे वळून पहाताना मला नवल वाटते की, जर मी येल विद्यापीठातून गेलो असतो तर माझे पुढे नक्की काय झाले असते?

मला शेवटच्या परीक्षेत भरपूर गुण मिळाले व वरचा दर्जा दिला गेला. शेवटी

आम्ही जड अंत:करणाने विल्यम्सटाऊन सोडले. नंतर मी माझ्या तिथल्या मित्रांना भेटलो. त्यात माझे दिल्लीतील सहकारी एस. बी. लाल होते. पाकिस्तानातून आलेले शहीद हुसेन हे होते. ते कालांतराने प्रेसिडेंट भुट्टो यांचे सेक्रेटरी बनले आणि नंतर ते जागतिक बँकेत दाखल झाले. तिथे ते व्हाईस प्रेसिडेंटच्या पदापर्यंत वर चढले. सय्यद-उ-झमान हे बांगला देशातून आलेले होते. नंतर ते त्या देशाचे अर्थ मंत्री झाले तर पेद्रो सेरीसोला ह्या माझ्या मेक्सिकन मित्राने पुढे आपल्या देशात एक बँक उघडली. शेवटी मी अमेरिकेचा निरोप घेऊन भारतात परतलो.

जाता जाता : माझे काही सामान अमेरिकेहून मुंबईला जहाजाने आले. ते घेण्यासाठी मी कस्टम्समध्ये गेलो. तिथल्या सामानांच्या गर्दीत माझे सामान मी शोधून काढले आणि ते कस्टम्स अधिकाऱ्याच्या नजरेस आणले. पण त्याने पुढची कार्यवाही न करता माझ्याकडे पूर्ण दुर्लक्ष केले. मी तिथे तासभर ताटळकत वाट पाहिली आणि शेवटी विलंब लावला जात असल्याबद्दल माझा निषेध मी प्रगट केला. त्यावर त्याने बेधडक मला सांगितले की, ''सामानाची तपासणी करण्यासाठी काय करावे लागते याची तुम्हाला जाणीव असायला हवी.'' त्याच्या म्हणण्याचा उघड उघड आशय असा होता की मी त्याला काहीतरी पैसे द्यावे. शेवटी मी कस्टम्सच्या असिस्टंट कलेक्टरकडे गेलो. तो तिथेच जवळपास बसला होता. त्याला माझे ओळखपत्र दाखवले. मी सरकारच्या मंत्रालयात डेप्युटी सेक्रेटरी आहे हे पहाताच माझ्या सामानाची झटपट तपासणी व सोडवणूक झाली. मग मी ते घेऊन घरी आलो.

◆

मुंबई - दिल्ली - मुंबई

७
परत मुंबईस

१९६३ मध्ये मी मुंबईस परतलो. चीफ सेक्रेटरीने मला अर्थ मंत्रालयातील डेप्युटी सेक्रेटरी या पदाचा भार स्वीकारण्यास सांगितले. त्यावेळी अर्थ खात्याचे सेक्रेटरी होते श्री. डमरी.

१९६२ मध्ये चीनने भारतावरती आक्रमण केल्यावर महाराष्ट्रातून यशवंतराव चव्हाण हे केंद्र सरकारमध्ये संरक्षण मंत्री झाले. त्यांच्या जागी महाराष्ट्रात विदर्भातून आलेले कन्नमवार हे महाराष्ट्राचे मुख्यमंत्री झाले. जेव्हा मी मंत्रालयात रूजू झालो तेव्हा एक सदिच्छा भेट देण्यासाठी मी त्यांच्याकडे गेलो. त्यावेळी भेटीमध्ये त्यांनी पहिला प्रश्न मला विचारला,"तुम्हाला माझ्याकडून काय हवे आहे?" मग मी त्यांना येथे नुकताच बदलून आलो आहे व ही माझी सदिच्छा भेट आहे असा खुलासा केला. पण त्यांच्यातल्या राजकारणी माणसाला आपल्याकडे येणारा माणूस कशाचीही मागणी करीत नाही हे पटणे खूप अवघड गेल्याचे मला दिसले.

माझ्याकडे अर्थ खात्यातील ग्रामविकास विभाग देण्यात आला. माझे दोन चांगले मित्र व्ही. प्रभाकर आणि व्ही. बी. मंडलेकर हेही तिथे डेप्युटी सेक्रेटरीच्या पदावरती रूजू झाले होते. विदर्भातील अकोला येथून आलेले आबासाहेब खेडकर हे ग्रामविकास मंत्री होते. ते एक व्यवहारी माणूस होते आणि त्यांना सर्व कामे कितीही किंमत पडली तरी वेळेत पुरी झालेली हवी असे. मला असे कुणीतरी सांगितले की एका डेप्युटी सेक्रेटरीने एकदा फाईलवरती आपला शेरा इंग्रजीत लिहून असे कळवले की, "ही गोष्ट घटनेच्या विरुद्ध असल्याने होऊ शकणार नाही." त्यावर खेडकर यांनी फायलीवर मराठीत प्रतिशेरा लिहून कळवले की "घटनेत काहीही जरी लिहिले असले तरी ही गोष्ट व्हायला हरकत नाही." ग्राम विकास खात्याला काही योजना राबविण्यात अडचणी येत होत्या. म्हणून एकदा यावर मिटींग भरली असताना मी याबाबतची अडचण सांगून या योजना का मंजूर होत नाही याबाबतच आमच्या खात्याची भूमिका मांडली. यावरती मला त्यांच्याकडून असे

उत्तर मिळाले की, कोणत्याही परिस्थितीत ही योजना कार्यान्वित झाली पाहिजे. त्यासाठी जे काही मार्ग असतील ते धुंडाळावेत. अर्थ खात्याचे सेक्रेटरी मात्र यावर मला सहानुभूतीने व शांतपणे म्हणाले की, ''अर्थ खात्याच्या प्रतिनिधीने नेहमी विरोधी वातावरणाला तोंड देण्याची तयारी ठेवावी.''

एप्रिल १९६४ मध्ये माझी बदली सर्वसामान्य प्रशासन विभागात करण्यात आली. मला आता चीफ सेक्रेटरी डी. आर. प्रधान यांच्या हाताखाली काम करायची संधी मिळाली. मुख्यमंत्री कन्नमवार यांचे अचानक निधन झाले आणि त्या जागी वसंतराव नाईक यांची निवड झाली.

माझ्याकडे अनेक डिव्हिजन्सची कामे देण्यात आली. त्यापैकी राज्यातील ऑल इंडिया सिव्हिल सर्व्हिसेसचे कामही देण्यात आले. हे काम बघणारा मी पहिलाच आयएएस अधिकारी होतो. यापूर्वी हे काम राज्याच्या सेक्रेटरीएट सर्व्हिसमधील अधिकारी बघत असे. पण आता माझ्या नेमणुकीमुळे सर्व आयएएस अधिकाऱ्यांमध्ये एक उत्साहाचा संकेत दिला गेला. कारण याआधी सर्व आयएएस अधिकाऱ्यांच्या हितसंबंधांचे काम हे आयएएस नसलेल्या अधिकाऱ्यांकडून पाहिले जात असल्याने त्यांच्यात 'आपल्या सेवेचे नीट चीज होत नाही व न्याय मिळत नाही' अशी एक भावना पसरलेली होती. मी या संदर्भात एक शक्य तितकी निर्दोष पद्धत राबवायला लागलो. याची सुरुवात म्हणून मी प्रोबेशनवर असलेल्यांना अशा जिल्ह्यात पाठवू लागलो की जिथले आयएएस जिल्हाधिकारी हे खूप अनुभवी होते. त्यामुळे या प्रोबेशनवरील अधिकाऱ्यांचे प्रशिक्षण नीट बघितले जाईल. नंतर पद्धतशीरपणे कामाचा अनुभव येण्यासाठी त्यांच्या बढत्या जिल्हा परिषदेचा कार्यकारी अधिकारी, नंतर जिल्हाधिकारी आणि शेवटी मंत्रालयात अशा ठिकाणी होण्याची पद्धत मी राबवू लागलो. अर्थात त्यांच्या कामाचे योग्य ते मूल्यमापन झाल्यावरच त्यांना शेवटी मंत्रालयातील योग्य त्या विभागातील अधिकारपद देण्यात येईल असे पाहिले जाई. नवीन पद्धतीनुसार प्रत्येक आयएएस अधिकाऱ्याला एखाद्या पदावरती किमान तीन वर्षे तरी ठेवले जाईल. तसेच जेव्हा त्यांची बदली करण्याची पाळी येईल तेव्हा ती शैक्षणिक वर्षाच्या सुरुवातीला किंवा शेवटाला करण्यात यावी असेही मी ठरवून दिले. यामुळे त्यांच्या मुलाबाळांच्या शिक्षणामध्ये व्यत्यय येणार नव्हता. मानवतावादी भूमिकेवरून किंवा प्रकृतीच्या कारणास्तव केल्या जाणाऱ्या बदलांच्या मागण्या ह्याही सहानुभूतीपूर्वक पाहिल्या जाऊ लागल्या.

प्रत्येक राज्यातून किती आयएएस अधिकाऱ्यांची केंद्र सरकारच्या शासनात वर्णी लागावी याचीही संख्या ठरवून दिलेली असायची. याबाबतीत महाराष्ट्राला ठरवून दिलेला कोटा कधीही पूर्ण केला जायचा नाही. आम्ही दिल्लीतील पर्सोनेल खात्याला या बाबतीत वारंवार आठवणी देऊनही महाराष्ट्रातील आयएएस अधिकाऱ्यांना

हव्या त्या प्रमाणात तिकडे सामावून घेतले जायचे नाही. महाराष्ट्रातील अधिकाऱ्यांचे सीआर उर्फ कॉन्फिडेन्शियल रेकॉर्ड (सेवेतील गुप्त शेऱ्यांच्या नोंदी) हे जुन्या पद्धतीने लिहून ठेवले जायचे. अन् हे एक उघड गुपित होते. त्यामुळे इतर राज्यातील अधिकाऱ्यांच्या अशा नोंदींपुढे महाराष्ट्रातील अधिकाऱ्यांबद्दलच्या नोंदी अथवा सीआर हे खूपच डावे ठरायचे. कारण बाकीच्या राज्यात अधिकाऱ्यांच्या सेवामूल्यतेचे हे गुप्त अहवाल खूप उदारपणे लिहिले जायचे. असे अहवाल लिहिण्याची त्यांच्या राज्यातील परंपरा होती. आम्ही मग हे गुप्त अहवाल जरा अधिक उदारपणे व सहानुभूतीपूर्वक लिहिण्यासाठी सूचना दिल्या.

महाराष्ट्रातील अधिकाऱ्यांबाबतीत आणखीही एक कळत नकळत दुर्लक्षितपणा केला जायचा. जेव्हा जेव्हा केंद्र सरकारतर्फे परदेशात प्रशिक्षणासाठी किंवा एखाद्या कामगिरीसाठी पाठवणी व्हायची त्यात फारच कमी नावे महाराष्ट्रातील अधिकाऱ्यांची असायची. याचे मुख्य कारण असे की ही नावे आमच्याकडून कधीही वेळेत पाठवली जायची नाहीत. मी ही पद्धत बदलली आणि महाराष्ट्रातून पाठवायच्या नावांची यादी ही वेळेत कशी जाईल हे पाहिले. त्यामुळे पूर्वीपेक्षा अधिक प्रमाणात महाराष्ट्रातील अधिकाऱ्यांना संधी मिळू लागली.

महाराष्ट्रातील अधिकाऱ्यांबाबत आणखीही एक वैशिष्ट्यपूर्ण समस्या होती. हे अधिकारी पश्चिम महाराष्ट्र, विदर्भ आणि मराठवाडा अशा तीन विभागातून यायचे. मंत्रालय आणि बाहेरची खाती यामध्ये तिन्ही विभागांना पुरेसे प्रतिनिधीत्व मिळेल याची खास काळजी घेतली जात नसे. त्यामुळे एखाद्या विशिष्ट भागातील ज्युनियर अधिकाऱ्याला त्या भागाच्या बाहेर सहसा पाठवले जायचे नाही. पण मी ही पद्धतसुद्धा बदलून टाकली.

सेवानिवृत्तीच्या वयाच्या प्रश्नाबाबत असे ठरवले गेले की केवळ वय झाले म्हणून एखाद्याची सेवानिवृत्ती आपोआप होऊ नये. ज्या आयएएस अधिकाऱ्यांची सेवा ही समाधानकारक नसेल त्यांच्या बाबतीत नीट विचार करून मगच त्यांच्या सेवानिवृत्तीचा निर्णय घेतला जावा. त्यावेळी सेवानिवृत्तीचे वय हे ५५ होते ज्यांची सेवा नीट होती त्यांनाच फक्त जादा तीन वर्षे देऊन सेवानिवृत्ती ५८ व्या वर्षी केली जायची. आम्हाला फक्त दोन तीनच आयएएस अधिकाऱ्यांची सेवा ही ठरवलेल्या मापदंडानुसार नाही असे दिसले तेव्हाच आम्ही त्यांना ५५ व्या वर्षी सेवानिवृत्त केले. महाराष्ट्रात असे फक्त एकदाच मी असताना घडले.

मुख्यमंत्री वसंतराव नाईक यांचे अधिकाऱ्यांबद्दलचे ज्ञान हे खरोखरीच आश्चर्यकारक होते. जेव्हा अधिकाऱ्यांच्या बदल्या व बढत्या याबाबतचा प्रश्न येई तेव्हा ते मला बोलावून घेत. अधिकाऱ्यांचे ज्ञान व अनुभव यावर आधारीत हे व्हायला पाहिजे असे त्यांचे मत असल्याने ते माझ्याशी या बाबतीत चर्चा करीत.

मंत्रालयातील कर्मचाऱ्यांच्या सेवांचा विभागही माझ्या अखत्यारीत येत होता. बहुतेक अधिकारी हे एकदा एका खात्यात काम करू लागले की बहुधा ते सेवानिवृत्त होईपर्यंत त्याच खात्यात रहात. अगदीच अपवादात्मक परिस्थिती असेल तर डेप्युटी सेक्रेटरी म्हणून त्यांची दुसऱ्या खात्यात बदली होई. विभागीय अधिकाऱ्यांची (सेक्शन ऑफिसर्सची) जेव्हा अंडर सेक्रेटरी म्हणून बढती व्हायची तेव्हाच त्यांचा खातेपालट करावयाचा. हा बदल करण्याचा मी प्रयत्न केला पण माझ्या या नवीन बदलाला खात्याचे प्रमुख म्हणजे सेक्रेटरी व मंत्री यांच्याकडूनच विरोध होऊ लागला. याचे कारण त्यांच्या खात्यात बरीच वर्षे काम केलेल्या अधिकाऱ्याला गमवायला ते तयार होत नसत. कारण त्याचे काम व कामाची पद्धत ही त्यांना इतकी वर्षे समजलेली असायची व पटलेली असायची. म्हणून तो अधिकारी आपल्या खात्यातून जाऊ द्यायला ते तयार नसत. मग मीही माझी नवीन पद्धत राबवणे बंद केले.

मंत्रालयातील कर्मचाऱ्यांची एक बळकट संघटना होती. त्या संघटनेचे नेते हे पगारवाढ, भत्तेवाढ आणि अन्य सुविधा सवलती यासाठी नेहमी जागरूक असायचे व त्यासाठी भांडायचे. एकदा सरकार व ही संघटना यातली बोलणी फिसकटली. मग मंत्रालयातील सारे कर्मचारी संपावरती गेले. मुख्यमंत्र्यांनी एक धोरण ठरवून त्यानुसार आम्हाला सांगितले की आता संघटनेबरोबर कोणीही बोलणी करू नये. पण जनतेची या संपामुळे फारशी गैरसोय होणार नाही हे मात्र पहावे. तसेच, मुंबईतील नागरी सेवाही चालू रहातील हे पहावे. मग त्याप्रमाणे होऊ लागल्यावरती कालांतराने संघटनेला कळून चुकले की जनमत आपल्याविरुद्ध जाऊ लागले असून जनता मंत्रालयातील कर्मचाऱ्यांच्या संख्येत मोठ्या कपातीची मागणी करण्याची दाट शक्यता आहे. जनतेचा सरकारच्या कठोर उपायांना पाठिंबा वाढत चालला होता. ते जाणून संघटनेचे नेते नरमाईची भाषा बोलू लागले व शेवटी त्यांनी संप मागे घेतला.

मंत्र्यांच्या कार्यालयाबद्दलचा कारभारही मी पहात होतो. मंत्र्यांचा पाठिंबा असल्यामुळे मंत्रालयातील हवे ते अधिकारी मंत्रीवर्ग आपल्या कार्यालयांत कामासाठी ठेवून घेत. अशा ठिकाणी बदल्या होण्याआधी सतर्कता खात्याकडून आधी परवानगी घेतली जावी असा नवीन दंडक मी घालून दिला. ही गोष्ट मुख्यमंत्र्यांना आवडली अन् बऱ्याच मंत्र्यांनाही पटली. पण ही बाब तशी संवेदनाशील होती. मंत्र्यांना आपल्या घरच्या कचेरीत दोन चार निवासी कारकून आणि चपराशी ठेवण्यास मुभा होती. कोणती माणसे नेमायची ते तो मंत्री सांगे आणि बहुतेक वेळा ती त्याच्या मर्जीतील खासगी माणसे असत. एकदा त्यांना मंत्र्यांच्या घरी अशी नोकरी मिळाली की आपोआपच ते सरकारी नोकर म्हणून मिरवू लागत. मात्र त्यांचा सेवाकालावधी हा

पाच वर्षे हा करारानुसार असायचा. परंतु कितीतरी अशी उदाहरणे होती की ज्यांचे सेवानिवृत्तीचे वय उलटून गेले आहे अशी माणसे या पद्धतीनुसार नेमली जात होती. मी याला हरकत घेताच काही मंत्र्यांनी मुख्यमंत्र्यांकडे याबद्दल तक्रार केली. मग त्यांनीच परस्पर माझ्या वतीने त्यांना खुलासा केला. मंत्र्यांचा माझ्याबद्दल कधी काळी झालेला एवढाच गैरसमज होता पण ते प्रकरण एवढ्यावरतीच संपले.

काही काही मंत्री मात्र शिष्टाचार पाळणारे होते. त्यांच्याशी बोलणे, वागणे हे अत्यंत आनंददायी असे. यामध्ये विदर्भातील काही मंत्री मोडत. त्यांचे वागणे अत्यंत मोकळे असे व ते दुसऱ्यांशी खूप आदराने बोलत. एस. के. वानखेडे हे असेच एक होते. ते नेहमी पॅन्ट व लांब बाह्यांचा बुशशर्ट वापरीत. परंतु डोक्यावरती गांधी टोपी घालत नसत. त्यांच्या या वेषामुळे एक गंमतीदार प्रसंग घडला. तेव्हा ते एका सरकारी टूरवरती अहमदाबादला रेल्वेने गेले. पण तिथे पोचल्यावरती प्लॅटफॉर्मवरती त्यांना घेण्यासाठी किंवा स्वागतासाठी कोणी आलेले दिसेना. पण एक मोठा घोळका हा प्रत्येक डब्यापाशी जाऊन आत निरखून पहात पुढच्या डब्यापाशी जात होता. काय प्रकार झाला असावा ते त्यांच्या लक्षात आले. मग ते त्या घोळक्यातील माणसांकडे गेले व त्यांनी आपली ओळख त्यांना करून दिली. त्यांच्या स्वागतासाठीच ती माणसे तिथे आली होती. परंतु वानखेडे यांच्या त्या पोषाखामुळे ते त्यांना ओळखू शकले नाहीत. मग त्यांनी वानखेडे यांना निरुत्साहाने हार घातले. गांधी टोपी न घातलेला कोणी मंत्री असू शकतो हे त्यांना माहीतच नव्हते. वानखेडे हे विधानसभेची सभापती होते व त्यांना विनोदाची चांगली जाण होती. त्यांच्या वृत्तीमुळे अनेकदा सभागृहातील कुंद वातावरण मोकळे होण्यास मदत होई. एकदा एका स्त्री सभासदाने एका मंत्र्याला उद्देशून 'षंढ' हा शब्द वापरला. झाले, लगेच सदनामध्ये गदारोळ उठला. वानखेडे यांनी ताबडतोब हस्तक्षेप करीत सदरहू शब्द हा असंसदीय असल्याचा निर्वाळा दिला. पण पुढे त्यांनी म्हटले,"सभासदांनी हा शब्द केवळ ऐकीव माहितीवरती वापरू नये. त्याऐवजी त्यांनी आपल्या विधानाची आधी सत्यता स्वत: वैयक्तिकरित्या पडताळून पहावी व मगच तसे बोलावे." वानखेडे यांचे हे बोलणे ऐकताच संपूर्ण सदनात हास्याचे स्फोट झाले आणि निर्माण झालेला तणाव दूर झाला. वानखेडे हे एक चांगले यजमान होते आणि नागपूरला जेव्हा विधानसभेचे अधिवेशन असे तेव्हा ते पार्टी देत. त्या पार्टीमध्ये खास करून अनेक स्थानिक व ग्रामीण चवदार पदार्थ असत. भाजलेला कोवळा हुरडा तर त्यात हटकून असे. वानखेडे हे दोन गोष्टींमुळे प्रामुख्याने स्मरणात रहातात. त्यांनी दक्षिण मुंबईत वर्ल्ड ट्रेड सेन्टर कॉम्प्लेक्स निर्माण केले. भारतातले अशा प्रकारचे ते एक पहिलेच केन्द्र होते. दुसऱ्या एका गोष्टीमुळे त्यांची आठवण येते ती त्यांनी मुंबईत एक स्टेडियम निर्माण केले त्याबद्दल. ह्या वानखेडे स्टेडियम निर्मितीमागची एक रोमहर्षक कथा

अशी आहे.

त्यावेळी क्रिकेट क्लब ऑफ इंडियाच्या अध्यक्षाने मराठी लोकांबद्दल काही अनुद्गार काढले होते. त्यामुळे वानखेडे हे चांगले अस्वस्थ झाले होते. म्हणून त्यांनी बॉम्बे क्रिकेट असोसिएशनचे स्वत:चे स्टेडियम निर्माण करण्याचा संकल्प सोडला. मग क्रिकेट क्लब ऑफ इंडियाच्या ब्रेब्रॉर्न स्टेडियमवरती क्रिकेटचे सामने खेळण्याचा प्रश्नच निर्माण होत नव्हता. वानखेडे यांच्या योजनेला मुख्यमंत्री वसंतराव नाईक यांनी संपूर्ण पाठिंबा दिला. कारण पूर्वी एकदा क्रिकेट क्लब ऑफ इंडियामध्ये खुद्द वसंतराव नाईक यांनाही चांगली वागणूक दिली गेली नव्हती. ब्रेब्रॉर्न स्टेडियमसारखे एक अप्रतिम स्टेडियम याचा क्रिकेट क्लब ऑफ इंडियाकडून जवळजवळ वापरच न होणे हे क्रिकेट खेळाच्या दृष्टीने हानीकारक होते. याच स्टेडियमवरती गेली अनेक वर्षे भारतीय क्रिकेटचे अनेक नावाजलेले सामने खेळले गेले होते. परंतु वानखेडे स्टेडियम नव्याने निर्माण झाल्याने सारी अडचण दूर झाली.

एस. जी. बर्वे एक जुने नामवंत आयसीएस अधिकारी होते. नोकरीतून निवृत्त झाल्यावरती ते १९६२ मध्ये यशवंतराव चव्हाण यांच्या सरकारमध्ये औद्योगिक मंत्री म्हणून सामील झाले. परंतु नंतर यशवंतराव केन्द्र सरकारमध्ये गेले. वसंतराव नाईक यांच्याशी बर्वे यांचे फारसे जमले नाही. कारण त्यांच्या मते नाईक हे काही यशवंतरावांच्या तोलामोलाचे नव्हते म्हणून शेवटी तेही दिल्लीला गेले.

हिवाळ्यातील विधानसभेचे अधिवेशन हे नागपूरला भरत असे. कारण विदर्भ महाराष्ट्रात सामील होताना तशी ग्वाही दिलेली होती. मग त्या काळात सर्व मंत्रीवर्ग आणि विविध खाती यांची कार्यालये नागपुरात हलवली जात. अशा वेळी चीफ सेक्रेटरीलाही नागपुरात जाऊन रहावे लागे. मग त्याच्याबरोबर सामान्य प्रशासन विभागाचे कार्यालय हेही तिकडे जाई. आम्ही कर्मचारी शनिवार रविवारी मुंबईला जाऊन येत असू. नागपूरमधला आमचा मुक्काम आम्हाला अत्यंत प्रसन्नदायी वाटे. मुंबईच्या गर्दीच्या जीवनामधून इथे आल्यावरती आम्हाला शांत निवांत वाटे. या काळात नागपुरात अवतीभवती नेहमी काही ना काही सांस्कृतिक कार्यक्रम चालत असत, मेजवान्या झडत व पार्ट्या दिल्या जात. अधिवेशनाचा पहिला दिवस हा मात्र तसा गडबडीचा असे. कारण त्या दिवशी विविध संघटनांतर्फे विधानसभेवरती मोर्चे आणले जात. परंतु ह्या मोर्चांचे पुढारी व नागपूरचे पोलीस कमिशनर यांच्यामध्ये आपसात एक सभ्य समझोता झालेला असे. त्यानुसार पोलीस मोर्चा येऊ देत, मग तो अडवीत, त्यातील सर्वांना ताब्यात घेऊन चोवीस तास अडकवून ठेवीत आणि नंतर सोडून देत. या अडकून ठेवण्याच्या काळात मोर्चेकऱ्यांना पोलिसांकडून नेहमीचे जेवण दिले जाई. दरवर्षी हे असे चालत आलेले होते. तथापि एका वर्षी मात्र मोर्चेकऱ्यांच्या नेत्याने चीफ सेक्रेटरीकडे तक्रार केली की ''पोलीस कमिशनर

यांनी आम्हाला यावेळी असे आश्वासन दिले होते की, आम्हाला उचलले जाईल व दूरवर काही अंतरावरती सोडून दिले जाईल. पण कोणत्याही परिस्थितीत डांबून ठेवले जाणार नाही. पोलीस कमिशनरने दरवर्षीची आपली प्रथा न पाळता आम्हाला असे का फसवावे? यामुळे पोलीस कोठडीतले आमचे दोन वेळचे जेवण बुडवले जाते. हा आमच्यावरती अन्याय होतो आहे.'' यावरती पोलीस कमिशनरने खुलासा केला की, ''यावर्षी मोर्चात मोठ्या संख्येने माणसे सामील झाल्याने एवढ्या लोकांचे अन्न शिजवायला तुरुंगाधिकाऱ्याकडे कर्मचारीवर्ग नसल्याने असे घडले आहे.'' मग आम्ही यातून एक समझोता घडवला. यानुसार येथून पुढे मोर्चाचे नेते हे आपल्या मोर्चात पुरेशा संख्येने आचाऱ्यांना दाखल करून घेतील आणि हे आचारी तुरुंगातील कर्मचाऱ्यांना जेवण बनवायला मदत करतील, असे ठरले. या समझोत्यामुळे आम्हाला सर्वांनाच हायसे वाटले. तुरुंगाधिकारी, पोलीस व मोर्चेकरी असे सर्वजण यामुळे खूष आहे.

माझ्याकडे सरकारचे प्रसिद्धी खाते होते. हे खाते खूपच संवेदनशील होते. प्रत्येक मंत्र्याला या खात्यातर्फे आपल्याला भरपूर प्रसिद्धी दिली जावी असे वाटे. याच खात्याकडून सरकारी जाहिराती, वृत्तपत्रे व नियतकालिके यांना दिल्या जायच्या. सरकारी जाहिराती ह्या सर्व नियतकालिकांच्या उत्पन्नाचा एक प्रमुख स्रोत होता. याच खात्याकडून सरकारी माहितीपट, न्यूजरील वगैरेंची निर्मिती करून प्रभावशाली प्रसिद्धी केली जायची. 'लोकराज' नावाचे एक नियतकालिकसुद्धा प्रसिद्धी खात्याकडून निघायचे. ते सर्वत्र मोफत वाटले जायचे. यामुळे प्रसिद्धी खात्याच्या संचालकाची प्रत्येक मंत्र्याकडे सारखी ये-जा होत खूप घसट वाढे. त्यावेळी विनोद राव हे प्रसिद्धी संचालक होते. हे गृहस्थ प्रसिद्धी व्यवसायात निष्णात होते पण अत्यंत महत्त्वाकांक्षी होते. त्यांच्यामुळे खात्यामध्ये बऱ्याच तक्रारी केल्या जायच्या, कुरकूर केली जायची आणि राजकारणही केले जायचे. पण मी त्या गोष्टी चीफ सेक्रेटरी आणि मुख्यमंत्री हेच जाणोत असे समजून तिकडे दुर्लक्ष केले. त्यांच्या खात्याच्या कारभारात फक्त मी एकदाच मध्ये पडलो होतो. 'इन्किलाब' नावाचे एक उर्दू दैनिक निघत असे. त्यात बऱ्यापैकी राष्ट्रीय दृष्टिकोन प्रगट केला जायचा. या वृत्तपत्राचा खप मात्र फार कमी होता. मला त्या वृत्तपत्राला मदत करावीशी वाटली. म्हणून मी असे निर्देश दिले की सदरहू वृत्तपत्राला उदारपणे जाहिराती दिल्या जाव्यात. प्रसिद्धी खात्यात केलेली मी एवढीच एकमेव ढवळाढवळ होती.

केन्द्र सरकारने महाराष्ट्र सरकारला दिल्लीमध्ये एक जमिनीचा प्लॉट मंजूर केला होता. त्यावरती सरकारने 'महाराष्ट्र सदन' बांधले होते. परंतु आम्हाला जो जमिनीचा तुकडा दिला होता त्यावरती आम्ही संतुष्ट नव्हतो. आम्हाला ती संपूर्ण जमीन हवी होती. याचे कारण ती जमीन मूळची सांगली संस्थानची होती व संस्थानने ती

ब्रिटिशांना वापरायला दिली होती. तेव्हा नियमाप्रमाणे तिचा संपूर्ण ताबा मुंबई इलाख्याकडे व नंतर महाराष्ट्र सरकारकडे वारसाहक्काने यायला हवा होता. ही बाब केन्द्र सरकारला पटवून देण्यासाठी मुख्यमंत्री आपल्या परीने आटोकाट प्रयत्न करीत होते. त्या जमिनीबद्दल आम्हाला अजून कसलीही नुकसानभरपाईची रक्कम मिळालेली नसल्याने तिच्यावरती अजूनही आमचाच कायदेशीर अधिकार आहे, अशी भूमिका महाराष्ट्र सरकारने घेतलेली होती, पण या समस्येचा निर्णय हा खूप उशीरा लावण्यात आला.

माझ्याकडे आणखीही एक विभाग देण्यात आला होता. तो म्हणजे शिष्टाचार (Protocol) विभाग. या विभागाकडून सरकारी समारंभ, महत्त्वाच्या व्यक्तींच्या- मग त्यात भारतीय असोत वा परदेशी असोत- भेटी हाताळल्या जायच्या. अशा वेळी त्या व्हीआयपीला स्वागतासाठी सामोरे जाताना आम्हाला मंत्रीवर्ग व अधिकारी वर्ग यांचा क्रम त्यांच्या पदांच्या महत्त्वानुसार ठरवावा लागे. पण यामुळेच त्यांच्यामध्ये आमच्याविषयी नाराजी उमटे. कारण प्रत्येकालाच वरच्या दर्जाच्या स्थानावर जाऊन उभे रहायला हवे असायचे. जेव्हा अशा व्हीआयपींच्या मोटारींचा ताफा मिरवत निघे, त्यावेळीही कोणाच्या मोटारी कितव्या क्रमांकावरती कुठे असाव्यात यावरून कुरबुरी चालत. तशीच समस्या बसण्याच्या जागेवरून उद्‌भवे. सर्वांना सांभाळून शिष्टाचार नियम पाळणे ही गोष्ट तशी फारशी अवघड नसली तरी अनेकदा त्यामुळे मुंबईबाहेर मात्र गैरसमज निर्माण व्हायचे. उदाहरणादाखल हा एक प्रसंग पहा. एका जिल्ह्यात एका व्हीआयपीचे विमानातून आगमन होणार होते. त्यावेळी त्यांच्या स्वागताला आम्हाला सामोरे जायचे होते. सरकारतर्फे जिल्हाधिकारी किंवा संबंधित खात्याचा प्रमुख यांनी प्रथम होऊन अशा वेळी स्वागत करायचा रिवाज असतो. संबंधित खात्याचा प्रमुख हा राज्य सरकारचा किंवा केंद्र सरकारचाही प्रतिनिधी म्हणून त्या त्या वेळेनुसार असतो. जिल्हाधिकारी हा जिल्ह्याच्या गावी सरकारचे प्रतिनिधीत्व करत असतो. म्हणून आम्ही त्या जिल्हाधिकाऱ्याला आदेश दिला की, त्याने आपापले अधिकारी त्यांच्या मानांच्या दर्जानुसार क्रमाने उभे करावेत. हा आदेश जिल्ह्याच्या गावी पोचताच तिथे या मानपानाच्या क्रमावरून बरीच चिडाचीड झाली. अशीच गोष्ट एखाद्या सैन्याच्या तळाच्या ठिकाणीही हटकून होत असते.

मोकाशी नावाचे शिष्टाचार अधिकारी त्यावेळी होते. मी त्यांना सांगितले होते की त्यांनी एक शिष्टाचार संहिता तयार करावी आणि त्यात केंद्र सरकारमधील आणि राज्य सरकारमधील सर्वांच्या दर्जांचा क्रम लावून ठेवावा आणि अशा वेळी कोणी काय करावे याबद्दल स्वच्छ आदेश त्यात लिहून ठेवावेत. गृह मंत्रालयाने लावून ठेवलेला दर्जाक्रम अशा संहितेत येणे क्रमप्राप्त होते. तसा तो आलाही. नंतर ही संहिता सर्व संबंधितांना पाठवून दिल्यानंतर अशा समारंभांच्या वेळचे गोंधळ व

तक्रारी बऱ्याच प्रमाणात कमी झाल्या.

'पद्म' ॲवॉर्ड देण्यासाठी आम्हाला शिफारशी कराव्या लागत. या शिफारशी चीफ सेक्रेटरी हे मुख्यमंत्र्यांच्या मंजुरीनंतर केन्द्र सरकारकडे पाठवीत असतात. अशा शिफारशींची यादी करताना आमच्यावरती अनेक ठिकाणांहून दडपण यायचे. आम्ही अगदी त्रासून जायचो. सामाजिक महत्त्वाकांक्षा असलेल्या व्यक्तींची हे ॲवार्ड आपल्याला मिळावे म्हणून धडपड चाललेली असायची. आम्ही त्या सर्वांना एक नेहमीचे ठेवणीतले उत्तर देत असू.''कोणाचे नाव निवडायचे, कोणाचे नाही, हे ठरविण्याचा अधिकार फक्त मुख्यमंत्र्यांचा आहे.'' अशा रितीने आम्ही दुसरीकडे बोट दाखवून आम्हाला वाचवीत होतो. हे 'पद्म' ॲवॉर्ड मिळवण्यासाठी इच्छुक व्यक्तींची अत्यंत तडफड चाले. एका माणसाने तर याचा संदर्भ देऊन आपले एक लेटरहेड छापून घेतले होते. त्यात स्वतःच्या नावाखाली 'पद्म ॲवॉर्डसाठी शिफारसलेले' असे छापले होते.

मुंबईतील फ्लोरा फाऊंटन येथे प्रजासत्ताकदिनाचे संचलन व्हायचे. त्यावेळी तिथे राज्यपाल मानवंदना स्वीकारायचे. हे संचलन म्युझियमपासून सुरू होऊन बॉम्बे जिमखानापर्यंत जायचे. परंतु या ठिकाणी फार जणांची बसण्याची सोय करता येत नव्हती. म्हणून आम्ही ही जागा बदलून त्याऐवजी शिवाजी पार्क ही जागा ठरवली. स्वातंत्र्यदिनी मुख्यमंत्री हे एक स्वागत समारंभ साजरा करायचे. त्यावेळी मुंबईत पावसाळा चालू असल्याने आम्ही एखादा बऱ्यापैकी मोठा हॉल निवडायचो. साहजिकच टाऊन हॉलकडे आमची दृष्टी वळून आम्ही ती जागा घ्यायचो. अजूनही हा समारंभ तिथेच साजरा केला जातो.

शिष्टाचार खात्यात एकदा आम्हाला एका चमत्कारिक प्रसंगाला तोंड द्यावे लागले. मे १९६४ मध्ये पंडित नेहरू यांचे निधन झाले. त्यावेळी त्यांची बहीण विजयालक्ष्मी पंडित ही राज्यपाल होती. तिने एका तांब्याच्या कलशात नेहरुंची काही अस्थिरक्षा राज्यात आणली. तो कलश आम्ही मिरवणुकीने विमानतळापासून मंत्रालयापर्यंत मिरवित आणला. लोकांना त्या कलशाचे दर्शन घेऊन आदरांजली वाहता यावी म्हणून आम्ही काही काळ तो प्रदर्शनासाठी ठेवला. त्यानंतर तो कलश मुख्यमंत्र्यांनी घेऊन नाशिकला गोदावरी नदीत अस्थिविसर्जन करण्यासाठी नेला. विजयालक्ष्मी यांच्या दिल्लीतील वैयक्तिक चिटणीसांकडून काही दिवसांनी राजभवनात विजयालक्ष्मी यांच्याकडे एक बिल पाठवले गेले. त्यांनी ते बिल आमच्याकडे पाठवून दिले. तो ताब्यांचा कलश खरेदी केलेले ते बिल होते. महाराष्ट्र सरकारला ती रक्कम अतिक्षुल्लक असल्याने त्या बिलाबद्दल आम्हाला चमत्कारिक वाटले. मी ही गोष्ट मुख्यमंत्र्यांच्या कानावरती न घालता ते बिल परस्पर मंजूर करून टाकले. परंतु मुख्यमंत्र्यांनी आम्हाला विजयालक्ष्मी पंडित यांच्या चमत्कारिक वागण्याबद्दल नंतर

एकदा सांगितले. जेव्हा पंडित नेहरू हयात होते तेव्हा याच विजयालक्ष्मी मुख्यमंत्र्यांचे स्वागत अगदी हात राखून अत्यंत काटेकोरपणे करायच्या. परंतु पंडितजींच्या मृत्यूनंतर त्या मुख्यमंत्र्यांना त्यांच्या वाढदिवसानिमित्त आवर्जून शुभेच्छा पाठवायच्या. त्यावेळी मुख्यमंत्री दौऱ्यावर असतील तरीही त्यांच्यापर्यंत आपल्या शुभेच्छा पोचवायला विसरत नसत.

त्या काळात नवी फियाट गाडी मिळवणे हे एक खरोखरीच कठीण काम होते. त्यासाठी कित्येक वर्षे आधी नंबर लावून ठेवावा लागे. राज्य सरकारसाठी दर तीन महिन्यांनी ७५ ते ८० गाड्यांचा कोटा खुला होत असे. जनसेवेसाठी हा कोटा असल्याने ज्या ज्या सरकारी अधिकारी व सार्वजनिक कचेऱ्या यांच्याकडून गाड्यांसाठी जे अर्ज येत त्यांचे एक रजिस्टर ठेवलेले होते. त्यात तपशीलवार नोंदी केल्या जायच्या. परंतु माझ्या लक्षात आले की आम्ही शिफारस केलेल्या नावांच्या यादीकडे न बघता भलतीच कोणती तरी यादी पुढे केली जाऊन त्यानुसार गाड्यांचे वाटप होते आहे. ही दुसरी यादी मुख्यमंत्र्यांनी शिफारस केलेली असायची. जेव्हा पहिली यादी तयार करून तिच्या मंजुरीसाठी मुख्यमंत्र्यांकडे गेलो तेव्हा मी हा प्रश्न काढला. "आम्ही पाठवलेल्या यादीनुसार का गाड्या दिल्या जात नाहीत?" असा प्रश्न विचारल्यावर त्यांनी एक साधे सोपे उत्तर दिले. ते म्हणाले, "मला अशा काही लोकांना गाड्या मंजूर कराव्या लागतात की जे लोक तुम्हा अधिकाऱ्यांना पसंत नाहीत." मग मी विचारले की अशा कितीजणांना गाड्या देणे भाग पडते? त्यावर पंधरावीस जणांवर तरी अशी कृपा करणे भाग पडते, असे उत्तर मिळाले. नंतर मी जेव्हा यादी करू लागे तेव्हा त्यातील पहिल्या वीसजणांच्या नावांच्या ठिकाणी मी कोरी जागा सोडे आणि उरलेल्या ठिकाणी रजिस्टरनुसार नावे भरून ती यादी मुख्यमंत्र्यांकडे मंजुरीसाठी पाठवीत असे. मग मात्र आम्ही यादीत घातलेल्या नावांना हरकती न घेता मंजुरी मिळायची. अर्थातच मुख्यमंत्री फक्त पहिल्या वीसजणांची नावे त्यात टाकून आमच्या यादीला मंजुरी देत.

अधिकाऱ्यांना रहाण्याच्या जागा कशा पुरवायच्या ही एक मोठीच डोकेदुखी आम्हाला होती. विशेषत: जे अधिकारी मुंबईबाहेरून यायचे त्यांच्याबाबतीत आमची फार पंचाईत होई. सार्वजनिक बांधकाम खात्याकडून हे सरकारी जागा वाटपांचे काम केले जाई. त्या खात्याचा मंत्री आणि सेक्रेटरी हे त्यांच्या मर्जीतील अधिकाऱ्यांना रहाण्याच्या जागा मंजूर करून उपकृत करून ठेवीत. मग साहजिकच अशा अधिकाऱ्यांवरती त्यांचा कायमचा प्रभाव पडलेला असे. जागांच्या टंचाईमधून हे सारे उद्भवे. मी जेव्हा १९६४ मध्ये मुंबईला आलो तेव्हा मलाही जागा मिळवण्यात खूप अडचणी आल्या होत्या. जागा वाटपांचे काही नियम ठरले होते. परंतु कितीही नियम असले तरी सार्वजनिक बांधकाम खात्याच्या मंत्र्याकडे जागा वाटपाचे अंतिम व

निर्णायक अधिकार एकवटलेले असायचे. मंत्री महोदय हे प्रतीक्षा यादी बाजूला सारून कोणालाही जागा देऊ शकत होते. त्यामुळे मला असे वाटू लागले की हे अधिकार फक्त मुख्यमंत्र्यांकडेच असावेत. जेव्हा सर्व मंत्रीगण हे १९६७ च्या निवडणुकीच्या कामात गर्क होते तेव्हा मी हा विषय शांतपणे मुख्यमंत्र्यांकडे काढला. जागा वाटपांचे काम हे सामान्य प्रशासन विभागाकडे द्यावे आणि त्या यादीला अंतिम मंजुरी ही मुख्यमंत्री व राज्यपाल यांनी द्यावी, असेही सुचवले. निवडणुका झाल्यानंतर नवीन मंत्रीमंडळ शपथविधी करून सत्तेवर आले. तोपर्यंत मी सुचवलेली जागा वाटपाची नवी पद्धत शासनाने मान्य केली होती. आता सार्वजनिक बांधकाम खात्याचा मंत्री व सेक्रेटरी हे याविरुद्ध आवाज करू लागले. परंतु त्याचा काहीही उपयोग झाला नाही. नवीन पद्धत पक्की होऊन बसली होती. जागांसाठीची असलेली प्रतीक्षायादी आणि त्या संदर्भात काढलेले आदेश हे आम्ही नोटीसबोर्डावरती लावून जाहीर करू लागलो. यामुळे जागा वाटपाच्या कामात पारदर्शकता आली आणि संबंधित लोकांच्यात नवीन पद्धतीबद्दल समाधान पसरले.

त्याचवेळी आम्ही सरकारी नोकरांसाठी मुंबईत स्वत:ची घरे असावीत यासाठी एक योजना बनवू लागलो. या समस्येवरील एक सरळ व उत्तम उपाय असा की अशा गरजू लोकांची एक सहकारी संस्था बनवून त्या संस्थेला सरकारकडून एखादा जमिनीचा तुकडा व इमारती बांधण्यासाठी कर्ज मंजूर करायचे. मी मुंबईच्या जिल्हाधिकाऱ्याला मुंबईतील रिकाम्या जागांची यादी बनवायला सांगितली. तसेच दिल्लीतील केन्द्र सरकारच्या खात्याला या योजनेसाठी उदारपणे कर्जपुरवठा करण्याची विनंती केली. ती त्यांनी मान्य केली. या योजनेची सुरुवातीला आम्हाला चांगली फळे मिळाली. पण एक अडचण होती. तिचे निराकरण करायचे राहून गेले होते. ज्या अधिकाऱ्यांना या योजनेतून फ्लॅटस् दिले गेले ते जर मुंबईबाहेर बदलून गेले तर त्यांना आपल्या मालकीचे फ्लॅटस् भाड्याने देता येत नव्हते. रिकामे ठेवावे लागत होते. याला भाडेनियंत्रण कायद्यातील काटेकोर तरतुदी कारणीभूत होत होत्या. मग आम्ही त्यावर एक योजना तयार केली. त्यानुसार असे रिकामे फ्लॅटस् हे सरकारला भाड्याने घेता येण्याची त्यात सोय केली. हे भाडे त्या फ्लॅटच्या मालकाला त्याचे जे कर्जाचे हप्ते चालू आहेत त्यापोटी ते वळते करण्याची तरतूद केली. महानगरपालिकेच्या करासह जेवढा मासिक कर्जफेडीचा हप्ता असेल तेवढेच फ्लॅटचे मासिक भाडे ठरविण्यात आले. जर समजा त्या अधिकाऱ्याची परत मुंबईत बदली झाली किंवा त्याच्या नातेवाईकाला तिथे राहू देण्याची त्याची इच्छा असेल तर दोन तीन महिन्यात सरकार त्याला फ्लॅट खाली करून देण्याचे ठरले. या नवीन योजनेमुळे सर्व अधिकाऱ्यांना मोठाच दिलासा मिळाला आणि त्यामुळे अनेकजण अशा सहकारी गृहनिर्माण संस्था स्थापन करण्याची तयारी करू लागले.

१९६६ च्या मध्यास चीफ सेक्रेटरी डी. आर. प्रधान हे सेवानिवृत्त होणार होते. त्यांच्या जागी आयसीएस अधिकारी बी. बी. पेमास्टर हे येणार होते. मी प्रथमच असा एक अधिकारी पहात होतो की, जो सद्यस्थितीचा व पुढील गोष्टींचा आधीच अंदाज घेऊन कामाची रणनीती ठरवे. सामान्य प्रशासन खात्यातील सेक्रेटरी हा मग पेमास्टर यांच्याशी सलगी वाढवू लागला आणि ज्या अधिकाऱ्यांबद्दल प्रधान यांचे चांगले मत होते त्यांच्याविषयी पेमास्टर यांचे मत कलुषित करू लागला. प्रधान यांचे माझ्याबद्दल चांगले मत होते. ऐनवेळी प्रधान यांची सेवानिवृत्ती पुढे ढकलण्यात आली आणि पेमास्टर यांना ही बाब कडवट वाटली. प्रधान सप्टेंबर १९६७ मध्ये निवृत्त झाल्यावर पेमास्टर हे त्यांच्या जागी चीफ सेक्रेटरी बनले. मग परत त्या सर्वसाधारण प्रशासन खात्यातील सेक्रेटरीने पेमास्टर यांचे मत कलुषित करण्याचे आपले उद्योग सुरू केले. त्यानुसार प्रधानांच्या मर्जीतल्या सर्वांची बदली करावी असा घाट त्याने घातला. मी मग पेमास्टर यांची गाठ घेतली व त्यांच्या मनात माझ्याबद्दल असलेले किल्मिष धुऊन टाकण्याचा प्रयत्न केला. पेमास्टर हे एक सभ्य व हुषार गृहस्थ होते. त्यांनी यातले राजकारण ओळखले व माझी बदली केली नाही.

जरी पेमास्टर ह्यांनी माझ्याबद्दल संपूर्ण समाधान व्यक्त केले तरी मला येथे रहाण्याऐवजी आपण होऊन बाहेर पडलो तर अधिक बरे पडेल असे वाटू लागले. त्यावेळी मी अनेक खात्याच्या अनेक कामांसाठी वारंवार दिल्लीला जात असे व तेथील परसोनेल खात्यात चर्चा करीत असे. मी तिथे डेप्युटेशनवरती म्हणजे महाराष्ट्र सरकारतर्फे येऊन काम करण्याची इच्छा व्यक्त केली. मग मला त्याच खात्यात जॉईंट सेक्रेटरी हे पद देऊ केले गेले. मला त्यामुळे खूप आनंद झाला. त्यावेळी यशवंतराव चव्हाण हे गृह खात्याचे मंत्री होते आणि एल. पी. सिंग हे गृह खात्याचे प्रमुख म्हणजे सेक्रेटरी होते. तर बी. बी. लाल हे पर्सोनेल सेक्रेटरी होते.

तिकडे रूजू होण्याचा आदेश मला फेब्रुवारी १९७० मध्ये मिळाला. प्रशासन सुधारण्यासाठी सरकारने एक कमीशन नेमले होते व मोरारजी देसाई हे त्याचे चेअरमन होते. मला जे काम देण्यात आले ते म्हणजे या कमीशनकडून येणाऱ्या विविध व दूरवरचा विचार करून केलेल्या शिफारशींची छाननी करायची आणि त्यावरती शासकीय संस्कार करायचे. माझे पद हे तेवढ्यासाठी निर्माण करण्यात आले होते. एका फायलीत मी माझे पद निर्माण करण्याबद्दल सरकारला खात्याने केलेली विनंती पाहिली. त्यावरती पंतप्रधान इंदिरा गांधी यांनी अनुकूल शेरा लिहिला होता व पुढे असेही म्हटले होते की, "....... पार्किन्सनच्या नियमाचे हे एक उत्कृष्ट उदाहरण आहे."

एन. के. मुखर्जी हे प्रशासन सुधारणा खात्याचे प्रमुख होते. त्यांचे पद ॲडिशनल सेक्रेटरीचे होते. ते नंतर १९७७ मध्ये कॅबिनेट सेक्रेटरीच्या पदावर गेले.

त्यांनी मला माझ्या कामात सुरुवातीला खूप मदत केली व मोलाचे सल्ले दिले.

नवीन सुधारणांच्या सूचनांमध्ये 'शिफारस करणे' या मुद्यावरून दिल्लीत खूपच खळबळ माजली होती. 'मंत्रालयातील अंडर सेक्रेटरी व त्यावरची पदे यासाठी केलेल्या शिफारसींच्या आधारे निवड केली जावी' ह्या सूचनेला आयएएस न झालेल्या बऱ्याच अधिकाऱ्यांनी विरोध केला होता. केंद्रीय सेवेतील वरिष्ठ पदे म्हणजे आयएएस व आयसीएस अधिकाऱ्यांची राखीव कुरणे होत आहेत अशी भीती ते व्यक्त करू लागले. यामुळे आपल्याला अशा पदांसाठी वगळले जाऊन अन्याय केला जातो आहे, अशी त्यांची भावना झाली होती. आयएएस अधिकाऱ्यांच्या या तथाकथित मक्तेदारीविरुद्ध दोन अधिकाऱ्यांनी मोठ्या प्रमाणात आक्रमक पुढाकार घेऊन एक छुपे आंदोलन छेडले होते. ते दोन अधिकारी इंडियन पोस्टल सर्व्हिसमधले होते. सुधारणांच्या शिफारशीमध्ये मी असे सुचवले की सर्व विभागातील अधिकाऱ्यांचे एकत्र मूल्यमापन व्हावे आणि अंडर सेक्रेटरी व त्यावरील पदांसाठी निवडण्यास एक सामाईक पॅनेल असावे.

मी गृह खात्यात जशी तपशीलवार चर्चा करे तशीच ती अनेक सरकारी अधिकाऱ्यांबरोबरही करे. मी स्वत: जरी एक आयएएस अधिकारी असलो तरीही मी सर्वांच्या सूचनांची नि:पक्षपातीपणे दखल घेऊन माझा अहवाल कोणाचीही भीड किंवा भीती न बाळगता शासनाला सादर करेन, असा विश्वास सर्वांना वाटू लागला. त्याचबरोबर मी जे अधिकारी आयएएस झाले नाहीत त्यांच्यावर अन्यायही होऊ देणार नाही अशीही सर्वांची मनोमन खात्री झाली.

गृह खात्याचे सेक्रेटरी एल. पी. सिंग हे आपल्या कार्यालयात खूप उशीरापर्यंत कामे करीत बसत. आपल्यासारखीच आपल्या अधिकाऱ्यांनीही कामे करावीत असे त्यांना वाटे. बरेच आयएएस अधिकारी हे कार्यालयात थांबत व सिंग निघून गेल्यावरती मग घरी जात. पण त्यातले काही चलाख अधिकारी हे आधीच निघून जात, पण जाताना आपल्या ऑफिसातील दिवे तसेच जळत राहू देत. मग नंतर योग्य वेळी येऊन ते दिवे विझवून जात. परंतु एल. पी. सिंग त्यांच्यापेक्षाही वस्ताद निघाले. ते सारखे अधूनमधून आपल्या अधिकाऱ्यांना इंटर्नल फोनवरून काहीना काही विचारू लागले. यामुळे ज्युनियर अधिकाऱ्यांमध्ये अस्वस्थतेचे वातावरण पसरले.

मी महिनाभर व्हिजिलन्स खात्याचा जॉईंट सेक्रेटरी म्हणून पदभार सांभाळला. या खात्याचे इतर कामामध्ये केंद्रीय गुप्तचर संस्थेवरती (सी. बी. आय.) देखरेख ठेवण्याचेही काम केले जाते. भारतातील महत्त्वाच्या व्यक्ती, प्रमुख उद्योगपती, मोठमोठे गुंतवणूकधारक आणि मोठ्या उद्योगधंद्यांचे समूह यांच्याबद्दल या गुप्तचर संस्थेकडून किती प्रचंड प्रमाणात माहिती गोळा केली जाते ते पाहून मी अक्षरश:

थक्क झालो. ही सारी माहिती अर्थातच राजकीय हेतूंसाठी गोळा केली जात होती, हे उघडच समजत होते.

परसोनेल खाते हे नंतर पंतप्रधान इंदिरा गांधी यांनी गृहखात्याकडून काढून स्वत:कडे ठेवले.

यशवंतराव चव्हाण यांच्याकडून गृह खाते काढून घेऊन त्यांना अर्थ खाते देण्यात आले. याचा अर्थ उघड होता. इंदिरा गांधी यांना यशवंतरावांचे महत्त्व कमी करायचे होते. आम्हा बऱ्याचजणांना त्याबद्दल असे वाटले की आता यशवंतराव याविरुद्ध उठतील व सरकारातून बाहेर पडतील.

जेव्हा खात्यांचे विभाग हे नवीन खात्यात हलवले जाणार असे दिसले आणि त्याप्रमाणे झाले. तेव्हा आम्हा सर्वांना वाटले की, गुप्तचर विभाग (इन्टेलिजन्स ब्युरो) हाही गृह खात्यातून हलवला जाईल. पण तसे काही घडले नाही. यावर एक विनोद त्यावेळी असा सांगितला जात होता, ''पंतप्रधानांना सीबीआय म्हणजे 'सेन्ट्रल ब्युरो ऑफ इन्व्हेस्टिगेशन' असे न वाटता 'सेन्ट्रल ब्युरो ऑफ इंटेलिजन्स' असे वाटले असावे.'' तथापि नंतर असे ठरवले गेले की इंटेलिजन्स ब्युरोचे काही विभाग हे थेट पंतप्रधानांना आपले अहवाल देतील व त्यांच्याकडून आदेश घेतील, गृह खात्याच्या मंत्र्याकडून नव्हे.

◆

८
मुख्यमंत्र्यांचा सेक्रेटरी

माझी दिल्लीतील कारकीर्द अवघ्या एक वर्षाची होती. मे १९७१ मध्ये मी ठरलेल्या कालावधीच्या आतच परत मुंबईला जाऊ देण्याची विनंती केली. याचे कारण माझी पत्नी आजारी पडली होती. मग नोव्हेंबरमध्ये माझी नेमणूक नगरपालिका प्रशासन खात्याचा संचालक म्हणून करण्यात आली. राज्यातल्या एकूणएक नगरपालिकांचे पर्यवेक्षण करण्याचे काम मला आता करावे लागणार होते. तसे पाहिले तर हे काम चाकोरीबद्ध होते व त्यात रस घ्यावा असे फारसे काही नव्हते.

बांगला देशासाठी (पूर्वीचे पूर्व पाकिस्तान) आता युद्ध सुरू झाले आणि मला अहमदनगर येथील पाकिस्तानी नागरिकांच्या छावण्यांची पहाणी करण्यास सांगण्यात आले. या नागरिकांना तिथे स्थानबद्ध करून ठेवलेले होते. यातील बरेचजण भारतात आधीपासून रहात आलेले होते व स्थानिक लोकांत हळूहळू विलीन पावत चालले होते. पण युद्धामुळे ते एकदम शत्रूराष्ट्राचे बनल्याने त्यांना स्थानबद्ध करावे लागले. युद्ध संपल्यावर त्यांना परत पाठवले जाणार होते. त्यांना याचेच खूप आश्चर्य वाटत होते. आपल्याला एके दिवशी पुन्हा पाकिस्तानात पाठवले जाईल अशी त्यांनी कधी कल्पनाही केली नव्हती.

१९७२ मध्ये विधानसभेच्या निवडणुका झाल्या आणि काँग्रेस पक्ष पुन्हा सत्तेवर निवडून आला. इतके दिवस वसंतराव नाईकांनी मुख्यमंत्री म्हणून लोकप्रियता मिळवली असल्याने पुन्हा त्यांनाच नेता म्हणून निवडण्यात आले. मग मुख्यमंत्री म्हणून त्यांचा शपथविधी झाला. त्यांनी आपले कार्यालय नीट थाटले व एप्रिल १९७२ पासून मला बढती देऊन आपला प्रमुख सेक्रेटरी म्हणून नेमले. मला मिळालेले हे आयएएसचे सुपरटाईम स्केल उर्फ वरिष्ठ पदश्रेणी होते. हे असले वरचे पद मिळवणारा आयएएस अधिकाऱ्यांमध्ये मी बहुतेक भारतातला पहिलाच असेन. सर्वसाधारणपणे मुख्यमंत्र्याचा खासगी सेक्रेटरी हा मंत्रालयातील अधिकाऱ्यांमधून आलेला असतो किंवा एखादा ज्युनियर स्केलचा आयएएस अधिकारी असतो. पण

आता मुख्यमंत्र्यांच्या खासगी सेक्रेटरीची वेतनश्रेणी ही अनेक राज्यात वरच्या गटातील ठेवलेली आहे. मुख्यमंत्र्यांसाठी असलेला वैयक्तिक कर्मचारीवर्ग हाही कार्यक्षम माणसांचा होता. नाशिककर हे खासगी सेक्रेटरी होते. ते खूप अनुभवी होते, निष्ठावान होते व भरवशाचे होते. आपली कामे ते चोख करीत आणि त्यासाठी फटकन निर्णयही घेऊन टाकीत. पाठक आणि खिस्ती असे आणखी दोघेजण हे मुख्यमंत्र्याचे खासगी सेक्रेटरी होते. मी वसंतराव नाईकांबरोबर १९६४ ते १९७० या काळात काम केले होते. त्यावेळी मी सामान्य प्रशासन खात्यात डेप्युटी सेक्रेटरी होतो. त्यामुळे ते मला चांगले जाणत होते. मलाही हे नवीन पद आवडले होते व लवकरच ते मला छानपैकी मानवले.

वसंतराव नाईक यांना मी प्रथम १९५७ साली पुण्यामध्ये एका स्वागत समारंभात पाहिल्याचे आठवते. त्यावेळी मी प्रथमच काँग्रेसच्या एका मंत्र्याला पहात होतो. मुंबई इलाख्याचा हा मंत्री पांढरे खादीचे धोतर व गांधी टोपी न घालता लांब हाताचा बुशशर्ट व पॅन्ट घालून हातात धूम्रपानाचा एक पाईप घेऊन उभा होता. १९५६ च्या आधी कोणताही मंत्री हा खादीचे कपडे व गांधी टोपी घातल्यावाचून सार्वजनिक समारंभात अवतरत नव्हता. नुसत्या अशा वेगळ्या व अगदी साध्या पोशाखामुळे नव्हे तर त्याचबरोबर त्यांचे मित्रत्वाचे वाटणारे दिसणे व दिलखुलास बोलणे यामुळेही सर्व अधिकाऱ्यांवरती छाप पडलेली होती.

वसंतराव नाईकांनी राज्याला एक प्रदीर्घ काळाचे राजकीय स्थैर्य दिले. त्याचबरोबर त्यांनी कार्यक्षम प्रशासन राबवले. त्यावेळी उत्तर भारतातल्या अनेक राज्यातील सरकारी यंत्रणा खिळखिळ्या होत होत्या. त्या पार्श्वभूमीवरती त्यांची यशस्वी कारकीर्द उठून दिसत होती. महाराष्ट्राच्या प्रशासनाचा त्यांना अभिमान वाटत असे आणि अनेकदा दिल्लीत तसे ते वार्ताहर परिषदेत जाहीरपणे बोलूनही दाखवीत असत.

मी त्यांच्याबरोबर १९७५ च्या मध्यापर्यंत होतो. माझ्या सरकारी सेवाकाळातील हा एक सर्वोत्तम कालखंड होता. पण तेवढ्यामुळे तो माझ्या स्मरणात रहात नाही, किंवा एका अद्वितीय मुख्यमंत्र्याची सेवा करण्याची संधी मिळाली म्हणूनही नाही, तर एका राजकीय महर्षीने लोकशाहीत कारभार कसा करावा याची एक आंतरिक दृष्टी मला दिली म्हणून तो काळ माझ्या जास्त स्मरणात राहिला आहे. सर्वसाधारणपणे मुलकी सेवक हे 'राजकारणी माणूस हा स्वार्थी असतो व तो फक्त पक्षीय राजकारणाशी बांधील असतो.' असा समज बाळगून असतात. पण एक आधुनिक राजकारणी व्यक्ती लोकशाहीतील राजकीय चौकटीच्या बंधनात राहून जनतेची सेवा कशी करते, याचे दर्शन मला वसंतरावांमध्ये झाले. नवीन पदाचा भार स्वीकारून मला अवघे दोन आठवडे झाले होते. मी त्यांच्याकडे माझ्या पूर्वीच्या खात्याची एक

फाईल पाठवली होती. त्यावरती मीच पूर्वी त्या खात्यात सेक्रेटरी असताना काही शिफारशी लिहिल्या होत्या. पण आता तीच फाईल परत पहाताना मी मुख्यमंत्र्यांचा सेक्रेटरी व सरकार यांच्या अधिक विस्तृत दृष्टीतून पहात होतो. म्हणून मी वसंतरावांकडे ती फाईल घेऊन गेलो व त्यांना सांगितले की माझे पूर्वीचे या फाईलीवरील शेरे, शिफारशी आता थोड्याशा फरकाने बदलायच्या आहेत.

माझ्यावर त्यांचा खूप लोभ होता. माझे कार्यालय हे एक छोटे केबीन होते. तिथेच माझ्या आधीचे सेक्रेटरी बसत. परंतु आता सरकारचा सेक्रेटरी म्हणून त्यांनी मला एक स्वतंत्र खोली दिली. पूर्वी ती राज्यपालांसाठी तयार केलेली होती. पण एकही राज्यपाल तिथे कधीही बसला नव्हता. मुख्यमंत्र्यांचे एक वेगळे स्वतंत्र असे सचिवालय असते. केंद्र सरकारमधला माझा अनुभव पाहून त्यांनी मला त्याची पुनर्रचना करण्यास मुभा दिली.

त्यांची परवानगी घेऊन मी मंत्रीमंडळांच्या बैठकांना हजर राहू लागलो. बैठकीसाठी टिपणे काढू लागलो. ही टिपणे अर्थातच केवळ अंतर्गत कामकाजासाठी होती. माझ्या या कृतीमुळे एक चांगला परिणाम घडून आला. तो म्हणजे मुख्यमंत्र्यांच्या कार्यालयाचा स्वत:चा असा वेगळा दृष्टिकोन असतो असा एक संकेत पसरला. पण यामुळे एकदा एक अप्रिय प्रसंगही निर्माण झाला. अर्थ खात्याचे प्रमुख म्हणून जोशी हे एक आयसीएस अधिकारी होते. त्यांनी अशी तक्रार केली की त्यांच्या प्रस्तावाची टिपणे माझ्यासारख्या एखाद्या ज्युनिअर आयएएस अधिकाऱ्याला घेण्याचा व तपासण्याचा काय अधिकार आहे? पण मुख्यमंत्र्यांनी त्यांना स्वच्छ शब्दात सुनावले की, देशमुख हे काही ज्युनिअर आयएएस अधिकारी नसून मुख्यमंत्र्यांचा सेक्रेटरी म्हणून त्यांना आपले स्वतंत्र व निर्भीड मत देण्याचा पुरेपूर अधिकार आहे. खात्याच्या फायलींवरती मुख्यमंत्र्यांनी दिलेले आदेश लिहिण्याचा प्रघात मी पाडला. त्यासाठी मला मंत्रिमंडळाच्या बैठकीसाठी काढलेली टिपणे उपयोगी पडायची. बहुतेक वेळा यासाठी त्यांची त्यावरती सही घेण्याची गरज नसे. फक्त महत्त्वाचे निर्णय व मोठी धोरणे याबाबतीत मात्र मी मंजुरीसाठी त्यांची सही आवर्जून घेई. परंतु जर नेहमीची ठराविक बाब असेल तर मात्र मी फायलीवरती त्यांच्या नावाने आदेश लिहित असे. पण तशा गोष्टी त्यांच्या कानावरती घालत असे. याचे कारण मला त्यांचे मन व त्यांची कार्यपद्धती पुरेपूर ठाऊक झाली होती. मुख्यमंत्र्यांच्या नावे असलेला एक मदतनिधी होता. त्या निधीतल्या रकमा मी उदारपणे योग्य व गरजू संस्था किंवा व्यक्ती यांना मंजूर करून टाकू लागलो. एकदा मी उदारपणे एक मोठी रक्कम कर्करोग रुग्णाईत मदत संघटनेला अशीच त्यांच्या नावे मंजूर करून देऊन टाकली. मग मुख्यमंत्र्यांच्या या उदार देणगीमुळे उपकृत होऊन त्या संघटनेने एक कृतज्ञता समारंभ व मेट्रो थिएटरमध्ये एक चित्रपट आयोजित केला. त्यासाठी अर्थातच

वसंतराव नाईक यांना प्रमुख पाहुणे म्हणून बोलावले. ते समारंभाला हजर राहिले व मला म्हणाले, "पण देशमुख अशी काही मोठी रक्कम मी दिल्याचे मला काही आठवत नाही." मी यावरती अगदी निर्विकार चेहेरा ठेवून त्यांना म्हटले, "प्रत्येक गोष्ट ही तुमच्या लक्षात रहाणे हे थोडेच शक्य आहे?"

'सारंग' नावाची एक नवी अनेक मजली इमारत बांधली गेली होती. मी त्या इमारतीमधील एका फ्लॅटमध्ये रहात होतो. ह्या इमारतीच्या संदर्भात एक थोडासा मजेदार इतिहास आहे. १९७० च्या सुरुवातीला मंत्रालयासमोर बगिच्यासाठी राखीव असलेल्या जागेतील बैठ्या बंगल्यांमध्ये मंत्रीवर्ग रहात होता. १९७२ मध्ये सरकारने 'सारंग' इमारत बांधून पूर्ण केली. त्यातील फ्लॅटसमध्ये सर्व मंत्री महोदयांनी रहायला जायला हवे होते. त्यासाठीच तर ती इमारत बांधलेली होती. पण त्या इमारतीत कोणीच न गेल्याने ते फ्लॅटस रिकामे पडले होते. याला त्यांच्या वतीने असे कारण देण्यात येत होते की मुंबईतील फ्लॅटमध्ये रहाण्याची त्यांना सवय नसल्याने ते बंगले सोडून तिकडे जायला नाखूष होते. मग त्यावरती प्रतिवाद केला की, असे जर आहे तर सरकारकडे मुंबईतील फ्लॅटची प्रत्येकाने मागणी का केली होती? यावर त्यांनी वेगळीच सबब सांगितली. "आम्ही जर फ्लॅटमध्ये रहावयास गेलो तर आम्हाला खासगीपणा रहाणार नाही. कोणाकडे कोण माणसे भेटायला येतात हे सर्वांना जाहीर होईल?" एका मंत्र्याच्या पत्नीने सांगितले की,"माझा नवरा आपल्या गावाकडची कित्येक माणसे ऐनवेळी घेऊन येतो आम्ही जर त्या लहान फ्लॅटमध्ये रहावयास गेलो तर असे ऐनवेळचे पाहुणे लहान फ्लॅटमध्ये कसे सामावता येतील?" हे म्हणणे मात्र आम्हाला स्वीकारावे लागले. शेवटी आम्ही ते रिकामे फ्लॅटस हे हायकोर्टातील न्यायाधीश मंडळींना रहावयास दिले. त्यांनी ते अर्थातच आनंदाने स्वीकारले व ते त्या फ्लॅटमध्ये रहावयास गेले.

वरच्या अधिकारपदावरील किंवा हातात बरीच सत्ता असलेल्या सरकारी अधिकाऱ्यांना कसे भ्रष्ट केले जाते हेही मला पहावयास मिळाले. अशा वेळी दाखवल्या गेलेल्या आमिषाला किंवा लोभाला त्यांनी अजिबात बळी पडता कामा नये. मी जेव्हा मुख्यमंत्र्यांचा सेक्रेटरी झालो तेव्हा लगेच मला मेजवानीच्या पार्ट्यांची, मनोरजंनाच्या कार्यक्रमांची, फॅशन शोची व तत्सम समारंभांची आमंत्रणे येऊ लागली. अशा आमंत्रणांना भीक घालायची नाही हे मी सुरुवातीलाच पक्के ठरवले होते पण तरीही काही मंडळी ही भलतीच संपन्न होती. एका प्रमुख डिपार्टमेन्ट स्टोअरने मला निरोप पाठवला की माझ्या सर्व घरगुती गरजांची ते 'काळजी' घेतील. एका प्रसिद्ध पेट्रोल विक्रेत्याने मला सुचवले की माझी गाडी व त्यासंबंधीच्या सर्व गरजा हे तो स्वत: होऊन पाहील. ही सर्व सेवा मोफत दिली जाणार होती, हे उघडच होते. मी अशा सर्व मंडळींना नम्रतापूर्वक नकार दिला. पण तरीही मला एक वेगळाच अनुभव

आला. एके दिवशी मला एक पार्सल आले. त्यात एक अत्यंत महागडे घड्याळ व तशा आणखी काही भारी किंमतीच्या आयात केलेल्या वस्तू होत्या. मी त्या साऱ्या आभारपूर्वक पाठवणाऱ्याला परत केल्या. त्यानंतर त्यांच्या ऑफिसकडून माझ्या चिटणीसाला फोनने कळवले गेले की, जरी त्या भेटवस्तू परत पाठवल्या गेल्या असल्या तरी त्यांच्या यादीत मला त्या पाठविल्याची नोंद झालेली आहे.

त्या काळात जेव्हा टंचाई वाढत गेली तेव्हा बाजारातील किंमती वर वर चढत गेल्या. महागाई कळसाला पोचली होती. साहजिकच त्या संदर्भात मोर्चे व मिरवणुका निघू लागल्या. चळवळी सुरू झाल्या. असाच एक मोर्चा मृणाल गोरे व अहिल्याबाई रांगणेकर यांच्या नेतृत्वाखाली निघाला व तो मंत्रालयापासून थोड्या अंतरावरती अडवला गेला. त्यावेळी मंत्रीमंडळाची बैठक चालू होती. मोर्चाला सामोरे जाण्यासाठी एखाद्या मंत्र्याला पाठवायचे की नाही यावर चर्चा सुरू झाली. त्या चिडलेल्या मोर्चेकऱ्यांना तोंड देण्यासाठी कोणीही मंत्री जायला तयार नव्हता. शेवटी मी स्वेच्छेने मोर्चाला सामोरे जायला तयार झालो व तसे मुख्यमंत्र्यांना सांगितले. त्यांनी मला ताबडतोब परवानगी दिली. मुख्यमंत्र्यांचा वैयक्तिक दूत म्हणून मी मृणाल गोरे व अहिल्याबाई रांगणेकर यांना भेटलो. मी त्यांना पूर्वीपासून ओळखत असल्याने त्यांनी माझे स्वागत करून आपले निवेदन माझ्याजवळ दिले.

महाराष्ट्रात १९७२ सालात टंचाईचा व दुष्काळाचा अभूतपूर्व उच्चांक गाठला होता. लक्षावधी माणसे आपली घरेदारे सोडून जगायला बाहेर पडली होती. या परिस्थितीचा सामना करण्यासाठी वसंतराव नाईक यांनी एक तपशीलवार योजना आखली. त्याच्या कार्यवाहीची जबाबदारी व नेतृत्व स्वत:कडे घेतले. त्यांनी राज्यात झंझावती दौरे काढले. हे दौरे कित्येक दिवस चालले होते. मला ते दौऱ्यांचे दिवस चांगले आठवतात. कारण मी त्यांच्याबरोबर सतत होतो. वसंतराव रणरणत्या उन्हात सारखे हिंडत होते. पण त्यामुळे कधीही त्यांचा तोल गेला नाही. ते नेहमी शांत वृत्तीने पहाणी करत. अधिकाऱ्यांशी ते ठामपणे वागत. पण त्याचबरोबर त्यांच्या अडचणीही ते जाणून घेत. सामान्य माणसाचे प्रेम कसे मिळवावे, आपल्याबद्दल त्यांना आदर वाटेल असे कसे वागावे, याचा उत्कृष्ट वस्तूपाठ मी त्यावेळी त्यांच्याकडून शिकलो. ते जिथे जिथे जात तिथे तिथे त्यांच्याभोवती मोठ्या प्रमाणात माणसे जमत आणि आपली गाऱ्हाणी त्यांना सांगत. ते अत्यंत शांतपणे त्यांचे सारे ऐकून घेत. एकदा अशाच एका प्रसंगी त्यांच्या भोवती जमलेला जमाव हा प्रक्षुब्ध झाला होता. त्यातून काही अनुचित प्रसंग घडेल की काय अशी मला भीती वाटत होती. पण वसंतरावांनी तरीही त्यांचे म्हणणे संपूर्णपणे ऐकून घेतले आणि त्यांच्याशी सहानुभूतीने बोलून सर्वांना शांत केले, आपले म्हणणे त्यांच्या गळी उतरवले. त्यांना घेराव घालायला आलेला तो प्रक्षुब्ध जमाव जाताना त्यांचा जयजयकार करू

लागला. त्या दुष्काळी परिस्थितीवरती कशी मात केली गेली यावर तपशीलवार लिहिले गेले आहे अन् लिहिणारे या परिस्थितीशी फार जवळून संबंधित होते. त्यापैकी एक व्ही. सुब्रमणियम हे होते. ते तेव्हा महसूल खात्याचे सेक्रेटरी होते आणि त्यांच्याकडेच टंचाई निवारणाचा विभाग होता. त्यांनी या विषयावरती एक मोठे पुस्तक अधिकारवाणीने लिहिले. त्या अभूतपूर्व परिस्थितीवरती वसंतराव नाईकांनी जी मात करून दाखवली त्याची दखल खुद्द इंदिरा गांधी यांनी दिल्लीत भरलेल्या देशातील सर्व मुख्यमंत्र्यांच्या बैठकीत उघडपणे घेतली.

वसंतरावांच्या खात्यावरती अशा अनेक यशस्वी गोष्टी जमा आहेत. रोजगार हमी योजनेचे जनकत्व त्यांच्याकडेच जाते. त्यांनी सुरू केलेली ही योजना पहाण्यासाठी व अभ्यासण्यासाठी इतर राज्यातील अनेक मुख्यमंत्री व राजकीय व्यक्ती महाराष्ट्रात येऊन गेले. देशातली अशा तऱ्हेची ही पहिलीच योजना होती. फार काय, खुद्द जागतिक बँकेला या योजनेच्या संकल्पनेत रस वाटू लागला. या योजनेबद्दल वसंतरावांना नेहमी अभिमान वाटे. जर ही योजना नीट राबवली गेली तर महाराष्ट्राच्या ग्रामीण भागाचा उत्कर्ष होऊन जाईल आणि शेतीची भरभराट होईल, असे त्यांचे ठाम मत होते. पाण्याचे नियोजन करण्यासाठीही या रोजगार हमी योजनेचा उपयोग करून घेतला गेला होता. मोठ्या प्रमाणात सर्वत्र पाझर तलाव बांधण्यात आले. त्यामुळे पावसाळ्यात जमिनीतील पाण्याची पातळी पूर्वीपेक्षा खूप वर आली.

त्यावेळी शरद पवार हे गृह खात्याचे उपमंत्री होते. त्यांनी या योजनेत खास रस घेतला आणि आपल्या स्वतःच्या बारामती तालुक्यातील एकूण एक पाझर तलावांची स्वतः पहाणी केली. या तलावांमुळे बारामती तालुक्यातील शेतीचे केवळ पावसावरती अवलंबून रहाणे हे खूप कमी झाले अन् तो भाग जलसिंचनासाठी आता प्रसिद्ध झाला आहे. रोजगार हमी योजनेचा एक पूरक भाग म्हणजे 'सुखडी.' अरविंद मफतलाल यांच्या सद्‌गुरु सेवा या संघटनेतर्फे 'सुखडी' हा खाण्याचा पोषक पदार्थ तयार केला गेला. हा पदार्थ म्हणजे गूळ, दूध व गव्हाचे पीठ यांचे मिश्रण होते पण यातील पाणी काढून टाकले होते. याच्या वड्या करून त्या मुलांना दिल्या जात. विशेषतः लहान मुलांना ही सुखडी फारच पोषक ठरली होती. या योजनेतील कामावरील मजुरांना आवश्यक इतके किमान वेतन दिले जात होते. या वेतनामुळे त्या भूमिहीन मजुरांच्या लक्षात आले की, खासगी शेतावर काम करताना आपल्याला निदान एवढी तरी मजुरी मिळणे आवश्यक आहे. म्हणजे या योजनेमुळे त्यांचे भावी वेतन वाढण्यास एक प्रकारे आपोआप मदत झाली, असेच म्हटले पाहिजे. मोठ्या प्रमाणात स्त्रियासुद्धा या योजनेत काम करीत होत्या. इतक्या मोठ्या संख्येने त्या प्रथमच एकत्र येत असल्याने त्यांचे आपसातील बोलणे, सुखदुःखाच्या गप्पा व चर्चा यामुळे त्यांना सामाजिक भान येत गेले. अन् हा एक मोठाच फायदा होता.

यालाच जोडून त्यांच्यासाठी प्रौढ साक्षरता प्रसाराचे शिक्षणकार्य केले जात होते. या सर्व एकत्रित परिणामामुळे ग्रामीण भागातील अर्थशास्त्रीय परिस्थितीत बऱ्यापैकी सुधारणा झाली आणि ग्रामीण लोकांना विशेषत: भूमिहीन मजुरांना, सामाजिक व राजकीय भान येत गेले.

ही योजना राबवण्यासाठी बरेच पैसे लागत होते. ते निर्माण करण्यासाठी आम्ही एक अभिनव कल्पना लढवली. बांगला देशाच्या युद्धामुळे जो राज्यावरती जादा खर्चाचा भार पडत होता तो पेलण्यासाठी व्यवसाय करावरती आम्ही सरचार्ज लावला होता. युद्ध संपले तरी हा सरचार्ज घेणे चालूच होते. ते पैसे आम्ही आता रोजगार हमी योजनेकडे वळवले. परंतु या योजनेचा खर्चच एवढा मोठा होता की त्यासाठी सरचार्जचे उत्पन्न तुटपुंजे ठरत होते.

कापूस एकाधिकार योजनेबद्दल वसंतराव नाईक हे असेच महत्त्वाकांक्षी होते. या योजनेमुळे कापूस पिकवणाऱ्या शेतकऱ्यांना उत्तम प्रतीच्या हायब्रीड कापसाची बियाणे, खते व कीटकनाशके हमखास मिळण्याचा मार्ग सुलभ झाला होता. या योजनेनुसार शेतकऱ्यांकडून सरकार कापसाची खरेदी करणार व नंतर तो विकणार. या व्यवहारात जो लाभ होईल तो सर्वांच्यात नंतर वाटला जाणार. कापसातील बिया किंवा सरकी बाहेर काढून टाकण्याचे काम हे सहकारी तत्त्वावरील जिनिंग मिल्स करणार होत्या. या सरकीचे तेल काढून त्याचे खाद्य तेल विकता येत होते आणि बियांच्या चोथ्याच्या वड्या किंवा केक तयार करून त्याही खत म्हणून विकल्या जाऊ शकत होत्या. स्वच्छ केलेल्या कापसाचे सूत काढण्यासाठी पुन्हा सहकारी तत्त्वावरील सूत गिरण्या ते काम करणार होत्या. अशी ही एकूण अत्यंत लाभदायी योजना होती. शेतकरी व सहकारी तत्त्वावरील गिरण्या सर्वांचा यात फायदा होणार होता. फक्त या योजनेत एक कच्चा भाग होता. तो म्हणजे ही सर्वच योजना अति महत्त्वाकांक्षी होती आणि कोणत्याही सार्वजनिक मक्तेदारीनुसार यात मोठ्या प्रमाणात नोकरशाहीचा भाग होता. अन् त्यामुळे त्यात फार मोठ्या प्रमाणात भ्रष्टाचार बोकाळणार होता. अन् शेवटी तसेच झाले. योजना सुरू झाल्यावर खूप तक्रारी येऊ लागल्या. आपल्या कापसाची नीट प्रत लावली जात नाही, कापूस नीट वजन करून घेतला जात नाही, अशा तक्रारी शेतकरी करू लागले. कापसाची विक्री करणे हे एक व्यापारी काम होते व ते त्यातील केवळ तज्ज्ञाचेच काम होते. हे काम सरकारी नोकरशाहीला जमणार नव्हते. परिणामी ही मक्तेदारी असलेली योजना अखेर मोठ्याच तोट्यात गेली. शेतकऱ्यांना आपला कापूस महाराष्ट्राबाहेर जास्त भावात विकण्यासाठी पाठवायचा होता. पण ह्या गोष्टीला कायद्याने मनाई केली होती. शेतकऱ्यांना फक्त महाराष्ट्रातच कापूस विकता येत होता. यामुळेही अनेक समस्या उद्‌भवल्या व त्यामुळे आणखी भ्रष्टाचाराला वाव मिळाला. अशा रितीने तत्त्वत: एक

चांगल्या हेतूने निर्माण केलेली योजना ही व्यवहारात राबवताना ती अक्षरश: सुरुंग लावून उद्ध्वस्त करण्यात आली. ही योजना राबविण्यासाठी यशवंतराव मोहिते यांनी खूप तळमळीने प्रयत्न केले. जरी ही योजना शेवटी कोसळली तरीही या योजनेमागच्या त्यांच्या विचारांना योग्य ते श्रेय दिले पाहिजे.

शेतीचे महाराष्ट्रातील उत्पादन वाढण्यासाठी वसंतराव नाईक यांनी संकरीत बियाणे वापरले जावे म्हणूनही त्याकडे खास लक्ष पुरवले होते. संकरीत ज्वारी हे त्यापैकीच एक उदाहरण आहे. ती लोकप्रिय करण्याचे श्रेय त्यांनाच जाते. ही संकरीत ज्वारी दुष्काळातही टिकून रहाते. तसे नेहमीच्या ज्वारीचे होत नाही. दुष्काळी हवामानात ती खराब होऊन जाते. तसेच, जरी पाऊस कमी पडला, तुटपुंजा झाला तरीही संकरीत ज्वारीच्या उत्पादनावरती फार परिणाम होत नाही, फक्त ज्वारीचा दाणा थोडा काळसर पडतो.

वसंतराव नाईकांनी राज्यातील दूध उत्पादनाला आपली कल्पकशक्ती वापरून एक जबरदस्त रेटा दिला. त्यांनी कृत्रिम रेतधारणाच्या योजना राबवल्या व उत्तम प्रतीच्या पशुधनाची, गाईंची निर्मिती केली. मणिभाई देसाई यांना उत्तेजन देऊन राज्यभर गाईंच्या पैदास केंद्रांची साखळी त्यांच्याकडून करवून घेतली. या पैदास केन्द्रांना जोडूनच कृत्रिम रेतधारणेची केन्द्रे जोडलेली होती. परिणामी राज्यातील दूध उत्पादन कल्पनेबाहेर वाढून जास्त किंमतीसाठी ते राज्याबाहेर विक्रीला जाऊ लागले. यापूर्वी कमी पडणारे दूध हे गुजराथमधील आणंद येथून आणले जायचे. परंतु येथील दूध उत्पादनाच्या धोरणाचा पुढे राष्ट्रीय दूध उत्पादनाच्या धोरणाशी संघर्ष होऊ लागला. नॅशनल डेअरी डेव्हलपमेंट बोर्डाचे अध्यक्ष डॉ. कुरीयन हे होते. दूध उत्पादनाच्या सहकारी संस्था काढून त्यावरती आधारीत असे त्यांचे धोरण होते. तर महाराष्ट्रात दुधाचे उत्पादन शेतकरी करीत. त्यासाठी सहकारी संस्था नव्हत्या. शेतकऱ्यांकडील दूध गोळा करून ते निर्जन्तुक (पाश्चराईज्ड) करून सरकारी दूध योजनांमार्फत ते विकले जायचे.

वसंतरावांनी महाराष्ट्रासाठी जे जे काही केले ते पहाता, ते खरोखर या राज्याच्या शेतीच्या विकासाचे एक उद्धारकर्ते होते असेच म्हणावेसे वाटते.

आपल्याबरोबर सर्वांना घेऊन जाण्याची त्यांची प्रवृत्ती होती. त्यामध्ये त्यांचे राजकीय विरोधकही आले. त्यांच्यावरती विरोधी पक्षांकडून टीका होई, कधी कधी तर फारच कडवटपणे होई. पण ती सारी टीका वैफल्यातून निर्माण झालेली असे. परंतु जरी कोणी टीका केली तरी त्याच्याशी असलेल्या आपल्या वैयक्तिक पातळीवरील स्नेहसंबंधांना त्यांनी कधीही उणेपणा येऊ दिला नाही. मराठवाड्यातील काही राजकीय व्यक्ती आपल्या भागाला डावलल्याची तक्रार करीत त्यांच्यावरती अत्यंत तिखट भाषेत टीकेचे प्रहार करीत. परंतु तरीही ते अत्यंत शांतपणे राज्यातील विविध

भागातील विकासाचा अनुशेष कसा भरून काढला जात आहे ते समजावून देत. संपूर्ण राज्यात ज्यांच्याबद्दल सर्वांना आदर व लोभ आहे अशी जी मोजकी मंडळी होती, त्यापैकी ते एक होते. पण ते ज्या विदर्भ प्रांतातून आले होते तिथली नेते मंडळी मात्र ''वसंतरावांनी विदर्भाकडे पाठ फिरवली,'' असे म्हणत.

डावे पक्ष त्यांना 'कुलक' म्हणून संबोधित. रशियात जमिनदारांना कुलक म्हटले जायचे. देश पातळीवरती ते श्रीमंत शेतकऱ्यांच्या लॉबीमधील आहेत, असेही म्हटले जायचे. या आक्षेपांना व टीकेला ते जे उत्तर देत ते अत्यंत साधे, सोपे, सरळ व पटण्याजोगे होते. त्यांना शेतीची भरभराट करून धान्योत्पादन देश स्वयंपूर्ण करण्याची इच्छा होती. १९७० च्या आधी राज्यभर जी अभूतपूर्व टंचाई निर्माण झाली त्यावेळी त्यांना केन्द्र सरकारकडे जादा धान्य मागण्यासाठी अक्षरश: भीक मागितल्यासारखी याचना करावी लागली होती. त्यावेळी त्यांचे केलेले मानसिक हाल ते कधीही विसरू शकत नव्हते. त्यामुळे नंतर त्यांनी 'महाराष्ट्रातील धान्योत्पादन मोठ्या प्रमाणात वाढवून स्वयंपूर्णता आणीन' अशी शपथ घेतली. जर मोठ्या शेतकऱ्यांनी जास्त धान्य पिकवले तर त्यांच्या नावाने आपण कशाला बोटे मोडायची? जर मोठ्या शेतकऱ्यांना उत्तेजन दिले व झटपट धान्योत्पादन वाढत असेल तर बाहेरून धान्य आयात करण्यापेक्षा ते केव्हाही चांगले नाही का? प्रथम संपत्ती वाढवायची व मग तिचे वाटप समाजातील दुर्बल घटकांना रोजगार हमी सारख्या योजनांवाटे करायचे, अशी त्यांची भूमिका होती. त्यांनी आपले हेच तत्त्वज्ञान राज्यातील औद्योगिक क्षेत्रातही पसरवायचा प्रयत्न केला. त्यासाठी त्यांनी केंद्र सरकारला महाराष्ट्रात खतांचे कारखाने काढण्यासाठी खूप विनवले. परंतु त्यांना नकार देण्यात आला. असे खत कारखाने उघडायला परवानगी दिली तर मोठमोठ्या कारखानदार उद्योग समूहांचे उखळ पांढरे होईल, अशी केंद्राची भूमिका होती. यावरती ते म्हणाले, ''एखाद्या मोठ्या उद्योग समूहाला खताचा कारखाना उघडू देण्यास आमची हरकत असते. परंतु परदेशातील जे कारखाने किंवा उद्योगसमूह अधिक मोठे आहेत त्यांच्याकडून खतांची आयात करण्यास मात्र आम्ही लाजत नाही की कचरत नाही.''

मुलकी कर्मचाऱ्यांना किंवा सरकारी सेवेतील कर्मचाऱ्यांना त्यांचे असे सांगणे असे की, ''सामान्य माणसांच्या अडचणी जाणून घ्या आणि वेळप्रसंगी वाकडी वाट करून त्या सोडवा. प्रत्येक वेळी लोकांचे संपूर्ण काम करून दिलेच पाहिजे असे नाही, पण आपल्या अडचणी समजावून घेतल्या जात आहेत, त्या सोडविण्यासाठी प्रामाणिकपणे प्रयत्न केले जात आहेत, एवढे जर त्यांना पटले तरी खूप झाले. या प्रक्रियेमध्ये शेवटी यशापयश काय येते हे महत्त्वाचे नाही तर आपल्या प्रयत्नांमागचे हेतू हे लोकांना अगदी पारदर्शकपणे दिसले पाहिजेत.''

एक साहेब म्हणून हाताखालच्या लोकांना ते प्रेमळ व आपल्या अडचणी जाणून घेणारे वाटत. आमच्या कार्यालयात ते दिवसाअखेर येत आणि प्रत्येकाची चौकशी करीत. कोणाला काय अडचणी आहेत हे विचारून समजावून घेत. त्यांचे मूळ गाव यवतमाळ होते. तिथे त्यांच्या घरी आम्ही अनेकदा जेवलो होतो. ते स्वत: रात्री खूप उशीरापर्यंत जागून कामे करीत. पण तसे इतरांनी करावे याची मात्र अपेक्षा ठेवत नसत. फायलीवरती ते जे शेरे लिहित किंवा आदेश देत ते सुवाच्य अक्षरात लिहित. त्यासाठी ते आपले सोनेरी रंगाचे बॉल पॉईन्टचे पेन वापरीत.

नाशिककर हे त्यांचे ज्येष्ठ वैयक्तिक चिटणीस होते. ते अत्यंत कष्टाळू होते. वसंतरावांना हव्या असलेल्या फायली ते नेहमी तयार करून ठेवीत. एखाद्या दिवशी खूप काम पडले तर ते दिवसाच्या शेवटी म्हणत, “हे नाशिककर म्हणजे खरोखरीच एक शेतकरी आहेत. ते आपले बैल अगदी निष्ठुरपणे पळवत रहातात.” पण नाशिककरांवरती त्यांचा खूप लोभ होता. फाटक व खिस्ती हे त्यांचे आणखी दोन चिटणीस होते. त्यांच्यावरतीही ते तेवढाच लोभ करीत. शिपाई, चपराशी मंडळी तर वसंतरावांना आपला देव समजायचे.

दरवर्षी ते पुण्याजवळच्या आपल्या शेतातील द्राक्षांची एकेक पेटी प्रत्येकाला भेट म्हणून देत. हिवाळी अधिवेशनाच्या वेळी आम्ही त्यांच्या नागपुरातील सरकारी निवासस्थानी जात असू. त्यावेळी ते आम्हाला भरपूर मिठाई, पुरी व आईस्क्रीम देत.

शेतकऱ्याचा साधेपणा हा कधीकधी विनोदी घटना निर्माण करतो. एकदा आम्ही त्यांच्याबरोबर अमरावती-अकोला भागात दौरा करीत होतो. त्यावेळी त्यांच्या लक्षात आले की या भागातील जलसिंचनाचा वापर पाहिजे तेवढा शेतकऱ्याकडून करून घेतला जात नाही. पश्चिम महाराष्ट्रातील शेतकरी जसा जलसिंचनाचा चांगला लाभ उठवतात त्या पार्श्वभूमीवर तर ही गोष्ट चांगलीच ठळकपणे नजरेत भरत होती. मग आम्ही शेतकऱ्यांच्या अनेक सभा घेतल्या आणि त्यांना जलसिंचनाचा लाभ घेण्यासाठी उत्तेजन देऊ लागलो. एका सभेत एका वृद्ध शेतकऱ्याने म्हटले, “नाईकसाहेब, आमच्याकडे कालव्यातून येणारे पाणी हे आधी धरणात असताना त्यातील वीज काढून मग पाठवले जाते. याचा अर्थ तुम्ही त्या पाण्यातील सत्त्व काढून घेऊन आम्हाला नि:सत्त्व, निकस पाणी पाठवता. मग कशी आमची पिके त्यावरती चांगली येतील?” त्या शेतकऱ्याच्या या भाबड्या म्हणण्यावर सर्वजण जोरात हसले.

१९७४ च्या दुसऱ्या सहामाहीत हळूहळू माझ्या असे लक्षात येऊ लागले की, इंदिरा गांधी ह्या वसंतरावांना आपल्यापासून दूर ठेवीत चालल्या आहेत. वसंतराव नाईक यांच्या कारकीर्दीची सुरुवात ही १९६३ मध्ये यशवंतराव चव्हाणांचे अनुयायी व सर्वांत जवळचे म्हणून झालेली होती. एक प्रकारे त्यांचे राजकीय छत्र त्यांनी

वसंतरावांवरती धरले होते. परंतु ही फक्त सुरुवातीची गोष्ट होती. त्यांनी अफाट मेहनत, प्रशासकीय कौशल्य, राजकीय चाणाक्षपणा दाखवून केवळ स्वकर्तृत्वावरती आताचे नेतेपद मिळवले होते. धान्योत्पादनात महाराष्ट्राला स्वयंपूर्ण बनवण्याचे त्यांचे प्रयत्न हे तर सर्वमान्य झाले होते. १९७२-७३ मध्ये राज्यात जी दुष्काळासमान अभूतपूर्व अशी टंचाईची परिस्थिती निर्माण झाली होती त्यावेळी त्यांनी पन्नास लाख लोकांना टंचाई निवारणाच्या केन्द्रांवरती काम दिले होते. या कल्पक योजनेमुळे ते देशभर प्रसिद्ध पावले. त्यांची रोजगार हमी योजना ही तर ग्रामीण भागाच्या उत्कर्षाची वाटचाल करणारी ठरली होती. १९७४ मध्ये त्यांच्या मुख्यमंत्रीपदाची विक्रमी दहा वर्षे पुरी झाली होती. ह्या विक्रमाचा कोणालाही हेवा वाटावा असा तो होता. सुरुवातीला विशेषत: १९६७ नंतर इंदिरा गांधींनी त्यांना हाताशी धरले होते ते यशवंतरावांचे महाराष्ट्रातील वजन कमी करण्यासाठी. आपले 'खास मर्जीतले' अशी त्यांनी वसंतरावांना वागणूक दिली होती. दिल्लीतील अनेक बैठकांमध्ये व अधिवेशनामध्ये हे मी स्वत: अनुभवले होते. त्यामुळे ते केव्हाही इंदिरा गांधींशी सहज संपर्क साधू शकत. पण १९७४ पासून वसंतरावांचे महत्त्व कमी करण्याची मोहीम चालू केली गेली. त्यासाठी त्यांच्यावरती मुंबईमध्ये 'शिवसेनावादी' किंवा 'शिवसेनेकडे कल असणारे' म्हणून आरोप केले गेले.

कर्नाटक व आन्ध्रप्रदेश या राज्यांच्या मुख्यमंत्र्यांशी त्यांची दोस्ती होती. ही दोस्ती एवढी घनिष्ठ व खाजगी पातळीवरती होती की, पंतप्रधानांच्या कार्यालयातील माझे दोस्त मला विचारीत की, "तुमची ही तीन राज्ये एकत्र येऊन त्या आधारे तुम्ही राजकारणात काही साध्य करू पहाणार आहात काय?" मला असे विचारलेले हे अगदी अजूनही स्पष्टपणे आठवते. त्यावेळी देवीकांत बरुआ हे पेट्रोलियम मंत्री होते. तेही वसंतरावांचे चांगले दोस्त होते. ते जेव्हा काँग्रेस पक्षाचे अध्यक्ष झाले तेव्हा त्यांनीही इंदिरा गांधींप्रमाणे वसंतरावांशी राजकीय डावपेच सुरू करून वागायला सुरूवात केली. आपण जेव्हा मुंबईला काँग्रेसचे अध्यक्ष म्हणून आलो तेव्हा आपल्याला हवी तशी आदरणीय वागणूक वसंतरावांनी दिली नाही असा कांगावा त्यांनी उगाचच सुरू केला होता. केन्द्रातील काँग्रेसचे नेतृत्व हे आता गटबाजी निर्माण करण्याचा खेळ सुरू करू पहात होते. मराठवाड्यातील नेतृत्वामध्ये वसंतरावांना कोणीही प्रतिस्पर्धी नव्हता आणि त्यांनी पश्चिम महाराष्ट्रामध्येही आपला चांगला जम बसवला होता. तेव्हा महाराष्ट्रात अशा स्पर्धक नसलेल्या नेत्याला काबूत कसा ठेवायचा? म्हणूनही त्यांच्या विरुद्ध असे राजकारण सुरू झाले असावे. मराठवाड्याच्या हिताकडे व विकासाकडे त्यांनी आपल्या परीने आटोकाट प्रयत्न केले होते. परंतु केन्द्रीय नेतृत्वाने मराठवाड्यातील अन्य पुढाऱ्यांना वसंतरावांविरुद्ध चिथावणी देऊन त्यांच्याविरुद्ध एक फळी निर्माण करण्याचे सातत्याने व उघडउघड

प्रयत्न चालवले होते. त्यावेळच्या मुंबईतील अनेक बैठका मला आठवतात. त्या बैठकांमध्ये मराठवाड्यातील अनेक पुढाऱ्यांनी वसंतरावांवरती तीव्र, कडवट व खोट्यानाट्या वैयक्तिक आरोपांची शिवराळ उडवावयास कमी केले नाही.

फेब्रुवारी १९७५ मध्ये दिल्लीमध्ये त्यांच्याबरोबरच्या भेटीचा शेवटचा अधिकृत सहवास घडला होता. दिल्लीला जाणाऱ्या विमानामध्ये त्यांच्याबरोबर मी शिरल्यावर माझ्या एकदम लक्षात आले की वसंतराव आता खिन्नमनस्क झाले आहेत. त्यांच्याशी बोलताना ते मला उदासपणे म्हणाले की, "तुम्ही आता काय करणार?" त्यांच्या प्रश्नाने मी बावचळून गेलो. मी त्यांच्याबरोबर १, सफदरजंग रोडवरील पंतप्रधानांच्या निवासस्थानी गेलो.

इंदिरा गांधी यांना भेटायला ते आतमध्ये गेले. मी बाहेर आर. के. धवन यांच्यासमवेत त्यांची वाट पहात थांबलो. जेव्हा ते बाहेर आले, तेव्हा मला त्यांच्याकडून कळले की त्यांना बिहारचे राज्यपालपद देऊ केले आहे. याचा अर्थ आता महाराष्ट्राच्या मुख्यमंत्रीपदावरून त्यांना पायउतार होण्यास सांगितले आहे. मी यावरती त्यांना काय सल्ला देणार? मी म्हणालो की त्यांनी ते राज्यपालपद स्वीकारून सध्या पंतप्रधानांना दुखवू नये. यामुळे काही त्यांचे राजकीय जीवन संपत नव्हते. देवीकांत बरूआ नाही का सक्रिय राजकारणात परतले होते? वसंतरावांनी त्यावरती सांगितले की त्यांना सध्या राजकारण संन्यास घ्यायचा नसून सर्व पर्याय खुले ठेवायचा मार्ग ते पहात आहेत. मग ते परत आत गेले आणि थोड्या वेळात बाहेर आले. मी ओळखले की ते आता सत्ता सोडत आहेत व बिहारचे राज्यपालपद त्यांनी धुडकारले आहे. २१ फेब्रुवारी १९७५ रोजी त्यांनी आपला राजीनामा दिला.

नंतरही मी त्यांना अधूनमधून भेटत राहिलो. पण त्यांच्या बोलण्यात कुठेही कडवटपणा नव्हता. त्यांचा दृष्टिकोन हा एक तत्त्वचिंतकाचा होता. सत्तेत नसतानाही त्यांनी मोठ्या रुबाबात आपले जीवन व्यतीत केले. मलबार हिलवरील त्यांच्या घरात नंतर अनेकवार मी गेलो असताना त्यांनी माझे अत्यंत प्रेमाने स्वागत केले होते. १९७७ च्या सुरुवातीला जेव्हा सार्वत्रिक निवडणुका जाहीर झाल्या तेव्हा त्यांनी अत्यंत उत्साहात काँग्रेसच्या निवडणूक प्रचारात भाग घेतला होता. त्यानंतर इंदिरा गांधी पुन्हा त्यांचे सल्ले घेऊ लागल्या. वसंतरावांनी राजकीय बाजी जिंकल्याची ती एक खूण होती. याचे कारण निवडणुकीत आपल्या पायाखालची वाळू सरकू शकेल असे आता बाईंना वाटू लागले होते. त्यांना मी शेवटचे भेटलो ते १९७८ च्या अखेरीस दिल्लीतील संसदगृहात. त्यावेळी ते विरोधी पक्षाचा खासदार म्हणून ऐटीत आपला पाईप तोंडात धरत शांतपणे पावले टाकीत चालले होते. अत्यंत निर्विकारपणे ते आजुबाजूला पहात तोंडातून धूर सोडत जात होते. आता ते लवकरच आमच्यात रहाणार नाही, असे त्यांना त्यावेळी वाटले असेल का?

२१ फेब्रुवारी १९७५ रोजी शंकरराव चव्हाण यांचा महाराष्ट्राचे मुख्यमंत्री म्हणून शपथविधी झाला. त्याआधी मी त्यांना भेटून माझा राजीनामा त्यांच्यापुढे ठेवला. पण त्यावरती ते मला म्हणाले,''देशमुख तुम्ही वसंतरावांचे सेक्रेटरी नव्हता, तर महाराष्ट्राच्या मुख्यमंत्र्यांचे सेक्रेटरी होता. तेव्हा तुमची ही सेवा पुढे चालू ठेवायला काय हरकत आहे?'' मी माझे काम पुढे चालवले. शंकररावांनी मला अत्यंत चांगली वागणूक दिली. आपले राजकीय स्पर्धक व माजी मुख्यमंत्री यांच्याशी निष्ठावान असलेल्या एका कार्यक्षम अधिकाऱ्याला आपल्या हाताखाली आपण वागवतो आहोत, असे त्यांनी मला कधीही भासवले नाही. त्यांच्याबरोबर काम करताना मला मजा वाटत असे. कारण ते एका राजकारण्यापेक्षा एका प्रशासकीय अधिकाऱ्याच्या भूमिकेतून वागत असत. ते सर्व फायली नीट चाळून, पाहून, वाचून मग त्यावरती आपले स्पष्ट आदेश देत. मंत्रीमंडळाच्या बैठकीत प्रत्येक मंत्र्याने पाठवलेल्या प्रस्तावांवरती नीट अभ्यास करून यावे अशी त्यांची अपेक्षा असे. त्यावेळी मंत्र्याने ऐनवेळी आपल्या सेक्रेटरीच्या तोंडाकडे मदतीसाठी व माहितीसाठी पाहू नये असे त्यांना वाटे. शंकरराव चव्हाण यांना आता एक टोपणनाव पडले होते. ते 'हेडमास्तर' या नावाने संबोधले जाऊ लागले. शंकररावांनी आपले निवासस्थान बदलून 'सह्याद्री' बंगल्यावर नेले. यामुळे आम्हा सर्वांना आश्चर्य वाटले. तो बंगला मुख्यमंत्री कन्नमवार यांच्या १९६३ मधील निधनानंतर रिकामा पडला होता. त्यांच्यानंतर वसंतराव नाईक मुख्यमंत्री झाले. पण ते त्या बंगल्यात रहायला गेले नाहीत. त्या बंगल्यात कन्नमवारांचे निधन झाल्याने तो अशुभ असावा अशी त्यांची समजूत झाली होती. त्या बंगल्याचे रूपांतर नंतर स्टेट गेस्ट हाऊसमध्ये केले गेले होते. परंतु शंकरराव तिथे रहायला गेल्याने साऱ्या अशुभ शंकांना तिलांजली दिली गेली आणि आपल्या या चांगल्या निर्णयाने त्यांनी सर्वांवरती छाप पाडली.

१२ जून रोजी मी दिल्लीला गेलो. माझी ती भेट खूप स्मरणीय वाटावी अशी ठरली. अलाहाबाद उच्च न्यायालयाचे न्यायाधीश सिन्हा यांनी त्या दिवशी इंदिरा गांधी यांची लोकसभेवरील निवड ही रद्द केली. त्यांनी आपले खासगी सचिव यशपाल कपूर हे सरकारी सेवेत असूनही त्यांचा निवडणुकीत उपयोग करून घेतला, असे त्याबद्दल कारण दिले. मी त्या निकालाच्या बातमीच्या वेळी इंदिरा गांधी यांच्या निवासस्थानी पोचलो होतो. त्यावेळी तिथे बाईंच्या बरोबर सिद्धार्थ शंकर रे, रजनी पटेल आणि मुख्यमंत्री शंकरराव चव्हाण हे हजर होते. बाई खूप अस्वस्थ झालेल्या दिसत होत्या. त्यातून त्याचवेळी गुजरातमधील विधानसभा निवडणुका काँग्रेसपक्ष हरला होता. त्यामुळे गुजराथचे राज्यपाल एच. सी. सरीन यांच्यावरती त्या नाराज होत्या. राज्यपालांनी आपल्याला चुकीचे मार्गदर्शन करून उगाच एक गुलाबी चित्र आपल्यापुढे उभे केले असे त्यांना वाटत होते. बाकी काय झाले तो

इतिहास आपल्याला ठाऊक आहेच. नंतर इंदिरा गांधी यांनी राष्ट्रपतींना सांगून २६ जूनच्या रात्री आणीबाणी जाहीर केली.

आणीबाणीमुळे जो काही धुरळा उडाला व अनेक घटना घडल्या त्यामध्ये एक कुतूहलजन्य प्रसंग घडला. पिलू मोदी हे 'स्वतंत्र' पक्षाचे खासदार होते. त्यांना दिल्लीमध्ये आणीबाणीतल्या अधिकारानुसार स्थानबद्ध केले होते. त्यांच्या भावाच्या कुटुंबांत मुंबईत एक गंभीर अपघात झाल्याने त्याला भेटण्यासाठी त्यांना दिल्लीहून मुंबईला पोलीस बंदोबस्तात हलवले गेले. त्यांना मुंबईत आपल्या भावासमवेत एक रात्रभर थांबायचे होते. पण या जादा थांबण्यासाठी त्यांच्याबरोबरीची पोलीस मंडळी राजी नव्हती. याचे कारण रात्री कदाचित पिलू मोदी हे पलायन करतील अशी त्यांना भीती वाटत होती. तो पोलीस अधिकारी मंत्रालयात येऊन मुख्यमंत्र्यांकडून खास परवानगी हवी म्हणून मला भेटून सांगू लागला. मी त्या अधिकाऱ्याला म्हटले की, "पिलू मोदी यांच्या देहाचे आकारमान पहाता त्यांनी पळून जाण्याचे ठरवले तरी त्यांना ते जमणार नाही. तेव्हा मोदींनी हातावर तुरी देऊन पळून जाण्याची मूर्ख कल्पना पोलिसांनी मनातून काढून टाकावी." मग मी मुख्यमंत्र्यांच्या केबिनमध्ये जाऊन त्यांच्याकडून पिलू मोदींना रात्रभर बाहेर मुक्काम करू देण्याची परवानगी आणून दिली.

आयएएस अधिकाऱ्याने आपले करिअर घडविण्याचा एक भाग म्हणून मंत्र्यांच्या समवेत काही काळ घालवला पाहिजे. हे माझे मत मी नेहमी आग्रहाने मांडत आलेलो आहे. एक राजकारणी व्यक्ती ही लोकशाहीच्या चौकटीत कसे काम करते हे कळेल आणि त्या व्यक्तीसमोर किती अडचणी, बंधने व दबाव असतात हेही नीट समजून येईल. केवळ राजकीय हेतू व लाभ साध्य करताना कोठवर मर्यादा पाळाव्यात आणि सामाजिक हिताचा कसा बळी देऊ नये याचेही ज्ञान यामुळे प्राप्त होईल. ब्रिटिश व फ्रेंच पद्धतींमध्ये तल्लख बुद्धिमान व तरुण अधिकाऱ्याला नेहमी मंत्र्यांसमवेत काम करण्यासाठी नेमले जाते. अधिकाऱ्यांच्या पद्धतशीर प्रशिक्षणाचाच तो एक भाग समजला जातो. या दोन्ही देशातील अनेक उच्चपदस्थ अधिकाऱ्यांनी असे मंत्र्यांच्या हाताखाली कामे केल्याचे सर्वश्रुत आहे. फ्रान्समध्ये तर अशा अनेक नावाजलेल्या अधिकाऱ्यांचे या बाबतीत नाव घेता येईल. नंतर हेच अधिकारी पुढे यशस्वी राजकारणी म्हणून गाजले. मुंबईत व दिल्लीत मी जेव्हा हे बोलून दाखवे तेव्हा माझे अनेक सहाध्यायी माझ्या मताशी सहमत होत नसत. त्यांना असे वाटे की या पद्धतीमुळे तरुण आयएएस अधिकारी हे राजकीय नेत्यांच्या संगतीमुळे भ्रष्टाचारी बनतील. त्यामुळे अशी कामे करण्याचा भाग हा प्रशिक्षणाचा असू नये, असे त्यांचे मत ते व्यक्त करीत.

◆

९
मुंबई महापालिका आयुक्त

मुख्यमंत्र्यांचा सेक्रेटरी म्हणून तीन वर्षे मी काम केले. त्यातले शेवटचे पाच महिने मी शंकरराव चव्हाण यांच्याबरोबर काढले. मला आता कामात बदल हवा होता. शिवाय त्यावेळी आणीबाणी जारी केल्याने मंत्रालयातील वातावरणात थोडेसे घुसमटल्यासारखे वाटत होते.

मला हवा असलेला बदल हा आपण होऊन माझ्याकडे चालत आला. तो एक योगायोग होता असे म्हटले पाहिजे. त्यावेळी मुंबई महापालिकेचे आयुक्त मधुकर देसाई हे होते. जुलै १९७५ मध्ये अचानक त्यांचे निधन झाले. मग त्यांच्या जागेवर दुसऱ्या कोणाला नेमायचा जेव्हा प्रश्न आला तेव्हा चीफ सेक्रेटरी डी. डी. साठे यांनी माझे नाव त्यासाठी मुख्यमंत्र्यांना सुचवले. मुख्यमंत्री शंकरराव चव्हाण यांनी तो विषय माझ्यापाशी अशा तऱ्हेने काढला की, मला इथून घालवून दिले जात आहे असे वाटू नये. मला हे नवीन पद, नवीन तऱ्हेचे काम भुरळ घालू लागले. कारण ह्या पदावरती शक्यतो अत्यंत ज्येष्ठ अशा आयएएस अधिकाऱ्याची नेमणूक होत असते. मुंबई महापालिका ही खरोखरीच संपूर्ण भारतातील एकमेव अशी सर्वांत मोठी महापालिका आहे.

या महापालिकेला स्वातंत्र्यपूर्व काळापासून एक देदिप्यमान परंपरा आहे. त्या काळात या महापालिकेचे महापौर ही त्यावेळची नामवंत व राजकारणातील धुरंधर मंडळी होती. ते सर्वजण स्वातंत्र्यासाठी चळवळीही करीत होते. निष्णात मुलकी अधिकाऱ्यांची प्रभामंडळे या महापालिकेच्या इतिहासात राबली होती.

या महापालिकेचे माझ्या वेळचे वार्षिक अंदाजपत्रक हे एक अब्ज रुपयांपेक्षा जास्त होते. एवढे मोठे अंदाजपत्रक हे भारतातील कोणत्याही लहान राज्याचे त्यावेळी होते.

या नवीन पदावर रूजू होण्यापूर्वी मला मुंबई प्रादेशिक काँग्रेस समितीचे अध्यक्ष रजनी पटेल यांच्याशी संपर्क साधण्यास सांगितले. त्यांनी मला सांगितले की, ते

मला गेली तीन वर्षे पहात असल्याने त्यांची माझ्या या नव्या नेमणुकीबाबत काहीच हरकत नव्हती. उलट त्यांना यामुळे आनंद झाला होता. मग ऑगस्ट १९७५ मध्ये मी त्या पदावरती रूजू झालो.

राजकीय यंत्रणेशी जवळचे व सलोख्याचे संबंध असणे याचे महत्त्व फार असते. मला त्याचे महत्त्व एव्हाना चांगलेच पटले होते. म्हणून मी महापालिकेचे महापौर आणि अन्य तिथल्या अन्य गटांचे नेते यांच्याशी संपर्क साधू लागलो. बिन काँग्रेसी नेते हे माझ्या नेमणुकीने अस्वस्थ झाले नव्हते पण ते जरासे सावध होते. परंतु मी त्यांच्याशी मोकळेपणे व दिलखुलास बातचीत करून त्यांच्या मनातील शंका व भीती दूर केली. माझा या पदावरचा कालावधी संपेपर्यंत सर्व राजकीय गटांशी माझे अत्यंत सलोख्याचे संबंध चालू होते. नाही म्हणायला तसे एक दोन अप्रिय प्रसंग घडलेच. पण तेवढेच. महापालिकेच्या सर्व कार्यकृतीचे एकूणएक अधिकार हे आयुक्तांकडे एकवटलेले असतात आणि महापौर हा जरी शहराचा पहिला नागरिक समजला जात असला तरी त्याचे पद हे तसे शोभेचे असते. त्यामुळे सर्व महापौर मंडळी ही आपल्या हातात कृती करण्याची सत्ता नाही म्हणून तशा अधिकाराबाबत अत्यंत संवेदनशील असतात. त्यामुळे त्यांच्याशी वागताना मला फार काळजी घ्यावी लागत होती. दरवर्षी नवा महापौर निवडला जात असल्याने माझ्या कारकीर्दीत एकूण चार महापौरांशी माझा संबंध आला. नानालाल मेहता, मुरली देवरा, मनोहर जोशी व बाबूराव शेटे हे ते चार महापौर होते. मुरली देवरा ह्यांनी महापालिकेवर थोडासा दबाव आणण्याचा प्रयत्न केला. परंतु त्यांना आपल्या मर्यादा ठाऊक होत्या. त्यांच्याशी जमवून घेणे मला तसे अवघड गेले नाही. महापौरपदाबद्दल मनोहर जोशी यांच्या काही अवास्तव कल्पना होत्या. त्यामुळे महापालिकेच्या खुल्या सभेमध्ये मला एकदा महापौरपदाच्या मर्यादांची जाणीव त्यांना करून द्यावी लागली.

माझ्या अधिकाऱ्यांची तुकडी ही सक्षम होती. देसाई व गुलगुले हे दोन उपआयुक्त, शहर अभियंता पटवर्धन, जल अभियंता मुळेकर आणि माझ्या ऑफिसचे निष्ठावान प्रमुख डेव्हिड पिंटो हे सर्वजण आपल्या कामात निष्णात व अत्यंत कार्यक्षम होते.

मी रूजू झालो त्यावेळचे दिवस आणीबाणी जाहीर केलेले होते. मला एकदा प्रथमच त्याची झळ बसली. शहराला पुरवले जाणारे पिण्याचे पाणी शुद्ध करण्यासाठी आम्हाला मोठ्या प्रमाणात क्लोरीनचा साठा खरेदी करावा लागे. मुख्यमंत्र्यांच्या कार्यालयाच्या सांगण्यावरून मी त्यासाठी एका माणसाची गाठ घेतली. त्याच्या म्हणण्यानुसार त्याने क्लोरीन पावडरला एक उपयुक्त व बिनधोक पर्याय शोधून काढला होता. त्या नवीन पदार्थामुळे पाणी संपूर्ण निर्जंतुक होऊन जाते, असा त्याचा

दावा होता. ह्या पदार्थाचे उत्पादन तो दिल्लीमध्ये करीत असे. दिल्ली महापालिकेचे कमिशनर श्री. टामटा यांनी त्याच्याकडून फार मोठा साठा खरेदी केल्याचे तो सांगत होता. हलक्या आवाजात त्याने पुढे हेही मला संगितले की, त्याच्या कारखान्यात संजय गांधी यांची मोठ्या प्रमाणात भागीदारी आहे. त्याचे सारे ऐकून घेतल्यावरती मी त्याला सांगितले की, आम्ही प्रथम थोडीशीच पावडर विकत घेऊन वापरून पाहू. अन् त्याचा वापर जर बिनधोक व समाधानकारक वाटला तरच नंतर मोठ्या प्रमाणात खरेदी करण्यासाठी बोलणी करू. परंतु मोठी मागणी एकदम नोंदवता येणे अशक्य आहे. मी हे त्याला ऐकवल्यावर त्याने मला जवळजवळ धमकीवजा शब्दात सुनावले की, "एक महिन्यात मला मुंबई महापालिकेकडून ऑर्डर मिळते की नाही ते पहात रहाल." तो गेल्यानंतर मी ताबडतोब दिल्लीला आर. के. धवन यांना फोन लावला. त्यांची माझी पूर्वीपासूनची ओळख होती. सारा प्रकार त्यांच्या कानावर घालून या अवघड प्रसंगातून माझी सुटका करा अशी त्यांना विनंती केली. त्यांनी नंतर तीन आठवड्यांनी फोन करून मला सांगितले की, ती गोष्ट खुशाल विसरून जावी, त्याकडे दुर्लक्ष करावे. पण तरीही हे प्रकरण इथे संपले नाही. याचा दूरगामी परिणाम १९७७ मध्ये झाला. त्यावेळी इंदिरा गांधी यांचा निवडणुकीमध्ये पराभव झाला होता आणि जनता पक्ष सत्तेवरती आला होता. मग सीबीआयचे लोक माझ्याकडे येऊन चौकशी करू लागले. मुंबई महापालिकेच्या व्यवहारात संजय गांधी यांच्याकडून ढवळाढवळ केली गेली काय, याची त्यांना माहिती हवी होती. कारण तसाच प्रकार दिल्ली महापालिकेमध्ये घडला होता. मी जे काही घडले ते त्यांच्या कानावरती घातले, पण तरीही त्या अधिकाऱ्यांचे समाधान होईना. महापालिकेच्या व्यवहारात हस्तक्षेप करण्याचा प्रयत्न झाल्याचे मी सांगावे, असा आग्रह ते धरू लागले. पण मी ठाम राहून त्या गोष्टीला नकार दिला.

'आणीबाणी' हा एक जरासा कठोर मार्ग चोखाळला गेला आहे हे मला ठाऊक होते. त्याचे राजकीय मूल्यांकन मी करीत नाही. पण अनेकदा काही समस्या सोडवण्यासाठी, विशेषत: जेव्हा काही प्रगती साधायची असते, तेव्हा थोडासा जोर हा लावावाच लागतो. त्यामुळे कर्मचाऱ्यांना शिस्तीचे पालन करणे भाग पडते आणि नागरिकांना त्यांच्या जबाबदाऱ्या स्वीकाराव्या लागतात. डाव्या कामगार संघटनांच्या बाबतीत तर ही गोष्ट खास करून लागू पडते. त्यांना उठसूठ संप करायची व नागरिकांना वेठीस धरायची सवय लागलेली असते. महापालिकेतील कर्मचाऱ्यांच्या एका संपाबाबत मोठ्या नाखुषीने व खेदाने मला अशीच एक कठोर कारवाई करणे भाग पडले. मी त्यांना काम चालू ठेवायचे कायदेशीर आदेश दिले. पण तरीही त्यांनी न जुमानल्यामुळे शेवटी संपाच्या पुढाऱ्यांना उचलून पोलीस कोठडीत डांबावे लागले. संपामुळे शहरातील कचरा पेट्यांतील कचरा उचलला जात नव्हता. तो

साठत जाऊन दुर्गंधी पसरू लागली होती. पण आता संप मोडला गेल्यामुळे पुन्हा नागरिक सेवा सुरळीत चालू झाली. शहर स्वच्छ होत गेले. यामुळे महापालिकेतील सर्व कर्मचाऱ्यांमध्ये एक स्वच्छ संदेश पसरत गेला. टाईम मासिकाने याचे वृत्त देताना म्हटले की, '.....the city is looking much cleaner' (शहर आता पूर्वीपेक्षा अधिक स्वच्छ भासू लागले आहे.)

एके काळी मी मुख्यमंत्र्याचा सेक्रेटरी असल्याने मला सरकारमार्फत महापालिकेची काही रेंगाळलेली कामे करून घेता आली. त्यातले सर्वांत महत्त्वाचे व प्रदीर्घ काळ रेंगाळलेले काम होते ते मुंबई महापालिका कायद्यात ज्या दुरुस्त्या सुचवल्या होत्या त्या कायदेशीररित्या पक्क्या करून घ्यायच्या होत्या. महापालिकेचे अंदाजपत्रक हे आदल्या वर्षी १० नोव्हेंबरच्या आत तयार करून सादर करावे लागे. ते तयार करण्याची प्रक्रिया ही जूनमध्ये सुरू करावी लागत होती. म्हणजे जे अंदाजपत्रक मार्चमध्ये मंजूर होते ते दहा महिने आधी मिळालेल्या आकडेवारीवरून तयार करावे लागत होते. मी सरकारला विनवले की, महापालिका आयुक्ताला १ मार्चपर्यंत अंदाजपत्रक तयार करून सादर करण्याची तरतूद वटहुकूम काढून करावी. महापालिकेच्या उत्पन्नापैकी जकातीचे उत्पन्न हा एक मोठा स्रोत होता. पण ते उत्पन्न वस्तूंच्या संख्येवरती अवलंबून ठेवलेले होते. त्यामुळे उत्पन्नाची ही बाब तुंबल्यासारखी झाली होती. त्यात वाढ होत नव्हती. वस्तूंच्या किंमती कितीही वाढल्या तरी त्यावरचा कर वाढत नव्हता. कारण तो केवळ नगावरती ठेवला होता. अन् इकडे महापालिकेचा खर्च मात्र वाढत चालला होता. म्हणून मी सरकारला सुचवले की जकात ही केवळ मालाच्या किंमतीवरती (ad valorem) आकारली जावी. तसेच आणखी अशीही एक सूचना केली की सर्व आर्थिक प्रस्ताव हे स्टॅन्डिन्ग कमिटीकडून वेळेत निपटले जाण्याचे त्यांच्यावरती बंधनकारक असावे. अन्यथा सध्यासारखे ते सतत पुढे ढकलले जायचे किंवा त्यावरती अनंत काळ चर्चा चालू रहायची. जागतिक बँकेकडून घेतलेल्या कर्जाबाबतही अशीच रेंगाळणारी अवस्था होती. परंतु मला सर्व कामे उरकावयाची असल्याने ती वेळेबाहेर किंवा मुदतीबाहेर जाऊ देता येत नव्हती. प्रत्येक आर्थिक बाबीची विशिष्ट कालमर्यादा मला पाळायची होती. म्हणून मुंबई महापालिका कायद्यामध्ये (BMC Act) दुरुस्त्या करून ते प्रस्ताव स्टॅन्डिग कमिटीकडून वेळेत मंजूर करण्याचे त्यांच्यावरती बंधन आणले गेले. या महत्त्वाच्या दुरुस्त्या कायद्यात करण्यासाठी नगरविकास खात्याचे मंत्री डॉ. रफिक झकेरिया यांनी मला मोलाचे सहाय्य केले.

मी कारभाराची सूत्रे हाती घेतल्यावरती प्रथम ज्या निर्णायक समस्येला तोंड द्यावे लागले ती समस्या होती पावसाळ्यात मुंबईतील विशिष्ट भागात तुंबून रहाणाऱ्या पाण्याची. १९७५ मध्ये जून व जुलैमध्ये मुंबईत तुफान पाऊस पडला.

शहरात अनेक ठिकाणी पुराचे साम्राज्य पसरले. सर्व जनजीवन जवळजवळ ठप्प झाले. सार्वजनिक बांधकाम खात्याचे माजी प्रमुख श्री. नातू यांच्या अध्यक्षतेखाली यावर विचार करून उपाययोजना शोधण्यासाठी एक समिती नेमली गेली. मुंबई शहर हे मुळात अनेक बेटांचे होते. त्या सर्वांचे मिळून एक मोठे बेट करण्यासाठी समुद्रात अनेक ठिकाणी भराव टाकून नवीन भूमी निर्माण केली गेली होती. परंतु हे करताना जमिनीवर पडणाऱ्या पाण्याचा नैसर्गिकरित्या निचरा कसा होईल या मुद्याकडे त्यावेळी कोणी लक्ष दिले नाही.

पूर्वीचे काही नाले व ओढे न बुजवता तसेच सोडून दिले होते खरे, परंतु त्या जागेभोवती आता झोपडपट्टीची वस्ती झाली होती. त्यांनी टाकून दिलेल्या साऱ्या कचऱ्याने हे नाले व ओढे पार बुजून गेले होते. मुसळधार पावसाचे पाणी झटपट निघून जावे म्हणून मुंबईतील रस्त्यांखालून अनेक मार्ग काढले होते. त्या मार्गांची अनेक तोंडे रस्त्यावरती उघडली होती आणि त्यावरती धापे (झाकणे) बसवून टाकले होते. ही तोंडे दर ठराविक अंतरावरती होती आणि ती उघडून आत उतरून आतील मार्गातील गाळ काढून साफसफाई करता येत होती. पण ही साफसफाई कित्येक वर्षांत केली गेली नव्हती. श्री. नातू यांनी ही साफसफाई प्रथम व्हावी, बुजलेल्या नाल्यातील कचरा काढून टाकला जावा आणि पावसाचे तुंबलेले पाणी उपसून काढण्यासाठी योग्य त्या मोक्याच्या जागी पंपिंग स्टेशन्स बसवावीत, 'लव्ह ग्रोव्ह' ह्या पंपिंग स्टेशनाची क्षमता वाढवावी इत्यादी सूचना केल्या. १९७६ च्या उन्हाळ्यात आम्ही बहुतेक सर्व सूचनांनुसार कामे केली. पण एक बाब मात्र आमच्या नियंत्रणाबाहेरची होती. ती म्हणजे जर समुद्राच्या भरतीच्या काळात मुसळधार पाऊस पडला तर मात्र हे पावसाचे पाणी समुद्रात जाऊ न शकल्याने शहरातच थांबून रहाणार होते. पण यासाठीही आम्ही काही खास उपाय केले. त्यामुळे १९७६ च्या पावसाळ्यात रस्त्यावरती कुठेही पाणी साठले नाही. जिथे कुठे साचले असेल ते झटपट ओसरून गेले.

प्रत्येक महापालिकेला जशी जन्मजात आर्थिक दुखणी असतात तशीच ती मुंबई महापालिकेलाही होती. जकातीच्या उत्पन्नाखेरीज महापालिकेच्या उत्पन्नाचा दुसरा स्रोत होता तो घरपट्टीचा. परंतु भाडेनियंत्रण कायद्यामुळे घरांची रेटेबल व्हॅल्यू (भाडे-उत्पन्न काढण्याची क्षमता) ही अगदी कमी ठेवली गेली होती. आम्ही त्या प्रमाणातच घरपट्टी बसवू शकत होतो. ही रेटेबल व्हॅल्यू वाढवण्यासाठी आम्ही आटोकाट प्रयत्न केले, पण त्याचा काहीही उपयोग झाला नाही. म्हणून मी ज्या घरांचे फ्लॅटस्चे, बंगल्यांचे वापरण्याचे क्षेत्र किंवा चटई क्षेत्र हे १४०० चौ. फूट व त्यापेक्षा जास्त आहे त्यावरती घरपट्टीचा एक खास दर जारी केला. राज्य सरकारकडून महापालिकेला जे अनुदान मिळे ते फारच तुटपुंजे होते. विशेषत:

प्राथमिक शिक्षणासाठी मिळणारे सरकारी अनुदान हे फार थोडे होते व ते कधीही वाढवून दिले जात नव्हते. मुंबईतील करमणूक कराचे व वाहनकराचे जे उत्पन्न सरकारला मिळत होते त्यातील महापालिकेचा वाटा फारच कमी दिला जात होता. त्याखेरीज राज्य सरकारच्या व केन्द्र सरकारच्या ज्या इमारती होत्या त्यावरती आम्हाला कसलीही पट्टी आकारता येत नव्हती. तसेच झोपडपट्ट्यांसाठी जो खर्च केला जात होता त्याचा बोजा शेवटी महापालिकेवरती पडत होता. अन् हा बोजा दिवसेंदिवस वाढतच चालला होता. कारण या झोपडपट्ट्यांच्या संख्येत सारखी वाढ होत चालली होती. मुंबईत बाहेरच्या राज्यातून लोकांचे लोंढे रोज येतच होते. परिणामी शहराच्या पायाभूत सुविधांवरती ताण वाढत होता. त्यातून या वाढत्या लोंढ्यांच्या समस्येला अनेक पदर असल्याने ती एक गुंतागुंतीची समस्या बनली होती.

अंदाजपत्रक तयार करणे आणि सर्व हिशोब नीट ठेवणे यांच्या ज्या पद्धती होत्या त्यानुसार ती कामे पूर्णपणे केली जात नव्हती. बीएमसी कायद्यानुसार महापालिकेला आपले अंदाजपत्रक तुटीचे दाखवता येत नव्हते. म्हणून यातून मार्ग काढण्यासाठी खर्चाचा अंदाज कमी दाखवण्याची आणि उत्पन्नाचा अंदाज जास्त दाखवायची पद्धत रूढ झाली. त्यात भर म्हणून नगरसेवक मंडळी अंदाजपत्रक मंजूर करताना हे आकडे आणखी बदलायला लावायचे. महापालिकेची नोकरशाही ही अंदाजपत्रकात झाकून टाकलेली तूट भरून काढण्यासाठी कसोशीने प्रयत्न करायची. त्यासाठी 'किरकोळ उचल किंवा ॲडव्हान्स' आणि 'सस्पेन्स अकाऊंट' या हिशेबवर्गाचा आधार घ्यायचे. हिशोबपद्धतीची ही एक सरळ सरळ पायमल्ली होती. १९७६-७७ च्या माझ्या पहिल्या अंदाजपत्रकात मी असे स्पष्ट म्हटले की, मागील वर्षीची जी तूट आता यावर्षी आली आहे ती ११ कोटी ६० लाख रुपयांची आहे. तर पुढच्या वर्षीची तूट ही ११ कोटी रुपयांची असेल. त्यात १० कोटी ६० लाख रुपयांच्या तुटीची 'G बजेट' मुळे भर पडेल. अशारितीने एकूण तूट ही ३३ कोटी २६ लाख रुपयांची होईल. एका वर्षात ही अफाट तूट भरून काढता येणे हे केवळ अशक्य आहे हे मला ठाऊक होते. पण निदान महापालिकेतील लोकांना वस्तुस्थितीची जाणीव होऊन आपल्याला कोणत्या समस्येला तोंड द्यायचे आहे याचे यामुळे भान येणार होते. प्रमुख अकौन्टन्टच्या कार्यालयाची पुनर्रचना करून त्यांच्याकडून सर्व हिशोब अत्यंत योग्य पद्धतीने ठेवले जातील हे मी पाहिले. याबाबतीत मी फार कडक राहिलो होतो. आरोग्य खात्यावरचा खर्च वेगाने वाढत चालला होता. पण त्याची कोणाला जाणीव नव्हती कारण त्याची दखल घेऊन तो खर्च जनरल A बजेट मध्ये सामील करून घेतला जाई. उदाहरणार्थ, १९७०-७१ मध्ये हा खर्च ९ कोटी ८० लाख रुपयांपासून वाढत वाढत १९७६-७७ मध्ये २६ कोटी रुपयांपर्यंत पोचत होता. म्हणजे A बजेटच्या एकतृतीयांश ही रक्कम होत होती.

म्हणून मी हा खर्च वेगळ्या व नवीन H बजेटवर्गात दाखवू लागलो. यामुळे या खर्चासाठी जे नगरसेवक जादा पैशांची मागणी करायचे त्या मागण्यांना आळा बसू शकला. प्रॉडक्टिव्हिटी सेलचीही मी नव्याने बांधणी केली. त्यांनी प्रॉडक्टिव्हिटीचे नुसते नवीन मापदंड घालायचे नाहीत, तर त्याचबरोबर नवीन कार्यक्षम पद्धतींचाही वापर करण्यास सुनावले. त्याचबरोबर जिथे कुठे अतिरिक्त मनुष्यबळ वापरले जाते त्याचाही त्यांना शोध घ्यायला लावला.

मागील वर्षातील कार्यावरती आधारीत अंदाजपत्रकाची किंवा परफॉर्मन्स बजेटची संकल्पना मी रूजू केली. त्यामुळे आर्थिक नियोजन व खर्च यांची कार्यक्षमता जोखली जाऊ शकली. याची सुरुवात मी आरोग्य खाते, शिक्षणखाते आणि अभियांत्रिकी खाते यांच्यापासून केली. हेतूपूर्तीवर आधारीत व्यवस्थापन ही संकल्पना तर महापालिकेमधल्या अधिकाऱ्यांना नवीन होती. आणि ती प्रॉडक्टिव्हिटी सेलला ओलांडून जाणारी होती. पगार आणि भविष्यनिर्वाह निधी यांचे हिशोब मी संगणकाच्या साहाय्याने करायला लावले. त्या गोष्टी संगणकावरती आणून इतरही बऱ्याच बाबी संगणकावरती हळूहळू नेत गेलो. यामुळे सर्व खर्चावरती अधिक चांगले नियंत्रण तर ठेवता आलेच, परंतु आम्ही बचत करून काही प्रमाणात निधी साठवू शकलो. उदाहरण द्यायचेच झाल्यास बांधकामाच्या योजनांसाठी संगणकाच्या साहाय्याने वास्तूरचनेचे आराखडे, आणि त्यासाठी लागणारी काटेकोर अंदाजपत्रके तयार करू लागलो. यामुळे सिमेंट व पोलाद यांचा वापर एकदम पूर्वीपेक्षा ३३ टक्क्यांने कमी केला. मी कारभार हाती घेतल्यापासून सुधारत गेलेली ही आर्थिक परिस्थिती पाहून मला अत्यंत समाधान वाटू लागले. १९७८-७९ च्या अंदाजपत्रकात आर्थिक तूट ही अवघी ५ कोटी रुपयांची होती अन् मी त्या अंदाजपत्रकात सुचवलेल्या सुधारणा अंमलात आणल्यास ४ कोटी २५ लाख रुपयांचे उत्पन्न आणखी वाढणार होते व ती तूट जवळजवळ नाहीशी होणार होती.

आत्तापर्यंतच्या सर्व आयुक्त मंडळींना शहराची सफाई व स्वच्छता ही एक डोकेदुखी होती. संपूर्ण साफसफाई खात्याच्या कारभाराची सुधारणा कशी करता येईल यासाठी खास अभ्यास चालू केला. प्रथम या खात्याचे नाव बदलून ते 'घनकचरा व्यवस्थापन खाते' (Solid waste management department) असे ठेवले. या खात्याचा जो प्रमुख होता त्याचे नाव 'अत्तरवाला' असे होते, ही एक गंमतीदार वाटणारी गोष्ट होती. शहरातला कचरा वेगाने उचलण्यासाठी मी त्याला अधिक मनुष्यबळ पुरवले, पण त्याच बरोबर जागेवर जाऊन कचरा हटवणाऱ्या तुकड्यांना नवीन यांत्रिक अवजारे व साधनेही पुरवली. यामुळे दोन माणसांचे काम हे एक माणूस करू लागला. सुरुवातीला कचरा दाबून घट्ट करणारी पाच यंत्रे आम्ही आणली. यामुळे त्या कचऱ्याची नीट वाहतूक करून तो डंपिंग मैदानावर नेऊन

टाकण्याचे काम सुलभ होऊ लागले. हळूहळू आम्ही अशा यंत्रांची संख्या वाढवित नेऊ लागलो. कचरा उचलणाऱ्या तुकडीतील माणसांना आम्ही हातमोजे, रेनकोट, गमबूट पावसाळ्यात काम करताना पुरवले. उचललेला कचरा नेऊन टाकणाऱ्या फेऱ्यांवरती लक्ष ठेवून कामगारांच्या नोंदी करण्यासाठी ६० चौक्या होत्या. त्या आम्ही दुप्पट करून १२० केल्या. यामुळे तिथे नोंदी करण्यात जो वेळ जाई तो कमी झाला.

पण एवढे करून मी थांबलो नाही. हे सफाईकाम करणाऱ्या कामगारांच्या वसाहतीला मी भेटी देऊ लागलो. ताडदेव भागात एक मोठी वसाहत होती. तिथली घाणेरडी अवस्था पाहून मला घृणा आली. तिथले सर्व संडास भरून वहात होते. सर्वत्र घाणीचे साम्राज्य होते. मी अशा सर्व वसाहतीभोवतालच्या जागेत सुधारणा घडवून आणल्या. त्यांच्यात स्वच्छतेची जाणीव निर्माण करण्यासाठी प्रयत्न केले. काही रस्त्यांसाठी आणि काही वस्त्यांसाठी मी सार्वजनिक कामाबद्दल कळकळ असणाऱ्या नागरिकांची नेमणूक केली. त्यांच्याजवळ तिथल्या स्थानिक सफाई कामगारांची नावे व पत्ते देऊन ठेवले. त्याच बरोबर त्यांना तिकीटे लावलेली पोस्टाची पाकिटेही देऊन ठेवली. त्यावरती कॉन्झर्व्हन्सी सुपरवायझर लोकांची नावे व पत्ते घालून ठेवले. मग त्यांनी फक्त आपले निरीक्षण व सूचना पाकिटात घालून पोस्टाने पाठवून द्यायचे. काही सफाई कामगारांच्या वस्त्यात तर अजूनही टोपल्यांचे संडास होते. ते काढून टाकून त्या जागी फ्लशचे संडास बांधले. कारण तिथली ड्रेनेजव्यवस्था ठीक होती. बेजबाबदारपणे वागून जी माणसे सार्वजनिक स्वच्छतेचा भंग करतील त्यांच्यावरती खटले भरण्यास सुरूवात केली. पहिल्या वर्षी असे ६०० खटले दाखल केले. इतकेही करून जी माणसे संडास मुताऱ्या यांचा दुरुपयोग करीत, सार्वजनिक स्वच्छता बिघडवीत, त्यांच्यावरती खटले चालवण्यासाठी फिरत्या कोर्टांची मी शिफारस केली. ही कोर्टे जागेवरती जाऊन खटले चालवून तिथल्या तिथे दंड इत्यादींची शिक्षा सुनावीत. सर्व कचरा ज्या डंपिंग मैदानावर टाकत होतो, त्यात देवनारची मैदाने ही जास्त महत्त्वाची होती. देवनारचे पूर्वेकडचे आणि मालवणीचे पश्चिमेकडचे मैदान ही ती दोन मैदाने होती. कचरा वाहून आणणाऱ्या गाड्यांमध्ये पुरेपूर कचरा भरला गेला आहे की नाही हे तपासण्यासाठी तिथे खास यंत्रणा बसवली. तसेच तो कचरा सर्वत्र सारखा पसरवला जात आहे की नाही यावरही लक्ष ठेवण्याची व्यवस्था केली. देवनारला आम्ही कचऱ्यापासून कंपोस्ट खत बनवण्याचा प्लान्ट टाकला. मुंबई शहर मीच स्वच्छ केले, असा दावा मी काही करीत नाही, पण पूर्वीपेक्षा खूपच कमी घाण राहील, एवढे तर नक्कीच मी केले.

झोपडपट्ट्यातील लोकसंख्या ही अवाढव्य प्रमाणात फुगत चालली होती.

सुमारे ४० टक्के लोकसंख्या झोपड्यात रहात होती. झोपडपट्ट्यातील लोकसंख्येची शिरगणती करण्याचे मद्रासमधील काम मी पाहिले होते. महापालिकेच्या जमिनीवरील झोपडपट्ट्यांमधली तशीच खानेसुमारी करण्याचे आदेश मी दिले. आता याला कोणाचा विरोध असण्याचे कारण नव्हते, पण गृहनिर्माण खात्याचे राज्यमंत्री प्रभाकर कुंटे यांना मात्र ही गोष्ट फारशी आवडली नाही. हे मंत्रीमहोदय मूळचे मुंबईतलेच होते. प्रशासनातील एका अधिकाऱ्याने अशा सुधारणा सुरू करून त्याला याचे श्रेय मिळते आहे हे त्यांना आवडले नाही. म्हणून त्यांनी "आपण महापालिका, सरकार आणि हौसिंग बोर्ड यांच्या मालकीच्या सर्व जमिनींवरील झोपडपट्ट्यांतील लोकसंख्येची खानेसुमारी करणार आहोत," असे जाहीर केले. माझा याला अजिबात विरोध नव्हता. मला फक्त समस्या सोडवण्यात रस होता. महापालिकेच्या जमिनीवरील शिरगणती जानेवारी १९७६ मध्ये संपली. खाजगी जमिनीवरील शिरगणती ऑगस्ट १९७६ मध्ये संपली आणि केंद्र सरकारच्या जमिनीवरील खानेसुमारी ही ऑक्टोबर मध्ये संपली.

ही शिरगणती करण्याचे कारण झोपडपट्ट्यांत रहाणाऱ्यांना ओळखपत्रे द्यायची होती. नंतर जी माणसे येऊन अनधिकृतपणे झोपडपट्टीत भर घालणार होती त्यांच्या झोपड्या पाडण्यात येणार होत्या. नवीन कोण आले आहे हे समजण्यासाठी हा सारा खटाटोप होता. आमच्या शिफारशींवरून सरकारने नोव्हेंबर १९७५ मध्ये एक कायदा पास करून अनधिकृत झोपड्यांवर बंदी आणली व तिथल्या रहिवाशांना कायदेशीरपणे हुसकावून लावण्याचे अधिकार योग्य त्या खात्याला दिले. एकदा या समस्येची तीव्रता व व्याप्ती नीट जोखली की ती समस्या निपटणे हे सहज सोपे होते. या झोपडपट्ट्यांना प्रथम पिण्याचे पाणी, संडास, कचरा हलवण्याची व्यवस्था, शिक्षण व आरोग्य यांच्या मूलभूत सुविधा पुरवायला हव्या होत्या. अशा वस्त्यांची पुनर्रचना करण्यामध्ये दोन दृष्टिकोन होते. एका दृष्टिकोनानुसार त्या लोकांना नवीन जागा व नागरी सेवा द्यावी तर दुसऱ्या दृष्टिकोनानुसार त्यांना फक्त पक्की घरे द्यावीत. आम्ही दोन्हीही दृष्टिकोनानुसार कामे करीत होतो. पण प्रत्येक दृष्टिकोनानुसार केलेल्या कामांना वेगवेगळी फळे येत होती. मी ताबडतोब दोन वॉर्ड अधिकाऱ्यांना फक्त झोपडपट्टी सुधारणा कार्यासाठीच नेमले. नंतर त्यांच्या मदतीला मी प्रोजेक्ट मॅनेजर्स दिले. पण या कामामुळे महापालिकेच्या तिजोरीवरती खूपच ताण पडला. जरी प्रत्येक झोपडीमागे देखभालीसाठी राज्य सरकार नऊ रुपये देत होते, तरीही महापालिकेला स्वत:चे ३ कोटी रुपये या प्रकल्पावरती खर्च करावे लागत होते. अन् हा बोजा येणाऱ्या वर्षांमध्ये वाढतच जाणार होता. काही झोपडपट्ट्या उठवून आम्हाला त्या महापालिकेच्या नवीन जागेवरती न्याव्या लागल्या. अनेक नागरी प्रकल्प आणि कामे यासाठी हे करावे लागत होते. नवीन जागेसाठी आम्ही देवनार

येथील पूर्वेकडची जागा आणि मालवणी येथील पश्चिमेकडची जागा निवडली. तिथे आम्ही या पूर्वीच्या झोपडपट्टीवासियांना घरांसाठी जागा, सर्व मूलभूत नागरी सेवा, शाळा, पाणी, रस्ते, रस्त्यावरील दिवे, साफसफाई, संडास वगैरे वगैरे सारे काही पुरवले. प्राथमिक शाळात मधल्यावेळचे खाणेही फुकट देऊ केले. त्यासाठी वेगळी योजना राबवली. धारावी, मालवणी, जोगेश्वरी आणि देवनार येथील या स्थलांतरीत झालेल्या वस्त्यांसाठी प्रकल्प अधिकारीही नेमले. ते या लोकांसाठी रोजगार, कल्याणकारी योजना यांच्यासाठी प्रयत्न करू लागले. इतकेच काय एखादी बँक व वाचनालय तिथे उघडण्याची शक्यताही ते चाचपून पाहू लागले. सामाजिक अर्थशास्त्रानुसार पहाणीचे कामही तिथे सुरू झाले. या भागातून जवळच्या रेल्वे स्टेशनला जाण्यासाठी एक अनुदानावर चालणारी बस सेवा सुरू करावी असे कोणीतरी सुचवले. आम्ही या भागात लघु उद्योग सुरू करण्यास प्रोत्साहन दिले, पण त्या कामाला दुर्दैवाने यश मिळाले नाही. राज्य सरकारच्या जमिनी व महापालिकेच्या जमिनी यावरील सर्व झोपडपट्ट्यांसाठी आम्ही या योजना राबवल्या. पण केंद्र सरकारच्या जमिनीवरती आणि खासगी जमिनीवरती ज्या झोपडपट्ट्या होत्या, त्यांच्या बाबतीत मात्र आम्ही काहीही करू शकलो नाही. कारण त्या बाबतीत काही कायदेशीर अडचणी होत्या.

ज्या झोपडपट्ट्यांची शिरगणती झाली त्यांना बेघर करण्यापासून संरक्षण दिले गेले. याचा अर्थ जानेवारी १९७६ च्या शिरगणतीनंतर कोणतीही नवीन झोपडपट्टी निर्माण होता कामा नये. अन् तशा जर झोपड्या निर्माण झाल्या तर त्या बेकायदेशीर समजून त्या नष्ट करायला हव्यात. पण ही १९७५ सालाची अंतिम मर्यादा दरवर्षी सरकार एकेक वर्षाने पुढे सरकवित होते. माझ्या कारकीर्दीत झोपडपट्ट्यांबाबत मी कडक धोरण स्वीकारले होते. बेकायदेशीर झोपड्या आम्ही कठोरपणे पाडत होतो. पण काही काही वेळा मला नरम भूमिका घ्यावी लागत होती. एकदा कुर्ला विभागात उभ्या केलेल्या बेकायदेशीर झोपड्या आम्ही पाडून टाकीत होतो तेव्हा एक म्हातारी रडत रडत मला म्हणाली की, जर तिची झोपडी पाडली गेली तर तिला तिच्या दोन तरुण मुलींना घेऊन परत मूळच्या गावी जावे लागेल. ती दलित वर्गातली असल्याने गावातल्या उच्चवर्णीय मराठा जातीकडून तिच्या कुटुंबाला त्रास दिला जाईल. ते ऐकताच मला नाईलाजाने तिची झोपडी पाडू नये म्हणून आदेश द्यावा लागला. या ठिकाणी मला एक नवीनच प्रकार दिसून आला. बहुतेक इथले सारे लोक उत्तर प्रदेश व बिहार येथून आलेले होते. त्यांच्यातले एक दोघेजण सुरुवातीला येथे येऊन काम मिळवीत. कालांतराने ते आपल्या कुटुंबातील पुरुषांसाठी कामे शोधून त्यांना एकेक करीत इकडे आणीत. मग त्या मागोमाग त्यांची बायकामुले व अन्य कुटुंबीय इकडे येत. एके ठिकाणी तर मी पाहिले की उत्तर प्रदेशातील एका खेड्यातील संपूर्ण वस्तीच अशा तऱ्हेने मुंबईत स्थलांतरीत झाली होती. जेव्हा जेव्हा आम्ही बेकायदेशीर

झोपड्या पाडावयास पुढे सरसावू तेव्हा राजकारणी मंडळी त्यात हस्तक्षेप करून आमचे काम थोपवीत. याचे कारण ह्या वस्त्यांमधून त्यांना एक गठ्ठा मते मिळत असल्याने या झोपडपट्ट्या त्यांच्या व्होट बॅन्क्स झाल्या होत्या. मी सरकारला असेही सुचवून पाहिले की बेकायदेशीर झोपड्यात रहाणाऱ्या व्यक्तींना मतदानाचे हक्क देऊ नयेत. त्यांची नावे मतदारयादीत घेऊ नयेत. अन् इतकेही करून सरकारला त्यांची नावे यादीत समाविष्ट करून घ्यायचीच असतील तर ती धारावी, मालवणी, जोगेश्वरी किंवा देवनार येथील झोपडपट्ट्यातील म्हणून घ्यावीत. पण अर्थातच अपेक्षेप्रमाणे सरकारला माझ्या सूचना मानवल्या नाहीत.

महापालिकेच्या अंदाजपत्रकाद्वारे आरोग्याच्या पायाभूत सुविधा पुरविण्यासाठी अफाट खर्च येत होता. १ जानेवारी १९७७ रोजी ११६ दवाखाने, २२ फिरते दवाखाने, ८२६ रुग्णांची सोय असलेली २३ प्रसूतीगृहे, ५१४९ रुग्णांची सोय असलेली १४ रुग्णालये, ११३० रुग्णांचे एक क्षयरोगाचे रुग्णालय आणि ६८० रुग्णांसाठी असलेले संसर्गजन्य रोगांचे रुग्णालय एवढे महापालिकेतर्फे चालवले जात होते. या सर्वांमध्ये एकूण २६०० नर्सेसना नोकरीवर ठेवले होते. या सर्व रुग्णालयात दर दिवशी सुमारे ४०,००० रुग्णांना वैद्यकीय सेवा पुरवली जात होती. शिवाय रुग्णालयात बिछान्यावर पडून उपचार घेणाऱ्या रुग्णांची संख्या वेगळीच होती. मी मुंबई शहरासाठी एक मेडिकल रिलीफ प्लॅन मंजूर केला. त्यासाठी दर ५०,००० लोकसंख्येमागे एक दवाखाना त्या वस्तीपासून दीड किलोमीटरच्या अंतरावरती असेल. अशा दवाखान्यांचा एक समूह हा १२५ रुग्णांची सोय असलेल्या रुग्णालयाकडून चालवला जाईल. ही रुग्णालये खास सोयी व सुविधा असलेल्या केईएम, सायन, भगवती आणि राजावाडी रुग्णालयांशी संलग्न असतील. शहरात व उपनगरात दातांचे परिपूर्ण दवाखानेही असतील. नर्सिंगचे प्रशिक्षण देणारी केन्द्रेही या योजनेत अंतर्भूत केली होती. एका नर्सिंगच्या संचालनालयाची स्थापनाही त्यात योजिलेली होती. प्रसूतीगृहांना लागूनच लॅबोरेटरी असतील. काही अतिखास सेवा पुरविणाऱ्या वैद्यकीय सोयी ह्या उपनगरातील रुग्णालयात चालू केल्या जातील. त्यामुळे तेवढ्यासाठी मुख्य शहरात जाण्याचे उपनगरातील रुग्णांना प्रयोजन राहणार नव्हते. एक मध्यवर्ती रुग्णवाहिका सेवा केंद्रही योजनेत अंतर्भूत केले गेलेले होते, अन् ते चालूही झाले होते. घाटकोपरचे सर्वोदय रुग्णालय हे महापालिकेने ताब्यात घेऊन शहरातील रुग्णालयातील बऱ्याच ऑर्थोपिडीक विभागांचा भार सर्वोदय रुग्णालयाला उचलावयास लावला.

वरील सर्व वैद्यकीय सोयी सुविधा व योजना ह्या अत्यावश्यक होत्या, दिसावयास छाप पाडणाऱ्या होत्या. परंतु बऱ्या होणाऱ्या रोगांपेक्षाही मला मुळात रोग, व्याधी वगैरे होऊ नये म्हणून जो आरोग्यावर खर्च करावयाचा होता तो अधिक महत्त्वाचा

होता. त्यावरच्या खर्चाची प्रथम तरतूद करावयास हवी होती. मला तिकडे जास्त लक्ष द्यायला हवे होते. तेवढ्यासाठी मी आरोग्य खात्याच्या एकूण पैशांपैकी ४० टक्के खर्च या प्रतिबंधात्मक उपाययोजनांसाठी राखून ठेवला. तसेच मी वारंवार हेही पाहिले की, जे रुग्ण वैद्यकीय फी देण्याच्या परिस्थितीत आहेत त्यांच्याकडून ती अवश्य घेतली जावी. याची सुरुवात करताना रुग्णालयात बाह्य रुग्ण म्हणून येणाऱ्या रुग्णांनी एक किरकोळ फी ही फॉर्म भरताना दिलीच पाहिजे असे आम्हाला वाटत होते. पण या गोष्टीला कडाडून विरोध झाला. काही जणांचे असे मत होते की आरोग्यसेवा ही संपूर्णपणे महापालिकेच्या खर्चाने चालवली जात असल्याने जे नागरिक महापालिकेचा कर भरत नाहीत त्यांना या सेवेसाठी फी आकारायला हरकत नाही. पण ही सूचना बाहेरून मुंबईत येऊन रहाणाऱ्या लोकांसाठी आहे, असा ओरडा करण्यात आला.

आम्ही आणखीही काही नवीन व कल्पक आरोग्यसेवा सुरू केल्या. उदाहरणार्थ, महापालिकेच्या कोणत्याही प्रसुतीगृहात जन्माला आलेल्या मुलाला ए व्हिटॅमिनचे इंजेक्शन दिले जायचे. त्यामुळे त्या मुलाचा डोळ्यांच्या विकृतीपासून आणि आंधळेपणापासून बचाव होई. आम्ही भयंकर व सार्वत्रिक रोगांना शरीरात प्रतिकारशक्ती निर्माण करणारी इंजेक्शने व औषधांचे डोस घेण्यासाठी मोठ्या प्रचारमोहिमा उघडल्या. तसेच रुग्णालयात येणाऱ्या प्रत्येक मातेला एक अधिकृत कार्ड देऊन आपल्या मुलाला वेळोवेळी दाखवण्यासाठी व उपचार करून घेण्यासाठी त्या कार्डाचा उपयोग होई. महापालिकेच्या सर्व शाळातील मुलांची ठराविक काळाने आरोग्य तपासणी केली जायची. तसेच सर्व शिक्षकांची क्षय प्रतिबंधक चाचणी घेतली जायची. चेम्बूर व लालबागसारख्या परिसरातील हवेचे प्रदूषण भयंकर वाढलेले होते. त्यामुळे जुलै १९७६ मध्ये एक प्रदूषण नियंत्रण कार्यालय उघडण्यात आले. या भागात कोणताही उद्योग अगर कारखाना सुरू करायचा असेल तर त्यांना या कार्यालयाकडून 'ना हरकत प्रमाणपत्र' आधी मिळवावे लागेल असे जारी केले. वरळी येथे त्यासाठी प्रदूषण तपासणी करणारी प्रयोगशाळाही स्थापन केली.

आरोग्य सेवेसारखीच महापालिकेच्या शिक्षण खात्याची पायाभूत रचनाही खूप मोठी होती. यावरचा सारा खर्चही महापालिकेला करावा लागे. राज्य सरकारकडून कसलीही मदत दिली जात नव्हती. महापालिकेच्या ११२० प्राथमिक शाळा दहा भाषांच्या माध्यमातून १९७७-७८ मध्ये होत्या. त्यातून साडेपाच लाख विद्यार्थी शिक्षण घेत होते. एकूण १०,००० विद्यार्थी असलेल्या २८५ खाजगी शाळांना 'ग्रान्ट इन एड' दिली जात होती. सर्व शाळातील विद्यार्थ्यांची एकूण संख्या ही दरवर्षी १५,००० ने वाढायची.

महापालिकेच्या शिक्षण पद्धतीचे नीट सांगोपांग मूल्यांकन व्हावे म्हणून आम्ही

एक आयोग नेमण्याची सूचना केली होती. शिक्षणावरील खर्चात १९७१ मधील १० कोटी रुपयांपासून १९७५ मध्ये १७ कोटी रुपयांपर्यंत वाढ झाली होती. पण त्याचबरोबर नापास विद्यार्थ्यांचे प्रमाण ५० टक्क्यांपर्यंत पोचले होते. विद्यार्थ्यांना मधल्या सुट्टीत खाणे पुरवण्याच्या योजना कार्यान्वित झाल्या होत्या. तसेच, लायक विद्यार्थ्यांना मोफत पाठ्यपुस्तके दिली जात होती. परंतु कितीही योजना राबवल्या तरी नापास होण्याचे प्रमाण कमी न होता वाढत होते. ही समस्या मात्र आमच्या उत्साहावरती पाणी ओतणारी होती, आम्हाला खचवून टाकणारी होती. त्यामुळे आम्हाला असहाय्य झाल्यासारखे वाटत होते. आम्ही अजून कुठेतरी कमी पडत होतो. अनेक शाळांच्या इमारतींची अवस्था दयनीय होती. मग आम्ही नागरिकांच्या गटांनी अशा शाळा दत्तक घ्याव्यात म्हणून प्रचार सुरू केला. जे विद्यार्थी नापास होऊन शाळा सोडून जात होते. त्यांच्यासाठी शाळांमध्ये संध्याकाळी व्यावसायिक शिक्षणक्रम सुरू केले.

या मुंबई शहरासाठी खूप काही करण्याजोगे होते. मी ते सारे स्टॅन्डिन्ग कमिटीच्या सभेमध्ये अंदाजपत्रकावरील माझ्या भाषणात बोलून दाखवीत होतो. त्यानंतर कमिटीने पास केलेले ठराव हे जनरल बॉडीच्या सभेपुढे पाठवले जात. माझे हे भाषण एखाद्या अर्थमंत्र्याचे अंदाजपत्रकावरील भाषण असावे तसे असायचे. अनेक नगरसेवकांना ते आवडायचेच, पण सर्वसामान्य जनतेलाही ते आवडत असायचे.

नागरिकांचा नागरी सेवांशी जवळून संबंध येतो. परंतु जोपर्यंत ते या सेवांमध्ये आपण होऊन रस घेत नाही, तोपर्यंत या सेवांमध्ये सुधारणा होणे कठीण असते. या शहरातील जीवन हे दिवसेंदिवस किती निकृष्ट बनत चालले आहे हे मी पहात होतो. १९६३ मध्ये माझी बदली प्रथम इथे मुंबईत झाली होती. तेव्हापासून मी मुंबईतील जनजीवनाचा ऱ्हास पहात आलो. मला ते पहाताना राग येण्याऐवजी अत्यंत दुःख व्हायचे. या शहरावर होणारे आघात, शहराच्या विकासाकडे केले जाणारे दुर्लक्ष हे मोठे धक्कादायक होते. या शहरातील नागरिक एरवी सभ्य व संवेदनशील असतात. मग या शहरावर होणारे अत्याचार व या शहराचा होणारा ऱ्हास, हे सारे पाहून ते बंड करून का उठत नाहीत? निदान निषेध का करीत नाहीत? मी माझ्या परीने या शहराच्या समस्या शक्य तितक्या सोडवायचे प्रयत्न केले. अन्य लोकांनी पण त्यांच्या परीने व ताकदीनुसार सोडवायचे प्रयत्न केलेत. परंतु वैयक्तिक पातळीवरचे प्रयत्न हे अडचणींच्या समुद्रातील केवळ एका थेंबासारखे आहेत. मुंबईतील नागरिक या महान शहराबद्दल विचार करू लागतील एवढीच आशा मी करू शकतो. या शहरातील तरुणवर्गाबद्दल मी मोठी उमेद बाळगून आहे. कारण इथल्या वयस्कर नागरिकांपुढे मुंबई सुधारण्यासाठी अनेक संधी उपलब्ध होत्या. पण त्या त्यांनी गमावल्या. त्यामुळे आता फक्त तरुणवर्गावरतीच मला भिस्त

ठेवता येते.

माझ्या कारकीर्दीत मी अनेक नवीन उपक्रम चालू केले व सुधारणांच्या दिशेने पावले टाकली. नागरिकांच्या अनेक तक्रारी होत्या, अनेक आक्षेप होते. ते सारे नगरसेवक व नागरी सेवा याबद्दल होते. म्हणून मी जवळच्या एका पोस्टात माझ्या नावे एक पोस्ट बॉक्स उघडली व त्याला मोठी प्रसिद्धी द्यायला लावली. जनसंपर्क अधिकारी पंडित यांनी ते प्रसिद्धीचे काम केले. त्या प्रसिद्धीत असे म्हटले होते की कोणत्याही नागरिकाने सरळ आयुक्तांना या पोस्ट बॉक्स नंबरवरती पत्र लिहून आपली तक्रार किंवा सूचना कळवावी. स्वत: आयुक्त ती पत्रे वाचतील. अशा रितीने नागरिक व महापालिका आयुक्त यांच्यात एक थेट संपर्क यंत्रणा प्रस्थापित झाली. या नवीन कल्पनेला खूप चांगला प्रतिसाद मिळू लागला. ते पाहून आम्ही लोकांच्या तक्रारींचे निराकरण करण्यासाठी एक वेगळे कार्यालय थाटले. त्या मार्फत सर्व तक्रारींनुसार शोध घेणे व दखल घेऊन तक्रारदारांना दिलासा देणे ही कामे चालू झाली. आम्ही भ्रष्टाचार विरोधी मोहीम चालवली होती. त्या मोहिमेवरती या तक्रार निवारण यंत्रणेचा चांगला परिणाम झाला. जे भ्रष्टाचारी सेवक होते त्यांना आपणास एकदम आयुक्तांसमोर उघडे पाडले जाईल याची भीती वाटू लागली. भ्रष्टाचाराच्या केसेस ह्या दक्षता खात्याकडून हाताळल्या जाऊ लागल्या आणि यामुळे महापालिकेच्या कर्मचाऱ्यांना एक सावधगिरीची सूचना मिळाली. भ्रष्टाचाराची पाळेमुळे समूळ उघडली गेली, असा दावा मी करीत नाही. परंतु त्यावरती बऱ्यापैकी आळा बसला गेला आणि 'आपली तक्रार ऐकून घेतली जाते, तिची दखल घेतली जाते' असा विश्वास नागरिकांमध्ये पसरला. माझ्या पहिल्या दोन वर्षांत २२ केसेस ह्या ॲन्टीकरप्शन ब्युरोकडे आम्ही सोपवल्या. ३४ कर्मचाऱ्यांना यासंबंधी त्यांच्या कामावरून काढून टाकले आणि चौघांना बडतर्फ केले. ६१ केसेसमध्ये चौकशी चालू राहिल्याने त्या पेंडिंग पडल्या.

महापालिकेबाहेर अनेक दलाल हिंडत असत व ते "ओळखीने आतली कामे करून देऊ" असे सांगून लोकांकडून पैसे उकळीत. मला असाच एक वैशिष्ट्यपूर्ण अनुभव आला. माझ्या भावाकडे एक दलाल आला व त्याने महापालिकेतले काम करून देऊ म्हणून आश्वासन दिले. आपल्या गिऱ्हाईकाला काम होण्याची खात्री पटावी म्हणून त्याने माझ्या भावाला "कमिशनरसाहेबांचा खुद्द मुलगाच माझा दोस्त असल्याने आपले कोणतेही काम मी करून देऊ शकेन," असे आश्वासन दिले. त्या माणसाला आपण कमिशनरसाहेबांच्या भावाशीच बोलतो आहोत हे ठाऊक नसणार. मला हे कळल्यावर मी लगेच जनसंपर्क अधिकाऱ्याला बोलावून घेतले आणि "माझ्या ओळखी किंवा माझ्या नातेवाईकांच्या ओळखी सांगून कोणी महापालिकेतील काम करून देतो, असे सांगत असेल तर ती शुद्ध फसवणूक असेल," अशा

अर्थाचे सावध करणारे निवेदन नागरिकांसाठी प्रसिद्धीस द्यायला लावले. मला मुलगा नसल्याने त्या दलालाची थाप मात्र सहज उघडकीस आली. याचबरोबर कोणत्याही महापालिका कंत्राटदाराकडून कसलीही निमंत्रणे आणि कसल्याही भेटी स्वीकारावयाच्या नाहीत हे मी कटाक्षाने पाळू लागलो. दिवाळीच्या काळात मात्र मी याला अपवाद करत होतो त्यावेळी मी फक्त पुष्पगुच्छ आणि मिठाईच्या पेट्या स्वीकारे. हे पुष्पगुच्छ महापालिकेच्या रुग्णालयातील मुलांच्या वॉर्डमध्ये पाठवून देई, तर मिठाईच्या पेट्या मी सफाई कामगारांच्या मुलांना वाटण्यासाठी पाठवून देई. मिठाईबरोबर मी फटाकेही सोबत पाठवून देई.

शहरातील ज्या रिकाम्या जागा, मैदाने, बगीचे होते त्याकडे मी खास लक्ष पुरवीत असे. मी ७६ नवीन उद्याने निर्माण केली. सुपरिन्टेन्डन्ट ऑफ गार्डन्स यांच्या दिमतीला तीन नवीन अधिकारी दिले. अन् या कामासाठी प्रत्येक वॉर्डमधली कर्मचाऱ्यांची संख्याही मी वाढवली. रोपे निर्माण करून वाढवण्यासाठी एक नवीन रोपवाटिका उघडली. पावसाळ्यात अनेक रस्त्यांच्या दुतर्फा नवीन झाडे मोठ्या प्रमाणात लावली. काही रस्त्यांना आम्ही तिथे लावलेल्या झाडांचीच नावे देऊन टाकली. उदाहरणार्थ, उपनगरातील एका रस्त्याचे 'गुलमोहर रस्ता' असे नामकरण आम्ही केले. प्रसिद्ध शिवाजी पार्कएवढी सहा नवीन पार्क आम्ही मुंबईत निरनिराळ्या विभागात निर्माण केली. सुमारे ५० सार्वजनिक कारंजी बसवली. मुंबईतील मध्यवस्तीतील जिजामाता उद्यानातील प्राणीसंग्रहालय तिथल्या प्राण्यांना जरी कोंदटणारे नसले तरीही एका नवीन प्राणीसंग्रहालयाच्या उभारणीची योजना मी आखली. पूर्वेच्या उपनगरात ३०० एकर जागेवरती हे नवीन प्राणीसंग्रहालय योजले होते.

खेळांसाठी एक वेगळे संचालनालय मी निर्माण केले. त्यांच्याकडून शहरातील महापालिकेच्या विविध मैदानांवर लक्ष ठेवले जाई. प्रत्येक मैदानावरती एक छोटे स्टेडियम बांधले. तिथे कपडे बदलण्याच्या खोल्या, भांडार आणि एक प्रशिक्षक अशी सोय केली. महापालिकेचे पोहोण्याचे तीन तलाव होते. मी त्यात आणखी नवीन दोन तलावांची भर घातली. दोन स्पोर्टस् कॉम्प्लेक्सची आखणी केली. त्यातले एक पूर्वेकडे मुलुंडला व दुसरे पश्चिमेकडे अंधेरीला नियोजित केले. सांस्कृतिक घडामोडींसाठीही एक नवीन संचालनालय स्थापन केले. या संचालनाकडून गिरगाव चौपाटीवरील बिर्ला क्रीडा केन्द्र, विलेपार्ले येथील दीनानाथ मंगेशकर थिएटर आणि उपनगरातील रंगभवन व प्रबोधनकार ठाकरे ही खुली सभागृहे नीट चालवायला दिली. दादरमधील बॉम्बे ग्लास फॅक्टरी येथे एक थिएटर व कलाकारांना रहाण्याची जागा बांधण्याची व एक नाट्य अकादमी निर्माण करण्याची योजना आखली. जहांगीर आर्ट गॅलरीच्या धर्तीवरती बांद्रयाला एक आर्ट गॅलरी निर्माण करण्याची योजनाही आखली.

शहरातील ऐतिहासिक वास्तू व इमारती या जतन करण्याचे कामही महापालिकेला घ्यायला लावले. अशा इमारती बहुतेक खूप जुन्या पुराण्या झालेल्या असतात त्यामुळे त्या बिल्डर मंडळींना विकून टाकल्या जातात. मग बिल्डर्स त्या इमारती सरळ पाडून जमीनदोस्त करतात व त्याजागी नवीन आधुनिक टोलेजंग इमारती उठवतात. काही अशा जुन्या ऐतिहासिक वास्तू अद्याप तग धरून उभ्या होत्या. परंतु त्यांच्या देखभालीकडे लक्ष न दिल्याने त्या नादुरुस्त होत मोडकळीस येत चालल्या होत्या. या कामासाठी मी १९७८-७९ च्या अंदाजपत्रकात १० लाख रुपयांची छोटीशी का होईना पण तरतूद करून ठेवली. खुद्द महापालिका आयुक्तांचा बंगला हीच एक ऐतिहासिक वास्तू होती. मी तिला जुन्या ब्रिटिश वसाहतवादी कल्पनेनुसार रंग द्यायला लावला. काही जुन्या काळातील दिवे आणि वस्तू आणून त्या सर्व भिंतींना लावून शोभा आणली. मी महापौरांनाही सांगितले की त्यांनी त्यांचा दादर येथील बंगलाही अशाच जुन्या पद्धतीने सजवून घ्यावा.

शहरातील सार्वजनिक वाहतुकीसाठी जागतिक बँकेकडे मी कर्ज मागितले. त्यासाठी १९७६ मध्ये बोलणी करण्यासाठी न्यूयॉर्कला गेलो. ती बोलणी यशस्वी झाली आणि मी आमच्या एकूण ३४ योजनांसाठी ११ कोटी रुपयांचे कर्ज मिळवून आणले. या योजनांमध्ये फ्लाय ओव्हर्स, भुयारी मार्ग व नवीन बसेसची खरेदी अंतर्भूत होती. फ्लाय ओव्हर्सची नीट बांधणी ही या काळात योजनाबद्ध (अविरत चालणारी योजना) रितीने व मुदतीत करावयाची होती.

शहराच्या विकास आराखड्याकडे आता पुन्हा नव्याने उजाळा द्यायची वेळ आली होती. त्यासाठी आम्ही नकाशे बनवले. विमानातून छायाचित्रे काढून हे नकाशे बनवले गेले. शहराच्या विकासाची योजना ही सतत बदलत नवीन स्वरूपाची ठेवावी, हे काम अखंड चालत रहावे यासाठी Rolling Plan (अविरत चालणारी योजना) या संकल्पनेचा अभ्यास आम्ही केला. मग आम्हाला अशी जाणीव झाली की, नरीमन पॉईंट व कफ परेड येथे जे बॅकबे रेक्लमेशन क्षेत्र निर्माण केले गेले त्यावेळी जी पूर्वीची विकास योजना केली होती, ती आता बदलून अद्ययावत करून राबवायला हवी होती.

मुंबई शहरासाठी आम्ही अनेक 'भगिनी शहरे' केली. स्टुटगार्ड, लंडन, न्यूयॉर्क, लॉस एंजेलिस आणि योकोहोमा ही ती मुंबईची भगिनी शहरे झाली. १९७६ मध्ये मी साऱ्या शहरांना भेटी दिल्या. तिथल्या सर्व महापौर मंडळींना माझे स्वागत करण्यात आनंद वाटला. जर्मनीच्या हिटलरचा सेनानी फिल्ड मार्शल रोमेल याच्या मुलानेही माझे स्वागत केले. योकोहोमा शहराचा महापौर हा नंतर जपानमधल्या सर्वोच्च नेतृत्वांपैकी एक झाला.

मुंबई महापालिकेचा आयुक्त म्हणून माझी नेमणूक मला खूप समाधान देणारी

ठरली. माझ्या हातात एक अफाट अंदाजपत्रक व प्रचंड यंत्रणा आली होती. या शहरासाठी काही करून दाखवण्याची संधी मला मिळाली होती. मी माझ्या परीने या संधीचे सोने करण्याचा प्रयत्न केला. त्यामुळे मुंबई शहर हे जणू काही माझे दुसरे जन्मग्राम बनले. मुंबईतील लोकांनी मला त्यांचे प्रेम आणि आदर हा अक्षरश: भरभरून दिला, हे मी भीडभाड न ठेवता सांगतो. त्या तीन वर्षांतील माझ्या कामगिरीची त्यांनी ही एक प्रकारे पावतीच दिली होती. या माझ्या कामगिरीशी जरी तसा थेट संबंध नसला तरीही एक घटना मात्र त्यामुळे घडली. १९७७ मध्ये जेव्हा लोकसभेच्या निवडणुका जाहीर झाल्या तेव्हा काँग्रेस पक्षाच्या लक्षात आले की यावेळी त्यांना मुंबई कठीण जाणार. म्हणून वसंतराव नाईक यांनी मला लोकसभेसाठी निवडणुकीचे तिकीट देऊ केले. पण राजकारणात उतरण्यास मी अद्याप तयार नसल्याने मी ते तिकीट नाकारले. १९९० मध्ये पुन्हा एकदा राजकीय संधीने माझे दार ठोठावले. मी त्यावेळी पंतप्रधान व्ही. पी. सिंग यांचा प्रिन्सिपल सेक्रेटरी होतो. महाराष्ट्राचे त्यावेळचे मुख्यमंत्री शरद पवार यांनी मला मुंबईसाठी ठेवलेले मंत्रीपद देऊ केले. पण पुन्हा मी ह्या संधीला नकार दिला. कारण सक्रिय राजकारणात उतरण्याची माझी तयारी झालेली नव्हती.

◆

१०
गृह मंत्रालयामध्ये

महापालिकेचा आयुक्त म्हणून माझा कार्यकालावधी हा तीन वर्षांपुरता होता. ती मुदत ऑगस्ट १९७८ मध्ये संपत होती. मी जर इच्छा व्यक्त केली असती तर ही मुदत मला आणखी वाढवून देण्यात आली असती. परंतु माझ्या मुलीच्या शिक्षणात अडचण येऊ नये म्हणून मला मे महिन्यात म्हणजे मुदतीआधी थोडे दिवस, हे पद खाली करावयाचे होते. म्हणजे तिचे नवीन शैक्षणिक वर्ष योग्य त्या गावी सुरू करता आले असते.

मुख्यमंत्र्यांच्या परवानगीने मी दिल्लीला जाऊन पंतप्रधानांचे प्रिन्सिपल सेक्रेटरी व्ही. शंकर यांना भेटलो. १९५५ मध्ये ते बनासकाठा जिल्ह्याचे जिल्हाधिकारी असल्याने तेव्हापासून मला ते चांगले ओळखत होते. मी त्यांना भेटून माझे काम सांगताच त्यांनी ताबडतोब कॅबिनेट सेक्रेटरी निर्मल मुखर्जी यांना बोलावून घेतले. आम्ही दोघेही १९७० मध्ये पर्सोनेल खात्यात असल्याने ते मलाही चांगले ओळखत होते. निर्मल मुखर्जींनी सांगितले की गृह मंत्रालयात एक ॲडिशनल सेक्रेटरीची जागा रिकामी असून जर ती पत्करण्यास माझा होकार असेल तर ते गृहमंत्रालयाचे सेक्रेटरी श्रीनिवास वर्धन यांना तसे विचारतील. मी ताबडतोब माझा होकार सांगितला.

मुख्यमंत्री हे मला जाऊ द्यायला थोडेसे नाखूष होते. परंतु त्यांचे सेक्रेटरी बी. के. चौगुले यांनी महापालिकेच्या आयुक्तपदावर काम करण्याची इच्छा व्यक्त केल्याने त्यांनी मला दिल्लीला जाऊ दिले. मग मी मे १९७८ मध्ये केन्द्र सरकारच्या गृहमंत्रालयात दाखल झालो.

त्यावेळी गृहमंत्री म्हणून चरणसिंग होते. त्यांना हृदयविकाराचा एक झटका आल्याने रुग्णालयात हलवले होते. अन् एप्रिल महिन्यात तिथून बाहेर आल्यावर ते दिल्लीच्या बाहेर सूरजकुंड येथे विश्रांती घेत होते. गृह मंत्रालयाचे राज्यमंत्री धनिकलाल मंडल हे होते. परंतु गृह मंत्रालय चालवण्यासाठी पंतप्रधान यांच्या

कार्यालयाकडून जशा सूचना येत त्यानुसार ते चालवले जात होते. मी पंतप्रधान मोरारजी देसाई यांना त्यांच्या सफदरगंज रोडवरच्या घरी जाऊन भेटलो. १९५३ मध्ये भिवंडी येथे मी असिस्टंट कलेक्टर असताना त्यांची माझी पहिली भेट कशी झाली याची त्यांना आठवण करून दिली. माझ्याशी ते अत्यंत प्रेमाने वागले. गेल्या दहा वर्षांत मी कोणत्या पदावर कामे केली याची त्यांनी चौकशी केली.

जून १९७८ मध्ये चरणसिंग यांनी पंतप्रधानांना एक झणझणीत भाषेतले पत्र लिहिले. ''माजी पंतप्रधान इंदिरा गांधी यांना पकडून न्यायालयासमोर खेचण्याचे काम हे सध्याच्या मंत्रीमंडळाला जमत नाही असे दिसते. कारण हे मंत्रीमंडळ म्हणजे षंढ लोकांचा एक समूह असल्याने ते तसे करायला घाबरतात...'' यावर पंतप्रधानांनी चरणसिंग यांचा राजीनामा मागितला व त्यांचे गृह खाते काढून घेऊन ते स्वत:कडे घेतले.

मोरारजी देसाई यांना दारुबद्दलचा किती तीव्र तिटकारा होता ते सर्वांना ठाऊक आहेच. पण त्यांच्या तिटकाऱ्यामुळे माझा मात्र लाभ झाला. मी दिल्ली जिमखाना क्लबच्या सभासदत्वासाठी अर्ज केला होता. हे सभासदत्व मिळणे सोपे नव्हते. त्यासाठी वर्षभर तरी वाट पहावी लागते. परंतु त्या काळात मोरारजींनी दारुबंदी केल्याने क्लबमधला बार बंद करण्यात आला होता. यामुळे क्लबचे उत्पन्न एकदम घसरले म्हणून उत्पन्नवाढीसाठी क्लबने सढळ हस्ते सभासदत्व द्यायला सुरुवात केली. परिणामी काही आठवड्यातच मला सभासदत्व मिळाले.

त्या काळात दिल्लीमधील राजकीय वातावरण अस्थिर होते. १९७७ मधील निवडणुका जिंकून जनता पक्षाने जो जोष व हर्षोन्माद निर्माण केला होता त्याला आता ओहोटी लागली होती. नवीन सरकारचे ध्येय हे फक्त काँग्रेस व इंदिरा गांधी यांच्या मागे हात धुऊन लागणे व त्यांचा छळ करणे एवढेच आहे असे लोकांना दिसू लागले. त्यावेळी इंदिरा गांधी निवडणुकीत हरल्याने त्या खासदार नव्हत्या. त्यामुळे रहाण्यासाठी सरकारकडे त्या एक अधिकृत बंगला मागू शकत नव्हत्या. म्हणून सरकारने त्यांच्या बाबतीत क्वचित का होईना पण उदारपणा दाखवून १२, विलिंग्डन क्रेसंट हा बंगला देऊ केला. पूर्वी तिथे महंमद युनूस हे रहात होते. पण आता त्यांनी तो बंगला खाली केला होता. हा बंगला इंदिरा गांधींना सरकारने दिला खरा, पण त्याचे भाडे आकारले. हे भाडे नेहमीचे एक नाममात्र भाडे न ठेवता ते बाजारभावाने आकारले. चरणसिंग, इंदिरा गांधी यांच्या बाबतीत मे १९७७ मध्ये असे बोलले होते की, ''...इंदिरा गांधी यांनी आणीबाणीच्या काळात तुरुंगात टाकलेल्या सर्व विरोधी पक्षाच्या नेत्यांना ठार करून संपवायची योजना ठरवलेली होती...'' इंदिरा गांधी यांच्याविरुद्ध शहा आयोग नेमून त्यांची जाहीर चौकशी चालवलेली होती. बाई आता खरोखरीच सर्व बाजूने संकटात सापडत चालल्या होत्या. ऑक्टोबर १९७७ मध्ये त्यांना अटक केली गेली. पण ती सारी घटना

म्हणजे एक फार्स ठरला. त्यामुळे इथून पुढे बाईंची सत्तेच्या दिशेने वाटचाल सुरू झाली असे म्हणावयास हरकत नाही. जानेवारी १९७८ मध्ये त्यांनी काँग्रेस (आय) तर्फे कर्नाटक व आंध्र प्रदेश येथील राज्यातील निवडणुका फेब्रुवारी १९७८ मध्ये प्रचंड बहुमताने जिंकल्या. महाराष्ट्रात तर काँग्रेस (आय) चे संमिश्र सरकार सत्तेवर आले. नोव्हेंबर १९७८ मध्ये त्या स्वत: लोकसभेवरती चिकमंगळूर येथील मतदारसंघातून निवडून आल्या.

शहा आयोगाचे अहवाल तपासून त्यावरती पुढचे संस्कार करण्याच्या कामावरती मला देखरेख करण्यासाठी नेमण्यात आले. हा अहवाल मार्च - एप्रिल १९७८ मध्ये सरकारला सादर करण्यात आला. आम्हाला अशा सूचना दिल्या गेल्या होत्या की अहवाल संपूर्णपणे तपासून त्यानुसार पुढच्या कारवाया - विशेषत: इंदिरा गांधी यांच्याविरुद्ध - चालू कराव्यात. हे काम करणे मला जड जात होते. मी नाखूष होतो. मी आर. के. धवन यांना कळवले की, माझ्याकडून हा अहवाल योग्य रितीने व नि:पक्षपातीपणे तपासला जाईल. पण जनता सरकारच्या अपेक्षेप्रमाणे व सूडभावनेने त्यावरती कारवाई करणे मला कठीण जाईल. अहवालावरचे पहिले सर्क्युलर जे आम्ही प्रसिद्ध केले ते मला आठवते आहे. त्यामध्ये अनधिकृतपणे व्यापारी विमाने चालविण्याचा विषय होता. आयोगाच्या असे लक्षात आले होते की, राजीव गांधी यांनी इंडियन एअरलाईन्सचे विमान चालवत तिरुपतीला नेले होते. त्यावेळी विमानातील ते एक उतारू होते.

माझ्याकडे त्यावेळी पोलीस डिव्हीजनचाही ताबा होता. ज्योतिष पांडे हा एक ताठ आयपीएस अधिकारी माझा जॉईंट सेक्रेटरी होता. त्यांच्याकडून मला देशातील कायदा व सुव्यवस्था यांच्या बाबतीतला रोजचा अहवाल मिळत होता. त्यांच्या जागी नंतर सूर्यकांत जोग आले. महाराष्ट्रातील आयपीएस अधिकाऱ्यांपैकी ते एक उत्कृष्ट अधिकारी होते.

पंजाबमधल्या परिस्थितीबद्दल ज्योतिष पांडे यांना चिंता वाटत होती. पंजाबमध्ये स्वातंत्र्य मिळाल्यापासून सतत काँग्रेस पक्ष हा सत्तेवर होता. पण आता त्यांची ही मक्तेदारी मोडून अकाली सत्तेवरती आले. तिथला आपला प्रभाव वाढवण्यासाठी काँग्रेस पक्षाने भिन्द्रनवाले यांना अकालींच्या विरुद्ध हाताशी धरले. त्यावेळी गृह मंत्रालयातील आम्हा सर्वांचे असे मत झाले होते की, असे करण्याने काँग्रेस पक्ष एक राक्षस निर्माण करीत आहे. एके दिवशी तोच काँग्रेसला खाऊन टाकेल. शिरोमणी गुरुद्वारा प्रबंधक समितीकडून बऱ्याच गुरुद्वारांवरती नियंत्रण ठेवले जायचे. त्या समितीच्या निवडणुका बऱ्याच काळात घेतल्या नव्हत्या. अकाली दल हा पक्ष जनता सरकारातला एक भागीदार होता. तेव्हा जनता पक्षाच्या सरकारने या समितीच्या निवडणुका लवकर घेण्याचे ठरवले. मतदार याद्या तयार करण्यातही काही अडचणी

होत्या. त्यासाठी पंजाब हायकोर्टातील एक निवृत्त न्यायाधीश नेमून त्याच्या देखरेखीखाली या निवडणुका घेतल्या. त्या शांततेत पार पडल्या. पण येथेही अकाली पक्षाने बाजी मारून त्या निवडणुका जिंकल्या. काही दिवसांनी मी पंजाबला भेट दिली. तिथे मला सर्वत्र शांतता आढळली, अगदी अमृतसरमध्येही. कुठेही अतिरेक्यांचा मागमूस दिसत नव्हता. मी माझ्या जॉईंट सेक्रेटरीला हे बोलून दाखवले. पण तो म्हणाला की, ''ही शांतता फसवी आहे. आतमध्ये बरेच काही खदखदते आहे. त्यामुळेच चिंता लागलेली आहे.''

मागास जाती व मागास जमाती यांच्या विभागाकडे मला धनिकलाल मंडल यांच्या देखरेखीखाली बघावे लागत होते. शिवाय अन्य मागास जाती (ओबीसी) विभागही मला बघावा लागत होता. जनता पक्षाच्या निवडणूक जाहीरनाम्यात या वर्गाच्या कल्याणाचे आणि विकासाचे आश्वासन देण्यात आले होते. घटनेच्या कलम १६(४) च्या आधारावरती हे काम चालले होते. निवडणूक जाहीरनाम्यात सरकारी नोकऱ्यात २० ते ३३ टक्के जागा ह्या कालेलकर आयोगानुसार राखून ठेवण्याचे वचन दिले होते. त्यानुसार गृह मंत्रालयाला आता ही गोष्ट प्रत्यक्षात उतरवायची होती. परंतु आम्हाला असे दिसून आले की खुद्द पंतप्रधान याबाबतीत फारसे उत्साही दिसत नव्हते. आम्ही खूप प्रयत्न करूनही उपयोग झाला नाही म्हणून आम्ही मिळालेल्या सूचनांनुसार यासाठी एक आयोग स्थापण्याचा प्रस्ताव सरकारपुढे ठेवला. या आयोगाकडून सामाजिकदृष्ट्या व शैक्षणिकदृष्ट्या मागास असलेल्या वर्गांच्या परिस्थितीची पहाणी करून शिफारसी सरकारला करायच्या होत्या. मग त्यानुसार पंतप्रधानांनी लोकसभेत डिसेंबर १९७८ रोजी एक मागासवर्गीयांसाठी चौकशी आयोग खासदार पी. बी. मंडल यांच्या अध्यक्षतेखाली नेमला. या आयोगात आणखी इतर चार सभासद अंतर्भूत केले गेले. ३१ डिसेंबर १९७९ च्या आत या आयोगाने आपला अहवाल सादर करायचा होता. इतर मागासवर्गीयांसाठी (ओबीसी) राखीव जागा ठेवण्याचा प्रश्न हा अशा तऱ्हेने गृहमंत्रालयात बाजूला ठेवला गेला.

मागास जातींच्या व मागास जमातींच्या राहणीमानाच्या परिस्थितीत सुधारणा करण्यासाठी सरकारने अनेक सदस्य असलेले दोन आयोग नेमले. एक आयोग मागास जातींसाठी, तर दुसरा आयोग मागास जमातींसाठी होता. पूर्वीपासून दोन्हीही वर्गांसाठी नेहमी एकच आयोग नेमला जायचा. दोन्ही मागास वर्गीयांच्या विरुद्ध जी अमानुष रानटी कृत्ये केली जायची त्यामुळे आम्हाला खूप चिंता वाटत होती. मागासांच्या उद्धारासाठी जरी 'अन्त्योदय' योजनेखारखा विविध योजना राबवून त्यांना संरक्षण व दिलासा दिला जात होता, तरीही त्यांच्या हालअपेष्टा होतच राहिल्या होत्या. कायदा व सुव्यवस्था यांचा ऱ्हास होत गेल्याने ग्रामीण विभागात समाजविरोधी मंडळी दिवसेंदिवस अधिकाधिक सक्रिय होत गेली. त्यामुळे दुर्बल घटकांविरुद्ध

घडणाऱ्या घटनांमध्ये वाढ होत गेली व त्या घटना अधिक भीषण होत गेल्या. यामागे एक कारण कदाचित असू शकेल. जनता पक्षाच्या ज्या व्होट बॅन्क्स होत्या त्यामध्ये ओबीसी वर्गातील अनेक श्रीमंत व सामर्थ्यवान मंडळींचा समावेश होता. उदाहरणार्थ: जाट, अहीर व यादव जाती. ह्या हरिजन जमातींच्या विरुद्ध अति आक्रमक बनत. तेवढी आक्रमकता उच्च वर्णीयांमध्ये दलितांविरुद्ध नव्हती. सरकार किमान वेतन कायदा लागू करीत होते आणि बहुतेक सारे दुर्बल घटक हे भूमीहीन मजूरांपैकी होते. त्यामुळे जमीनदार लोक ह्या वर्गाला आपल्या बळावर दडपून पहायला बघत. बेलची गावातील एक घटना तर सुन्न करणारी आहे. तिथे अनेक हरिजन मंडळींना जाळून टाकण्यात आले. रामधन हा जनता पक्षाचा महत्त्वाचा खासदार मागास जातीचा होता. त्याने सरळ सरळ चरणसिंग यांच्यावरती आरोप केला की चरणसिंग व त्यांचे ओबीसी वर्गातील समर्थक हे मागास जातीतील लोकांना नेहमी दडपत असतात, चिरडत असतात.

माझ्या विभागात मागास जातींचे कामकाज पाहणारे कृष्णन व मागास जमातींसाठी भूपिन्दर सिंग हे दोन आयएएस अधिकारी होते. त्यांची आपल्या कामावरती अत्यंत निष्ठा होती. अनेकदा इतर खात्यांच्या एकत्र बैठकीत कृष्णन हे इतके आक्रमक बनत की मला त्यांना शांत करावे लागे. मग त्यांच्या वतीने इतरांना कृष्णन यांची त्या समस्येबद्दलची तीव्र कळकळ मी सर्वांना समजावून सांगत असे. भूपिन्दर यांची पद्धत वेगळी होती. ते आपला मुद्दा अशा काही पद्धतीने मांडीत व समजावून सांगत की सर्वांना बरोबर घेऊन ते शेवटपर्यंत जात. हे दोन्ही अधिकारी मागास वर्गावरती केलेल्या भीषण अत्याचारांचा नीट काळजीपूर्वक अभ्यास करीत. त्यांच्याकडे येणारी सर्व घटनांची माहिती ते नीट तपासून पहात व त्यावरती राज्य सरकारांनी काय उपाययोजना केली हे बघत. त्याचबरोबर राज्य सरकारांकडून मागास वर्गीयांसाठी सरकारी योजना ह्या कितपत कार्यक्षमतेने राबवल्या जात आहेत आणि त्यांचे लाभ मागास वर्गीयांना कितपत होत आहेत हेही ते पहात.

मोरारजी देसाई यांनी गृह मंत्री म्हणून अहमदाबादला भेट दिली. त्यावेळी त्यांना समजले की गुजराथच्या राज्यपाल शारदा मुखर्जी ह्या गुजराथची राजधानी गांधीनगर येथे न रहाता अजूनही अहमदाबादमधील राजभवन येथेच रहात आहेत. त्यांनी यावरती आपली नाराजी माझ्यापाशी व्यक्त केली आणि या संदर्भात योग्य ती पावले उचलावीत असे मला सांगितले. या राज भवनांचा सारा खर्च हा राज्य सरकारच्या तिजोरीतून होत असे. पण त्यासाठी खर्चाचा तपशील व मर्यादा काय असाव्यात हे गृह मंत्रालयाने पूर्वीच ठरवून दिलेले असे. मी सेक्रेटरी व कॉम्प्ट्रोलर यांना तोंडी निरोप पाठवून असे कळवले की, पुढील वर्षातील अहमदाबादच्या राज भवनाच्या खर्चाला कदाचित मंजुरी दिली जाणार नाही. फक्त गांधीनगर येथील राजभवनाच्या

खर्चाला मंजुरी देण्याची शक्यता आहे. माझ्या या निरोपामुळे इच्छित परिणाम घडून आला व राज्यपालांनी आपला मुक्काम गांधीनगरच्या राजभवनमध्ये हलवायचा निर्णय घेतला. पंतप्रधानांसाठी गुजराथच्या सरकारने एक अधिकृत मेजवानी आयोजित केली होती. त्या मेजवानीच्या वेळी जे काचेचे ग्लास टेबलांवरती ठेवलेले होते, त्यावरती एका प्रसिद्ध व्हिस्कीच्या नावांचे छाप मारलेले होते. ते पाहून आम्ही अक्षरश: हादरूनच गेलो. त्या मेजवानीचे कंत्राट ज्या केटररने घेतले होते त्याने ते ग्लास ठेवले होते. मी तिथल्या अधिकाऱ्यांना ते ग्लास तिथून ताबडतोब हलवण्यास सांगितले. जर का ते ग्लास पंतप्रधान मोरारजींनी पाहिले असते, किंवा एखादा जरी तसला ग्लास राहिला असता, तरी सारे राज्य सरकार अडचणीत आले असते!

दोन राज्यांमधील झगडे, संघर्ष, विवाद हे गृह मंत्रालय सोडवित असे. कर्नाटक व महाराष्ट्र यांच्यातील सीमावाद हा प्रामुख्याने बेळगाव शहराभोवती केन्द्रित झाला होता. महाराष्ट्राने या गावावर व आजूबाजूच्या प्रदेशावरती आपला हक्क सांगितला होता. याचे कारण त्या भागात मराठी भाषिकांची संख्या जास्त होती. परंतु हा भाग महाजन आयोगाच्या शिफारशीनुसार कर्नाटकाला बहाल करण्यात आला होता. हा वाद तरीही वीस वर्षे चालला होता. जुलै १९७८ मध्ये शरद पवार हे महाराष्ट्राचे मुख्यमंत्री बनले. माझा त्यांच्याशी चांगला परिचय असल्याने मी दिल्लीत त्यांना भेटलो आणि त्यांना सांगितले की बेळगाव आता पुन्हा महाराष्ट्रात सामील होणे केवळ अशक्य आहे. तेव्हा महाराष्ट्राने हा निर्णय खिलाडूपणे स्वीकारावा म्हणजे महाराष्ट्राच्या इतर मागण्या आपोआपच मान्य होतील. बेळगावातील मराठी भाषिक लोकांसाठी मी असे सुचवले की, महाराष्ट्राने सीमेलगत एक नवीन शहर 'नवे बेळगाव' या नावाने बांधून वसवावे आणि त्याचा विकास करावा. त्या नवीन शहरात शिक्षणाच्या सोयी व औद्योगिक कॉम्प्लेक्स वाढवावेत. परंतु हा वाद अजूनही सुटलेला नाही.

हिमालयातील सौंदर्य प्रगट करणाऱ्या सिक्कीमला मी एक धावती भेट दिली व तिथले तरुण राजे चोग्याल यांची गाठ घेतली. ते एक अत्यंत बुद्धिमान व हुशार गृहस्थ होते. त्यांचे व्यक्तिमत्त्व खूप छाप पाडणारे होते. त्यांनी मला त्यांच्या आर्थिक समस्या सांगितल्या व त्यासंबंधीचे निर्णय हे गृह मंत्रालयात अजूनही अनिर्णित अवस्थेत बराच काळ पडून आहेत, असे सांगितले. मी त्यांना माझ्या हातून जेवढे शक्य आहे तेवढे करेन असे सांगितले. दिल्लीमध्ये आल्यावर त्यांच्या वकील मला भेटला व तिने चोग्याल यांची बाजू मला तपशीलवार समजावून सांगितली. मला ती पटली व त्यानुसार त्यांना जी आर्थिक मदत हवी होती ती द्यायला कसलीच हरकत नाही असे दिसले. माझ्या अधिकाऱ्यांना त्यांची केस सांगून नियमानुसार पुढची सारी कारवाई करून चोग्याल यांना न्याय द्यावा म्हणून मी आदेश दिले.

बी.डी. जत्ती हे उपराष्ट्रपती होते. त्यांची मुदत १९७९ मध्ये संपत होती. त्यांना कर्नाटकात परतण्यासाठी त्यांच्या प्रवासाची सोय करून देण्याचे काम आम्हाला करावे लागणार होते. आम्ही रेल्वेचा एक आलिशान डबा (सलून) त्यांच्यासाठी राखून ठेवला. आणखी दुसरा डबा हा त्यांच्या सामानासुमानासाठी पहिल्या डब्याच्या मागे जोडण्याची व्यवस्था केली. पण आता एक छोटीशी पण चमत्कारिक समस्या निर्माण झाली. त्यांच्या सामानसुमानामध्ये एक जिवंत गाय होती. ते त्या गाईची रोज सकाळी पूजा करायचे. आता आपल्याबरोबर कर्नाटकात त्याही गाईला त्यांना घेऊन जायचे होते. प्रवासाची व्यवस्था करणाऱ्या डेप्युटी सेक्रेटरीला ही गाय जत्ती यांच्या बरोबर कशी काय पाठवायची हा प्रश्न पडला. मी त्याला सुचवले की उघडी वॅगन राखून त्यात त्या गायीला ठेवा व तिच्यासोबत तिची चारापाण्याची काळजी घेणाऱ्या एका माणसाला बरोबर ठेवा. अशा रितीने ती चमत्कारिक समस्या आम्ही मिटवली. पण आता मी हे सारे प्रकरण कसे हाताळले हे विसरूनही गेलो आहे.

जातीय तणाव देशात हळूहळू वाढू लागला होता. शीखांमधील निरंकारी विरुद्ध अकाली हा संघर्ष उफाळून येऊन अमृतसर, दिल्ली व कानपूर येथे दंगली उसळल्या. त्यात अनेकांचे प्राण गेले. हिंदू व मुसलमान यांच्यात अनेक ठिकाणी छोट्या प्रमाणात चकमकी झडल्या. त्यासाठी त्या ठिकाणचे जातीयवादी हिंदू व धर्मवेडे मुसलमान यांना दोष दिला पाहिजे. जनसंघ हा जनता पक्षाचा एक भाग होता. ज्या दंगलग्रस्त भागात त्यांचे कार्यकर्ते होते त्यांच्याकडे आता लक्ष वेधले गेले. अलीगढला झालेल्या संघर्षात रा. स्व. संघ- जनसंघ यांच्या गटातील नवमान ह्या व्यक्तीने फार खोडसाळ भूमिका घेतली होती. त्यामुळे ही व्यक्ती जरी अलीगढमधील स्थानिक शाखेची अध्यक्ष असली तरी तिला त्या जागेवरून पक्षाला दूर करावे लागले.

एप्रिल १९७९ मध्ये बिहारमधील जमशेदपूरमध्ये भयानक दंगे झाले. कर्पूरी ठाकूर सरकारचे अपयश त्यातून स्पष्टपणे उघड झाले. मोठ्या प्रमाणात भडकलेल्या दंग्यात १०० माणसे ठार झाली व बिहारच्या मिलीटरी पोलिसांवरती टीका झाली. तिथे दीनानाथ पांडे ह्या जनसंघाच्या आमदाराने हिंदूंची एक मिरवणूक काढून मुसलमानांना भडकावले. त्या मिरवणुकीत अत्यंत हीन अभिरूचीचे प्रदर्शन केले गेले होते. त्यामुळे पांडे हेच त्या संघर्षाला कारणीभूत ठरत होते. जनसंघाच्या पदाधिकाऱ्यांचेही तसेच मत होते.

कायदा व सुव्यवस्थेच्या समस्येबाबत मोरारजी देसाई यांची नेहमीची भूमिका अशी होती. त्यांच्या मते मुळात हा विषय त्या त्या राज्यांचा असल्याने त्यांनीच ती समस्या सोडवावी. केंद्र सरकार फार तर राज्यांना अर्धसैनिक बळ वेळोवेळी पुरवेल. परंतु कोणत्याही परिस्थितीत राज्याने या संदर्भात केन्द्रावर अवलंबून राहू नये की केंद्र

सरकारला दोष देऊन जबाबदार धरू नये. मग भले ते अर्धसैनिक बळ पुरवले नाही तरी. पूर्वीच्या काँग्रेसच्या कारकीर्दीत, विशेषत: आणीबाणीत, सत्तेचे अतिरिक्त केंद्रीकरण दिल्लीमध्ये झाले होते. त्यामुळे असे धोरण झाले असावे. आणीबाणीत पोलिसांना आपल्या बळाचा जादा वापर करण्याची सवय लागली होती. आता आणीबाणीनंतर राज्य सरकारे मागची चौकशी करून पोलिसांवर कारवाया करू लागली होती. त्यामुळे पोलिसदलात फूट पडू लागली होती.

डिसेंबर १९७८ मध्ये इंदिरा गांधींना अटक झाल्यावर सर्वत्र हिंसाचार उसळला होता. गोळीबारात वीसजणांचा मृत्यू झाला होता. १ लाख २० हजार लोकांना पकडून तुरुंगात डांबले गेले होते. शिवाय सार्वजनिक मालमत्तेचे नुकसान मोठ्या प्रमाणात झाले होते ते वेगळेच. आंध्र प्रदेशात नक्सलाईटांची कटकट डोके वर काढू लागली होती. बनारस हिंदू विद्यापीठात अनेकवार संप व चळवळी सुरू झाल्या होत्या.

समाजविरोधी आणि बेकायदेशीर चळवळींना आळा घालण्यासाठी राज्य सरकारे व केन्द्र सरकार हे बळाचा वापर करण्यासाठी कचरत आहेत, अशी एक सार्वत्रिक समजूत आता फैलावत होती. त्यात मोठ्या प्रमाणातील राजकीय अस्थिरतेची भर पडू लागली. चरणसिंग यांचा पक्ष तीन राज्यात सत्तेवरती होता. तेथील तिन्ही मुख्यमंत्र्यांच्या पदांवरील व्यक्तींना हटवून नवीन व्यक्ती नेमण्यात आल्या होत्या. बिहारमध्ये मुख्यमंत्री कर्पूरी ठाकूर यांना हटवण्यात आले. उत्तर प्रदेशात राम नरेश यादव यांना हटवून त्यांच्या जागी बनारसीदास यांना बसवले गेले. तर हरियानात भजनलाल यांनी देवीलाल यांना बाजूला सारले. मध्यप्रदेशात जनसंघातील कैलाश जोशी व सकलेच्या या दोघांच्या गटात संघर्षाची बीजे रुजली होती आणि अंतर्गत धुसफुशीला ऊत आला होता. आसाममध्ये मुख्यमंत्री गोलप बारबोरा यांच्याविरुद्ध चळवळ सुरू झाली होती. कर्नाटकात काँग्रेसने देवराज अर्स यांना हाकलले होते, तर महाराष्ट्रात शरद पवार यांनी वसंतदादा पाटील यांना बाजूला सारले होते.

अशा ह्या अस्थिर राजकीय परिस्थितीत अनेक राज्यातील भक्कम नेतृत्वाच्या अभावी कायदा व सुव्यवस्था दिवसेंदिवस मोडकळीस येत चालली होती. त्यामुळे आम्ही रोज अधिकाधिक चिंतीत होत चाललो होतो. राज्यातील पोलिसांमधील असंतोषामुळे अनेकजण या पोलिसांच्या संघटना बांधण्याचा प्रयत्न करू लागले. कामगारांच्या संघटनांच्या धर्तीवर या संघटना रचण्याचे मनसुबे केले जाऊ लागले. अशा कृत्यांना जनता पक्षातील काहीजण अप्रत्यक्षपणे उत्तेजन देत होते. मग दिल्लीमध्ये सर्व राज्यातील मुख्यमंत्री आणि गृहमंत्री यांची एक परिषद बोलावण्यात आली. या परिषदेत ही पोलिसांची समस्या मांडण्यात आली. गृह मंत्रालयातील आम्हा अधिकाऱ्यांचा पोलिसांच्या अशा संघटनेला पूर्ण विरोध होता. आम्ही गृह

मंत्रालयातर्फे सर्व वस्तुस्थिती व आमची मते या परिषदेत मांडली. आश्चर्य असे की राजस्थानचे मुख्यमंत्री शेखावत यांनी आमच्या भूमिकेला जोरदार पाठिंबा दिला व पोलिसांना अंतर्गतसुद्धा संघटना बनवू देण्यास आपला विरोध प्रगट केला.

आम्ही अनेक राज्यात गरज पडल्यास शक्य तितक्या वेळा अर्धसैनिक दलांच्या तुकड्या पाठवित होतो. पण आता इथेही परिस्थिती बदलू लागली होती. सर्वसाधारणपणे केंद्रीय राखीव पोलिसदलाच्या (CRP) बटालियन्स देशांतर्गत सुरक्षेसाठी पाठवल्या जायच्या. परंतु अलीगढच्या जातीय दंगलीमध्ये पाठवण्यासाठी या पोलिसदलाच्या तुकड्या हाताशी उरल्या नाहीत. म्हणून कॅबिनेट सेक्रेटरीने मला बॉर्डर सिक्युरिटी फोर्सच्या (बीएसएफ) तुकड्या ताबडतोब पाठवायला सांगितल्या. मी तसे करायला नाखूष होतो. कारण तोपर्यंत बीएसएफच्या तुकड्या अशा अंतर्गत सुरक्षा कामासाठी कधी वापरल्या गेल्या नव्हत्या. परंतु कॅबिनेट सेक्रेटरीने आग्रह धरल्याने मला तसे करणे भाग पडले. बीएसएफचा उपयोग अशा तऱ्हेने प्रथम झाला.

मी बीएसएफ व सीआरपीच्या अनेक केंद्रांना पंजाब व राजस्थानमध्ये भेटी दिल्या. त्यांच्यामध्येही काही प्रमाणात असंतोष होता. आपल्या वेतनश्रेणीबद्दल त्यांच्या तक्रारी होत्या. सुविधा मिळत नाहीत म्हणूनही तक्रारी होत्या. विशेषत: आपल्या कुटुंबियांना रहाण्यासाठी घरे मिळत नाहीत म्हणून त्यांना राग येत होता. पण C.R.P. ची मुख्य तक्रार अशी होती की त्यांना सारखे इकडून तिकडे पाठवून हलविण्यात येत होते. सर्व देशभरातील राज्यात, विशेषत: उत्तर प्रदेशात सारखे पाठवण्यात येत होते. कुठेही एका जागी स्थिर होऊ दिले जात नव्हते. सर्वसाधारणपणे सीआरपीची तुकडी वर्षातून एकदा आपल्या मूळ ठाण्यावरती विश्रांतीसाठी आणि प्रशिक्षणासाठी परत येत असते. पण अनेक तुकड्यांना तोही लाभ कित्येक वर्षांत मिळाला नव्हता. सेन्ट्रल रिझर्व्ह पोलीस फोर्सची आद्याक्षरे ही (CRPF) होती पण त्या आद्याक्षरांचा उपहास करीत तुकडीतले सैनिक म्हणत "CRPF म्हणजे चलते रहो प्यारे फोर्स". या असंतोषाचा स्फोट हा १९७९ मध्ये झाला. राज्यातील पोलिसांप्रमाणेच त्यांनाही आता आपली संघटना बनवण्यास मुभा हवी होती. CRPF च्या वायरलेस विभागात मोठ्या प्रमाणात सुशिक्षित कर्मचारी वर्ग होता. त्यातले बहुतेक सारेजण हे दक्षिणेतील राज्यातून भरती झाले होते. त्यांच्यात साम्यवादी विचारसरणीचा प्रभाव जास्त होता. त्यामुळे डावे पक्ष त्यांना अप्रत्यक्षपणे उत्तेजन देत होते. जनता पक्षातील समाजवादी घटकही तसेच करत होते. ते तर उघडपणे सीआरपीएफच्या जवानांना संघटना करण्याचे स्वातंत्र्य बहाल करण्याची मागणी करीत होते. त्यासाठी त्यांनी त्यांच्या ठाण्यात जाऊन प्रचारही सुरू केला होता. त्यामुळे जेव्हा आम्ही त्या जवानांमध्ये शिस्त लादण्याचा प्रयत्न केला तेव्हा एक ठिणगी पडली.

पहिला असंतोषाचा स्फोट झाला तो दक्षिणेतील पल्लीपूरम ठाण्यात आणि तिथून तो देशभर वेगाने पसरत गेला. सर्व ठाण्यांनी आपापसात वायरलेसने संपर्क ठेवून आपली चळवळ विस्तृत प्रमाणात पसरवण्याचा प्रयत्न सुरू केला. स्थानिक हत्यारी पोलीस यांच्या मदतीने आणि काही ठिकाणी सैन्याच्या, मदतीने हे आंदोलन आम्ही शमवू पाहू लागलो. दिल्लीमधील झरोडा कलान या ठाण्यामध्ये चळवळीचा केंद्रबिंदू होता. तिथल्या बंडखोरांनी शस्त्रागाराचा ताबा घेतला. सुदैवाने दिल्ली रेन्जचा दादाभॉय हा एक अत्यंत सक्षम अधिकारी होता. त्याचा आपल्या हाताखालच्या माणसांवरती अत्यंत विश्वास होता. मीरतहून आलेल्या सैन्याच्या एका ब्रिगेडच्या सहाय्याने त्याने ते ठाणे शांतपणे पूर्णपणे नियंत्रणाखाली आणले. तथापि बंडाच्या उपशमनाच्या कृतीने सारा पुढचा अनर्थ जरी टळला असला तरी आपण थोडक्यात बचावलो याची जाणीव आम्हाला झाली. पण जर काही बिनसले असते व एखादी दुर्घटना घडली असती तर मात्र त्यातून पुढच्या किती अनर्थमालिका निर्माण झाल्या असत्या त्याची कल्पनाच करवत नाही. भिलाई येथे सेन्ट्रल इंडस्ट्रियल सिक्युरिटी फोर्स (CISF) हे असेच एक अर्धसैनिक बल होते. त्यातल्या जवानांनी संप पुकारून आपल्या अधिकाऱ्यांवरती गोळीबार केला. स्थानिक पोलिसांच्या मदतीने त्यांच्याजवळील शस्त्रे काढून घेणे हे पहिले तातडीचे काम होते.

सुदैवाने या बंडांची लागण बीएसएफला झाली नाही. कारण ते भारत पाकिस्तान सीमेवरती आपल्या कामात गुंतून पडले होते.

पण आम्हाला यातून एक चांगलाच धडा मिळाला. सीआरपीच्या बंडखोरांचा अंसतोष शमविण्यासाठी त्यांच्यासाठी काहीतरी भरीव गोष्टी करावयास हव्या होत्या. त्यांच्या पगारात, भत्त्यात आणि इतर सोयीसुविधात वाढ करणे आता अपरिहार्य ठरले होते. ते काम आम्ही दादाभॉय यांच्यावरती सोपवले. तसेच अर्धसैनिकबलांच्या डायरेक्टर जनरल्सनाही असेच उपाय योजण्यास सांगितले. मग हे काम १९७९ मध्ये वर्षभर व पुढे १९८० मध्येही चालले होते.

राजकीय पक्षांनीही यातून एक बोध घ्यायला हवा. गृह मंत्रालय हे एक अत्यंत संवेदनशील खाते आहे. ते कधीही निर्नायकी असता कामा नये. जून १९७८ ते जानेवारी १९७९ पर्यंत गृह खात्याला कोणी मंत्री नव्हता. त्यामुळे हे खाते पंतप्रधान स्वत: सांभाळीत होते. गृह खात्याला तसे एक राज्यमंत्री होते. पण ते अगदीच नवशिके होते. त्यामुळे त्यांचा तसा काही उपयोग नव्हता. जानेवारी १९७९ मध्ये चरणसिंग यांना पुन्हा मंत्रीमंडळात घेतले. पण यावेळी त्यांना एच. एम. पटेलांचे अर्थखाते देण्यात आले आणि उपपंतप्रधानही करण्यात आले. एच. एम. पटेलांना गृह खात्यात सामावून घेण्यात आले. पटेल हे गृहस्थ मूळचे एक अत्यंत कार्यक्षम मुलकी अधिकारी होते. परंतु गृह खात्याच्या मंत्र्याला राजकीय निरीक्षणशक्ती,

संभाव्य राजकीय पडसाद हे जोखण्याची शक्ती आणि अनुभव लागतो. एच. एम. पटेलांना एव्हाना जनता पक्षातील भांडणांची कल्पना आल्याने आपला पक्ष किती काळ एकसंध राहून सत्तेवरती टिकेल याची जाणीव झाली होती. त्यामुळे त्यांनाही आपण या पदावर फार काळ राहू शकू याची खात्री वाटत नव्हती.

शेवटी तसेच झाले. मोरारजी देसाई यांनी १६ जुलै १९७९ रोजी राजीनामा दिला. मग चरणसिंग यांनी इंदिरा गांधी यांच्या काँग्रेसचे साहाय्य घेऊन आपले सरकार बनवले. ह्या नवीन सरकारचा शपथविधी २६ जुलै १९७९ रोजी झाला. यशवंतराव चव्हाण नवीन सरकारमध्ये गृहमंत्री व उपपंतप्रधान झाले. ते जरी एक कर्तबगार अनुभवी मंत्री असले तरी त्यांनाही या गृह मंत्रालयातील आपले स्थान किती दिवस टिकून राहील याबद्दल संदेह होता. इंदिरा गांधी यांनी आपल्याला कसल्याही अटी न घालता पाठिंबा दिला आहे असे चरणसिंग यांचे म्हणणे होते. पण प्रत्येकाला ठाऊक होते की लवकरच मध्यावधी निवडणुकांच्या दिशेने त्या आपल्या राजकारणाचे गाडे पुढे रेटीत आहेत. लोकसभेत विश्वासदर्शक बहुमत मिळवण्यासाठी राष्ट्रपतींनी नवीन सरकारला एक महिन्याची मुदत दिली होती. या कालावधीत आपल्या बाजूने पुरेसे बहुमत वळवता येणार नाही याची चरणसिंग यांना खात्री होती. म्हणून शेवटी त्यांनी आपला राजीनामा दिला आणि राष्ट्रपतींना लोकसभा विसर्जित करण्याचा आणि नवीन निवडणुका घेण्याचा सल्ला दिला. यशवंतराव चव्हाण यांनीही या गोष्टीला दुजोरा दिला. कारण त्यांच्या काँग्रेसमधले काही सभासद इंदिरा गांधींच्या काँग्रेसला जाऊन मिळतील अशी त्यांना भीती वाटत होती. नवीन निवडणुका जानेवारी १९८० मध्ये घेण्याचे आता जाहीर केले गेले. चरणसिंग यांचे सरकार आता फक्त काळजीवाहू सरकार बनले.

अशा या राजकीयदृष्ट्या अस्थिर काळात चरणसिंग यांनी मला मंत्र्यासाठी असणाऱ्या बंगल्यांचा एक आदर्श वास्तुरचनेचा आराखडा बनवून घेण्यास सांगितले. जेव्हा मी तशी रचना (प्लॅन) त्यांना दाखवली तेव्हा ते हसत म्हणाले, ''तुम्हाला मंत्र्यांच्या गरजांची कल्पना नाही असे दिसते.'' मग त्यांनी त्या रचनेत २०-२५ माणसे बसतील अशा एका हॉलची ज़ागा समाविष्ट करण्यास सांगितले. त्यासाठी त्यांनी असा खुलासा केला की कोणत्याही मंत्र्याला भेटायला सतत बरेचजण त्याच्या मतदारसंघातून येत असतात. मग एका वेळी जर अशांची गर्दी झाली तर त्यासाठी एक प्रतीक्षागृह किंवा हॉल बंगल्यात असावा.

यशवंतराव चव्हाण जोपर्यंत गृहमंत्री होते तोपर्यंत त्यांनी देशातील शांतता व सुरक्षितता शक्य तितकी टिकवून धरली होती. परंतु राजकीय परिस्थिती ही अत्यंत प्रवाही व अस्थिर बनली होती. लोक उघड उघड इंदिरा गांधींनी पुन्हा देशाची सूत्रे हाती घ्यावीत असे बोलू लागले होते. त्यातून शेतीचा हंगाम चांगला गेला नाही.

निवडणुकीपूर्वीच्या त्या चार महिन्यात बाजारभाव हे स्वातंत्र्यानंतर प्रथमच सर्वोच्च पातळीवर चढले. इंदिरा गांधी यांच्या घोषणात फक्त त्याच नीट चालू शकणारे सरकार देऊ शकतात, अशा अर्थाचे भाव आले. लोकांच्या कल्पनाशक्तीला त्यांनी या घोषणेकडे आकृष्ट केले.

यशवंतराव चव्हाण यांची कामाची पद्धत अत्यंत पद्धतशीर होती. ते प्रत्येक फाईल काळजीपूर्वक वाचायचे. त्यांच्याकडे पाठवलेली कागदपत्रेही ते बारकाईने वाचून पहायचे. मग त्यावरती अत्यंत स्पष्ट शब्दात तपशीलवार आदेश लिहायचे. सर्व वरिष्ठ अधिकाऱ्यांची एक बैठक ते रोज सकाळी बोलवायचे. दिल्लीत असताना त्यांची ही पद्धत नेहमीचीच होती. मग त्या बैठकीत महत्त्वाच्या गोष्टी व मुद्दे पुढे आणून त्यावरती चर्चा होई. ज्याला कोणाला काही मुद्दे महत्त्वाचे वाटले तर ते मांडायला त्याला मुभा होती, स्वातंत्र्य होते. त्यावरती तो आपले मत दिलखुलासपणे सांगू शकत होता. अशाच एका बैठकीत आसामचे राज्यपाल एल. पी. सिंग हे उपस्थित होते. त्यांनी जानेवारीत येणाऱ्या सार्वत्रिक निवडणुकांसाठी आपले राज्य अनुकूल नाही असे सांगितले. याचे कारण तिथे अजूनही परप्रांतीयांविरुद्ध तीव्र चळवळी चालू आहेत असे सांगितले. त्यांच्या या मताशी मी सहमत नव्हतो. मी म्हणालो की, निवडणुका रोखल्याने आपण चळवळ्या लोकांपुढे माघार घेतली असा अर्थ होईल किंवा त्यांच्या चळवळीला अप्रत्यक्षपणे आपण मान्यता दिली असाही अर्थ घेतला जाईल. म्हणून ज्या ज्या मतदारसंघात शक्य आहे निदान तिथे तरी निवडणुका घेतल्या जाव्यात. त्यामुळे यशवंतराव चव्हाणांनी त्या राज्यपालांना पुन्हा एकदा या गोष्टीवरती नीट विचार करावा असे सुचवले. लवकरच डिसेंबर महिन्यात आसाममध्ये राष्ट्रपती राजवट जारी करण्यात आली आणि तिथली विधानसभा अधांतरी टांगली गेली.

नवीन लोकसभेच्या निवडणुकांचे निकाल हे अटळ असल्याप्रमाणे लागले. इंदिरा गांधींचा काँग्रेसपक्ष हा २५३ जागा जिंकून ठणठणीत बहुमताने निवडून आला. यशवंतराव चव्हाण यांच्या काँग्रेसने फक्त १३ जागा जिंकल्या. चरणसिंग यांच्या लोकदलाने ४२ जागा, तर जनता पक्षाने ३१ आणि डाव्या पक्षांनी ४७ जागा जिंकल्या. ६ जानेवारीला इंदिरा गांधींना राष्ट्रपतींनी सरकार बनवण्यासाठी पाचारण केले. परंतु त्या १४ जानेवारीपर्यंत थांबून राहिल्या होत्या. कारण तो एक शुभ दिवस होता!

इंदिरा गांधींच्या सरकारात ग्यानी झैलसिंग हे गृह मंत्री झाले तर गुजराथमधून निवडून आलेले योगेन्द्र मक्वाना हे गृह खात्याचे राज्यमंत्री झाले. प्रशासनातील वरिष्ठ व ज्येष्ठ अधिकाऱ्यांना आता पुढे काय होणार याचे कुतूहल वाटत होते. १९७७ पूर्वी कल असलेल्या ज्या अधिकाऱ्यांना जनता पक्षाच्या सरकारने बाजूला

टाकलेले होते, विशेषत: आणीबाणीत सरकारच्या बाजूने असलेले होते, त्यांना नवीन सरकार परत मूळच्या जागेवर स्थानापन्न करणार होते. त्याचप्रमाणे जे अधिकारी जनता सरकारने वरती आणले होते व जे काँग्रेसच्या विरुद्ध उत्साहाने कामे करू लागले होते, विशेषत: इंदिरा गांधींच्या विरुद्ध कामे करू लागले होते त्यांना आता खड्यासारखे वेचून बाजूला टाकले जाणार होते. एक प्रकारची शुद्धीकरणाची मोहीम सुरू होणार होती.

निर्मल मुखर्जी हे कॅबिनेट सेक्रेटरी होते. त्यांची तीन वर्षांची मुदत त्यांना पुरी करू दिली जाणार होती. पूर्वीच्या पंतप्रधानांच्या सेक्रेटरीला आहे त्याच जागी राहू देण्यात आले हे विशेष. परंतु इतर फार मोठे फेरबदल केले गेले होते. एस. एम. एच. बर्नी हे माहिती व नभोवाणी खात्याचे सेक्रेटरी आणीबाणीच्या काळात होते. त्यांना आता गृह खात्याचे सेक्रेटरी केले गेले आणि त्या जागी असलेले श्रीनिवास वर्धन यांना हटवले गेले. इन्टेलिजन्स ब्युरोचे माथूर हे संचालक होते. त्यांना पंजाबमध्ये परत पाठवून देण्यात आले. त्यांच्या जागी राजेश्वरराव यांना आणण्यात आले. अन्य महत्त्वाच्या मंत्रालयात व खात्यातही असेच बदल घडविण्यात आले. उद्योग खात्यात एस. एम. घोष हे होते. त्यांनी संजय गांधी यांच्या मारुती उद्योगाच्या प्रकल्पाला बरीच मदत केली होती. त्यांची पुन्हा परत याच खात्यात सेक्रेटरी म्हणून नियुक्ती केली गेली. एस. एस. सिद्धू यांना संरक्षण उत्पादन खात्यात परत आणले गेले, दिल्लीच्या पोलीसखात्याचा आयुक्त म्हणून एस. एस. भिंदर यांना परत आणले गेले. पी. के. कौल हे वाणिज्य खात्याचे सेक्रेटरी झाले. या मोठ्या प्रमाणात बदल्यांच्या कामात ह्या महत्त्वाच्या होत्या. माझी स्वत:ची बढती होण्याची वेळ येऊन ठेपली होती. ती केव्हाही होण्याची मला अपेक्षा होती. परंतु ती या नवीन सरकारच्या मर्जीवरती अवलंबून होती. विशेषत: संजय गांधी याच्या मर्जीवरती अवलंबून होती. सुदैवाने त्यांचा माझ्याकडे पहाण्याचा दृष्टिकोन दूषित नव्हता. मी गृह खात्यात कोणाच्याही दडपणाखाली किंवा प्रलोभनाखाली किंवा कोणाविरुद्ध मुद्दाम आकस धरून कसलीही कामे केली नव्हती. कोणताही राजकीय दृष्टिकोन न ठेवता मी माझे निर्णय घेत गेलो होतो. याचा लाभ मला सुरुवातीला मिळाला असेल. पण पुढे काय घडणार होते? सुदैवाने मी झैलसिंग आणि योगेन्द्र मक्वाना यांचा विश्वास एव्हाना कमावला होता. माझ्या कामाची पद्धत पूर्वीपासून होती तशीच राहिली होती. पण मला असे दिसले की गृह सचिव हे आपण होऊन जादा काम, विशेषत: शांतता व सुव्यवस्था राखण्याचे काम, आपल्याकडे ओढवून घेते आहे. शांतता व सुव्यवस्था १९८० मध्ये खूपच अस्थिर झाली होती आणि त्यामुळे एक चिंतेची बाब बनली होती.

अर्धसैनिक बलामधील असंतोषामुळे आम्ही त्यांचे वेतनमान सुधारण्यासाठी,

भत्ते वाढण्यासाठी व ठाण्यातील सोयींसाठी काही उपाय शेवटी पक्के केले. आम्ही त्यांची आणखी नवीन ठाणी निर्माण केली. त्यामुळे अर्धसैनिक तुकड्यांना व त्यांच्या कुटुंबियांना सोयींचा लाभ होण्यासाठी फारश्या अडचणी येऊ शकणार नव्हत्या. १९८० च्या शेवटी मी ईशान्य भारतात भरपूर प्रवास केला. आसाम रायफल्सच्या तुकड्यांना भेटी दिल्या आणि त्यांच्या अडचणी व समस्या जाणून घेतल्या. शेवटी आमच्या सर्व प्रयत्नांचा आढावा घेतल्यानंतर मला असे वाटले की आपण बहुतेक सर्व अडचणी, तक्रारी व समस्या यांचे निराकरण केले आहे. यामुळे अर्धसैनिक बलाच्या तुकड्या आता चिंतामुक्त होतील आणि त्यांच्यात अधिक निष्ठा व कार्यक्षमता निर्माण होईल. सीआरपी आणि बीएसएफ यांच्या तुकड्यांचा देशांतर्गत सुरक्षिततेसाठी होणारा वापर हा १९८० मध्ये वाढत गेला आणि या अर्धसैनिक बलावरील ताणही वाढला. अन् ही तर एक दुर्दैवाची गोष्ट आहे असेच म्हटले पाहिजे.

मागासवर्गांच्या कल्याणासाठी मी माझे जे प्रयत्न चालवले होते, त्याला योगेन्द्र मक्वाना हे मनापासून साथ देत होते. मी केन्द्र सरकारच्या मागासवर्गीयांसाठी असलेल्या योजनांवर काम करत होतो, अन्य खात्यांसाठीही कामे करीत होते. आणि राज्य सरकारांच्याही अडचणी सोडवीत होतो. या साऱ्यांना मक्वाना यांचा पुरेपूर पाठिंबा होता. विशिष्ट भौगोलिक भागातील मागासवर्गीयांसाठी वेगळ्या व नीट रचलेल्या उपाययोजना तयार करण्याचा माझा हेतू होता. या वर्गांसाठी विकासाच्या वेगळ्या व स्वतंत्र उपाययोजना आखणे ही एक नवीनच संकल्पना होती. याकडे खरे म्हणजे सर्वांचे लक्ष वेधले जायला हवे होते. याचे कारण या वर्गासाठी ज्या नेहमीच्या सर्वसाधारण व मोठ्या स्वरूपाच्या योजना आखल्या गेल्या होत्या त्यामध्ये या वर्गाला जे काही हवे आहे त्याकडेच दुर्लक्ष केले जात होते.

कृष्णन आणि भूपिंदरसिंग या माझ्या सेक्रेटरींनी याबाबत प्राथमिक स्वरूपाचे व अत्यंत मोलाचे काम करून मला मदत केली. ते विविध राज्यातील स्थळी जाऊन मागासांच्या वस्त्यांना भेटी द्यायचे, तिथल्या योजनांवरती लक्ष ठेवायचे, अडचणींचे निराकरण करायचे आणि मार्गदर्शन करायचे. मक्वाना यांचा या विषयातील उत्साह व आवड यामुळे राजकीय पातळीवरती आणि राज्य सरकारशी संपर्क साधताना आमच्या कामांना मोठीच मदत झाली.

दिल्लीपासून मोरादाबाद हे सुमारे शंभरएक मैलांवरती आहे. या ठिकाणी विविध प्रकारच्या पितळेच्या वस्तूंची निर्मिती केली जाते, त्यावर नक्षीकाम, वगैरेही भरपूर होते. हे एक भरभराटीस आलेले शहर आहे. १३ ऑगस्ट १९८० रोजी येथे प्रथम जातीय दंगलीची लागण झाली. एका स्थानिक दर्ग्यापाशी मुस्लीम लोक प्रार्थना करीत असताना कुठून तरी एक डुक्कर येऊन ते जमावात घुसले. हे डुक्कर

मुद्दाम येथे सोडण्याची खोडी कोणीतरी काढली अशी सर्वांची समजूत झाली. जवळच एक पोलीस चौकी होती. तिथेच काही माणसे असल्याने त्यांच्याकडून ही खोडी काढल्याचे त्यांना वाटले. झाले, मग सारेजण त्या चौकीवरती चालून गेले व त्यांनी हल्ला चढवला. त्या दंग्याचे लोण पसरत गेले व ते तिथे जवळजवळ महिनाभर चालले होते. त्या जातीय हिंसाचाराच्या उद्रेकात व गोळीबारात सुमारे १५० जणांचे प्राण गेले. मी अर्धसैनिक बलाची तुकडी घेऊन मोरादाबादला धावलो. तिथल्या मालमत्तेचा विनाश पाहून सुन्न झालो. तिथे परिस्थिती एवढी चिघळली होती की खुद्द मलाच संरक्षण घेऊन रात्रीच्या अंधारात दिल्लीला निघून यावे लागले. ग्यानी झैलसिंग, यांनीही तिथल्या भागाला भेट दिली. नंतर त्यांची व उत्तर प्रदेशचे मुख्यमंत्री व्ही. पी. सिंग यांच्याशी त्यावरून खूप मोठी शाब्दिक चकमक झडली.

जातीय भावनेच्या दृष्टीने देशातील अशी जी संवेदनशील स्थळे आहेत त्यांचा मी एव्हाना अभ्यास सुरू केला होता. माझ्या असे लक्षात आले की जेव्हा तिथे हिंसाचार उसळतो तेव्हाच आपण तिथे काहीतरी उपाययोजना करू पहातो. परंतु मुळातच हे असे प्रकार घडू नयेत म्हणून काहीही उपाययोजना दंगे झाल्यानंतरही केल्या जात नाहीत. त्यासाठी माझ्याकडे काही सूचना होत्या. प्रथम देशातील अशी सर्व संवेदनक्षम स्थळांची यादी करावी. उदाहरणार्थ : उत्तर प्रदेशातील मोरादाबाद, अलीगढ, कानपूर व मीरत, बिहारमधील जमशेदपूर, महाराष्ट्रातील मालेगाव व भिवंडी, गुजराथमधील गोध्रा, आंध्र प्रदेशातील हैदराबाद, या ठिकाणच्या वस्त्यांमधून आर्थिक, सामाजिक, शैक्षणिक व सांस्कृतिक पहाणी करावी. त्या पहाणीच्या मंथनातून जातीय सलोखा दडपून टाकणारी काही कारणे बाहेर निघतात का ते पहावे.

मोरादाबाद व अलीगढसारख्या अनेक ठिकाणी मुस्लीम कामगारांना हिंदू भांडवलदार आणि व्यापारी यांच्याकडून पुरेशी मजुरी दिली जात नव्हती आणि अधिकाधिक नफा ते मिळवित होते. यामुळे अर्थातच दोन्ही जमातीत तणाव निर्माण होतो. त्यातून मुसलमान तरुणांनी पुरेसे शिक्षण घेतलेले नसते. त्यामुळे त्यांच्यात बेकारीचे प्रमाण अधिक असते. शेवटी हे तरुण समाजविरोधी कृत्ये करू लागतात. या सर्वांच्या परिणामातून जातीय हिंसाचाराचा उद्रेक होतो. त्यातून हिंदू व मुस्लीम या दोन्ही समाजात फारशी कोणतीही सांस्कृतिक देवाणघेवाण नाही. म्हणून मला वाटते की या प्रश्नाचा सांगोपांग विचार करून योग्य ती पावले उचलावीत. त्यासाठी लागणारे पैसे हा प्रश्न अजिबात नाही. पोलीस यंत्रणा आणि अर्धसैनिक बल यांच्यावरती खर्च पाहता निदान तेवढी रक्कम तरी आपण ही समस्या पद्धतशीर सोडविण्यावरती खर्च करू शकतो. त्यासाठी आधी पहाणी व अभ्यास यांची नितांत गरज आहे. जेव्हा मी हे सारे सांगून गृहमंत्र्यांबरोबर चर्चा केली तेव्हा त्यांनी प्रतिसाद

देऊन या दिशेने पुढे काम करीत रहाण्याची सूचना मला केली. मला वाटते की इन्टेलिजन्स ब्युरो आणि गृह मंत्रालयातील संबंधित विभाग यांनी यासंबंधीचे प्राथमिक काम १९८० मध्ये सुरू केले असावे.

ते वर्ष जसे पुढे सरकत गेले तसतसा मी अस्वस्थ होत गेलो. कारण मला आता बढती मिळण्याचा तो काळ होता. परंतु त्या दृष्टीने शासनाकडे कसलीच हालचाल होत नव्हती. मी ही गोष्ट झैलसिंग यांच्याकडे काढली. मी त्यांना म्हटले की, मी आता माझ्या मूळच्या राज्यातील महाराष्ट्रातील नोकरीकडे परत जातो. मला हेही ठाऊक होते की, श्री. बर्नी यांच्या मी फारशा मर्जीत नव्हतो. कारण आणीबाणीच्या काळात प्रभावशाली ठरलेल्या अधिकाऱ्यांमध्ये मी मोडत नव्हतो. अशा लोकांमध्ये एकमेकांविषयी भ्रातृभाव निर्माण झाला होता. परंतु झैलसिंग माझ्या बाजूने उभे राहिले आणि त्यांनी माझ्यासाठी एक स्पेशल सेक्रेटरीचे खास पद गृह मंत्रालयात निर्माण करण्यासाठी प्रस्ताव तयार केला. पण तो प्रस्ताव बर्नी यांनी फेटाळून लावला. जर माझी त्या पदावरती नेमणूक झाली तर मी म्हणजे गृह मंत्रालयातील एका समांतर सत्ताकेंद्र बनेल, अशी त्यांना भीती वाटली असावी.

झैलसिंग यांनी मात्र मला एक विचित्र माहिती सांगितली. ती माहिती अशी की, इंदिरा गांधी यांना मी यशवंतराव चव्हाण यांचा हस्तक आहे असा संशय येतो आहे. जोपर्यंत त्या संशयाचे निराकरण होत नाही तोपर्यंत त्या माझी गणना आपल्या निष्ठावान सेवकात कशी करून घेणार? मग मी याबद्दल आर. के. धवन यांच्याशी बोललो. मला जेव्हा दिल्लीला १९७८ मध्ये आणले गेले तेव्हा यशवंतराव चव्हाण कोणत्याच संबंधित राजकीय चित्रात नव्हते. धवन यांनी ही गोष्ट खुलासेवार इंदिरा गांधी यांना सांगितली असावी. कारण काही दिवसांनी कॅबिनेट सेक्रेटरी यांनी मला बोलावले व सांगितले की, लवकरच ते माझे नाव लेबर सेक्रेटरीच्या पदासाठी पाठवणार असून या संदर्भात श्रम मंत्री एन. डी. तिवारी हे मला भेटू इच्छितात.

◆

११
श्रम व पुनर्वसन मंत्रालयात प्रवेश
आणि
आंतरराष्ट्रीय श्रम संघटना

फेब्रुवारी १९८२ मध्ये मी श्रम मंत्रालयाचा कारभार सेक्रेटरी म्हणून स्वीकारला. एन. डी. तिवारी हे श्रम मंत्री होते. माझ्या इथल्या कारकीर्दीत माझी आणखी दोन मंत्र्यांशी गाठ पडली. ते होते भागवत झा आझाद आणि वीरेन्द्र पाटील.

हे मंत्रालय तसे फारसे आकर्षक किंवा दिमाखदार नव्हते. येथे अतिमहत्त्वाचे असे काही घडत नव्हते की अर्थ खाते, गृह खाते किंवा संरक्षण खाते यासारखे ते समर्थ किंवा प्रभावशाली नव्हते. पण मला तिथल्या कामाचे आकर्षण वाटले. शिवाय तिथे समाजातील दुर्बल घटकांसाठी आणि गरीब मजूरवर्गासाठी काही रचनात्मक कार्य करून दाखवण्याची संधी मला मिळत होती. मजूर किंवा कामगार म्हटला की, बहुतेकांच्या नजरेपुढे औद्योगिक क्षेत्रातील संघटित असलेला व चांगला पगार मिळवणारा कामगार येतो. परंतु खरे मजूर हे असंघटित क्षेत्रातील असून त्यांना अत्यंत अपुरे वेतन दिले जाते. अन् बहुतेक वेळा त्यांच्यावरती वेठबिगारी लादलेली असते. या अशा मजुरांच्या बाबतीत आपल्याला काही चांगले व समाधानकारक काम करायला मिळेल म्हणून मला आनंद झाला होता. त्या गरीब मजुरांच्या बाबतीत नुसता किमान वेतन कायदा जरी नीट राबवला तरी असंख्य गरीबांची परिस्थिती सुधारेल.

हे कल्याणकारी हेतू साध्य करण्यासाठी श्रम मंत्रालयाची रचना ही अनुकूल ठरेल अशा प्रकारे केलेली होती. डायरेक्टोरेट जनरल ऑफ एम्प्लॉयमेन्ट ॲन्ड ट्रेनिंग, चीफ लेबर कमिशनर, डायरेक्टोरेट जनरल ऑफ फॅक्टरी ॲडव्हाईस सर्व्हिस, लेबर इन्स्टिट्यूट आणि डायरेक्टर ऑफ लेबर ब्युरो यासारखी बावीस कार्यालये श्रम मंत्रालयाला जोडलेली होती. इतर महत्त्वाची कार्यालये म्हणजे डायरेक्टोरेट जनरल ऑफ माईन्स सेफ्टी आणि वेल्फेअर फंड ऑर्गनायझेशन,

एम्प्लॉईज स्टेट इन्शुरन्स कॉर्पोरेशन, एम्प्लॉईज प्रॉव्हिडन्ट फंड ऑर्गनायझेशन, कोल माईन्स रेस्क्यू स्टेशन कमिटी, नॅशनल कौन्सिल फॉर सेफ्टी इन माईन्स, नॅशनल सेफ्टी कौन्सिल, सेन्ट्रल बोर्ड ऑफ वर्कर्स एज्युकेशन अॅन्ड द नॅशनल लेबर इन्स्टिट्यूट. या संस्था श्रम मंत्रालयाशी जोडलेल्या होत्या आणि त्या स्वायत्त होत्या. तसेच इन्टरनॅशनल लेबर ऑर्गनायझेशन आणि इन्टरनॅशनल सोशल सिक्युरिटी असोसिएशन यांची भारतातील दारे ही श्रम मंत्रालयात उघडलेली होती. या दोन आंतरराष्ट्रीय संघटनांशी श्रम मंत्रालयामार्फत व्यवहार करता येत होता.

देशातील मनुष्यबळावर प्रभाव पाडणाऱ्या काही बलाढ्य कामगार संघटना होत्या. उदाहरणार्थ, इंडियन नॅशनल ट्रेड युनियन काँग्रेस (इंटक), सेन्टर फॉर इंडियन ट्रेड युनियन्स (सिटू), ऑल इंडिया ट्रेड युनियन काँग्रेस (एआयटीयूसी), हिंद मजदूर सभा (एचएमएस) आणि भारतीय मझदूर सभा या कामगार संघटना अनुक्रमे काँग्रेस, कम्युनिस्ट पक्ष (मार्क्सिस्ट), कम्युनिस्ट पक्ष, सोशॅलिस्ट आणि भारतीय जनसंघ ह्या पक्षांनी मुळात निर्माण केल्या होत्या. जो कोणी सत्ताधारी पक्ष असेल तो मग साहजिकच आपापल्या कामगार संघटनांवरती कृपा करू पाही.

औद्योगिक संबंध हे मात्र तीनपदरी होते. सरकार, उद्योगपती व कामगार असे एकमेकांत गुंतलेले ते संबंध होते. सरकार हे एखाद्या तटस्थ पंचाची भूमिका वठवून हे तिन्ही प्रकारचे संबंध सुरळीत कसे रहातील आणि समाजाला त्यातून काही रचनात्मक लाभ कसा मिळेल हे पहात असे. तथापि भारताच्या समाजवादी विचारसरणीमध्ये मूलतःच मालकवर्गाविरुद्ध एक प्रकारचा आकस असल्याने कामगारांना झुकते माप देण्याकडे सरकारचा कल असतो. कामगारांबद्दलचे अनेक कायदे हे मालकवर्गविरोधाने भारून गेलेले आहेत. संघर्ष मिटवून समेट घडवून आणण्यासाठी जेव्हा सर्व कायदेशीर मार्ग चोखाळून होतात तेव्हाच त्यानंतर संपाचे हत्यार उचलायचे असते. परंतु आपल्याविरुद्ध कसलीही कारवाई केली जाण्याचा संभव नाही हे ठाऊक असल्याने कामगार संघटना ह्या बेधडक संप पुकारतात. कामगार कपात आणि कारखाने बंद ठेवण्याप्रमाणेच टाळेबंदी ही सुद्धा फार चिकित्सकपणे हाताळली पाहिजे. देवाणघेवाणीचे बोलणे सामूहिक स्तरावर गेले की ते केवळ एकांगी किंवा एका बाजूलाच लाभ मिळवून देणारे ठरते. अन् अशी बोलणी करताना मालकवर्गाला अन् कित्येकदा सार्वजनिक उद्योगांनाही वेठीला धरता येते. तसेच कामगारांचे वेतन आणि उत्पादकता यांचा कुठेही एकमेकांशी संबंध लावला गेलेला नाही.

अशा या परिस्थितीत माझे पहिले काम हे कामगार संघटनांच्या नेत्यांशी वैयक्तिक पातळीवरती संबंध ठेवणे हे होते. त्यावेळच्या कामगार नेत्यांमध्ये इंटकचे रामानुजम, गोपेश्वर व कांती मेहता, सीटूचे पांधे, आयटकचे बर्धन, भारतीय मजदूर

संघाचे दत्तोपंत ठेंगडी आणि एचएमएसचे एस. आर. कुलकर्णी, शांती पटेल व पुरोहित ही मातब्बर मंडळी होती. कम्युनिस्ट पक्षाचे ज्येष्ठ नेते बी. टी. रणदिवे यांनाही मी चांगले ओळखत होतो. परंतु याचबरोबर मालकवर्गांशीही मी जवळून संपर्क ठेवून त्यांच्याशी सतत संवाद साधीत होतो. सुदैवाने एम्प्लॉईज फेडरेशन ऑफ इंडियाचे चेअरमन नवल टाटा होते. तेही पूर्वीपासून माझ्या चांगल्या परिचयाचे होते. ते टाटा सन्स कंपनीचे डायरेक्टर होते व काही टाटा कंपन्यांचे चेअरमनही होते. आमच्या कामगारविषयक योजनांसंदर्भात राज्य सरकारे सतत आमच्याबरोबर सहभागी असत. तेव्हा यातून आता नक्कीच चांगले काही निष्पन्न होणार होते. परंतु दुर्दैवाने तसे घडले नाही! श्रम मंत्रालयातील माझ्या कारकीर्दीत देशात घडलेल्या संपामुळे व टाळेबंदीमुळे जे काही एकूण मनुष्य- दिवसांचे नुकसान झाले ते पूर्वीइतकेच झाले, त्यात फारशी घट झाली नाही. १९८१ मध्ये हे नुकसान २ कोटी २५ लाख मनुष्यदिवसांचे होते. तर जानेवारी-सप्टेंबर १९८४ या काळात ते २ कोटी ३० लाखांचे होते. असे होण्याचे मुख्य कारण संघटीत कामगारांनी आपापल्या मालकवर्गाविरुद्ध धारण केलेला लढाऊ बाणा हे होय. याखेरीज एकाच कारखान्यात किंवा कंपनीत एकापेक्षा जास्त कर्मचारी संघटना आणि त्यांच्यात आपापसात वर्चस्वासाठी स्पर्धा व लठ्ठालठ्ठी चालणे. कोणती कर्मचारी संघटना ही अधिकृत प्रतिनिधीत्व करते याबद्दलच्या कल्पना स्पष्ट होणे जरूरीचे होते. परंतु याबाबतीत घेतल्या जाणाऱ्या गुप्त मतदानाबद्दलचे आक्षेप दूर करून ही समस्या सोडवायला हवी होती. अन् ही समस्या तर सालोसाल तशीच अजूनही चालत आलेली आहे.

गुप्त मतदानामध्ये कंपनीच्या हजेरीपत्रकावर असणाऱ्या सर्व कामगारांना मतदान पत्रिका दिल्या जातात. मतदानपेटीत त्या टाकल्यानंतर गोळा करून आणल्या जातात. अगदी संसदेतील गुप्त मतदानाप्रमाणेच हे मतदान होत असते. परंतु काही कामगार संघटनांनी, विशेषत: डाव्या संघटनांनी एक आक्षेप घेतला. त्यांच्या म्हणण्यानुसार संघटनेचे सभासदत्व हे सभासद फी देऊन मिळवले जात. त्यामुळे संघटनेची सभासदसंख्या ही कृत्रिमरित्या फुगवली जाते. अन् बहुतेक वेळा जी कामगार संघटना मालकाला नको आहे तिच्याविरुद्ध एखादी नवीन संघटना मालक मंडळी उभी करून पैशांच्या जोरावरती त्या संघटनेची सभासदसंख्या फुगवतात. असे करण्यास मालकवर्ग सहाय्य करतो. परंतु ज्या व्यक्ती कोणत्याही संघटनेचे सभासद नाहीत त्या व्यक्तीही अशा मतदानात भाग घेण्यास कशा काय पात्र ठरतात? असाही एक आक्षेप दुसऱ्या बाजूने घेतला जातो. अनेक पुढारलेल्या देशात कामगार संघटनेच्या सभासदत्वाची फी ही कामगारांच्या वेतनातून कापून वसूल करून संघटनेला देण्याचे काम मालकवर्ग करतात. मात्र मालकाला तसे करू देण्यासाठी आधी त्या कामगाराने लेखी परवानगी द्यावी लागते. यामुळे मालकवर्ग

व अधिकृत प्रतिनिधीत्व करणारी कामगार संघटना यामध्ये जवळचे संबंध निर्माण होतात. परंतु ही पद्धत भारतात राबवली गेली तर त्यास विरोध होतो.

कामगाराने कोणत्या संघटनेचे सदस्यत्व घेतले आहे याची गुप्त मतदान पद्धतीने खातरजमा करून घेता येत नव्हती. म्हणून आम्ही एक धाडसी निर्णय घेऊन ज्या कामगारांनी संघटनेची फी देऊन सभासदत्व घेतले आहे त्या यादीची खातरजमा करण्यास सुरूवात केली. मी श्रम मंत्रालयातून बाहेर पडेपर्यंत हे काम पुरे झाले नव्हते, इतके ते वेळ खाणारे होते. परंतु त्यामुळे निदान सर्व कामगार संघटनांना एवढे तरी कळून चुकले की याबाबतीत सरकार स्वतंत्रपणे निर्णय घेऊ शकते नि आपण त्याची अंमलबजावणी रोखू शकत नाही. आंतरराष्ट्रीय श्रम संघटनेकडे दरवर्षी आम्हाला जे शिष्टमंडळ पाठवावे लागते, त्यावरती आम्ही भारतीय मजदूर संघाच्या एका प्रतिनिधीचा अंतर्भाव करू लागलो. अन्य संघटनांच्या प्रतिनिधींनाही दरवर्षी आम्ही तशी संधी देत गेलो.

अनेक औद्योगिक वादांमध्ये व टाळेबंदीमध्ये हिंसाचार व दहशत यांचा पगडा असे. जणू काही या दोन गोष्टी ही व्यवच्छेदक लक्षणे झाली होती. याचे एक प्रभावी उदाहरण म्हणजे कापड उद्योगात दत्ता सामंत यांनी घडवून आणलेला संप. दत्ता सामंत यांची कामगार आघाडी नावाची एक कापड उद्योगातील कामगारवर्गात मोठी संघटना कार्यरत होती. फेब्रुवारी १९८२ मध्ये ३ लाख कामगारांना संपाची हाक दिली गेली होती. संप सुरू होऊन तो कित्येक महिने चालवला गेला. यामुळे सारा कापड उद्योग हळूहळू थांबत पूर्णपणे ठप्प होत गेला. हजारो कामगारांच्या नोकऱ्या गेल्या आणि त्यांना खायची भ्रांत पडू लागली. कापड उद्योग हा मोठ्या आर्थिक संकटातून जात असताना त्यावेळी संपाची हाक देणे ही एक मोठी चूक दत्ता सामंत यांच्या हातून झाली. यामुळे हा उद्योग पार खाली बसला. दत्ता सामंत यांनी संप मागे घेण्यात त्यांचा वैयक्तिक अहंकार आड येत होता. अन् अशा भावनेला कोणताच पर्याय नसतो. त्यामुळे या बेकायदेशीर संपामुळे ह्या उद्योगाला घरघर लागून शेवटी मुंबईतील कापड गिरण्या कायमच्या बंद पडल्या.

बोनस हा एक असाच तणाव निर्माण करणारा विषय होता. बहुतेक सर्व कामगार संघटनांना किमान ८.३३ टक्के बोनसची मर्यादा वाढवून हवी होती. खरे म्हणजे कितीतरी कंपन्या, उद्योग हे तोट्यात चाललेले असूनही किमान ८.३३ टक्के बोनस देण्याची त्यांच्यावरती कायद्याने सक्ती केली होती. पण फायद्यात जाणाऱ्या इतर युनिटस्नी तर याहीपेक्षा अधिक द्यावे अशी कामगार संघटनांची मागणी होती. काही राज्यांमध्ये तर बोनस देण्याची वेगळीच पद्धत प्रचलित होती. तिथे एका उद्योगाने आपला बोनस जाहीर करायचा आणि ती टक्केवारी त्या उद्योगातील सर्व भिन्न भिन्न ठिकाणच्या युनिटस्ना लागू होई. मग भले त्यातली काही

युनिटस् जरी तोट्यात जात असली तरीही त्यांना तेवढा बोनस द्यावाच लागे. ही एक विवादास्पद समस्या होती. कामगार संघटना ह्या राजकीय पक्षांना संलग्न असल्याने साहजिकच हे राजकीय पक्ष आपापल्या संघटनांद्वारे अधिकाधिक बोनस कामगारांना मिळवून देण्यासाठी प्रयत्नशील असत. उदाहरणार्थ, मुंबईत कापड उद्योगामध्ये इंटक ही कामगार संघटना सर्वांत मोठी होती. इंटक ही काँग्रेस पक्षाची होती व त्यावेळी काँग्रेस पक्ष सत्तेवरती होता. मग अशावेळी मुख्यमंत्री या बोनसच्या वादात हस्तक्षेप करून कापड गिरणी कामगारांना किती बोनस द्यावा ते ठरवून देत. 'पेमेंट ऑफ बोनस ॲक्ट' या कायद्यानुसार तो द्यावा लागे.

हा कायदा सरकारी कर्मचाऱ्यांना लागू होत नव्हता. आम्हाला काही दिवसांनी कळले की अर्थ खाते हे सरकारी कर्मचाऱ्यांना बोनसऐवजी काही रक्कम ही 'एक्स ग्राशिया' म्हणजे खुषीने दिलेले अनुदान' या नावाखाली केंद्रीय कर्मचाऱ्यांमधील ठराविक वर्गातील कर्मचाऱ्यांना देण्याची योजना आखत होते. ही रक्कम धड पेमेन्ट ऑफ बोनस या कायद्यानुसार 'डिफर्ड वेजेस' या सदराखाली येत नव्हती की त्या रकमेचा उत्पादकतेशी संबंध येत नव्हता. केवळ मालकवर्गाच्या मर्जीनुसार दिली जाणारी ती रक्कम समजली जाणार होती. इथे मालक हे सरकार होते. त्यामुळे या आपखुषीने दिल्या जाणाऱ्या रकमेच्या संदर्भात कोणाही कर्मचाऱ्याला तक्रार करता येणार नव्हती की बोलणी करता येणार नव्हती. या संदर्भातील श्रम खात्याची काही मते असल्याने मी अर्थ मंत्र्यांना फोन लावला. त्यांना आमच्या खात्याची बाजू विशद करून सांगितली. मंत्री महोदय हे प्रामाणिक होते. त्यांनी मला सांगितले की झाला हा निर्णय राजकीय पातळीवरचा असल्याने आपण तो खिलाडूपणे स्वीकारावा हे उत्तम. सरकारी कर्मचाऱ्यांची निष्ठा आपल्या बाजूने वळवण्यासाठी हा निर्णय घेतला होता हे उघड दिसत होते. शिवाय त्यातून काँग्रेस पक्षासाठी एक बऱ्यापैकी मतपेढी, व्होट बँक निर्माण होईल असा त्या पक्षाचा तर्क होता. परंतु या निर्णयाचे भविष्यात देशभरात काय दूरगामी परिणाम होतील याचा अर्थ खात्याने विचार कितपत केला होता ते मला समजू शकले नाही. या अशा निर्णयामुळे राज्य सरकारचे कर्मचारी मात्र बिथरून असाच बोनस मिळावा म्हणून आंदोलन छेडतील. यामुळे राज्यांच्या तिजोऱ्यांवरती मग मोठाच ताण पडेल. पण आता ते सारे अटळ झाले होते.

भारतातील एकूण मजूर व कामगार वर्ग यापैकी मोठा हिस्सा हा असंघटित क्षेत्रातला आहे. बहुतेक कामगार संघटना या सुस्थितीतील व नियोजनबद्ध असलेल्या क्षेत्रातच निपजतात व तिथे काम करतात. पण असंघटीत कामगार व मजूरवर्गासाठी मात्र कोणीही कामे करीत नाहीत. तिथे या वर्गाचे मालकांकडून शोषण होत असते. १९४८ मध्ये किमान वेतन कायदा पास झाला. पण अजूनही त्याची कार्यवाही नीट होत नाही. जरी राज्य सरकारांकडून शेतमजुरांसाठी किमान वेतनाचा आग्रह धरणे हे

अपेक्षित असले तरी बहुतेक राज्यांमध्ये तशी अंमलबजावणी न होता केवळ वरवरचे उपाय केले जात होते. अन् याचे मुख्य कारण सत्ताधारी पक्षांमध्ये असलेले सबळ ग्रामीण गट हे होते. या धनवंत गटांना किमान वेतन कायदा शेतमजुरांना लागू करावासा वाटत नव्हता. म्हणून शेतमजुरांसाठी असलेल्या किमान वेतनाचा आढावा निदान दोन वर्षांतून एकदा तरी घेऊन त्यात राज्य सरकारांनी सुधारणा करावी असे ठरवले होते व त्यानुसार त्यांना याबाबत वेळोवेळी विचारीत गेलो. विशेषत: जेव्हा ग्राहक किंमत निर्देशांक हा आधीच्या निर्देशांकापेक्षा किमान ५० पॉईंटनी किंवा अधिक वाढलेला असेल त्यावेळी तरी ह्या शेतमजुरांच्या किमान वेतनाचा आढावा घेऊन त्यात सुधारणा करणे आवश्यक होते. त्याचबरोबर राज्य सरकारांनी मजूर व कामगार यांच्या गरजा शास्त्रशुद्ध पद्धतीने जाणून घेऊन त्यावर आधारीत आणि शेतमालाच्या उलाढालीच्या प्रमाणात किमान वेतनाचा पाया ठरवावा. आमच्या निर्णयांचे पालन विविध राज्यांनी कसे केले आहे याची पहाणी करण्यासाठी राज्यांमध्ये आमच्या खात्याची पथके पाठवण्याचा निर्णय आम्ही घेतला. आमच्या असे लक्षात आले की राज्य सरकारे या संदर्भात आपले कर्तव्य नीट पार पाडीत नाहीत. काही अपवाद सोडल्यास बहुतेक राज्ये हा कायदा कसाबसा रखडत रेटत आहेत. अन् याचे कारण म्हणजे ग्रामीण भागातून निवडून आलेल्या धनवंत आमदारांच्या प्रबळ गटांचे सरकारवरील राजकीय दडपण होय. आमचे एक पहाणी पथक बिहारमध्ये ग्रामीण भागात गेले होते. तिथे त्यांना आलेला अनुभव हा भयानक धक्कादायक होता. या पथकाचे अक्षरश: अपहरण करून त्यांच्यावर चोहों बाजूने दगडफेक करून त्यांना डांबून ठेवले होते. परंतु सुदैवाने पोलिसांची मदत वेळेवर आल्याने ते बचावले. जर केंद्र सरकारच्या पथकाला असा अनुभव घ्यावा लागतो तर राज्य सरकारच्या श्रम खात्याच्या तपासणीदारांचे काम तिकडे कितपत परिणामकारक ठरत असेल? राष्ट्रीय ग्रामीण रोजगार योजनेकडून किमान वेतनावर आधारीत मजुरांचा मेहनताना ठरवला जात होता. ही योजना आणि एकात्मिक ग्रामीण विकास योजना या दोन्ही एकत्रित राबवण्याचे धोरण राज्यांनी ठरवावे असा सल्ला आम्ही त्यांना दिला. यामुळे आपल्याला किती वेतन मिळू शकते हे मजुरांना समजू शकेल व एकदा हे समजल्यावर ते एखाद्या कामासाठी किमान वेतनाचा आग्रह धरू शकतील, अशी आमची आशा होती.

सर्वसाधारण किमान वेतन हे या कायद्याखाली न येणाऱ्या सर्व प्रकारच्या कामांसाठीही लावता येईल का, याबद्दलचा प्रस्ताव आम्ही नीट तपासला. परंतु राज्य सरकारांकडून येणारा प्रतिसाद अगदी जेमतेम होता. काँग्रेस पक्षाच्या जाहीरनाम्यात राष्ट्रीय पातळीवरती किमान वेतन ठरवून देण्याचे वचन दिलेले होते. आम्ही त्यासाठीही आवश्यक तेवढे काम केले पण पुढे प्रगती होऊ शकली नाही. म्हणून

मी पंतप्रधान इंदिरा गांधी यांची या संदर्भात गाठ घेतली व त्यांना सारा मामला नीट समजावून सांगितला. पण त्यावर त्यांनी असा शेरा मारला, "मिस्टर देशमुख, हे काम तुम्ही आम्हा राजकारण्यांवरती सोडून द्या. निवडणुकीच्या जाहीरनाम्यातील वचनांची पूर्तता कशी करायची ते आम्ही ठरवू."

कायद्यानुसार ठरवून दिलेले किमान वेतन हे अनेकदा राजकीय तत्त्वज्ञानाचा विषय बनतो. उदाहरणार्थ, केरळमध्ये काजू उद्योगातील कामगारांसाठी किमान वेतन ठरवून देण्यात आले. ते इतके जास्त होते की त्यामुळे तिथला काजू सोलण्याचा सारा उद्योग हा शेजारच्या तामिळनाडूमध्ये सरहद्द ओलांडून तिथेच स्थिरावला. हमालांसाठीसुद्धा केरळ राज्याने किमान वेतन कायदा स्वीकारला. परंतु याची अंमलबजावणी ही जुलमीपणे केली जाऊ लागली. समजा, एखाद्या अधिकाऱ्याची आपल्या खात्यामधून बदली होऊन ती केरळमध्ये झाली, तो त्यानुसार केरळमधील स्टेशनवर उतरला व आपले सामानसुमान स्वत: घेऊन जाऊ लागला तर त्याला फ्लॅटफॉर्मवरील हमाल जाऊ देत नसत. "यामुळे आमचे किमान वेतन बुडवले जाते. हे काम आमचे असल्याने तुम्हाला ते करण्याचा अधिकार नाही," असे तो म्हणे. त्यामुळे जरी त्या अधिकाऱ्याने स्वत:चे सामान स्वत: वाहून नेले तरीही त्यासाठीचे पैसे त्या हमालाला द्यावेच लागत.

सरकारच्या वीस कलमी कार्यक्रमानुसार आम्ही नुसतेच शेतमजुरांसाठी जबाबदार नव्हतो, तर वेठबिगारीतून मुक्त केलेल्या मजुरांच्या पुनर्वसनालाही जबाबदार होतो. हे मजूर एकदा वेठबिगारीतून मुक्त झाले की त्यांना नवीन नोकरी शोधून देण्याचे काम आम्हाला करावे लागे. नाहीतर पुन्हा ते वेठबिगारीकडे नाईलाजाने वळू लागतील. ह्या त्यांच्या पुनर्वसनाच्या कार्यक्रमाची जबाबदारी ही फक्त श्रम मंत्रालयावरती नव्हती तर ती इतर सर्व मंत्रालयांवरती होती. अन् जशी ती केंद्र सरकारवरती होती, तशीच ती राज्य सरकारांवरतीही होती. ह्या कार्यक्रमासाठी लागणारे पैसे हे आयआरडीपी (Integrated Rural Development Program), एनआरईपी (National Rural Employment Program), मागास जाती व जमातींसाठी असलेल्या खास योजना, इत्यादी स्रोतांमधून घेऊन ते एकत्र जमवायचे होते. केन्द्र सरकारच्या आर्थिक पाठिंब्यावरती ज्या ज्या राज्य सरकारांच्या योजना चालू होत्या. त्यातूनही काही रकमा आमच्या योजनांसाठी देण्याचे अधिकार राज्य सरकारांना दिले होते. अर्थातच या योजना एखाद्या विशिष्ट टापूतील ठराविक समाजगटांसाठी असलेल्या होत्या. अन् त्या योजना नीट राबवल्या जात आहेत की नाही हे पहाण्यासाठी आमच्या खात्यातील अधिकारी तिथे जाऊन खात्री करून घेत. त्याचबरोबर या संदर्भात त्यांना मिळालेली माहिती व आकडेवारीही ते प्रत्यक्ष जागेवरती पडताळून घेत. त्यामुळे या योजना बऱ्यापैकी यशस्वी झाल्या होत्या, असे म्हणावयास हवे

होते. वेठबिगारीतून मुक्तता व पुनर्वसन या कामासाठी स्वामी अग्निवेश यांनी तर चळवळ उभी केली होती. त्यांचा हा सहभाग खूपच महत्त्वाचा होता. आम्ही आमच्याकडून सुरूवात तर चांगली केली होती आणि लवकरच ही वेठबिगारीची समस्या आमच्या पूर्णपणे आवाक्यात येणार होती. आम्ही खुषीत होतो. परंतु या योजनेचे यश हे साक्षरता प्रसार व त्यासारख्या अनेक सामाजिक योजनांवरती अवलंबून होते.

अनेक मजूर हे कामधंद्यासाठी नेहमी एका राज्यातून दुसऱ्या राज्यात जात असतात. त्यांचेही वेठबिगारी मजुरांसारखे शोषण होत असते. या मजुरांचे ठेकेदार आणि मालकवर्ग हे दुसऱ्या राज्यातील या मजुरांना मोठ्या संख्येने बोलावतात. त्यांना गोड गोड बोलून अनेक भूलथापा देतात व त्यांची ही वचने ते बहुतेक वेळा पाळीत नाहीत. या मजुरांची स्थिती ही वेठबिगाऱ्यांसारखीच असते. या निमित्ताने एक उदाहरण येथे सांगण्याजोगे आहे. मजुरांच्या टोळ्याच्या टोळ्या ह्या बिहारमधून पंजाबमध्ये कामाच्या जागी नेल्या जायच्या. या बाबत विनोदाने असे सांगितले जायचे की, पंजाबमधील हरितक्रांती ही पंजाबी शेतकऱ्यांनी आणली नसून ती बिहारी मजुरांनी आणली आहे. मजुरांचे जे आंतरराज्यीय स्थलांतर होते त्यासाठी Regulation of Employment and Conditions of Services हा कायदा १९७९ मध्ये पास करण्यात आला. हा कायदा अशासाठी केला गेला की या मजुरांना अन्न, औषध वस्त्र, निवारा आणि योग्य ती मजुरी अशा मूलभूत गोष्टी मिळाव्यात. याची अंमलबजावणी करणारे अधिकारी हे त्या त्या विभागातील राज्य सरकारचे असायचे. नेहमीप्रमाणे ही अंमलबजावणी योग्य रितीने केली जाते आहे की नाही हे पहाण्यासाठी आम्ही आमचे अधिकारी जागेवरती पाठवायचो.

त्यावेळी बिडी उद्योगात मोठ्या प्रमाणात अनियमितता होती. राज्यभर प्रत्येक ठिकाणी भिन्न भिन्न वेतन मजुरांना दिले जायचे. नियोजन आयोगाने (प्लॅनिंग कमिशन) जी दारिद्र्यरेषा आखून दिली होती त्या आधारे आम्ही सर्व राज्यांमध्ये त्या काळात दर दिवशी दरडोई ७ ते ८ रुपये मजुरी द्यावी असे ठरवून दिले होते. जानेवारी १९८२ मध्ये असे सुचवण्यात आले की, महागाई भत्ता हाही ग्राहक किंमत निर्देशांकाशी जोडला गेला पाहिजे. तथापि, हे जर शक्य नसेल तर किमान वेतनाच्या मर्यादेचा पुन: विचार करून ते नव्याने ठरवावे. मजुरांनी कामे केल्यानंतर अनेकदा कच्चा माल न आल्याने त्यांना स्वस्थ बसावे लागे, किंवा केलेल्या कामाची तपासणी होऊन ते काम मोठ्या प्रमाणात रद्द केले गेल्याने त्या कामाची मजुरी बुडायची किंवा कमी दिली जायची. ह्याची भरपाई करण्यासाठी एक यंत्रणा निर्माण केली गेली. या मजुरांसाठी गटागटांना रहाण्यासाठी इमारतींची योजना आम्ही तयार केली व तिची पथदर्शक योजना कर्नाटकात राबवण्यासाठी मंजुरीही मिळवली.

श्रम मंत्रालय हे खाणीतील कामगारांच्या सुरक्षिततेलाही जबाबदार होते. जरी हे खाण कामगार संघटीत कामगारवर्गात मोडत होते, तरी काही ठिकाणी तिथल्या खाणीत त्यांना वाऱ्यावर सोडून दिल्यासारखे वागवायचे. कधी कधी एक अघोषित वेठबिगारी त्यांच्यावरती लादली जायची. मी बिहारमधल्या कोळशाच्या खाणींना भेटी दिल्या. धनबादच्या आसपास बऱ्याच खाणी आहेत. तिथे गुंडांच्या टोळ्यांचे राज्य चालते. या टोळ्यांचे म्होरके उर्फ दादा किंवा माफिया हे कुप्रसिद्ध आहेत. तिथल्या एका खाणीचे संपूर्ण यांत्रिकीकरण केलेले असून ती खाण कामगारांसाठी अगदी परिपूर्ण व आदर्श अशी आहे. पण या खाणीसारख्या बाकीच्या खाणींचे यांत्रिकीकरण करता येत नाही. याचे कारण त्यासाठी फार मोठ्या प्रमाणात भांडवली खर्च करावा लागतो. जमिनीच्या पृष्ठभागांचे थर काढणाऱ्या ज्या उघड्या खाणी आहेत तिथे होणारी पर्यावरणाची हानी पाहून तर मला धडकीच भरली. दक्षिण भारतातल्या काही खाण कंपन्या ह्या पर्यावरणाची हानी भरून काढण्यात प्रयत्नशील होत्या आणि त्यांच्याकडून जंगले लावण्याचे कामही चाले. बिहारमधल्या खाणींच्या व्यवस्थापनानेही तसेच काम करावे असे मी सुचवले. मजुरांच्या वस्त्यांना मी भेटी दिल्या तेव्हा मला कळून चुकले की बिहारमधील माफिया टोळ्यांच्या कारवायांबद्दल मी जे काही आत्तापर्यंत ऐकत आलो होतो ते सारे तंतोतंत खरे आहे. त्या गुंडांच्या टोळ्यांकडून दुकाने चालवली जात होती व मोठमोठे बाजारही चालवले जात होते. यात त्यांना अफाट नफा मिळत होता. खाण कामगारांकडून ते दर महिना उघड उघड वर्गणी गोळा करीत होते. त्यांनी वाळूच्या व कोळशांच्या वाहतुकीसाठी मोठ्या प्रमाणात ट्रक्स खरेदी केले होते व भाड्यानेही घेतले होते. कोळसा हा खाणीतून बाहेर काढून नेत होते व वाळू खाणीमध्ये आणून टाकायचे. या व्यवसायात डोळे फिरवून टाकतील एवढा अफाट नफा ते कमावीत होते. आपल्या शारीरिक बळावर आणि आर्थिक ताकदीवर त्यांनी खाणींच्या व्यवस्थापनावरती ताबा ठेवला होता. या दुष्कृत्यात भर म्हणजे राजकीय लक्तरे धुण्यात, धिंडवडे काढण्यात त्यांना विकृत आनंद मिळे. राजकीय पक्षांना ते उदारपणे पैसा पुरवीत आणि आपल्याजवळील गुंडांची ताकद जनतेवर दहशत बसवण्यात वापरीत. काही गुंडांचे दादा तर राजकारणातही शिरले आहेत. ते निवडणुकांना उभे रहातात आणि निवडूनही येतात.

बालमजूर हा एक असाच चिंतेचा विषय आहे. लहान मुलांकडून कोणकोणत्या क्षेत्रात कामे करवून घेतली जातात ती यादी खूप मोठी ठरेल. फटाके व दिवाळीतील शोभेच्या दारूची उत्पादने शिवकाशी या शहरात लहान मुलांकडून करवून घेतली जातात. यातील सर्वांत वाईट भाग म्हणजे आगपेट्या व फुलबाज्या तयार करण्यासाठी या मुलांना गंधकाच्या रसायनात काड्या बुडवून काढायला लागे. गंधकाच्या वाफा या खूप घातक असतात. उत्तरेत फिरोझाबाद येथे मोठ्या प्रमाणात बांगड्या तयार

करण्याच्या उद्योगात मुलांना कामाला लावले जाते. तोच प्रकार मोरादाबाद येथे पितळेच्या वस्तू तयार करण्याच्या उद्योगात आहे. गालिचे विणण्याच्या कामात तर हटकून मुलांना कामाला जुंपले जाते. यासाठी असे कारण पुढे केले जाते की मुलांची बोटे मोठ्या माणसांच्या बोटांपेक्षा जाडीने लहान व चपळ असल्याने त्यांना धाग्यांच्या नाजूक गाठी मारणे चांगले जमते. बालमजुरीमागचे एक कारण 'गरीबी' हे नेहमी सांगितले जाते. आईबापांना आपली मुले शाळेत घालायला आवडतात. परंतु हलाखीच्या आर्थिक परिस्थितीमुळे कुटुंबाच्या उदरनिर्वाहासाठी मुलांना कामाला जुंपणे भाग पडते. जर बालमजुरी ही कायद्याने बंद केली तर आर्थिक हलाखी वाढून मुलांचे कुपोषण होईल, ती उडाणटप्पू बनतील, बहकत जातील. आम्ही या समस्येचा आर्थिक व सामाजिक दृष्टिकोनांमधून अभ्यास केला. बालकामगारांच्या कामाच्या जागेवरची परिस्थिती सुधारण्यासाठी, सेवेच्या जाचक अटी काढून टाकण्यासाठी आणि घातक कामांवर मुलांना ठेवण्यास बंदी घालण्यासाठी काही प्रयत्न केले. जिथे मुले कामे करतात तिथे त्यांच्या मजुरीत कसलीही कपात न करता त्यांना शिक्षण घेण्यासाठी आणि काही अनुदानित पोषक आहार घेण्यासाठी मोकळा वेळ उपलब्ध करून दिला पाहिजे. जिथे घातक कामे चालतात तिथे मुलांना बंदी असली तरीही कामावर ठेवले जाते का, हे पहाण्यासाठी आम्ही आमच्या खात्यामार्फत काही पथके कडक निरीक्षण करण्यासाठी पाठवू लागलो. आमच्या अशा प्रयत्नांमुळे अनेक राज्यांमधील मालकवर्गात निदान अशा बालमजुरी प्रतिबंधक कायद्याचे भान आले. तसेच जनतेलाही बालमजुरीमधील क्रौर्य व समाजविरोधी कार्य यांची जाणीव होऊ लागली. आम्ही केंद्रीय आणि राज्य पातळीवरील सर्व संबंधित संस्थांना कळवले की, जेव्हा केव्हा बांधकामाच्या निविदा मागवल्या जातील तेव्हा बालमजुरांना कामावर न ठेवण्याचे बंधन ठेवावे. तसेच, त्या कामावर जर एका विशिष्ट संख्येपेक्षा स्त्री-मजुरांची संख्या जास्त असेल तर तिथे पाळणाघरे उघडण्यात यावीत. या अटी नागरी विभागातील बांधकामाच्या जागी अत्यंत आवश्यक असतात. तशा अटी निविदा मागताना सक्तीच्या कराव्यात.

कर्मचाऱ्यांच्या भविष्य निर्वाह निधीचे कामकाज नीट सुरळीत चालवले जावे अशी आमची इच्छा होती. हे कामकाज भविष्य निर्वाह निधीच्या आयुक्ताकडून श्रम खात्यामार्फत चालवले जाते किंवा काही अपवादात्मक परिस्थितीत एखाद्या औद्योगिक संस्थेमार्फतही चालवले जाते. या निधीतून लोकांना काही रकमा अॅडव्हान्स म्हणून हव्या असतात किंवा जमलेला सर्व निधी शेवटी काढून घ्यायचा असतो. ह्या क्रिया माणसांकडून केल्या जायच्या. त्यात लागणारा वेळ वाचवून हे काम त्वरेने उरकले जावे असा आमचा हेतू होता. त्यासाठी संगणकांचा वापर हा एक सर्वोत्तम उपाय होता. परंतु साधे कॅल्क्युलेटर्स किंवा छोटी गणनयंत्रे वापरात आणण्यास कर्मचारी

संघटनांचा आम्हाला तीव्र विरोध झाला. संगणकांमुळे कर्मचाऱ्यांनाच आपले काम हे अधिक सोयीचे, बिनचूक व झटपट उरकण्यास मदत झाली असती. पण दुर्दैवाने त्यांना ते पटत नव्हते.

कर्मचारी कुटुंब निवृत्ती वेतन योजना आणि कर्मचाऱ्यांची डिपॉझिट इन्शुरन्स लिन्क्ड स्कीम अशा दोन्ही योजना ह्या कर्मचाऱ्याचा मृत्यू झाल्यास त्याच्या कुटुंबाला उपकारक ठरत होत्या. परंतु खुद्द कर्मचाऱ्यांसाठी कोणतीही निवृत्ती वेतन योजना नव्हती. कर्मचाऱ्यांच्या संघटनांचे असे म्हणणे होते की निवृत्ती वेतनासाठी लागणारा निधी हा मालकवर्गाने दिलेल्या भागातून निर्माण करावा. हा निधी चांगल्या ठिकाणी गुंतवून त्यातून येणारे लाभ हे ठराविक प्रमाणात वाटले जावेत. कर्मचाऱ्यांच्या वाटेला येणारा लाभ हेच त्याचे निवृत्तीनंतरचे निवृत्ती वेतन ठरेल. आम्ही या योजनेवरती खल केला, अभ्यास केला, गणिते केली परंतु मी या खात्यात असेपर्यंत तरी ही योजना मूर्त स्वरूपात आली नाही. भविष्य निर्वाह निधीशी संबंधित असलेल्या दुसऱ्या एका योजनेत मला रस होता. या योजनेनुसार कर्मचाऱ्याला जर आपले स्वत:चे घर करायचे असेल तर तो निर्वाह निधीमधून तेवढी लागणारी रक्कम आगाऊ उचलू शकत होता. ती रक्कम त्याने परत करायची नव्हती. त्या रकमेतून तो स्वत:चे घर खरेदी करू शकतो किंवा बांधू शकतो. अशा पद्धतीने सिंगापूरमध्ये कर्मचाऱ्यांच्या घरांच्या मोठमोठ्या वसाहती उभ्या राहिलेल्या मी पाहिल्या होत्या. अशी घरे व वसाहती आमच्या खात्याने बांधून उभी करावीत किंवा राज्य सरकारांच्या हौसिंग बोर्डाकडून बांधकाम करून घ्यावे, असे आम्हाला वाटत होते. थोड्याश्या बदल केलेल्या या योजनेसाठी कर्मचाऱ्यांच्या निर्वाह निधीमधून श्रम खाते ही घरे बांधण्यासाठी आवश्यक ती रक्कम कर्मचाऱ्याला देणार होते. घर बांधल्यावर त्याच्या फंडाच्या रकमेपैकी विशिष्ट टक्के रक्कम ही पुढे त्याने सुलभ हप्त्याने दर महिन्याला फेडायची होती. निवृत्त झाल्यावरती त्या घराची त्यावेळची किंमत ही पूर्वीपेक्षा वाढलेली असल्याने त्याचा तोही एक अप्रत्यक्ष लाभ होत होता. परंतु या योजनेला अर्थ खात्याकडून प्रतिसाद मिळेना. कारण भविष्य निर्वाह निधीमध्ये सरकारी सिक्युरिटीज मोठ्या प्रमाणात असल्याने त्या रोख रकमेच्या स्वरूपात बाहेर पाठवल्यासारखे होत होते. त्यामुळे आमची ही योजना शेवटी कागदावरतीच राहिली. त्याबद्दल मला स्वत:ला फार वाईट वाटले.

आमच्या मंत्रालयाचा लेबर ब्युरो हा विभाग हा सिमला येथे होता. त्यांच्याकडून बरीच संख्याशास्त्रीय सेवा दिली जायची. त्याखेरीज तो विभाग ग्राहक व किंमत निर्देशांक वेळोवेळी प्रसिद्ध करण्याचे काम करी. ह्या निर्देशांकांचे पायाभूत वर्ष १९६० हे धरले गेले होते. त्या वर्षीच्या विविध पदार्थांच्या किंमतींवरती आधारीत अशी पुढची गणिते केली जायची. आम्ही शक्य तितके अलीकडचे वर्ष निवडून

त्यावर आधारीत गणिते करू लागलो. त्यामुळे आम्ही काढणार असणारे निर्देशांक हे वस्तुस्थितीशी अधिक मिळतेजुळते रहाणार होते. त्याचबरोबर आम्ही गेल्या पंचवीस वर्षांतील नित्योपयोगी वस्तूंच्या किंमतींचे आकडे गोळा करून त्यानुसार गणितात आवश्यक ते फेरबदल व दुरूस्त्या करून घेऊ लागलो. आधीचा निर्देशांक हा राज्य सरकारांकडून आणि देशभरातील लेबर अधिकाऱ्यांकडून रिटर्न्स किती आलीत यावरती अवलंबून ठेवला होता. आम्ही माहिती गोळा करण्याची पद्धतही बदलली. त्यासाठी सर्व संबंधित अधिकाऱ्यांना सतत प्रशिक्षण घ्यावे लागले. थोडक्यात, आमची योजना आम्ही हरतऱ्हेने सुधारत नेली. बाजारातील प्रत्यक्ष किंमती लक्षात न घेता रिटर्न्सची माहिती अहवालात नेहमीप्रमाणे विचार न करता भरली जाते अशा तक्रारी होत्या. नित्योपयोगी गरजेच्या वस्तूंच्या दाखवलेल्या किंमती ह्या बाजारातील किंमतीप्रमाणे नसतात हे तर सर्वांना ठाऊक होते. त्या किंमती सरकारने आम जनतेसाठी केवळ जाहीर केलेल्या असतात. तशा त्या बाजारात कधीच असत नाहीत. रिटर्न्स कळवताना त्या सरकारी किंमतींचा आधार घेतला जाई. मग आम्ही त्यातून असा एक मार्ग काढला की जर त्या सरकारी किंमती कोणाला ठाऊक नसतील किंवा ती माहिती मिळत नसेल तर त्याने बाजारातील प्रत्यक्ष किंमतींचा आधार घेतला तरी चालेल.

श्रमाशी निगडीत असलेल्या सर्व समस्यांवरती विचारविनिमय करण्यासाठी आम्ही नियमितपणे त्रिपक्षीय परिषदा भरवीत होतो. त्यात सरकार, उद्योगपती व कामगार संघटना भाग घेत. सप्टेंबर १९८२ मध्ये अशाच एका परिषदेमध्ये इतर काही प्रश्नांबरोबर संघटनेच्या सभासदत्वाचा प्रश्न विविध कायद्यांमधील दुरुस्त्या, तडजोड करत निधी गोळा करीत हिंडणारे एजन्टस, आचारसंहिता वगैरे मुद्दे उपस्थित केले. या परिषदेत विचारविनिमय होऊन जे काही करण्याचे निर्णय घेतले जातात त्यानुसार पुढे तसे घडणे कठीण असते. परंतु या त्रिपक्षीय परिषदेमुळे निदान तिन्ही पक्ष एका व्यासपीठावर येऊन आपापल्या दृष्टिकोनांची व विचारांची देवाणघेवाण करतात हे महत्त्वाचे होते. एकमेकांविरुद्ध भांडण्यासाठी तोंडे उघडण्यापेक्षा अशी प्रश्नांना तोंडे फोडण्यासाठी आपली तोंडे उघडणे हे केव्हाही चांगलेच नाही का?

डायरेक्टोरेट ऑफ एम्प्लॉयमेन्ट ॲन्ड ट्रेनिंग हा श्रम मंत्रालयाचा एक महत्त्वाचा भाग होता. त्यांच्याकडून नोकऱ्या दिल्या जायच्या व व्होकेशनल प्रशिक्षणही दिले जायचे. १९८४ मध्ये देशामध्ये एकूण ७४५ एम्प्लॉयमेन्ट एक्सचेंजेस होती. त्यांच्याकडे नोकरीसाठी नोंदणी केलेल्यांची एकूण संख्या होती २,३५,४७,०००. ही एम्प्लॉयमेन्ट एक्सचेंजेस धड उपयोगाला येत नव्हती की त्यांच्याकडून कार्यक्षमतेने काही केले जात होते. त्यांच्याकडून शिकलेल्यांना ज्या नोकऱ्या दिल्या गेल्या होत्या त्या १९८२ मध्ये अवघ्या १.६७ टक्के होत्या. तर १९८३ मध्ये त्या १.८१

टक्के होत्या. नोकऱ्या हुडकून देण्याची ती पद्धत संपूर्णपणे दोषी नव्हती. कारण नोकऱ्यांची संख्या कमी व बेकारांची सतत वाढणारी बेसुमार लोकसंख्या यांचा ताळमेळ बसणे हे खरोखरीच अवघड होते. एम्प्लॉयमेन्ट एक्सचेन्जसाठी १९५९ मध्ये Compulsory Notification Act हा कायदा पास केला होता. त्यानुसार जिथे २५ किंवा अधिक माणसे लागतात असे सर्व सार्वजनिक उद्योग आणि खासगी उद्योग यांना हा कायदा लागू होतो. परंतु फक्त सार्वजनिक क्षेत्रातील उद्योगांनाच हा कायदा सक्तीचा आहे. त्यानुसार त्यांनी आपल्या उद्योगातील जागा ह्या एम्प्लॉयमेन्ट एक्सचेंजच्याद्वारा भराव्या लागतात. परंतु या एक्सचेन्जमध्ये नोंदणी केलेल्यांपैकी मागणी असलेल्या पदाला लायक उमेदवार जवळच्या यादीतून निवडण्याची कोणतीच पद्धत अस्तित्वात नाही. कामाची गरज, अनुभव, नोकरीस आवश्यक असलेली अन्य प्रशिक्षणे किंवा पात्रता, एक्सचेन्जमधील कर्मचाऱ्यांचे निवडीमागील वैयक्तिक हेतू वगैरे जंजाळातून यादीतील लायक उमेदवारांची नीट निवड होऊ शकत नाही. त्यामुळे सर्व एक्सचेन्जेसकडून लायक उमेदवारांची नावे कळवण्यास खूप उशीर होतो. या सर्वांवरती 'संगणक' हे एक उत्तर आहे. त्याच्या सहाय्याने ही समस्या सोडवली जाऊ शकते. त्याचा वापर करायचा असेल तर एक्सचेन्जमधील एकूणएक नोंदणीचे काम अथपासून इतिपर्यंत संगणकाकडून केले जायला हवे. सध्यासारखी पद्धत उपयोगाची नाही. पण या दिशेने आम्ही काहीही करू शकलो नाही. निदान मी श्रम खात्यात असेपर्यंत तरी. परंतु या दिशेने महाराष्ट्र, कर्नाटक, आंध्रप्रदेश, तामीळनाडू व गुजराथ येथे मात्र काही पावले उचलली गेली.

श्रम मंत्रालयाच्या ह्या डायरेक्टोरेटच्या अधिकारात व्यवसाय मार्गदर्शनाचे प्रशिक्षण देणाऱ्या संस्था येत होत्या. अशी औद्योगिक व्यवसाय मार्गदर्शन संस्था (ITI) किंवा केंद्रे ही देशभरात १३०० होती अन् ती यूएनडीपी (आयएलओ प्रोजेक्ट १९७७) च्या धर्तीवरती चालवली होती. परंतु औद्योगिक मालकवर्ग मात्र त्यानुसारच्या योजना राबविण्यात फारसा रस घेत नव्हता. तर ज्या उद्योगात ट्रेनी ॲप्रेन्टिस म्हणून प्रशिक्षण घेत होते, ते उमेदवार मात्र आपल्याला त्याच उद्योगात नोकरी मिळेल म्हणून आशा बाळगून होते. सतत हे असे करता येणे शक्य नसल्यामुळे तणाव उद्‌भवत नसले तरी समस्या उद्‌भवत होत्या. उदाहरणार्थ, १९८४ सालाच्या शेवटी २६,००० प्रशिक्षण केन्द्रे होती तरी फक्त १३,००० पदवीधर आणि टेक्निशियन ॲप्रेन्टिस हे प्रशिक्षण घेत होते.

श्रम मंत्रालयातील माझ्या पहिल्या वर्षात मला असे दिसून आले की, कायदे करण्यासंबंधीचे व त्यातील दुरुस्त्यांसंबंधीचे बरेच काम करावयाचे इथे साठून राहिलेले आहे. मागच्या कामांचा हा ढिगारा उपसणे हे एक फार मोठा ताण आणणारे काम होते. कायदे खात्यात पेरी शास्त्री हे कायद्याचे मसुदे तयार करण्याचे

प्रमुख सेक्रेटरी होते. खरे म्हणजे त्यांच्या खात्याचेच हे काम होते. पण त्याऐवजी ते ''श्रम खात्याकडून अफाट काम पाठवले जात आहे'' म्हणून तक्रार करू लागले. उदाहरणार्थ, १९८१-८२ च्या काळात तीन कायद्यांमध्ये दुरुस्त्या पास झाल्या; आम्ही मांडलेले दोन कायदे संसदेमध्ये तसेच पडून राहिले. तर कायद्यांतील पंधरा दुरुस्त्यांचे मसुदे पक्के झाले. आमचा एक मोठा प्रयत्न हा औद्योगिक संबंधाचा कायद्याच्या मसुदा पास करून घेण्यासंबंधी होता. हा मसुदा औद्योगिक कलह कायद्याची जागा घेणार होता. या कायद्याचा नावावरूनच मालक व कामगार हे एकमेकांसमोर संघर्षाच्या पावित्र्यात दंड थोपटून उभे राहिल्याचे चित्र नजरेसमोर येते. आंतरराष्ट्रीय श्रम संघटनेच्या विचारांनुसार आम्हाला त्रिपक्षीय समझोत्याची भावना आमच्या मसुद्यामधून प्रगट करायची होती. दुर्दैवाने ही बाब अजूनही दफ्तरी धूळ खात पडली आहे, संसदेपर्यंत पोचली नाही, या गोष्टीचे अजूनही दुःख होते. रुग्णालये, शैक्षणिक संस्था व अन्य काही संस्था येथेही औद्योगिक कलहासारखे वाद उफाळत असतात. ते वाद व काही औद्योगिक वाद यांचे निराकरण करणारा एक कायदा आम्हाला संसदेत पास करण्यासाठी पाठवायचा होता. याचे कारण १९४७ मध्ये पास झालेल्या औद्योगिक कलह कायद्यानुसार उद्योग (Industry) या व्याख्येमध्ये अनेक उद्योग येत होते. जस्टिस कृष्णा अय्यर यांनी नुकतेच बंगलोर वॉटर वर्क्सच्या खटल्यात यासंबंधी काही महत्त्वाचे विवेचन केले होते. आम्ही १९८२ मध्ये राज्यसभेच्या मंजुरीसाठी तो कायदा पाठवला. पण मी श्रम खाते सोडेपर्यंत तो पास झाला नव्हता.

अनेक कामगार/मजूर कायदे, विशेषतः उद्योगाला टाळे लावणे, कामगार कपात करणे, औद्योगिक विवाद मिटवणे, बेकायदेशीर संपाविरुद्ध कारवाई करणे अशा गोष्टींमुळे कामगारांना प्रत्यक्षात मदत होत तर नाहीच, पण त्यामुळे आर्थिक प्रगतीवर मात्र परिणाम होतो. माझ्या त्या काळात आम्ही परिस्थितीत अनुकूल बदल घडविण्यासाठी फार काही करू शकलो नाही, पण आम्ही आमच्या परीने छोटे का होईना पण मनःपूर्वक प्रयत्न केले. उदा. उद्योग बंद करणे हे कामगारांची संख्या वाढवून सोपे केले.

श्रम मंत्रालयातील माझी कारकीर्द संपत असताना डिसेंबर १९८४ मध्ये भोपाळ येथे युनियन कार्बाईड प्लान्टमध्ये विषारी वायूगळतीची दुर्घटना घडली.

पुनर्वसन कार्य

१९८२-८३ मध्ये पुनर्वसन मंत्रालय हे श्रम मंत्रालयात विलीन करण्यात आले. श्रम मंत्रालयाचे नाव आता श्रम व पुनर्वसन मंत्रालय असे करण्यात आले व

या मंत्रालयात दोन विभाग उघडण्यात आले. पुनर्वसन मंत्रालय हे पूर्वी होते तसेच काम करीत राहिले. आता फक्त केवळ नामांतर झाले होते. या मंत्रालयाने पूर्वी केलेले काम पाहून खरोखरीच थक्क व्हायला होते. फाळणीनंतर पूर्व पाकिस्तान व पश्चिम पाकिस्तान येथून जे निर्वासितांचे लोंढे भारतात आले त्यांच्या पुनर्वसनाचे जगडव्याळ काम या मंत्रालयाने करून दाखवले.

१९७१ मध्ये पूर्व पाकिस्तानातून १० लाख निर्वासितांचे लोंढे भारतात आले होते. त्यानंतर भारत-पाक युद्ध होऊन बांगला देशाची निर्मिती झाली. त्यावेळीही पूर्व भारतात 'दंडकारण्य' नावाचा एक मोठा पुनर्वसनाचा प्रकल्प उभारण्यात आला. परंतु काही वर्षांनी असे लक्षात आले की सुरुवातीला ज्या हेतूने या प्रकल्पाची उभारणी केली तसे फारच थोडे घडते आहे व बाकीचा प्रकल्प अत्यंत विस्कळीत व वाईट अवस्थेत गेला आहे. मग हा प्रकल्प १९८२-८३ मध्ये श्रम खात्याकडे आला. आम्ही याचा जेव्हा शोध घेऊ लागलो तेव्हा आम्हाला कळले की, हा प्रकल्प निर्वासितांमध्ये मुळात फारसा लोकप्रिय नाही. कारण त्यांना पश्चिम बंगालमध्ये स्थायिक व्हायचे होते. त्यामुळे बरेच निर्वासित तिथून उठून निघून गेले. त्यामुळे या प्रकल्पाची जागा मोठ्या प्रमाणात ओसाड बनली. जे कोणी निर्वासित आता येथून स्थलांतर करणारे होते, त्यांनी तसे करू नये म्हणून आम्ही त्यांचे मन वळवण्याचा खूप प्रयत्न केला. परंतु त्यांनी येथे कायमची वस्ती करावी ह्या उद्देशाने केलेले आमचे प्रयत्न फोल ठरले.

आम्हाला तिबेटी निर्वासितांकडेही पहायचे होते. त्यांच्यापैकी मोठ्या संख्येने निर्वासित हे हिमाचल प्रदेशात 'धर्मशाला' या भागात स्थायिक झाले. काही जण डेहराडून-मसुरी या भागात स्थिरावले, तर काहीजण दक्षिण भारतातील म्हैसूरजवळ जाऊन स्थायिक झाले. दक्षिण भारतात ते का गेले हे एक अजूनही आश्चर्यच आहे. तिबेटी लोक हे जन्मजात अत्यंत चिवट, बळकट व उद्योगी असतात. त्यामुळे आणि मोठ्या प्रमाणात आंतरराष्ट्रीय पातळीवर बाहेरून मदत आल्याने त्याचे पुनर्वसन हे झटपट व सुखाने झाले. मसुरीमधील त्यांची 'एसओएस खेडी' उर्फ मुलांची अनाथाश्रमे ही खूप कौतुकास्पद व पहाण्याजोगी आहेत. डेहराडूनमध्ये ते ज्या हस्तकलेच्या वस्तू बनवतात त्या उत्कृष्ट असतात. विशेषत: तिथे बनवली जाणारी जाजमे, गालिचे, सतरंज्या ह्या अप्रतिम असतात. केवळ अफाट कष्ट करून स्थानिक लोकांपेक्षा अत्यंत चांगले राहणीमान थोडक्या काळात खेचून आणण्याचे या निर्वासितांचे उदाहरण दक्षिण भारतातील त्यांच्या वस्तीत दिसून येते. म्हैसूरजवळील खेड्यात तर काहीजण एवढे धनवान झाले की त्यांनी जमिनी विकत घेतल्या व तिथे स्थानिक लोक कामावरती ठेवलेत.

श्रीलंकेच्या उत्तर भागातून आणि जाफनामधून आलेले निर्वासित हे रामेश्वर व

मंडपम येथील छावण्यात रहात होते. त्यापैकी बहुतेकांना आपापल्या मूळ गावी परतायचे होते आणि त्यासाठी आम्ही हस्तक्षेप करावा अशी त्यांची इच्छा होती.

जम्मूमध्ये पश्चिम पाकिस्तानातून आलेले निर्वासित हे गेले तीस वर्षे रहात होते. परंतु तरीही ते तिथले रहिवासी समजले जात नव्हते. कारण 'जम्मू व काश्मिर' या राज्याचा कायदा हा फक्त मूळच्या रहिवाशांनाच अधिकृत नागरिक म्हणून मान्यता देतो. तिथले जे मुस्लीम पाकिस्तानात गेले त्यांची स्थावर मालमत्ता ह्या आलेल्या निर्वासितांनी ताब्यात घेतली. पण तशी नोंद करून त्यांच्या नावावरती ही मालमत्ता अद्याप चढवली गेली नाही म्हणून ह्या निर्वासितांच्या मनात राग व कडवटपणा भरलेला आहे. मला त्यांची बाजू नीट समजली आणि मी त्यांना सहानुभूती दर्शवली. मी मग गृह मंत्रालयाला पत्र लिहून ही परिस्थिती निदर्शनास आणून दिली. त्यातून काही मार्ग काढून या निर्वासितांना त्या मालमत्तेचा मालकी हक्क मिळावा, त्यामुळे पाकिस्तानातून जे घुसखोर इकडे येतात त्यांना ओळखण्यास यांचा उपयोग होऊ शकेल. मी ही गोष्ट काश्मीरचे मुख्यमंत्री फारूख अब्दुल्ला यांच्याही कानावरती घातली. पण इतकेही करून काहीही झाले नाही.

परदेशगमन करणाऱ्यांसंबंधीचे काम

१९८० मध्ये मोठ्या प्रमाणात भारतातून कामगार मंडळी, मजूर मंडळी ही परदेशात कामाला जाऊ लागली. विशेषत: मध्यपूर्वेच्या देशात ती जात होती. जरी परदेशी जाणाऱ्यांनी स्वत:ची काळजी घ्यायची असती तरीही त्यांच्या हितांची जपणूक करण्यासाठी काही कायदे होते. जेव्हा बेसुमार प्रमाणात अकुशल व अर्धकुशल कामगारांना, मजुरांना मागणी येते तेव्हा तर हे कायदे अत्यंत अपरिहार्य व आवश्यक ठरतात. मजुरीचे वेतन हे बाहेरच्या देशात भारतातल्यापेक्षा खूप असल्याने अशिक्षित मजुरांचे, अकुशल व अर्धकुशल कामगारांचे लोंढेच्या लोंढे बाहेर जाऊ लागतात. अशा वेळी परदेशातील लबाड मालक मंडळी आणि भारतातील मध्यस्थ किंवा एजंट मंडळी या परिस्थितीचा पुरेपूर लाभ उठवतात. ते खोट्या भूलथापा देऊन या अशिक्षित व अर्धवट शिक्षित मंडळींकडून मोठ्या प्रमाणात पैसे उकळतात. परदेशी आकर्षक नोकरीच्या आमिषाने जाऊ इच्छिणारी ही गरीब मंडळी कसेबसे ते मागतील तेवढी रक्कम त्यांच्या हातावरती ठेवतात. १९२२ साली पास झालेला 'एमिग्रेशन ॲक्ट' हा कायदा या संबंधात लागू होत होता. सुप्रीम कोर्टाने या संबंधात काही मार्गदर्शक तत्त्वे घालून दिली आहेत. मार्च १९७९ पासून शासनाने या संदर्भात काही हुकूमनामेही काढलेले आहेत. या कायद्याचा मुख्य हेतू, ह्या परदेशी नोकरीसाठी जाणाऱ्यांना संरक्षण देणे, त्यांना नोकरी लावून देणाऱ्या

एजंटांचे शोषण थांबवणे व अशा एजंटांना त्याबद्दल शिक्षा देणे आणि एजंट व मालकवर्ग यांना अधिक जबाबदार बनवणे हा होता. या संबंधीचे सर्व काम हे परराष्ट्र मंत्रालयाकडून श्रम मंत्रालयाकडे १ सप्टेंबर १९८१ रोजी आले. मग यासाठी एक नवीन एमिग्रेशन विभाग उघडण्यात आला, 'प्रोटेक्टर ऑफ एमिग्रंटस' यांची स्वतंत्र कार्यालये मुंबई, दिल्ली, कलकत्ता, मद्रास, कोचीन, त्रिवेन्द्रम आणि चंदीगड येथे उघडण्यात आली. नोकऱ्या मिळवून देणाऱ्या एजंटांसाठी नियम तयार करण्यात आले. त्यांना नोंदणी करून परवाना घेणे बंधनकारक केले गेले. परदेशी नोकरीच्या जाहिरातींमध्ये हे नियम छापून प्रसिद्ध करणे बंधनकारक केले गेले. परदेशी जाणाऱ्यांचे हित सांभाळण्यासाठी सर्व बाबतीत कडक धोरण ठेवण्यात आले. नोकरीसाठी केले जाणारे सर्व करारमदार हे रजिस्टर करून त्यासोबत सिक्युरिटी डिपॉझिटसुद्धा ठेवणे भाग पडू लागले. १९८३ मध्ये या संदर्भातला एक नवीन एमिग्रेशन ॲक्ट पास झाला. तो ३० डिसेंबर १९८३ पासून लागू झाला व या नवीन कायद्याने आता जुन्या कायद्याची जागा घेतली.

फक्त प्रोटेक्टर्स ऑफ एमिग्रंटस या कार्यालयाचे अधिकारी यांनी जर मान्यता दिली तरच परदेशी मजुरीसाठी जाता येत होते. अन्यथा फक्त पासपोर्टच्या आधारे देश सोडता येत नव्हता. सप्टेंबर १९८१ ते ऑगस्ट १९८२ या काळात नोकरीसाठी बाहेर २ लाख ७० हजार लोक गेले. आमच्या श्रम मंत्रालयातर्फे परदेशी जाऊ इच्छिणाऱ्या मजुरांसाठी काही कौन्सिलरच्या जागा आणि फर्स्ट सेक्रेटरीची पदेही परदेशात भरायची होती. ज्या देशात भारतीय मजूर मोठ्या संख्येने काम करीत आहेत, तिथे ही पदे आमच्या मंत्रालयासाठी निर्माण करायची होती. परंतु परराष्ट्र मंत्रालय या बाबतीत आम्हाला अनुकूल नव्हते. कारण परदेशी पदे भरणे याबद्दल ते हळवे होते. ही बाब फक्त आपल्याच अखत्यारीमधील आहे असे त्यांना वाटत होते. आम्ही अन्य काही पर्यायांवरतीही विचार केला. उदाहरणार्थ, एक स्वतंत्र अंमलबजावणी विभाग व तपासणी युनिट हे एमिग्रेशन चेकपोस्टखेरीज एम्प्लॉयमेन्ट प्रोटेक्टोरेट यांच्या विभागात उघडणे, परदेशी जाणाऱ्यांसाठी एक कल्याणकारी निधी स्थापन करणे व त्यातून कायद्यासंबंधी व आर्थिक अडचणींसाठी मदत देणे; स्वेच्छेने एक सर्वसाधारण स्वरूपाचा विमा उतरवायला लावणे आणि सक्तीने जीवन विमा उतरवण्यास भाग पाडणे. आम्ही एक केंद्रीय सल्लागार समिती स्थापन करून त्यांच्याकडून अशा सर्व संबंधित बाबींसाठी सल्ले घेऊ लागलो.

कतार व बहारीन या देशांशी व मध्यपूर्वेतील इतर देशांशी आम्ही चर्चा सुरू केली. त्यात त्यांच्या देशातील नोकऱ्यांसाठी असलेल्या अटी, करार हे नीट ठरवणे, त्यांचे मापदंड ठरवणे, जर नोकरीत विवाद निर्माण झाले तर भरपाईचे हक्क ठरवणे वगैरे विषय घेतले. याखेरीज यातून उद्भवणाऱ्या केसेसचे निराकरण

करण्यासाठी संगणकाचे सहाय्य घेण्याचे ठरवले. नोकऱ्या शोधून लावून देणाऱ्या एजंटांच्या संघटनेला आम्ही एक आचारसंहिता निर्माण करण्यास प्रोत्साहन दिले आणि ती आचारसंहिता त्यांनी स्वेच्छेने पाळावी म्हणून त्यांना आवाहन केले.

इतकेही करून परदेशी नोकरीसाठी जाणारे लोक एंजटांकडून मोठ्या संख्येने फसवले जात होते, लुबाडले जात होते. भारतातील एजंटांप्रमाणे परदेशातील मालकवर्गही या भारतीय नोकरांना लुबाडत होता. याचे कारण खोट्या व फसव्या नोकऱ्यांचे आमिष नव्हते तर खुद्द परदेशी नोकरीसाठी जाऊ इच्छिणारे लोकच नोकरी मिळावी म्हणून वेड्यासारखे मोठमोठ्या रकमा त्यासाठी खर्च करायला तयार होते. यात आणखीही एक किळसवाणी गोष्ट घडत होती. ज्या भारतीय स्त्रियांना व मुलींना मोलकरीण, नर्स, कम्पॅनिअन यासाठी पाठवले जाई त्यांना तिकडे अक्षरश: वेठबिगारासारखे राबवले जाई. एवढेच नव्हे तर त्यांचे लैंगिक शोषणही केले जाई.

याखेरीज सरकारच्या 'प्रोटेक्टर्स ऑफ एमिग्रंटस' कार्यालयात भ्रष्टाचाराने लवकरच प्रवेश केला व तो तिथे बोकाळला. एजंट मंडळीही मोठ्या प्रमाणात पैसे खर्च करायचे. कारण यात जोखीम असली तरी नफा अमाप होता. त्यांच्याकडून आलेला भ्रष्टाचार सरकारी कार्यालयात पसरला. परंतु हळूहळू आम्ही कडक तपासण्या सुरू केल्या व ह्या भ्रष्टाचारावरती काही प्रमाणात नियंत्रण ठेवू शकलो. आमच्या मंत्रालयाने परदेशी नोकऱ्यांबाबतचे काम परराष्ट्र मंत्रालयाकडून घेतले आणि ते अडचणीत आणणारे नसले तरी अवघड आहे हे मात्र सिद्ध करून दाखवले. मला त्याबद्दल फार फार वाईट वाटते.

आंतरराष्ट्रीय श्रम संघटना (I.L.O.)

जिनिव्हामधील आंतरराष्ट्रीय श्रम संघटनेच्या गव्हर्निंग बॉडीच्या बैठका वेळोवेळी वर्षातून तीन चार वेळा तरी होत असत. मला त्या बैठकांना माझ्या अधिकारात उपस्थित रहावे लागत होते. ही संघटना स्थापन करण्यात भारताचाही सहभाग असल्याने भारत या संघटनेचा एक संस्थापक-सदस्य होता. १९१९ मध्ये त्यावेळच्या 'लीग ऑफ नेशन्स' यांच्या आश्रयाखाली ही संघटना स्थापन करण्यात आली. पुढे लीग ऑफ नेशन्सची जागा युनोने (U.N.U.) घेतली. म्हणजे युनोपेक्षाही ही संघटना अधिक जुनी आहे. ज्या देशांना औद्योगिक महत्त्व आहे त्या देशांमध्ये भारत मोडत असल्याने या संघटनेचे कायम सभासदत्व भारताला असणे हे औद्योगिकदृष्ट्या खूप अर्थपूर्ण आहे. त्यातून भारताची मूलभूत तत्त्वे ही त्रिपक्षीय असून सरकार, मालकवर्ग व कामगारवर्ग यांच्यात समानता मानणारी असल्याने भारताचा या संघटनेतला सहभाग हा फार महत्त्वाचा ठरतो. सामाजिक हित नजरेसमोर ठेवून

१९४० सालातील लेखक

लेखकाच्या मातोश्री, १९५४

एका खासगी समारंभात लेखक (चष्मा घातलेले) व त्यांच्या डाव्या बाजूला बसलेले त्यांचे वडील

लेखकाची पहिली पत्नी सौ. सुमती.
हिच्याशी १९५८ साली विवाह झाला.
कर्करोगामुळे त्यांचा मृत्यू
१९७१ मध्ये झाला

लेखक आपली द्वितीय पत्नी सौ. विजया हिच्या समवेत. हिच्याशी १९७३ साली
लेखकाचा विवाह झाला. त्यांच्याबरोबर त्यांची कन्या कु. जयंती
सौ. विजया यांचा मृत्यू मेंदूतील रक्तस्रावामुळे २००१ साली झाला.
कु. जयंती (१९६४-८९) हिचा मृत्यू जहरी विषाणूंच्या तापामुळे झाला.

दिल्लीतील काश्मिरी गेट जवळील आय.ए.एस. प्रशिक्षण संस्थेतील
१९५१ साली प्रशिक्षण घेतलेल्या अधिकाऱ्यांच्या तुकडीचे एक छायाचित्र
पुढच्या रांगेत लेखक (उजवीकडून दुसरे) बसलेले दिसत आहेत

जुलै १९७४ मध्ये मुख्यमंत्री श्री. वसंतराव नाईक यांच्या वाढदिवशी
त्यांच्यासमवेत लेखक (डावीकडून चौथे)

डावीकडून उजवीकडे – मुख्यमंत्री श्री. वसंतदादा पाटील,
मुंबईचे महापौर श्री. मुरली देवरा, पंतप्रधान श्री. मोरारजी देसाई आणि
बृहन्मुंबई महापालिकेचे त्यावेळी आयुक्त असलेले लेखक (१ जानेवारी, १९७८)

ऑक्टोबर १९८४ मध्ये आंतरराष्ट्रीय श्रम संघटनेच्या गव्हर्निंग बॉडीचे लेखक अध्यक्ष असताना स्वित्झर्लंडमधील जिनिव्हा येथील सभेचे घेतलेले एक छायाचित्र

दिल्लीला कॅबिनेट सेक्रेटरीच्या पदी १९८६ साली जाताना
एका निरोप समारंभ प्रसंगी घेतलेले छायाचित्र
लेखकाच्या समवेत मुख्यमंत्री श्री. एस. बी. चव्हाण हे सपत्नीक उभे आहेत.

सरकारी अधिकारी श्री. नवीन चावला यांनी, मदर तेरेसा यांच्यावर लिहिलेल्या पुस्तकाचे लेखकाच्या हातून नवी दिल्ली येथे १९८७ साली प्रकाशन होताना त्यांच्या शेजारी मदर तेरेसा दिसत आहेत.

पंतप्रधान श्री. राजीव गांधी यांच्याशी
एका मुद्द्यावर चर्चा करीत असताना लेखक.

नवी दिल्ली येथे पालम विमानतळावर
राष्ट्रपती झैलसिंग यांना निरोप देताना लेखक.

पाकिस्तानची राजधानी इस्लामाबाद येथे १९८८ साली भरलेल्या गॅटच्या
(GATT) विभागीय परिषदेच्या निमित्ताने इंडियन हाय कमिशन
येथे उपस्थित असलेले (सर्वांत डावीकडचे) लेखक.

प्रा. जॉन केनेथ गॅलब्रेथ व त्यांची पत्नी यांच्या अमेरिकेतील बोस्टन येथील घरी भेट दिली असताना घेतलेले लेखकाचे छायाचित्र

रशियातील क्रेमलिनच्या राजवाड्यातील स्वागत समारंभप्रसंगी रईसा गोर्बाचेव्ह हिच्याशी लेखक बातचीत करताना घेतलेले छायाचित्र. मागील बाजूस भारताचे पंतप्रधान श्री. व्ही. पी. सिंग दिसत आहेत

आपल्या सरकारने ही खास जबाबदारी उचलली आहे.

अन् हे इथे मुद्दाम आवर्जून सांगायला हवे. कारण या दृष्टिकोनातून संपूर्ण भारतातील औद्योगिक घडामोडी कोणीही ध्यानात घ्यायला हव्यात. कामगारांनी मालकवर्गाला पेचात धरून त्यांच्याकडून वाजवीपेक्षा जादा मागण्या उकळवायला नकोत, तसेच मालकवर्गाने कामगारांना अवाजवी वागणूक देऊन त्यांचे शोषण करायला नको, आणि सरकारने सामाजिक हित डोळ्यासमोर ठेवून दोन्ही पक्षांशी नि:पक्षपाती संबंध ठेवायला हवेत. आपण सर्वांनी ह्या तत्त्वाचे भान नेहमी बाळगायला हवे. हे इथे मुद्दाम सांगण्याचे कारण की ही आंतरराष्ट्रीय संघटना कामगारांच्या बाजूने अतिरिक्त झुकलेली असते, अशी बऱ्याच जणांची चुकीची समजूत आहे.

भारतीय कामगार आणि उद्योगपती यांना या संघटनेत दीर्घकाळ प्रतिनिधीत्व देण्यात आले आहे. उद्योगपतींतर्फे नवल टाटा आणि कांती मेहता हे कामगारवर्गातर्फे १९४० पासून प्रतिनिधित्व करीत आहेत. या संघटनेत किमान सहा सात भारतीय वरिष्ठ पदांवरती कामे करीत आहेत.

नवल टाटा आणि कांती मेहता या दोघांची मला संघटनेच्या कामात मोठीच मदत झाली. विशेषत: इथल्या कामकाजातील बारकावे, अंदाजपत्रकातील तपशील व सूक्ष्म भेद हे त्यांच्याकडून मला कळून आले. या संघटनेचे अंदाजपत्रक अभ्यासणे ही एक फार महत्त्वाची गोष्ट होती. याचे कारण अनेक प्रश्न, समस्या, बाबी ह्या नीट समजलेल्या नसायच्या, कोपऱ्यात टाकून दिलेल्या असायच्या किंवा वेगळ्या प्रकारे त्या झाकून टाकलेल्या असायच्या. या अशा पद्धतीमुळे ज्या सदस्यांना या संघटनेत व तिच्या अंदाजपत्रकात रस आहे त्यांना हवे ते साध्य करता येई तर बाकीचे या अंदाजपत्रकात नुसतेच हरवून बसायचे. जेव्हा जेव्हा हे अंदाजपत्रक चर्चेला येई तेव्हा मी मोठ्या अधिकारवाणीने व ठामपणे बोलायचो. त्यामुळे प्रत्येकजण भारताच्या दृष्टिकोनाकडे गंभीरपणे बघू लागले आणि आमचे शेरे, प्रतिवाद, सूचना वगैरे स्वीकारले जाऊ लागले. भारताचा या अंदाजपत्रकाला देणारा आर्थिक मदतीचा हिस्सा हा अमेरिकेसारख्या विकसित राष्ट्रांएवढा नव्हता तरी तो बऱ्यापैकी होता. यामुळेही माझ्या बोलण्याला महत्त्व येई.

संघटनेच्या अनेक प्रमुख कामांपैकी एक काम म्हणजे विविध परिषदा, संमेलने वगैरे आयोजित करणे. याबद्दलची चर्चा ही गरम नसली तरी फार गंभीरपणे केली जायची. कारण त्यातील काही मुद्दे हे देशाच्या राष्ट्रीय हितांवर परिणाम करून जाणारे असत. विशेषत: छोट्या विकसनशील देशांवर ते परिणाम घडवणारे ठरत. उदाहरणार्थ, आचारसंहितेचे मापदंड किंवा निकष (Standards) आणि व्यापारी हक्क या गोष्टी विकसित राष्ट्रांमधील परिस्थितीवरती अवलंबून ठेवले जात. ते मापदंडाचे निकष व हक्क हे तसेच विकसनशील देशांना लावणे चुकीचे होते. या

व्यतिरिक्त जो अखेरचा मसुदा तयार केला जाई तो नेहमी विकसित राष्ट्रांच्या बाजूने खच्चून भरलेला असे.

१९८३ च्या संघटनेच्या परिषदेमध्ये यावरती गंभीरपणे चर्चा झाली. अनेक प्रतिनिधींनी कामगारांच्या श्रमांच्या निकषासंदर्भात संघटना नुसते देखरेखीचे काम करीत आहे अशी त्यावरची आपली राखीव मते मांडली. अशा निकषांचा पुनर्विचार व्हावा हेही त्यांनी जोरदारपणे म्हटले. मग डायरेक्टर जनरलने असे आश्वासन दिले की, पुढील अधिवेशनात हा विषय घेतला जाईल. त्याने या संदर्भात जे म्हटले त्यात भारताचा दृष्टिकोन प्रगट झाला. त्या दृष्टिकोनानुसार मसुद्यातील उक्तींनुसार काही करायचे म्हटल्यास विकसनशील देशांच्या खास आर्थिक आणि सामाजिक स्थिती यामुळे बऱ्याच अडचणी येतात. अन् या देशांनी आपली ही सामाजिक व आर्थिक स्थिती कधीही लपवून ठेवलेली नाही. या देशांनी आपल्याला दिलेल्या आर्थिक व अन्य मदतीचे ऋण आणि त्याचे अहवाल तयार करावयास संघटनेने मदत करावी अशी मागणी केली. त्याप्रमाणे १९८४ च्या अधिवेशनात "संघटनेच्या मापदंडांच्या निकषात लवचिकतेची गरज असून तसे केल्यास विकसनशील देशांच्या गरजा भागवण्यासाठी त्यांना आपली अर्थपूर्ण भूमिका बजावता येणे शक्य होईल," असे संघटनेच्या अध्यक्षांनी म्हटले. हे येथे मुद्दाम उधृत करावयाचे कारण की, १९९० मध्ये विकसित देशांनी गुणवत्तेचे निकष आणि निर्यात यांचा एकमेकांशी संबंध जोडण्याचा प्रयत्न केला. त्यामुळे अर्थातच विकसनशील देशांच्या आर्थिक विकासाला मागे खेचणारी ओढ बसत होती.

संघटनेची अधिवेशने झाल्यानंतर त्यातील अनेक गोष्टींना भारताने नंतर मान्यता दिली आणि एक त्रिपक्षीय समिती या संदर्भात बसवून त्या गोष्टींच्या अंमलबजावणीवर देखरेख ठेवू लागली. ह्या समितीच्या बैठका नियमितपणे होत आणि श्रम मंत्रालय त्यानुसार योग्य तो पाठपुरावा करीत होते.

'कामगारांच्या एकत्र जमण्याच्या आणि संघटना बांधण्याच्या हक्कांना संरक्षण' (Freedom of Association & Protection of the Right to Organize) या विषयावरती एक महत्त्वाचे अधिवेशन आंतरराष्ट्रीय श्रम संघटनेने भरवले होते. गव्हर्निंग बॉडीमध्ये या विषयावरती चर्चा झाली. हा विषय अनेक सत्रांमध्ये उभा केला गेला होता पण त्यावरती फारशी चर्चा न होता तो अनिर्णित राहिला होता. उदाहरणार्थ, जगातील सर्व विभागातील ११० देशांमधून या एकत्र जमण्याच्या हक्काच्या भंगाबाबत संघटनेकडे तक्रारी आल्या होत्या. मे-जून १९८४ मध्ये यावर गव्हर्निंग बॉडीमध्ये ४७ केसेसमध्ये काही तथ्य आहे की नाही हे पहाण्यापुरत्या तपासल्या गेल्या. त्यातून २७ केसेसमधून ठाम निष्कर्ष निघत होता, तर २०

केसेसमधून तात्पुरत्या किंवा अंतरिम स्वरूपाचा निष्कर्ष निघत होता. मग या गव्हर्निंग बॉडीमध्ये स्पष्टपणे व नि:संदिग्ध स्वरूपात असे जाहीर करण्यात आले की, कामगार संघटनांच्या हक्कांच्या संदर्भात आंतरराष्ट्रीय श्रम संघटनेची भूमिका ही 'एकत्र जमण्याच्या स्वातंत्र्याची' परिणामकारकता वाढविण्यासाठी आहे. तसेच या हक्कामुळे शांतता व सामाजिक न्याय यांचे प्राथमिक संरक्षण होत असते. अनेक सार्वभौम राष्ट्रांच्या अंतर्गत बाबींमध्ये आंतरराष्ट्रीय श्रम संघटनेची समिती ही ढवळाढवळ करते, हा आरोप किंवा दावा त्या संदर्भात आलेल्या तक्रारींची नीट छाननी करून फेटाळून लावण्यात आला.

तथापि अशाच एका केसमध्ये मात्र आम्ही मोठ्या अवघडलेल्या परिस्थितीत सापडलो. मार्च १९८३ मध्ये संघटनेच्या २२२व्या सत्रामध्ये पोलंडमध्ये मानवी हक्क धुडकावून लावण्याचे प्रकार वाढत असल्याच्या तक्रारीवरती चर्चा चालली. अशा घटनांबद्दल पोलंडकडून खुलासा व माहिती मागवली असता त्या देशाकडून संघटनेच्या समितीला काहीही कळवले गेले नाही. मग गव्हर्निंग बॉडीमध्ये पोलंडच्या विरुद्ध ठराव मांडण्यात आला. तो ४६ विरुद्ध ४ मतांनी संमत झाला. ठरावानुसार पोलंडने जरूर ती माहिती १५ एप्रिलच्या आत पाठवावी, अन्यथा एक चौकशी आयोग स्थापून त्या तक्रारीची शहानिशा केली जाईल. मतदानाच्या वेळी आमची खूपच अवघड परिस्थिती झाली. कारण पोलंड हा एक कम्युनिस्ट देश होता व भारताचा कल हा कम्युनिस्ट देशांकडे नेहमी झुकलेला असे. आम्हाला पोलंडची बाजू घेता येत नव्हती की त्याच्याविरुद्ध जाता येत नव्हते. पण नवल टाटांनी यातून एक तोड काढली व ती मला सुचवली. त्यानुसार मी त्या ठरावाच्या मतदानात भाग घेतला नाही. परंतु परराष्ट्र मंत्रालयाच्या मते माझी ही कृती योग्य ठरली नाही. त्याच्या पुढच्या सत्रात गव्हर्निंग बॉडीने एक चौकशी आयोग स्थापण्याचे ठरवले. पण आता परराष्ट्र मंत्रालयाच्या सुचनेनुसार आम्हाला त्या ठरावाच्या विरुद्ध मत द्यावे लागले. खरे सांगायचे तर आम्हा सर्वांनाच वैयक्तिकदृष्ट्या चौकशी आयोग नेमावासा वाटत होता. याचे कारण केवळ कामगारांच्या हक्कांवरती पोलंडने गदा आणली एवढे नव्हते, तर तिथे कामगार संघटना 'सॉलिडॅरिटी' चे नेते व सल्लागार यांच्यावरती सरकारने खटले भरले होते आणि तुरुंगात अडकवून ठेवलेल्या माणसांचा छळ चालवला होता.

नोव्हेंबर १९८१ मध्ये ऑपरेशनल प्रोग्रॅम कमिटीचे अध्यक्षपद भारताला मिळाले. आता आम्ही विविध प्रकल्प राबविण्यावरती, विशेषत: विकसनशील देशांच्या बाबतीमधील प्रकल्पांवरती, आमचा प्रभाव पाडू शकत होतो.

आंतरराष्ट्रीय श्रम संघटनेची वर्गणी ही अमेरिकन डॉलर्समध्ये भरली जायची. परंतु संघटनेचा बराच खर्च हा स्वित्झर्लंडमध्ये स्विस फ्रॅन्कमध्ये व्हायचा. मग जर

स्विस फ्रँकपेक्षा डॉलरची किंमत अधिक झाली तर संघटनेच्या उत्पन्नाची रक्कम वाढे आणि आर्थिक स्थिती ही समाधानकारक होई. पण उलट झाले तर मात्र आर्थिक स्थिती घसरू लागे. अन् आता तसे होऊ लागले होते. मग काही दिवसांनी संघटनेच्या अंदाजपत्रकातील खर्चांवरती निर्बंध येऊ लागले. परिणामी संघटनेची काही कामे मर्यादित स्वरूपात होऊ लागली. अशा या परिस्थितीत आम्हाला आता जादा सावध राहून विकसनशील देशांच्या हिताला प्रमाणापेक्षा अधिक झळ पोहोचणार नाही हे पाहावे लागले.

दरवर्षी गव्हर्निंग बॉडी आपला नवीन अध्यक्ष निवडणुकीने ठरवीत असे. हा अध्यक्ष नेहमी जे माझ्यासारखे सरकारी प्रतिनिधी असत त्यांच्यातून निवडला जाण्याची एक कायमस्वरूपी प्रथा होती. या प्रथेला अपवाद फक्त एकदा १९७७ मध्ये झाला. त्यावेळी कामगार संघटनेचा प्रतिनिधी अध्यक्ष म्हणून निवडला गेला. १९८५ मध्ये उद्योगपतींच्या गटाने अध्यक्षपदावरती आपला दावा केला. परंतु यामुळे आशियाई राष्ट्रातील सरकारी प्रतिनिधींच्या गटावरती अन्याय होत होता. कारण आता या गटापैकी कोण्या एकाची निवड करण्याची पाळी आली होती. म्हणून आशियाई देशांच्या गटातील भारताला प्राधान्य द्यायचे या गटातील सर्वांनी ठरवले. भारत सरकारचे मी प्रतिनिधीत्व करीत असल्याने माझे नाव अध्यक्षपदासाठी आशियाई राष्ट्रांनी पुढे आणले. परंतु उद्योगपतींच्या गटाचा आंतरराष्ट्रीय श्रम संघटनेवरती जबरदस्त प्रभाव होता. युरोपीय देश व अमेरिका राष्ट्र यांचे सरकारी प्रतिनिधी व कामगार संघटनांचे प्रतिनिधीसुद्धा उद्योगपतींच्या गटाला साथ देत. तेव्हा आता उद्योगपतींचा गट आणि आशियाई राष्ट्रातील सरकारी प्रतिनिधींचा गट यांच्यात खरी स्पर्धा होती. साऱ्या आशियाई सरकारी प्रतिनिधींनी माझे नाव मागे घेण्यास नकार दिला. कारण माझे नाव पुढे केल्यावर नंतर उद्योगपतींच्या गटाने आमच्याशी कसलाही विचारविनिमय केला नाही, तडजोडीची भाषा काढली नाही आणि एकदम आपल्या गटातर्फे उमेदवार सांगितला. आम्हाला कोणालाच हे मान्य नव्हते. आमच्या या भूमिकेला अनेकांनी आपला नैतिक पाठिंबा दिला.

यावेळी संघटनेचे डायरेक्टर जनरल एफ ब्लँचार्ड आणि उद्योगपती गटाचे नवल टाटा यांनी एक रचनात्मक तडजोड घडवून आणली. त्यावेळी भारताचे स्वित्झर्लंडमधील राजदूत मुचकुंद दुबे हे होते. त्यांनीही या प्रकरणात आम्हाला खूप सहाय्य केले. शेवटी सर्व सहमतीने असे ठरले की, युरोपीय सरकारी प्रतिनिधींच्या गटाने आपली अध्यक्षपदाची पाळी जरी पुढच्या वर्षी असली तरी ती आणखी एक वर्ष पुढे ढकलावी. त्यामुळे बाकीच्याही सरकारी गटांचे दावे एकेक वर्षाने पुढे सरकतील. मग पुढच्या वर्षी या गटाचा अधिकृत दावा न राहिल्याने त्यावेळी उद्योगपतींच्या गटाच्या उमेदवाराला अध्यक्षपदाची अपवादात्मक संधी द्यावी. नाहीतरी

तसा अपवाद १९७७ साली करून कामगार संघटनेच्या प्रतिनिधीला अध्यक्षपद दिले होतेच. या तडजोडीमुळे कोणाचेच नुकसान होत नव्हते. सरकारी प्रतिनिधींमधून अध्यक्षपद निवडण्याची प्रथाही भंग पावणार नव्हती. याला जो अपवाद एकदा झाला होता तो परत एकदा होणार होता एवढेच. सर्वांना हे पटल्यामुळे आशियाई राष्ट्रांतर्फे मी बिनविरोध निवडला गेलो. अशा रितीने १९८४-८५ या वर्षाकरता आंतरराष्ट्रीय श्रम संघटनेचे अध्यक्षपद हे भारताकडे आले.

उपाध्यक्षपदाच्या दोन जागा होत्या. उद्योगपतींच्या गटाला फ्रान्सचे जीन जॅक्यूस ऑश्लीन यांना उपाध्यक्षपद देण्यात आले, तर दुसरे उपाध्यक्षपद पूर्व जर्मनीच्या कामगार संघटनेच्या म्युहर यांना देण्यात आले. आंतरराष्ट्रीय श्रम संघटनेच्या इतिहासात चौथ्यांदा एक भारतीय निवडला जाण्याची ही घटना होती. माझ्या आधी १९६१ साली भारताकडे हा मान चालून आला होता. पंतप्रधान इंदिरा गांधी यांना ही बातमी ऐकून आनंद झाला. कारण नुकत्याच झालेल्या पॅरीसमधील युनेस्कोच्या निवडणुकीत भारत पराभूत झाला होता. जेव्हा मी भारतात परतलो तेव्हा मी त्यांना भेटलो असता त्या म्हणाल्या,''मिस्टर देशमुख, आपण गरीब लोक असलो तरी आपला देश गरीब नाही, हे लक्षात ठेवा. तेव्हा कोणत्याही आंतरराष्ट्रीय समुदायात वावरताना नेहमी ताठ मानेने वागत जा. भारत म्हणजे काय आहे ते त्यांना समजेल.''

अध्यक्ष झाल्यामुळे माझ्या नेतृत्वाखाली गव्हर्निंग बॉडीच्या सभा होऊ लागल्या. या सभा जरी ठरलेल्या दिवशी होत असल्या तरी ठरलेल्या वेळी सुरू होत नसत. पण मी मात्र सुरूवातीपासून कडक धोरण ठेवून अचूक वेळेवरती सभा सुरू करू लागलो. हा अनुभव सर्वांना नवीन होता. त्यामुळे काही प्रमाणात येथे कामकाजात शिस्त रुजली. मला बहुतेक सारे प्रतिनिधी ठाऊक असल्याने सभेमध्ये चर्चेला दिशा देण्याचे व वळण लावण्याचे काम जमत होते. मी ते काम करताना ताठरपणा दाखवला जात नाही हेही पहात होतो. प्रत्येकाला आपापली मते व दृष्टिकोन मांडण्याचे पूर्ण स्वातंत्र्य देत होतो. अन् ही गोष्ट अंदाजपत्रकावर चर्चा करताना तर फारच आवश्यक ठरत होती. कधी कधी मी विनोदाने एखाद्याला म्हणे, ''तुम्हाला बोलण्यासाठी आणखी जादा पाच मिनिटे वेळ वाढवून पाहिजे, मग तुम्ही तुमच्या देशातर्फे संघटनेला ५००० डॉलर्स अधिक द्या म्हणजे झाले!'' संघटनेच्या देशोदेशी पसरलेल्या कार्यालयांना मी भेटी दिल्या. त्यासाठी मी बॅन्कॉक, मनिला, जकार्ता आणि सिंगापूर येथे गेलो. माझ्या अध्यक्षपदाची कारकीर्द अनेक सभासदांना व ऑफिस कर्मचाऱ्यांना आवडली. डायरेक्टर जनरल ब्लँचार्ड आणि ते दोन उपाध्यक्ष ऑश्लीन व म्युहर यांच्याशी माझे संबंध खूपच चांगले राहिले.

दरवर्षी जूनमध्ये आमच्या संघटनेचे वार्षिक अधिवेशन भरे. त्याची सुरुवात अध्यक्षाने करून द्यायची असते. या सुरुवातीच्या सत्रात सन्माननीय पाहुण्यांनी

भाषण द्यायचे असते. आता १९८५ मध्ये होणाऱ्या अधिवेशनात मी पंतप्रधान राजीव गांधी यांना प्रमुख पाहुणा म्हणून अधिकृतपणे आमंत्रण दिले. परंतु कुठेतरी एक कार्यालयीन चूक झाली आणि त्याआधीच एक तसलेच निमंत्रण सिंगापूरच्या राष्ट्राध्यक्षांना त्याच अधिवेशनासाठी प्रमुख पाहुणा म्हणून दिले गेले होते. इकडे राजीव गांधी यांनी आपण निमंत्रण स्वीकारल्याचे आम्हाला कळवलेही. आता आमची पंचाईत झाली. मग संघटनेच्या कार्यालयाने सिंगापूरच्या राष्ट्राध्यक्षांना विनंती केली गेली की, कृपा करून त्यांनी १९८५ च्या अधिवेशनात प्रमुख पाहुणा म्हणून न येता पुढच्या वर्षीचे पाहुणे म्हणून निमंत्रण स्वीकारावे. वाटल्यास त्यासाठी त्यांनी आपली काहीही अडचण सांगावी, असेही सुचवले गेले. सिंगापूर सरकारला अर्थातच यामुळे राग आला. घटनांनी असे स्वरूप धारण केल्यामुळे मी हतबुद्ध झालो. माझी मोठी अवघड परिस्थिती झाली.

एप्रिल १९८५ मध्ये माझी मुंबईला बदली झाली व मी श्रम मंत्रालय सोडले. पण यामुळे आता एक चमत्कारिक स्थिती निर्माण झाली. माझी गव्हर्निंग बॉडीवरील अध्यक्षपदाची मुदत अजूनही चालू होती. पण आता आंतरराष्ट्रीय संघटनेच्या वार्षिक अधिवेशनाला जाण्यासाठी जे भारतीय शिष्टमंडळ ९ जूननंतर जाणार होते त्यात माझे नाव घातले गेले नाही. नियमानुसार या तारखेनंतरचे लाभ मला मिळणार नव्हते म्हणून मुद्दाम तसे केले गेले होते. त्यामुळे १८ जूनच्या वार्षिक अधिवेशनात राजीव गांधी जरी भाषण करणार होते तरी माझे सरकारी शिष्टमंडळात नाव नसल्याने मला तिकडे हजर रहाता येणार नव्हते. मे महिन्याच्या पहिल्या आठवड्यात राजीव गांधी मुंबईला आले. त्यावेळी मी संधी साधून त्यांची भेट घेतली व झाला प्रकार त्यांच्या कानावरती घातला. ते सारे ऐकताच ते अत्यंत प्रक्षुब्ध झाले आणि त्यांनी ताबडतोब मणिशंकर अय्यर यांना श्रम मंत्रालयाला एक खरमरीत निरोप द्यायला सांगून त्यात "असे मूर्खासारखे वागू नका," अशी तंबी द्यायला लावली. या प्रकरणी मी अरुण सिंग यांनाही एक पत्र लिहिले. मग श्रम मंत्रालयाने आपली चाल बदलली, चूक सुधारून घेतली व शिष्टमंडळाच्या नवीन तारखा तयार केल्या. पण हे सारे मुळातच घडायला नको होते. श्रम मंत्रालयातील कोणाला तरी मला मुद्दाम अडचणीत आणून ठेवण्यात रस वाटत होता. परंतु त्यांना त्यांची जागा दाखवली गेली. बिचाऱ्यांना काय ठाऊक की मी भविष्यकाळात परत दिल्लीला बदलून येणार असून तेही मंत्रिमंडळाचा प्रमुख सेक्रेटरी उर्फ कॅबिनेट सेक्रेटरी म्हणून! सरकारी सेवेतील ते एक सर्वोच्च पद आहे.

आंतरराष्ट्रीय श्रम संघटनेच्या १८ जून रोजी झालेल्या वार्षिक अधिवेशनात राजीव गांधी यांनी एक जोरदार भाषण केले. ते आपल्या भाषणात म्हणाले, "आंतरराष्ट्रीय श्रम संघटनेचे मूलभूत तत्त्व सामाजिक न्याय व शांतता या गोष्टी आंतरराष्ट्रीय

सहकार्यातून साध्य करणे,' हे आहे... आज शांतता व भरभराट यासाठी जे आंतरराष्ट्रीय स्तरावर प्रयत्न चालले आहेत त्यालाच आव्हान दिले जात आहे. आपण सध्या विविधतेतून एकतेकडे वाटचाल करू लागल्याचे आपल्याला दिसत आहे... आपल्या जबाबदाऱ्या व कर्तव्ये यांचे पुन्हा एकदा अवलोकन करून त्यांची नव्याने रचना केली व युनायटेड नेशन्सच्या सनदेमधील तत्त्वे पाळली तरच सध्याच्या युगातील भेडसावणाऱ्या समस्या सोडवता येतील. आंतरराष्ट्रीय श्रम संघटना ही आंतरराष्ट्रीय सहकार्याचे उदाहरण घालून देणारी एक जुनी संस्था आहे. ज्या श्रद्धांवरती युनायटेड नेशन्स ही संघटना उभी आहे त्या श्रद्धा नव्याने समजावून घेऊन उराशी बाळगण्यासाठी या आंतरराष्ट्रीय संघटनेचे व्यासपीठ उपयोगी पडते....... आम्ही आमचे स्वातंत्र्य हे जनतेच्या चळवळींमधून मिळवले. या चळवळीत औद्योगिक कामगार व ग्रामीण मजूर यांनीही मोठ्या प्रमाणात सक्रिय उल्लेखनीय भाग घेतला होता....... विकासासाठी दारिद्र्याचे निर्मूलन करणे हे आमचे प्रमुख धोरण आहे....... अनेकदा रास्त श्रमाच्या मापदंडांची ढाल पुढे करून आपल्याच देशातील धंद्यांना संरक्षण देण्याचा मार्ग चिरस्थायी करण्याचा प्रयत्न असतो....... भोपाळ येथे झालेली विषारी वायूगळतीची दुर्घटना ही सर्वांत भयानक औद्योगिक दुर्घटनेपैकी एक आहे. अन् त्यावरून आपणास कळेल की आपले कामगार हे उच्च तंत्रज्ञानावर आधारलेल्या उद्योगात कोणत्या भयानक धोकेबाज वातावरणात कामे करीत आहेत....... सर्व संघर्षात आपले कामगार व शेतकरी हे आघाडीवर रहातात. आताचा आपला हा संघर्ष अपरिहार्य असला तरी तो अंतिमत: आपल्याला लाभदायक ठरणार आहे. आपला हा संघर्ष, झगडा, धडपड फक्त आपल्यासाठी नसून ती जगात सर्वत्र असलेल्या शृंखलाबद्ध लोकांसाठीही आहे..."

त्यांनी आपल्या भाषणाचा शेवट हा पुढील विशुद्ध शब्दात केला. "मनुष्यजात ही एकच आहे. तिच्यामध्ये आपापल्या घरांच्या संकुचित भिंती घालून तिला छेदून टाकू नका."

डायरेक्टर जनरल ब्लँचार्ड यांनी राजीव गांधी यांना मेजवानी दिली. ते दोघे एकमेकांशी खूप जिव्हाळ्याने बोलत होते. ब्लँचार्ड हे दुसऱ्या महायुद्धात फ्रेन्च विमानदलात होते. राजीव गांधी हे इंडियन एअरलाईन्समध्ये एके काळी वैमानिक असल्याने त्या दोघांचे मग छानच जमले. मेजवानीनंतर जे भाषण राजीव गांधी यांनी दिले त्यात ते म्हणाले, "आंतरराष्ट्रीय श्रम संघटनेबाबत आमची जी काही कर्तव्ये आहेत व जबाबदाऱ्या आहेत त्यांचे आम्ही पालन नक्की करू. अन् याची तुम्हाला खात्री पटावी म्हणून आमचे देशमुख हे तुमच्याकडे काम करण्यासाठी आम्ही पाठवले आहेत."

◆

१२
चीफ सेक्रेटरी, महाराष्ट्र

१९८५ च्या सुरुवातीला पंतप्रधानांचे प्रिन्सिपल सेक्रेटरी डॉ. पी. सी. अलेक्झांडर यांनी मला भेटायला बोलावले. भेटीत त्यांनी मला सांगितले की मला पुन्हा महाराष्ट्रात चीफ सेक्रेटरीच्या पदावरती पाठवायचे ठरलेले आहे. त्यावेळी महाराष्ट्रात वसंतदादा पाटील हे मुख्यमंत्री होते. मला या निर्णयाचे आश्चर्य वाटले. मला वाटत होते की आता श्रम मंत्रालयानंतर आपल्याला अधिक महत्त्वाच्या जागेवरती पाठवले जाईल. माझा असा अंदाज होता की पूर्वी मी गृह मंत्रालयात ॲडिशनल सेक्रेटरी म्हणून काम केलेले असल्याने या महत्त्वाच्या मंत्रालयामध्ये माझी नेमणूक केली जाईल. मी हे अलेक्झांडर यांना बोलून दाखवताच त्यांनी मला सांगितले की, महाराष्ट्रातून सध्या चीफ सेक्रेटरी असलेले आर. डी. प्रधान यांना गृह मंत्रालयात आणले जाणार असून त्यांच्या जागी मला महाराष्ट्रात जावे लागेल. अन् मी तिकडे चीफ सेक्रेटरी म्हणून यावे अशी मुख्यमंत्री वसंतदादा पाटील यांचीच इच्छा आहे. डॉ. अलेक्झांडर यांना मी प्रश्न विचारलेले आवडत नव्हते. त्यामुळे आमची तिथे शाब्दिक बोलाचाली झाली. महाराष्ट्रातून मी आलेला असल्याने व माझ्या राज्याचा माझ्यावरती हक्क असला तरीही, मी असा निर्णय घेतला की जे काही घडते आहे ते पंतप्रधानांच्या कानावरती घालावे.

मी पंतप्रधानांचे राजकीय मदतनीस अरुण सिंग यांना भेटलो आणि त्यांना विनंती केली की कृपया पंतप्रधानांच्या कानावरती खालील गोष्टी घालाव्यात :

१) मी जरी येथून पुढे दिल्लीत नसलो तरी केंद्र सरकारमधील कोणत्याही उच्च पदावरती असलेला माझा हक्क अबाधित रहावा. त्याकडे दुर्लक्ष केले जाऊ नये.

२) जर मला महाराष्ट्रातील राजकारण्यांबरोबर काम करणे अवघड झाले तर मला इकडे केंद्र सरकारमध्ये परत सेवेची संधी मिळावी.

३) आंतरराष्ट्रीय श्रम संघटनेच्या अध्यक्षपदावरती माझी नेमणूक एक वर्षासाठी

झालेली असल्याने मला तिथले काम मुदत पुरी होईपर्यंत अधिकृतरित्या पाहू द्यावे.

काही दिवसांनी अरुण सिंग यांनी मला सांगितले की, पंतप्रधानांनी मला महाराष्ट्रात जायला सांगितले असून त्या तुमच्या संदर्भातील सर्व गोष्टी लक्षात ठेवतील. शेवटी मार्च १९८५ रोजी मी महाराष्ट्रात चीफ सेक्रेटरीच्या पदावर काम करण्यासाठी परतलो.

कार्यालयात माझ्या कामाच्या पहिल्या दिवशी अनेक लोक मला भेटायला आले. मला सदिच्छा देऊन ते जात होते. त्यावेळी छायाचित्रे काढली जात होती. या छायाचित्रांमुळे एक चमत्कारिक प्रकार घडला. दोन महिन्यांनी एक डेप्युटी सुपरिन्टेन्डन्ट ऑफ पोलीस माझ्याकडे आले. ते कल्याण व उल्हासनगर भागात काम करीत होते. त्यांनी मला एक छायाचित्र दाखवले. त्यामध्ये कोणीतरी एक अनोळखी व्यक्ती मला हार घालीत होती. ती व्यक्ती उल्हासनगर भागातील एक गुंड दादा होता आणि माझ्याबरोबर घेतलेले छायाचित्र सर्वांना दाखवित "चीफ सेक्रेटरी साहेब माझे दोस्त आहेत," असे तो सांगत सुटला होता. पहिल्या दिवशी मी कामावरती रूजू होताना घेतलेले ते छायाचित्र आहे हे माझ्या ताबडतोब लक्षात आले. त्यावेळी भेटीस आलेल्या प्रत्येकाचे छायाचित्र काढले जात होते. आम्हा सर्वांना व विशेषत: मंत्र्यांना हा एक चांगला धडा यातून मिळाला, असे मला वाटते.

मार्च १९८५ ते ऑगस्ट १९८६ हा माझा महाराष्ट्रातील सेवाकाल होता. त्यानंतर मी दिल्लीला कॅबिनेट सेक्रेटरी म्हणून गेलो. या कालावधीत दोन राज्यपाल आणि वसंतदादा पाटील, शिवाजीराव निलंगेकर पाटील आणि शंकरराव चव्हाण हे तीन मुख्यमंत्री मी पाहिले.

मे १९८५ मध्ये महाराष्ट्र राज्याच्या स्थापनेला २५ वर्षे पूर्ण झाल्याने राज्यभर रौप्य महोत्सव साजरा केला जात होता. त्यासाठी विविध समारंभ योजले गेले होते. मुंबईत तर लोकांच्या आनंदाला व उत्साहाला उधाण आले होते. सरकारने हा आनंदोत्सव साजरा करण्यासाठी प्रत्येक जिल्ह्याला ठराविक रक्कम मंजूर केलेली होती. मी या संदर्भात एक पत्रक काढून ते सर्व सरकारी कचेऱ्यांना धाडून दिले. त्या पत्रकात मंजूर केलेली रक्कम कशी खर्च करावी याच्या सूचना मी दिलेल्या होत्या. त्यानुसार त्या पैशातून कोणीही पुतळे, स्मारके उभे करू नयेत. काही रक्कम ही शाळांसाठी संगणक संच विकत घेण्यासाठी खर्च करावी. दादरमधल्या एका शाळेला आम्ही अशा तऱ्हेने संगणक खरेदी करून दिले आणि त्याच्या देखभालीसाठी वापरणाऱ्यांकडून छोटीशी फी आकारण्याची मुभा दिली.

मुंबईत आल्यापासून मला तीव्रपणे जाणवत होते की, हे शहर जसे आहे असे आपण समजत होतो तसे ते आता राहिले नाही. मुख्यमंत्र्यांच्या दत्तक कन्येच्या

लग्नाला जेव्हा मुंबईतील नं. एकचा कुख्यात गुंड युसूफ पटेल हा हजर राहिलेला मी पाहिला तेव्हा तर मी अक्षरश: हादरून गेलो. स्वागत समारंभातील पाहुणा म्हणून तो राजरोस आला होता. दुसरा एक असाच गुंडांचा दादा होता. त्याचे नाव वरद राजन. 'वरदा' या नावाने शहरात ओळखला जायचा. त्याच्या आयुष्यावरती एक चित्रपटही काढला गेला होता. त्याचे कार्यक्षेत्र हे मुंबईतील दादर-माटुंगा-माहीम-कोळीवाडा-अ‍ॅन्टॉप हिल-शीव अशा विभागात होते. मुंबईतील सर्व काँग्रेसचे पुढारी आणि चित्रपटसृष्टीतील मंडळी त्याला नेहमी भेटत असत. जेव्हा काँग्रेस पक्षाचा जनरल सेक्रेटरी म्हणून राजीव गांधी यांनी मुंबईला भेट दिली तेव्हा मुंबई प्रदेश काँग्रेस कमिटीने त्यांची एक भव्य मिरवणूक काढली. त्या मिरवणुकीच्या आयोजनात वरदराजनची मोठी भूमिका होती. वरदराजनने दिलेल्या दारू पार्टीची एक व्हिडिओ टेप मी मिळवली. त्यामध्ये बरेच पोलीस अधिकारी हे खात पीत आनंदाने नाचत असल्याचे स्पष्टपणे दिसत होते. त्यावेळी मुंबईचे पोलीस कमिशनर रिबेरो हे होते आणि डेप्युटी पोलीस कमिशनर पवार होते. ही दोन्ही माणसे खूप धैर्यवान व ताठ कण्याची होती. मी रिबेरो यांच्या कार्यालयात जाऊन त्यांची व त्यांच्या अधिकाऱ्यांची गाठ घेतली. जर पोलीस वरदराजन आणि त्यांच्या माणसांविरुद्ध काही कारवाई करणार असतील, तर मी त्या अधिकाऱ्यांच्या बाजूने शेवटपर्यंत उभा राहीन, असे आश्वासन दिले, मग भले कोणीही वरतून कितीही दबाव आणो.

एकदा मी उत्साहाच्या भरात बेधडक एकट्याने अ‍ॅन्टॉप हिलच्या भागात गेलो. माझ्या सोबत फक्त माझा ड्रायव्हर होता. वरदराजनच्या बालेकिल्ल्यात कसलेही संरक्षण न घेता असे घुसणे हा माझा एक प्रकारे वेडेपणाच होता. मला मिळालेली माहिती अशी होती की, एका शाळेजवळच वरदराजनच्या आश्रयाखाली दारूचे एक दुकान थाटले असून तिथे दिवसाढवळ्या हातभट्टीच्या दारुची विक्री चालू असते. मी ते सारे माझ्या डोळ्याने प्रत्यक्ष पाहिले आणि जवळच्या पोलीस स्टेशनमध्ये गेलो. जेव्हा मी तिथे माझी ओळख प्रगट केली तेव्हा तिथे मोठीच खळबळ माजली. मी तिथल्या तिथे त्या दुकानातली दारूचा साठा जप्त करण्याची व ते दुकान बंद करण्याचा हुकूम सोडला. नंतर मला सावधगिरीची सूचना देण्यात आली की अशा धोक्याच्या ठिकाणी कधीही एकट्या दुकट्याने जाऊ नये. कोणत्याही वेळी तिथे काहीही होऊ शकते.

रिबेरो यांच्या नंतरचे पोलीस अधिकारी सोमण हेही असेच ताठ कण्याचे, निर्भीड व धाडसी अधिकारी होते. आम्ही मग वरदराजनचे खास प्रभावक्षेत्र समजल्या जाणाऱ्या जागेवरती घाला घालण्याचे ठरवले. गणपती उत्सवात तो माटुंगा स्टेशनबाहेर मंडप घालून भव्य प्रमाणावरती गणपती उत्सव साजरा करे. साऱ्या मुंबईत तो गाजत असे. त्या जागेवरती एक पोलीस चौकी होती. ती चौकी तो

उत्सवाच्या काळात हटवीत असे. तिथला सारा परिसर तो रिकामा करून घेत असे. या त्याच्या भव्य व झगमगाटी उत्सवाला अनेक राजकीय नेते आणि चित्रपटसृष्टीतील दिग्गज आवर्जून भेटी देत. आम्ही ठरवले की ती चौकी मूळच्या जागी ठेवून तिथून हलू द्यायची नाही. ती तिथे असण्यामुळे त्याला तो परिसर वापरता येणार नव्हता. त्याची अडचण होणार होती. मी त्या संदर्भात खास हुकूम देऊन माझ्या स्वत:च्या लेखी सूचनेखेरीज कोणीही चौकी हलवू नये असे हुकूमात म्हटले. वरदराजनची चक्रे अर्थातच फिरू लागली. एके दिवशी मुख्यमंत्री निलंगेकर पाटील यांनी त्या परिसराला भेट दिली आणि नंतर मला आपल्या कार्यालयात भेटीला बोलावले. अर्थातच या विषयावरती चर्चा करण्यासाठी. मी त्यांना स्पष्ट सांगितले की, कोणत्याही परिस्थितीत मी एकदा दिलेला हुकूम मागे घेणार नाही. मग मी दिल्लीला पंतप्रधानांच्या कार्यालयात असलेले ॲडिशनल सेक्रेटरी गोपी अरोरा यांना फोन केला आणि त्यांना सांगितले की कृपया त्यांनी तामिळनाडू काँग्रेसच्या राजकीय नेत्यांना या संदर्भात गंभीर निरोप द्यावा. तामिळनाडूमध्ये वरदराजन हा खूप लोकप्रिय होता. तिथे त्याच्या मुलीच्या लग्नात सर्व बड्या बड्या मंडळींनी हजेरी लावली होती. वरदराजनने या चौकी प्रकरणात हायकोर्टात धाव घेऊन एक याचिका सादर केली. मग तो उघड उघड फुशारकी मारू लागला की, त्याची केस ज्यांच्यापुढे सुनावणीला आहे तो न्यायाधीश त्याच्या अगदी खिशातला आहे. परंतु त्याच्या बाजूने काहीही घडले नाही. वरदराजनचा शेवट होण्याची ही सुरुवात होती. जेव्हा नंतर शंकरराव चव्हाण हे मुख्यमंत्री म्हणून आले तेव्हा त्यांनी एक जाहीर संदेश दिला की, गुन्हेगारीसारख्या कृती ते खपवून घेणार नाहीत, त्यांचा बीमोड करतील. परंतु शहरातील राजकारणाला गुन्हेगारीने इतके खोलवर नासवले होते की ती सारी घाण थोड्या काळात दूर करणे हे कठीण होते.

भारतातील राज्यांमध्ये कोणत्याही खात्याच्या कामात मंत्र्याने ढवळाढवळ करणे हे नेहमीचे असते. विशेषत: अधिकाऱ्यांच्या बदल्या करणे, विशिष्ट पदांवरती माणसे नेमणे आणि कामाची कंत्राटे देणे यात तर हटकून ढवळाढवळ केली जाते. मी माझ्या सहकाऱ्यांना व हाताखालच्या अधिकाऱ्यांना स्पष्ट बजावले की, जर तुमच्यावर एखाद्या मंत्र्याचे दडपण येत असेल व त्याला तोंड देणे त्यांना अवघड जात असेल तर तुम्ही ती संबंधित फाईल सरळ चीफ सेक्रेटरीकडे, म्हणजे माझ्याकडे पाठवून देत जा. ते प्रकरण अगर फाईल मी हाताळेन. माझ्या बाबतीत सर्व मंत्र्यांना पंतप्रधानांच्या कार्यालयाने समज दिली असावी हे मला जाणवत होते. म्हणून सर्व मंत्री माझ्याशी आता काळजीपूर्वक वागू लागले होते.

अधिकाऱ्यांची पदे भरण्याच्या व ज्येष्ठ अधिकाऱ्यांच्या बदल्या करण्याच्या पद्धतीत शिस्त आणण्याचा मी प्रयत्न केला. इतर राज्यांच्या मानाने महाराष्ट्र राज्य

हे या बाबतीत अधिक सुधारलेले होते असे म्हटले पाहिजे. ए. आर. अंतुले यांचा १९८० मधील मुख्यमंत्रीपदाचा छोटा कालखंड सोडला, तर मुलकी अधिकाऱ्यांना फारसा त्रास कोणीही दिला नाही, कोणाची आकसाने बदली केली नाही किंवा महत्त्वाच्या पदावर आपली माणसे नेमली नाहीत. मी सर्व आयएएस अधिकाऱ्यांच्या कारकीर्दीची, त्यांच्या बऱ्यावाईट कामांची, गुणवत्तेची माहिती गोळा करून ती संगणकात भरून ठेवू लागलो. त्यामुळे चीफ सेक्रेटरीला कोणत्या अधिकाऱ्याचे काम कसे आहे, त्याचे कर्तृत्व काय आहे व त्याच्या बदलीचा दिवस कधी येणार आहे याची सर्व माहिती क्षणात कळू शकते. मी ठराविक दिवस व ठराविक वेळ जाहीर करून ठेवली. त्या वेळात कोणत्याही अधिकाऱ्याने माझ्याकडे कोणतेही प्रकरण घेऊन यावे असेही सांगितले. सर्व सेक्रेटरी मंडळींच्या बैठका नियमितपणे घेऊन त्यात प्रशासकीय समस्यांवरती दिलखुलासपणे चर्चा करू लागलो. या बैठकांमध्ये कोणाच्याही बोलण्यावरती मी बंधने घालीत नव्हतो. अशा मुक्त चर्चांमुळे त्यांनाही प्रशासनात खास रस वाटू लागे. केलेल्या कामाची पत्रके भरणे आणि तुंबलेल्या कामाचा निचरा करणे या साध्या गोष्टींवरती खास भर दिला गेला. त्याचबरोबर मी आणखी एक गोष्ट सर्व अधिकाऱ्यांना सांगितली. जर जनतेपैकी कोणीही अर्ज केला व त्याला नकार द्यायचा असेल तर नकारामागची कारणे त्याला लेखी स्वरूपात दिली पाहिजेत. कामाची पद्धत सुधारण्याच्या संदर्भात काही ज्युनिअर अधिकारी हे अत्यंत उत्साही होते. ए. के. लखीना ह्या आयएएस अधिकाऱ्याने सरकारी कामकाजाबाबत काही नवीन पद्धती शोधून काढल्या होत्या. त्यामुळे कामाचा निपटा त्वरेने होऊ शकत असे. या पद्धतीला 'लखीना पॅटर्न' असे संबोधले जाऊ लागले. त्यावेळी पुण्याला भडकमकर नावाचे एक जिल्हाधिकारी होते त्यांनीही कामकाजावरती तपशीलवार नियंत्रण ठेवण्याच्या दृष्टीने एक पद्धत तयार केली होती. मी तेवढ्यासाठी पुण्याला जाऊन ती पद्धत बघून आलो. जर आपण ज्युनियर अधिकाऱ्यांना उत्तेजन दिले तर ते चांगले परिणाम दर्शविणारी कामे करतात, असे यावरून दिसते.

वरिष्ठ पातळीवरती आयएएस व आयपीएस (इंडियन पोलीस सर्व्हिस) यांच्यात श्रेष्ठतेच्या वादावरून संघर्ष नसला तरी अस्वस्थता होती. गृह खात्यातील होम सेक्रेटरीने आपल्याबद्दलचा गोपनीय अहवाल लिहावा हे डायरेक्टर जनरल ऑफ पोलीस या अधिकाऱ्याला आवडत नव्हते. कारण नोकरीमध्ये हा होम सेक्रेटरी त्या पोलीस अधिकाऱ्याला ज्युनियर होता. त्यातून तो आयएएस असल्याने गृहखाते व ज्येष्ठ पोलीस अधिकारी यांच्यातील एक पूर्वापार चालत आलेला वाद उफाळून आला होता. सूर्यकांत जोग हे त्यावेळी डायरेक्टर जनरल ऑफ पोलीस होते. मला ते चांगले ठाऊक होते. मी मग मध्यस्थी करून हा वाद सामोपचाराने मिटवला.

१९८५-८६ मध्ये सर्वत्र टंचाई निर्माण झाली होती म्हणून मी मराठवाडा विभागात खूप प्रवास करून परिस्थितीची पहाणी केली. या भागात मोसमी पाऊस हा अनेकदा दगा देत असतो. त्यामुळे येथे ज्वारीऐवजी सूर्यफुलाचे उत्पन्न घेतले तर तो एक चांगला पर्याय ठरेल. कमी पावसातही सूर्यफुलाचे उत्पन्न चांगले येते, असे शेतकी खात्याचे म्हणणे होते. त्यानुसार अनेक ठिकाणी सूर्यफुलाचे उत्पन्न बऱ्यापैकी घेतलेले होते. परंतु जरी पाऊस कमी झाला व त्यामुळे ज्वारीचे उत्पन्न घटले तरी ज्वारीची ताटे ही जनावरांना चारा म्हणून घालता येतात. सूर्यफुलाचे उत्पन्न घेऊ गेलो तर जनावरांच्या चाऱ्याचा प्रश्न उद्‌भवतो. म्हणून आम्ही ज्वारीची ताटे ही चारा म्हणून शेतकऱ्यांकडून विकत घेऊन ती खुल्या बाजारात सरकारतर्फे विकायचे ठरवले. विदर्भातील भंडारा जिल्ह्याला मी भेट दिली. तिथे भातशेती खूप चालते. खेडोपाडी पाण्याचा प्रश्न हा 'मालगुजारी' तलावाच्या सहाय्याने सोडवला गेला आहे. पूर्वी दरवर्षी या तलावातील गाळ काढला जाई. कारण त्यावेळी खासगी जमीनदारी पद्धत जारी होती पण आता जमीनदारी गेल्याने या तलावाला कोणी वाली उरला नाही. गाळ काढण्याचे काम आता सरकारने करावे असे खेडुतांचे म्हणणे होते. अन् हे घडणे अशक्य होते. या तलावात माशांचीही निपज केली जायची. मग मी भंडारा जिल्ह्याच्या जिल्हाधिकाऱ्याला रोजगार हमी योजनेखाली तलावातील गाळ काढण्याचे काम सुरू करण्याची सूचना दिली.

मी आता महाराष्ट्रात चीफ सेक्रेटरी म्हणून दौरा करीत होतो. आता राज्यातले तालुके, खेडी व जिल्हे हे मी सारे पालथे घालत होतो. तसा दौरा मी १९५८ मध्ये डांग जिल्ह्यात केला होता. तीस वर्षांच्या कालावधीत फार मोठे बदल झाले होते. लोकांना खायला नीट मिळत होते व अंगावरती बरे कपडे दिसत होते. दारिद्र्य हे काही विशिष्ट भागात विशेषत: आदिवासी भागात दिसून येत होते. जे भाग टंचाईग्रस्त किंवा दुष्काळी असायचे तिथे भूकबळी पडताना दिसत नव्हते. पश्चिम महाराष्ट्रात तुलनेने अधिक भरभराट झालेली दिसून येत होती. त्यामुळे मराठवाडा व विदर्भ येथील जनता पश्चिम महाराष्ट्रावरती रूष्ट झालेली होती. याचा लाभ राजकीय मंडळी आपल्या स्वार्थासाठी करून घेत होती. परंतु राजकीय कारवायांमधील आपली शक्ती त्यांनी विकासकामाच्या पाठपुराव्याकडे वळवली तर पश्चिम महाराष्ट्र व पूर्व महाराष्ट्र यातील असमानता ही दूर व्हायला मदत झाली असती. विदर्भ, मराठवाडा येथील लोकांना कारखाने हवे होते, त्यांच्या भागात उद्योगधंदे निघायला हवे होते. परंतु शेती हाही एक उद्योग आहे हे ते विसरत होते. हा उद्योग नीट केला तर पंजाबने जशी समृद्धी आणली तशी त्यांनाही आणता आली असती. रोजगार हमी योजना, पाझर तलावांची निर्मिती आणि सामाजिक वनीकरण या तिन्ही गोष्टी जर एकत्रितपणे राबवल्या तर ग्रामीण अर्थकारण नक्कीच सुधारेल. उसाच्या शेतीवर

भरमसाठ पाणी खर्च करण्यापेक्षा तेच पाणी वापरून इतर पिके घेतली तरीही समृद्धी आणता येते. पण सहकारी साखर कारखाने काढण्यात काही हेतूपूर्ण साम्राज्ये उभी करता येतात. म्हणून प्रत्येकाला ऊस लावायचा असतो आणि त्यासाठी पाण्याची मागणी असते.

महाराष्ट्रात पंचायती राज्य पद्धत चांगली स्थिरावली आहे. परंतु यातूनही काही जणांनी आपली वैयक्तिक साम्राज्ये उभी केली आहेत. मंत्री बनण्यापेक्षा जिल्हा परिषदेचा अध्यक्ष बनणे हे राजकारणी नेता अधिक पसंत करतो. जिल्हा परिषदेकडे सारे मनुष्यबळ व विकासकामे एकवटली गेली आहेत. शाळेतील शिक्षकांच्या नेमणुका, आश्रमशाळांना मंजुरी आणि मागासवर्गीय विद्यार्थ्यांसाठी वसतीस्थाने अशी कामे आता सामाजिक स्वरूपाची न राहता ती पैसे मिळवायची कुरणे बनली आहेत. काही हेतूपूर्ण लाभ पदरात पाडून घेण्यासाठी तालुक्याच्या गावी महाविद्यालये उघडली जातात. विशेषत: ही महाविद्यालये आर्टस् व कॉमर्स या विषयांची असतात. कारण या विषयांना प्रयोगशाळा लागत नसल्याने फक्त वर्ग व हॉल बांधले की पुरे. अशा महाविद्यालयातून शिकून बाहेर पडणाऱ्या तरुणांना फक्त सरकारी नोकऱ्या लगेच हव्या असतात. मग शिक्षित बेकार तरुण हे भरपूर लाभ देणाऱ्या राजकारण ह्या क्षेत्राकडे वळतात. म्हणून राजकारण हा एक धंदा झाला आहे. राजकारणात शिरणे म्हणजे आलिशान राहणीमान मिळवण्याचा मार्ग चोखाळणे.

१९७७ नंतर प्रशासकीय यंत्रणा ढवळून निघाली. वसंतराव नाईक हे अकरा वर्षे मुख्यमंत्री होते आणि शंकरराव चव्हाण दोन वर्षे होते. पण १९७७ ते १९८६ या काळात सहा वेळा मुख्यमंत्री बदलले गेले. ह्या राजकीय अस्थैर्यामुळे साहजिकच प्रशासनामधली गुणवत्ता घसरली. यात भर म्हणून मुख्यमंत्री अंतुले यांनी वशिलेबाजी चालवली आणि आपल्याला जे हवे नको आहे त्यासाठी सरकारी यंत्रणा वाकवली. याचा परिणाम काय झाला ते आपण सारे पहातोच आहोत. महाराष्ट्राचे शासन हे प्रामाणिकपणा, निष्ठा आणि कार्यक्षमता ह्यासाठी सुप्रसिद्ध होते. परंतु नंतर हेच शासन फार वाईट रितीने ढवळले गेले आणि त्यात उत्तर प्रदेश व बिहार येथील प्रशासनात दिसणारे अवगुण इथेही निर्माण झाले.

परंतु सगळेच बदल काही वाईट झालेले नाहीत. काही चांगल्या गोष्टी पण नमूद करण्याजोग्या आहेत. जनतेला, विशेषत: ग्रामीण भागातील जनतेला, आपल्या हक्कांची जाणीव अधिक चांगल्या रितीने कळू लागली आहे आणि हे हक्क बजावण्यासाठी ते घाबरेनासे झाले आहेत. भारताच्या अनेक भागात निवडणुकांमध्ये अनेक वाईट गोष्टी उदाहरणार्थ, मतदान केंद्रे बळकावणे, खोटे मतदान करणे अशासारख्या गोष्टी महाराष्ट्रात तुरळकच घडतात. शारीरिक बळावर आधारीत असलेल्या *सेना* महाराष्ट्रात नाहीत. वसंतराव नाईक आणि त्यानंतरच्या काही

मुख्यमंत्र्यांच्या प्रयत्नांमुळे हे साध्य झाले. महाराष्ट्रातील शेती उत्पन्नात वाढ झाली आणि पूर्वीपेक्षा अधिक सुबत्ता ग्रामीण भागात आली आहे हे नक्की. जनतेला सामाजिक भान आले आहे आणि भारताच्या इतर भागातील मागासवर्गीय जेवढे जागृत झाले आहेत त्यापेक्षा कितीतरी अधिक पटीने महाराष्ट्रातील मागासवर्गीय जागृत झाले आहेत. *श्रमदान* चळवळ व रोजगार हमी योजना यामुळे हमररस्त्याला अनेक खेडी नवीन रस्त्याने जोडली गेली आहेत. त्यामुळे त्या खेड्यांकडे जाणे हे सुलभ झाले आहे. दोन समाजांमधले दळणवळण व संपर्क हेही वाढले आहे. पूर्वीपेक्षा आत्ताचा समाज हा त्यामुळे अधिक खुला झाला आहे. त्याचा बंदिस्तपणा संपत चालला आहे. १९५८ मध्ये जेव्हा मी ग्रामीण भागात दौऱ्यावरती जायचो तेव्हा बहुतेक खेडूत माझ्याकडे पिण्याच्या पाण्याचे गाऱ्हाणे गायचे व गावाला एक तरी विहीर सरकारने खणून द्यावी असे म्हणायचे. आता त्यांच्या मागण्या शाळेच्या असतात, शेतकी केन्द्राच्या असतात, रस्त्याच्या असतात. नाशिक जिल्ह्यातील एका वृद्धेने डोळ्यात पाणी आणून माझ्यापाशी तक्रार केली की तिच्या मुलाचे लग्न होण्यासाठी कोणीही आपली मुलगी त्याला द्यायला तयार नाही. कारण तो मुलगा पुरेसा शिकलेला नव्हता. याचे कारण त्या गावाच्या जवळपास कुठेही हायस्कूल नव्हते.

सहकार चळवळ महाराष्ट्रात फोफावली आणि स्थिरावली. पण पश्चिम महाराष्ट्रात विशेष करून तिची वाढ होऊन ती स्थिरावली. कापूस एकाधिकार योजनेमुळे शेतकऱ्यांना चेकने पैसे मिळू लागून मदत होऊ लागली. राष्ट्रीय बचत प्रमाणपत्रे लोकप्रिय होऊन लोक ते विकत घेऊ लागले. याचा अर्थ लोकांना बचतीचे महत्त्व समजू लागले. मागासवर्गीय विद्यार्थ्यांसाठी वसतिगृहे आणि आश्रमशाळा ह्या म्हणाव्या तितक्या नीट कार्य करीत नाहीत. पण त्यांच्यामुळे मागासवर्गीयांमध्ये काही प्रमाणात तरी शिक्षणाचा प्रसार होण्यास मदत झाली.

गुजरातपेक्षा महाराष्ट्रात जडजवाहिर आणि दागदागिने यावरती तुलनात्मकदृष्ट्या जादा कर लादलेला आहे. मला याचे ज्ञान एका वेगळ्याच प्रकाराने झाले. मुंबईतील ऑपेरा हाऊस विभागातील एका जवाहिऱ्याच्या दुकानात माझी बायको आणि मी एकदा एक दागिना विकत घ्यायला गेलो होतो. त्यावेळी तिथल्या मुनिमजीने मला सहज विचारले की, 'बिल मेड इन बॉम्बे' असे हवे, का 'मेड इन अहमदाबाद' असे हवे?'' याचे कारण अहमदाबादमध्ये याच दागिन्यांवरती विक्रीकर कमी आकारला जात होता. मी अर्थातच प्रामाणिक नागरिकाप्रमाणे 'मेड इन बॉम्बे' बिल घेतले. दुसऱ्या दिवशी मी अर्थमंत्री सुशीलकुमार शिंदे यांच्याकडे गेलो आणि त्यांना सांगितले की आपण आपल्या राज्याच्या महसुलाची गळती थांबवायची असेल तर विक्री कर कमी केला पाहिजे. पुढच्या वर्षीच्या अंदाजपत्रकात त्यांनी तसे करण्याचा

प्रयत्न केला.

व्हिडिओकॉन टेलिव्हिजन कंपनीचे प्रतिनिधी माझ्याकडे आले आणि त्यांनी आपल्या उद्योगासाठी सरकारची मदत मागितली. अप्ट्रॉन ही एक उत्तर प्रदेशातील टेलिव्हिजन संच निर्माण करणारी कंपनी होती आणि त्या कंपनीला उत्तर प्रदेशात विक्री कर कमी लावला जात होता. तेव्हा त्याच धर्तीवरती महाराष्ट्रातही याच राज्यातल्या टेलिव्हिजन संच निर्माण करणाऱ्या कंपन्यांना विक्री करात सवलत मिळावयास हवी, असे व्हिडिओकॉन कंपनीचे म्हणणे होते. मला त्यांचे म्हणणे पटले व म्हणून मी तशी मंजुरी दिली. त्यामुळे बाहेरील राज्यात तयार झालेल्या टेलिव्हिजन संचांना व्हिडिओकॉनच्या संचांपेक्षा तुलनेने जादा कर आकारला जाऊ लागला. अप्ट्रॉनचे संच हे मुंबईतच जास्त खपत असल्याने त्यांना व्हिडिओकॉनच्या स्पर्धेत झळ बसू लागली. मग ताबडतोब दिल्लीहून केंद्रीय अर्थ मंत्रालयातून मला या संदर्भात फोन आला. त्यांच्याकडे अप्ट्रॉनने नक्कीच आपला निषेध व्यक्त केला असणार. मला विचारले गेले की, विक्रीकरात असा भेदभाव का केला जात आहे? "पण असाच भेदभाव उत्तर प्रदेशात केला जात असताना आम्ही कधी हरकत घेतली नाही. मग आताच ही हरकत त्यांच्याकडून का घेतली जात आहे?" असा मी त्यावरती प्रतिसवाल केला. त्यानंतर मात्र त्यांच्याकडून माझ्याशी या संदर्भात संपर्क साधला गेला नाही.

मुंबई पुणे रस्त्यावरती पनवेलमधला रस्त्याचा भाग हा चिंचोळा होता. त्यामुळे तिथे वाहतुकीची कोंडी होत होती. त्यासाठी सार्वजनिक बांधकाम खात्याने बाजूने जाणारा आणखी एक जोडरस्ता तयार करावयाचे ठरवले होते. परंतु त्यासाठी पुरेसा निधी उपलब्ध नव्हता. म्हणून मी हे काम एखाद्या खासगी कंपनीला करू द्यावे असे सुचवले. ही खासगी कंपनी झालेला खर्च वसूल करण्यासाठी त्या रस्त्यावर एक नाके उभे करून वाहनांकडून छोटीशी फी वसूल करू शकेल. जागोजागी मोठमोठ्या पाट्या लावून त्या जाहिरात करण्यासाठी भाड्याने देतील, पेट्रोल पंप व रेस्टॉरन्टस उघडून त्याद्वारे उत्पन्न काढू शकतील. मात्र ठराविक कालावधीनंतर तो रस्ता त्या खासगी कंपनीकडून सरकारकडे येईल. परंतु माझ्या या प्रस्तावावरती सार्वजनिक बांधकाम खाते फारसे उत्साह दाखवीत नव्हते. मी मुंबईत असेपर्यंत माझा हा प्रस्ताव दुर्दैवाने शेवटपर्यंत मार्गी लावू शकलो नाही.

दुसऱ्या एका केसमध्ये मात्र मला चांगले यश आले. 'नवी मुंबई' ह्या विभागाचा विकास फार मंद गतीने चालू होता. याचे कारण त्या भागाला जोडणारी रेल्वे लाईन नव्हती. वाटेत ठाण्याच्या खाडीवरती एक पूल बांधल्याशिवाय ही रेल्वे लाईन पुढे जाऊ शकत नव्हती. या पुलाच्या बांधकामासाठी रेल्वेच्या योजनेत प्राधान्य नव्हते आणि अंदाजपत्रकात निधीही नव्हता. मी त्यावेळचे रेल्वेमंत्री माधवराव शिंदे यांना

भेटलो. तसेच रेल्वेबोर्डाच्या चेअरमनलाही भेटलो. त्या दोघांना मी माझी योजना सांगितली. त्या पुलाच्या बांधकामासाठी आम्ही सिडकोच्या (सिटी ॲन्ड इन्डस्ट्रिअल डेव्हलपमेन्ट कॉर्पोरेशन) साहाय्याने रेल्वे खात्याला पैसे पुरवू. हे पैसे सिडको खुल्या बाजारातून भांडवल गोळा करून देईल. मात्र नंतर पुलावरून रेल्वे वाहतूक होताना तिकिटावरती रेल्वेने अधिभार आकारावा आणि ते पैसे सिडकोला द्यावेत. सिडकोचे या कामासाठी घेतलेले कर्ज फिटेपर्यंत रेल्वेने ह्या अधिभाराचे पैसे आकारीत रहावे. सिडको खुल्या बाजारातून कर्ज उभारेल, मात्र ते मिळवून देण्यासाठी रेल्वे व अर्थ मंत्रालयाने मदत करावी. हा प्रस्ताव रेल्वे मंत्र्याने ताबडतोब मान्य केला आणि त्याप्रमाणे कार्यवाही सुरू होऊन शेवटी पुलाचे बांधकाम पूर्ण झाले.

पर्यटन क्षेत्रात महाराष्ट्राने हरियाणासारख्या लहान राज्याच्या कामाच्या तुलनेत काहीही काम केले नाही. महाराष्ट्राला एक सुरेख लांबलचक समुद्रकिनारा आहे, अप्रतिम किनारे आहेत, अलिबाग, मुरुड जंजिरा आणि गणपती पुळे येथले किनारे मी स्वत: तिथे जाऊन पाहिलेले आहेत. परंतु या किनाऱ्यापर्यंत रस्त्याने जाण्यासाठी मुंबईहून खूप वळसा घेऊन जावे लागते. यावरती उपाय म्हणजे मुंबईहून येजा करणाऱ्या उरण-मांडवा-अलिबाग मार्गे बोटी सोडल्या तर समस्या सुटू शकते. मग कोकण विभागाचा केरळसारखा सुरेख पर्यटन विकास होऊ शकेल. मग तिथल्या पर्यटनस्थळांची झकास भरभराट होईल. परंतु दुर्दैवाने या संदर्भात बॉम्बे पोर्ट ट्रस्टने द्यायला हवे तेवढे सहकार्य दिले नाही. म्हणून मग आम्ही काही वेगवान लक्झरी नौका चालू केल्या. परंतु त्याला म्हणावा तसा लोकांच्याकडून प्रतिसाद आला नाही. कारण हा काही पर्यटनजागी पोचण्याच्या दृष्टीने म्हणावा तसा पर्याय नव्हता. मग मी पर्यटन विभागाला महामार्गावरती पर्यटनासाठी योग्य अशी स्थळे शोधावयास सांगितली. ही स्थळे सवलतीच्या दरात हॉटेल्सना देऊन पर्यटन विकास करण्याचे मनात होते. हरियाणात असेच केले गेले होते. परंतु माझ्या याही योजनेला म्हणावा तसा प्रतिसाद मिळाला नाही.

माझी एक सहाध्यायी ॲना मल्होत्रा ही जवाहरलाल नेहरू पोर्ट ट्रस्टची चेअरमन होती. हे बंदर या आधी कित्येक वर्षे निर्माण झाले असते. परंतु आमच्याच बरोबरचे अधिकारी एम. जी. पिंपुटकर त्यावेळी नियोजन आयोगात (प्लॅनिंग कमिशन) होते. त्यांना मुंबईतील मालाच्या चढउतारासाठी आणखी एका वेगळ्या बंदराची गरज आहे हेच पटत नव्हते. त्यावेळी आणखी एक असा अहवाल प्रकाशित झाला होता की, त्यानुसार ठाणे-बेलापूर पट्ट्यातील रासायनिक उद्योगांमधून बाहेर पडणाऱ्या रसायनांच्या वाफा ह्या समुद्रावरील वाऱ्यांमुळे नवीन बंदराच्या जागी येतील व तिथे रहाणे मुश्कील करून सोडेल. परंतु शेवटी सर्व अडथळ्यांवर मात करून हे नवीन बंदर उभे राहिले तेव्हा हे निर्माण केलेले अडचणींचे बागुलबुवे दूर पळाले. सर्व

तथाकथित समस्या आपोआप नाहीशा झाल्या.

दिल्लीमध्ये नॅशनल इन्फॉर्मेटिक्स सेन्टर ही संस्था आहे. पश्चिम महाराष्ट्रात त्यांना एक शाखा उघडायची होती. त्यासाठी त्यांना जागा व योग्य इमारत हवी होती. म्हणून त्यांनी महाराष्ट्र सरकारकडे विचारणा केली. मग नेहमीप्रमाणे आमच्या अधिकाऱ्याने "नाही" असे उत्तर दिले. जेव्हा ही गोष्ट मी मुख्यमंत्री वसंतदादा पाटील यांना सांगितली तेव्हा त्यांनी ताबडतोब एमआयडीसीची पुण्यातील गणेशखिंडीजवळील इमारत खाली करून देऊ म्हणून सांगितले. केवळ वसंतदादांच्या या धाडसी निर्णयामुळे नॅशनल इन्फॉर्मेटिक्सचे एक केंद्र महाराष्ट्रात आले. महाराष्ट्राने आजवर अशा अनेक संधी गमावल्या होत्या. याचे कारण आम्ही जरा वेगळी वाट चोखाळून मदत करीत नाही. त्यामानाने हरियाणा, पंजाब किंवा राजस्थान या राज्यांचे मुख्यमंत्री अशी संधी आली की म्हणतात,"तुम्हाला किती जमीन पाहिजे?" किंवा "कशा प्रकारचा भूखंड हवा आहे?" अन् त्याप्रमाणे चटकन मागणी मंजूर करतात. जेव्हा राष्ट्रीय महामार्ग क्र. चारचा पुण्याजवळील नवीन बायपास रस्ता होत होता, तेव्हा मी सुचवले होते की या नवीन रस्त्याच्या दोन्ही बाजूंची जागा आपण ताब्यात घेऊ या आणि ज्या सुप्रसिद्ध संस्थांना पुण्यात यायचे आहे त्यांना ती देऊ. पण या दिशेने नंतर काहीही झाले नाही.

जेव्हा मी मुंबई महापालिकेचा आयुक्त होतो तेव्हा, मिळकत कराचे जे उत्पन्न महापालिकेला मिळते त्यावरती भाडेनियंत्रण कायद्याचा प्रतिकूल परिणाम होतो, हे माझ्या लक्षात आले. विशेषत: नागरी विभागातील घरांची देखभाल त्यामुळे नीट केली जात नाही. मुख्यमंत्र्यांनी माझ्याशी या बाबतीत सहमती दर्शवली आणि या भाडे नियंत्रण कायद्याचे पुनर्वलोकन व्हावे हे मान्य केले. परंतु समाजातील दुर्बल घटकांना संरक्षण देण्यासाठी त्या कायद्यातील तरतुदींना मात्र धक्का लावला जाऊ नये, अन्यथा कायद्यामागचा हेतू साध्य होणार नाही. जी माणसे आर्थिकदृष्ट्या सुस्थितीत आहेत, ती बाजारभावाने घरभाडे द्यायला तयार असतात. अन् तरीही त्यांना भाडे नियंत्रण कायद्यामुळे कमी भाडे लागू होऊन त्या आधारे त्यांच्यावरती महापालिकेचा कर कमी बसवला जातो. एक प्रकारे महापालिकेकडून अप्रत्यक्षपणे त्यांना सबसिडीच मिळते. त्यामुळे जुन्या इमारतींच्या दुरुस्तीसाठी राज्य सरकार जी आर्थिक सवलत अगर मदत देते, त्यावरतीही ताण पडतो. मी यावरती असे सुचवले की, भाडे नियंत्रण कायद्याचे संरक्षण हे फक्त ५५० चौरस फूट क्षेत्रफळाच्या जागांपुरतेच असावे. यापेक्षा जास्त जागा असेल तर त्या जागेचे दर वर्षाचे भाडे हे पाच हप्त्यात वाढवीत द्यायला लावावे. पाच वर्षांने पूर्ण बाजारभावाप्रमाणे भाडे देण्यास त्याने सुरूवात करावी. तसेच ज्यांच्या जागांना भाडे नियंत्रण कायदा लागू नाही त्यांनाही त्याचा लाभ मिळण्यासाठी त्यांनी दर दोन वर्षांनी आपल्या भाड्यात

१० टक्के वाढ करावयास हरकत नसावी. रहाण्याऐवजी अन्य कारणासाठी जर जागा वापरली जात असेल आणि २०० चौ. फूट क्षेत्रफळापेक्षा अधिक ती जागा नसेल तर भाडे नियंत्रण कायद्याचे संरक्षण तिथे दिले जावे. अशा जागा म्हणजे छोटी दुकाने किंवा गरीबांना रहाण्यासाठीच्या दोन खोल्यांच्या स्कीम्स. या माझ्या सूचनांवरती केवळ चर्चा करण्यासाठी बोलावले गेलेल्यातून बराच विरोध झाला. हा विरोध करणारी माणसे ही सुखवस्तू वर्गातील होती आणि आलिशान वस्तीमधील फ्लॅटस्‌मध्ये अगदी नाममात्र भाडे देऊन रहात होती. मोठमोठ्या व्यापारी जागेमध्ये भरभराटीस आलेल्या भागातील दुकानदारही त्यात होते. तेही नाममात्र भाडे देत आलेले होते. शहरी विभागातील आमदारांनी माझ्या योजनेला कडाडून विरोध केला. कारण त्यांची व्होट बॅन्क त्यामुळे धोक्यात येत होती. अशा परिस्थितीत विनाकारण धिटाई दाखवून अंगावर संकट ओढवून घेण्याजोगे होते. म्हणून मग मी पुढे या दिशेने पाठपुरावा केला नाही.

भारतातील भ्रष्टाचार हटवणे ही एक केवळ अशक्य अशी गोष्ट आहे. पण जर तो कमी केला व त्यावरती नियंत्रण ठेवले, तरीही लोकांना समाधान लाभते. लाचलुचपत प्रतिबंधक ब्युरोचे डायरेक्टर परांजपे होते. ते कर्तव्यनिष्ठ तर होतेच पण त्यांच्याकडे अनेक नवनवीन कल्पना होत्या. आम्ही दोघांनी मिळून एक लाचलुचपत विरोधी धोरण आखले. त्यानुसार बदल्या व खास पदांच्या नेमणुका करणे हे अत्यंत कडक पद्धतीने राबवू लागलो. ज्या पदांवरती निर्णय घेण्याचे व अंकुश नसलेले अधिकार मिळतात किंवा कोणाला कुठे नेमण्याचे अधिकार मिळतात तिथे मोठ्या प्रमाणात भ्रष्टाचाराची शक्यता असते हे आम्ही हेरले. असेच आणखीही काही मुद्दे आम्ही विचारात घेतले. तसेच लाचलुचपत प्रतिबंधक खात्याला आम्ही अशा पदांवरील व्यक्तींचे राहणीमान, खर्च करण्याच्या सवयी याचे निरीक्षण करावयास सांगितले. एका दूध योजनेतील अधिकाऱ्याने स्वतःचे एक आलिशान घर बांधले होते. त्या घराची आम्ही इंजिनियर्सकडून किंमत काढली आणि त्या अधिकाऱ्याविरुद्ध कारवाईला सुरूवात केली. आमच्या या कृतीमुळे सरकार भ्रष्टाचारी अधिकाऱ्यांवरती पाळत ठेवून आहे असा संकेत सर्व सरकारी अधिकाऱ्यांमध्ये दिला गेला, ही गोष्ट महत्त्वाची आहे. दुसऱ्या एका केसमध्ये मेट्रोपॉलिटन डेव्हलपमेंट ऑथॉरिटीच्या अधिकाऱ्याने अगदी मोक्याच्या जागी असलेला व अतिशय किंमत येणारा भूखंड हा काढून टाकला होता. यात भ्रष्टाचार प्रत्यक्ष नसला तरी कोणावर खास कृपा केलेली होती. त्या प्रकाराची चौकशी केल्यावरती एक ज्येष्ठ अधिकारी सकृद्दर्शनी त्यामागे आहे असे दिसले. मग त्याची खात्यामार्फत चौकशी चालू झाली. परंतु या प्रकरणातील फायलीवर जमीन देण्याचा जो हुकूम दिला होता तो खुद्द मुख्यमंत्र्यांच्या सहीने दिला गेला होता ! आम्ही एक पत्रक काढून सर्व सरकारी खात्यांकडे पाठवले

की, जर कोणी भ्रष्टाचाराच्या आरोपाखाली सापडला तर नुसता तो अधिकारी नाही तर त्याचा लगतचा वरिष्ठ अधिकारीसुद्धा त्या भ्रष्टाचाराला जबाबदार आहे असे धरले जाईल. आपल्या हाताखालील अधिकारी भ्रष्टाचार करतो आहे हे आम्हाला ठाऊक नव्हते, अशी सबब नंतर कोणाला सांगता येऊ नये यासाठी हे पत्रक काढले गेले होते. आमची मोहीम व्यवस्थित चालली. यामुळे सर्व सरकारी अधिकाऱ्यांवरती वचक बसू लागला. आमच्या प्रयत्नामुळे भ्रष्टाचार हा खूप कमी झाला असा दावा मी करीत नाही. परंतु आम्हाला काहीतरी महत्त्वाचे काम आपण केल्याचे समाधान मात्र जरूर मिळाले.

मुंबईत जानेवारी १९८६ मध्ये इंडियन नॅशनल काँग्रेसने आपला शतक महोत्सव साजरा केला. त्याची जागा होती क्रिकेट क्लब ऑफ इंडियाचे ब्रेबॉर्न स्टेडियम. समारंभ शेवटपर्यंत कसलेही अडथळे न येता व्यवस्थित पार पाडला गेला याबद्दल सरकार आणि मुंबईचे पोलीस समाधानी होते. असे वाटत होते की जणू काही सारी मुंबई येथे लोटली आहे. राजीव गांधी यांच्या सत्तेचा आणि प्रभावाचा तो एक कळसबिंदू होता. त्यांनी एक अत्यंत प्रभावी भाषण केले. त्यात त्यांनी सत्तेच्या दलालांना एक सावधगिरीचा इशारा दिला होता. मी त्यावेळी समारंभस्थळी आधी पहाणी करण्यासाठी तिथे हिंडत होतो. तिथे एका प्रवेशद्वारावरती तीन केंद्रीय मंत्र्यांना प्रवेश दिला जात नव्हता. कारण तिथे असलेला पोलीस अधिकारी हा त्यांना ओळखत नव्हता. मी पुढे होऊन त्यांची ओळख पटवली व त्यांना आत घेऊन गेलो. ते मंत्री म्हणाले की, तो अधिकारी आपले कर्तव्य पार पाडीत असल्याने त्याच्याविरुद्ध त्यांची कोणतीही तक्रार नव्हती.

कफ परेड आणि नरीमन पॉईंट ह्या मुंबईतील दोन विभागांचा विकास करण्यात मी खूप रस घेतला. त्या भागातील भोसले मार्गावरती 'सारंग' इमारतीसमोर एक मोठी झोपडपट्टी पसरली होती. सारंगमध्ये हायकोर्टातील न्यायाधीश रहात होते, काही मंत्री रहात होते आणि चीफ सेक्रेटरी म्हणून मलाही तिथेच रहाण्यास जागा दिली होती. ती समोरची झोपडपट्टी काढण्यास काही चळवळे लोक आड येत होते. निलंगेकर पाटील मुख्यमंत्री पदावरून गेल्यावर त्यांच्या जागी शंकरराव चव्हाण येईपर्यंत मधे अल्पकाळ का होईना पण सरकार नव्हते. त्या कालावधीत मी मुंबईच्या जिल्हाधिकाऱ्याला आदेश देऊन ती झोपडपट्टी उठविण्यास सांगितले. आमदार मंडळींना त्या जागी त्यांच्यासाठी एक सहकारी तत्त्वावरील हौसिंग सोसायटी उभी करून हवी होती. एका रात्रीत मी त्या जागेवरती काही बरॅक्स उभ्या करण्यास परवानगी दिली आणि त्या बरॅक्स दोन महिन्यांच्या आत बांधून तयार व्हाव्यात असाही हुकूम सोडला. त्या सरकारी अधिकाऱ्यांच्या रहाण्याच्या तात्पुरत्या जागा म्हणून मंजूर केल्या. झोपडपट्टी उठवली गेली व तो भूखंड वाचला. आता तिथे

अधिकाऱ्यांची एक वसाहत तयार झाली आहे.

नरीमन पॉईंट हा विभाग शहराचे एक मोठे आर्थिक केंद्र समजले जाते. तिथले रस्ते हे खाण्यापिण्याच्या हातगाड्यांनी व्यापून गेले होते. जणू काही ती एक उघडी खाण्यापिण्याची जागा झाली होती. हातगाड्यांवरती पदार्थ शिजवले जात होते, तळले जात होते आणि मोठ्या संख्येने लोक ते खात होते. तसे स्वस्त पदार्थ आसमंतात कुठेही मिळत नसल्याने तिथे झुंबड उडणे साहजिक होते. याचा अर्थ तिथल्या उत्तुंग इमारतीमध्ये कॅन्टीनची गरज होती व हा घटक त्या इमारतींना बांधण्याची परवानगी देताना त्यावेळी सरकार विसरले असावे. त्यावेळी तशी सक्ती करायला हवी होती. सिंगापूरमध्ये मी काही फूड प्लाझा पाहिले होते. त्या धर्तीवर रिकाम्या मोकळ्या जागेत आणि एका बागेच्या जागेवरती तसे काही करता येईल काय याचा मी विचार करीत होतो. त्या बागेच्या जागेवरती मंत्र्यांचे बंगले उभे होते. ते पाडून टाकून तिथे नवीन काही करता येईल का ते मी पहात होतो. ताज ग्रुपच्या साहाय्याने मी बागेच्या जागेचा तो सर्व भाग स्वच्छ करून आकर्षक बनवण्याचा आराखडा बनवला. परंतु नंतर सरकारने त्या आराखड्याकडे सरळ दुर्लक्ष केले आणि तिथे एक नवीन आमदारांचे वसतीगृह बांधले. बागेच्या जागेवरील बंगल्यातील मंत्र्यांनी आपापले बंगले खाली करण्यास केव्हाच नकार दिला होता. अशा रितीने नरीमन पॉईंटच्या मोकळ्या जागेत, रस्तोरस्ती हातगाड्यांवरील खाद्यपदार्थांची विक्री अद्यापही चालू आहे.

इंदिरा गांधी यांचा भव्य पुतळा मरीन ड्राईव्हच्या दक्षिण टोकाला उभा करण्याचा एक प्रस्ताव पुढे आला होता. अमेरिकेतील स्वातंत्र्यदेवीचा पुतळा जसा समुद्राकडे तोंड करून उभा आहे, त्याच धर्तीवरती असा पुतळा करावा असा तो प्रस्ताव होता. एम. एफ. हुसेन या चित्रकाराने या पुतळ्याचे एक रेखाचित्र तयार करून आम्हाला दिले.

कफ परेडजवळ अनधिकृतरित्या समुद्रात भर घालून नवीन खूप विस्ताराची जमीन तयार केली गेली होती. त्या जमिनीवरती सरकारने बाग करायची ठरवली. कफ परेड आणि नरीमन पॉईंट हे एका पुलाने जोडायचे होते आणि कोळी लोकांची वस्तीही पर्यटकांना कोळी लोकांच्या खेड्याचे आकर्षण वाटेल अशा आधुनिक पद्धतीने, पुनर्रचित करायची होती. हे सर्व कार्यक्रम कफ परेड-नरीमन पॉईंट ह्या विभागाच्या सुशोभीकरणाच्या प्रकल्पाचे भाग होते. परंतु ह्या सर्वच प्रकल्पाला खो घातला गेला. कारण कोळी लोकांना कोणीतरी बिथरवून दिले की या नवीन योजनेमुळे कोळी लोकांचे हितसंबंध धोक्यात येतील. या मागचे रहस्य असे की या समाजातील काही गुंड प्रवृत्तीचे लोक हे तस्करीसारखे बेकायदेशीर कृत्य करीत असत, अन् त्यांना अशी भीती वाटू लागली की आता नवीन रचनेत आपल्यावरती

पाळत ठेवली जाईल. त्यामुळे त्यांनी कडाडून विरोध केला. परिणामी या भागाच्या सुशोभीकरणाची योजना नेस्तनाबूद झाली.

टाटा इन्स्टिटट्यूट ऑफ सोशल सायन्सेस यांना एक ग्रामीण स्वरूपाचा कामाचा परिसर निर्माण करायचा होता. ते त्या दृष्टीने योग्य त्या जागेचा शोध घेत होते. अशी एक जागा त्यांना मराठवाड्यातील उस्मानाबाद जिल्ह्यात तुळजापूर येथे आढळली. मग टाटांच्या संस्थेच्या संचालिका या बाबतीत मला येऊन भेटल्या व त्याने सर्व योजना नीट समजावून सांगितली. मला ती पटल्यामुळे मी त्यांच्या संस्थेला ती जागा दिली.

एअर चीफ मार्शल लतीफ हे जेव्हा महाराष्ट्राचे राज्यपाल होते तेव्हा त्यांनी वनीकरणाचा कार्यक्रम धूमधडाक्याने सुरू केला होता. त्यांच्या एका योजनेनुसार विमानातून जमिनीवरती बीजारोपण करण्याचा कार्यक्रम होता. परंतु सरकारकडे या व इतर योजनांसाठी पुरेसा निधी उपलब्ध नसल्याने मी त्यासाठी खासगी संस्था, कंपन्या सुचवल्या. त्यांच्याकडून वन खात्याच्या मार्गदर्शनानुसार झाडे लावली जातील. मग काही वर्षांनी ही वने किंवा जंगले वनखात्याकडे हस्तांतरीत केली जातील. तोपर्यंत खासगी संस्थांनी त्या वनांची नीट देखभाल करावी. त्या कामासाठी संस्थांना करामध्ये सवलती द्यायच्या किंवा त्यांनी निर्माण केलेल्या या वृक्षसंपत्तीचा नीट आढावा घेऊन त्याबद्दलची किंमत त्यांना चुकती करायची. पण परत केंद्र सरकारला ही योजना मंजूर झाली नाही. कारण असे काही जंगल तात्पुरते खासगी क्षेत्रात दिले गेले की मग मागच्या दाराने संपूर्ण वनखात्याचे खासगीकरण करण्याची मागणी पुढे येईल, अशी सरकारला भीती वाटत होती.

मी महापालिकेचा आयुक्त असल्याने मुंबईच्या टर्फ क्लबच्या मॅनेजिंग कमिटीवरती होतो. तेव्हापासून अद्यापपर्यंत टर्फ क्लबची अशी तक्रार आहे की, घोड्यांच्या शर्यतीवरती सरकार फार कर बसवते. त्यामुळे क्लबचे उत्पन्न कमी होते. तसेच, बाहेर याच शर्यतींवरती जो बेकायदेशीररित्या जुगार खेळला जातो त्यामुळे क्लबचे उत्पन्न तर बुडतेच, पण त्याचबरोबर सरकारचा महसूलही बुडवला जातो. बंगलोरमध्ये जसा शर्यतीवरचा किंवा बेटिंगवरचा कर कमी केला आहे तसा तोही येथे कमी केला जावा, अशी टर्फ क्लबची सरकारकडे मागणी होती. परंतु सरकारला आपले उत्पन्न कमी करून घ्यायचे नसल्याने हा कर कमी केला गेला नाही. आता मी चीफ सेक्रेटरी असल्याने मॅनेजिंग कमिटीला मी सांगितले की, जर कराचा दर कमी केल्यामुळे बाहेरचे बेकायदेशीर बेटिंग कमी होईल आणि त्यामुळे सरकारच्या व क्लबच्या उत्पन्नात भर पडेल याची जर क्लबला खात्री असेल तर क्लबने एका ठराविक उत्पन्नाची सरकारला हमी देऊन तेवढी रक्कम सरकारला कर म्हणून भरावी. मग प्रत्यक्षात त्यापेक्षा अधिक किंवा कमी उत्पन्न झाले त्याचा नफा तोटा क्लबने भोगावा

किंवा सोसावा. परंतु मॅनेजिंग कमिटीने हा प्रस्ताव मान्य केला नाही.

निलंगेकर पाटील यांचे नाव वसंतदादा पाटील ह्यांनी आपल्यानंतरचे मुख्यमंत्री म्हणून सुचवले होते. अन् खुद्द निलंगेकरांची फक्त एवढीच जमेची बाजू होती. त्यांच्या व्यक्तिमत्त्वात कसलेही गुण व अवगुण नव्हते. त्यांच्यात ना नेतृत्वगुण होते ना त्यांना प्रशासकीय कामे करणे जमत. त्यांच्या कन्येच्या बाबतीत एकदा एक लोकापवाद निर्माण झाला होता. ती त्यावेळी मेडिकलची एम. डी. परीक्षा देत होती. त्यावेळी तिला पास करण्यासाठी मुद्दाम जादा गुण दिले गेले असे आरोप झाले. न्यायालयाने या प्रकरणावरती तिच्याविरुद्ध निकाल दिला. म्हणून काँग्रेस हाय कमांडने निलंगेकरांना मुख्यमंत्रीपदावरून दूर करायचे ठरवले. मग नेहमीप्रमाणे काँग्रेस पक्षातर्फे दिल्लीहून दोन निरीक्षक नवीन नेत्याची चाचपणी करण्यासाठी पाठविण्यात आले. त्या दोघांपैकी एकजण शिवशंकर नावाचे होते. मी त्यांना दिल्लीपासून ओळखत होते. मी त्यांना भेटलो. त्यांच्या बोलण्यातून मला वाटले की नरेन्द्र तिडके यांचे नाव सर्वसंमतीने मुख्यमंत्रीपदासाठी पुढे येणार. पण नेहमीप्रमाणेच येथे झाले. काँग्रेस पक्षाने हा निर्णय आपल्या पक्षाध्यक्षांवरती सोपवला. शेवटी मार्च १९८६ मध्ये राजीव गांधींनी शंकरराव चव्हाण यांना महाराष्ट्राचे मुख्यमंत्री म्हणून दिल्लीहून पाठवले. शंकरराव चव्हाण पूर्वीपासून माझ्या परिचयाचे असल्याने मी वैयक्तिकरित्या खूष होतो. त्यांची निष्कलंकता, प्रशासकीय अनुभव आणि कुशाग्रबुद्धी पहाता महाराष्ट्र हा त्यांच्या सुरक्षित हातात रहाणार होता.

कोणत्याही मंत्र्यांच्या खाजगी (Personal) ऑफिसमधील कर्मचारी हे बहुतांशी सचिवालयातील सेवेतून आलेले असतात. फार थोडी माणसे ही बाहेरून भरती केलेली असतात व ती मंत्री महोदय हे जोपर्यंत आपल्या पदावरती आहेत तोपर्यंत ते कराराच्या मुदतीवरती सेवेत राहू शकतात. परंतु जे अधिकारी सचिवालयातून आलेले असतात ते अनेक वर्षे मंत्र्यांच्या समवेत राहिल्याने खूप प्रबळ बनतात. आपल्याला प्रत्येक राजवटीत तिथेच काम मिळावे म्हणून ते अनेक युक्त्याप्रयुक्त्या करतात. अन हे त्यांना फारसे कठीण नसते. कारण त्यांना काही विशिष्ट खात्यांची भरपूर माहिती झालेली असते. नवीन मंत्र्याला आपल्याभोवती सर्व माहिती असलेला अधिकारीवर्गच हवा असतो. कारण तो स्वत: या वातावरणाला व पदाला नवीन असल्याने त्याला अधिकाऱ्यांचा आधार हवा असतो. परिणामी या अधिकाऱ्यांची पोलादी पकड त्या खात्यावरती बसते. मग ते स्वत:च एक प्रकारे कायदा बनतात. अशा रितीने ते शेवटी त्या मंत्र्याच्या कामावरती परिणामकारक रितीने नियंत्रण ठेवतात. यातून शेवटी फक्त अव्यवस्था निर्माण होत नाही तर केवळ भ्रष्टाचार निपजतो. निलंगेकर पाटील जाऊन शंकरराव चव्हाण यायच्या मधल्या काळात कोणीच मुख्यमंत्री नसल्याने मी या गोष्टीचा फायदा उठवून ही मंत्र्याकडच्या

अधिकाऱ्यांची वर्षानुवर्षे चालणारी मक्तेदारी मोडून काढायचे ठरवले. मग मी एक योजना बनवली. त्या योजनेनुसार ज्या अधिकाऱ्याने आपल्या सेवेतील पाच किंवा अधिक वर्षे ही सलगपणे जर एका किंवा अधिक मंत्र्यांच्या खाजगी ऑफिसमध्ये काढली असतील तर त्याला परत कोणत्याही मंत्र्याच्या खाजगी ऑफिसमध्ये तशी कामे करता येणार नाही. तो अधिकारी ज्या आपल्या मूळच्या ऑफिसमधून आला असेल तिथे त्याला आता परत जावे लागेल. नंतर किमान तीन वर्षे तरी त्याला कोणत्याही मंत्र्याच्या सेवेत रहाता येणार नाही. मी असा फतवा काढल्यानंतर सर्व घरच्या ऑफिसेसमधील अधिकाऱ्यांमध्ये अस्वस्थता माजली. जेव्हा शंकरराव चव्हाण मुख्यमंत्री झाले तेव्हा त्यांच्या मंजुरीसाठी मी हा आदेश त्यांच्यापुढे ठेवला. त्यांनी त्यावर आपली मान्यता लिहून दिली. जरी या योजनेनुसार अगदी पूर्णपणे कार्यवाही झाली नाही तरी निदान एका चांगल्या व्यवस्थेची सुरूवात तर झाली म्हणून मला आनंद झाला.

◆

राजीव गांधी
यांच्या समवेत

१३
कॅबिनेट सेक्रेटरीच्या पदावरती

व्हिन्सेन्ट जॉर्ज हे राजीव गांधी यांचे खासगी सचिव होते. जून १९८६ मध्ये त्यांनी मला दिल्लीला येऊन राजीव गांधी यांची गाठ घेण्यासाठी कळवले. माझ्या या भेटीसंबंधात खुद्द मुख्यमंत्री शंकरराव चव्हाण यांनाही कुतूहल वाटले होते. जेव्हा मी दिल्लीला जाऊन राजीव गांधी यांना ७, रेसकोर्स रोड या त्यांच्या निवासी ऑफिसमध्ये भेटलो तेव्हा त्यांनी मला सांगितले की, केंद्रीय मंत्रालयाचे प्रमुख, 'कॅबिनेट सेक्रेटरी' म्हणून माझी निवड केली आहे. ते ऐकताच मला आश्चर्याचा धक्काच बसला. अरुण सिंग यांनी माझ्याबद्दल राजीव गांधी यांना आधीच सांगितले होते की, १९८५ मध्ये माझ्या इच्छेविरुद्ध मला चीफ सेक्रेटरी या पदावर काम करण्यासाठी महाराष्ट्रात पाठवण्यात आले होते. माझ्या सेवेचा कालखंड आता नऊ महिन्यांनी संपून मी सेवानिवृत्त होणार होतो. म्हणून मी म्हटले की, कृपा करून मला एक पक्की व दीर्घ मुदतीच्या सेवेची संधी दिली तर बरे पडेल. ते ऐकून त्यांनी ॲडमिनिस्ट्रेटिव्ह रिफॉर्मस कमिशनच्या शिफारसींनुसार तीन वर्षांच्या कालावधीसाठी माझी नोकरी पक्की केली. मुंबईमध्ये शंकरराव चव्हाण यांना हे कळताच खूप आनंद झाला. त्यांनी एक मोठा अधिकृतपणे निरोप समारंभ त्यासाठी आयोजित केला. महाराष्ट्राचे राज्यपाल डॉ. शंकरदयाळ शर्मा यांनीही मला सांगितले की, याबाबतीत राजीव गांधी त्यांच्याशी पूर्वीच बोलले होते.

मग १९८६ च्या मध्यास मी नवी दिल्लीला गेलो. मी तिथे जवळजवळ दीड वर्षाने जात होतो. येथून पुढचा कालखंड हा राजीव गांधी यांच्यासाठी कामे करताना माझ्या आयुष्यातील सर्वोच्च सफलतेचा होता. राजीव गांधी यांनी १९८५-८६ मध्ये सरकारी, राजकीय व आर्थिक अशा आघाड्यांवरती अनेक नवीन उपक्रमांची नांदी केली होती व बरीच धोरणे नव्याने ठरवून दिली होती. निवडून आलेले खासदार व आमदार हे अनेकदा आपल्या पक्षातून फुटून विरुद्ध गटाला मिळतात किंवा आपला वेगळा गट स्थापन करतात याला प्रतिबंध करण्यासाठी त्यांनी एक 'ॲन्टी

डिफेक्शन' किंवा फुटीरता विरोधी कायदा पास करून घेतला होता. त्यामुळे सत्तेच्या खेळातील बऱ्याच दलालांच्या कारवाया रोखल्या गेल्या. पंजाब, आसाम आणि मिझोराम येथील हाताबाहेर चाललेल्या परिस्थितीला त्यांनी यशस्वीपणे काबूत आणले होते. त्यांनी मंत्रीमंडळाची पुनर्रचना केली आणि प्रशासन यंत्रणेतही बऱ्याच सुधारणा केल्या. जनतेच्या दृष्टीने अत्यंत जिव्हाळ्याच्या समस्या सोडवण्यासाठी त्यांनी चार महत्त्वाकांक्षी तंत्रवैज्ञानिक प्रकल्प उर्फ 'टेक्नॉलॉजी मिशन्स' स्थापन केले.

औद्योगिक आघाडीवरती उदारतेचे धोरण आणण्यासाठी महत्त्वाची पावले टाकली. एक नवीन शैक्षणिक धोरण त्यांनी आखले. तसेच, पर्यावरणाच्या समस्यांना योग्य ते महत्त्व दिले. राष्ट्रीय धोरणाबाबत त्यांनी जे पहिले भाषण केले त्यात त्यांनी आपल्या आजोबांनी आधुनिक भारत निर्माण करण्यासाठी कशी वैज्ञानिक प्रगती घडवून आणली हे सांगितले, आपल्या आईने अन्नधान्याबाबतीत भारत स्वयंपूर्ण होण्यासाठी काय काय केले ते सांगितले आणि मग त्यांनी हाच वारसा पुढे चालू ठेवण्यासाठी त्यांचे परिश्रम हे आपल्या कारकीर्दीसाठी मार्गदर्शक म्हणून असतील असेही सांगितले. "आपण सारे मिळून एकविसाव्या शतकातील भारत राष्ट्र निर्माण करू या," हे त्यांनी शेवटी सांगितले. परंतु केवळ चांगले हेतू असणे, नवीन धोरण आखणे हे यामुळे इच्छित फळे मिळत नाहीत. उलट यामुळे राजीव गांधी यांच्यापुढे नवीन आव्हाने उभी राहिली. दुर्दैवाने राजकीय क्षितीजावरती काही काळे ढग जमू लागले होते आणि परिस्थिती अधिकाधिक चिघळत जाऊ लागली.

मी केंद्रीय सचिवालयात ऑगस्ट १९८६ मध्ये जाऊन रूजू झालो. आधीचे तिथले कॅबिनेट सेक्रेटरी पी. के. कौल हे होते. मी त्यांच्याबरोबर काम करायला लागून कामाची माहिती घ्यायला लागलो. कौल हे माझ्याच आयएएसच्या तुकडीतले होते. त्यांनी मला खूप मदत केली, केंद्रीय मंत्रालयाचा प्रमुख म्हणून कोणत्या गोष्टीत मी निष्णात असायला हवे ते त्यांनी सांगितले. त्याचबरोबर भविष्यात काय घडू शकेल याचा अंदाज कसा घ्यायचा वगैरे वगैरे समजावून सांगितले. कामाला सुरुवात केल्यानंतर काही दिवसातच मला कळून चुकले की, का राजीव गांधी यांनी मला बोलावून इथे बदल केला. १९८५ च्या सुरुवातीला पी. के. कौल हे कॅबिनेट सेक्रेटरी म्हणून इथे रूजू झाले. पण त्यांची नेमणूक ही अनेक अधिकाऱ्यांना डावलून केलेली होती. त्यामध्ये आधीच्या आयएएसच्या तुकडीतील के. व्ही. रामनाथन हे होते. त्यामुळे कौल यांच्या नेमणुकीमागे उत्तर प्रदेशातील मंत्र्यांचा, विशेषत: अरुण नेहरू यांचा हात आहे, प्रभाव आहे असे मोठ्या प्रमाणात बोलले जात होते. राजीव गांधी हे अरुण नेहरूंपासून काही अंतर राखून ठेवत होते. म्हणून कौल यांच्या जागी अन्य कोणाला आणून ठेवायचे त्यांच्या मनात आले असावे.

पंतप्रधानपदी बसल्यावर पहिल्या वर्षात राजीव गांधी यांनी आधीपासून जसे कॅबिनेट सचिवालय चालत आले होते तसेच ते चालू दिले होते. पण अनेकदा पंतप्रधानांच्या कार्यालयाने आपला दबाव केंद्रीय मंत्रालयावरती टाकला होता व कॅबिनेट सेक्रेटरीचे निर्णय हे आपल्या प्रभावाखाली आणले होते. संरक्षण खात्यात जाण्यापूर्वी राज्यमंत्री अरुण सिंग ही एक महत्त्वाची व्यक्ती समजली जात होती. पंतप्रधानांचे घरही खूप कार्यशील होते. ती बाजू एम. एल. फोतेदार व कॅ. सतीश शर्मा हे यशस्वीपणे सांभाळत होते. गृह मंत्रालयात अरुण नेहरू हे जरी राज्यमंत्री होते तरी त्यांचा प्रभाव त्यावेळी जास्त पडत होता. राजीव गांधी यांच्याभोवती नेहमी एखादा छोटा गट असायचा. त्या गटात रहायला त्यांनाही बरे वाटायचे. त्या गटात त्याचे वैयक्तिक मित्र, राजीव गांधी यांचे लक्ष वेधून घेतलेले निवडक अधिकारी, काही तंत्रवैज्ञानिक मंडळी, औद्योगिक जगातील सर्वोच्च पदांवरील वरिष्ठ आणि राजकीय वर्तुळातील मदतनीस इ. इ. होते. मला आता असे वाटते की त्यावेळी राजीव गांधी यांना या गटाच्या वर्तुळातून बाहेर पडायचे असावे. पं. नेहरूंच्या काळात जशी सरकारी यंत्रणा सुरळीत चालत होती तशी ती त्यांना परत करून द्यायची होती. कॅबिनेट सचिवालय म्हणजे तर एक अत्यंत व्यवस्थित रचना केलेली व प्रस्थापित झालेली यंत्रणा होती. या यंत्रणेच्या साहाय्याने राजीव गांधी यांना सरकारी नोकरशाही सुधारावयाची होती. म्हणून त्यांना मंत्रालयातील अधिकाऱ्यांची नव्याने मांडणी करायची होती. सर्व सुधारणांची सुरूवात इथून होणार होती अन् त्यातही प्रथम कॅबिनेट सेक्रेटरीच्या पदापासून सुरूवात होणार होती. आपण नेमणूक केलेला कॅबिनेट सेक्रेटरी हा आपल्याखेरीज अन्य कोणाच्या प्रभावाखाली जाणार नाही याची त्यांना खात्री होती. मी येथे का आलो ते मला समजले. सर्वसाधारणपणे एखाद्या राज्यातून कॅबिनेट सेक्रेटरीला सरळ आणले जात नसल्याने माझ्या या निवडीबद्दल दिल्लीमध्ये खूप कुतूहल वाढून थोडीशी खळबळ माजली होती. उत्कर्ष करून घेण्यासाठी प्रत्येकाच्या पाठीमागे जसे त्यांचे कैवारी किंवा गॉडफादर असतात, तसे माझ्या पाठीमागे कोणीही नव्हते. राजीव गांधी यांनी माझ्याबद्दलची सर्व माहिती, माझा बायोडेटा मागवून घेऊन तो बारकाईने वाचला असणार. याखेरीज माझा विविध क्षेत्रातील अनुभव, ज्येष्ठताक्रमात मी कौल यांच्यानंतर असल्याने आणि मी राज्यात व केंद्रात कोणत्याही गटात नसलेला असा तटस्थ माणूस असल्याने माझी निवड झाली असावी.

सरकारी कामकाजात कॅबिनेट सचिवालयाचे महत्त्व यापूर्वी अनन्यसाधारण असायचे. ते महत्त्व पुन्हा प्राप्त करून देण्याचे राजीव गांधी यांच्या मनात होते. पं. नेहरूंच्या काळातील कॅबिनेट सचिवालय त्यांना निर्माण करायचे होते. ॲडमिनिस्ट्रेटिव्ह रिफॉर्मस् कमिशनने प्रशासनात सुधारणा करण्यासाठी ज्या ज्या शिफारशी केल्या

होत्या त्या त्यांनी वाचून लक्षात ठेवल्या असाव्यात. कॅबिनेट सचिवालय हे पंतप्रधानांचे व मंत्रिमंडळाचे नुसतेच प्रमुख सल्लागार नसते, तर ते मुलकी सेवांचे प्रमुख कार्यालय आणि विविध खात्यांमधील समन्वय साधणारे कार्यालयही असते. थोडक्यात राजकीय व नोकरशाहीची यंत्रणा यातील तो एक उपयुक्त दुवा असतो. सरकार व नोकरशाही यांच्या गाड्या सुरळीत चालण्यासाठी कॅबिनेट सचिवालयाचा वापर करणे हे राजीव गांधी यांच्या मनात होते.

राजीव गांधी यांनी पी. के. कौल यांना जरी मुक्त केले तरी त्यामुळे त्यांचे महत्त्व कमी होईल असे काहीही केले नाही. आपल्या अंगच्या स्वाभाविक सौजन्यानुसार त्यांनी त्यांची नेमणूक एका चांगल्या पदावर केली. त्यांना भारताचे अमेरिकेतील राजदूतपद देण्यात आले. या महत्त्वाच्या पदावरती नेहमी एखाद्या उच्च पातळीवरील राजकारणी व्यक्तीला किंवा आयएफएस (इंडियन फॉरिन सर्व्हिस) मधील ज्येष्ठ व्यक्तीला बसवले जाते. त्यांच्या या अशा कृतीने त्यांनी असे दाखवून दिले की, कोणावरही, मग ते माजी कॅबिनेट सेक्रेटरी असले तरी, अन्याय करणार नाही की त्यांचे नुकसान करणार नाही.

सप्टेंबर महिन्यात मी कौल यांच्याकडून माझ्या पदाचा भार स्वीकारला. राजीव गांधी यांच्या मनातील कल्पना सर्वसाधारणपणे सर्वांना कळल्या होत्या. म्हणून मी राजीव गांधी यांना नियमितपणे भेटण्याची प्रथा पाडली. आठवड्यातून एकदा किंवा मनात आले, तर केव्हाही, मी त्यांना जाऊन भेटत असे. त्यावेळी मी त्यांच्याकडे पाठवून दिलेल्या फायलींवरती चर्चा करीत असे, पण संपूर्ण सरकारबद्दलच्या महत्त्वाच्या धोरणांवरतीही चर्चा करीत असे. विविध खात्यांचे सहभाग असलेल्या प्रस्तावांवरती आणि नवीन प्रकल्प सुरू करण्यासंबंधी निरनिराळ्या सेक्रेटरीज मिळून होणाऱ्या समित्या मी नेमाव्यात म्हणूनही त्यांनी मला उत्तेजन दिले.

प्रशासकीय बाबी

राजीव गांधी हे सर्वोच्च पातळीवरती पोचलेले होते. पण तरीही ते एकटे पडले होते. त्यातून स्पेशल प्रोटेक्शन ग्रुपने त्यांच्या संरक्षणासाठी काही निर्बंध त्यांच्यावरती लादलेले होते. त्यांना भेटायला येणाऱ्या सर्वांची तपासणी व्हायची. राजीव गांधी हे सत्तेवर आले खरे, पण त्यांना सारे मुलकी अधिकारी ठाऊक झाले नव्हते. तरीही त्यांच्या बाबतीत काही ठाम कल्पना त्यांनी ठरविल्या होत्या. त्यांना एक अत्याधुनिक व कार्यक्षम अशी नोकरशाही निर्माण करायची होती. ही नोकरशाही वेळच्या वेळी कामे करणारी व राजकीय प्रभावातून मुक्त असणारी हवी. राजीव गांधी यांच्या मर्मस्थळांपैकी एक सांगायचे झाल्यास त्यांच्यापुढे जो काही महत्त्वाचा प्रकल्प,

योजना किंवा समस्या सादर करायची असल्यास तो अत्यंत प्रभावी रितीने सादर केलेला त्यांना आवडे. त्यासाठी फिल्मस्, स्लाईडस्, ओव्हरहेड प्रोजेक्टर्स, लेसर पॉईंटर्स, आलेख वगैरे आधुनिक यंत्रसामुग्री वापरलेली त्यांना आवडे. त्या विषयातील परिभाषाही वापरलेली त्यांना आवडे. अत्याधुनिक व्यवस्थापन तंत्रे आणि व्यावसायिक पद्धतीने केलेली प्रसिद्धी तंत्रे यांच्याशी त्यांचा जास्त परिचय होता. तसेच ते थोडेसे उतावीळही असायचे. जुन्या, अनुभवी व मुरब्बी मुलकी अधिकाऱ्यांना अडचणीचे प्रश्न विचारण्याचा मोह त्यांना अनेकदा होई. पण दिलखुलास व योग्य सल्ला देण्यात याच मुलकी अधिकाऱ्यांना दुसरी कोणाचीही तोड नव्हती. तसेच इच्छित परिणाम साधणारे कार्य करून दाखविण्याचीही क्षमताही त्यांच्यात होती. या मुलकी अधिकाऱ्यांनी पूर्वी जो भारत पाहिला तो त्यावेळी अनेकदा अडचणीच्या व संकटांच्या काळातून जाणारा पाहिला होता. वसाहतवादाच्या जोखडातून मुक्त होऊन भक्कम अर्थशास्त्रीय तत्त्वावर आधारीत अशा प्रगतीच्या दिशेने सावकाश वाटचाल करू पहाणारा, उत्क्रांत होत जाणारा भारत पाहिला होता. राजीव गांधी यांना सौम्य व मधुर भाषेत सांगणारे सल्लागार आवडत. विशेषत: हे सल्लागार किंवा अधिकारी जर पब्लिक स्कूलमधून शिक्षण घेऊन आलेले असतील, त्यांना उत्कृष्ट इंग्रजीत लिहिता व बोलता येत असेल आणि दिसण्यात व वागण्यात ते छाप पाडणारे असतील तर फारच आवडे. राजीव गांधींना यांचे आणखी एक मर्मस्थळ म्हणजे त्यांना चटकन फळे देणाऱ्या योजना आवडत. त्यामुळे जेव्हा एखादा अधिकारी दीर्घ पल्ल्याची योजना किंवा धोरण त्यांच्यापुढे मांडे तेव्हा अर्थातच तो राबविण्यासाठी सावकाश पावले टाकावी लागतील असे त्या अधिकाऱ्याला सांगावे लागे. राजीव गांधींना नेमके हेच आवडत नव्हते. काही वरिष्ठ अधिकाऱ्यांनी त्यांची ही आवड हेरली व ते त्याप्रमाणे अनुकूल असे वागून राजीव गांधींच्या मर्जीतले होऊन बसले. पण जसजसे त्यांना अनुभव येऊन ते मुरब्बी होत गेले, प्रशासनातल्या अडचणी व नियम यांची त्यांना जाणीव होत गेली तेव्हा त्यांना खराखुरा चांगला अधिकारी आणि दिखाऊपणा करणारा अधिकारी यांच्यातला फरक समजू लागला. पण दरम्यान त्यांच्या हातून काहीजणांवरती प्रहार झाले होते.

उदाहरणादाखल पहा : शेती मंत्रालयाचे प्रमुख सेक्रेटरी सी. एस. शास्त्री आणि ग्रामीण विकास मंत्रालयाचे प्रमुख सेक्रेटरी डी. बंदोपाध्याय हे होते. त्या दोघांनी मिळून राजीव गांधींसाठी एक योजना सादर केली. अर्थातच हे सादरीकरण नेहमीप्रमाणे स्लाईडस्, फिल्मस आलेख आदींच्या साहाय्याने केले. पण त्या दिवशी त्यांचे सादरीकरण राजीव गांधी यांच्या पसंतीस आले नाही, किंवा त्यातील माहिती त्यांना पसंत पडली नसावी. शेवटी जेव्हा राजीव गांधी यांना काही प्रश्न विचारावयाचे असल्यास विचारावे म्हणून बंदोपाध्याय यांनी विनंती केली. तेव्हा ते फटकन

म्हणाले, "मला यातली काहींच माहिती मिळाली नसल्याने प्रश्न विचारण्याचा सवालच उठत नाही." ते ऐकताच बंदोपाध्याय हादरले. नंतर असाच विषयाशी संबंधित नसलेला एक प्रश्न राजीव गांधी यांनी शास्त्री यांना विचारला. त्या प्रश्नाचे उत्तर शास्त्रींना देता आले नाही. तेव्हा कोणत्या राज्यातून आलात म्हणून गांधी यांनी चौकशी केल्यावर "आंध्रमधून" असे उत्तर त्यांना मिळाले. राजीव गांधी त्यावरती पुन्हा फटकन म्हणाले, "असं? मग तुम्हाला परत तिकडेच पाठवले तर आवडेल काय?" ते दोन्ही सेक्रेटरी अत्यंत योग्य वागले होते. पण तरीही त्यांना राजीव गांधी यांच्या रोषाची शिकार व्हावे लागले होते. बिचारा शास्त्री! तो यावरती एवढेच म्हणाला, "परत जायला माझी हरकत नाही." ह्या प्रसंगाबद्दल नंतर एकदा पंतप्रधानांच्या कार्यालयातील एक खुशामती करणारा अधिकारी म्हणाला, "जर एखादा प्रमुख अधिकारी आळशी असेल तर त्याला पंतप्रधानांखेरीज दुसरे कोण सरळ करणार?" त्यावर मी त्याला एवढेच म्हणालो की, "एखाद्या प्रमुख अधिकाऱ्याला सर्वांसमोर अशी वागणूक देणे हे बरोबर दिसत नाही." त्यानंतर राजीव गांधी त्या दोन्ही सेक्रेटरींशी सौजन्याने वागले. पण तरीही जे नुकसान व्हायचे ते होऊन गेलेच.

असाच आणखीही एक प्रसंग आठवतो. त्यावेळी एका वार्ताहर परिषदेत राजीव गांधी यांनी अचानक एक घोषणा अशी केली की, "आपण आता एका नवीन परराष्ट्र सेक्रेटरीची नियुक्ती करणार आहोत." ते ऐकताच तिथे उपस्थित असलेलो आम्ही सारे अधिकारी अक्षरश: सुन्न झालो. जेव्हा ती परिषद आटोपली तेव्हा मी राजीव गांधी यांना सांगितले की, "मला असे वाटते की, अशा घोषणा वार्ताहर परिषदेमध्ये करू नयेत त्याचा उलटा परिणाम होतो. तो परिणाम नंतर पंतप्रधानांना जसा भोवतो तसाच तो परराष्ट्र सेक्रेटरीच्या कार्यालयावरतीही होतो. अन् हे कार्यालय तर सरकारी पातळीवरचे फार जुने व महत्त्वाचे आहे." मी असे म्हटल्यावरती त्यांची चर्या बदलली. त्यावरती अपराधी भावना उमटल्याचे मला दिसले. त्यावेळी वेंकटेश्वरन हे परराष्ट्र सेक्रेटरी होते. राजीव गांधी यांना त्यांच्या जागी दुसऱ्या कोणाला तरी आणायचे होते. कदाचित त्या नवीन व्यक्तीच्या नावाने त्यांनी तसा हुकूमनामाही काढला असेल. तो बदलण्यासाठी मी त्यांचे मन वळवू शकत नव्हतो. म्हणून वेंकटेश्वरन यांची त्या पदावरून होणारी उचलबांगडी निदान सुखद करता येण्याजोगी होती. त्यासाठी त्यांना दुसरे एखादे मानाचे काम देण्यात यावे. मी तसे बोलून दाखवताच राजीव गांधी यांनी त्याला ताबडतोब आपली मान्यता दर्शवली. पण दरम्यान वेंकटेश्वरन हे दुखावले गेले होते. त्यांनी ताबडतोब आपला राजीनामा जाहीर केला. मी त्यांचे मन वळवण्याचा प्रयत्न केला. राजीनामा देऊ नका, म्हणून विनंती केली, त्याऐवजी त्यांनी लवकरची सेवानिवृत्ती मागावी म्हणजे त्यांना निवृत्तीनंतरचे पेन्शन आदी सारे लाभ मिळतील. त्यामुळे त्यांच्या कुटुंबियांवरती अन्याय होणार

नव्हता. त्यांनी ते मान्य केले, ''पण कोणत्याही परिस्थितीत आपण दुसरे कोणतेही काम राजीव गांधी यांच्या सरकारकडून स्वीकारणार नाही,'' असे त्यांनी ठामपणे सांगितले. परंतु एवढ्यात इंडियन फॉरिन सर्व्हिस असोसिएशन या संघटनेने या प्रकरणासंदर्भात एक बैठक बोलावली. अशा प्रसंगामुळे अधिकाऱ्यावरती अचानक येणाऱ्या संकटापासून संरक्षण मिळण्यासाठी संघटनेला काहीतरी करणे जरुरीचे होते. परंतु नटवरसिंग हे त्यावेळी परराष्ट्र खात्यात राज्यमंत्री होते. ते स्वत:ही एक फॉरिन सर्व्हिसमधून सेवानिवृत्त झालेले अधिकारी होते. त्यांनी दबाब आणून ती बैठक रद्द करावयास भाग पाडले. या प्रकरणात मीही संघटनेला सांगितले की,''यामुळे अधिकाऱ्यांमध्ये निर्माण झालेला असंतोष व भीती या भावना मी पंतप्रधानांच्या कानावरती घातल्या आहेत.''

असेच आणखीही काही प्रसंग आहेत की ज्यामुळे ज्येष्ठ अधिकाऱ्यांवरती आघात झाले. एम. एम. के. वली हे दिल्लीचे लेफ्टनंट गव्हर्नर होते. कोणतेही सबळ कारण न देता त्यांची या पदावरून उचलबांगडी झाली होती. एन. आर. रेड्डी हे स्पेशल प्रोटेक्शन ग्रुपचे डेप्युटी डायरेक्टर होते. राजीव गांधी यांनी जेव्हा अंदमानला भेट दिली तेव्हा त्यांची काहीही चूक नसताना त्यांचा पाणउतारा केला गेला. याच्या उलट जे नोकरशहा राजीव गांधी यांच्या जवळ जाऊन त्यांची नेहमी खुशामत करीत रहायचे त्यांचा मात्र जाता जाता फायदा व्हायचा. या बाबतीत मणीशंकर अय्यर आणि टी. एन. शेषन यांची उदाहरणे ठळकपणे देता येतील. मणीशंकर अय्यर हे परराष्ट्र सेवेत होते. परंतु आपण एक माजी मुलकी अधिकारी आहोत, हे विसरून ते पक्षाच्या कार्यकर्त्यासारखे वागत. त्यांनी माहिती व प्रसारण खात्याचा गैरवापर केला व ह्या खात्यावर आपला प्रभाव टाकीत राहिले. त्यांनी राजीव गांधी यांची प्रतिमा उंचावण्यासाठी पक्षाभिमानाच्या आहारी गेल्याप्रमाणे या खात्यावरती जबरदस्त दबाव टाकीत राहिले. एकदा माझ्या कानावरती आले की राजीव गांधी यांच्याबद्दलच्या काही घटना व सभा दूरदर्शनवरती दाखविल्या नाहीत म्हणून काही अधिकाऱ्यांची चांगलीच खरडपट्टी काढली. त्या अधिकाऱ्यांचे म्हणणे असे होते की त्यांना संबंधित प्रसंगांची टेप ही वेळेवरती मिळाली नव्हती. परंतु मणीशंकर अय्यर हे त्यांचे काहीही ऐकून न घेता त्यांना उद्धटपणे बोलले. मला हे कळताच राजीव गांधी यांच्याकडे जाऊन याबद्दल माझा निषेध मी व्यक्त केला. एकदा विरोधी पक्षातील खासदारांनी राजीव गांधी यांच्याविरुद्धच्या तक्रारी घेऊन राष्ट्रपतींकडे आपले एक प्रतिनिधी मंडळ पाठवले. अन् ही घटना दूरदर्शनवरती दाखवली गेली. मणीशंकर अय्यर हे त्यामुळे चांगलेच संतापले व त्यांनी इतर काही मंत्र्यांना बरोबर घेऊन याबद्दल राजीव गांधी यांच्याकडे तक्रार केली. याबद्दल वेळ आली तेव्हा मी राजीव गांधी यांना म्हटले की, दूरदर्शनवरती ही घटना दाखवणे

यात काहीच गैर नव्हते. ती एक केवळ बातमी होती, एक घटनावृत्त होते. यावर राजीव गांधी यांनी दूरदर्शनवरील वृत्तसंपादक बाळ जोगळेकर यांना बोलावले व "येथून पुढे अशा सर्व बातम्या तपासून त्यांनी देशमुख यांच्याकडून परवानगी दिली तरच त्या प्रसारीत कराव्यात," असे सांगितले, मी आठवडाभर ते काम केले. पण नंतर राजीव गांधी यांचे मन वळवण्याचा प्रयत्न केला. असे काही करणे म्हणजे वृत्त जाणून घेण्याच्या जनतेच्या हक्कांवरती गदा आणल्यासारखे होते. तेव्हा हा प्रकार बंद करून वृत्तसंपादकांना त्यांचे नेहमीचे स्वातंत्र्य द्यावे. शेवटी त्यांनी ते मान्य केले.

टी. एन. शेषन हे पर्यावरण व वनखात्याचे सेक्रेटरी होते. या खात्याकडून काहीतरी भरीव कामगिरी व्हावी म्हणून राजीव गांधी यांना त्यात रस होता. त्यांनाही हे ठाऊक असल्याने ते या बाबतीत अति उत्साहीपणा करीत. खुद्द राजापेक्षाही आपण निष्ठावान आहोत असे दाखवणारी जी माणसे असतात त्यासारखे ते वागत आणि आपले वजन इतरांवरती पाडायचा ते प्रयत्न करीत. अनेक खात्यांचे सेक्रेटरी आणि अनेक राज्यांचे चीफ सेक्रेटरी शेषन यांच्या अतिवरिष्ठपणा दाखवण्याविरुद्ध तक्रारी करू लागले. परंतु आपण पंतप्रधानांचे मन ओळखलेले असल्याने कुणाची आता आपल्याला अडवायची छाती आहे, अशा धुंदीत शेषन वागू लागले. याचे बक्षिस त्यांना मिळाले. त्यांची नियुक्ती संरक्षण खात्याचा सचिव म्हणून तर केली गेलीच, पण त्याचबरोबर स्पेशल प्रोटेक्शन फोर्सचे सेक्रेटरीचे पदही त्यांना बहाल करण्यात आले. आता तर त्यांना राजीव गांधी यांच्याकडे जाण्याचा एक अनिर्बंध परवाना मिळाला. त्यांनी या पदाचा वापर करून वेळप्रसंगी ते सैन्य, नौदल व वायुदल यांच्या चीफ ऑफ स्टाफ यांनाही जुमानेसे झाले.

हा हुजरेगिरी करून अधिक सत्ता मिळवण्याचा ज्वर वाढल्याने पक्षपाती नोकरशहा निर्माण होऊ लागले. त्यांच्या निष्ठा या राजकीय सत्ताधाऱ्यांकडे वळू लागल्या. प्रत्यक्षात त्या निष्ठा देशाच्या संविधानाकडे, राज्यपद्धतीकडे वळावयास हव्यात. याच नोकरशाहीच्या यंत्रणेत अशीही बरीच माणसे होती की त्यांच्या वैयक्तिक निष्ठा ह्या राजीव गांधींशी होत्या. नावेच सांगायची झाली तर टेलिकम्युनिकेशन्स व टेक्नॉलॉजी मिशनचे ॲडव्हायझर सॅम पित्रोडा, प्रेस ॲडव्हायझर सुमन दुबे, अशी दोघांची नावे घेता येतील. परंतु ते खऱ्या अर्थाने नोकरशहा नव्हते. ॲडव्हायझरच्या पदावरती त्यांची थेट बाहेरून नियुक्ती झाली होती, सेवाज्येष्ठतेतून चढत चढत झाली नव्हती. मला असे नोकरशहा अभिप्रेत आहेत की ज्यांनी खूप काळ सरकारी नोकरी केली पण राजकीय सत्ताधाऱ्यांना आपली निष्ठा वाहून पुढे आपला नोकरीतील उत्कर्ष साधण्याचा प्रयत्न केला. एस. एस. सिद्धू या आयएएस अधिकाऱ्याचे उदाहरण या बाबतीत देता येईल. हा अधिकारी संजय गांधी यांच्या मर्जीतला असल्याने त्याला १९८० साली इंदिरा गांधींनी केन्द्र सरकारमध्ये परत आणले.

नंतर राजीव गांधी यांनी त्याला मुलकी विमान वाहतूक खात्याचा सेक्रेटरी केला. परंतु मला याविरुद्धची उदाहरणे सांगता येतील. गोपी अरोरा व ओतिमा बोर्डिया हे दोन अधिकारी पंतप्रधानाच्या कार्यालयात काम करीत होते. साहजिकच राजीव गांधी यांच्याशी त्यांची जवळीक वाढली. पण तिथे कामे करीत असताना, आज्ञापालन करतानाही त्यांनी नि:पक्षपाती सेवकाची आपली भूमिका सोडली नाही. परंतु एक वेगळेच उदाहरण मला इथे सांगता येईल. ती व्यक्ती होती विनोद पांडे. अर्थखात्यातील महसूल विभागात ते सेक्रेटरी होते. जेव्हा व्ही. पी. सिंग अर्थमंत्री होते तेव्हा त्यांच्याशी पांडे यांनी जवळीक साधली होती व आपले सूत जमवून घेतले होते. महसूल सेक्रेटरी असल्याने पांडे यांनी राजीव गांधी यांचा आपल्यावरती वैयक्तिक रोष ओढवून घेतला होता. राजीव गांधी यांच्यासमोर त्यांनी तोंडातोंडी केली होती. पण जेव्हा त्यांची बदली ग्रामीण विकास खात्यात झाली तेव्हा त्यांनी तिथे अप्रतिम काम करून दाखवले. त्यांचे ते काम राजीव गांधी यांच्या नजरेस पडताच त्यांनी पांडे यांचे कौतुक केले. पंतप्रधानांच्या भोवतालच्या गोतावळ्यातील माणसे ही सतत पांडे यांच्याविरुद्ध राजीव गांधी यांच्या कानावर प्रतिकूल मते घालत होती. तरीही त्याकडे त्यांनी दुर्लक्ष केले. नंतर एका मंत्रिमंडळाच्या बैठकीत एका मंत्र्याने उगाचच काहीही कारण नसताना पांडे यांना टोचून बोलले. ते ऐकताच पांडेजी ताडकन उठून उभे राहिले व धैर्याने म्हणाले, ''जर तुम्हाला माझे काम समाधानकारक वाटत नसेल तर मी ज्या राजस्थानमधील सेवेतून येथे आलो आहे तिकडे मी ताबडतोब परत जायला तयार आहे.''

''भारताच्या संविधानामध्ये असलेल्या पंचायती राज्यपद्धतीच्या संस्थांना महत्त्व देण्याचे जे धोरण आहे त्यामागची मूळ कल्पना ही माझीच आहे,'' अशी फुशारकी जरी मणिशंकर अय्यर मारीत असले तरी त्यानुसार जो प्रस्ताव तयार केला गेला होता, त्यामागे पांडे यांचेच अफाट परिश्रम व बुद्धी कारणीभूत होती. त्यांनीच तो प्रस्ताव अत्यंत तपशीलवार तयार केला होता. परंतु त्या प्रस्तावाचे कायद्यात रुपांतर करताना राजीव गांधी यांना त्यात बदल करून हवा होता. याचे कारण तो प्रस्ताव खूपच तपशीलाने भरलेला होता. त्याबद्दल मी मणीशंकर अय्यर व पांडे यांच्याशी बोलून मार्ग काढावा असे राजीव गांधी यांनी सुचवले. फार तपशीलांमुळे तो प्रस्ताव फारच कडक झाला होता, त्यात लवचिकता राहिली नव्हती. तशी लवचिकता असेल तरच प्रत्यक्षात तो कायदा राबवताना जनतेच्या प्रतिनिधींना व सरकारी नोकरांना अडचणीतून मार्ग काढता येतो. मी पूर्वी मुंबई महानगरपालिकेचा कमिशनर म्हणून काम केलेले असल्याने मला असल्या अडचणींची कल्पना होती. माझ्या तिथल्या अनुभवांच्या आधारावर मी या नवीन कायद्याच्या मसुद्यात फेरफार व बदल सुचवले.

सरकारी यंत्रणा सुधारण्याच्या राजीव गांधी यांच्या उत्साहामुळे, प्रशासकीय व राजकीय बाबींबाबत त्यांचा अनुभव कमी असल्याने आणि त्यातली त्यांची जाण थोडी कमी पडत असल्याने अनेकदा काही तीव्र समस्या उद्भवल्या होत्या. त्यांनी आपल्या कार्यालयात एकूण ३९ महिने काम केले. तेवढ्या कालावधीत त्यांनी बावीस वेळा मंत्र्यांच्या खात्यात बदल केले, काही मंत्री बदलले, काहींना वगळले, अन् काही खात्यांच्या बाबतीत तर मंत्र्यांना संगीत खुर्चीचा खेळ खेळावा लागे. परराष्ट्र खात्यात तीनपेक्षा जास्त मंत्री बदलले गेले. गृह खात्यात तीन वेळा कॅबिनेट मंत्री बदलले गेले व सात वेळा राज्यमंत्री बदलले गेले. व्यापार खात्यात तीन वेळा कॅबिनेट मंत्री व पाच वेळा राज्यमंत्री बदलले गेले. पेट्रोलियम खात्यात दोन वेळा कॅबिनेट मंत्री आणि चार वेळा राज्यमंत्री बदलले गेले. १९८५-८६ मध्ये प्रत्येक खात्याने आपल्या खात्याचे कॅबिनेट मंत्री बदलल्याचे पाहिले. परंतु यामुळे त्या सरकारची कार्यक्षमता घसरली आणि पंतप्रधानांचे कार्यालय मात्र अधिकाधिक ताकदवान होत गेले. मग जे पक्के नोकरशहा होते, त्यांचे कंपू आपल्या हालचाली अशा काही करू लागले की ते पंतप्रधानांच्या नजरेत भरून त्यांच्या मर्जीत बसावेत.

हळूहळू राजीव गांधी यांना प्रशासनामधल्या गुंतागुंती समजू लागल्या. जर समाजवादी तत्त्वावर प्रशासन पद्धती राबवली गेली तर ही प्रशासकीय यंत्रणा सर्वशक्तिमान, सर्वव्यापक आणि सर्वसाक्षी बनते व परिणामी कोणालाही न जुमानणारी होते. अन् सत्तेचे विक्रेन्द्रीकरण झालेले असताना, उदारमतवादी धोरण राबवण्यासाठी राजकीय हस्तक्षेप कमीत कमी करण्यासाठी आणि सध्याच्या आर्थिक परिस्थितीत अशी प्रशासनपद्धत निरूपयोगी ठरते. राजीव गांधी यांना हे सत्य उमगले होते. पण त्याचबरोबर त्यांना हेही कळून चुकले होते की, याच प्रशासन यंत्रणेत मोठ्या प्रमाणात बदल केल्याखेरीज व विशेषत: नोकरशहांच्या मानसिकतेमध्ये बदल झाल्याखेरीज आपल्याला काहीही साध्य करता येणार नाही. त्यांच्या या विचारसरणीला, नवनवीन कल्पनांना मनुष्यबळ मंत्रालयाचे राज्यमंत्री पी. चिदंबरम यांचा मनापासून पाठिंबा असे. बरेच ज्येष्ठ अधिकारी हे चिदंबरम यांचे शत्रू नसले तरी त्यांना त्यांचे विचार रटाळ वाटत. कारण त्यांना असे वाटे की चिदंबरम हे त्यांच्या निराशावादातून निपजलेले आपले विचार दुसऱ्याच्या माथी मारत आहेत. परंतु त्यांच्याकडे असलेल्या कल्पना या नवीन होत्या व ताज्या होत्या. त्या कल्पना त्यांनी त्यांच्या मनुष्यबळ खात्यात वापरल्या होत्या व त्याचबरोबर प्रशासनातील आधुनिक तंत्रेही तिथे राबवली होती. खात्यातील अधिकाऱ्यांसाठी त्यांनी सेवांतर्गत प्रशिक्षण देण्याची एक अभिनव कल्पना राबवली होती. त्याचा खूप गवगवा झाला होता. खरे म्हणजे ही कल्पना फार पूर्वीपासून सुचवली गेली होती. परंतु ती अंमलात आणण्याचे धाडस प्रथम त्यांनी करून दाखवले होते. त्यासाठी राजीव गांधी यांनी त्यांना संपूर्ण पाठिंबा दिला

होता. या उपक्रमात कॅबिनेट सेक्रेटरीपासून केंद्रीय प्रशासनातील सर्व अधिकारी आणि राज्यातील सर्व अधिकारी आणि राज्यातील सर्व चीफ सेक्रेटरी यांचा अंतर्भाव होता. सर्वसाधारणपणे बऱ्यापैकी ज्येष्ठ अधिकारी हा अशा प्रशिक्षणाला जायला मनापासून तयार नसतो. याचे कारण, इतरांपासून शिकण्याजोगे असे आता काहीही उरलेले नाही, असे त्याला वाटत असते. परंतु प्रशिक्षण घेत असताना तिथले बौद्धिक स्वातंत्र्य आणि बुद्धीला मिळणारी चालना पाहून हेच अधिकारी अगदी खूष होऊन जायचे. बऱ्याचजणांना या प्रशिक्षणाचे महत्त्व तिथे समजून चुकायचे.

मी यातून बोध घेतला. सेक्रेटरी व ॲडिशनल सेक्रेटरी यांच्या बैठका घेऊ लागलो. या बैठकीसमोर कसलीही कार्यक्रम पत्रिका नसायची. पण काही महत्त्वाच्या चालू प्रश्नांवरती दिलखुलासपणे चर्चा (ब्रेन स्टॉर्मिंग) करण्यासाठी ह्या बैठका असायच्या. ह्यातून खूपच फलदायी असे निष्कर्ष निघत. अनेक समस्यांवरती मंडळी बेधडक व दिलखुलासपणे आपले विचार मांडीत. त्यातून खूप सूचना केल्या जात. अनेक प्रश्नांवरती उत्तरे सापडत. नवीन कार्यक्रम निर्माण होत. राजीव गांधी यांनीही आपल्या मंत्रीवर्गाबरोबर अशाच बैठका घेण्याची पद्धत चालू केली. यातून होणारे लाभ पाहून याचेच पद्धतशीर प्रशिक्षण घेण्याची कल्पना पुढे आली. मग असे प्रशिक्षण पुण्यात घेण्याचे ठरले. त्या वर्गाला ज्येष्ठ केंद्रीय मंत्री व ज्येष्ठ वरिष्ठ अधिकारी हजर राहिले. हे वर्ग पुण्यात टाटा मॅनेजमेन्ट ट्रेनिंग सेंटर या संस्थेत घेतले गेले. मी सुद्धा ह्या वर्गात हजर राहून प्रशिक्षण घेतले. तिथे मला देशभरातील अनेक वरिष्ठ अधिकारी आलेले दिसले. तिथे आम्हाला मिळालेला अनुभव हा अत्यंत उत्साहवर्धक व एक नवीन साक्षात्कार घडवणारा होता. प्रशासन करण्यामधील नवीन तंत्रे काय असतात आणि ती जनतेसाठी कशी राबवावीत याची जाणीव नवीन पिढीच्या कनिष्ठ अधिकाऱ्यांना या वर्गात अत्यंत प्रकर्षाने झाली. मी ते प्रशिक्षण आटोपून आल्यावर माझ्या मनातल्या काही जुनाट, निरूपयोगी व कालबाह्य कल्पना निघून गेल्या. जनतेच्या अपेक्षांची जाणीव झाली आणि मन ताजेतवाने झाले.

कॅबिनेट सेक्रेटरीचे पद हे सर्व मुलकी सेवांमधील सर्वोच्च पद असल्याने मला अनेक निवड समित्यांवरती काम करावे लागे. विशेषत: डेप्युटी सेक्रेटरी पातळीवरच्या आणि वरच्या पदांवरती लायक उमेदवार निवडायचे असतील तर त्या समित्यांवर काम करणे भाग पडे. जॉईंट सेक्रेटरी आणि त्या वरच्या जागांसाठी तर अत्यंत चोखंदळपणे निवड करावी व कडक रहावे असे राजीव गांधी बोलून दाखवीत. परंतु तोपर्यंत जे अन्य अधिकारी अशा निवड समित्यांवरती काम करीत ते मात्र तितकेसे कडक रहात नसत. उदार धोरण स्वीकारीत व चोखंदळ नसत. त्यामुळे त्यांच्या हातून होणारी निवड ही आतापर्यंत काहीशी खालच्या दर्जाची होत होती. राजीव गांधी यांनी असे सुचवले होते की, एखाद्या वर्षी पास झालेल्या आय. ए. एस.

अधिकाऱ्याच्या तुकडीतून जर कोणाची निवड करायची असेल तर निवड यादीतील जॉईंट सेक्रेटरींची संख्या ही विशिष्ट टक्क्यांपेक्षा, उदाहरणार्थ ७५%, जास्त असता कामा नये. तसेच जॉईंट सेक्रेटरींची निवड करण्यासाठी असलेल्या यादीतील ॲडिशनल सेक्रेटरींची संख्या ही ४०% पेक्षा जास्त असता कामा नये. सेक्रेटरी निवडण्याच्या यादीत २५% जास्त नावे असू नयेत. राजीव गांधी यांच्या मते यादीतील नावांच्या संख्येचा संकोच केल्यामुळे लायक व कार्यक्षम अधिकारीच त्या यादीत प्रवेश करतील. त्यांनाच पदोन्नती मिळेल. शिवाय जे लायक व तरुण अधिकारी आहेत तेही या स्पर्धेत झटपट वर चढतील. त्यावेळी बरीच वरची पदे रिकामी असल्याने हे होऊ शकत होते. तरुण व लायक उमेदवारांना उपलब्ध असलेल्या वरच्या जागांवरती झटपट बढती मिळू शकेल. त्याचप्रमाणे सेक्रेटरीच्या पातळीवरील पदांवरती दीड दोन वर्षांऐवजी तीन ते चार वर्षे अनुभव असलेले अधिकारी राहू शकतील. मला त्यांची ही मते संपूर्णपणे पटली. म्हणून मी निवड समितीच्या सभासदांनी या धोरणानुसार कामे सुरू करावीत म्हणून सांगू लागलो.

काही सेक्रेटरींच्या कामाचे कालावधीही या धोरणाशी संबंधित होते. मला कॅबिनेट सेक्रेटरीच्या कामाचा कालावधी किंवा कार्यकाल, जो तीन वर्षांचा दिला होता तोच कालावधी परराष्ट्र, संरक्षण, अर्थ आणि गृह या खात्याच्या प्रमुखांचा उर्फ सेक्रेटरींचाही ठेवायला पाहिजे, असे मला वाटत होते. याचे कारण या खात्यांकडून अति महत्त्वाचे विषय, प्रकरणे, उच्च पातळीवरील खास गोष्टी तांत्रिक गुंतागुंतीच्या गोष्टी वगैरे हाताळले जात असते. त्या विषयांशी एकरूप होण्यास त्यांना काही वेळ लागतो. एवढेच नव्हे तर त्या प्रकरणाशी अगर विषयाशी संबंधित अशा महत्त्वाच्या खबरदाऱ्या घेतल्या आहेत की नाहीत हेही त्यांना पहावे लागते. यावर एक मार्ग असा आहे की ज्या सेक्रेटरीचा सेवाकाल आता दोन वर्षांचा उरला आहे त्याला खाते प्रमुखांच्या पदांवरती आणून सेवानिवृत्त होईपर्यंत ठेवणे. पण हे फक्त परराष्ट्र खात्याच्या सेक्रेटरीबद्दलच शक्य होईल. बाकीचे सेक्रेटरी हे प्रामुख्याने आयएएस अधिकारी असल्याने ते नोकरीतील खाते बदलून घेण्यासाठी नेहमी लक्ष ठेवून असतात. तर अनेकदा त्यांची नजर कॅबिनेट सेक्रेटरीच्या पदाकडे असते. म्हणून त्या सर्वांतून एक तडजोडीचा मार्ग म्हणजे अशा सेक्रेटरीच्या पदावर आलेल्या व्यक्तीला तीन वर्षांचा कार्यकाल देणे. राजीव गांधी यांचा नवीन रचनेला मान्यता देण्याकडे कल होता. परंतु माझ्या सहकाऱ्यांमध्ये मात्र त्याबद्दल तेवढा उत्साह नव्हता.

या प्रस्तावाचा एक पूरक भाग हा सर्व खात्यांच्या सेक्रेटरींना, रहाण्यासाठी घरे पुरवणे हा होता. विशेषत: परराष्ट्रखात्याच्या सेक्रेटरीला घर देणे हा भाग जरासा अवघड बने. कारण त्या सेक्रेटरीला अनेक महत्त्वाच्या परदेशी व्यक्तींना आपल्या घरी पाहुणे म्हणून नेहमी बोलवावे लागे. त्याचे घर डिप्लोमॅटिक एन्क्लेव्ह या

भागात असणे हे सर्व प्रकारे आदर्श ठरले असते. सेंट्रल पीडब्ल्यूडी खात्याला तसे एखादे घर निवडायला मी सांगितले. तसेच या घराच्या सजावटीसाठी अर्थखात्याला पुरेसा निधी मंजूर करायला सांगितला. या घरात किंवा बंगल्यात निदान दिवाणखाना व बगीचा तरी सुंदर असावा. कारण येथेच पाहुण्यांची सरबराई करावी लागते. परराष्ट्र खात्याच्या सेक्रेटरीला अशा बंगल्याची गरज असते. त्याप्रमाणे आम्ही योग्य असा बंगला दिला. अशाच बंगल्यांची गरज संरक्षण व गृह या खात्याच्या सेक्रेटरींनाही असते. पण त्यांना दुर्दैवाने असे बंगले देता आले नाहीत. संरक्षण खात्याच्या सेक्रेटरीसाठी खात्याच्या राखीव कोट्यातून बंगला देण्यासाठी मी प्रयत्न केला. पण त्याला खुद्द संरक्षण खात्यातील मंडळींनीच तीव्र विरोध केला. त्यांच्या मते चीफ ऑफ स्टाफच्या बंगल्याच्या दर्जाचा बंगला हा डिफेन्स सेक्रेटरीला असता कामा नये.

कॅबिनेट सेक्रेटरीला पंतप्रधानांशी चर्चा करून ॲडिशनल सेक्रेटरी आणि सेक्रेटरी यांच्या नेमणुका कुठे, कोणत्या पदांवरती करायच्या हेही ठरवावे लागते. एकदा ते ठरले की तशी यादी तयार करून तिच्या मंजुरीसाठी ती मंत्रिमंडळाच्या एसीसीकडे (Appointments Committee of the Cabinet) पाठवावी लागते. डेप्युटी सेक्रेटरी व जॉईंट सेक्रेटरी यांच्या पातळीवरील नेमणुकांसाठी आम्ही अशी एक प्रथा सुरू केली की, सर्व संभाव्य नावांची यादी करून त्यातून निवड करण्यासाठी ती मंत्रालयाकडे पाठवून द्यायची. त्यामुळे एखादा मंत्री किंवा त्याचा जेष्ठ अधिकारी यांना वशिलेबाजी करून आपल्या मर्जीतल्या अधिकाऱ्याचे नाव पुढे सरकवता येत नसे.

रेल्वे बोर्डासारखी सरकारची अनेक बोर्ड होती. उदाहरणार्थ, सेन्ट्रल बोर्ड ऑफ डायरेक्ट टॅक्सेस, सेन्ट्रल बोर्ड ऑफ कस्टम्स ॲन्ड एक्साईज इत्यादी. या बोर्डातील पदांसाठी जी पात्रता ठरवलेली होती, ती मिळवण्यासाठी अधिकाऱ्यांच्या सेवेचा कालखंड जवळजवळ संपत आलेला असायचा. जे अधिकारी मिळत त्यांचा सेवाकाल हा जेमतेम एक वर्षाइतकाच उरलेला असे. म्हणून आम्ही सर्व खात्यांना सुचवले की, बोर्डातील पदांसाठी त्या अधिकाऱ्याचा सेवाकाल किमान दोन वर्षे तरी उरलेला असला पाहिजे. यामुळे काहीजणांना सेवेत मागे टाकले जात होते, तरीही आम्ही आमचा हा प्रस्ताव प्रशासकीय कार्यक्षमता वाढवण्याच्या दृष्टीने पुढे रेटला.

ज्या अधिकाऱ्याला सेवेत मागे टाकले जाते तो मग असमाधानी रहातो. तो आपले काम नीट करीत नाही. त्याच्याकडून बेशिस्ती व अकार्यक्षमता यांचाच प्रसार होत रहातो. मी याबाबतीत पंतप्रधानांना सुचवले की, ज्येष्ठतेच्या काही पातळीवरील अशा अधिकाऱ्याला स्वेच्छेने सेवानिवृत्ती घेण्याची मुभा द्यावी आणि त्याला जर कुठे खासगी सेवेत जायचे असेल तर जाऊ द्यावे. परंतु अशा सवलतीचा दुरुपयोग होईल

अशी भीती व्यक्त करण्यात आली. खरोखर पहाता असा अधिकारी आता कार्यक्षम न राहिल्याने त्याला योग्य ती खाजगी नोकरी मिळवणेही कठीण जाईल, असा प्रतिवाद मी केला. पण माझा हा प्रस्ताव हा तपासणीसाठी व पुन: पुन्हा तपासणीसाठी नोकरशाहीच्या कारभारात बुडून गेला.

नोकरीत असताना अधिकाऱ्यांना जे प्रशिक्षण दिले जाते ते परिणामकारक व मुलकी सेवांना लाभदायक व उपकारक असे व्हावे. त्यासाठी मी असे सुचवले की या संदर्भात संरक्षण खात्यात ज्या पद्धती वापरल्या जात आहेत त्या आपण वापराव्यात. संरक्षण खात्यात स्टाफ कॉलेजमधील शिक्षणक्रम हे विशिष्ट पातळीच्या वरच्या पदांची बढती मिळवण्यासाठी आवश्यक ठेवलेले असतात. तसेच ज्या अधिकाऱ्यांनी स्वत: होऊन व्यवस्थापनाच्या आणि काही प्रगत व खास विषयांच्या अधिक अभ्यासासाठी शैक्षणिक रजा घेतली आहे त्यांना सेवेमध्ये वरचा प्राधान्यक्रम द्यावा. यामुळे अधिकाऱ्यांमध्ये आपण होऊन शैक्षणिक रजा घेऊन आपले ज्ञान वाढवण्यास उत्तेजन दिल्यासारखे होईल. पण मला असे दिसून आले की माझ्या याही प्रस्तावाला कडाडून विरोध केला जात आहे.

ॲडिशनल सेक्रेटरीच्या पातळीवरीची आणि त्याच्याही वरच्या पातळीवरची पदे ही खास पारितोषिक वाटणारी पदे समजली जातात. विशेषत: जे अधिकारी आयएएस झाले नाहीत त्यांना तर तसे फार वाटते. याचे कारण या आयएएस नसलेल्या अधिकाऱ्यांमध्ये अशी एक सर्वसाधारण भावना आहे की त्यांच्या कामाचे नोकरीमध्ये म्हणावे तसे चीज होत नाही. काही राज्य पातळीवरील आयएएस अधिकारीही दिल्लीमधील पदांसाठी आपल्याला पुरेसे प्रतिनिधित्व दिले जात नाही, असे कुरकुरत असतात. आयएएस नसलेल्या अधिकाऱ्यांच्या मनातील हा गैरसमज काढून टाकण्यासाठी मी जेव्हा जेव्हा शक्य होते तेव्हा अशा अधिकाऱ्यांची वरिष्ठ पदांसाठी नावे मुद्दाम पाठवली. वरिष्ठ पातळीवरील किती आयएएस अधिकारी दिल्लीत आहेत याची मी एक झटपट पहाणी केली. त्यात मला असे आढळून आले की, गुजराथ आणि तशा काही राज्यांमधील अधिकाऱ्यांना पुरेसे प्रतिनिधित्व मिळालेले नाही. मग मी अशा राज्यातील अधिकाऱ्यांना दिल्लीतील बदल्यांसाठी प्राधान्य देऊ लागलो. सर्व प्रकारच्या नोकऱ्यांसाठी शेवटी कॅबिनेट सेक्रेटरीकडे आशेने पाहिले जाते. तेथून न्याय मिळेल अशी भावना असते अन् मला अभिमानाने सांगावेसे वाटते की, मी ती भूमिका अत्यंत व्यवस्थितपणे पार पाडली.

जेव्हा जेव्हा मी सरकारी नियम, उपनियम यांच्यात उदारीकरण व्हावे असे मत मांडे, तेव्हा माझ्या सहकाऱ्यांकडून आणि अन्य अधिकाऱ्यांकडून अशी प्रतिक्रिया व्यक्त होई, की या गोष्टी जनतेच्या हितासाठी अत्यंत आवश्यक आहे. सामान्य माणसाची प्रत्येक सरकारी पायरीवरती ससेहोलपट होत असते. सरकारी लाभ न

मिळवता आणि आपले पद न प्रगट करता अधिकाऱ्यांनी सामान्य माणसासारखे एकदा जगून पहावे, असे मी नेहमी म्हणत असे. त्यावेळी त्यांना कळेल की सरकारी यंत्रणा ही किती जाचक व दडपणारी असू शकते. या बाबतीत माझा एक वैयक्तिक अनुभव मला येथे सांगावासा वाटतो. दिल्लीतील झाकीर हुसेन मार्गावरील माझे निवासस्थान सोडून मी शहाजहान रोडवरील नवीन जागेत रहावयास गेलो तेव्हा मी माझ्या पत्नीला आमचे रेशन कार्ड नवीन वस्तीतील दुकानामध्ये बदलून घेण्यास सांगितले. मात्र तसे करताना माझे पद किंवा माझ्या ओळखी वापरायच्या नाहीत असे तिला निक्षून बजावले. तिने त्याप्रमाणे करण्याचा आटोकाट प्रयत्न करून पाहिला, पण तिला त्या कामात यश आले नाही. मग मीही प्रयत्न केला. पण मलाही अपयश आले. दोन महिने मला काहीही करता आले नाही. म्हणून मी शेवटी माझ्या प्रायव्हेट सेक्रेटरीला हे काम करण्यास विनंती केली. त्याने झटकन फोन उचलला व रेशनिंग इन्स्पेक्टरला लावला. दुसऱ्या दिवशी आमचे रेशन कार्ड हव्या त्या दुकानात बदलले गेले. रेल्वे रिझर्व्हेशनचीही अशीच गोष्ट. तेही मिळणे अत्यंत कठीण असते. जिल्हा पातळीवर काम करताना मला बाजारात हिंडून निरनिराळ्या आवश्यक वस्तूंचे दर व त्यांची उपलब्धता याची चौकशी करीत हिंडण्याची सवय लागली होती. मी दिल्लीत कॅबिनेट सेक्रेटरी म्हणून काम करीत होतो तरी माझी ही सवय सोडली नव्हती. या सवयीचा मला एकदा लाभ झाला. एकदा मंत्रीमंडळाची बैठक चालू असताना नागरी पुरवठा मंत्री एच. के. एल. भगत हे खुल्या बाजारात एका ठराविक दरात साखर किती मोठ्या प्रमाणात उपलब्ध आहे हे झकास रंगवून सांगत होते. मी त्यावर म्हटले,"परवाच मी दिल्लीतील खान मार्केटमध्ये गेलो होतो. साखर कोणत्याच दुकानात नव्हती. फक्त एका दुकानात ती मंत्रीमहोदय म्हणतात त्यापेक्षाही अधिक अशी भरमसाठ किंमतीला उपलब्ध होती." यावर भगत गप्प बसले. पण माझे हे उत्तर इतर मंत्र्यांना खूप आवडलेले दिसले.

कॅबिनेट सेक्रेटेरीएटमध्ये अनेक समित्या होत्या. त्यात 'कोअर ग्रुप' या नावाने सेक्रेटरी मंडळींची एक स्टॅन्डिन्ग कमिटी होती. दर आठवड्यातून एकदा ती नियमितपणे भरत असे. त्या बैठकीत सर्व महत्त्वाच्या विषयांवरती चर्चा होई. तशीच एक अ‍ॅडहॉक कमिटी होती. दोन मंत्रालयांमधील वाद, समस्या वगैरेवरती विचारविनिमय करण्यासाठी ती समिती होती. याखेरीज काही खास समित्या होत्या. त्यांच्याकडून नव्याने डोके वर काढणाऱ्या समस्यांवरती विचार केला जाई. १९८७ मध्ये त्यावर्षीच्या तीव्र दुष्काळाच्या प्रश्नासंबंधी एक समिती नेमलेली होती. तर दुसरी एक समिती ही श्रीलंकेतील घडामोडी आणि तिथे पाठवलेली भारतीय शांती सेना या संदर्भात होती. आणखी एक समिती ही मालदीव बेटात निर्माण झालेल्या पेचप्रसंगाबाबत होती.

निर्यातीतील प्रोत्साहन देण्यासाठी एक स्टॅन्डिन्ग कमिटी होती. निर्यात वाढवण्यासाठी ज्या विविध सूचना, कल्पना व प्रस्ताव येत त्यावरती तिथे विचारविनिमय केला जाई. अबकारी व कस्टम्स ड्यूटी हे व्यावहारिक पातळीवरती कसे नीट राबवले जातील ही एक नेहमीची समस्या होती. आयातदार व निर्यातदार अशा दोघांनाही सर्व मालाची विभागणी ही कस्टम्स ड्युटीसाठी शक्य तितक्या कमीतकमी गटात करून हवी असते. त्यामुळे कस्टम्स व अबकारी अधिकाऱ्यांना त्वरित निर्णय घेणे सोपे जाते. अशाच एका बैठकीत एका बड्या निर्यातदाराने ड्युटीची रचना ही खूप व्यावहारिक पातळीवर आणावी या मताची भलावण हिरिरिने केली. पण सेंट्रल बोर्ड ऑफ कस्टम्स ॲन्ड एक्साईजच्या सभासदाने याविरुद्ध आपले मत मांडले. त्याच्या मते तसे जर केले तर उद्योगपतींकडून, निर्यातदारांकडून याचा गैरवापर केला जाईल, पळवाटा शोधून ड्यूटी बुडवली जाईल. म्हणून अधिकाऱ्यांकडेच काय निर्णय घ्यायचा याचे अंतिम अधिकार असावेत. मी यावर म्हटले,''जर तुम्ही मला असे शपथपूर्वक आश्वासन दिले की तुमचे अधिकारी पण या अंतिम अधिकाराचा गैरवापर करणार नाहीत आणि अधिकाराची पायमल्ली होऊ देणार नाही आणि यातून पैसा करणार नाही तर मी तुमच्याशी अर्थातच सहमत आहे.'' दुर्दैवाने आपले कायदेकानू व नियम यांची शब्दरचनाही अशा अधिकाऱ्यांकडून होते की, ज्यांचा माणसांवरती आत्यंतिक अविश्वास आहे. अशा अविश्वासी माणसांवरती नियमांच्या आधारे नियंत्रण ठेवायचे आहे असे समजून ते अधिकारी ते नियम अधिकाधिक कडक व कठोर करतात. याचा परिणाम अनेक उदाहरणांमध्ये असा दिसतो की, केवळ एक काल्पनिक नुकसान टळावे म्हणून बनवलेल्या नियमांमुळे सारी यंत्रणाच नीट राबवता येणे कठीण केले जाते. त्या निर्यातदारांच्या समितीने सुचवलेला नवीन नियमांचा मसुदा मागवून घ्यावा आणि मग त्यातील कोणता भाग हा सरकारला ग्राह्य आहे ते आधी पहावे. त्यानंतर संयुक्त चर्चेद्वारे उरलेल्या मतभेदांच्या मुद्दांचा निपटा करावा, असे मी सुचवले. पण त्या काळातील वातावरणात या बाबतीत फारशी काहीही प्रगती होऊ शकली नाही. परंतु येथे एक गोष्ट मात्र मुद्दाम मात्र सांगावीशी वाटते. सरकारी सेवेत असताना ज्या अधिकाऱ्यांनी निर्यातदारांच्या विरुद्ध भूमिका घेतली होती त्यांना निवृत्त झाल्यानंतर त्याच निर्यातदारांकडे सल्लागार म्हणून सेवा करण्यास हरकत वाटत नव्हती. अन् काहीजण त्याप्रमाणे करतही होते.

रिसर्च ॲन्ड ॲनॅलिसिस विंग (RAW) हा विभाग कॅबिनेट सेक्रेटेरिएटचा भाग होता. मी मागचे रेकॉर्ड चाळले असता मला असे दिसले की हा विभाग थेट पंतप्रधानांकडून आदेश घेत होता. तथापि, या विभागाचे दोन्ही डायरेक्टर्स जोशी व आनंद वर्मा हे मला महत्त्वाच्या धोरणांबाबत व्यवस्थित माहिती देत होते. इंटेलिजन्स ब्युरोचे (IB) डायरेक्टर एम. के. नारायणन हेही मला सारे काही सांगत. हे एक

अत्यंत बुद्धिमान आणि सर्व गोष्टींचे विश्लेषण करून घेणाऱ्या मनाचे होते. चर्चा करताना ते अत्यंत शुद्ध व स्पष्ट उच्चारात बोलत. त्यांचे अहवालही तसेच व्यवस्थित व मुद्देसूद लिहिलेले असत. कोअर ग्रुपच्या कामात आणि सुरक्षिततेच्या इतरही कामात त्यांची मला मोठी मदत होत असे. पंजाबमधील दहशतवाद, श्रीलंकेतील वांशिकवाद आणि रामजन्मभूमी याबाबतीत मी त्यांच्यावरती मोठ्या प्रमाणात अवलंबून रहात होतो. व्ही. पी. सिंग जेव्हा पंतप्रधान बनले तेव्हा त्यांनी या चांगल्या अधिकाऱ्याची बदली केली, ही एक दुर्दैवाची बाब ठरली. परंतु कालांतराने व्ही. पी. सिंग हे नारायणन यांच्या चोख वृत्तीची व कामाची तारीफ करू लागले.

मुलकी कर्मचाऱ्यांच्या बदल्या ही भारतभर एक सततची डोकेदुखीची व वादग्रस्त बाब असते. विशेषत: राज्य सरकारच्या अखत्यारीमधल्या तर अत्यंत वादग्रस्त असतात. या विषयावरती मी माझ्या अनेक लेखांमधून यापूर्वी लिहिलेले आहे.

मला आता असे कळले आहे की अनेक राज्य सरकारे ही असा एक कायदा बनवत आहेत की, त्यानुसार मुलकी अधिकाऱ्यांच्या बदल्या करण्याची संपूर्ण पद्धत कशी राबवावी याचे मार्गदर्शन त्यात असेल. या नवीन कायद्यामुळे बदल्यांमधील अपप्रकार व दुष्ट प्रवृत्ती ह्या त्यामुळे हळूहळू नक्की नाहीशा होतील, अशी मी आशा करतो. केंद्र सरकारच्या अखत्यारीमधील बदल्या करतानाही अशाच समस्या उभ्या रहातात हेही खरे; पण इथल्या पद्धतीत बदल्यांचे पुनर्वलोकन, तपासणी, नियंत्रण अंतर्भूत आहे. प्रत्येक बदलीचा कालावधी हा केंद्र सरकारने सर्वसाधारणपणे सर्वत्र सारखा ठेवला आहे. सचिवालयामधल्या बदल्यांबाबत एस्टॅब्लिशमेन्ट अधिकारी, कॅबिनेट सेक्रेटरी आणि मंत्रिमंडळाची नियुक्ती समिती फार काळजीपूर्वक ह्या बदल्यांवर लक्ष ठेवतात.

बदल्यांच्या विषयातून साहजिकच नोकरशाहीत भ्रष्टाचाराचा विषय जन्म घेतो. सत्ताधारी राजकारणी लोक बदलीच्या शस्त्राने कर्मचाऱ्यांना शिक्षा देतात आणि एक प्रकारचे पारितोषिकही देतात. बदलीची ही शिक्षा किंवा पारितोषिक त्यांनी काही काम न केल्याबद्दल किंवा केल्याबद्दल असते. ते ठरवणे सर्वस्वी राजकीय व्यक्तींच्या इच्छेवर अवलंबून असते. यातूनच बहुश: भ्रष्टाचार आणि अधिकाराचा उपमर्द हा घडत राहतो. याच्या व्यत्यास किंवा याच्या उलट काही कर्मचारी हे आपली कारकीर्द वाढावी किंवा काही बेकायदेशीर लाभ मिळावेत म्हणून सत्ताधारी राजकीय व्यक्तींवरती काही खास उपकार करू पाहतात. मी कॅबिनेट सेक्रेटरी असल्याने मला केंद्रीय नोकरशाहीत सर्वत्र पसरलेल्या भ्रष्टाचाराची जाणीव होती. पण जिथे राजकीय भ्रष्टाचार एवढ्या मोठ्या प्रमाणात बोकाळला होता त्या वातावरणात मी या संदर्भात

फारसे काही करू शकलो नव्हतो. जेव्हा राजकीय दडपण नसते तेव्हा सीबीआयकडून भ्रष्टाचाराला लगाम घालण्याचे काम चांगले चालले होते. त्यावेळी पी. चिदंबरम ह्यांच्या मंत्रालयाखाली सीबीआय येत होते आणि त्यांनी आपला पूर्ण पाठिंबा या केंद्रीय गुप्तचर संस्थेला दिला होता. कंपन्यांचे संपर्क अधिकारी किंवा लिआँझॉ अधिकारी यांच्याशी आणि तत्सम व्यक्तिंशी सरकारी नोकरांनी संबंध ठेवू नयेत, या सरकारी हुकूमाचे कडक रितीने पालन करावे असे मी सर्व अधिकारी व कर्मचारी यांना कळवले. त्याचबरोबर, जर कोणाला एखाद्याची सरकारी निष्ठा ही संशयास्पद वाटत असेल तर त्याने त्यांची नावे बेलाशक मला येऊन सांगावीत, असेही सर्वांना कळवून ठेवले. मग जेव्हा त्या संशयास्पद निष्ठा असणाऱ्यांच्या बदल्या व बढत्यांच्या वेळा येतीत त्यावेळी त्या नावांवर गंभीरपणे विचार केला जाई. उत्तर प्रदेशातील एक ज्येष्ठ अधिकारी केंद्रीय सेवेत बदलून आला होता. तो मला एकदा येऊन भेटला व बोलता बोलता त्याने एक आक्षेपार्ह बाब सांगण्याचा बेडरपणा करीत म्हटले,''सर, नॉयडा विभागात मी अनेकांना रहाण्याच्या जागेचे प्लॉटस् दिलेले आहेत. पण तुम्ही मात्र अशा प्लॉटस्ची कधी मला मागणी केली नाही. आता दिल्ली-जयपूर हायवेवरती एक झकास कॉलनी निर्माण होत आहे. जर तुमची इच्छा असेल तर तिथे एक फार्म आणि फार्महाऊससाठी मी तुम्हाला फर्स्ट क्लास प्लॉट देऊ शकतो.'' यावर मला त्याला सांगावे लागले की, त्याचा माझ्या बाबतीत अंदाज चुकला असून त्याने मला नीट ओळखले नाही. त्याच्या बाबतीत मला सावध रहावे लागेल, असेही त्याला सुनावले. त्याने ही घटना व माझे उत्तर नक्की बऱ्याचजणांना सांगितले असणार, पण त्यामुळे माझे म्हणणे आपोआपच सर्वांना कळवले गेले.

१९८७ चा दुष्काळ

१९८७ मध्ये नैऋत्य मौसमी वाऱ्यांचा पाऊस केरळमध्ये वेळेवर उगवला. पण त्याचे पुढे सरकणे मात्र वाटेल तसे होऊ लागले. शेवटी ऑगस्ट महिन्यात कळून चुकले की, आता देशाच्या बऱ्याच भागात फार अपुरा पाऊस झाला असून राजस्थान, गुजराथ व महाराष्ट्र येथील कित्येक भागात जेमतेमच पाऊस झाला आहे. परिणामी पुन्हा एकदा दुष्काळ व टंचाई यांच्या तावडीत आपण सापडणार आहोत. राजस्थानमधले ३७ भाग (Blocks), गुजरातमधले ३६ भाग हे शेवटी तीव्र दुष्काळग्रस्त म्हणून जाहीर करावे लागले.

महाराष्ट्रात १९७२ मध्ये असाच दुष्काळ पडला होता. त्यावेळी परिस्थितीशी सामना करताना मीही अगदी जवळून भाग घेतला होता. त्यावेळी आम्ही तात्पुरता उपाय म्हणून कित्येक लाख लोकांना दुष्काळी कामावरती रोजगार दिला होता.

त्यासाठी आम्ही जी रोजगार हमी योजना वापरली होती त्यानुसार लोकांना नुसतेच तात्पुरते काम देत नव्हतो, तर त्याच योजनेचा वापर करून आम्ही पाण्याचे अमोल साठे निर्माण करण्याचे आणि पाणी नियोजनाचे कामही करीत होतो. हे काम परिणामकारक करण्यासाठी सर्वांनी मिळून अत्यंत पद्धतशीर व शास्त्रीय रितीने काम केले होते.

या गंभीर दुष्काळाबाबत तातडीच्या उपाययोजना करण्यासाठी मी पंतप्रधानांशी चर्चा केली, त्यांनी ताबडतोब या विषयावरती एक मंत्र्यांची समिती आपल्या अध्यक्षतेखाली नेमण्याचे ठरवले. या समितीमध्ये सर्व संबंधित खात्यांचे मंत्री येतील असे पाहिले गेले. उदाहरणार्थ, योजना, अर्थ, शेती, जलस्त्रोत, इत्यादी इत्यादी. समिती ठरवली गेली आणि तिची पहिली बैठक लगेच त्याच महिन्यात म्हणजे ऑगस्टमध्ये झाली. पुढे त्या समितीच्या बैठका नियमितपणे पुढच्या पावसाळ्यापर्यंत वर्षभर होत होत्या. सेक्रेटरी मंडळींचीही एक समिती याच संदर्भात माझ्या अध्यक्षतेखाली नेमली गेली. या समितीकडून वेळोवेळी केंद्र सरकारच्या व राज्य सरकारच्या दुष्काळ निवारण योजनांचा आढावा घेतला जाऊ लागला. हा दुष्काळ पूर्णपणे निपटला जाईपर्यंत ही समिती परिस्थितीवरती लक्ष ठेवीत राहिली. शेतकी खात्याचे सेक्रेटरी श्रीनिवास शास्त्री हे याबाबतीत एक अनुभवी, कार्यक्षम आणि कल्पक योजना राबवणारे होते. आम्ही सुचविल्यानुसार पंतप्रधानांनी काही राज्यांवर केंद्रीय मंत्रीही पाठवले. ह्या मंत्र्यांना निरनिराळ्या राज्यातील दुष्काळ निवारणाच्या योजनांचे प्रमुख बनवण्यात आले. उदाहरणार्थ, जगदीश टायटलर यांना राजस्थानमधील योजना, तर भजनलाल यांना गुजरातमधील योजना पहाण्याचे काम दिले गेले.

आमच्या सेक्रेटरींच्या समितीने काही नवीन व कल्पक उपाय केले. दुष्काळाबद्दलच्या राज्य सरकारच्या अहवालांची वाट पहाण्यापेक्षा आम्ही त्वरित हालचाली करण्याचे निर्णय घेणारी पद्धत अवलंबून त्या त्या दुष्काळग्रस्त भागांची पहाणी केंद्र सरकारच्या पथकाकडून करू लागलो. त्यांच्या पहाणींचे अहवाल हाती येताच ३० दिवसांच्या आत आवश्यक तेवढ्या रकमा मंजूर करू लागलो. या पहाणीच्या कामांचे व नंतरच्या अंमलबजावणींचे वेळापत्रक आम्ही कसोशीने पाळू लागलो. महाराष्ट्रातील माझ्या अनुभवांवर आधारीत आम्ही अनेक योजना ह्या 'कामासाठी धान्य' या प्रकल्पामध्ये सामावून घेतल्या. दुष्काळग्रस्तांना काम दिल्यावर त्याची मजुरी त्यांना पैशात न देता गरजेच्या धान्याच्या स्वरूपात द्यायची. परंतु त्यासाठी सरकारजवळील साठवून ठेवलेला राखीव धान्यसाठा हा जोखीम घेऊन खुला करायला हवा होता. कारण या अशा प्रकल्पाला फार मोठ्या प्रमाणात धान्य पुरवावे लागणार होते. हा साठा 'फूड कार्पोरेशन ऑफ इंडिया' यांच्याकडे करून ठेवलेला होता. मार्च १९८४ मध्ये असा धान्याचा राखीव साठा २ कोटी १४ लाख टन

असावा असे धोरण ठरवले गेले होते. १९८४ ते १९८७ पर्यंत हा धान्यसाठा २ कोटी ४० लाख ते २ कोटी ४३ लाख टन असा वाढत गेला होता. त्यामुळे आम्ही फक्त २६ लाख टनाचा धान्यसाठा वापरू शकत होतो. आम्हाला तर यापेक्षा फार मोठ्या प्रमाणात धान्याची गरज होती. एका दृष्टीने आम्ही थोडेसे आता अडचणीत आलो. परंतु प्रमुख अर्थशास्त्रीय सल्लागार बिमल जालान यांनी धाडसाने निर्णय घेऊन गरज भागविण्यासाठी लागेल तेवढा साठा बाहेर काढायची परवानगी दिली. यामुळे १९८८ पर्यंत हा देशाचा राखीव धान्यसाठा कमी कमी होत तो १ कोटी २० लाख टनापर्यंत झाला. म्हणजे आम्ही जवळजवळ निम्मा धान्यसाठा हा दुष्काळ निवारणासाठी वापरून टाकला. परंतु पुढच्या शेतकी हंगामात पीक उत्पादन चांगले होऊन हा कमी झालेला साठा पुन्हा मूळच्या पातळीवरती जाऊन पोचला.

आम्ही या योजना राबवताना स्त्री-मजुरांची विशेष काळजी घेतली. गरोदर स्त्रियांना हलके काम दिले गेले आणि प्रसूतीच्याआधी दीड महिना व नंतर दीड महिना त्यांना कामावरून रजा घेऊन त्या काळाचे अर्धवेतन दिले गेले. शिवाय त्यांच्याकडे वैद्यकीय लक्षही दिले जाईल हे पाहिले गेले. कामावरील स्त्रियांच्या लहान मुलांसाठी आम्ही पाळणाघरे उघडून त्या पाळणाघरांना उदारपणे आर्थिक मदत पुरवली.

सुखडी हे एक गूळ व गव्हाचे जाडे पीठ यांचे कोरडे मिश्रण होते. महाराष्ट्रातील दुष्काळात ते १९७२ साली तयार करून वाटले होते. मजुरांच्या व विशेषत: मुलांच्या प्रकृतीसाठी ते चांगले असते याचा त्यावेळी आम्हाला अनुभव आला होता. यावेळीही आम्ही हा पदार्थ मोठ्या प्रमाणात वापरण्याचा प्रयास व प्रचार केला.

राजस्थानातील बारमेर भागात मी खूप दौरे केले. त्यावेळी मला आढळून आले की आपल्या राहत्या खेड्यापासून दूर असलेल्या दुष्काळी कामावर जाण्यास लोक नाराज असतात. राजस्थानच्या इतर भागातही असेच घडले असणार, असे माझ्या लक्षात आले. हस्तकला उद्योग हा राजस्थानमध्ये एक भरभराटीस आलेला उद्योग असल्याने मी असे सुचवले की जर आपण दुष्काळग्रस्त लोकांना कच्चा माल पुरवला आणि मजुरी दिली तर ते ज्या वस्तू तयार करतील त्या सरकार विकत घेईल. खादी व ग्रामोद्योग आयोग आणि राज्य हस्तकला कार्पोरेशन्स यांना आम्ही ही योजना राबवण्यास सांगितले. याखेरीज महाराष्ट्रात ज्याप्रमाणे आम्ही दुष्काळी कामामध्ये जागोजागी विहिरी खणल्या आणि पाझर तलाव बांधले तसेच राजस्थान-मध्येही केले. अशी कामे आम्ही तिथल्या खाजगी जमिनीवरतीही केली.

राजस्थानमध्ये जाणारा इंदिरा गांधी कालवा हा जोधपूरपर्यंत गेला होता. त्याचे पुढचे काम हे पैशाअभावी ठप्प झाले होते. हे काम जर दुष्काळी काम म्हणून सुरू

केले तर लोकांना रोजगार मिळणार होता आणि जास्त जमीन ओलिताखाली येणार होती. म्हणून मी नियोजन आयोगाकडून या कामासाठी ताबडतोब २० कोटी रुपये मंजूर करवून दिले.

त्यावर्षी आम्ही अधिकाधिक जादा क्षेत्रांमध्येही जमिनीत *रब्बी* पिकांच्या पेरणीसाठी खास प्रयत्न केले. सर्वसाधारणपणे खरीप पिकांचा हंगाम संपला की त्यावर्षीची शेती संपली असे मानले जाते. परंतु आम्ही खरीप पिंकांच्या जमिनीवरती ज्यांना कमी पाणी लागते अशा विविध धान्याच्या बियांच्या पेरण्या करावयास लावल्या.

आमच्या या सर्व प्रयत्नांकडे पहाता मला समाधान वाटते. महाराष्ट्रातील दुष्काळात मला मिळालेला अनुभव चांगल्या कामासाठी देशाच्या पातळीवर वापरता आल्याने त्याचे सार्थक झाले असे वाटते.

मार्च १९८९ मध्ये श्रीनिवास शास्त्री यांनी *'आम्ही १९८७ सालच्या दुष्काळाशी कसा सामना केला.'* या नावाने एक सुरेख पुस्तिका काढली. त्यात आमचे सर्व प्रयत्न आणि त्यावेळची परिस्थिती यांचे व्यवस्थित तपशीलवार चित्रण केलेले आहे.

◆

१४
अर्थशास्त्रीय व संरक्षणात्मक बाबी

अर्थशास्त्रीय घडामोडी

मी जेव्हा कॅबिनेट सेक्रेटरी म्हणून पदभार स्वीकारला, तेव्हा राजीव गांधी यांनी पहिल्या वर्षात पंतप्रधान म्हणून काही धाडसी आणि कल्पक निर्णय घेतले होते. त्यांच्या कामातील मोठा अडसर नोकरशाहीची मनोरचना हा होता. ह्या सरकारी अधिकाऱ्यांची मानसिक जडणघडण ही समाजवादी तत्त्वज्ञानाच्या प्रभावकाळात 'देशी बाजारपेठेला संरक्षण' या धोरणाच्या पगड्याखाली झाली होती. त्यामुळे त्यांच्याकडून खासगी क्षेत्रावरती विश्वास टाकला जात नव्हता. खाजगी उद्योगपतींच्या बरोबरच्या भेटी आणि त्यांच्या समवेत सामाजिक व्यासपीठावर रहाणे या गोष्टी ते जाणीवपूर्वक टाळीत असत. जणू काही त्यांना खाजगी उद्योगक्षेत्राची अॅलर्जी होती. मला मात्र तसली काही अॅलर्जी नव्हती की तसला गंडही नव्हता. त्यातून देशाच्या अर्थकारणाची व व्यापारउद्योगाची राजधानी मुंबई येथे बराच काळ वावरलो होतो. मला दिल्लीतील वरच्या वर्गातील यशस्वी उद्योगपती व बिझनेसमन यांना माझ्या घरी बोलवावेसे वाटे. पण माझी ही कल्पना ऐकताच माझ्या अनेक मित्रांना एक जबरदस्त हादरा बसल्याचे मला दिसायचे. पंतप्रधानांच्या कार्यालयातील मॉन्तेकसिंग अहलुवालिया यांनी मात्र माझ्या कल्पनेला उत्साहाने पाठिंबा दिला. मी दिलेल्या पार्टीच्या निमंत्रणाचे उद्योगपतींना विशेष वाटायचे. भारत सरकारच्या प्रशासनातील सर्वोच्च स्थानावरील व्यक्ती आपल्याला घरी बोलावते आहे याचे त्यांना अप्रूप वाटे. मी त्यांना अनौपचारिक मेळाव्यासाठी घरी बोलावीत होतो. सुरुवातीला अशा मेळाव्यात त्यांच्यावर ताण जरी आला नाही तरी ते मोकळेपणे वागत नसत, हे माझ्या लक्षात आले, याचे कारण त्यातील बरेचजण हे प्रथमच मेळाव्यातील ज्येष्ठ सेक्रेटरी मंडळींना भेटत होते. विनोद पांडे हा महसूल खात्याचा सेक्रेटरी होता. तो जरासा बाजूला राहून स्वत:ला एकटा ठेवीत होता. मी त्याच्या हाताला धरून त्याला

ओढून इतरांच्यामध्ये आणून मिसळायला भाग पाडले. मला वाटते की माझा हा प्रयोग यशस्वी झाला असावा आणि उद्योगपतींच्याकडूनही सकारात्मक प्रतिक्रिया अप्रत्यक्षपणे व्यक्त झाली. राजीव गांधी यांना जेव्हा हे कळले तेव्हा मी सुरू केलेल्या या उपक्रमाचे त्यांनी कौतुक केले.

अशाच एका चर्चेच्या प्रसंगी राजीव गांधी यांनी मला विचारले की, "आपण ज्या योजना आखतो त्या साऱ्या आपल्या उत्पन्नाच्या मर्यादेमध्येच का सामावून धरायच्या?" जेव्हा योजनेचा विचार केला जातो तेव्हा त्यासाठी निधी किती उपलब्ध आहे किंवा आपण तो किती गोळा करू शकू हे पाहून ती योजना बनवली जाते. राजीव गांधींच्या मते प्रथम आपण आपल्याला जे काही हवे आहे त्याची उद्दिष्टे ठरविली पाहिजेत किंवा आर्थिक विकासाचा वेग काय हवा आहे हे आधी ठरवून मग नंतर त्यासाठी किती निधी उभा करता येईल, कसा करता येईल आणि काय धोरणे ठरवता येतील याचा विचार करावा. उपलब्ध नसलेला जो निधी लागेल त्यासाठी आपल्या अर्थकारणावरती ताण पडू शकेल. म्हणून अगोदर आपण जनतेपुढे जाऊन आपल्याला कोणता उत्कर्ष साध्य करायचा आहे आणि त्यासाठी कोणती कठोर व अप्रिय बंधने आपल्यावरती घालून घ्यायची आहेत हे समजावून सांगावे लागेल. आपल्याला विकासासाठी किती मेहनत व परिश्रम घ्यायचे आहेत ह्याचे चित्र जनतेपुढे पारदर्शक पद्धतीने हातचे काहीही लपवून न ठेवता उभे केले तर जनता ते मान्य करण्याची दाट शक्यता आहे. त्याचबरोबर आपण त्यासाठी ज्या शिफारशी करू आणि टप्पे सादर करू तेही बहुतांशी मान्य केले जातील असा त्यांना विश्वास होता. भूतकाळात असे काहीसे प्रयत्न केले गेले होते आणि त्याद्वारे योजनेचे चित्रही उभे करून दाखवले होते. अखंडपणे चालू रहाणाऱ्या योजनेची Rolling Plan संकल्पनाही त्यांना मान्य होती. काही प्रकल्प व कामे अशी होती की त्यांना एका बंदिस्त चौकटीत घालता येत नव्हते. त्या प्रकल्पांना व कामांना फळे येण्याचा अवधी हा योजनेच्या कालावधीपेक्षा जास्त असू शकत होता. तसेच, योजना आयोगाचा जनतेकडून कर्जरोख्यांच्या स्वरूपात निधी गोळा करण्याचा मार्ग त्यांना मान्य नव्हता. त्यांच्या मते जर अशा मार्गाने गोळा केलेला निधी हा जर उत्पादक योजनांमध्ये गुंतवला आणि त्या योजना व्यवस्थित व कार्यक्षमतेने राबविल्या तर मग त्यात गुंतवलेले पैसे हे कोठून गोळा केले याला आणि किती गुंतवले यालाही महत्त्व उरत नाही. यावरती डेप्युटी चेअरमन मनमोहनसिंग यांच्याबरोबर चर्चा करावी असे त्यांनी मला सुचवले. राजकारणी व्यक्ती या फक्त लोकप्रिय योजना उचलून धरतात आणि अप्रिय व कठोर निर्णय घेण्याच्या वेळी मागे सरतात, याबद्दल त्यांची मते प्रतिकूल असावीत. कारण ते याबाबतीत नाईलाजाने गप्प बसत. या व अशा अनेक मुद्द्यांबाबतीत राजीव गांधी यांचे व नियोजन आयोगाचे एकमेकांशी पटत नसे. कधी

कधी तर हे मतभेद एवढे तीव्र व गंभीर स्वरूपाचे असत की काही वेळा खडाजंगी उडून अप्रिय वातावरण निर्माण होई.

सरकारला अनेक गोष्टींसाठी मदतनिधी (Subsidy) द्यावा लागतो. पण सरकारी उत्पन्नावरच्या ह्या बोज्याचे राजीव गांधी यांना भान होते. शिवाय दरवर्षी हा बोजा सारखा वाढत चालला होता. आता अशी वेळ येऊन ठेपली होती की या संबंधातली काहीतरी कृती ताबडतोब करायला हवी होती. आठव्या पंचवार्षिक योजनेमध्ये खतांवरील सबसिडी ही दचकवून टाकणारी, म्हणजे ४०,००० कोटी रुपयांची होती. या संदर्भातील एका चर्चेमध्ये मी म्हणालो की, "यातील महत्त्वाची त्रुटी अशी आहे की इतकी सबसिडी देऊनही त्याचा गरीब शेतकऱ्यांना काहीही लाभ होत नाही. जेव्हा आपल्या गरजांपेक्षा धान्याचे उत्पादन कमी झाले, तेव्हा खतांवरील सबसिडीचे समर्थन योग्य होते. कारण त्यावेळी भरमसाठ किंमत देऊन परदेशातून धान्य आयात करण्यावाचून आपल्याला गत्यंतर नव्हते. राजकीयदृष्ट्या व आर्थिकदृष्ट्याही आपल्याला तो व्यवहार तोट्यात जात होता. पण आता तशी वेळ आपल्यावरती नाही. आपल्या गरजा भागवण्याइतपत पुरेसा धान्यसाठा आता उपलब्ध आहे." मग मी पुढे सुचवले की, "ही सबसिडी एका फटक्यात रद्द करू नये. पण दरवर्षी काही टक्के कमी कमी करत ती शेवटी पूर्णपणे नाहीशी तरी करावी किंवा ती इतकी कमी करावी की तेवढा भार आपल्याला पेलवू शकेल. सबसिडी अशा रितीने कमी करत नेल्याने जे पैसे वाचतील ती या खात्यावरील आपोआप बचत होईल अन् ही बचत शेतीसाठी पाणीपुरवठा व पाणीनियोजन यावरती खर्च करता येईल."

यावर मला असेही सांगितले गेले की, शेतीवरील आपली एकूण गुंतवणूक हीच मुळात पुरेशी नाही आणि जमिनीखालील पाण्याची पातळी कायम राखण्यासाठी व पाटबंधाऱ्यांची कामे वाढवण्यासाठी आणखीही बऱ्याच प्रमाणात निधीची गरज आहे. राजीव गांधी यांनी उत्साहाने या मताला आपली सहमती दर्शवली आणि या गोष्टीचा योजना आयोगाकडे पाठपुरावा करण्यास मला सांगितले. पण माझ्या प्रयत्नांना व माझ्या भूमिकेला शेवटी यश आले नाही.

कालव्यांचे जाळे पूर्णपणे न बांधल्याने किंवा कालव्यांची देखभाल नीट न केल्याने अनेक जलसिंचन प्रकल्पांची क्षमता पूर्ण वापरात आणली गेली नाही. मी योजना आयोगाला असे सुचवले की संबंधित राज्यांना जलसिंचनासाठी खास कर्जरोख्याच्या स्वरूपात निधी उभा करण्याची परवानगी देण्यात यावी. मात्र त्यांनी ते कर्जरोखे हे जलसिंचनाचा लाभ ज्यांना हवा आहे त्यांनाच विकावेत. याचे कारण केवळ हीच मंडळी त्या जलसिंचन प्रकल्पावरती लक्ष ठेवतील, तो वेळेत पुरा होतो आहे की नाही हेही पहातील आणि त्या प्रकल्पाचा योग्य तो उपयोग होतो आहे की नाही हेही पहातील. अशीच एक कल्पना मी महाराष्ट्र राज्याला सुचवून पाहिली.

पाणी वाटपाच्या लवादाने जो निवाडा दिला त्यानुसार महाराष्ट्राने ठराविक कालावधीत कृष्णा नदीच्या पाण्यावरती बांध, बंधारे, धरणे आदि पुरे करायचे होते. त्यासाठी महाराष्ट्र राज्याने खास बॉन्डस विकावेत अशी ती सूचना होती.

पाण्याच्या समस्येबरोबर राष्ट्रीय अन्न सुरक्षेची समस्या निगडीत आहे. आपण पूर्णपणे पावसावरती अवलंबून रहात असल्याने आणि ओलिताखालचे जमिनीचे क्षेत्र फार लहान नसले तरी मोठेही नसल्याने कोणत्याही आणीबाणीच्या प्रसंगी आपल्याजवळ पुरेसा धान्यसाठा आहे याची खातरजमा आपल्याला वेळोवेळी करावयास हवी. ज्या देशांकडे अतिरिक्त धान्यसाठा उपलब्ध आहे, अशा देशांनी आपल्या गरजेच्या काळात आपल्याला कशी वागणूक दिली, याच्या स्मृती अजून ताज्या आहेत. अन् त्या घटना फार खोलवरच्या भूतकाळातील नसून बऱ्यापैकी अलीकडच्या आहेत. आपण तो धोका ओलांडला आहे. त्यासाठी इंदिरा गांधी यांनी धाडसाने निर्णय घेऊन जी पावले कल्पकरित्या टाकली त्याबद्दल त्यांचे ऋण मानायला हवे. आता आपली समस्या ही जादा किंवा अतिरिक्त धान्यसाठ्याची होती. कॅबिनेट सेक्रेटेरिएटमध्ये अर्थमंत्रालयाच्या सेक्रेटरींबरोबर चर्चा करताना मला असे जाणवले की सुरक्षेसाठी लागणाऱ्या आपल्या राखीव धान्यसाठ्यामध्ये जसे धान्य असते तसेच परकीय चलनही याच कारणासाठी असायला हवे. म्हणजे जर आणीबाणीच्या प्रसंगी परदेशातून धान्य आयात करण्याची गरज पडली तर त्यावेळी ते राखीव किंवा या हेतूसाठी ठेवलेले परकीय चलन वापरता येईल. धान्याची निर्यात करून जे परकीय चलन आपण कमावतो त्याची भरही अर्थातच याच साठ्यात पडली पाहिजे. धान्याची जागतिक बाजारात निर्यात करण्यासाठी आपण जी धोरणे ठरवितो त्यामध्ये नेहमी सातत्य असायला हवे. अन् ते जेव्हा आपल्याकडे बऱ्यापैकी जादा धान्यसाठा निर्यातीसाठी उपलब्ध असतो तेव्हाच फक्त हे धोरण नको. याचे कारण जे देश सातत्याने जगाच्या बाजारपेठेत आपले धान्य विक्रीस ठेवतात, त्यांच्याच बाजूने बाजारपेठेचा कल नेहमी होत रहातो. अर्थ मंत्रालयाच्या सेक्रेटरींनी सांगितले की हे नवीन धोरण कापसाच्या निर्यातीसाठीही लागू करावे. मग मंत्रिमंडळाच्या आर्थिक घडामोडींच्या समितीच्या एका बैठकीत हे सारे अनौपचारिकरित्या मांडले गेले. पण दुर्दैवाने वर उल्लेखलेल्या धोरणांना पाठिंबा मिळाला नाही. मंत्रीवर्गाला धान्याच्या निर्यातीमध्ये खासगी उद्योगांना परवानगी देण्यात मुळीच रस नव्हता.

सरकारकडून परकीय चलनाचा काही प्रमाणात लिलाव करण्याची कल्पनाही आम्ही मांडून पाहिली. पण खासगी व्यक्तींसाठी व कंपन्यांसाठी परकीय चलन विनिमयाचा अधिकृत दर आणि परकीय चलनाची खुल्या बाजारातील व हवाला बाजारातील किंमत यात मोठा फरक पडत होता. यामुळे जर परकीय चलनाचा लिलाव हा बाजारातील दर लक्षात घेऊन केला, तर अधिकृत दरापेक्षा जास्त किंमत

मिळू शकते. त्या जादा किंमतीद्वारे उत्पन्नाचा एक स्रोत इतका वाढतो की त्याची अंदाजपत्रकात दखल घ्यावी लागेल. क्रूड तेल, खाद्य तेल, संरक्षण साधने इत्यादी आयात करण्यासाठी सर्व राष्ट्रीय गरजांसाठी लागणाऱ्या परकीय चलनाचा एकूण आढावा घेतल्यावरती असे लक्षात येते की, या गरजा भागवून उरणारे परकीय चलन हे एका ठराविक रुपयाच्या दराने देण्याऐवजी त्याचा लॉटस्‌मध्ये लिलाव केला तर काय होईल? गणित केले तर असे दिसते की यात रुपयाची किंमत कमाल तर होतेच, पण परकीय चलन बाजारात उपलब्ध झाल्याने विविध आर्थिक घडामोडी घडू लागतात. परंतु आमची ही कल्पना कॅबिनेटच्या आर्थिक घडामोडी समितीने (CCEA) अजिबात उचलून धरली नाही. या कल्पनेची छाप त्यांच्यावर पडू शकली नाही. याचे कारण अशी जर लिलावाची कल्पना राबवली तर गुन्हेगारी प्रवृत्तीचे लोक हे त्यांच्या लाभासाठी या योजनेचा गैरफायदा घेतील, अशी समितीला भीती वाटत होती.

चलनफुगवटा आणि राहणीमान निर्देशांक यांच्या बाबतीत माझी स्वत:ची काही मते होती. अन् हे विषय तर अर्थमंत्रालयाचे खास आवडते होते. या मंत्रालयाचा असा दावा होता की ते चलनफुगवट्यावर नियंत्रण ठेवून तो प्रमाणाबाहेर फुगू देत नाही, अन् म्हणून खरा राहणीमान निर्देशांक हा हळूहळू स्थिरावत जाईल. पण तो कमी नक्कीच होणार नाही. माझ्या मते हे सारे खरे असेल, पण ते कागदावर खरे आहे. सामान्य माणसाला याचा कुठेही लाभ होताना दिसत नाही. एकदा मी अर्थ मंत्रालयाच्या सेक्रेटरीला विनोदाने विचारले की, “तुमची पत्नी बाजारात जाऊन कुटुंबासाठी खरेदी करत असल्याने याबाबतीत तिचे मत का नाही विचारात घेत?” जो राहणीमान निर्देशांक कागदावरती स्थिर असतो तो निर्देशांक प्रत्यक्षात तरी कोणाला व्यवहारात तसा भासत नाही. बिमल जालान हे सरकारचे प्रमुख आर्थिक सल्लागार होते. त्यांना जर हा राहणीमान निर्देशांक कसा काढला जातो हे विचारले तर ते सांगतील की, सामान्य माणसाच्या गरजेच्या वस्तू, म्हणजे धान्य, भाजीपाला, मीठ, खाद्यतेले, साधे कापड यांच्या किंमतीवरती आधारीत तो निर्देशांक काढला जातो. ज्या वस्तूंच्या गरजा सामान्य माणसाला नसतात त्यांच्याच किंमती निर्देशांकाच्या गणितात धरल्या जातात. प्रत्यक्षात मला असे आढळून आले की अर्थ मंत्रालयाने जो निर्देशांक गणिताने काढला आहे, त्यापेक्षा प्रत्यक्षात तो कितीतरी अधिक वरचा आहे, राजीव गांधींना हे कळल्यावरती त्यांनी माझे कौतुक केले व ते नेहमी मला चालू निर्देशांकाबद्दल विचारायचे.

राजीव गांधी यांनी तंत्रज्ञानाच्या क्षेत्रात चीन व जपान यांनी जी रिव्हर्स इंजिनियरिंगच्या पद्धतीने प्रगती केली त्याची माहिती घेतली होती व त्यामुळे ते प्रभावित झाले होते. या तंत्रानुसार वेगळे खास संशोधन न करता जगातील प्रगत यंत्रांचा अभ्यास करून त्यांची आपल्या गरजेनुसार नक्कल व थोडा बदल करून नव्याने निर्मिती करायची.

प्रगत तंत्रज्ञानावर आधारीत असलेली यंत्रसामुग्री अशा पद्धतीने भारताने निर्माण करण्यात राजीव गांधी यांना रस होता. कारण यामुळे तंत्रज्ञानाच्या क्षेत्रात कमी पैशात व कमी वेळात खूप प्रगती होते. यासाठी बरीच यंत्रे काही संख्येने आणायची, त्यातला एकेक नमुना संग्रहालयात ठेवायचा, बाकीची यंत्रे उद्योजकांना मोफत पुरवायची. त्यांनी त्या यंत्रांचा प्रत्येक भाग सुटा करून त्यांचे आराखडे बनवायचे, विश्लेषण करायचे आणि त्या यंत्रांचे उत्पादन करायचे. भारतीयांना ह्या गोष्टी सहज जमतील असा त्यांचा ठाम विश्वास होता. कारण भारतीय तंत्रज्ञांना केवळ यंत्रांची मोजमापे व ड्रॉईंग्ज पुरवली की ते ताबडतोब त्याचे उत्पादन सहज करू शकतात हे त्यांना ठाऊक होते. एकदा ते विनोदाने म्हणाले होते की, "लुधियानातील यंत्रज्ञ हा कोणत्याही यंत्राची अशी नक्कल करतो की मूळचे यंत्र कोणते व नक्कल केलेले कोणते हे खुद्द त्या यंत्राच्या मूळ उत्पादकालाही समजणे अवघड होऊन बसते." परंतु आपल्या औद्योगिक मंत्रालयाला मात्र या मार्गाचे अजिबात आकर्षण वाटले नाही.

इंदू फिल्मस या सार्वजनिक क्षेत्रातील उद्योगाकडे क्ष किरणांच्या फिल्मस् बनवण्याची मक्तेदारी दिलेली होती. अशासारख्या फिल्मस्चे उत्पादन गरवारे यांची एक कंपनी औरंगाबादच्या आपल्या प्लांटमध्ये करीत होती. त्यांनी एका जागतिक दर्जाच्या सुप्रसिद्ध उत्पादकाबरोबर कोलॅबोरेशन करून क्ष-किरण फिल्मस्च्या निर्मितीचा घाट घातला आणि त्यासाठी सरकारकडे अर्ज केला. परंतु सरकारी कार्यालय त्यासाठी आवश्यक तो परवाना गरवारे यांना देत नव्हते. याचे कारण त्यांच्यावरती इंदू फिल्मस् उद्योगाचा दबाव येत होता. तर उद्योग मंत्रालय हे सार्वजनिक क्षेत्रातील उद्योगांना पाठिंबा देणारे होते. मी या बाबतीत राजीव गांधी यांना सारी परिस्थिती सांगून म्हटले की अशा क्षेत्रात निरोगी स्पर्धा असल्याखेरीज कमीत कमी पैशात उत्कृष्ट उत्पादन गिऱ्हाईकाला कसे मिळणार? बाजारातील मागणीसाठी योग्य तेवढा पुरवठा करण्याची क्षमता सार्वजनिक क्षेत्रातील इंदू फिल्मस या उद्योगाला नव्हती अन् म्हणून बरीच फिल्म ही आयात केली जात होती. त्यांनी उत्पादनवाढीच्या कितीही योजना आखल्या व त्याप्रमाणे तसे केले तरीही बाजारातील क्ष किरण फिल्मची मागणी उत्तरोत्तर वाढत चालली होती. इंदू फिल्मसच्या कारखान्याची दमछाक होऊन तो कमी पडत होता. राजीव गांधी यांना हे सारे उमगले व त्यांनी गरवारे उद्योगाला क्ष किरण फिल्मच्या उत्पादनाला परवानगी दिली.

फोटो व्होल्टेईक सेलच्या उत्पादनांबाबतही नेमकी अशीच गोष्ट घडली. सूर्यप्रकाशाचे रूपांतर विजेत करणाऱ्या ह्या सेल्सच्या उत्पादनांसाठी 'टाटा बीपी सोलर' या कंपनीने परवानगी मागितली. परंतु सरकारच्या विज्ञान व तंत्रज्ञान खात्याला अशी परवानगी देणे म्हणजे सार्वजनिक क्षेत्रातील उद्योगांच्या मक्तेदारी-वरती आक्रमण

करण्यासारखे वाटले. म्हणून त्यांनी परवानगी नाकारली. परंतु गरवारे यांच्याबाबतीत जसे आक्षेपांचे खंडन मी केले तसेच ते येथेही केले. त्यामुळे राजीव गांधी यांनी टाटा बीपी सोलरला शेवटी परवानगी दिली.

तंत्रशास्त्रदृष्ट्या अनेक प्रगत यंत्रसामुग्रींसाठी तांबे धातू फार महत्त्वाचा व अत्यंत आवश्यक असतो. परंतु आयात केल्या गेलेल्या तांब्यावरती फार मोठ्या प्रमाणात आयात कर बसवला होता. याचे कारण राजस्थानातील खेत्री येथे ज्या तांब्यांच्या खाणी होत्या. तिथले खाणकाम हे सार्वजनिक उद्योग क्षेत्रातले होते. त्या उद्योगाला संरक्षण देण्यासाठी भरमसाठ आयात कर लावला जात होता. परंतु खेत्रीमधल्या खाणीतून बाजारातली गरज भागेल एवढे तांबे बाहेर निघत नव्हते. त्यामुळे तांब्याची आयात ही अपरिहार्य होऊन बसली होती. ही गोष्ट मंत्रिमंडळाच्या आर्थिक घडामोडींच्या समितीमध्ये (सीसीइए) चर्चेला घातली गेली आणि पुढे अर्थमंत्रालयाकडून त्याला अनुकूल प्रतिसाद दिला गेला.

परकीय चलनाची परिस्थिती एकदा किमान पातळीपर्यंत पोहोचू लागून खूपच गंभीर झाली होती. भारतीय अर्थकारण हे भक्कम मूलभूत गोष्टींवरती आधारलेले असल्याने परदेशातून कर्जे आणण्याबाबत आम्ही तरीही आशावादी होतो. पण थोड्या कालावधीसाठी परदेशातून घेतली जाणारी कर्जे आम्ही जराशी जादा सढळपणे काढीत आहोत असे माझ्या लक्षात आले. मी केंद्रीय मंत्रिमंडळाच्या आर्थिक घडामोडींच्या समितीला या बाबतीत सावधगिरीची सूचना देऊन म्हटले की, जर नजीकच्या भविष्यकाळात आपली परकीय चलनाची परिस्थिती सुधारली नाही आणि दरम्यान ही घेतली जाणारी कर्जे फेडण्याची मुदत संपली तर मात्र पंचाईत होऊन बसणार आहे. दुर्दैवाने आपली परकीय चलनाची गरजही एवढी मोठी व आत्यंतिक होती की आपल्याला सारखी लघुमुदतीची कर्जे काढीत रहाण्यावाचून गत्यंतर नव्हते. नंतर जे घडले तो आता एक इतिहास बनला आहे. ती कर्जे मुदतीत फेडल्यामुळे ताबडतोब आपली परकीय चलनाची गंगाजळी ही खाली गेली. तिची पातळी वर आणण्यासाठी आपले परकीय चलनाचे उत्पन्न आणि नवीन कर्जे ही असमर्थ ठरली.

प्रस्ताव, योजना वगैरे बनवताना कधी कधी साध्या साध्या गोष्टी ध्यानात येत नाहीत. जेव्हा १९८७ च्या अंदाजपत्रकाचा मसुदा पक्का केला तेव्हा विविध छोटी मोठी घरगुती यंत्रे (gadgets) यावरती फार मोठा अबकारी कर आकारण्यात आला. याला कारण असे दिले की ही यंत्रे बहुतांशी आर्थिकदृष्ट्या सुस्थितीतील लोक वापरतात म्हणून हा जास्त कर लावला आहे. परंतु माझ्या पहाण्यातील मुंबईतील याचे एक उदाहरण म्हणजे धुलाईच्या यंत्राचे. अनुभवांच्या आधारावरती मी राजीव गांधी यांना असे सांगितले की, एखादे धुलाई यंत्र ही चैनीची बाब असू शकत नाही.

निदान मोठमोठ्या शहरांमध्ये तरी. कारण तिथे नोकरी उद्योग करणाऱ्या बायकांच्या दृष्टीने धुलाईचे यंत्र ही एक गरजेची बाब असते. राजीव गांधी माझ्याशी ताबडतोब सहमत झाले.

राजीव गांधी यांच्या मंत्रीमंडळात व्ही. पी. सिंग हे अर्थमंत्री म्हणून होते. त्यांनी अनेक बाबतीत पावले उचलून कारवाई केलेली होती. महसूल खात्याचे सेक्रेटरी विनोद पांडे हे त्यांना समर्थन देत असत. जे उद्योग व जे उद्योगसमूह हे सरकारचा कर चुकवतात किंवा जे काहीतरी पळवाटा काढून महसूल बुडवतात अशांची एक काळी यादी बनवण्याचे काम व्ही. पी. सिंग यांनी विनोद पांडे यांना दिले. मी या बाबतीत विनोद पांडे यांना सांगितले की, "तुम्ही हे काम उगाच फार कडकपणे करू नका. जराशी कल्पकता व सहानुभूती बाळगा. कारण महसूल खात्याच्या दृष्टिकोनाबद्दल आधीच खूप शत्रुत्व पसरले आहे." रूसी मोदी हे टाटा आयर्न ॲन्ड स्टील कंपनीचे कार्यकारी संचालक होते. ही कंपनी त्यांच्या इतर उत्पादनांबरोबर एक उत्पादन बनवित होती. अबकारी खात्याने या उत्पादनाची वर्गवारी नवीन पद्धतीने करून त्यावरती १५ कोटी रुपयांचा अबकारी कर आकारला. यावर कंपनीने अबकारी खात्याविरुद्ध अपील केले. पण ही एवढी मोठी रक्कम कंपनीकडून येणे आहे असे अबकारी खाते समजत असल्याने कंपनीचे नाव त्या काळ्या यादीत समाविष्ट केले गेले. त्याचा साहजिकच परिणाम असा झाला की कंपनीने वित्तसंस्थांकडे केलेल्या विविध कर्जांचे व मुदतीचे अर्ज यावरील पुढची प्रक्रिया थोपवली गेली. त्यामुळे कंपनी मोठ्या अडचणीत आली. परंतु महसूल सेक्रेटरी कंपनीचे समर्थन ऐकून घ्यायला तयार नव्हता. त्याच्या मते जोपर्यंत कंपनीकडून १५ कोटी रुपयांची बाकी येणे दाखवली जाते आहे, तोपर्यंत कंपनीचे नाव काळ्या यादीतून काढता येणार नाही. यावरती मी असे सुचवले की, अपीलाची सुनावणी झाल्यावर जर तो निकाल कंपनीच्या विरुद्ध गेला तर कंपनी सर्व बाकी त्यानुसार द्यायला तयार आहे, अशी बँकेची हमी आत्ताच लिहून घ्यावी. पण हा तोडगाही स्वीकारायला महसूल सेक्रेटरी तयार नव्हता. मग मी कॅबिनेट सेक्रेटरी म्हणून माझा निर्णय दिला. मी म्हटले की, या केससाठी मी आर्थिक घडामोडींवरील मंत्रीमंडळाच्या समितीकडून या बाबतीत हरकत नसल्याचा ठराव पास करून घेईन. हे म्हटल्यावर मात्र त्या सेक्रेटरीने माघार घेतली व टाटांच्या कंपनीचे नाव त्या काळ्या यादीतून काढून टाकले. माझ्या मताचा व चर्चेचा पाठपुरावा पुढे महसूल खात्याला अनेकांच्या बाबतीत करावा लागला आणि त्यांनी अनेक कंपन्यांची नावेही काळ्या यादीतून काढून टाकली.

बजाज ऑटो कंपनीचे कार्यकारी संचालक राहुल बजाज यांनी आपल्या स्कूटर्सचे उत्पादन वाढविण्यासाठी परवानगी मागितली होती. दर वर्षी १० लाख स्कूटर्सचे उत्पादन करण्याची त्यांची मनीषा होती. याचे कारण जितके जास्त उत्पादन होईल

तितक्या प्रमाणात युनिट कॉस्ट कमी होऊन स्कूटरची किंमत खाली येऊ शकत होती. मग जागतिक बाजारपेठेतील स्पर्धेत त्यांना आपली कमी किंमतीची स्कूटर सहज निर्यात करता येऊ शकत होती. मला त्यांची ही विचारसरणी पूर्णपणे रास्त वाटत होती व त्यांच्या उत्पादनवाढीस परवानगी देण्याकडे माझा कल होता. म्हणून मी बजाज कंपनीची ही विनंती अधिक परीक्षणासाठी औद्योगिक खात्याकडे पाठवून दिली. पण ही गोष्ट स्कूटर्स बनवणाऱ्या अन्य उत्पादकांना कळली. त्या सर्वांनी बजाज कंपनीची विनंती मान्य करू नये म्हणून माझ्यावरती दडपण आणले. जर बजाजला उत्पादनवाढीची परवानगी दिली तर त्याचा परिणाम शेवटी स्कूटर्समध्ये बजाजची मक्तेदारी होईल व बाकीच्या कंपन्या या उद्योगातून उखडल्या जातील अशी या स्पर्धक कंपन्यांना भीती वाटत हाती. परंतु निर्यात होण्यासाठी स्कूटर्सची किंमत कमी करणे व त्यासाठी उत्पादन वाढवणे हे आवश्यक ठरते, असे माझे म्हणणे होते. पण हा मुद्दा त्यांना कोणाला पटत नव्हता. शेवटी बजाज कंपनीची विनंती फळास आली नाही.

टाटा कंपनीला जपानमधील होंडा कंपनीच्या सहकार्याने एक मोटारगाडी बनवायची होती. तर एस्कॉर्टस् कंपनीला एका फ्रेंच कंपनीच्या साहाय्याने ग्रामीण भागातही टिकाव धरू शकेल यासाठी एक मोटारगाडी बनवायची होती. या दोन्ही कंपन्यांनी माझ्याकडे तक्रारी केल्या की त्यांचे त्यासंबंधीचे प्रस्ताव हे उद्योग मंत्रालयाकडे धूळ खात पडून राहिलेले आहेत. याबाबतीत मी उद्योग खात्याच्या सेक्रेटरीला विचारले असता त्यांनी सांगितले की, हिंदुस्थान मोटर्सचे बिर्ला यांच्याकडून आणि अन्य उत्पादकांकडून त्याच्यावरती खूपच दबाव टाकलेला आहे. कारण टाटा व एस्कॉर्टस् यांना परवानगी दिली तर भारतीय बाजारपेठ गमवावी लागेल, अशी त्यांना भीती वाटते आहे. शिवाय सार्वजनिक उद्योग क्षेत्रातील मारुती मोटर्स ही सरकारी कंपनीही यामध्ये स्पर्धक म्हणून उभी होतीच. या अशा परिस्थितीत टाटा व एस्कॉर्टस् यांचे प्रस्ताव हे शेवटपर्यंत तसेच धूळ खात पडले.

तो काळ असा होता की खासगीकरण कोणालाही कल्पनेतसुद्धा आणता येत नव्हते. मारुती उद्योगाच्या कार्यकारी संचालकाने त्यावेळी अशी तक्रार केली होती की त्यांच्या कंपनीवरती अनेक निर्बंध लादले गेले आहेत. मारुती उद्योग ही सार्वजनिक क्षेत्रातली एक सरकारी कंपनी असल्याने हे निर्बंध अनावश्यक आहेत असे त्यांचे म्हणणे होते. अशा कटकटी सतत उत्पन्न होत राहणार असल्याने मी उद्योग मंत्रालयाला सुचवले की त्यांनी या मारुती कंपनीमधला आपला भांडवली वाटा ४९% वरती आणावा. त्यासाठी जे शेअर्स विकावे लागतील ते याच क्षेत्रातील कर्मचाऱ्यांना काही अटी घालून विकावेत. यामुळे मारुती उद्योग हा कडक सरकारी उद्योगातून मुक्त होणार होता. परंतु माझा हा प्रस्तावही फेटाळला गेला. कारण अशा

उपायामुळे उद्योगांमध्ये मागच्या दाराने खासगीकरण आत घुसेल अशी भीती यावेळी व्यक्त केली गेली होती.

सार्वजनिक उद्योगातील प्रशासन आणि या उद्योगांची कामगिरी ही एक मोठी चिंतेची व डोकेदुखीची बाब झाली होती. याबाबतीत खुद्द पंतप्रधान नाराज होते. यासाठी आम्ही कॅबिनेट सेक्रेटेरिएटमध्ये सार्वजनिक उद्योगक्षेत्रामधील निवडक उच्चपदस्थांची एक बैठक घेतली. त्या बैठकीत त्यांनी आपल्याला किती कडक व कठीण बंधनांखाली कामे करावी लागतात याचा पाढा वाचला. ते ऐकून आम्ही अक्षरश: हादरलो. अर्थ मंत्रालयाच्या सार्वजनिक उद्योग क्षेत्र विभागाने शेकडो मार्गदर्शन तत्त्वे, निर्बंध, नियम वगैरे जारी केले होते. याखेरीज संबंधित अन्य मंत्रालयांनीही असेच काही निर्बंध या उद्योगक्षेत्रावरती लादलेले होते. आम्ही ताबडतोब यात लक्ष घालण्यासाठी एक लहान गट स्थापन केला. त्यांनी सर्व निर्बंधांचा अभ्यास करून अर्थ मंत्रालयाने घातलेले बरेचसे निर्बंध तात्काळ हटवले. उद्योग मंत्रालयाने घातलेल्या निर्बंधाबाबत आम्ही एक उपाय शोधला. त्यांचे व सार्वजनिक उद्योगक्षेत्रांचे एकमेकांशी असलेले संबंध सुरळीत करण्यासाठी त्यांच्यात एक समझोता करार घडवून आणला. त्या करारानुसार सार्वजनिक उद्योगक्षेत्राने उत्पादकता, गुणवत्ता आणि मूल्य यांच्याशी सुसंगत असे उत्पादनाचे आकडे ठरवून देण्यात आले. हे उत्पादनाचे उद्दिष्ट गाठण्याची जबाबदारी त्या त्या उद्योगक्षेत्रावर टाकण्यात आली. सार्वजनिक उद्योगक्षेत्रांना काही प्रमाणात स्वायत्तता हवी होती, काही कृती तात्काळ करता येण्यासाठी निर्णयस्वातंत्र्य हवे होते. अन् हे तर साहजिकच होते. उद्योग मंत्रालयाने असे हे स्वातंत्र्य देण्याचे मान्य केले. या अशा नवीन रचनेनुसार काही दिवस आम्ही प्रायोगिक स्वरूपाचे म्हणून धरले. यातून निघालेला परिणाम हा अर्थातच अत्यंत उत्साहवर्धक होता.

ईआयडी पॅरी ह्या कंपनीला गोदावरी डेल्टा विभागात विहिरी खणून क्रूड तेलाचे उत्पादन करण्याचे हक्क दिले होते. त्यातून बऱ्यापैकी उत्पादन होईल ही अपेक्षा होती. म्हणून कंपनीने एका लहान क्षमतेच्या खताच्या कारखान्याचा प्रस्ताव सरकारपुढे ठेवला होता. हा प्लान्ट किंवा कारखाना लहान असण्याचे कारण, नक्की किती क्रूड तेलाचे उत्पादन निघेल व ते या कारखान्यासाठी वापरता येईल यांचा ठाम अंदाज करता येत नव्हता, हे होते. त्यासाठी ही सावधगिरी बाळगली होती. कंपनीच्या विचारानुसार हा छोटा कारखाना तोट्यात नक्की जाणार नव्हता. परंतु तरीही या कारखान्याला खत मंत्रालयाने विरोध दर्शविला. कारण तसा जर कारखाना निघाला तर खुद्द सरकारी खते त्या भागात फार खपू शकणार नाहीत अशी भीती त्यामागे होती. खत मंत्रालयाची मी माझ्याकडून भरपूर मनधरणी केली. त्यांची भीती कशी निराधार आहे हे मी त्यांना पटवून देण्याचा प्रयत्न केला, पण तरीही ते आपल्या

भूमिकेपासून तसूभरही ढळले नाहीत.

मोदी ग्रुप उद्योगाला महाराष्ट्रात कुलाबा जिल्ह्यात एक व्हिस्कोज धाग्याचा कारखाना उघडायचा होता. त्यासाठी ते इंग्लंडमधील कोर्टलॅन्डसकडून एक जुना प्लान्ट विकत घेणार होते. हे सारे सरकारी धोरणात व्यवस्थित बसत होते. परंतु ग्वाल्हेर रेयॉन कंपनीला भीती वाटू लागली. त्यांच्या उत्पादनाला यामुळे आव्हान मिळणार होते. म्हणून त्यांनी सर्व प्रकारच्या हरकती घेतल्या. जुना प्लान्ट खरेदी करण्यामुळे परकीय चलन वाया जाणार म्हणूनही त्यांनी निषेध केला. मोदी ग्रुप या संबंधात माझ्याकडे आले. त्यांनी आपली बाजू माझ्यापुढे मांडली. परंतु तरीही संबंधित मंत्रालयाने मोदी ग्रुपच्या विनंतीचा शेवटपर्यंत सहानुभूतीने विचार केला नाही.

काही संरक्षण बाबी

१९८४ मध्ये सुवर्णमंदिरात सैन्य घुसवावे लागले. शिखांच्या अमृतसरमधील या पवित्र मंदिराचा ताबा त्यावेळी शीख दहशतवाद्यांनी घेतला होता. त्यावेळीच मी प्रथम जनरल कृष्णस्वामी सुंदरजी यांचे नाव ऐकले. त्यावेळी केलेल्या ऑपरेशन ब्ल्यू स्टार हा लष्करी कारवाईचे ते प्रमुख होते. नंतर ते 'चीफ ऑफ आर्मी स्टाफ' या हुद्यावरती पोचले. मी कॅबिनेट सेक्रेटरी होईपर्यंत त्यांनी संरक्षण खात्यात आपले बस्तान बसवून एक दबदबा निर्माण केला होता. राजीव गांधींच्याकडे संरक्षण खातेही होते. त्यामुळे सर्व लष्करी प्रमुखांना, विशेषत: लष्करप्रमुख सुंदरजी यांना राजीव गांधी यांच्याकडे थेट संपर्क विनाअडथळा साधता येत होता. त्यांनी या सोयीचा लाभ पूर्णपणे उठवला. यात आणखी भर म्हणून की काय, संरक्षण राज्यमंत्री अरुण सिंग यांना सर्वोच्च लष्करी अधिकाऱ्यांनी गुंडाळून टाकून पार निष्प्रभ बनवले होते. लष्करी प्रमुखाने आज्ञा सोडली तर त्यांच्यासमोर उभे राहून त्यानुसार हा संरक्षण राज्यमंत्री वागेल असे मंत्रालयात त्यावेळी उघडपणे बोलले जात होते. संरक्षण मंत्रालयाकडे नीट लक्ष देण्यासाठी राजीव गांधी यांना तेवढा वेळ नव्हता. त्यामुळे हे मंत्रालय चालविण्याची जबाबदारी अरुण सिंग यांच्यावरतीच पडत होती. त्यामुळे राजीव गांधी यांच्यासाठी त्यांनी खूप निर्णय परस्पर घेतले, अगदी मोठे व महत्त्वाचे निर्णयसुद्धा घेतले.

जनरल सुंदरजी यांना नौदलप्रमुख ॲडमिरल व चीफ ऑफ नेव्हल स्टाफ तहिलियानी ह्यांनी भक्कम पाठिंबा दिला होता. त्या दोघांनी भारतीय लष्कराचा चेहरामोहरा बदलून बऱ्याच वरच्या पातळीवरती लष्कराला नेले. लष्करासाठीच्या अंदाजपत्रकीय तरतुदी त्यांनी वाढवून घेतल्या. संरक्षण व संशोधन विकाससंस्था खूप कार्यरत केल्या. आता भारताने त्याच त्या सुप्रसिद्ध बोफोर्स तोफा खरेदी केल्या.

क्षेपणास्त्र कार्यक्रम खूप पुढे रेटण्यात आला. 'अर्जुन' रणगाड्याचा प्राथमिक नमुना बनवण्यासाठी प्राधान्य देण्यात आले. नौदल आणि विमानदल यामध्येही सुधारणा करून त्यांना वरच्या पातळीवरती नेण्यात आले. ह्या सर्व प्रगतीमागे राजीव गांधी यांचा हात मुख्यत्वे करून होता असे बोलले जात होते. त्यांना भारत देश ही या भागातील एक महासत्ता बनवायची होती.

परंतु या सर्व घडामोडींमुळे संरक्षण खात्याचे सेक्रेटरी एस. के. भटनागर यांची स्थिती नाजूक झाली. सुंदरजी यांची सेवाज्येष्ठता त्यांच्यापेक्षा जास्त असल्याने ते भटनागर यांच्यावरती आपले वजन उघडपणे टाकत होते. त्यांचे पद मुळात संरक्षण खात्याच्या सेक्रेटरीपेक्षा वरचे होते आणि शिवाय त्यांचा एकूण पगारही जास्त होता. त्यातून सुंदरजी हे संपूर्ण लष्कराचे प्रतिनिधीत्व करीत होते. यामुळे संरक्षण सचिवाच्या खोलीमधील बैठकांना सुंदरजी व्यक्तिश: कधीही हजर रहात नसत. त्याऐवजी ते आपला निकटचा सहकारी आपल्यातर्फे बैठकीला पाठवून देत. भटनागर यांची नेहमी अशा गोष्टींमुळे कुचंबणा होई. त्यांनी एकदा मला हे सारे खुलासेवार सांगितले. संरक्षण खात्यातील अधिकारी हे किती संवेदनशील असतात ते मला ठाऊक होते. विशेषत: आपल्याच दर्जाच्या पण मुलकी सेवेतील अधिकाऱ्याला ते बरोबरीचे मानायला नाखूष असतात. मग अशा संरक्षण खात्याचा प्रमुख, म्हणजे सेक्रेटरी, जर एक मुलकी अधिकारी असेल तर त्या बिचाऱ्याची काय अवस्था होत असेल? भटनागर यांनी बोलावलेल्या बैठकांना हजर राहिलेले भूदल, नौदल व वायुदलाचे अधिकारी नेहमी असे म्हणत की, आमची मुख्यालये ही सरकारी मंत्रालयाच्या दर्जासमान आहेत व तशी ती मानली जावीत. अन म्हणून आम्हीच आमच्या खात्याचे सर्वोच्च अधिकारी आहोत! त्यामुळे त्यांच्या प्रस्तावांची छाननी ही संरक्षण मंत्रालयात शेवटच्या टप्प्यात अखेरच्या मंजुरीसाठी व्हावी, हे त्यांना अजिबात आवडत नसे.

सेनाप्रमुख व संरक्षण खात्याचा सेक्रेटरी यांच्यामधील तणाव हा त्यांच्या व्यक्तिमत्त्वांवरती बराचसा अवलंबून असतो. भटनागर यांचे व्यक्तिमत्त्व हे सौम्य होते व त्यामुळे ते सेनाधिकाऱ्यांचा दबाव सहन करू शकत होते. पण भटनागर यांच्यानंतर टी. एन. शेषन हे संरक्षण खात्याचे सेक्रेटरी बनले. त्यांचा स्वभाव भटनागर यांच्या स्वभावापेक्षा अगदीच भिन्न होता. ते आपल्या म्हणण्यावरती ठाम रहात व तसे आक्रमकपूर्वक वागत. याला आणखीही एक कारण होते. पंतप्रधानांच्या व त्यांच्या कुटुंबियांच्या संरक्षणासाठी जो स्पेशल प्रोटेक्शन ग्रुप असतो त्याचे प्रमुखपद हे त्यांना दिले होते. त्यासाठी मनात येईल तेव्हा पंतप्रधानांकडे त्यांना जाता येते, त्यांना कोणीही अटकाव करू शकत नाही. शेषन यांना लाभलेल्या या अधिकाराचा त्यांनी पुरेपूर वापर करून घेतला. सेनाप्रमुख व शेषन यांच्यामधील

संबंध हे दिवसेंदिवस ताणले जाऊ लागले. परंतु शेषन यांच्या येथील पदावर काम करण्याचा कालावधी हा तसा फारच थोडा म्हणजे अवघा दहा महिने होता. या कालावधीत संरक्षण मंत्रालयात शेषन व सेनाधिकारी यांच्यात काही खटके उडून आणीबाणीची परिस्थिती निर्माण झाली नाही हे नशीब. त्यामुळे जेव्हा त्यांचा येथील सेवाकाल संपला तेव्हा आम्ही सर्वांनी एक मोठा निःश्वास सोडला.

शेषन यांच्यानंतर त्या पदावरती नरेश चंद्र हे आले. यांचे व्यक्तिमत्त्व मात्र बरेच परिपक्व व संतुलित होते. आपल्यासमोर असलेल्या टीमकडून कसे काम करून घ्यावे आणि अहंकारी लोकांना कसे हाताळावे हे त्यांना चांगले ठाऊक होते. त्यांच्या कार्यकाळात संरक्षण मंत्रालयाचा कारभार सुरळीत चालला. आम्हाला त्यामुळे कसलीच काळजी करावी लागली नाही.

कॅबिनेट सेक्रेटेरिएटमध्ये सेक्रेटरींची एक स्टॅन्डिंग कमिटी होती. ही समिती 'कोअर ग्रुप' म्हणून ओळखली जायची. आठवड्यातून एकदा या समितीची बैठक भरून त्यात महत्त्वाच्या संरक्षणाच्या बाबी व अन्य गोष्टी यावरती चर्चा होई. पहिली बैठक मी बोलावली होती. त्यावेळी माझ्या लक्षात आले की या बैठकीला जनरल सुंदरजींना बोलावले असूनही त्यांनी आपल्याऐवजी आपला सहकारी किंवा 'नंबर दोन' हा पाठवून दिला होता. मी त्या नंबर दोनला स्पष्ट बजावले की पुढच्या वेळी फक्त जनरल सुंदरजीच या बैठकीला येतील. त्यांच्याऐवजी दुसरे कोणीही येऊ शकणार नाही. माझ्या निरोपाचा इष्ट तो परिणाम झाला. परंतु आमच्यात दुरावा मात्र निर्माण होऊन बसला. संरक्षण मंत्रालयाच्या ऑपरेशन्स रूममध्ये अशीच एक बैठक चालली होती. त्यावेळी सुंदरजी हे भारताने अणुशस्त्रे धारण करावीत म्हणून जोरजोरात व आक्रमकपणे आपली बाजू मांडीत होते. त्यांचे म्हणणे राजीव गांधी शांतपणे ऐकून घेत होते. त्यांनी आपला चेहरा अगदी निर्विकार ठेवला होता. परंतु गोपी अरोरा यांच्याकडून आम्हाला समजले होते की, अगदी शेवटचा व निर्वाणीचा उपाय म्हणूनच अणुशस्त्राचा पर्याय वापरावा असे राजीव गांधींचे मत होते. सुंदरजी आपली बाजू व मते मांडत असताना मी मध्येच एकदा क्षेपणास्त्रामधील अणुबॉम्ब वाहून नेण्याचा भार किंवा वजन किती असते व अणुबॉम्बमुळे किती क्षेत्रफळाची जागा उद्ध्वस्त होते असे प्रश्न विचारले. यावरती सुंदरजी तुटकपणे म्हणाले, "त्याची काळजी मुलकी अधिकाऱ्यांनी बिलकुल करू नये." मग मला ताबडतोब त्यांना स्पष्टपणे खडसावून सांगावे लागले की, "कॅबिनेट सेक्रेटरी म्हणून इथे काम करताना मला जशी सरकारची मुलकी बाजू बघावी लागते तशीच लष्करी बाजूही बघावी लागते." माझ्या या बोलण्यानंतर तिथे एक भयाण शांतता पसरली. मी राजीव गांधींच्या चेहेऱ्याकडे पाहिले. माझी बाजू त्यांना पटल्याचे भाव मला तिथे दिसले. अरुण सिंग त्या बैठकीला हजर होते. त्यांची अवस्था मात्र अवघडलेली

झाल्याचे मला दिसले.

अशाच दुसऱ्या एका संरक्षण मंत्रालयातील बैठकीच्या वेळी सुंदरजी आम्हाला एका खास लष्करी तालमींची माहिती देत होते. त्या तालमीला 'ब्रास टॅक' असे सांकेतिक नाव ठेवले होते. ते सांगत होते की पाकिस्तानने आपले चिलखती दळ हे दक्षिण सिंधमधून हलवून वरती उत्तरेकडे पंजाब सीमेकडे गोळा करण्याचे काम सुरू केले आहे. सैन्याच्या मते पाकिस्तानची ही कृती लष्करी सरावाची नाही की डावपेचाची नाही, भारताला पंजाबमध्ये धमकी देण्यासाठी केलेली ती एक चक्क लष्करी कारवाईच आहे. यावर मी माझी शंका विचारली. सिंधच्या सीमेवरती आपलेही लष्कर बरेच आहे. जर पाकिस्तानने तिथले आपले चिलखती दल हलवले तर ती भूमी आपल्या लष्करापुढे उघडी पडेल व एक मर्मस्थान बनेल.

पाकिस्तानने ही गोष्ट नक्की लक्षात घेतली असणार. त्यातून तिथे सिंधू नदीवरती फक्त एकच मोठा पूल अस्तित्वात आहे. जर आपण तो उद्‌ध्वस्त केला तर पाकिस्तानचे अवजड चिलखती दळ हे तिकडेच अडकून पडेल. कदाचित अशी पाळी पुढे येऊ नये म्हणून पाकिस्तान आधीच आपले हे दळ दुसरीकडे हलवून ठेवीत असेल. त्यातून पाकिस्तानला तोंड देण्यासाठी आपल्याकडे पंजाबमध्ये त्यांच्याहीपेक्षा अधिक सरस असे चिलखती दळ आहे. तेव्हा त्यांच्या या चिलखती दळाच्या हलवाहलवीची आपण एवढ्या गंभीरपणे कशाला दखल घ्यायची? मी माझी मते अशी स्पष्टपणे बोलून दाखवली होती. पण ही मते सैन्याच्या मताविरुद्ध असल्याने ती गंभीरपणे घेतली गेली, असे मला नंतर सांगण्यात आले. सैन्याला कधीही मुलकी माणसे आवडत नाहीत, मग भले तो एखादा कॅबिनेट सेक्रेटरीच्या पदावरील मुलकी अधिकारी असला तरीही. अन् त्यातून त्याने सैन्याबाबत आपले वेगळे मत दिले तर विचारायला नकोच. परंतु प्रत्यक्षात जेव्हा भारताने मोठ्या प्रमाणात आपले सैन्य हे लष्करी सरावाच्या नावाखाली जेव्हा पाकिस्तानच्या सरहद्दीसमोर नेले तेव्हा ती घटना ही दोन देशात युद्ध सुरू करण्याइतपत कारणीभूत ठरली होती.

असाच आणखी एक प्रसंग त्यावेळी घडला. त्या प्रसंगाचे दूरगामी व विपरीत परिणाम घडणार होते. कोअर ग्रुपच्या एका बैठकीत रॉ (RAW) या गुप्तहेर खात्याच्या सेक्रेटरीने सांगितले की पंजाबमधल्या विमानदलाच्या मेसमध्ये अनेकजण उघडउघड एका बातमीवरती चर्चा करीत आहेत. ती बातमी अशी की भारत आता पाकिस्तानव्याप्त काश्मिरमधील 'कपालू' या ठिकाणावरती चढाई करणार आहे. पाकिस्तानने उलट प्रत्युत्तर द्यावे म्हणून अशी कारवाई केली जाणार आहे. मी हे ऐकताच अस्वस्थ झालो. मी तडक राजीव गांधी यांच्याकडे गेलो. त्यांनी मग ताबडतोब अरुण सिंग यांना बोलावून घेतले आणि ह्या बातमीत काही तथ्य आहे

की नाही ते शोधायला सांगितले. अन् जर तसे तथ्य असेल तर ताबडतोब सैन्याच्या हालचाली थांबवाव्यात असा हुकूमही द्यावा. ज्याअर्थी माझ्यापर्यंत ही माहिती पोचली त्याअर्थी नक्कीच त्यात तथ्य असणार व ही गोष्ट अरुण सिंग त्यांच्या कानावरतीही गेली असणार. त्यांची अशा कृतीला नक्कीच मंजुरी असणार. फक्त राजीव गांधी यांनाच या बाबतीत अंधारात ठेवले गेले असणार. याबाबतीत पुढे कसून चौकशी झाली व असे निष्पन्न झाले की ही एक अफवा होती व ती पाकिस्तानी हेर खात्याने भारतीय सैन्यात पसरवून दिली होती. सैन्यात त्यामुळे गोंधळ निर्माण व्हावा हा यामागे उद्देश होता.

परंतु हा एक पाकिस्तानने हुषारीने टाकलेला डाव होता हे नक्कीच. सुंदरजींच्याच सिद्धान्तानुसार हा एक जबरदस्तीने लादलेला डावपेच (Coercive Diplomacy) होता. याचा परिणाम संरक्षणाच्या धोरणांवरती होऊ शकत होता. आमच्या चौकशीतून आम्हाला सुंदरजींनी ब्रास टॅक ऑपरेशन्सच्या बाबतीत राजीव गांधी यांच्याबद्दल काढलेले उद्‌गारही कळले. जेव्हा ब्रास टॅक ऑपरेशनमुळे परिस्थिती अधिक चिघळू नये म्हणून राजीव गांधी यांनी हुकूम दिले तेव्हा सुंदरजी म्हणाले होते, ''द बॉय हॅज चिकन्ड आऊट.'' (पोरगा घाबरून मागे हटला.)

आणखीही असाच एक प्रसंग नंतर घडला होता. ईशान्य भारतात लष्कराला 'वांगडुंग ऑपरेशन' करायचे होते. या भागातील तिबेटच्या उर्फ चीनच्या सरहद्दीबाबत जरी काही करार झाला नसला तरी ती तशी शांत होती. या सरहद्दीवरती ज्या काही पलीकडे हालचाली चालू असतील तर त्यावर लक्ष ठेवण्याचे काम भारताची सबसिडिअरी इन्टेलिजन्स ब्युरो ही उपहेरसंस्था करीत होती. निरीक्षण करण्यासाठी त्यांनी तिथे काही चौक्या उभ्या केल्या होत्या. चिन्यांनी पण त्यांच्या बाजूने काही निरीक्षण चौक्या उभ्या केल्या होत्या. सरहद्दीवरती जे काही बिनतारी संदेशांचे दळणवळण चिन्यांकडून होई त्यावर लक्ष ठेवण्यासाठी रॉ संस्थेने आपले बिनतारी जाळे तिथे उभे केले होते. १९६२ मध्ये चिन्यांनी तिथून आपले जे सैन्य घुसवले त्यांचे तळ १९८६ मध्येही तसेच तिथे ठेवून दिले होते. त्यांच्या मते तसे तळ तिथे असणे हा एक प्रतिष्ठेचा प्रश्न झाला होता. जनरल सुंदरजी यांनी आपल्या सैन्याचा एक बळकट भाग हलवून या ठिकाणी आणून ठेवला. आम्हाला याचा खुलासा असा करण्यात आला की, चिनी सैन्य या ठिकाणी आपली मूळची जागा सोडून सरहद्दीच्या जवळ सरकले असून त्यांनी एक सुरक्षित हेलिपॅड पण बांधला आहे. त्यामुळे आपल्यालाही प्रतिबंधात्मक उपाययोजना करणे भाग पडले आहे. त्यावेळी राजीव गांधी हे चीनशी आपले संबंध सुरळीत करण्यासाठी धडपडत होते. त्यासाठी काही धोरण आखून त्यानुसार कशा हालचाली कराव्यात याबद्दल खल चालला होता. उत्तर व पश्चिम सरहद्दींवरती युद्धसदृश परिस्थिती एकाच वेळी नसावी असे

आम्हाला वाटत होते. त्यामुळे जनरल सुंदरजी हे जी पावले टाकीत होते त्याबद्दल आम्हाला तीव्र काळजी व चिंता वाटत होती. मंत्रीमंडळाची राजकीय घडामोडींबद्दलची जी समिती (Cabinet Committee Political Affairs) होती त्यांना हे सारे नीट समजावून सांगण्यासाठी त्यांची एक बैठक साऊथ ब्लॉकमध्ये राजीव गांधी यांनी बोलावली होती. या बैठकीला अर्थातच सुंदरजी हजर राहिले. त्यांनी असा खुलासा केला की, आपली सरहद्दीपासची स्थिती आता एवढी मजबूत केली आहे की, भारतीय लष्कराची १९६२ च्या वर्षी जी छी थू होऊन नामुष्की झाली होती त्याची पुनरावृत्ती यावेळी अजिबात होणार नाही. याशिवाय त्यांनी राजकीय व्यक्तींच्या एकूण दर्जाबद्दल अत्यंत अवमानकारक अशी विधाने केली. त्यांच्या या बोलण्यानंतर तिथे एक ठार शांतता पसरली. पण मी सरसावून सुंदरजींना म्हणालो, "आपला देश एक लोकशाही देश असून लोकशाही मार्गाने निवडून आलेल्या सरकारच्या हाताखालीच सैन्याला काम करावे लागते, हे कृपा करून लक्षात ठेवा. तेव्हा येथून पुढे असले शेरे मारताना जरा जबाबदारीचे भान ठेवत चला." यावर सुंदरजी काहीही बोलले नाहीत, गप्प राहिले. पण मी 'सैन्याला लोकनियुक्त सरकारचे हुकूम मानावेच लागतील' ही बाब त्यांना स्पष्ट केली.

सुंदरजींनी आता आपले भवितव्य ओळखून फील्ड मॉर्शलचे बिरूद व अधिकारदंड मिळवण्यासाठी प्रयत्न सुरू केले. त्यांचा सेवाकाल संपण्याचा दिवस जसजसा जवळ येऊ लागला तसतसे हे बिरुद मिळवण्याचे त्यांचे प्रयत्न जोरजोरात सुरू झाले. त्यांचे सहकारी मित्र, स्नेही, इतकेच काय पण खुद्द त्यांची पत्नीही त्या मोहिमेमध्ये सामील होऊन तसा प्रचार व प्रयत्न करू लागली. ह्या विषयासंदर्भात तिला व सुंदरजींना कसे टाळावे ते आम्हाला समजेना. आमची अवघडल्यासारखी परिस्थिती झाली.

याखेरीज सुंदरजींना आपल्यानंतर आपला सैन्यातला वारस निवडण्याची इच्छा प्रबळ झाली. त्यामुळे ते जरी सेवानिवृत्त झाले, तरीही त्यांना सैन्यातील कारभारावरती प्रभाव पाडता आला असता. सेवाज्येष्ठताक्रमानुसार सुंदरजींच्या नंतर जनरल शर्मा यांचा नंबर लागत होता. परंतु त्यांच्याऐवजी सुंदरजींना आपला वारस जनरल नंदा यांना पुढे आणायचे मनात होते. पश्चिम कमांडचे जनरल ऑफिसर कमांडिंग इन चीफ हे पद जनरल शर्मा यांना नाकारण्यासाठी कोणतेही सबळ कारण नव्हते. पश्चिम कमांड हा सैन्याचा विभाग फार कामाचा व कधीकधी धांदलीचा असतो. कारण या कमांडमध्ये पाकिस्तानची सरहद्द येते. त्यामुळे जो पुढे सैन्याच्या सर्वोच्चपदी जाण्याची खात्री आहे, त्याचीच या पदावर नेमणूक करण्यात येते. तरीही हे पद व्हाईस चीफ ऑफ स्टाफ, जनरल एस. एफ. रॉड्रिग्ज यांना देण्याची सुंदरजींनी शिफारस केली होती. रॉड्रिग्ज हे सुंदरजींच्या मर्जीतले आहेत, अशी त्यावेळी बोलवा

होती. जनरल शर्मा यांना त्या मानाने शांत असलेला पूर्व कमांड या भागाच्या प्रमुखपदी सुंदरजींनी शिफारस केली होती. या भागाचे ऑफिस कलकत्त्याला असते. शर्मा यांना कनिष्ठ असलेल्या जनरल बी. सी. नंदा हे उत्तर कमांडचे प्रमुख होते. तथापि, संरक्षण खात्याच्या सेक्रेटरीने असे नमूद करून ठेवले होते की, 'जनरल शर्मा यांचा हक्क डावलण्यास कोणतेही कारण नाही.' पंतप्रधानांनी याला मान्यता दिली व सुंदरजींची ही योजना अशा रितीने फलद्रूप होऊ शकली नाही.

अन्य संरक्षणविषयक बाबी

१९८५-८६ मध्ये राजीव गांधी संरक्षण मंत्री होते. ते पंतप्रधान असले तरी हे खाते त्यांच्याकडे असल्याने त्या खात्याला नको तितके वरचे स्थान मिळाले. सर्व सेनाप्रमुखांना पंतप्रधानांकडे थेट जाता येऊ लागले. परंतु स्वतंत्र संरक्षण मंत्र्यासारखी त्यांना एखादी बाब ही अन्य मार्गाने पडताळून पहाणे कठीण होऊ लागले. संरक्षण सामुग्रीच्या खरेदीसाठी अफाट रकमा लागत असतात. त्या बाबींमध्ये जर काही त्रुटी रहात असतील, अनियमितता असेल, तर त्या गोष्टींशी विनाकारण पंतप्रधानांचे नाव जखडले जाऊ लागले.

जेव्हा के. सी. पंत संरक्षणमंत्री झाले तेव्हा त्यांनी मंत्रालयाच्या नियमित बैठका घेणे सुरू केले. या बैठकांना कॅबिनेट सेक्रेटरीलाही निमंत्रण असायचे. त्यामुळे सैन्याच्या प्रमुखांना कळून चुकले की, संरक्षणाच्या बाबींमध्ये कॅबिनेट सेक्रेटरीचे विचार हे महत्त्वाची भूमिका बजावतात. या बैठकांचा उपयोग करून संरक्षण मंत्र्यांनी अर्थ मंत्रालय व अन्य मंत्रालये यांच्याबरोबर संरक्षण मंत्रालयाच्या ज्या अडचणी व समस्या होत्या त्या सोडवल्या. उदाहरणार्थ, प्रशिक्षणासाठी जर परदेशात पाठवणी केली जात असेल, विशेषत: अमेरिकेत, तर सैन्यातील अधिकारी हे नाराज असत. कारण त्यांना परदेशात रहाण्यासाठी जो भत्ता परकीय चलनात दिला जाई तो त्यांच्या राहणीमानाला खूप अपुरा असे. मी ही गोष्ट अर्थ मंत्रालयाबरोबर धसास लावून सोडवली.

संरक्षण खात्याच्या मागणीनुसार रकमा कधीच मंजूर न होता त्या कमी दिल्या जातात, अशी एक निरंतरची तक्रार होती. यावर सेनाप्रमुखांचे असे म्हणणे होते की, राष्ट्रीय उत्पन्नापैकी ठराविक टक्केवारी ही कायमची संरक्षणासाठी राखून ठेवली जावी. कारण देशाची एकात्मता व सार्वभौमता यांच्याशी कोणालाही तडजोड करता येत नाही. परंतु भारतासारख्या एका विकसनशील देशाने संरक्षणावरती किती खर्च करावा? हाही एक निरंतर विचारला जाणारा प्रश्न होता. एकदा राजकीय घडामोडींच्या समितीमध्ये मी असे बोलून दाखवले की, बाह्य आक्रमणापासून देशाचे संरक्षण

करणे ही गोष्ट फक्त संरक्षण खात्याशी निगडीत नसून आपल्या परराष्ट्रनीतीशीही निगडीत आहे. आपल्या स्वातंत्र्याला, सार्वभौमत्वाला आणि एकात्मतेला देशाबाहेरून किती धमकावणी येते याचे नीट मूल्यमापन करा आणि मग त्या धमकीला तोंड देण्यासाठी सिद्धता कशी करायची ते ठरवा. जर आपल्याला काही अडचणींमुळे पुरेसे निधी त्यासाठी उपलब्ध नसतील, मिळत नसतील तर आपल्याला अन्य मार्ग शोधावे लागतील. कारण विकास करताना अशा अडचणी देशापुढे नेहमी येतातच. संरक्षण का विकास, अशा प्रश्नामध्ये कशाला महत्त्व द्यायचे ते तारतम्याने ठरवावे लागते. अन्य मार्ग चोखाळताना आपल्याला सतत व हेतुपूर्वक मित्रत्वाची एक परराष्ट्रनीती अवलंबावी लागेल. अन् हे मित्रत्वाचे धोरण नुसतेच आपल्या शेजाऱ्यांबरोबर नाही तर ते आपल्या तथाकथित शत्रूंच्या शत्रूंबरोबरही चोखाळावे लागेल. तसेच हे धोरण जागतिक महासत्तांबरोबरही ठेवावे लागेल. माझ्या या म्हणण्याचे समितीच्या सभासदांनी स्वागत केले.

जम्मू व काश्मिर राज्यातील जी पाकिस्तानबरोबरची आपली ताबारेषा आहे तिच्या पलीकडे दोन किलोमीटर आत अंतरामधील हेरखात्यांनी आणलेल्या सर्व बातम्या गोळा करण्याची जबाबदारी सैन्याने दर्शवली होती. परंतु यामुळे रॉ (Raw) या हेरखात्याच्या विशेषाधिकारावरती आक्रमण होत होते. म्हणून या बाबतीत आपले हे हक्क गमवायला ते खाते नाराज होते. शेवटी आम्ही यातून कॅबिनेट सेक्रेटेरीएटमध्ये भरलेल्या बैठकीमध्ये तडजोड करून एक मार्ग काढला. त्यानुसार सैन्याला ताबारेषेपलीकडे एक किलोमीटर आतील माहिती काढण्याचे अधिकार देण्यात आले.

देशातील अंतर्गत सुरक्षिततेसाठी सारखे सैन्याला पाचारण करणे हे खुद्द सैन्यालाही आवडत नव्हते. खरे म्हणजे अशा गोष्टींसाठी त्यांना प्रशिक्षण दिले नव्हते आणि नागरिकांशी शत्रुत्व ओढवून घ्यायची त्यांची तयारी नव्हती. कायदा व सुव्यवस्था राखण्याची गंभीर परिस्थिती उद्‌भवे तेव्हा सैन्याला बोलावण्याची प्रवृत्ती वाढू लागली होती. म्हणून सैन्याकडून अशी एक सूचना केली गेली की, सरकारने एक नवीन निमलष्करी दल निर्माण करावे. सैन्य त्याला पाठिंबा देईल व मदतही करेल. मात्र त्या दलावरती सैन्याचा अधिकार राहील, गृह मंत्रालयाचा नाही. कारण अन्य निमलष्करी दलांवरती तसा अधिकार फक्त गृह मंत्रालयाचा होता. या नवीन दलाचे नाव 'राष्ट्रीय रायफल्स' असे ठेवावे आणि त्यावरती सैन्यातील अधिकाऱ्यांनी काम करावे. पण या सूचनेला अन्य निमलष्करी दलांनी कडक विरोध दर्शवला, त्याचबरोबर गृह मंत्रालयानेही विरोध केला. असे एक निमलष्करी दल अस्तित्वात आले तर ते फार उपयुक्त ठरेल याची मला खात्री पटली होती. कारण त्यामुळे अंतर्गत सुरक्षिततेसाठी सैन्य पाचारण करण्यापासून बचाव होणार होता. जेव्हा व्ही. पी. सिंग हे पंतप्रधान झाले तेव्हा मी हा प्रस्ताव त्यांच्याकडे मंजुरीसाठी पाठवला.

जी निमलष्करी दले अस्तित्वात होती ती मुळात सैन्याविरुद्ध कुरकूर करीत होती. कारण त्यांना सैन्यात मिळणाऱ्या वेतन व भत्त्यांपेक्षा कमी रक्कम मोबदला म्हणून मिळायची. शिवाय सैन्यातल्याप्रमाणे काही सोयी सुविधाही त्यांना मिळत नव्हत्या. ही कुरकूर करण्यात सीमा सुरक्षा दल हे मुख्यत्वेकरून होते. हे दल चोवीस तास बारा महिने सीमेवरती तैनात केलेले असायचे. त्यामुळे ते सैन्यापेक्षाही वेगळे व अधिक काम करायचे. परंतु सैन्यातील लोकांना जशा रहाण्याच्या सुविधा व कॅन्टोनमेन्टमधल्या सोयी मिळायच्या तशा त्या मिळत नव्हत्या. त्यांची जी गट केन्द्रे होती ती सैन्यातल्या ह्या कॅन्टोनमेन्टएवढी व त्यासारखी नव्हती. तसेच, त्यांना खास टपालाच्या सोयीही मिळत नव्हत्या. सैन्याला मात्र तशा सोयी मिळत असल्याने घरची पत्रे त्यांना वेळेत मिळत असत. या सर्व गोष्टींमुळे त्यांच्यात असंतोष होता. कोअर ग्रुपच्या बैठकीत जेव्हा या विषयावर चर्चा झाली, तेव्हा आमच्या लक्षात आले की आपल्याला इतरांपेक्षा, म्हणजे सर्व निमलष्करी दलांपेक्षा अधिक सोयी, सवलती, अधिकार वगैरे हवे म्हणून सैन्य आग्रही आहे. त्यामुळे दुर्दैवाने आम्ही या बाबतीत फार काही करू शकलो नाही.

जेव्हा सैन्यातील कनिष्ठ अधिकारी व सैनिक हे सेवानिवृत्त होतात तेव्हा नंतर त्यांना मुलकी नोकऱ्यांमध्ये सामावून घेतले जात नाही, अशीही एक तक्रार सैन्याकडून कायम होत असे. या संदर्भातील एक कारण कोअर ग्रुपच्या बैठकीत लक्षात आले. जेव्हा सैन्यातील व्यक्ती सेवानिवृत्त होते तेव्हा त्यांना आपल्या घराजवळ नोकऱ्या हव्या असत. दूरवरची नोकरी घेण्यास ते नाखूष असतात. याचे कारण त्यांनी अगोदरच आपल्या आयुष्यातील फार मोठा काळ हा आधीच घरापासून दूर काढलेला असे. परंतु बहुतेक वेळी त्यांच्यासाठी त्यांच्या घराजवळील नोकऱ्यांमध्ये अशा राखीव जागा ठेवणे शक्य होत नसे. म्हणून आम्ही सैन्याधिकाऱ्यांना सुचवले की, कृपा करून त्यांनी ही वस्तुस्थिती सेवानिवृत्त होणाऱ्यांना आधी नीट समजावून सांगावी. तसेच निमलष्करी दलाच्या व राज्य पोलिसांच्या उच्चपदस्थांनाही आम्ही वस्तुस्थिती सहानुभूतीपूर्वक समजावून सांगून परिस्थितीशी तडजोड करावी असा सल्ला दिला.

सार्वजनिक उद्योगक्षेत्रात शस्त्रास्त्रांचे कारखाने मोडतात याला काही ऐतिहासिक कारणे आहेत. जेव्हा सैन्याला लागणारी रसद ही खाजगी उद्योगात येत नव्हती तेव्हा हे कारखाने निर्माण होत गेले. जसजसे अर्थकारण सुधारत गेले तसतसे संरक्षण उद्योगात खासगी गुंतवणुकीसाठी दडपण वाढू लागले. ह्या उद्योगाची मक्तेदारी सरकारकडे असण्यासाठी कोणतेही संयुक्तिक कारण नव्हते. हेच संरक्षण उत्पादन अधिक मोठ्या कार्यक्षमतेने खासगी क्षेत्रातही होऊ शकते. १९७० सालापासून या विषयावरती सतत उलटसुलट वादविवाद होत आले होते. जबलपूरच्या कारखान्यात

शक्तिमान ट्रकचे उत्पादन होते. तर संरक्षण खात्याला लागणाऱ्या सर्व प्रकारचे ट्रक हे टेल्को व अशोक लेलॅन्ड कारखान्यात सहज व पुरेशा संख्येत बनवता येतात. त्यांच्याकडे तशा ट्रक्सच्या मागण्या जरी संरक्षण खाते नोंदवित आले होते. तरीही जबलपूरच्या कारखान्यातील ट्रक्सचे उत्पादन बंद करण्याचे खात्याच्या जिवावर आले होते. तसे करायला ते नाखूष होते. मी या कारखान्यातील उत्पादन हे फक्त विशिष्ट वाहने व त्यांचे सुटे भाग यापुरते मर्यादित ठेवण्याचा आटोकाट प्रयत्न केला. कारण त्या गोष्टी तशा कमी प्रमाणात लागत असल्याने खाजगी क्षेत्रातील त्यांचे उत्पादन किफायतशीर ठरत नव्हते. पण तरीही संरक्षण खाते जबलपूरच्या कारखान्यातील ट्रक्सचे उत्पादन बंद करायला तयार नव्हते. पुण्यातील भारत फोर्ज कंपनीचे उदाहरण पहा. त्यांच्याकडे ३५ मि. मि. च्या तोफगोळ्यांची कवचे किंवा नळकांडी बनवण्यासाठी उत्कृष्ट यंत्रसामुग्री आहे. या नळकाड्यांत दारू भरली की झाला ३५ मि. मि. तोफेचा तोफगोळा. त्यांनी आमच्यापुढे एक प्रस्ताव ठेवला की, ते आणि सार्वजनिक उद्योगातील एखादा कारखाना यांनी मिळून एकत्रितपणे एखाद्या सुरक्षित जागी एक युनिट उघडून तिथे हे दारू भरण्याचे काम चालू करता येईल. परंतु या प्रस्तावाला शस्त्रास्त्र कारखान्याने विरोध केला. बोफोर्स कंपनीने कालांतराने त्या तोफांचे उत्पादन भारतात करण्यासाठी आवश्यक ते तंत्रज्ञान देण्याचे कबूल केले होते. शस्त्रास्त्र कारखान्यानेही असेच एक स्वतंत्र युनिट आपल्याकडून काढण्याचा प्रस्ताव पुढे केला. त्यासाठी २५० कोटी रुपये लागणार होते. पुण्यातील भारत फोर्जचा कारखाना व आणखी एक कारखाना येथे बोफोर्स तोफांच्या नळ्यांचे (बॅरल्स) उत्पादन करण्यासाठी उत्कृष्ट साधनसामुग्री आयतीच तयार होती. त्यासाठी वेगळे २५० कोटी रुपये खर्च करण्याची जरुरी नव्हती. शिवाय स्विडीश कंपनीने आपल्या बोफोर्स तोफांचे भारतात उत्पादन करण्यासाठी सारे आवश्यक ते तंत्रज्ञान पुरवण्याचे मान्य केले होते. पण येथे पुन्हा विरोध झाला तो शस्त्रास्त्र कारखान्याकडून. शिवाय या प्रस्तावाला त्या कारखान्यातील मजूर संघटनांनी विरोध केल्याने हा गुंता आणखीनच वाढला. त्या संघटनांच्या नेत्यांना असे वाटले होते की, जर आपल्या कारखान्याऐवजी खासगी क्षेत्रात असे उत्पादन होऊ लागले तर मग आपल्या संघटनेचे बळ व महत्त्व कमी होईल.

संरक्षण खात्याला लागणाऱ्या विविध सामानांसाठी मोठ्या प्रमाणावरती परकीय चलन खर्ची पडे. विमानदलाची गरज तर फार मोठी असे. कारण त्यांना विमाने व हेलिकॉप्टर्स आयात करावे लागे. मी हे सारे 'बोफोर्सबद्दलची माझी माहिती' या पुढे येणाऱ्या प्रकरणात दिलेले आहे. परंतु तरीही मी येथे हे सांगतो आहे याचे कारण अनेकदा अर्धवट माहितीमधून निष्कारण सैन्याला गोवणारे काही अप्रिय वाद निर्माण होतात व कधी कधी त्याचा सैन्याच्या नीतीधैर्यावरती परिणाम होतो. तसेच, त्यामुळे

पुरवठादार मंडळींना भ्रष्टाचार करण्यास मिळते. ते मग संरक्षण अधिकाऱ्यांना प्रत्यक्ष अथवा अप्रत्यक्ष लाच देऊ बघतात किंवा त्यांच्या सेवानिवृत्तीनंतर त्यांना आपले एजंट म्हणून नेमतात.

आपल्या सर्व सेनादलात एक असा निरोगी संकेत आहे की, भूदल, नौदल व वायुदल यांच्या प्रमुखांचा त्या पदांवरील कार्यकाल हा दोन वर्षांचाच असावा. यामुळे या सेनाप्रमुखांना राजकीय व्यक्तींच्या प्रभावाखाली न येता स्वतंत्रपणे व निर्भयपणे आपले काम करता येते. अन्यथा तसे जर ते राजकीय प्रभावाखाली येऊन काम करू लागले तर काय अनर्थ होतो ते आपण १९६० च्या सुरुवातीला पाहिले आहे. त्यावेळी कृष्ण मेनन हे संरक्षणमंत्री होते आणि त्यांनी आपल्या मर्जीतले सेनाधिकारी सर्वोच्च पदांवरती नेमले होते. त्याचा परिणाम भारत चीन संघर्षात १९६२ मध्ये होऊन आपला दारूण पराभव झाला. म्हणून राजकारण्यांनी अतिशय सावधपणे व काळजीपूर्वक वागले पाहिजे. १९६० चीच पुनरावृत्ती १९९० मध्ये झाली. त्यावेळी सत्तेवरती चंद्रशेखर यांचे सरकार होते आणि त्यांना ॲडमिरल रामदास यांची नवीन नौदल प्रमुख म्हणून होणारी नियुक्ती बाजूला सारायची होती. परंतु हे घडू शकले नाही आणि शेवटी ॲडमिरल रामदास यांना ते नौदल प्रमुखाचे पद मिळाले.

काही ऐतिहासिक कारणांमुळे सैन्याच्या अतिविस्तृत छावण्या उर्फ कॅन्टोन्मेन्टस निर्माण झालेली आहेत. देशभर अशी बरीच कॅन्टोन्मेन्टस आहेत. सैन्यातल्या कर्मचाऱ्यांना अशा रितीने नागरी वस्तीपासून विभागणारी ही पद्धत ब्रिटिशांकडून चालत आलेली होती. ती पद्धत तशीच पुढे चालू ठेवावी की नाही याचा विचार करण्यास मला सांगण्यात आले. ब्रिटिशांना मुलकी लोकांचा वाराही आपल्या सैन्याला लागू द्यायचा नव्हता. आता स्वतंत्र भारतात अशा हेतूचे समर्थन करता येत नाही. परंतु या पद्धतीचे काही फायदे सैन्याला मिळत होते. सैन्याला त्यांची घरे व इतर सोयी निर्माण करण्यासाठी स्वत:ची जागा उपलब्ध होई. विशेषत: अधिकारी वर्गासाठी हवी तशी घरे बांधता येत होती. कॅन्टोन्मेन्टच्या विस्तृत जागांवरती बांधकाम व्यावसायिकांचा डोळा होता. कारण या जागा मोठ्या शहरापाशी असल्याने त्यांच्या किंमती ह्या सतत वाढत जाणाऱ्या असतात. परंतु कोअर ग्रुपच्या बैठकीत असे ठरले की, हीच पद्धत पुढे चालू ठेवावी, फक्त यात थोडा फार बदल करावा. उदाहरणार्थ, नागरी संस्थांना या भागात शैक्षणिक संस्था उघडण्यास उत्तेजन द्यावे.

आपल्या देशाचे संरक्षण करण्यासाठी आता अनेक क्षेपणास्त्रे व्यूहात्मकदृष्ट्या विविध जागांवर बसवली जाणार होती. त्याची एक संरक्षणात्मक ढाल देशभर निर्माण होत होती. आपले सैन्य, ते तैनात करण्याच्या जागा आणि आपले विमानदलांचे तळ ह्या सर्वांचा आता एकत्रित विचार व्हायला हवा होता. त्या रचनेला अनुकूल असे आपले नौदल योग्य तिथे किनाऱ्यांवरती विभागून ठेवायला

हवे होते. शिवाय वेळ येताच सर्व घटकांचा एकत्रित विचार करून निर्णय घेणारे एक उच्चस्तरीय मंडळ असायला हवे. हे मंडळ सर्व सैन्यप्रमुखांच्या समितीच्या हाताखाली त्यावेळी काम करेल. या अशा एकत्रित संरक्षणाच्या धोरणांबाबत आम्ही सर्व अंगाने विचार केला.

भारताला अण्वस्त्रसज्ज ठरवण्याच्या निर्णयात मीही काही प्रमाणात सहभागी झालो आहे असे माझ्या लक्षात आले. या बाबतीत आपले सेनाप्रमुख हे किती उत्सुक झाले होते आणि राजीव गांधी यांनी त्यांच्या दडपणाला कसे जुमानले नाही, याबद्दल मी सांगितले आहेच. सहा खंडातील पाच महासत्तांची स्टॉकहोममध्ये १९८८ साली जी नि:शस्त्रीकरणासंबंधी बोलणी झाली, त्यात राजीव गांधी यांनी सारे जग अण्वस्त्रमुक्त व्हावे म्हणून तळमळून टाहो फोडला होता. त्यानंतर जुलै महिन्यात न्यूयॉर्कमध्ये युनोच्या सभेत नि:शस्त्रीकरणावरती एक खास सत्र बोलावले होते. त्यातही राजीव गांधी यांनी २०१० सालापर्यंत सारे जग अण्वस्त्रमुक्त करण्याची एक महत्त्वाकांक्षी योजना मांडली होती. त्यासाठी आधीची पूर्वतयारी करण्याचे महत्त्वाचे काम अत्यंत परिपूर्ण रितीने परराष्ट्र खात्यातील ॲडिशनल सेक्रेटरी मुचकुंद दुबे यांनी केले होते. त्यांनी या विषयाचा खास करून अभ्यास केला होता व त्यात प्रावीण्य मिळवले होते. पण इतके करूनही १९८८च्या शेवटी व १९८९च्या सुरूवातीला अणुबॉम्बचे संरक्षण नसल्याने देशाच्या सुरक्षेचा भेद होऊ शकण्याच्या अवस्थेबद्दल चिंता वाटू लागली होती. त्यातून हेर खात्याने खात्रीशीर पुराव्यानिशी बातमी आणली की पाकिस्तानने अणुबॉम्ब सिद्ध केला आहे. आता आमची चिंता आणखी तीव्र झाली. आतापर्यंत आम्ही अणुअस्त्रे निर्माण करण्याच्या कार्यक्रमासाठी केवळ प्राथमिक स्वरूपाच्या पायऱ्यांचा विचार करीत होतो. पण आता लक्षात आले की आम्ही जे काही करू इच्छित होतो ते राष्ट्रीय सुरक्षेच्या दृष्टीने अत्यंत अपुरे व निरुपयोगी ठरणारे होते. आम्ही आता पाकिस्तान व चीन या दोन अण्वस्त्रधारी देशांच्या कात्रीत सापडलो होतो. अमेरिकेचा पाकिस्तानकडे असलेला कल हा चांगलाच स्थिरावला होता. ही गोष्ट तर जगभर सर्वज्ञात होती आणि असे वाटत होते की, अमेरिका चीनलासुद्धा जवळ करण्याबाबत काही हालचाली करू शकेल.

अशा या परिस्थितीत आपण अण्वस्त्रे निर्माण करून ती संरक्षणासाठी बाळगायचे हे धोरण पुन्हा एकदा तपासून पहाणे भाग पडले. संरक्षण उत्पादन खात्याचे (DRDO) प्रमुख डॉ. अरुणाचलम यांनी याबाबत माझ्याशी खूप तपशीलवार चर्चा केली. मग आम्ही दोघांनी आमची स्पष्ट व निर्भीड मते राजीव गांधी यांच्या कानावरती घातली. आमची मते 'भारताने अण्वस्त्रधारी बनण्यासाठी ताबडतोब एक कार्यक्रम आखावा' अशी होती. या संदर्भात डॉ. अरुणाचलम यांनी संभाव्य प्रगती दर्शविणारा एक आलेख किंवा एक बार चार्ट तयार केला. पण मी या नियोजित

कार्यक्रमाबाबत असा आग्रह धरला की, संपूर्ण कार्यक्रमावरती वेळोवेळी सरकारचा ताबा रहावा. त्यासाठी हा कार्यक्रम काही टप्प्यांमध्ये विभागला जावा. ज्या ठिकाणी महत्त्वाची व निर्णायक बाब साध्य केली जाईल तिथे तो टप्पा संपावा. टप्पा ओलांडताना आधीच्या टप्प्यातील कामाचा आढावा घेतल्याखेरीज पुढच्या टप्प्याच्या कामाला परवानगी देऊ नये. अशी विशिष्ट परवानगी फक्त पंतप्रधानच देतील, अन्य कोणीही नाही. अणुअस्त्रे असलेली क्षेपणास्त्रे सोडण्याची यंत्रणा ही अत्यंत वेगळी व वैशिष्ट्यपूर्ण असायला हवी. त्यामध्ये पंतप्रधानांखेरीज कोणीही कितीही डोके चालवले तरी ढवळाढवळ करता येणे अशक्य असावे. राजीव गांधी यांचे असे हे काटेकोर मत होते. आमच्या योजनेला शेवटी मार्च-एप्रिल १९८९ मध्ये मंजुरी मिळाली. या बाबतीत होणारी प्रगती डॉ. अरुणाचलम हे आम्हाला वेळोवेळी सांगत असत. पण नंतर मी या कार्यक्रमात फारसा सहभागी होऊ शकलो नाही. कारण नंतर खुद्द पंतप्रधानच या कार्यक्रमाच्या प्रगतीमध्ये जातीनिशी लक्ष घालू लागले. जेव्हा व्ही. पी. सिंग हे पंतप्रधान झाले तेव्हा या अण्वस्त्र कार्यक्रमासंबंधी राजीव गांधी यांनी त्यांना माहिती दिली नाही. ते काम त्यांनी राष्ट्रपतींवरती सोपवले. त्यांनी तसे केल्यानंतर डॉ. अरुणाचलम यांनी मग सारी तपशीलवार माहिती व्ही. पी. सिंग यांना दिली. अणुबॉम्बची चाचणी शेवटी १९९८ मध्ये झाली. पण या चाचणीच्या आधी आपण काश्मिरचा प्रश्न पाकिस्तानबरोबर आपल्याला हवा तसा व आपल्या मर्जीनुसार सोडवायला हवा. सतत या प्रश्नाच्या मागे हात धुऊन लागायला हवे. त्यासाठी पाकव्याप्त काश्मिरमधील अतिरेक्यांच्या प्रशिक्षण तळावरती हल्ले चढवायला हवेत आणि ताबारेषेची पुनर्रचना ही आपल्याला सोयीची ठरेल अशी करून घ्यायची की ती ओलांडणे अतिरेक्यांना अत्यंत कठीण व्हावे. पण दुर्दैवाने असे काहीही घडवले गेले नाही. आता भारत व पाकिस्तान हे दोन्ही देश अण्वस्त्रधारी बनले आहेत. इथून पुढे पाकिस्तान नेहमी भारताविरुद्ध अणुशस्त्रे वापरण्याची धमकी आपल्याला व जगाला देत राहील.

आपले भारतीय सैन्य म्हणजे खरोखरीच देशाचा एक अमूल्य ठेवा आहे. आपली नुसतीच व्यावसायिक कार्यक्षमता नव्हे तर एक राजकारणाशी अजिबात बांधिलकी नसलेली स्वतंत्र संस्था अशीही ख्याती त्यांनी मिळवली आहे. जेव्हा आपण आशियातील अन्य देशांकडे नजर वळवतो आणि जगात नवीन उदयास येणारे विकसनशील देश बघतो तेव्हा असे लक्षात येईल की, आपला देश हा लोकशाहीवादी म्हणून स्थिर झालेला आहे, तो केवळ आपल्या सैन्यामुळे. आपल्या लोकशाहीचे हे एक प्रमुख कारण आहे. जेव्हा जेव्हा एखादी समस्या, पेचप्रसंग, आणीबाणीची परिस्थिती उद्‌भवते तेव्हा सैन्याला सत्ता ताब्यात घेण्याचा मोह अनावर झाला तर नवल नाही. पण भारतात तसे कधीही घडले नाही. आपला देश हा एवढा

खंडप्राय आहे की तसे घडणे हे त्यामुळे अवघड होऊन बसत असेल. पण अवघड असले तरी अशक्य नाही, हेही तितकेच खरे. म्हणून आपल्या सैन्याची ही राजकीय प्रवाहापासून अलिप्त राहण्याची मूल प्रकृती, त्यांची व्यावसायिकता, कार्यक्षमता आणि लढण्याची पात्रता ही आपण कायम टिकवून धरली पाहिजे. त्यावर परिणाम होईल असे काहीही करता कामा नये. अलीकडे सैन्यातून निवृत्त झालेल्या अधिकाऱ्यांना नंतर राजकारणात भाग घेण्याची प्रवृत्ती वाढत आहे. पण याचा अर्थ सारे सैन्य राजकीय विचारांनी भारून जात आहे असे नाही. त्याचबरोबर आपण हेही लक्षात ठेवले पाहिजे की, सैन्यातील कर्मचारी विशेषत: तरुण ज्युनिअर अधिकारी, हे सभोवताली जे जे काही घडते आहे ते पहात आहेत. विशेषत: जे घाणेरडे राजकारण सध्या रोजच्या रोज प्रसारमाध्यमातून प्रगट होत आहे ते त्यांच्याकडून वाचले व पाहिले जात आहे. त्यामुळे सरकार व सरकारी कारभार याबद्दल त्यांच्या मनात शंका उद्भवणे स्वाभाविक आहे. यावरती योग्य त्या अधिकाऱ्यांनी नजर ठेवली पाहिजे.

◆

१५
राजकीय व इतर घडामोडी

राजकीय घडामोडी

१९८५ च्या सुरूवातीस राजीव गांधी हे सत्तेवर निवडून आले. स्वत:च्या ताकदीवरती त्यांनी लोकसभेत एवढे प्रचंड बहुमत मिळवले की तेवढे बहुमत त्यांचे आजोबा जवाहरलाल नेहरू यांनाही मिळाले नव्हते. त्यांच्या यशाला कारणीभूत असणारा मोठा व महत्त्वाचा घटक म्हणजे आदल्या वर्षी ऑक्टोबर महिन्यात इंदिरा गांधी यांचा झालेला खून. सबंध राष्ट्राने राजीव गांधी यांच्याकडे मोठ्या आशेने आणि अपेक्षेने पाहिले होते. त्याने या जनतेचे प्रतिनिधित्व करून एका तरुण व आधुनिक भारताच्या युगाचा प्रारंभ करून दिला.

रशियन राष्ट्राध्यक्ष गोर्बाचेव्ह यांनी रशियात आपले सुधारणावादी *पेरेस्त्रोईका* हे धोरण राबवताना ज्या चुका केल्या त्याच चुका राजीव गांधी यांनी केल्या. त्यांना आपल्या पक्षाच्या यंत्रणेवरती काबू मिळवता आला नाही आणि त्यांना हवा होता तश्या साच्यात पक्षाला आकार देता आला नाही. त्यांची पक्षसुधारणेची काय इच्छा होती हे त्यांनी जानेवारी १९८६ मध्ये काँग्रेस पक्षाच्या शताब्दी समारंभात मुंबईला केलेल्या भाषणातून कळून येते. त्यावेळी त्यांनी सत्तेसाठी सतत दलाली करणाऱ्या पक्षातील गटांना उद्देशून इशारा दिला की, त्यांनी एक तर आपली वागणूक सुधारावी किंवा त्यांनी आमच्या मार्गातून दूर व्हावे. परंतु पक्षाची यंत्रणा हाताळणे त्यांना कधीही नीट जमले नाही, एवढी ती मजबूत व भक्कम होती. तरी त्यावेळी काँग्रेस पक्ष पूर्वीइतका बळकट राहिला नव्हता, त्याची घसरगुंडी १९७५ पासून चालू झाली होती. परंतु १९८० मध्ये बऱ्यापैकी बहुमत मिळवून काँग्रेस पक्ष सत्तेवर आला. पण त्यामागे जनतेच्या काँग्रेसप्रेमापेक्षा इंदिरा गांधी यांच्यावरचा लोभ कारणीभूत होता. ती निवडणूक जिंकणे हा त्यांचा वैयक्तिक विजय होता. परंतु भारतीय राजकारणातील

आपली पकड हळूहळू कमी होत चालली आहे आणि पुढच्या निवडणुकीत, म्हणजे १९८४ साली आपण आत्ता एवढे यश मिळवू शकणार नाही, याची त्यांना जाणीव झाली होती. १९८० मध्ये काँग्रेस पक्ष सत्तेवर आला याला इंदिरा गांधी यांची मेहनत कारणीभूत झाली यात संशयच नाही. पण त्या निवडणूक मोहिमेला संजय गांधी यांनी आकार दिला होता व त्यांचा त्यावर प्रभाव पडला होता. परंतु जरी निवडणूक जिंकली तरी काँग्रेस पक्ष हा अनेक दोषांनी ग्रासलेला होता. या पक्षात सत्तेचे नको तितके केंद्रीकरण झाले होते. अंतर्गत हीन व कोते राजकारण, अन्य सत्ताकेंद्र व प्रभाव सहन न होणे, बोकाळलेला भ्रष्टाचार आणि नरम जातीयवाद हे दोष पक्षात घुसले होते. नेहमी असुरक्षित वाटणे हा एक इंदिरा गांधी यांचा स्वभावदोष होता. त्यामुळे त्या कोणावरही विश्वास टाकायला तयार नसायच्या. त्या फक्त आपल्या अगदी जवळच्या ठराविक व्यक्तींवरती विश्वास ठेवायच्या. अन् म्हणूनच त्यांनी सत्ता व अधिकार एकवटत नेले. त्यांच्या भोवताली असलेल्या व मर्जीतल्या लोकांमध्ये खातेवाटप झाल्याने त्यांना 'किचन कॅबिनेट' म्हणून संबोधले जायचे. संजय गांधी यांनी हीच गोष्ट अधिक पुढे नेली. यामुळे ज्या कोणा नेत्यांना राजकीय महत्त्वाकांक्षा आहे असा संशय येई त्यांना वगळले जायचे. संजय गांधी यांना महत्त्वाच्या व्यक्तीचा चारचौघांत उपमर्द करण्यात विकृत आनंद मिळे. त्या व्यक्ती आदरणीय असल्या तरीही त्यांचा उपमर्द बिनदिक्कत ते करीत असत. सरकारकडून दिल्या जाणाऱ्या सर्व मोठ्या कंत्राटामध्ये, अगदी परदेशी कंत्राटे असली तरीही, त्यात पक्षाचा वाटा ठरलेला असे. ही पद्धत चांगलीच पक्की होऊन बसली होती.

नरम जातीयवादाबाबतीत बोलायचे झाल्यास काँग्रेसमध्ये तसा तो १९७५-७७ च्या काळामध्ये होता. त्यामुळे काँग्रेसची अंधुक का होईना पण एक मुस्लीमविरोधी प्रतिमा त्यावेळी झाली होती. संजय गांधी यांनी ही प्रतिमा अधिक गडद केली कारण त्यांना वाटले होते की, १९७७ च्या निवडणुकीत मुसलमानांनी मोठ्या प्रमाणात काँग्रेसच्या विरुद्ध मतदान केले. संजय गांधींच्या मृत्यूनंतर हिंदू धर्मविधी आणि धार्मिक समारंभ यांना इंदिरा गांधी या झुकते माप देऊन तशा ठिकाणी आपली उपस्थिती ठेवू लागल्या. पूर्वीपेक्षा त्या अधिक उघडपणे हिंदूंची देवळे व संतपीठे येथे भेटी देऊ लागल्या. फार काय विश्व हिंदू परिषदेने १९८४ मध्ये जो एक एकात्म यज्ञ केला त्यालाही उपस्थित राहण्यासाठी त्या जाणार होत्या. पण ऐन वेळी त्यांना तसे करण्यापासून परावृत्त करण्यात आले.

राजीव गांधी यांनी बऱ्याच गोष्टी दुरुस्त करून पक्षाचा गाडा मार्गावर आणण्याचा प्रयत्न केला. पण पंतप्रधान म्हणून पहिली दोन वर्षे काम केल्यावर त्यांना पक्षातून व बाहेरून तीव्र विरोधी घटकांना तोंड द्यावे लागले. राजकीय ताण तणाव त्यांच्यावरती रस्सीखेचासारखे वापरले जाऊ लागले. या मागच्या बलप्रेरणांवरती त्यांना मात

करता आली नाही की त्या काबूत ठेवता आल्या नाहीत. नरम जातीयवाद आणि भ्रष्टाचार या दोन घटकांमुळे ते खूप दुखावले गेले.

नरम जातीयवादाचेच उदाहरण घ्या. या बाबतीत ते पूर्णपणे निधर्मीवादी होते. परंतु तरीही शहाबानो केसमध्ये त्यांना राजकीय सल्ल्याविरुद्ध जाता आले नाही. त्यासाठी त्यांना निधर्मीपणाची भूमिका सोडावी लागून त्याविरुद्ध कृती करावी लागली. शहाबानो केसमध्ये सुप्रीम कोर्टाने तिच्या बाजूने निकाल दिला होता. एक घटस्फोटिता म्हणून तिला प्रस्थापित कायद्यानुसार पोटगी मिळावी, मुस्लीम व्यक्तिगत कायद्यानुसार नव्हे, असा तो निकाल होता. तथापि, मुस्लीम समाजाचा अनुनय करण्यासाठी त्यांच्या सरकारने लोकसभेत एक ठराव पास करून घटनेत दुरूस्ती करून, अशा केसमध्ये मुस्लीम व्यक्तीगत कायदा लागू करावा असे ठरवून दिले. सुप्रीम कोर्टाचा निकाल असा दडपून टाकला गेला.

अयोध्येतील बाबरी मशिदीबाबत भारतीय जनता पक्ष आणि संघ परिवारातील संस्थांनी असे म्हटले की, मोगलांनी आधीचे राम मंदीर पाडून त्यावरती ती मशीद बांधली. तिथली मूळ भूमी ही रामजन्माचे निवासस्थान असलेली होती. म्हणून बाबरी मशीद पाडून त्या जागेवरती राममंदीर बांधावे, असा आग्रह धरला गेला. त्यासाठी कोर्टात दावा दाखल केला गेला. ज्या तिथल्या जमिनीवरती वाद नाही तिथे शिलान्यास करून राम मंदिराचा पाया घालावा. तोपर्यंत कोर्टाने दाव्याबाबत विचार करून निकाल द्यावा, असा एक प्रस्ताव या संदर्भात पुढे केला गेला. १९८६ मध्ये बंद असलेली बाबरी मशीद उघडून तिथे आत असलेल्या मूर्तींची पूजा करू द्यावी या गोष्टीला मुकाट्याने का संमती दिली याचा खुलासा राजीव गांधी करू शकले नाही. यामुळे हिंदुत्वाच्या भावनेची लाट जबरदस्त उसळून शेवटी तिने काँग्रेस पक्षाला पूर्णपणे वेढून टाकले. अशा वेळी राजीव गांधी यांनी केवळ असहाय्य बघ्याची भूमिका घेतली. या बाबतीत असे म्हणता येईल की राजीव गांधी यांना फारसा राजकीय अनुभव नसल्याने त्यांना आपल्या राजकीय सल्लागारांना धुडकावून लावून जातीयवादाच्या लाटेपुढे ठामपणे उभे रहाणे जमले नाही. शिलान्यास करू देण्यासाठी त्यांचे मन वळविण्यात आले. पण तसे केल्याने उलट जातीयवादी शक्तींना खतपाणी घातल्यासारखे झाले.

राजीव गांधी यांचा प्रामाणिकपणा हा निष्कलंक व वादातीत असला तरी बोकाळलेल्या भ्रष्टाचारामुळे एक जबरदस्त किंमत देणे त्यांना भाग पडले. त्यांच्या भोवतालच्या राजकीय यंत्रणेने त्यांना पुरते दडपून टाकले. त्यांचे राजकीय सल्लागार आणि पक्षातील व्यवस्थापक यांची जी काही अपकीर्ती होती ती त्यांना नेहमीच भोवत राहिली. त्या अपकीर्तीचे लोढणे हे त्यांना सतत ओढत रहावे लागले. खुद्द त्यांच्या मतदारसंघातील लोकांनी बोफोर्सच्या मामल्यात राजीव गांधी यांना आर्थिक

लाभ झाला नाही यावरती अजिबात विश्वास ठेवला नाही. यात भर म्हणून त्यांच्या विरोधी पक्षाबद्दलच्या दृष्टिकोनाबद्दल सांगावे लागेल. प. बंगालचे मुख्यमंत्री ज्योती बसू यांच्याबद्दलचे त्यांचे मत तितकेसे वाईट नव्हते. पण आंध्रचे मुख्यमंत्री एन. टी. रामाराव, हरियाणाचे मुख्यमंत्री चौधरी देवीलाल, किंवा डीएमके पक्षाचे तामिळनाडूतील मुख्यमंत्री करुणानिधी यांचेविषयी फारच वाईट मत होते. राष्ट्रीय विकास परिषदेच्या बैठकीत विरोधी पक्षांच्या मुख्यमंत्र्यांबरोबर खडाजंगी उडे, संतप्त शब्द बोलले जात आणि कधी कधी अप्रिय अशी भाषाही उच्चारली जाई. विरोधी मुख्यमंत्री हे केंद्र सरकारकडून राज्यांच्या घडामोडीत होणाऱ्या थेट हस्तक्षेपाबद्दल कडवटपणे टीका करीत तक्रारी मांडीत. राजीव गांधी यांनी सर्व विरोधी मुख्यमंत्र्यांना एकाच वेळी सरळ सरळ टक्कर द्यायचा प्रयत्न केला. थोडासा दूरदर्शीपणा दाखवून सौजन्याने व मृदूपणे या मुख्यमंत्र्यांना हाताळले असते, किंवा प्रत्येकाला वेगवेगळा करून त्यांच्याशी बोलणी केली असती, तर बरे झाले असते. परंतु तसे त्यांच्या हातून घडले नाही. असे वागण्यामागे लोकसभेत आपल्या बाजूने मोठे मताधिक्य असल्याने, जनमताच्या लोकप्रियतेचा कौल आपल्या बाजूने असल्याने, कशाला पर्वा करायची असा कदाचित त्यांचा दृष्टिकोन असावा, किंवा कदाचित त्यांना या बाबतीत चुकीचे सल्ले त्यांच्या राजकीय सल्लागारांनी दिले असावेत. अशाच एका बैठकीला अप्रियता इतकी पराकोटीला पोचली की विरोधी मुख्यमंत्र्यांनी रागारागाने बैठक सोडली व ते बाहेर निघून गेले. त्यावेळी राजीव गांधी एवढे अस्वस्थ होऊन चिडले होते की त्यांनी विरोधी मुख्यमंत्र्यांच्या अधिकाऱ्यांनाही बाहेर निघून जाण्यास सुनावले.

संसदेतील कामकाजांबद्दलही त्यांनी कधी फारसा आदर दाखवला नाही की त्याची दखल घेतली नाही. का कोण जाणे, पण संसदेत हजर रहाण्यास ते अनुत्सुक असत. नाईलाज झाला व त्यांची उपस्थिती आवश्यक ठरत असेल तरच ते तिथे जाऊन हजर रहात. कदाचित त्यांना विरोधी पक्षीयांकडून होणारे तिथले वर्तन आवडत नसावे. पण म्हणून हजर न रहाण्यासाठी हे कारण योग्य ठरत नाही, हेही तितकेच खरे. संसदेतील कामकाजाची योग्य ती दखल त्यांनी घ्यायला हवी होती.

कोणाला मंत्रीपद द्यावे किंवा मंत्र्यांना कसे खातेवाटप करावे याचा कॅबिनेट सेक्रेटरीशी काहीही संबंध नसतो. जेव्हा व्ही. पी. सिंग यांनी आपल्या संरक्षण मंत्रीपदाचा राजीनामा दिला तेव्हा खात्याचा भार पंतप्रधानांनी उचलला. त्यांच्याकडेच हे खाते रहावे म्हणून सेनाप्रमुखांनी त्यांना गळ घालणे सुरू केले. कारण यामुळे सेनाप्रमुखांना पंतप्रधानांशी थेट संपर्क कोणत्याही वेळी साधता येत होता. मी या गोष्टींच्या विरुद्ध होतो. याचे कारण काही बाबींमध्ये पंतप्रधानांना संरक्षण मंत्र्याकडून जो एक स्वतंत्र व मुलकी (civilian) सल्ला मिळू शकतो तो या रचनेत बंद होतो. म्हणून मी के. सी. पंत यांचे नाव संरक्षण मंत्रीपदासाठी सुचवले. पण पंतप्रधानांच्या

राजकीय वर्तुळातून या नावाला विरोध झाला. कारण १९७७ मध्ये के. सी. पंत हे इंदिरा गांधी यांना सोडून गेले होते. म्हणून त्यांना एवढे मोठे पद देऊ नये असे मत व्यक्त केले गेले. परंतु तरीही राजीव गांधी यांनी मी केलेली शिफारस आपल्या मनांत ठेवून दिली असावी.

पंतप्रधानांच्या घरातील PMH ऑफिसातून एम. एल. फोतेदार यांना हलवून त्यांना आरोग्यमंत्री करावे असे राजीव गांधी यांच्या मनात होते. पी. व्ही. नरसिंहराव यांच्याशी बोलणी करावी म्हणून त्यांनी मला सांगितले. कारण त्यावेळी नरसिंहराव यांच्याकडे मानव संसाधन (HRD) हे खाते होते आणि त्या खात्याखाली आरोग्य मंत्रालय येत होते. मी राव यांना तसे विचारले. त्यांना वाटले की आरोग्य खात्याचे राज्यमंत्री म्हणून फोतेदार त्यांच्या हाताखाली येणार आहेत त्यामुळे त्यांनी आपली त्यासाठी हरकत नसल्याचे सांगितले. परंतु असले राज्यमंत्रीपद हे फोतेदार यांना नको होते व राजीव गांधी यांच्याही मनात नव्हते. शेवटी फोतेदार यांना पोलाद खात्याचे मंत्रीपद देण्यात आले.

राज्यातील निवडणुकांसाठी सर्व पक्षांना राज्यांकडून काही निवडणूक निधी द्यावा अशी एक कल्पना होती. त्या संदर्भात राजीव गांधी यांची प्रतिक्रिया वेगळीच होती. मी त्या बाबतीत त्यांना समजावून सांगितले की भारतामध्ये निवडणुकांच्या खर्चामुळे भ्रष्टाचाराचा मुख्य उगम सुरू होतो. या संदर्भात राज्यांना काही निधी पुरवायचा असेल तर त्यासाठी एखादी योग्य पद्धत अवलंबिली गेली पाहिजे. परंतु माझ्या बोलण्यावरती ते एवढेच म्हणाले, "विरोधी पक्षीयांनी माझ्याविरुद्ध निवडणूक लढवण्यासाठी मी का त्यांना निधी पुरवायचा?" त्यांच्या उद्‌गारांचा अर्थ असा निघतो की, काँग्रेस पक्ष सत्तेवर असल्याने सार्वजनिक निधींवरती त्या पक्षाचीच मालकी रहाते.

कर्नाटकात जनता पक्ष सत्तेवरती होता. परंतु राजीव गांधी यांना त्यांच्या सल्लागारांनी असा सल्ला दिला की, कर्नाटकातील सध्याचे सरकार अस्थिर करावे. राजीव गांधी या सल्ल्याला बळी पडले. मग राजेश पायलट यांनी कर्नाटकात चार पाच भेटी दिल्या आणि काही काँग्रेसेतर आमदारांना आपल्या बाजूने वळविण्यात त्यांना यश आले. त्यात जनता पक्षातीलही काही आमदार होते. कर्नाटकात त्यावेळी वेंकटसुबय्या हे राज्यपाल होते. आता काँग्रेस पक्षाची अशी अपेक्षा होती की, त्यांनी 'राज्यात राष्ट्रपती राजवट लागू करावी' अशी शिफारस केंद्राकडे करावी. परंतु तसे काही करण्यास ते नाखूष होते. राजीव गांधी यांनी तसा एक कडक निरोप राज्यपालांना पाठवावा, यासाठी गृहमंत्री व राजेश पायलट यांनी त्यांचे मन वळवावयास सुरूवात केली. मी त्यावेळी तिथे उपस्थित होतो. जेव्हा गृहमंत्र्यांनी राज्यपालांना फोन लावून त्यावर बोलणे चालू केले तेव्हाही मी तिथे होतो. मला जे एकतर्फी बोलणे ऐकू येत होते त्यावरून राज्यपालांना गृहमंत्र्यांचे कडक बोलणे आवडत

नसावे असे दिसत होते. मग गृहमंत्र्यांनी तो फोन माझ्याकडे देऊन मला त्यांच्याशी बोलण्यास सांगितले. मी या बाबत फार तर एवढेच म्हणू शकत होतो की "अशी केवळ खुद्द राजीव गांधी यांचीच इच्छा आहे." मी तसेच म्हणालो. परिणामी कर्नाटकमध्ये राष्ट्रपती राजवट लादण्यात आली.

महाराष्ट्रातील काँग्रेस पक्षाचे दिग्गज नेते शरद पवार हे काँग्रेसमधून फुटून बाहेर पडले होते. त्यांनी आपला वेगळा पक्ष काढला होता. याचे काँग्रेसला खूपच वैषम्य वाटत होते. शरद पवार यांना परत काँग्रेसमध्ये घ्यावे याबद्दल राजीव गांधी यांचे मन वळवण्यात आले. परंतु शरद पवार यांच्या निष्ठेबद्दल त्यांना तेवढी खात्री वाटत नव्हती. सरतेशेवटी शरद पवार हे महाराष्ट्राचे मुख्यमंत्री बनले. त्यासाठी आधीचे मुख्यमंत्री शंकरराव चव्हाण यांना तेथून काढून केंद्र सरकारच्या मंत्रिमंडळात सामील करण्यात आले. परंतु शरद पवार यांच्या निष्ठेबद्दल संशयाचे धुके मात्र न निवळता तसेच तरळत राहिले.

जम्मू व काश्मिर येथील निवडणुकात नॅशनल कॉन्फरन्स पक्षाशी काँग्रेसने हातमिळवणी केली. त्यावेळी हेर खात्याच्या (इंटेलिजन्स ब्युरो) संचालकांनी अशी सावधगिरीची सूचना दिली की, यामुळे नॅशनल कॉन्फरन्स किंवा काँग्रेस पक्ष यापैकी कोणाचाही लाभ होणार नाही. नॅशनल कॉन्फरन्स हे केंद्र सरकारच्या हातातले बाहुले आहे, अशी त्याची हेटाळणी होईल. तर काँग्रेस पक्षावरती नॅशनल कॉन्फरन्स पक्षाच्या डागाळलेल्या प्रतिमेचे रंग उडवले जातील व तशी चिखलफेक होईल. मी या बाबतीत राजीव गांधी यांना भेटून त्यांच्याशी चर्चा केली. पण त्याचा काही उपयोग झाला नाही. त्यांनी आपला निश्चय पक्का केला होता.

अरुण नेहरू यांना राजकीय सल्लागारपदावरून दूर करून त्या जागी फोतेदार यांना आणण्यात आले. ते आता प्रमुख सल्लागारांपैकी एक बनले. जेव्हा ते मंत्री बनले तेव्हा राजकीय सल्लागार गटामध्ये नेहमी बुटासिंग, राजेश पायलट, गुलाम नबी आझाद हेच असत. त्यात नंतर आर. के. धवन यांची भर पडली. पण कॅबिनेट सेक्रेटरी म्हणून आणि पंतप्रधानांचा प्रिन्सिपल सेक्रेटरी म्हणून या राजकारणाशी माझा कसलाही संबंध पोचत नव्हता.

पंतप्रधानांच्या ऑफिसमध्ये (PMO) शीला दीक्षित यांची राज्यमंत्री म्हणून सुदैवाने निवड झाली. त्यांना पंतप्रधानांची राजकीय बाजू सांभाळायची होती. त्यासाठी आपल्याजवळच्या काही फायली राजीव गांधी यांनी त्यांच्याकडे कार्यवाहीसाठी दिल्या. शीला दीक्षित यांच्याकडे फक्त अशाच फायली थेट जात की त्यात अर्थसंस्था व सार्वजनिक उद्योगसंस्था यांच्या संचालक मंडळावरती कोणाला नेमावे याबद्दलची नावे व विषय असत. अर्थातच ही नावे शासकीय अधिकाऱ्यांची नसत. शीला दीक्षित यांना आपले काम बरोबर समजले होते व त्यामुळे त्या पंतप्रधानांच्या ऑफिसच्या कामात कधीही ढवळाढवळ करीत नसत. त्यामुळे त्यांच्याबरोबर काम

करण्यात आम्हाला बरे वाटे.

१९८७ मध्ये मीरतमध्ये एक जातीय दंगा भडकला. त्या दंग्यामुळे आम्हा साऱ्यांना तीव्र चिंता लागून राहिली. मीरत शहराजवळच्या कालव्यातील पाण्यात अनेक मुसलमानांची प्रेते तरंगू लागली. हिंदू बहुसंख्यांक समाजाने मुसलमानांना ठार केले, किंवा हत्यारी पोलिसांनी ठार केले असे आरोप केले जाऊ लागले. राज्य सरकारला या घटनेला फारसे महत्त्व व प्रसिद्धी मिळू नये असे वाटत होते. पण तरी याचा मोठ्या प्रमाणात बभ्रा झालाच. मग मोहसिना किडवाई यांना परिस्थितीची पहाणी करण्यासाठी मीरतला पाठविण्यात आले. पण यातून कोणतीही ठोस कारवाई निर्माण झाली नाही. खुद्द त्या राज्याच्या मुख्यमंत्र्यांशी कसलाही संपर्क साधण्यात आला नाही की, त्यांना कोणताही जाब विचारण्यात आला नाही. त्यांना अजिबात धक्का लावला गेला नाही. यामुळे राजीव गांधी अस्वस्थच झाले होते.

अन्य घडामोडी

केन्द्र सरकारच्या सर्व प्रकारच्या हेर खात्यांना एकत्र समन्वय साधणारी एखादी यंत्रणा असावी असे कोअर ग्रुपला वाटत होते. अशी गरज निकडीची वाटण्याचे कारण श्रीलंकेतील घडामोडी, विशेषत: 'आयपीकेएफ' चा उदय झाल्यानंतरच्या घडामोडी. अशा बाबतीत आम्हाला हवी तशी एक यंत्रणा इंग्लंडमध्ये सरकारात असते असे आमच्या निरीक्षणात आले. तिथे सर्व हेर खात्यांच्या गटावरती एक समिती असते व कॅबिनेट सेक्रेटरी हा औपचारिकपणे अध्यक्ष म्हणून काम करत असतो. ही समिती कोणत्या हेर खात्याला काय कामे द्यायची हेही ठरवित असते. मी या रचनेचा अभ्यास केला. यावरती मी एक लेख Central Intelligence Agencies lack of a standing co-ordinating mechanism (एका समन्वय यंत्रणेच्या अभावी असलेली विविध केन्द्रीय हेर खाती) अशा मथळ्याखाली लिहिला होता.

जेव्हा राजीव गांधी कोलंबोला गेले तेव्हा तेथील सैन्याची मानवंदना घेण्यासाठी गेले असता त्यांना एका नौसैनिकाने हातातील बंदुकीने खांद्यावर हाणले. या घटनेमुळे एक गोष्ट पुढे आली. जर अचानक पंतप्रधानांचा मृत्यू झाला किंवा ते गंभीररीत्या अकार्यक्षम झाले तर सरकार चालवण्यासाठी अधिकृत अशी कोणतीही यंत्रणा आपल्याकडे नाही. कारण अशा काळात सारे मंत्रीमंडळ निर्नायकी होऊन बसते. पंतप्रधानांच्या अनुपस्थितीत सरकार चालवायला त्यांच्याकडे कोणतेही अधिकार नसतात. यावरती मी असा उपाय सुचवला की, अशी काही वेळ आली तर कॅबिनेट सेक्रेटरीने ताबडतोब गृहसचिव, हेर खात्याचा संचालक, संरक्षण खात्याचा सेक्रेटरी, 'रॉ' या गुप्तहेर संस्थेचा सेक्रेटरी आणि जॉईंट चीफ स्टाफ कमिटीचा प्रमुख यांची

एक बैठक बोलवावी. या सर्वांनी मिळून परिस्थितीवरती नियंत्रण ठेवण्यासाठी आवश्यक ते उपाय योजावेत आणि राष्ट्रपतींकडे जावे. मग राष्ट्रपती पंतप्रधानपदासाठी एखादी व्यक्ती निवडून तिला पंतप्रधानपदाची शपथ देतील. अशा रितीने घटनात्मकरित्या अस्तित्वात आलेले सरकार खीळ न पडता पुढे चालू राहील. मग नवीन पंतप्रधान हा मंत्रिमंडळाला व प्रशासनाला मार्गदर्शन करेल व हुकूम सोडू शकेल. माझी ही योजना ऐकून राजीव गांधी यांनी ''ही एक चांगली सूचना आहे मी ती जरूर विचारात घेईन,'' असे म्हटले.

याच संदर्भात आणखीही एका समस्येबाबत विचार केला गेला. पंतप्रधानांची साऊथ ब्लॉकमधील कचेरी किंवा रेसकोर्स रोडवरील त्यांचे निवासस्थान यालाच धोका निर्माण झाला, किंवा तिथे बॉम्ब हल्ला झाला, किंवा कोणी हल्ला केला तर पंतप्रधानांनी काय करायचे? अशावेळी सुरक्षित ठिकाणी त्यांनी झटपट आसरा घ्यायला हवा. पूर्वी अशा समस्येवरती विचार करून राष्ट्रपती भवनातील काही तळघरे किंवा तळमजले येथे आसरा घ्यावा असे ठरले होते. परंतु आता बदललेल्या परिस्थितीत विशेषत: अणुशस्त्राच्या धोक्याच्या परिस्थितीत वेगळा उपाय शोधला पाहिजे. आम्ही मग त्या दिशेने एक प्राथमिक शोध सुरू केला आणि रिज रोडवरती एके ठिकाणी एक भुयारी आसरा शोधला. परंतु ही जागा नंतर बदलली गेली.

पंतप्रधानांची रेसकोर्स रोडवरची रहाण्याची जागा या धोक्याच्या दृष्टीने योग्य नव्हती. सुरक्षिततेच्या दृष्टीने तर ती अजिबात आदर्श अशी नव्हती. कारण त्या जागेभोवती रहाण्याच्या घरांनी सर्व बाजूंनी गराडा घातला होता. पं. जवाहरलाल नेहरू ज्या 'तीन मूर्ती' घरात राहात होते, ती जागा पंतप्रधानांना रहाण्यास पूर्णपणे आदर्श होती. दुर्दैवाने नेहरूंच्यानंतर पंतप्रधान झालेल्या लालबहादूर शास्त्रींनी काही भावनात्मक कारणांवरून तिथे रहाण्याचे नाकारले. मग त्या जागेचे रूपांतर नेहरू वस्तुसंग्रहालयात झाले. मी राजीव गांधी यांना कळकळीने सांगितले की, त्यांनी आपले निवासस्थान बदलून 'तीन मूर्ती' मध्ये रहायला जावे. असे काही करण्याने पं. नेहरूंचा मान राखला जाणार नाही, असा आक्षेपही कोणाला घेता येणार नाही. कारण खुद्द नेहरू हे राजीव गांधींचे आजोबा होते. त्यामुळे आपल्याच घरात पंतप्रधान रहायला गेले असेच होईल. जर अन्य कोणी पंतप्रधानाने तसे केले तर नेहरूंच्या वारसाचा नाश केल्याचा आरोप होऊ शकत होता. एकदा राजीव गांधी तिथे रहायला गेल्यावर तिथल्या वस्तुसंग्रहालयासाठी दुसरी योग्य जागा पाहून तिथे एक भव्य इमारत उभी करता येईल. राजीव गांधींचे बालपण या वास्तूत पूर्वी गेले होते. त्यामुळे माझे बोलणे ऐकल्यावरती त्यांच्या तिथल्या वास्तव्याच्या व आपल्या आजोबांच्या स्मृती त्यांच्या मनात जाग्या झाल्या. तशा भावना त्यांच्या चेहेऱ्यावरती स्पष्टपणे दिसून आल्या. पण का कोण जाणे, आपले निवासस्थान तिकडे नेण्यास

ते तितकेसे अनुकूल दिसेनात. 'तीन मूर्ती' वास्तूसारखी दुसरी तशी स्वतंत्र व स्वयंपूर्ण अशी पंतप्रधानांसाठी रहाण्याची योग्य जागा सबंध दिल्लीत कुठे मिळेना, हे दुर्दैवच म्हटले पाहिजे.

पंतप्रधानांचे ऑफिस (PMO) आणि कॅबिनेट सेक्रेटरीचे ऑफिस यांच्यातील संबंधाबाबतची चर्चा ही निरंतर चालत आलेली आहे. पंतप्रधानांचे घरसुद्धा या संबंधातील वादात गुंतलेले आहे. पंतप्रधानांना वेगळे ऑफिस कशाला हवे असते? या दोन्ही ऑफिसात श्रेष्ठ कोण? यावर माझे स्वतःचे मत असे आहे की कॅबिनेट सेक्रेटेरीएटप्रमाणेच पंतप्रधानांच्या ऑफिसचीही जरूरी आहे. पण त्या दोन्ही ऑफिसकडून एकमेकांचा आदर केला गेला पाहिजे. कॅबिनेट सेक्रेटेरीएट ही एक प्रशासकीय संस्था असलेली यंत्रणा आहे आणि ती सरकारचा एक अधिकृत व अविभाज्य भाग आहे. तर पंतप्रधानांचे ऑफिस हे काही कायद्याने प्रस्थापित झालेले नसून ते एक अत्यंत व्यावसायिक पातळीवरील ऑफिस आहे. कॅबिनेट सेक्रेटेरीएट किंवा मंत्रालये आणि सरकारी खाती यांच्यामध्ये कसलीही ढवळाढवळ व हस्तक्षेप न करता फक्त पंतप्रधानांना सल्ला देण्याचे काम त्या ऑफिसने करायचे असते. या ऑफिसने कॅबिनेट सेक्रेटेरीएटबरोबर काम करावे अन् कॅबिनेट सेक्रेटेरीएटनेसुद्धा पंतप्रधानांना सार्वजनिक हिताबाबत सल्ला देण्याचा त्यांच्या ऑफिसचा हा अधिकार किंवा हक्क मानला पाहिजे. त्याचबरोबर पंतप्रधानांच्या ऑफिसने कोणत्याही परिस्थितीत खुद्द पंतप्रधानांचे अधिकार आपल्याकडे घेऊन ते बजावता कामा नये. पण हे असे घडणे न घडणे हे बहुतांशी पंतप्रधानांच्या व्यक्तिमत्त्वावर अवलंबून असते आणि पंतप्रधान आपले ऑफिस कसे वापरतात यावरही अवलंबून असते. पण या बाबतीत सर्वच संबंधितांनी एक आचारसंहिता पाळली तर श्रेष्ठत्वाचा वाद निर्माण होणार नाही की गैरसमज उद्‌भवणार नाहीत. कॅबिनेट सेक्रेटरी म्हणून व पंतप्रधानांचा प्रिन्सिपल सेक्रेटरी म्हणून माझा अनुभव व मत मी येथे सांगितले आहे. मी माझ्या अनेक लेखांमध्ये या गोष्टींचा खुलासा पूर्णपणे विशद केलेला आहे.

मी जेव्हा कॅबिनेट सेक्रेटरी म्हणून दिल्लीला आलो तेव्हा पंतप्रधानांच्या ऑफिसमध्ये त्यांच्या सेक्रेटरी सरला ग्रेवाल ह्या होत्या. आमचे एकमेकांशी संबंध चांगले होते. कसलाही वाद आमच्यामध्ये नव्हता. तसेच पंतप्रधानांच्या ऑफिसमधील अन्य ज्येष्ठ अधिकारी मंडळींमध्ये गोपी अरोरा, ओतिमा बोर्डिया आणि मॉन्तेकसिंग अहलुवालिया हे होते. ते कॅबिनेट सेक्रेटेरीएटचा मान राखून होते. मी त्यांच्याशी विविध विषयांवरती अनेकदा व्यवहार केला. त्यावेळी त्यांनी मला आदरपूर्वक सहकार्य दिले. आमच्यात कधीही मतभेद झाले नाहीत. मी कॅबिनेट सेक्रेटरी असेपर्यंत हे संबंध असेच चालू ठेवले. नंतर मी पंतप्रधानांचा प्रिन्सिपल सेक्रेटरी झालो. माझ्या जागी कॅबिनेट सेक्रेटरी म्हणून टी. एन. शेषन आले. मग मी

पंतप्रधानांच्या ऑफिसमध्ये सर्वांना स्पष्टपणे बजावले की, ते मला जसे वागवीत होते तसेच शेषन यांना वागवून त्यांनाही मान द्यावा. परंतु शेषन हे या आधी राजीव गांधी यांच्या निकटच्या सहवासात आलेले असल्याने ते कधी कधी पंतप्रधानांच्या ऑफिसवर हुकूमत गाजवू पहात. त्यावेळी मात्र मला त्यांच्याशी ठामपणे वागावे लागे. जेव्हा विनोद पांडे हे कॅबिनेट सेक्रेटरी झाले तेव्हा त्यांच्या ऑफिसशी आमचे संबंध पूर्ववत प्रस्थापित झाले. पंतप्रधानांच्या ऑफिसबाबत ते सूज्ञ होते व या ऑफिसबाबत त्यांची दृष्टी स्वच्छ व वेधक होती.

पण पंतप्रधानांच्या घरी थाटलेल्या ऑफिसची (PMH) बाब वेगळीच होती. या ऑफिसला ना कायद्याचा आधार होता ना भारतीय घटनेचा. त्यामुळे हे ऑफिस घटनाबाह्य प्रकारात मोडत होते, असे म्हणणे उचित ठरेल. या ऑफिसने पंतप्रधानांच्या नावे सोडलेल्या कोणत्याही हुकूमाचा खरेखोटेपणा तपासण्याची मुभा राजीव गांधी यांनी मला दिली होती. मी ही गोष्ट माझ्या सर्व सिनियर सहकाऱ्यांना सांगितली. याचा योग्य व इष्ट तो परिणाम झाला. परंतु तरीही सरकारी कामकाजांवरती व निर्णयांवरती आपला प्रभाव पाडण्याचे नेहमीचे काम हे ऑफिस करत राहिले, हे येथे मला कबूल केले पाहिजे. विशेषत: या ऑफिसकडून सिनियर अधिकाऱ्यांच्या बदल्या आणि मोक्याच्या जागेवरच्या नेमणुका यामध्ये ढवळाढवळ केली जायची. या ऑफिसमध्ये सुरूवातीला एम. एल. फोतेदार आणि सतीश शर्मा हे दोघेजणच होते. पण नंतर फोतेदारांना मंत्रीपद देण्यात आले. मग सर्व कारभार एकट्या सतीश शर्मांच्या हातात आला. ते नेहमी आपल्या रांगड्या पद्धतीने सर्वत्र दबाव टाकीत. एकदा त्यांनी अर्थ खात्याचे प्रमुख म्हणजे सचिव, वेंकटरामन यांनाच हुकूम सोडून एक गोष्ट करण्यास सांगितली. हे त्यांनी अत्यंत आक्षेपार्ह अशा भाषेत केले. जेव्हा वेंकटरामन यांनी ही बाब माझ्यापाशी उघड केली तेव्हा मी त्यांना सतीश शर्मा यांच्या हुकूमानुसार अजिबात कसलीही कारवाई किंवा कृती करू नका, असे सांगितले. "या बाबतीत जर सतीश शर्मा परत काही म्हणाले तर त्यांना मला भेटायला सांगा," असाही सल्ला मी दिला. दुसऱ्या एका वेळी असेच झाले. त्यावेळी शंकरराव चव्हाण हे अर्थमंत्री होते. त्यांनी मला सांगितले की त्यांना पीएमएचकडून (पीएमएच म्हणजे प्राईम मिनिस्टर्स होम, म्हणजे पंतप्रधानांचे घरचे ऑफिस) निरोप आला आहे की दीक्षित नावाच्या स्टेट बँकेतील एका सिनिअर अधिकाऱ्याला या बँकेचे पुढचे चेअरमनपद द्यावे. खरोखरच पंतप्रधानांची अशी इच्छा आहे काय? अशी पृच्छा शंकररावांनी माझ्यापाशी केली. मी जेव्हा ही गोष्ट राजीव गांधी यांच्यापाशी काढली. तेव्हा त्यांनी मला सांगितले की, तसे कोणाचेही विशिष्ट नाव चेअरमनपदासाठी त्यांनी कळवले नसून या बाबतीत अर्थमंत्र्यांनी गुणवत्तेनुसार लायक व्यक्तीला चेअरमनपद देण्याचा निर्णय घ्यावा. परंतु माझी ही पडताळणी

पीएमएचला म्हणजे सतीश शर्मा यांना आवडली नाही, तरीही आणखी एका वेळी सेन्ट्रल बोर्ड ऑफ डायरेक्ट टॅक्सेसच्या चेअरमनपदावरती आपल्या मर्जीतील माणसाची नेमणूक करण्यात ते यशस्वी झाले. चेअरमनपदावरती ज्येष्ठताक्रमानुसार सर्वांत वरच्या एका इंडियन रेव्हेन्यू सर्व्हिसमधल्या अधिकाऱ्याचा हक्क होता. परंतु त्याला डावलून शर्मा यांच्या मर्जीतल्या ए. एस. थिंड नावाच्या माणसालाच हे चेअरमनपद दिले गेले. मी या बाबतीत पंतप्रधानांशी बोललो, पण तरीही झालेला निर्णय मी फिरवू शकलो नाही.

१९७५ ते १९७८ पर्यंत मी मुंबई महापालिकेचा आयुक्त होतो. त्यामुळे महानगरांच्या काय काय समस्या असतात याची मला पूर्ण कल्पना होती. त्यामुळे जेव्हा मी कॅबिनेट सेक्रेटरी झालो तेव्हा मुंबईची केस केंद्र सरकारपुढे मांडली. माझे असे म्हणणे होते की मुंबई ही भारताची आर्थिक राजधानी असल्याने तिला दिल्लीला जसा राजकीय राजधानीचा खास दर्जा दिला गेला आहे, तसाच दर्जा द्यावा. या बाबतीत केलेल्या एका पहाणीनुसार दिल्ली शहराला दरवर्षी २०० कोटी रुपयांची आर्थिक मदत केन्द्र सरकारकडून दिली जाते. दिल्ली सबंध देशाची राजधानी असल्याने तिच्या पायाभूत सुविधांवरती सरकारने असा खर्च करणे काहीच गैर नाही. परंतु दिल्लीच्या बससेवेवरती (दिल्ली परिवहन) वीजमंडळांवरती व दूध योजनेवरती दिल्या जाणाऱ्या आर्थिक मदतीला कोणता नैतिक आधार होता? जर मुंबई महापालिका संपूर्ण शहराची बस सेवा व विद्युतपुरवठा या बाबीत कसलीही आर्थिक मदत न घेता यशस्वीपणे हाताळू शकते, तर दिल्ली महापालिकेने नको का तसे करायला? अन् तरीही दिल्लीच्या बससेवेला दरवर्षी ९० कोटी रुपयांचा तोटा होतो. जगातील कोणत्याही शहरी बस सेवेला कोणतेही सरकार मदत करीत नाही. मुंबई महापालिकेला जे जमते व बससेवा आणि वीज वितरणातून पैसा कमावता येतो तर दिल्ली महापालिकेला का तसे करता येऊ नये? अन् सरकारने मदत करूनही ही सेवा तोट्यात जाते? मुंबईच्या 'बेस्ट' सर्व्हिससारखी दिल्लीच्या वीज वितरण सेवेकडून शहरातील बससेवा का नाही चालवता येणार? अन् तरीही दिल्लीची ही वीज वितरण सेवा (DESU) मोठ्या प्रमाणात तोट्यात जात होती हेही उघड दिसत होते. दिल्ली शहराच्या कारभारात ज्या राजकीय व्यक्तींना रस होता त्यांची एक मोठी लॉबी किंवा एक मोठा गट केन्द्र सरकारात होता. तेव्हा हे सारे का व कसे घडत होते याचे कारण उघड उघड कोणालाही समजून येईल. मुंबईतील राजकारणी व्यक्तींची आपल्या पक्षावरती, म्हणजे काँग्रेसवरती दाट निष्ठा असल्याने त्यांना या गोष्टी ठाऊक असल्याने ते याकडे कानाडोळा करीत होते. काही ऐतिहासिक कारणांमुळे दिल्लीत जनसंघाचा, आता भाजपचा बराच प्रभाव आहे. तेव्हा काँग्रेसवाल्यांनी दिल्लीतील मतदारसंघांवरती आपली पकड ठेवायची असेल तर खूपच काळजीपूर्वक

वागले पाहिजे. मग मी एक सूचना केली. त्यानुसार दिल्लीची बससेवा ही दिल्लीच्या प्रशासनाकडे द्यावी. (त्यासाठी प्रशासनाकडून त्यांनी अगदी नॉमिनल किंवा एक रुपया एवढी क्षुल्लक रक्कम आकारावी.) यामुळे निदान दिल्ली परिवहन मंडळाचा दर वर्षीचा ९० कोटी रुपयांचा तोटा तरी वाचेल! पण माझ्या सूचनेला विरोध केला गेला. त्याचे कारण दिल्ली परिवहन मंडळातील नोकरभरतीमध्ये राजकीय व्यक्तींना फार रस होता. गरजूंना नोकऱ्या लावून देऊन त्यांच्या पाठबळावरती या राजकीय मंडळींची बरीच कामे होत असत. आपल्या कामासाठी, सभांसाठी, मोर्चांसाठी गर्दी जमवण्यासाठी त्यांना बसेसची जरुरी असे. त्या मग सहजासहजी पुरवल्या जात.

दिल्लीचे वीज वितरण मंडळ म्हणजे दिल्ली इलेक्ट्रिक सप्लाय अंडरटेकिंग, (DESU) याबद्दल काय सांगावे. जे केन्द्र सरकार सतत राज्यांमधल्या वीज महामंडळांना निधी कसा वापरावा याबद्दल उपदेश करत असते. त्याच सरकारला दिल्लीच्या वीज पुरवठ्यातील आर्थिक तोटा नाहीसा करता येत नव्हता. केन्द्र सरकारच्या उर्जा खात्यातर्फे 'देसू'चा कारभार चालवला जातो. एका विचित्र टोकाशी हा कारभार जाऊन पोचला होता. या वीज पुरवठा मंडळाने, म्हणजे देसूने जागतिक बँकेकडे कर्ज मागितले. परंतु आतापर्यंतचा मंडळाचा तोटा हा ३०० कोटीपर्यंत जाऊन पोचला होता. त्यामुळे कर्ज नाकारले गेले. मग उर्जा खात्याने सरळ केंद्रीय मंडळालाच अर्ज करून एक उद्दाम मागणी अशी केली की, 'हा तोटा सरकारने सरळ कागदावरून हिशोबातून काढून टाकावा, राईट ऑफ करावा. म्हणजे मग जागतिक बँकेकडे परत कर्जाची मागणी नव्याने करता येईल.' परंतु असल्या फालतू युक्तीमुळे जागतिक बँक फसणारी नव्हती. त्यांनी देसूकडे वीज दर आकारणीची व वेळेत पैसे वसुलीची कठोर व ज्यात हेराफेरी करता येणार नाही अशी पद्धत राबवायचा आग्रह धरला. तसे काही केले गेले तरच नंतर ते कर्जाच्या मागणीचा विचार करू शकणार होते.

दूध खरेदीचा भाव वर जाऊ लागल्याने दिल्लीचे दूध पुरवठा मंडळही (दिल्ली मिल्क सप्लाय स्कीम उर्फ डीएमएस) आता तोट्यात जाऊ लागले. पण तरीही दुधाच्या विक्रीचे भाव वाढवण्यास राजकारणी मंडळी विरोध करू लागली. हा गुंता आता आणखी विनोदी बनू लागला. कारण या संदर्भात कृषी मंत्री भजनलाल यांनी विक्रीचे दर वाढवावेत म्हणून दिलेल्या प्रस्तावाला दिल्लीमधून निवडून आलेले एच. के. एल. भगत हे विरोध करू लागले. यातून मार्ग कसा काढावा ते आम्हाला समजेना. शेवटी आमचे डावपेच विनोदी वळणावर जाऊ लागले. आम्ही या संदर्भातल्या बैठका अशा तारखांना बोलवू लागलो की, त्या दिवशी एच. के. एल. भगत यांना येणे जमणार नाही!

केन्द्र सरकारला मिळणाऱ्या महसुलात मुंबई शहराकडून मिळणाऱ्या महसुलाचा

वाटा खूप मोठा असल्याने मुंबई महापालिकेला नागरी विकासासाठी केन्द्र सरकारकडून आर्थिक मदत मागण्याचा अधिकार आहे. जर सत्ताधारी केन्द्र सरकार दिल्लीवर आपला राजकीय ताबा ठेवण्यासाठी दिल्लीच्या नागरिकांचे लाड करीत असेल तर याच सरकारने मुंबई शहराला आर्थिक न्याय मिळवून देण्याची सभ्यता तरी दाखवायला हवी होती. १९८० च्या मध्यात मुंबई शहराला फक्त एका वेळेपुरते ५० कोटी रुपयांचे अनुदान दिले गेले. एवढी किरकोळ रक्कम मंजूर झाली व तीही खूप उशीरा झाली. पण तेवढ्यानेही मागणी करण्यास आलेली मुंबई प्रादेशिक काँग्रेस समितीची माणसे आनंदाने परत मुंबईला निघून गेली.

अशीच मुंबईबद्दलची आणखी एक समस्या सोडवायचा मी प्रयत्न केला. बॉम्बे हाय या समुद्रातील तेलविहिरीतून बाहेर पडणाऱ्या नैसर्गिक वायूवर जनित्रे चालवून उरणला विजेचे उत्पादन केले जायचे. हा वायू अर्थातच उरणला पाईपामधून थेट पुरवला जायचा. तशाच पाईप लाईनींमधून हा वायू उत्तर भारतातल्या पेट्रोकेमिकल कॉम्प्लेक्सला आणि खतकारखान्यांना हाजिरा - बिज्वासन - जगदीशपूर (एचबीजे) पाईपलाईनमधून पुरवला जायचा. पूर्वी मुंबई शहराला घरोघरी इंधनाच्या वायूचा पुरवठा करणारी बॉम्बे गॅस कंपनी होती. रस्त्यावरचे दिवेही याच वायूवर चालत. त्या कंपनीने आपल्या पाईपांचे जाळे रस्त्याखालून खेळवले होते. त्या कंपनीचा कारभार बंद झाला तरी जमिनीखालील ते पाईपांचे जाळे अद्याप अस्तित्वात होते. १९७५ मध्ये मी मुंबई महापालिकेचा आयुक्त झालो. तोपर्यंत गॅसवर जळणारे रस्त्यावरचे दिवे बंद केले जाऊन विजेचे दिवे आले होते. स्वयंपाकघरातील इंधनाच्या वायूला आता कोणताही पर्याय उरला नव्हता. १९८५ मध्ये महाराष्ट्राचा मुख्य सचिव असताना मी मुंबईतील जनतेला जमिनीखालच्या त्याच पाईपलाईनींमधून 'बॉम्बे हाय' तेलविहिरीमधला गॅस पुरवण्याचे प्रयत्न पुन्हा नव्याने करायला लागलो. माझ्या योजनेनुसार बॉम्बे गॅस कंपनीच्या मालकीचे जमिनीखालचे पाईपांचे जाळे ताब्यात घ्यायचे. त्याची आवश्यक तिथे दुरुस्ती करायची (ही दुरुस्ती अर्थातच मोठ्या प्रमाणावरती करावी लागणार होती.) आणि उरण येथे गॅस साठवणुकीसाठी एक मोठे टर्मिनल या हेतूसाठी उभे करायचे. आमची गरज फार प्रचंड प्रमाणात नसली तरी पेट्रोलियम मंत्रालयाकडून 'आमच्याजवळ पुरेसा जादा गॅस यासाठी उपलब्ध नाही,' या सबबीनुसार नकार दिला. १९८६ मध्ये कॅबिनेट सेक्रेटरी झाल्यावर पेट्रोलियम खात्याच्या सचिवाला 'मुंबईमध्ये घरगुती वापरासाठी गॅसचा पुरवठा करण्यासाठी काहीतरी उपाय शोधावा.' म्हणून कळवले. परंतु माझ्या पत्रावर कसलीही कारवाई केली गेली नाही की कोणत्याही उपाययोजनेचा विचार केला गेला नाही. मग मात्र मी सरळ त्या खात्याला हुकूम सोडला व मुंबईसाठी गॅसचा एक ठराविक कोटा राखून ठेवण्यास बजावले. त्यानंतर महाराष्ट्र सरकारला हे सारे

कळवून येथून पुढची कारवाई त्यांनी करावी म्हणून सांगितले. या गॅस पुरवठा योजनेला राज्य सरकारने राजी होऊन सहकार्य करावे यासाठी मला बरेच कष्ट घ्यावे लागले. ती एक वेगळीच कहाणी आहे.

सप्टेंबर १९८८ मध्ये लोकसभेत बदनामी प्रतिबंधक कायदा मांडण्यात आला. याबाबतीत पी. चिदंबरम यांनी राजीव गांधी यांच्याबरोबर चर्चा केली होती. कायद्यात पळवाटा असल्याने व बदनामीसंदर्भात वेगळा कायदा नसल्याने प्रसिद्ध राजकीय व्यक्ती व अन्य व्यक्तिमत्त्वे यांची बदनामी करण्याची प्रवृत्ती त्यांच्या विरोधकांना होत असते, असे आम्हाला वाटत होते. जो आपली बदनामी झाली म्हणून खटला दाखल करतो त्याच्यावरच पुरावे देण्याची जबाबदारी पडत होती. तसेच ज्या स्थळी तो बदनामीकारक मजकूर प्रसिद्ध झाला त्याच स्थळी असलेल्या न्यायालयात खटला दाखल करावा लागे. अन् हे स्थळ जर खूप लांब असेल तर वारंवार पडणाऱ्या तारखांना तिथे जाऊन हजर रहाण्यात ती व्यक्ती निष्कारण हैराण होत असे. म्हणून हा नवीन कायदा मांडताना असा विचार करण्यात आला की जो कोणी बदनामीचे आरोप करतो त्याच्यावरती पुरावे देण्याची जबाबदारी संपूर्ण नाही तरी काही प्रमाणात टाकली जावी. तसेच, कथित आरोपीच्या रहाण्याच्या भागातील न्यायालयातच खटला दाखल केला जावा, अशा या तरतुदींसह हा कायदा लोकसभेत मंजूर होण्यासाठी मांडल्यावरती वृत्तसृष्टीत मोठीच खळबळ माजली. तसेच, या कायद्याला खुद्द काँग्रेस पक्षातील काही खासदारांकडून विरोध झाला. त्यासाठी अशी वकिली केली गेली की जागरूक लोकशाहीचे अंगभूत सामर्थ्य व चलनवलन याचे प्रतिबिंब मुक्त पत्रकारितेमध्ये पडत असते. अशा पत्रकारितेवर बंधने येतील अथवा तिला धक्का पोहोचेल असे काहीही करता कामा नये. हा कायदा शेवटी लोकसभेत पास झाला खरा, पण याला मोठ्या प्रमाणात झालेला विरोध व आलेले दडपण लक्षात घेऊन सरकारने हा कायदा पुढे राज्यसभेत मंजूर होण्याआधीच काढून घेतला.

कॅबिनेट सेक्रेटरीने दौऱ्यावर जाऊ नये व परदेशी तर अजिबात जाऊ नये अशी आतापर्यंतची प्रथा होती. मला ही प्रथा मोडायची होती. म्हणून मी दर तीन किंवा चार महिन्यांनी बाहेरगावी जात असे. कॅबिनेट सेक्रेटरी हा मंत्रीमंडळाचा व पंतप्रधानांचा एक खराखुरा सल्लागार असतो. त्याला देशात काय घडते आहे याची वित्तंबातमी ठाऊक असावी लागते. केवळ दिल्लीमध्ये भरणाऱ्या बैठकीत राज्यातील अधिकाऱ्यांची गाठ घेणे आणि राजकीय प्रतिनिधींना भेटणे एवढेच त्याने करायचे नसते. म्हणून देशातील परिस्थिती अधिक चांगल्यारितीने जाणून घेण्यासाठी बाहेर पडू लागलो.

१९८६ मध्ये वर्षअखेरीस मी बिहारला भेट दिली. तिथल्या परिस्थितीमुळे राजकीय व शासकीय आघाडीवरती तीव्र चिंता व्यक्त केली जात होती. तिथले ज्येष्ठ अधिकारी व फील्ड ऑफिसर्स यांच्याबरोबर मोठ्या प्रमाणात विविध बाबींवरती चर्चा

केली. बिहारमधील शासकीय यंत्रणा ही राजकारण व जातीय वृत्ती यामुळे किती अफाट प्रमाणात बरबटलेली आहे हे समजून आल्यावर मी अक्षरश: थक्क झालो. अधिकारी, मग तो कनिष्ठ किंवा ज्येष्ठ असो, तो कोणत्या राजकीय पुढाऱ्याशी निगडीत आहे किंवा कोणत्या जातीचा आहे यावरून ओळखला जायचा. बाहेरून बिहारमध्ये जे आयएएस अधिकारी आलेले असत त्यांचीही ओळख अशाच पद्धतीने व्हायची. फील्ड ऑफिसर मंडळींची कारकीर्द ही फार थोड्या कालावधीसाठी केली जायची आणि राजकीय नेत्यांच्या लहरीनुसार त्यांना हलवले जाई किंवा घालवले जाई. मी माझे सर्व निरीक्षण पंतप्रधानांच्या कानावर घातले आणि सुचवले की, आपण बिहारमधील मोक्याच्या जागेचे १५ जिल्हे निवडू व तिथे आपले खास निवडक अधिकारी पाठवू. हे अधिकारी थेट कॅबिनेट सेक्रेटरीच्या संपर्कात रहातील आणि त्यांची बदली कॅबिनेट सेक्रेटरीच्या परवानगीखेरीज कोणीही करू शकणार नाही. यामुळे बिहारमधील राजकीय व शासकीय क्षेत्रात असा संदेश पसरेल की, केन्द्र सरकारला बिहारचा राज्यकारभार सुधारण्यात रस असून त्यासाठी प्रत्यक्ष भाग घेण्यास केन्द्र सरकार मागे पुढे पाहत नाही. बिहारमध्ये त्यावेळी काँग्रेसची राजवट असल्याने तिथे राष्ट्रपती राजवट लावण्याचा प्रश्न येत नव्हता. तथापि, माझी ही योजना पंतप्रधानांना व्यवहार्य वाटली नसावी पण तरीही त्यांनी या संदर्भात बिहारच्या मुख्यमंत्र्यांना एक पत्र पाठवले.

(मी जम्मू-काश्मीर आणि पंजाब या राज्यांनाही भेटी दिल्या. पण त्याबद्दल मी अन्य प्रकरणात लिहिलेले आहे.)

जून १९८७ मध्ये मी हिमाचल प्रदेशला भेट दिली. सिमला व मनाली येथे गेलो. मनालीहून मी रोहतांग खिंडीकडे गेलो. तिथे सर्व हवामानात चालू राहील अशा हिमाचल प्रदेश-लडाख या रस्त्याचे काम चाललेले होते. मला त्या कामाची प्रगती अजमावायाची होती. बॉर्डर रोड डेव्हलपमेन्टतर्फे 'दीपक' योजनेखाली ह्या रस्त्याचे काम चालू होते. प्रकल्पाधिकारी कर्नल चीमा हे होते. त्यांनी मला सांगितले की रोहतांग बोगद्यासाठी प्राथमिक पहाणी व चाचण्या पूर्ण झाल्या असून त्याची नीट तपशीलवार आखणी करण्याचे काम आता चालू आहे. या कामावरील अधिकाऱ्यांच्या बदल्या होणे थांबवले तर प्रकल्पाच्या कामात खंड पडणार नाही. अशा बदल्या येथून पुढे होऊ नये म्हणून आपण काहीतरी मदत करा, अशी त्याने मला विनंती केली. या रस्त्याचे संरक्षणाच्या दृष्टीतून खूप महत्त्व आहे. याची मला जाणीव होती. जर लडाखचा भूभाग काही कारणाने काश्मिरच्या खोऱ्यापासून अलग पडला तर हा रस्ता लडाखशी एकमेव दळणवळणाचा मार्ग ठरू शकत होता. मी मग नंतर दिल्लीत हा प्रश्न संरक्षण मंत्र्यांपाशी काढला. पण त्याची नंतर काहीही दखल घेतली गेली नाही. सिमला येथे हिमाचल प्रदेशाच्या मुख्य सचिवाने मला सांगितले की, नाथफा-झक्री

जलविद्युत योजना ही अजिबात प्रगती करीत नाही. कारण त्यासाठी आवश्यक असणारे कंट्रोल बोर्ड केन्द्र सरकारने स्थापन केले नाही. कारण त्या प्रकल्पात हिमाचल प्रदेशाचे हित पाहिले नव्हते व तशी खात्रीही राज्याला दिली नव्हती. हे ऐकून मला धक्काच बसला. मी त्या खात्याच्या सचिवाला बोलावून ताबडतोब ते कंट्रोल बोर्ड स्थापन करायला सांगितले. तसे झाल्यावर त्या प्रकल्पाची चक्रे फिरू लागली.

भारताच्या पुरातत्त्व खात्याच्या संचालकाने मला एप्रिल १९८८ मध्ये आग्रा व मथुरा येथे भेट देण्याचे निमंत्रण दिले. या खात्याला चांगले शिकलेले सिव्हिल इंजिनियर्स मिळत नव्हते. कारण पीडब्ल्यूडीसारख्या किंवा रेल्वेसारख्या अन्य खात्यातील सिव्हिल इंजिनियर्सप्रमाणे येथे वेतनश्रेणी नव्हती, ती कमी होती. सरकारी पातळीवरील एकाच दर्जाच्या नोकऱ्यांमधील ती असमानता होती. म्हणून पुरातत्व खात्यातील वेतनश्रेणी वाढवून अन्य सरकारी पातळीवर ती आणून ठेवावी, एकाच दर्जाच्या सरकारी पदांबाबत समानता असावी, असे त्या संचालकाचे रास्त म्हणणे होते. यावर मी प्रचलित नियमांमधून एक उपाय शोधून त्यांना सांगितला. लायक पदांवरील ज्यांना असे कमी वेतन मिळते त्यांना जादा 'स्पेशल ड्यूटी पे' किंवा तत्सम भरपाईची रक्कम दिली जावी, अन् तसा प्रस्ताव त्यांनी एक्सपेन्डिचर सेक्रेटरीला द्यावा. या प्रस्तावावर सहानुभूतीने विचार करावा असे मी नंतर त्या सेक्रेटरीला सांगितले. त्या संचालकांनी त्यांची दुसरी एक अडचण सांगितली. पुरातत्त्व खात्याची प्रकाशने ही सरकारी छापखान्यात छापावी लागतात. परंतु तिथे त्यांच्या छपाईला कधीच अग्रक्रम दिला जात नव्हता. इतरांची छपाई झाल्यावर शेवटी ती प्रकाशने छापण्यास घेतली जात. यावर ती प्रकाशने बाहेरच्या खासगी छापखान्यातून छापून घेण्याचे अधिकार त्यांना दिले. आग्र्याच्या किल्ल्यातील सुशोभित भिंतीवरती काही मौल्यवान खडे जडवले होते. ते आता निखळत चालले होते. याचे कारण त्या भिंतींना पर्यटक मंडळी हात लावत होती. या पर्यटकांना अशा भिंतींपासून दूर ठेवण्यासाठी साखळ्यांचे बंदिस्त कठडे त्यापुढे हवे होते. परंतु तसे ते बांधण्याला पर्यटक व काही राजकारणी लोकांचा विरोध होता. यावर मी ताबडतोब त्यांना तसे साखळ्यांचे कठडे बांधायला आवश्यक ते अधिकार दिले. नंतर काही दिवसांनी माझ्या लक्षात आले की अगदी अशीच समस्या दिल्लीच्या लाल किल्यातही होती.

आग्र्याच्या ज्या इमारतीत औरंगजेबाने शिवाजी महाराजांना कैदेत ठेवले होते त्या जुन्यापुराण्या वास्तूचे नीट जतन करण्याऐवजी त्यामध्ये एक छोटी सरकारी कचेरी थाटली गेली होती. एक प्रकारे त्या वास्तूचा हा दुरुपयोग होता. मला हे कळताच मी ताबडतोब महाराष्ट्र सरकारला कळवले की त्यांनी या वास्तूवर आपला हक्क सांगून तिचा ताबा घ्यावा आणि एका पवित्र ऐतिहासिक स्मारकात तिचे रूपांतर करावे अशा रितीने शिवाजी महाराजांची स्मृती जपली जाईल. या

संबंधात पुढे काय झाले ते मला अद्याप समजले नाही.

पुरातत्त्व खात्याची नेहमीची तक्रार अशी होती की, त्यांच्या वाट्याला सरकार नेहमी कमी रकमेचे अंदाजपत्रक मंजूर करते. तो बिचारा संचालक सरकारने जादा ५ कोटी रुपये मंजूर करून द्यावेत असे म्हणत होता. त्याची ही मागणी अत्यंत माफक होती. ही मागणी रिॲप्रोप्रिएशनच्या साहाय्याने सहज पुरी करता येण्याजोगी होती. त्यासाठी मी पुरातत्त्व खात्याच्या फायनान्स ऑफिसरला तशी हालचाल करण्यास सांगितले. माझ्या या मदतीमुळे त्या संचालकाचे समाधान झाले. पण प्रत्यक्षात त्यानुसार घडण्यासाठी नोकरशाहीच्या जंजाळामधून जाण्यास खूप वेळ घेतला.

मुंबईतील नॅशनल टेक्सस्टाईलच्या कापड गिरण्यांपुढे काही अडचणी उभ्या राहिल्या होत्या. त्या दूर करण्यासाठी वस्त्रोद्योग खात्याच्या सचिवाला माझी मदत हवी होती. त्या गिरण्यांकडे विस्तृत जमीन होती व जर ती बाजारभावाने विकली तर गिरणी कामगारांची देणी एनटीसी मिलला देता येणार होतीच पण त्याचबरोबर गिरण्यांचे आधुनिकीकरण करण्यासाठीही त्यातून निधी उपलब्ध होणार होता. पण त्या जमिनी विकण्यासाठी शहरांसाठी असलेला कमाल जमीन धारणा कायदा आड येत होता. म्हणून महाराष्ट्र सरकार तशा विक्रीला परवानगी देत नव्हते. जेव्हा मी मुंबईला गेलो तेव्हा मी या संदर्भात मुख्यमंत्र्यांची गाठ घेतली. मी सारे काही समजावून महाराष्ट्र सरकारला सांगितले की, अशीच समस्या पश्चिम बंगालमध्ये उद्‌भवली तेव्हा या उपायाला तेथील कम्युनिस्ट सरकारनेही वस्त्रोद्योग मंत्रालयाच्या अशा सूचनेला सहानुभूतीपूर्वक मान्यता दिली. आम्ही महाराष्ट्र सरकारपुढे ठेवलेल्या प्रस्तावानुसार विक्रीस उपलब्ध असलेल्या जमिनीपैकी तिसरा हिस्सा हा राज्य सरकारला जनतेच्या सदनिका बांधण्यासाठी बहाल करावा. आणखी एक तेवढाच हिस्सा उद्याने व खेळाची मैदाने करण्यासाठी राखून ठेवावा अन् उरलेली एक तृतीयांश जमीन ही खाजगी पार्ट्यांना लिलावात विकून टाकावी. मात्र त्यांना भरपाई करणारा जादा चटई निर्देशांक द्यावा. परंतु दुर्दैवाने महाराष्ट्र सरकारने या प्रस्तावामध्ये फारसा रस घेतला नाही.

मे १९८७ मध्ये मी मुंबईला समुद्रातील 'बॉम्बे हाय' या तेल विहिरीला भेट दिली. ओएनजीसीच्या डेहराडून येथील वसाहतीलाही तशीच भेट देऊन पहाणी केली. जानेवारी १९८८ मध्ये बडोद्यातील इंडियन पेट्रोकेमिकल्स लिमिटेड या उद्योगाला भेट दिली. हा सार्वजनिक क्षेत्रातील उद्योग भरपूर नफा कमावून दाखवणारा असल्याने त्याला अनन्यसाधारण महत्त्व होते.

गॅटची (GATT) एक सभा इस्लामाबादेत होती. मला त्यासाठी पाकिस्तानातून भेटीचे निमंत्रण आले. पंतप्रधानांची परवानगी घेऊन मी तिकडे गेलो. तिथे भारताचे हायकमिशनर एस. के. सिंग हे होते. ते एक मुरब्बी राजनीतीज्ञ होते व पाकिस्तान

सरकारशी खूपच जवळचे संबंध जोडण्यात त्यांना यश प्राप्त झाले होते. विशेषत: त्यांनी कित्येक उच्च पातळीवरील लोकांशी संबंध जोडले होते. आम्ही जिथे जिथे जाऊ तिथे आमच्या पाळतीवर पाकिस्तान सरकारच्या गुप्त हेर खात्याचे, आयएसआयचे लोक होतेच. पण हे तसे साहजिकच होते. आम्ही अनेक महत्त्वाच्या लोकांना भेटलो. भुट्टो यांची पत्नी नुसरत व कन्या बेनझीर यांनाही भेटण्याची इच्छा आम्ही प्रदर्शित केली. आमचे नशीब असे की, त्याच दिवशी सकाळी पाकिस्तानातील उच्च न्यायालयाने भुट्टो मायलेकींच्या बाजूने निकाल दिला होता. त्यामुळे त्यांच्या समर्थकांनी व अनुयायांनी भुट्टोंच्या घरापाशी मोठ्या प्रमाणात गर्दी केली होती. अशा वेळी आम्ही तिथे पोचलो. गर्दीतील लोकांनी भारतीय तिरंगा ध्वज फडकावित येणारी आमची अधिकृत मोटार पाहिली व ते अचंबित झाले.

एस. के. सिंग यांनी मला रावळपिंडीतील पाकिस्तानच्या संरक्षण खात्याच्या हेडक्वार्टरमध्येही नेले. तिथल्या नागरी अधिकाऱ्यांनी माझ्याशी मनमोकळेपणे गप्पा मारल्या. त्यांच्यातला एक ज्येष्ठ अधिकारी मला म्हणाला, "तुम्ही आमच्यापासून बांगला देश वेगळा केला याबद्दल आम्ही तुमचे आभार मानले पाहिजेत. अन् बांगला देशाच्या निर्मितीमुळे तुम्ही तुमच्यासाठी जी डोकेदुखी निर्माण केलीत त्याबद्दल मला तुमच्याबद्दल खूप सहानुभूती वाटते." तिथे आम्हाला जो चहापान देण्यात आला त्यावेळी शत्रुत्वाचे काही जळजळीत दृष्टीक्षेप आमच्यावर होत होते. तसे होणे हे साहजिकच होते. कारण त्यांच्यापैकी काही जणांना १९७१ च्या बांगला देश युद्धात भारताने कैदी केले होते.

मी पाकिस्तानमधील अमेरिकेचा राजदूत रॉबर्ट ओक्ले याला दिल्लीत भेटलो होतो. जेव्हा मला भेटण्यासाठी तो दिल्लीतील माझ्या निवासस्थानी आला तेव्हा माझा साधा बंगला पाहून त्याला खूप आश्चर्य वाटले. त्याने मला दिलखुलासपणे सांगितले की, "तुमच्याएवढ्या वरच्या पदावरच्या अधिकाऱ्याला पाकिस्तानात एक भव्य आलिशान वास्तू रहायला दिली गेली असती व आतमध्ये जगातील सर्व सुखसोयींची रेलचेल करून सोडली असती." मला त्याच्या ओळखीचा उपयोग परत एकदा करून घेण्याची वेळ आली होती. सार्क (SAARC) परिषद एकदा इस्लामाबादेत १९८८ साली भरली होती. त्यावेळी टी. एन. शेषन यांच्या अधिकारात पंतप्रधानांच्या संरक्षणासाठी असलेले स्पेशल प्रोटेक्शन ग्रुप हे होते. आपल्या अतिनिष्ठेच्या प्रदर्शनासाठी त्यांनी "राजीव गांधी इस्लामाबादला येणार नाहीत, आलेच तर माझे प्रेत ओलांडून त्यांना यावे लागेल," असे एक विधान केले. राजीव गांधी इस्लामाबादला न जाण्याची अशी माहिती ही एक आंतरराष्ट्रीय पातळीवरची बातमी त्यामुळे झाली. पंडित नेहरू यांनी १९६० मध्ये पाकिस्तानला भेट दिली होती. त्यानंतर गेल्या तीस वर्षांत कोणत्याही भारतीय पंतप्रधानाने पाकिस्तानला भेट

दिली नव्हती. राजीव गांधी यांनी बेनझीर भुट्टो यांच्याशी बऱ्यापैकी संपर्क साधून आपलेपणा निर्माण केला होता. भारतीय उपखंडात मित्रत्वाच्या वातावरणासाठी पाकिस्तानला सहभागी करून घेण्यास याचा कसा चांगला उपयोग करून घेता येईल याच्या ते विचारात होते. पाकिस्तानला भेट द्यावी की नाही याबद्दल राजीव गांधी हे द्विधा मन:स्थितीत होते. त्याबद्दल त्यांनी मला सल्ला विचारला असता मी त्यावर विचार करण्यासाठी दोन दिवसांची मुदत मागून घेतली. या संबंधात मी रॉबर्ट ओक्ले यांच्याशी खासगी पातळीवर संपर्क साधून काही माहिती विचारली. मला ती माहिती ताबडतोब पुरवण्यात आली. त्या माहितीनुसार बेनझीर भुट्टो या राजीव गांधींच्या पाकिस्तान भेटीसाठी उत्सुक होत्या असे कळले. "राजीव गांधी येतील असा विश्वास बेनझीर भुट्टो यांना वाटत आहे," त्या अमेरिकन राजदूताने दिलेल्या अशा माहितीनुसार मी राजीव गांधी यांना पाकिस्तानला जाण्याचा सल्ला दिला. त्यानुसार ते इस्लामाबादला गेले व त्यांची भेट अनेक दृष्टीने यशस्वी ठरली.

प्राथमिक शिक्षणाचा प्रसार करण्यामध्ये राजीव गांधी यांना अत्यंत रस होता. यामुळे देशाच्या अर्थकारणावरती भक्कम वाढ होण्याचा परिणाम घडतोच. शिवाय एकूण राजकीय व सामाजिक क्षेत्रावरही चांगला परिणाम घडून येतो. जीवनमान उंचावण्याचा व देशाच्या मनुष्यबळाची गुणवत्ता वाढवण्याचा हाच एकमेव मार्ग आहे म्हणून त्यांनी मनुष्यबळविकास मंत्री पी. व्ही. नरसिंहराव यांच्या प्रयत्नांना पूर्ण पाठिंबा दिला आणि एक नवीन शैक्षणिक धोरण त्यातून जन्माला आले. 'ऑपरेशन ब्लॅक बोर्ड' आणि 'नवोदय विद्यालय' ही त्या धोरणाची फळे होती. पण शैक्षणिक अंदाजपत्रकात त्यासाठी पैशांची वाढती मागणी करावी लागत होती. नुकतीच सेन्ट्रल स्कूलमधील नोकरवर्ग वाढवण्याची मागणी सरकारने पुरी केली होती. त्यानुसार या नोकरवर्गाची भरती एका मध्यवर्ती केन्द्रामार्फत केली होती आणि नंतर त्यांना देशभरातील विविध सेन्ट्रल स्कूल्समध्ये पाठवून देण्यात आले. यात अफाट पैसा खर्च झाला होता. या पार्श्वभूमीवर मी राव यांना म्हटले की, पुन्हा तशी चूक आपल्याकडून होऊ नये. नवोदय विद्यालये ही ग्रामीण भागाजवळ स्थापन होणार असल्याने शिक्षकभरतीचा वेगळा विचार करावा किंवा स्थानिक पातळीवरील सामाजिक व शैक्षणिक संस्थांना हे काम स्वीकारण्यास प्रोत्साहन द्यावे. माझ्या या सूचनेवरती "आपण याचा जरूर विचार करू," असे राव म्हणाले. त्यांच्याकडून मला या बाबतीत म्हणावा तेवढा अपेक्षित प्रतिसाद मिळाला नाही.

विविध सरकारी यंत्रणांबाबत जनतेच्या मनात खोलवर असमाधान होते. अन् ही गोष्ट अनेक लोकप्रिय चळवळी व धोरणे देशाच्या विविध भागात राबवताना प्रतिबिंबित होत होती. राजीव गांधी त्यामुळे उत्तरोत्तर अस्वस्थ होत गेले. सत्तेच्या अधिकारांचे वाटप हे तळागाळापर्यंत पोचले नाहीत, असे अनेकांना वाटत होते.

ग्रामीण भागात किंवा गाव पातळीवरती लोकशाहीची खरीखुरी पायाभूत रचना निर्माण झाली नव्हती. जरी अनेक राज्यात पंचायत राज्यपद्धती राबवली जात होती, तरीही एक सत्य मात्र स्पष्ट दिसत होते. ते म्हणजे अगदी काँग्रेसच्या राज्यातसुद्धा ग्रामीण पातळीवरील पंचायतींच्या निवडणुका गेल्या पंधरावीस वर्षांत तेथील राज्य सरकारांनी घेतल्या नव्हत्या. याचा परिणाम उघडच होता. धनवान शेतकऱ्यांनी आपला गट करून व आपली एक सत्तारचना करून त्याचा जबरदस्त प्रभाव राज्यपातळीवरील नेत्यांवरती टाकला होता. राज्य पातळी व ग्रामीण पातळी येथील नेत्यांच्या गटातच सत्तेचा काटा आलटून पालटून झुकत होता. यांच्याकडून राजकीय तरफा हलवल्या जात होत्या. एवढेच नव्हे, तर विकासनिधी आणि मोठमोठ्या रकमांची हलवाहलव यावरती यांचीच पकड बसली होती. पश्चिम बंगाल, कर्नाटक व आंध्रप्रदेश या राज्यात तिसऱ्या एका पातळीवरती सत्तेचा उदय झाला होता. ही सत्ता पक्षनिहाय व प्रौढ मतदानाचा जागतिक हक्क यावरती आधारली होती. त्यासाठी अधिकार व पैसा पण दिला होता. विकासाची बहुसंख्य कामे ही आता राज्यपातळीवरती न होता जिल्हा पातळीवरती होऊ लागली होती. अशा गोष्टींचे कौतुकही होत होते. परंतु या बाबतीत राजीव गांधी यांनी फारसा विचार केला नाही.

परंतु ग्रामीण भागातील सत्तेवरती लोकशाही मार्गाने आरूढ झालेल्या स्वराज्य संस्था या आवश्यक असून जनप्रिय लोकशाहीची अशी त्रिस्तरीय रचना उपयुक्त आहे हे राजीव गांधी यांना हळूहळू उमगत गेले. या समस्येकडे पहाण्यास व तिचा नीट अभ्यास करण्यास मंत्र्यांचे दोन गट त्यांनी नेमले. योग्य त्या कालावधीनंतर त्यांनी आपापली निरीक्षणे, निष्कर्ष, इत्यादी लेखी स्वरूपात द्यायचे होते. प्रत्यक्षातील परिस्थिती जाणून घेण्यासाठी राजीव गांधी यांनी अनेक जिल्हाधिकाऱ्यांच्या गाठी भेटी घेतल्या. १९८८ मध्ये मोठ्या प्रमाणात ग्रामीण भागातील कार्यकर्ते व पंचायत पुढारी यांना ते भेटले. ग्रामीण पातळीवरील परिस्थिती व दृष्टिकोन यांचा वेध घेण्यासाठी त्यांनी संपूर्ण १९८८ हे वर्ष खर्च केले. त्यातून त्यांनी एक सर्वसंमत आदर्श रचनेचा आराखडा निर्माण करण्याचा प्रयत्न केला. या रचनेमध्ये तळागाळाच्या पातळीवरील योजना, विकेन्द्रीकरण, सत्तेचे नीट वाटप, साधन संपत्तीचा विनियोग, विविध सरकारी प्रमुख व निवडून आलेल्या ग्रामीण सभा यांचे एकमेकांशी संबंध अशा सर्व बाबींचा सांगोपांग विचार केला होता. दर ठराविक काळाने निवडणुका घेण्यासाठी कायदेशीर तरतुदी आणि राज्य सरकार व पंचायती यांच्यामधील आर्थिक संबंध सुरळीत चालू रहाण्यासाठी व सरकारी निधीचे योग्य ते वाटप करण्यासाठी खास आर्थिक आयोग, हेही घटक त्या रचनेत नीट घातले होते. या रचनेला अखेरचे व पक्के कायदेशीर स्वरूप येण्यासाठी व त्याला घटनेचा आधार मिळण्यासाठी १९८९ चा मध्य उगवेल असे राजीव गांधी यांना वाटत होते.

तरीही काही राज्य सरकारांमध्ये या संदर्भात अस्वस्थता निर्माण झाली होती. नुसत्या विरोधी पक्षीयांच्या राज्य सरकारांमध्येही नव्हे तर काँग्रेस पक्षाच्या काही राज्य सरकारांमध्येही ही अस्वस्थता पसरली होती. केन्द्र सरकारकडून आपल्या राज्यातील संघटनांशी, संस्थांशी, कार्यकर्त्यांशी, नेत्यांशी व लोकांशी असा थेट संपर्क या निमित्ताने साधलेला राज्य सरकारांना आवडलेला नव्हता. विरोधी राज्य सरकारांचे म्हणणे असे होते की, राज्य सरकारच्या अधिकारात जी कर्तव्ये व कामकाज येते त्यावरती केन्द्र सरकारचे हे आक्रमण आहे. घटनेमध्ये अशा कृती किंवा कर्तव्ये या तीन याद्यांच्या वर्गात मोडतात. त्या म्हणजे १) केन्द्राची यादी २) राज्यांची यादी व ३) या दोन्हींशी मिळतीजुळती असणारी यादी. राजीव गांधी यांच्या या योजनेला ना कोणत्या कायद्याचा किंवा घटनेचा आधार नाही असे त्यांचे म्हणणे होते. राष्ट्रीय विकास परिषदेच्या बैठकांमध्ये नेहमी पंतप्रधान व त्यांचे सहकारी आणि विरोधी पक्षीय सभासद यांच्यात अशा प्रश्नांवरून खडाजंगी उडत असे. पण तरीही राजीव गांधी नेटाने आपली योजना पुढे रेटीत राहिले. शेवटी या नवीन योजनेसाठी असलेल्या कायद्याचा मसुदा तयार करण्यात आला आणि तो नंतर लोकसभेत मांडण्यात आला.

राजीव गांधी यांची आणखी एक अभिनव कल्पना होती. त्यांना कोणत्या ना कोणत्या प्रकारे अप्रत्यक्ष निवडणुका घेण्याची तरतूद करण्याची इच्छा होती. आपण सर्वांनी जगभरात रूढ असलेली प्रौढ मताधिकार पद्धत अंगिकारली आहे. परंतु अशी पद्धत समाधानकारकपणे आपल्याला राबवता येत नाही. कदाचित या पद्धतीच्या मूल्यमापन करण्याकडे आपण अद्याप नीट लक्ष दिले नाही हे त्यामागचे कारण असावे. तसेच अप्रत्यक्ष निवडणूक पद्धत ही विधानसभा व लोकसभा यासाठी शक्य नाही. कारण या निवडणुका घटनेनुसार जशा ठरवून दिल्या आहेत तशाच घ्याव्या लागतात. परंतु पंचायत राज्य पद्धती रचनेमध्ये तशा त्या घेता येण्याची शक्यता आहे. फक्त खेड्यातील ग्रामपंचायतीसाठी प्रत्यक्ष निवडणुका घेता येतील. पण त्यानंतर जिल्हा परिषदेच्या पातळीपर्यंत अप्रत्यक्ष निवडणुका घेता येतील. ग्रामीण ग्रामपंचायती ह्या पंचायत समित्यांना निवडून देतील. या निवडून आलेल्या समित्या जिल्हा परिषदेच्या सभासदांना निवडून देतील.

१९८९ या वर्षी जवाहरलाल नेहरू यांची जन्मशताब्दी होती. त्यावर्षी जवाहर रोजगार योजना सुरू करण्यात आली. या योजनेनुसार प्रत्येक गरजू माणसाला वर्षातून ५० ते १०० मनुष्यदिवस म्हणजे ४५० तास ते ८०० तास इतक्या कामाची हमी देण्यात आली. राजीव गांधी यांच्या असे लक्षात आले की, ग्रामीण रोजगारासाठी व इतर कल्याणकारी योजनांसाठी केंद्र सरकारचा निधी हा अनेकदा राज्य सरकारांकडून खालच्या पातळीवरती पोचवला जात नाही. प्रत्येक टप्प्यावर ज्या ज्या संस्था व व्यक्ती यांच्या मार्फत हा निधी पुढे पोचवायला हवा तिथे तिथे

या निधीतील पैशांचा मोठ्या प्रमाणात अपहार केला जातो किंवा दुरुपयोग केला जातो. म्हणून जवाहरलाल रोजगार योजनेच्या बाबतीत त्यांनी एक नवीन युक्ती लढवली. त्यांनी ८० टक्क्यापेक्षा जास्त निधी हा सरळ डीआरडीए (डिस्ट्रीक्ट रुरल डेव्हलपमेन्ट ॲथॉरिटी) या संस्थेकडे दिला व त्यांच्याकडून त्याचे पुढे वाटप केले. अशा रितीने राज्य सरकारांना वगळून टाकण्यात आले. अर्थातच यामुळे अनेक राज्य सरकारांना विशेषत: विरोधी पक्षीयांच्या सरकारांना केन्द्र सरकारने हा राज्य सरकारच्या अधिकारात केलेला हस्तक्षेप वाटला व म्हणून त्यांनी या कार्यपद्धतीवरती अविश्वास दर्शविला. परंतु राजीव गांधी शेवटपर्यंत आपल्या निर्णयाशी ठाम चिकटून राहिले.

देशापुढे ज्या तीव्र समस्या होत्या त्या सोडवण्यासाठी राजीव गांधी यांनी काही 'टेक्नॉलॉजी मिशन्स' उघडली. त्यासाठी त्यांनी अत्याधुनिक तंत्रज्ञान व आधुनिक व्यवस्थापन पद्धती वापरली. नोकरशाहीला हे सारे नवीन होते. आपल्या कामात बाहेरून केला जाणारा हा एक नवीन प्रकारचा अडथळा आहे असे ते समजू लागले. योजना यशस्वीपणे राबविण्याच्या आपल्या क्षमतेबद्दल शंका व्यक्त केली गेली आहे असे त्यांना वाटू लागले. इतकेच नव्हे तर यापुढे एक पाऊल टाकून ते म्हणू लागले की, सॅम पित्रोडा यांना टेलिकम्युनिकेशन मिशन राबवण्यासाठी जसे स्वातंत्र्य व अधिकार दिले गेले तसे जर आम्हाला दिले असते तर आम्हीही इच्छित गोष्टी साध्य करून दाखविल्या असत्या. सॅम पित्रोडा यांचे व्यक्तिमत्त्व, त्यांची कामाची पद्धत व एखाद्या सरकारी कर्मचाऱ्याने चांगले काम केले तरी त्याचे कौतुक न करण्याचा स्वभाव यामुळे सारी सरकारी नोकरशाही त्यांच्यावरती खार खाऊन होती. यामुळे नोकरशाही व सॅम पित्रोडा यांच्यात एक प्रकारचा सुप्त वैरभाव धुमसत होता. अशा परिस्थितीत त्यांना जून १९८९ मध्ये 'टेलिकॉम कमिशन' चे अध्यक्षपद देण्यात आले. त्यांनी केलेल्या कामांचे मूल्यमापन माझ्याकडून करण्याचा कधी प्रश्नच न आल्याने त्यांच्या यशापयशाबद्दल मी इथे लिहू शकत नाही. परंतु, ग्रामीण भागासाठी व अति दुर्गम भागासाठी टेलिफोनचे जाळे पसरविण्यात त्यांना आलेले तंत्रवैज्ञानिक यश हे प्रत्येकाने मानले आहे व त्यांची त्याबद्दल पाठ थोपटली आहे. आज देशभर सर्वत्र सार्वजनिक टेलिफोनचे जे बूथ दिसत आहेत व कोठूनही कोठेही एसटीडी फोन करता येतो याचे सारे श्रेय सॅम पित्रोडा यांना जाते. प्रवाशांना याचे महत्त्व सहज समजले आहे. सॅम पित्रोडा यांच्या नावावर अशाच इतर यशस्वी कामगिऱ्या आहेत. त्या विसरल्या गेल्या आहेत. परंतु, देशभर एसटीडी फोनचे जाळे करून देण्याचे त्यांचे काम मात्र कोणीही विसरले नाही व विसरणार नाही.

निसर्गाचे संरक्षण आणि पर्यावरणाचा समतोल या बाबतीत राजीव गांधी हे आपल्या आईप्रमाणेच आग्रही होते. त्यासाठी त्यांनी एक स्वतंत्र मंत्रालय उघडले. त्याचे नाव ठेवले पर्यावरण व वन मंत्रालय. या स्वतंत्र मंत्रालयाला इतर मंत्रालयांएवढे

पूर्णपणे अधिकार बहाल करण्यात आले. त्याच्यासाठी काही कायदेही निर्माण करण्यात आले. जर कोणाला वनखात्याच्या भूमीचा उपयोग अन्य कारणांसाठी करायचा असेल, विशेषत: जंगलातून रस्ते नेताना किंवा त्या भागात काही बांधकाम करायचे असेल, तर त्यासाठी केन्द्र सरकारच्या या मंत्रालयाची परवानगी असणे हे अत्यावश्यक ठरवण्यात आले. बहुतेकवेळा अशा परवानग्या या कामातले अडथळे ठरत असतात. याचे कारण ज्या उद्देशाने नियम, कायदे केले असतात ते विसरून जाऊन व्यवहारबुद्धी न वापरता मंत्रालयातील कर्मचारी वागत असल्याने तसे होत असते. अनेक ठिकाणी तातडीचे प्रकल्प राबवताना, पुरे करताना राज्य सरकारकडून त्यामुळे खूप तक्रारी येत. कारण या मंत्रालयाकडून परवानगी मिळवण्यात उगाचच खूप कालापव्यय होई. प्रकल्प रखडले जात. पण असे जरी होत असले तरी पर्यावरण, निसर्ग, व वनसंपत्ती यांचा होत जाणारा प्रचंड ऱ्हास थोपवण्यासाठी हे सारे आवश्यक ठरते. असे काही कालखंड येऊन गेले की त्या काळात या खात्याचा मंत्री सहसा परवानगीसाठी फारशी अडवणूक करीत नसे. परंतु जेव्हा शेषन यांच्यासारखा या खात्याचा प्रमुख झाला तेव्हा धडाधड नकार दिले जाऊ लागले. आपल्याला राजीव गांधी यांचा पाठिंबा आहे या भावनेपोटी ते असे नकार बेधडक देत. त्यामुळे राजीव गांधी यांचे बाकीचे मंत्रीसुद्धा याबाबतीत जरासे बिचकून राहू लागले. अशीच एक परवानगी अडविल्याच्या तक्रारीशी माझा वैयक्तिक संबंध आला होता. तेहरी धरण बांधण्याच्या प्रकल्पाला या पर्यावण व वनमंत्रालयाची परवानगी आवश्यक होती. तेहरी धरणाने एक वेगळाच इतिहास तयार केला आहे हे सुप्रसिद्ध आहे. जेव्हा रशियाचे अध्यक्ष गोर्बाचेव्ह यांनी भारताला भेट दिली तेव्हा या धरणाच्या प्रकल्पासाठी त्यांच्याकडे सहाय्य मागितले गेले होते. याआधी या प्रकल्पाला वन मंत्रालयाने परवानगी नाकारली होती. माझ्याकडे जेव्हा हे प्रकरण आले तेव्हा मी सर्व संबंधित खात्याच्या सेक्रेटरींची एक बैठक घेतली. त्यावेळी बैठकीत आम्हाला असे कळले की पर्यावरणाच्या दृष्टीने व भूकंपाच्या दृष्टीनेही तो विभाग अत्यंत संवेदनाक्षम असून तेहरी धरणाचे बांधकाम हे फार मोठ्या प्रमाणात आहे. परंतु अशा ठिकाणी बांधकाम करण्याचा रशियन तज्ज्ञांचा अनुभव अफाट आहे. ते यात अत्यंत निष्णात आहेत. शेवटी आम्ही वनखात्याला परवानगी द्यायला लावली आणि राजीव गांधी यांनी त्यावरती आपले शिक्कामोर्तब केले.

भारतात पडीक, नापिक व ओसाड जमिनी विस्तृत प्रमाणात आहेत. मे १९८५ मध्ये राजीव गांधी यांनी यासाठी एक वेस्ट लॅन्ड डेव्हलपमेन्ट बोर्ड स्थापन केले आणि त्या बोर्डाच्या अध्यक्षपदावरती कमला चौधरी यांना नेमले. परंतु ह्या बोर्डाचे कामकाज सुरळीत चालेना. कारण कमला चौधरी व शेषन यांच्यात सारखे वादविवाद होऊन संघर्ष सुरू झाला. शेवटी कमला चौधरी यांची सहनशीलता

संपली व त्यांनी १९८८ मध्ये आपला राजीनामा सादर केला. नंतर वर्षभर बोर्डाचे उपाध्यक्ष प्रा. दिलीप मथाई यांनी कारभार पाहिला. पण तरीही त्यांच्या कारकीर्दीत फारशी काही प्रगती झाली नाही. म्हणून मी यावरती एक अशी सूचना केली की, जर या ओसाड जमिनीवरती, विशेषत: टेकड्यांच्या उतारावरती, वनीकरण करण्यास सरकारकडे पुरेसा पैसा नसेल, तर अशा जमिनी खासगी क्षेत्रांना व मोठमोठ्या कॉर्पोरेट कंपन्यांना द्याव्यात. मग वन अधिकाऱ्यांच्या मार्गदर्शनानुसार व देखरेखीनुसार तिथे वनीकरण घडवून आणले जावे. निर्माण केलेल्या या नवीन जंगलांमधून शेवटी आलेल्या उत्पन्नात त्यांना योग्य तो भाग द्यावा. कालांतराने त्या वनाचे हस्तांतरण सरकारकडे करावे. पण माझ्या कल्पनेला फारसा कोणाचा प्रतिसाद मिळाला नाही. याचे कारण सरकारी पातळीवर काम करणाऱ्यांचे दृष्टिकोन हे गोठलेले असतात. त्यांना नवीन कल्पना, नवीन मार्ग हे सुचत नाहीत व सुचवले तरी समजत नाहीत. सरकारऐवजी खासगी उद्योगांकडे काहीही सार्वजनिक बाबी सोपवायच्या गोष्टी काढल्या की ही मंडळी त्याकडे अत्यंत संशयाने बघतात. त्यामुळे मला चर्चेमध्ये केला जाणारा निर्बुद्ध पातळीवरचा तो विरोध सहन होईना. शेवटी मी चिडून विचारले, "आपण एक खासगी वन निर्माण करायचे का समाजवादी ओसाड जमीन ठेवायची?"

याच बैठकीत आणखी एक प्रस्ताव आम्ही पुढे आणला. काही किमान भांडवली खर्च लागणाऱ्या, आत्ता चालू असलेल्या व भविष्यातल्या प्रत्येक प्रकल्पावरती एका पर्यावरण तज्ज्ञ सल्लागार म्हणून नेमला जावा. हा सल्लागार प्रकल्पाच्या व्यवस्थापनावरती नेहमी असावा. यामुळे जर प्रकल्पामुळे कुठे पर्यावरणाची हानी होत असेल तर त्याला वेळीच आगाऊ आळा बसेल. इतकेच काय पण आम्ही अशीही सूचना केली की, जलसिंचन, उर्जा, खाणकाम, वाहतूक, रेल्वे इत्यादी मंत्रालयातही अशा पर्यावरणतज्ज्ञांची सल्लागार म्हणून नेमणूक या कामासाठी व्यवस्थापनामध्ये व्हावी आणि त्या दृष्टीने सरकारने पावले उचलावीत.

काँग्रेस पक्षाचा निवडणूक जाहीरनामा तयार करण्याचे जे काम चालू होते त्यावरती पंतप्रधानांच्या ऑफिसकडून देखरेख ठेवली जात होती. तरीही राजीव गांधी यांनी कॅबिनेट सेक्रेटेरीएटला या संदर्भात काही मंत्रालयाच्या कामांचे व्यवस्थित मूल्यमापन करावयास सांगितले. मग आम्ही हवी ती माहिती गोळा करण्यासाठी काही प्रश्नमालिका, कोष्टके, चौकटी इत्यादी ठरविल्या. मिळालेली माहिती नीट चौकटीत घालून ती पंतप्रधानांना पुरवित गेलो. प्रत्येक मंत्रालयाच्या भविष्यकालीन योजनाही आम्ही विचारल्या होत्या व त्याही माहितीची पारख करून ती पुढे पाठवित होतो. त्या त्या खात्याच्या मंत्रालयांच्या कामाचे व त्यावरच्या नेत्यांचे मूल्यमापन करण्याचे आमचे काम पुढे वर्षभर चालू होते. पंतप्रधानांना आपल्या प्रत्येक खात्याच्या यशापयशाची व प्रगतीची त्यामुळे पूर्ण कल्पना येत होती.

कुटुंबकल्याण विषयात मला रस असल्याने मी त्या खात्यात वैयक्तिक लक्ष घातले. भारताच्या मुख्य व मोठ्या समस्यांपैकी 'जादा लोकसंख्या' ही एक समस्या आहे असे माझे मत होते. ही लोकसंख्या आटोक्यात आणण्याचे काम सरकारी कर्मचाऱ्यांकडून होणारे नाही याचीही मला खात्री पटली होती. आपल्याला सरकारी नियमांचे संरक्षण आहे असे जेव्हा कर्मचाऱ्याला कळते तेव्हा त्याच्या हातून ठाम परिणाम घडवणारे व ठराविक काळात उरकणारे काम कधीच होत नाही. समाजकल्याण कार्यात तर अशी अपेक्षा मुळीच ठेवू नये. असे काम करणाऱ्यांना जर आपण त्यांची लक्ष्ये ठरवून दिली तर त्यांच्याकडून ही लक्ष्ये गाठल्याचे अहवाल येत रहातील. पण प्रत्यक्षात त्यापेक्षा खूपच कमी काम झालेले असेल. अशी वस्तुस्थिती असताना आरोग्य अधिकारी आणि त्यांचा सेवकवर्ग यावर पूर्ण विश्वास टाकून त्यांना काम दिले जाते. पण यातील बहुतेकजणांनी पूर्वी कुटुंब नियोजन केन्द्रात सरकारी नोकर म्हणून काम केलेले असल्याने ते पक्के नोकरशहा बनलेले असतात. अन् म्हणून त्यांच्यामार्फत कामाची प्रगती कधीच होत नाही. मी त्या खात्याला पटवून देण्याचा प्रयत्न केला की, अशा प्रकल्पासाठी ज्या रकमा अंदाजपत्रकात मंजूर होऊन राखून ठेवलेल्या आहेत त्या आपण स्वयंसेवी संस्थांना तेच काम करण्यासाठी देऊ. या संस्थांमधील ज्या नावाजलेल्या आहेत, ध्येयनिष्ठ आहेत व सर्वांच्या आदरास प्राप्त झाल्या आहेत अशाच संस्था निवडून त्यांना हा पैसा तो प्रकल्प राबवण्यास देऊ अशा संस्थांपैकी एक संस्था तर मला ठाऊक होती ती म्हणजे महाराष्ट्रातील के. ई. एम. रुग्णालय व जिथे डॉ. बानू कोयाजी काम करीत होत्या. रुग्णालयाच्या त्या प्रमुख होत्या आणि आत्तापर्यंत त्यांनी कुटुंबनियोजनाच्या कार्यात भरीव कामगिरी करून दाखविली होती. परंतु कुटुंब नियोजन खाते व आरोग्य मंत्रालय यांनी माझ्या योजनेला विरोध केला. कारण तसे काही झाले तर या कार्यक्रमावरचे व प्रकल्पावरचे आपले नियंत्रण जाईल, आपल्या खात्यात मोठ्या प्रमाणात नोकरकपात होईल अशी त्यांना भीती वाटत होती. जर या खात्याच्या कर्मचाऱ्यांची प्रत्यक्ष कामाच्या जागी बदली केली तर ते एकूण प्रकल्पाच्या ७५ ते ८०% रक्कम खर्च करतील अशी शक्यता होती. मग स्वयंसेवी संघटनांना प्रत्यक्ष कामासाठी देण्यास फारशी रक्कम खाली उरली नसती. खात्यातील ॲडव्हायजर ही करार पद्धतीनुसार काम करीत होती आणि तिचा खात्याच्या सूचनांना कडाडून विरोध होता. मी ही समस्या व अन्य समस्याही निपटण्याचा प्रयत्न केला, पण मला त्यात फारसे यश प्राप्त झाले नाही.

एअर इंडिया व इंडियन एअरलाईन्स या विमान कंपन्यांच्या संचालक मंडळांची पुनर्रचना करण्याचे राजीव गांधी यांच्या मनात होते. त्यांना या संचालक मंडळात तरुण व अधिक व्यावसायिक मंडळी हवी होती. नागरी विमान खात्याच्या मंत्रालयाने एअर इंडियाच्या अध्यक्षपदासाठी रतन टाटा यांच्या नावाची तर इंडियन एअरलाईन्सच्या

अध्यक्षपदासाठी राहुल बजाज यांच्या नावाची शिफारस केली होती. मग नेहमीप्रमाणे संबंधित फायली ह्या आमच्यामार्फत नियुक्ती समितीकडे पोचवण्यात आल्या. "एअर इंडियाचे तुम्ही भावी अध्यक्ष आहात," असे मी जेव्हा रतन टाटा यांना सांगितले तेव्हा त्यांचा त्यावरती विश्वास बसेना. कारण "आपणच आता अध्यक्ष होणार!" असे रुसी मोदी एव्हाना सर्वत्र जाहीर करत सुटले होते. एअर इंडिया व इंडियन एअरलाईन्स या दोन्ही विमान कंपन्या आपले वेळापत्रक पाळण्यात वक्तशीर नव्हत्या. तसेच त्यांच्याकडे पुरेशी विमानेही नव्हती. योग्य वेळी हाताशी एखादे जादा विमान नसेल तर पुढच्या वेळापत्रकाची सारी साखळीच कोलमडते. निदान उशीर होण्याची कल्पना प्रवाशांना वेळेवर तरी देता आली पाहिजे. प्रत्यक्षात तसे घडत नव्हते. विशेषत: इंडियन एअरलाईन्सकडून अशी बेफिकीरी दाखवली जात होती. नागरी विमान खात्याच्या सेक्रेटरीने इंडियन एअरलाईन्सच्या आतापर्यंतच्या उड्डाणांची आकडेवारी दाखवून त्या विमान कंपनीची विमाने वेळेत सुटल्याची जास्तीत जास्त टक्केवारी मला दाखवली होती. पण माझ्या असे लक्षात आले की 'अर्धा तास उशीर' म्हणजे अगदीच नगण्य असे समजून त्यांनी तीही उड्डाणे 'वेळेत सुटली' असे धरले होते.

मदर तेरेसा यांना साऊथ अफ्रिकेला भेट द्यायची होती. पण त्यांचा भारतीय पासपोर्ट हा त्या देशासाठी मान्य नव्हता. त्यावेळी त्या केनिया देशात होत्या. नवीन चावला नावाचा एक आयएएस अधिकारी त्यांचा भक्त होता. त्याने ही त्यांची अडचण मला सांगितली. मग आम्ही डोके लढवून एक बेत रचला. त्यानुसार मी केनियामधील इंडियन हायकमिशनला फोन करून मदर तेरेसा व त्यांच्या माणसांना 'ते भारतीय नागरिक आहेत' असा उल्लेख करणारे एक साधे पण अधिकृत प्रमाणपत्र द्यावे अशी सूचना दिली. मग या प्रमाणपत्रावर त्यांना साऊथ अफ्रिकेत प्रवेश करण्याचा व्हिसा दिला गेला. अशा रितीने भारतीय पासपोर्टवाचून कसलीही खळखळ न होता मदर तेरेसा यांनी साऊथ अफ्रिकेत प्रवेश केला. जेव्हा त्या दिल्लीत आल्या तेव्हा नवीन चावला यांनी लिहिलेल्या एका पुस्तकाच्या प्रकाशन समारंभाचे उद्घाटन त्यांनी केले. त्या प्रसंगी माझी व त्यांची गाठ पडली असता त्यांनी मला हे सारे कृतज्ञतापूर्वक सांगितले.

२६ जानेवारी या गणतंत्र दिवशी भारत सरकार पद्म पारितोषिके जाहीर करते. जनता सरकारच्या कारकिर्दीत ही परंपरा खंडीत झाली होती. पण नंतर इंदिरा गांधी १९८० मध्ये सत्तेवरती येताच त्यांनी परत ही प्रथा सुरू केली. या पारितोषिकांसाठी विविध मंत्रालयांकडून, केन्द्रीय व राज्य सरकारच्या खात्यांकडून आणि महत्त्वाच्या व्यक्तींकडून नावांच्या शिफारशी पाठवल्या जात. सर्व शिफारशींची छाननी ही गृह मंत्रालयाच्या एका समितीकडून केली जायची. या समितीचे अध्यक्षपद हे गृह

खात्याच्या सचिवाकडे असते. मग ह्या शिफारशी पंतप्रधानांच्या कार्यालयाकडे पक्क्या करण्यासाठी पाठवल्या जातात. त्यासाठी वाटल्यास त्यांच्याकडून त्या यादीत सुधारणा केल्या जातात. मग ही यादी अखेरच्या संमतीसाठी राष्ट्रपतींकडे पाठवली जाते.

मग राष्ट्रपतीसुद्धा त्यांना वाटले तर या यादीत काही नावांची भर घालतात. नंतर ही पक्की झालेली यादी परत गृह मंत्रालयाकडे व अर्थ मंत्रालयाच्या महसूल खात्याकडे सल्ल्यासाठी येते. महसूल खाते त्यामध्ये कोणा व्यक्तीच्या काही आर्थिक त्रुटी असतील तर त्या पहाते. ती सारी क्रिया घडत असताना ज्यांच्या नावांच्या शिफारशी झाल्या आहेत त्यांच्याशी संपर्क साधून ते ही पारितोषिके स्वीकारतील की नाही याची खात्री करून घेण्यात येते. अखेर ती पक्की झालेली नावांची यादी २५ जानेवारीला उशीरा दुसऱ्या दिवशीच्या प्रसिद्धीसाठी वृत्तसंस्थांना देण्यात येते. अशा रितीने २६ जानेवारी रोजी सकाळी जनतेला पद्म पारितोषिक विजेत्यांची नावे कळतात. डिसेंबर १९८६ ते जानेवारी १९८७ या दोन महिन्यांच्या काळात मी या प्रक्रियेशी संपूर्णपणे निगडीत झालो होतो. राष्ट्रीय जीवनातील पद्म पारितोषिकांचे महत्त्व व मान राखण्यासाठी नावांची निवड करताना आपण अत्यंत चोखंदळ राहिले पाहिजे, अशी राजीव गांधी यांनी मला सक्त सूचना दिली होती. तसेच नावांची यादी किती मोठी असावी याबद्दलही त्यांनी मर्यादा घातल्या होत्या. दिल्ली व दिल्लीजवळ जी जी कोणी मातबर व मान्यवर मंडळी रहात, ती सारी त्यांच्या ओळखीच्या व्यक्तींना ही पारितोषिके मिळावीत म्हणून प्रयत्नशील असत व त्यासाठी ते छुपेपणे प्रचार करून आपला प्रभाव टाकीत. मंत्रालये, वरिष्ठ अधिकारी व राजकारणी मंडळी यांना ही माणसे परिचित असत. कित्येकदा तर ही माणसे ज्याच्या नावाची शिफारस करायची आहे त्याला घेऊन हिंडत.

वैद्यकीय पेशा हा आपल्या वैशिष्ट्यांनी वेगळाच उठून दिसतो. विशेषत: हृदयविकाराच्या समस्येसंबंधी ज्या डॉक्टरांनी व सर्जननी ज्येष्ठ राजकारणी व वरिष्ठ अधिकारी यांच्यावर उपचार केले त्यांच्या नावांच्या शिफारशी नेहमी केल्या जातात व त्यासाठी छुपा प्रचारही केला जातो. साहजिकच जे डॉक्टर्स आपला व्यवसाय दिल्लीत करतात त्यांना याचा नेहमीच फायदा मिळतो. कलावंत आणि लेखक यांच्या बाबतीतही तीच गोष्ट असते. डॉ. अशोक सी. श्रॉफ हे मुंबईतील एक नेत्रविशारद व सर्जन होते. त्यांची आणि प्रभा अत्रे या विख्यात शास्त्रीय संगीत गायिकेची मी पद्म पारितोषिकांसाठी शिफारस केली व ती नावे यादीत टाकली. त्याचबरोबर पुण्याचे अस्थिशल्यविशारद डॉ. के. एच. संचेती यांचेही नाव मी सुचवले होते. पण काही अज्ञात कारणांसाठी त्यांचेही नाव शाब्दिक कोलांट्या मारून वगळण्यात आले. जेव्हा यामागचे सत्य कळले तेव्हा पुन्हा हे वगळलेले नाव यादीत घालता येत नव्हते. पण पुढच्या वर्षी मात्र मी सावध राहून याच नावाची

पुन्हा शिफारस केली. मग डॉ. संचेती यांना ते पद्म पारितोषिक दिले गेले. दै. लोकसत्ताचे संपादक माधव गडकरी यांच्याही नावाची मी जोरदार शिफारस केली होती. मी प्रत्येक राज्यांच्या प्रमुख सचिवांशी थेट संपर्क साधून त्यांच्या राज्याकडून आलेल्या शिफारशींबाबत विचारविनिमय करू लागलो. कारण शिफारस केलेल्या त्या व्यक्तींबाबत दिल्लीत कोणालाही फारशी माहिती नसल्याने त्यांची नावे अनेकदा वगळली जायची. माझ्या संपर्कामुळे याला बराचसा आळा बसला.

भारत रत्न पुरस्काराची गोष्ट वेगळीच असते. या पारितोषिकासाठी फक्त पंतप्रधान व राष्ट्रपती हेच नावे सुचवू शकतात. जेव्हा दोघांचीही एका नावासाठी संमती येते तेव्हाच त्या व्यक्तीला ते पारितोषिक दिले जाते. एम. जी. रामचंद्रन हे तामिळनाडूचे मुख्यमंत्री होते. स्वतंत्र तामिळ राष्ट्राची मागणी जोर धरत असताना ते त्यापुढे झुकले नाहीत व भारताची एकी त्यामुळे टिकवून धरली गेली. त्यांच्या या कार्यासाठी त्यांना मरणोत्तर हे पारितोषिक द्यावे अशी राजीव गांधी यांची इच्छा होती. परंतु सरकारमधील व बाहेरील अनेकांना काँग्रेस पक्षाने केलेली ही एक राजकीय खेळी आहे असे वाटले. तसेच जर एखाद्या नेत्याला मरणोत्तर भारतरत्न दिले गेले तर याची प्रथाच पडेल. अन् आपल्याकडे राष्ट्रीय व राज्य पातळीवर अनेक पुढारी असल्याने त्यांच्याकडून शिफारस झालेल्या नावांची मग भाऊगर्दी उसळेल. शेवटी या बाबतीत राजीव गांधी यांनी माझा सल्ला घेतला. असाच सल्ला त्यांनी आणखीही कोणाकडून घेतला असेलही. शेवटी रामचंद्रन यांना भारत रत्न पुरस्कार देण्यात आला. ज्यांनी जनतेची उत्कृष्ट सेवा केली आहे, सरकारी सेवेत आणि अर्थसंस्थेतही मॅनेजरच्या पदावरून जे चांगले काम करतात त्यांचाही विचार राष्ट्रीय पातळीवरील पुरस्कारांसाठी व्हायला हवा, हे माझे मत राजीव गांधी यांना ऐकवले. त्यासाठी मी दोन नावांची शिफारसही केली. पहिले नाव हे श्री. आर. डी. प्रधान यांचे. ते १९८५-८६ मध्ये गृहखात्याचे सचिव होते आणि त्यांनी त्या काळात पंजाब व आसाम येथील अस्वस्थता घालवून शांतता प्रस्थापित करण्यासाठी खूपच महत्त्वाची कामगिरी केली होती. दुसरे नाव नाडकर्णी यांचे. त्यांनी इंडस्ट्रियल डेव्हलपमेन्ट बँक ऑफ इंडियाचे चेअरमन म्हणून खूपच मोलाचे काम केले होते. मी शिफारस केलेली दोन्ही नावे ही राजीव गांधी यांनी स्वीकारली. पद्म पारितोषिकांसाठी सार्वजनिक सेवेतील लोकांचा वर्ग स्वीकारला गेला म्हणून मला खरा आनंद झाला. तथापि मी केलेली एक सूचना मात्र स्वीकारली गेली नाही. ती म्हणजे डॉ. होमी भाभा यांना मरणोत्तर भारतरत्न द्यावे. या शास्त्रज्ञाने भारताला अणुतंत्रज्ञानाच्या व अणुऊर्जेच्या मार्गावर नेऊन ठेवले. मला अजूनही वाटते की, या शास्त्रज्ञाला अजूनही राष्ट्रीय पातळीवरती सन्मान मिळून सर्वमान्यता मिळावयास पाहिजे.

कोणताही प्रकल्प असो वा योजना असो, त्यासाठी राखून ठेवलेल्या रकमेपैकी

मोठा भाग हा इमारती इत्यादींच्या बांधकामांवरती खर्च होतो. पण जर अत्याधुनिक पद्धती वापरल्या आणि खर्चावरती नीट लक्ष ठेवले तर हजारो कोटी रुपयांची सहज बचत होऊ शकते. मी प्लॅनिंग कमिशनला या संदर्भात एक बांधकाम तंत्रज्ञानाचा विभाग उघडायला सुचवले. या विभागाकडून वर म्हटलेले हेतू कसे प्रत्यक्षात आणता येतील व त्यासाठी कोणते उपाय हे सर्व मंत्रालये व त्यांची खाती यांना सुचवता येतील, हे काम करण्यास सांगितले. माझ्या कल्पनेचे स्वागत चांगले झाले. पण नेहमीप्रमाणे ती कल्पना प्रत्यक्षात उतरवण्यास विलंब होत गेला. ते काम मंदगतीने होत शेवटी मी दिल्ली सोडल्यावरती तो विभाग स्थापन झाला. इंग्रजांच्या काळात जी टेन्डर्स मागवण्याची पद्धत होती, तीच बहुतांशाने अद्याप सार्वजनिक बांधकाम खात्याकडून चालू होती. संपूर्ण कामाचे एक रकमी कंत्राट देण्याऐवजी कामामधील प्रत्येक उपकामांचे दर लावून त्याची कंत्राटे दिली जात. त्यामुळे कंत्राटदाराला नित्कृष्ट प्रतीचे काम करण्यास वाव मिळे. मग या कामावरती देखरेख करणाऱ्या इंजिनियरने आक्षेप घेऊ नये म्हणून पैसा चारून त्याचे तोंड दाबून ठेवले जाई. अशा रितीने त्याला आपल्या भ्रष्टाचारात भागीदार करून घेतले जाई. म्हणून केंद्रीय बांधकाम खात्याचा प्रमुख इंजिनियर हरिश्चंद्र यांना माझी कल्पना एकदम पसंत पडली. ते स्वत: निष्ठावान व कशापुढेही मान तुकवणारे नव्हते. त्यांनी माझी ही नवीन टेन्डर पद्धत ताबडतोब उचलून धरली आणि आवश्यक त्या सुधारणा टप्याटप्याने टेन्डर पद्धतीत केल्या. लवकरच त्याचे चांगले परिणाम दिसून येऊ लागले. औष्णिक विद्युतकेन्द्रात कोळसा मोठ्या प्रमाणात जाळला जातो. त्यामुळे जे राखेचे ढीग निर्माण होतात त्यांचे काय करावे अशी नवीन समस्या उभी राहते म्हणून ती राख काही प्रमाणात मातीत मिसळून त्याच्या विटा तयार केल्या तर तेवढीच माती कमी वापरली जाईल व जमिनीची धूपही कमी प्रमाणात होण्यास मदत होईल. शिवाय वाया जाणारी राख उपयोगात आणता येईल. असा हा प्रस्ताव आमच्याकडे तपासण्यासाठी आला होता. परंतु अशा नवीन विटा वापरण्यास इंजिनियर मंडळी तयार होत नव्हती. त्यांचे तेच नेहमीचे ठराविक म्हणणे असे होते की, जर याचे नवीन तंत्रज्ञान उपलब्ध नाही तर मजबुतीची कामे कशी करायची? पण तरीही मी हा प्रकल्प सुरू करावा म्हणून आग्रह धरला. मग टेन्डर फॉर्ममध्ये अशा विटा वापरल्या पाहिजेत अशी अट नमूद करण्यात आली. त्यामध्ये 'विटांमध्ये राखेची ठराविक टक्केवारी असायला हवी,' अशी अट अखेर घालण्यात आली. अनेक देशांमध्ये असे प्रत्यक्षात नेहमी चालले असल्याने आम्ही नवीन काही करून बांधकामाच्या मजबुतीसाठी कसलीही तडजोड करीत नव्हतो. तीच गोष्ट सागाच्या लाकडाची. आता सागाचे लाकूड दुर्मिळ होत चाललेले ठाऊक असले तरीही टेन्डरमध्ये सागाचेच लाकूड वापरायची अट अजूनही बेधडक घातली जात होती.

दारे व खिडक्या यांच्या चौकटी फळ्या आणि अनेक गोष्टी या लाकडाऐवजी प्लॅस्टिक, लोखंड, ॲल्युमिनियम वगैरे पदार्थांच्या बनवल्या जात आहेत. म्हणून त्याही गोष्टी टेन्डर फॉर्ममध्ये घालण्याचा आग्रह मी धरला.

दिल्लीमध्ये अनेक प्रकल्प चालले होते आणि त्यांच्याशी माझा संबंध येत होता. प्रत्येक प्रकल्पात कमीअधिक प्रमाणात यश लाभत होते. अनेक कनिष्ठ अधिकाऱ्यांनी माझ्याकडे तक्रार केली की, त्यांची जेव्हा दिल्लीत बदली झाली तेव्हा त्यांच्या मुलांना दिल्लीतील शाळांमध्ये प्रवेश मिळण्यास अडचण येत होती. ज्यांची डेप्युटेशनवरती दिल्लीला बदली होऊन यावे लागते त्यांना नेहमी असल्या समस्येला तोंड द्यावे लागते. तसेच या अधिकाऱ्यांना स्वतःचा एक 'क्लब' हवा होता. म्हणजे तिथे दिल्लीतील अति श्रीमंत बिझनेसमन वर्गाचा प्रभाव पडला नसता. एके काळी 'देल्ही जिमखाना क्लब' म्हणजे मुलकी अधिकाऱ्यांना एक स्वर्ग ठरला होता. पण आता त्या क्लबचे हे वैशिष्ट्य हळूहळू विरून नाहीसे झालेले होते. मी दिल्ली विकास मंडळाला (डीडीए) शाळेसाठी एका प्लॉटची मागणी केली. तिथे बांधली जाणारी शाळा ही सिव्हिल सर्व्हन्टस् एज्युकेशन सोसायटीकडून चालवली जाणार होती किंवा दिल्ली पब्लिक स्कूलसारख्या एखाद्या ट्रस्टकडूनही चालवता आली असती. तथापि, सरकारकडून सवलतीच्या किंमतीमधील एखादा प्लॉट पदरात पाडून घेणे म्हणजे नसत्या वादविवादाला जन्म दिल्यासारखे झाले असते. आम्ही यासाठी पंतप्रधानांच्या कार्यालयाशीही संपर्क साधला होता. परंतु त्यांच्याकडून नकारात्मक प्रतिसाद येत होता. याचे कारण तिथल्या कोणाला तरी असे वाटले की 'केवळ उच्चभ्रू लोकांच्या मुलांची शाळा' असा शिक्का या शाळेवरती बसेल. मला हे समजताच मी जोरदार आग्रह न धरता शांतपणे मृदू भाषेत या प्रकरणाचा पाठपुरावा करीत गेलो. परंतु प्रयत्न सोडले नाहीत. क्लबसाठी मी सार्वजनिक बांधकाम खात्याला एखादी योग्य इमारत शोधण्यासाठी सांगितले. ती भाड्याने घेता आली असती. मग त्यांना एक जुना राजवाडा सापडला. गालिचे आणि हस्तकलेच्या वस्तू ठेवण्यासाठी गोदाम म्हणून त्या इमारतीचा उपयोग केला जात होता. 'ही इमारत आम्हाला सिव्हिल सर्व्हन्टस क्लबच्या वापरासाठी योग्य त्या भाड्याने द्यावी,' असा प्रस्ताव देण्यास त्या अधिकाऱ्यांच्या संघटनेला सांगितले. हा प्रस्ताव आणि शाळेसाठी प्लॉटचा प्रस्ताव असे दोन्ही प्रस्ताव मी कॅबिनेट सेक्रेटरी पदावरून जाण्याआधी मंजूर व्हायला हरकत नव्हती. परंतु दुर्दैवाने तसे झाले नाही. माझ्यानंतर आलेल्या कॅबिनेट सेक्रेटरींना त्या प्रस्तावात रस वाटला नाही.

दिल्ली रेसकोर्स क्लबच्या सभासदांना माझा मुंबईतल्या टर्फ क्लबमध्ये असलेला रस ठाऊक होता. म्हणून त्यांनी मला एकदा घोड्यांच्या शर्यती पहाण्यास बोलावले. तिथला रेसकोर्स, गॅलऱ्या आणि स्टॅन्ड हे पाहून मला आश्चर्याचा धक्काच बसला.

सारे काही जुनाट होते. चांगल्या सोयी दिल्लीसारख्या स्थळी नसाव्यात ही तर नवलाची बाब होतीच. परंतु इंग्रजांनीही या राजधानीच्या शहरी एक उत्कृष्ट रेसकोर्सचे मैदान कसे निर्माण केले नाही? पण आता फार काही करता येण्याजोगे नव्हते. हे मैदान वाढवता येत नव्हते कारण त्या भोवती वायुदलाच्या इमारती उभ्या झाल्या होत्या आणि ऐतिहासिक सफदरजंगची कबर होती. मी त्यांना दुसरी एखादी पर्यायी जागा शोधण्यास सांगितले. तशी जर योग्य जागा सापडली तर मी जरूर पुढची मदत करेन असे आश्वासन त्यांना दिले. मग त्यांनी यमुना नदीपलीकडे एक जागा शोधली. ती जागाही पाहिजे तशी होती. 'दिल्ली प्रशासनाच्या चीफ सेक्रेटरीकडून ही जागा मिळू शकेल,' असे आश्वासनही मिळवले. मग मी माधवराव शिंदे यांच्याशी याबाबतीत सल्लामसलत केली. त्यांचा प्रतिसादही चांगला होता. परंतु ही जागा जुनी दिल्ली व नवी दिल्ली यांपासून बरीच दूर होती. त्यामुळे तिथल्या शर्यतीसाठी येणाऱ्यांची संख्या रोडावणार होती व रेसच्या धंद्यावर परिणाम होणार होता. मग हा साराच प्रस्ताव किफायतशीर दिसेना. त्यामुळे त्याचा पुढे कोणीही पाठपुरावा केला नाही.

तथापि, दुसरा एक प्रकल्प मला चांगला वाटत होता. दिल्लीला आणखी एका गोल्फ क्लबची गरज होती आणि तीही डिप्लोमॅटिक एन्क्लेव्हच्या आसपास कुठेतरी. गुरगावला जाणाऱ्या रस्त्याला लागून एक मोठी जमीन पसरलेली होती. पालम विमानतळापासच्या एका रस्त्याच्या फाट्याशी ती होती. विमानतळ जवळ असल्याने तिथे उंच इमारती उभ्या राहू शकत नव्हत्या. पण एखादा गोल्फ क्लब मात्र तिथे सहज निर्माण होऊ शकत होता. या बाबतीत मी नागरी विमान वाहतूक खात्याचे सचिव एस. के. मिश्रा यांच्यापुढे गोल्फ क्लबचा प्रस्ताव छाननीसाठी मांडला.

सध्याच्या दिल्ली गोल्फ क्लबला जमीन देण्याबाबतची एक कथा मला ऐकवण्यात आली. ती कथा येथे पुन्हा सांगण्याचा मला मोह होतो आहे. हा प्रस्ताव पंडित नेहरू पंतप्रधान असताना त्यांच्याकडे त्यावेळचे कॅबिनेट सेक्रेटरी विष्णू सहाय हे घेऊन आले होते. कॅबिनेटमध्ये त्यावर चर्चा झाली पण कसलाही निर्णय घेतला गेला नाही. त्यावेळीही कोणीतरी या प्रस्तावाला विरोध केला होता. अन् तोही त्याच त्या कारणावरून की हा गोल्फ क्लब म्हणजे केवळ उच्चभ्रू वर्गाची करमणूक आहे. तरीही त्या बैठकीचे इतिवृत्त कॅबिनेट सेक्रेटरीने नंतर नेहरुंच्याकडे मंजुरीसाठी पाठवले व त्यात प्रस्ताव बैठकीत पास झाल्याचे म्हटले होते. ते वाचून नेहरूंनी त्या कॅबिनेट सेक्रेटरीला अशी चूक कशी काय झाली म्हणून खुलासा विचारला. मग ते कॅबिनेट सेक्रेटरी महाशय बेफिकीरपणे पंतप्रधानांना म्हणाले,"पण सर, मी जो इतिवृत्ताचा मसुदा लिहून आणला आहे त्यानुसारच मंत्रिमंडळाने तो प्रस्ताव एव्हाना मंजूर करायला हवा होता."

◆

१६
काही महत्त्वाच्या घटना

मालदीव बेटावरची कारवाई

३ नोव्हेंबर १९८८ रोजी सकाळी ९ वाजता पंतप्रधानांनी मंत्रीमंडळाची एक तातडीची बैठक बोलावली. कारण मालदीव बेटावरती एक संकट ओढवले होते. या बाबतीत पंतप्रधानांच्या ऑफिसमधील रोनन सेन यांनी मला सांगितले की, पहाटे चार वाजण्याच्या सुमारास मालदीव बेटाच्या राजधानीवर म्हणजे 'माले' शहरावर एका सशस्त्र गटाने आक्रमण केले. त्यांनी राष्ट्राध्यक्षांचे निवासस्थान ताब्यात घेतले. राष्ट्राध्यक्ष गयूम हे त्या गडबडीत कसेबसे निसटून जाण्यात यशस्वी झाले असून त्यांनी भारताकडे मदतीची मागणी केली आहे. नंतर आम्हाला असे कळले की, सुमारे शंभरएक भाडोत्री सैनिकांनी हा हल्ला चढवला होता. या हल्ल्यामागे अब्दुल्ला लुथुफी ही तस्करी करणारी श्रीमंत व्यक्ती होती. लुथुफीच्या गटाला आता आपले तस्करीच्या धंद्याचे जाळे पसरायचे होते. मादक पदार्थ आणि हत्यारे यांचा तुफान फायदा देणारा चोरटा व्यवसाय वाढवायचा होता. त्यासाठी एक सुरक्षित तळ स्थापन करण्यासाठी त्यांना मालदीव बेट हवे होते.

जरी हल्लेखोरांनी राष्ट्राध्यक्षांचा राजवाडा, नभोवाणी केंद्र व दूरदर्शन केंद्र यावर आपला कबजा केला होता तरी टेलिफोन एक्सचेंजचा ताबा त्यांनी घेतला नाही. नंतर आम्हाला कळले की त्यांनी विमानतळाचाही ताबा घेतला नव्हता. ही त्यांनी एक मोठीच घोडचूक केली होती. मालदीवचा परराष्ट्र मंत्री फतुल्ला जमील याने मग पहाटे ५॥ वाजता घाईघाईने भारतात राजीव गांधी यांना फोन लावून मदतीची मागणी केली. मालदीवला हल्लेखोरांपासून मुक्त करण्याचा निर्णय राजीव गांधी यांनी त्याक्षणीच घेतला व अशा रितीने 'ऑपरेशन कॅक्टस' या मोहिमेचा जन्म झाला. मालदीवमधल्या एकूणएक टेलिफोन लाइन्स मात्र व्यवस्थित चालू होत्या. मग भारताच्या परराष्ट्र मंत्रालयातील मालदीवसंबंधी कामकाज पहाणारे जॉईंट सेक्रेटरी

कुलदीप सहदेव आणि रोनन सेन हे तेव्हापासून सतत निरनिराळ्या व्यक्तींशी फोनवर बोलण्यात गुंतले होते.

पंतप्रधानांनी बोलावलेल्या बैठकीला सारे मंत्री आणि तीनही दलांचे प्रमुख हे हजर राहिले. त्या बैठकीत असे ठरले की राष्ट्राध्यक्ष गयूम यांना मदत करण्यासाठी ताबडतोब सशस्त्र जवान पाठवावेत आणि यापुढच्या घडामोडींवर लक्ष ठेवून टप्प्याटप्प्याने कारवाई करत जाण्याचा मला आदेश देण्यात आला. त्यावेळी सैन्याचे प्रमुख जनरल शर्मा हे होते. त्यांनी सुचवले की सैन्याची एक पॅरा ब्रिगेड विमानाने उतरवावी आणि प्रथम विमानतळ ताब्यात घ्यावा. म्हणजे मग पुढील सर्व कारवाईसाठी एक सुरक्षित तळ आपल्याला लाभेल. पण तरीही शत्रूच्या संख्याबळाचा अद्याप नीट अंदाज न आल्याने तो विमानतळ नंतरही एक सुरक्षित तळ म्हणून वापरता येईल की नाही याबद्दल आम्हाला थोडी शंकाच होती. जनरल शर्मा म्हणाले की, सर्व सैनिक विमानातून पॅराशूटने खाली उतरतील, विमानतळाच्या दिशेने चाल करत जातील व त्याच्यावर हल्ला करून आपला कब्जा करतील. त्यावर राजीव गांधी यांनी शर्मा यांना सांगितले की, "हे शक्य नाही. कारण त्या भागात विमानतळाभोवती सर्वत्र दलदल आहे. म्हणून प्रथम नीट तिथल्या नकाशाचा अभ्यास करा."

मी नंतर कॅबिनेट सेक्रेटेरीएटमध्ये एक बैठक बोलावली. सैन्याचे उपप्रमुख जनरल रॉड्रिग्ज बैठकीला आले होते. त्यांनी माहिती दिली की सारे पॅराटूपर सैनिक आग्र्याला गोळा होत असून ते दुपारपर्यंत निघतील. त्यांना मालदीवला घेऊन जाण्यासाठी वायुदल तयारी करीत आहेत. त्यांच्या विमानातून सैनिकांना नेले जाईल. दरम्यान आरमाराला एक विमान माले शहराच्या विमानतळाकडे पाठवून त्याची छायाचित्रे घेण्यास सांगितली आहेत. या बैठकीनंतर पंतप्रधानांनी परत एकदा फोन करून विमाने निघाली की नाही याची चौकशी केली. पण सैन्याने निघण्यासाठी बराच वेळ घेतला. शेवटी ती विमाने दुपारी तीन वाजता मालेला जाण्यासाठी निघाली.

या प्रदीर्घ मार्गावरती वाटेत पुन्हा एकदा इंधन भरून घेऊन ती विमाने रात्री ९॥ वाजता मालेला पोचली. दुपारनंतर मालेमधील हल्लेखोरांना कळले की मालेकडे भारतीय सैन्य पाठवले जात आहे. मग त्यांच्यात घबराट पसरत गेली. ते गोंधळून जाऊ लागले. एवढे समजूनही त्यांनी विमानतळावरती कब्जा केला नाही. एका जहाजावर चढून त्यांनी आश्रय घेतला व मालेहून प्रयाण केले. मात्र जाता जाता त्यांनी सत्तावीस जणांना बरोबर ओलीस म्हणून नेले. ज्यावेळी भारतीय सैन्य मालेला पोचले तेव्हा हे जहाज सैन्याच्या माऱ्याच्या टप्प्याबाहेर निसटले होते.

हल्लेखोर ज्या जहाजातून वेगाने पळून जात होते त्या जहाजाचे नाव होते *प्रोग्रेस लाईट.* मालदीवच्या आसपासच्या भागात त्यावेळी *आयएनएस गोदावरी* हे जहाज होते. त्यांना निरोप दिला गेला की त्यांनी ताबडतोब हल्लेखोरांच्या जहाजाचा

पाठलाग करून त्याला अडवावे. त्यानुसार ते जहाज पाठलागावरती निघाले. दुसऱ्या दिवशी म्हणजे ४ नोव्हेंबरला आरमाराच्या टेहळणी करणाऱ्या हेलिकॉप्टरला हल्लेखोरांचे जहाज दिसले. ५ नोव्हेंबरला *आयएनएस गोदावरी* जहाजाने शेवटी हल्लेखोरांचे जहाज गाठले. ते गाठून त्यांना शरण येण्याची सूचना दिली. शरणागती पत्करली नाही तर तोफा डागल्या जातील असाही इशारा त्यांनी दिला. परंतु या इशाऱ्यावरती हल्लेखोरांच्या जहाजाकडून काहीही प्रतिक्रिया येईना. शेवटी 'गोदावरी' जहाजावरील ५७ मि. मि. व्यासाच्या तोफनळ्या व ४॥ इंची बेटवा तोफा या आग ओकू लागल्या. पण तरीही समोरच्या जहाजाकडून कसलीही प्रतिक्रिया होईना की प्रतिसाद येईना. मात्र इतके झाले तरी हल्लेखोरांचे जहाज पाण्यातून पुढे चाललेच होते. ते थांबायला तयार नव्हते. एव्हाना संध्याकाळ झाली होती. मी ही स्थिती राजीव गांधी यांच्या कानावरती घातली. कोणत्याही परिस्थितीत ते जहाज ताब्यात घेतले गेलेच पाहिजे यावरती ते ठाम राहिले होते व त्यांनी तसे मला सांगितले. त्यांनी नौदलाला हुकूम देऊन हेलिकॉप्टर्स वापरण्यास सांगितली आणि त्या जहाजाच्या आसपास व पुढे सरकण्याच्या मार्गावरती पाणबुडी प्रतिबंधक पाणसुरुंग उडवावयास सांगितले. जेव्हा असे घडू लागले तेव्हा त्या हल्लेखोरांमधला मानसिक गोंधळ पराकोटीला गेला व त्यांनी शेवटी शरणागती पत्करायचा निर्णय घेतला.

नंतर आणखी एक कुतूहल वाढवणारी गोष्ट घडली. हल्लेखोरांचा म्होरक्या लुथुफी याने सांगितले की त्याच्या जवळची सशस्त्र माणसे ही तमिळ ईलामच्या पीपल्स लिबरेशन आर्मीने पुरवलेली आहेत. त्यावेळी या तमिळ ईलामला भारताने श्रीलंकेत पाठिंबा दिला होता. पण लुथुफीचा हा दावा म्हणजे मुद्दाम दिशाभूल करणारी एक चाल होती.

शेवटी 'ऑपरेशन कॅक्टस' मोहीम यशस्वी झाली. संपूर्णपणे यशस्वी झाली. त्यामुळे भारताची प्रतिष्ठा खूप वाढली. थोड्या वेळाच्या सूचनेनेही एक महत्त्वाची मोहीम यशस्वी करण्याइतपत भारताकडे कार्यक्षमता आहे हे यामुळे जगाच्या निदर्शनास आले. अरबी समुद्राच्या त्या भागात भारताची एक जबरदस्त गस्त घालणारी सत्ता आहे हे साऱ्या जगाने मान्य केले. मालदीवचे नागरिक तर कृतज्ञतेने भारावून गेले होते. त्यांना आता संकट प्रसंगीही आपल्याला सुरक्षितता लाभू शकते ही भावना जाणवली. अन् आणीबाणीची वेळ येताच आपल्याला भारताकडून चटकन व परिणामकारक मदत मिळते हेही कळून चुकले. आपल्या आसपासच्या भागात वेळ पडताच निर्माण झालेली आणीबाणीची परिस्थिती कशी हाताळावी याचा अनुभव व ज्ञान आम्हाला यातून मिळाले.

युनियन कार्बाईडची घटना

भोपाळमध्ये डिसेंबर १९८४ रोजी युनियन कार्बाईड कंपनीच्या कारखान्यातून मिथिल आयसो सायनाईड ह्या विषारी वायूची गळती मोठ्या प्रमाणात झाली. त्यावेळी मी युनियन लेबर सेक्रेटरी होतो व आंतरराष्ट्रीय श्रम संघटनेच्या गव्हर्निंग बोर्डाचा चेअरमन होतो.

त्या विषारी वायूगळतीमध्ये ३,४१० माणसे मृत्यूमुखी पडली. अंदाजे १०,००० माणसांमध्ये कायम स्वरूपाची विकृती निर्माण झाली. अन् १०,००० पेक्षा जास्त व्यक्ती या जखमी झाल्या. ३,००,००० पेक्षा जास्त माणसांची वैद्यकीय तपासणी करून तशा कागदोपत्री नोंदी घेतल्या.

या मानवी हानीखेरीज एक महत्त्वाच्या मुद्याबाबत येथे आवाज उठवला होता. तो मुद्दा म्हणजे कंपनीचे या संबंधातील उत्तरदायित्व. अन् तेही ती कंपनी एका बहुराष्ट्रीय कंपनीची उपकंपनी असताना. दिल्लीच्या श्रीराम केमिकल्स ह्या कंपनीत अशाच प्रकारची एक विषारी गळती झाली होती. त्या केसमध्ये सर्वोच्च न्यायालयाने असा निकाल दिला होता की, ''या विषारी व हानीकारक कारखान्याचा जो मालक आहे त्यालाच या दुर्घटनेबाबत जबाबदार धरले पाहिजे. जरी प्रत्यक्षात हा मालक वैयक्तिकरित्या त्या विषारी गळतीला जबाबदार नसला तरी त्याच्या 'कारखान्यातील अपघातामुळे कोणालाही इजा होऊ शकते,' हे सत्य तसेच रहाते. म्हणून नुकसानभरपाई ही दिलीच पाहिजे. कंपनीच्या आर्थिक कुवतीनुसार ही नुकसानभरपाई किती द्यावी ते ठरेल.''

भोपाळमधल्या त्या कारखान्याचे जास्तीत जास्त शेअर्स हे युनियन कार्बाईड कंपनीकडे होते. नुसत्या कारखान्याच्या व्यवस्थापनावरच नव्हे तर अमेरिकेतल्या युनियन कार्बाईड कार्पोरेशनवरतीही खटले भरले गेले. भारत सरकारने या बाबतीत एक वटहुकूम काढला आणि नंतर त्याचा एक कायदा केला. त्या कायद्यानुसार जे अपघातात सापडले त्यांच्या संपूर्ण हिताकडे लक्ष देण्याचे अधिकार सरकारला दिले गेले. सर्वोच्च न्यायालयात या कायद्याला आव्हान दिले गेले. जे वायुगळती पीडितांचे प्रतिनिधी होते त्यांना अशी भीती वाटू लागली की, पीडितांना पुरेशी नुकसानभरपाई आता दिली जाणार नाही आणि व्यवस्थापनावरील गुन्हेगारींचे आरोपही मागे घेतले जातील. त्यामुळे जरी सरकारने या संबंधात कायदा केलेला असला तरी सरकारने नुकसानभरपाई ठरवण्याआधी पीडितांच्या कृती समितीशी सल्लामसलत करावी.

मध्यप्रदेशाच्या उच्च न्यायालयाने 'तात्पुरती २५० कोटी रुपयांची नुकसानभरपाई द्यावी' असा जो निकाल दिला होता त्याविरुद्ध भारत सरकारने व युनियन कार्बाईडने

एकमेकांविरुद्ध सर्वोच्च न्यायालयात अपील केले. सर्वोच्च न्यायालयाने ती अपिले सप्टेंबर १९८८ मध्ये दाखल करून घेतली. या केससाठी सरकारने एक छोटासा तज्ज्ञांचा गट स्थापन केला होता. मी त्या गटात होतो. इंडो यूएस बिझनेस कौन्सिलचे जे. बी. केन्डाल हे नुकसानभरपाईच्या रकमेसंदर्भात चर्चा करण्यासाठी माझ्याकडे आले. त्यांनी सांगितले की युनियन कार्बाईड कंपनीने अमेरिकन न्यायालयात ३५ कोटी डॉलर्स एवढी रक्कम नुकसानभरपाई म्हणून देण्याची तयारी दर्शविली आहे. भारत सरकारने ही रक्कम फेटाळून लावली. परंतु अजूनही कंपनीकडून एवढी रक्कम देण्याची तयारी आहे. मी हे सारे ऐकून घेतल्यावर त्यांना सांगितले की, त्या दुर्घटनेला आता दोन वर्षे उलटून गेली असल्याने तेवढ्या काळाच्या व्याजाच्या रक्कमेची भर घालणे हे क्रमप्राप्त ठरते. यावर त्यांनी माझा निरोप घेतला व एकदोन दिवसात परत मला भेटून सांगितले की कंपनी आता एकूण ४७ कोटी रुपये नुकसानभरपाई देण्यास तयार झाली आहे म्हणजे कंपनीने१७ टक्के व्याजाची भर घातली होती. आता १९८९ हे वर्ष उजाडले होते.

सर्वोच्च न्यायालयात खटल्याची सुनावणी सुरू झाली. एका मागोमाग तारखा पडून प्रत्येक तारखेला काहीना काही कामकाज होत राहिले. आमच्या कृती समितीच्या बैठका पी. व्ही. नरसिंहराव यांच्या घरी होत राहिल्या. त्यावेळी ते मानव संसाधन व विकास खात्याचे मंत्री होते. अशाच एका बैठकीच्या वेळी मी म्हणालो की युनियन कार्बाईडने आपली नुकसानभरपाईही ४७ कोटींवरून ६० कोटींवरती न्यावी. कारण नोव्हेंबर १९८७ मध्ये त्यांच्याशी झालेल्या सुरुवातीच्या बोलण्यात एवढी मागणी केलेलीच होती. परंतु माझ्या या बोलण्यावर केन्डॉल म्हणाले की, "तुम्ही आता आपले बोलणे बदलत असून पूर्वी मान्य केलेल्या ४७ कोटी डॉलर्सच्या रकमेवरून आणखी वर जाऊ पहात आहात." त्यावर मी म्हटले की, "होय, त्या ४७ कोटींचा आकडा आपण आता सुरूवातीचा पाया म्हणून धरू. येथून पुढे कोणत्या आकड्यावरती आपण स्थिरावू ते पाहू." शिवाय चर्चेमध्ये युनियन कार्बाईडवरचे गुन्हेगारीचे आरोप मागे घेण्याबद्दल यापूर्वी कधीही चर्चा झाली नव्हती. या खटल्यात त्यावेळी सर्वोच्च न्यायालयाचे प्रमुख न्यायाधीश पाठक हे होते. त्यांनी एकदा असे उद्‌गार काढले होते की, "दोन्ही पक्षांनी आपापल्या पाट्या पुसून नव्याने बोलणी सुरू करावीत." मी त्यांच्या या उद्‌गाराने अस्वस्थ झालो होतो. १४ फेब्रुवारी १९८९ रोजी दुपारी २ वाजता प्रमुख न्यायाधीश पाठक यांनी एकदम आपला निर्णय देत म्हटले की, "सर्व आर्ग्युमेन्टस आता थांबवावीत. युनियन कार्बाईडने सर्व पीडितांना एकूण ४७ कोटी डॉलर्स द्यावेत." आम्ही सर्वजण ते ऐकून सुन्न झालो तर भारतीय बाजूचे वकील फली नरीमन आणि ॲटॉर्नी जनरल के. परसरन यांनी या निर्णयाला मान हलवून आपली संमती दिली. एवढेच नव्हे तर

न्यायालयाने युनियन कार्बाईडविरुद्धचे सर्व चालू दावे आणि भावी दावे हे बाजूला सारले. त्यात गुन्हेगारी स्वरूपाचेही काही दावे होते. आपल्या निर्णयाच्या समर्थनार्थ न्यायालयाने म्हटले की, ''या केसमध्ये मानवी पीडा ही एवढ्या मोठ्या प्रमाणात झाली आहे व त्यावरती नुकसानभरपाईसारख्या उपचारांची इतकी त्वरीत गरज आहे की त्यामुळे झटपट तडजोडीला दुसरा कोणताही पर्याय नाही.''

सर्वोच्च न्यायालयाच्या ह्या निकालाने सर्वत्र खळबळ माजली, हलकल्लोळ झाला आणि वृत्तपत्रांमध्ये टीका झाली. लोकसभेतसुद्धा सभासदांनी याविरुद्ध आपला निषेध प्रगट केला. सर्वोच्च न्यायालयाचे पूर्वीचे प्रमुख न्यायाधीश पी. एन. भगवती यांनीही या निकालावरती कडाडून टीका केली. या खटल्यासाठी जे बेंच होते त्यामधील न्यायाधीश वेंकटरामय्या यांनी भर कोर्टात सांगितले की, ''आपण या निकालाशी बिलकुल सहमत नसून या बेंचमधून आपले अंग काढून घेत आहोत.'' मग प्रमुख न्यायाधीश पाठक यांनी ''आपण या खटल्याच्या निकालपत्रात तपशीलवारपणे सर्व बाबींचा उहापोह करणार असून त्यामुळे निकालाचे व्यवस्थित समर्थन केले जाईल. तसेच जर काही चुका झाल्या असतील तर त्याही त्यामध्ये दुरुस्त केल्या जातील,'' असे जाहीर केले. या निकालानुसार दिलेल्या स्वतःच्या हुकूमाविरुद्ध याचिका सुप्रीम कोर्टाने दाखल करून घेतली. त्यानुसार तो जो नवीन कायदा 'भोपाळ ॲक्ट' नावाने केला होता त्याची घटनात्मक वैधतेची बाबही आता नव्याने तपासली जाणार होती आणि युनियन कार्बाईडने किती नुकसानभरपाई वाटावी, हेही पाहिले जाणार होते. या बाबी जोपर्यंत नीट धसास लागत नाही तोपर्यंत पाठक यांच्या बेंचचा निकाल स्थगित ठेवला गेला.

हे प्रकरण अद्यापही नीट संपूर्णपणे सोडवले गेले नाही. नुकसानभरपाईचे वाटप हे अजूनही एक भिजत घोंगडे म्हणून पडले आहे. ''आम्हाला कोणी वाली नाही,'' अशा अर्थाच्या वायुगळती पीडितांकडून अगणित तक्रारी दरम्यान दाखल झाल्या. अन् या कायद्याच्या लढाईमध्ये युनियन कार्बाईडच्या व्यवस्थापनावरील गुन्हेगारी स्वरूपाचे आरोप पार कुठल्याकुठे हरवून गेले आहेत.

फेअरफॅक्स प्रकरण

महसूल खात्याचे सेक्रेटरी विनोद पांडे आणि डायरेक्टोरेट ऑफ एन्फोर्समेन्टचे भुरेलाल यांना हाताशी धरून अर्थमंत्री व्ही. पी. सिंग यांनी कर बुडवणाऱ्या उद्योगपतींविरुद्ध १९८५ पासून एक मोहीम सुरू केली होती. 'एन्फोर्समेन्ट डायरेक्टोरेट उर्फ करवसुली खाते हे रिलायन्स इन्डस्ट्रीजच्या मागे लागले आहे,' अशा अनेक अफवा १९८६ मध्ये पसरल्या. *इंडियन एक्सप्रेस* या वृत्तपत्रात आर्थिक

घडामोडींवरती एस. गुरुमूर्ती हे चार्टर्ड अकाऊंटट सातत्याने लिहित असत. त्यांनी सप्टेंबरमध्ये रिलायन्स इन्डस्ट्रीजबद्दल लिहिले. त्यासाठी सरकारी फायलींमधील भरपूर संदर्भ त्यांनी त्यांच्या लेखात उद्‌धृत केले. याबद्दल अर्थ मंत्र्यांनी आपल्या कानावरती हात ठेवून असे काही संदर्भ किंवा कागद आपल्यापर्यंत पोचलेच नाहीत असे ते म्हणू लागले. भुरेलाल यांनी व्ही. पी. सिंग व विनोद पांडे यांची बाजू उचलून धरल्याचे या लेखात म्हटले होते. रिलायन्स व अन्य उद्योगांनी अमेरिकेत कोणकोणते आर्थिक व्यवहार केलेत त्याचा शोध घेण्यासाठी सरकारने एखादी डिटेक्टिव्ह एजन्सी नेमावी, असेही भुरेलाल यांनी सरकारला कळवल्याचे त्या लेखात म्हटले होते. यापुढची सुरूवात म्हणून व्ही. पी. सिंग यांनी प्रथम तशी परवानगी नाकारली. पण जेव्हा भुरेलाल हे डिसेंबर १९८६ मध्ये वॉशिंग्टनला भेट देऊन आले तेव्हा अखेर व्ही. पी. सिंग यांनी फेअरफॅक्स डिटेक्टिव्ह एजन्सीला या प्रकरणाची चौकशी करण्याचा तोंडी हुकूम दिला. अशा हुकूमाला मंत्रिमंडळाची जी परवानगी लागते ती त्यांनी घेतली नाही. एका परकीय अमेरिकन एजन्सीला भारतीय प्रकरणात नाक खुपसण्याचे अधिकार देण्याची ही गंभीर घटना घडली होती. या सर्व सत्य घटना आता जनतेला ठाऊक झाल्या असून मी या प्रकरणात माझा जिथे जिथे संबंध आला तेवढ्यापुरतेच येथे सांगतो.

११ मार्च १९८७ रोजी पंतप्रधान राजीव गांधी, अन्य मंत्रीमहोदय व सीबीआयचे संचालक मोहन कात्रे यांच्यासमवेत झालेल्या एका बैठकीला मी हजर होतो. त्यावेळी कात्रे यांनी एका पत्राची प्रत बैठकीत सादर केली. ते पत्र अमेरिकेतील फेअरफॅक्स कंपनीच्या गॉर्डन मॅके यांनी गुरुमूर्ती यांना लिहिलेले होते. बच्चन बंधू यांच्या स्वित्झर्लंडमधील मालमत्तेबद्दलच्या चौकशीचा पत्रात उल्लेख होता. अमिताभ बच्चनचे कुटुंबीय हे गांधी कुटुंबाचे खूप जवळचे होते फेअरफॅक्स एजन्सीला इन्डियन एक्सप्रेस समूहाचे मालक रामनाथ गोएन्का व बॉम्बे डाईंगचे चेअरमन नसली वाडिया यांनी पैसे दिल्याचा त्या पत्रात उल्लेख होता. ते पत्र पहाताच राजीव गांधी हे अत्यंत अस्वस्थ झाले. त्यांच्या चेहेऱ्यावरती तसे भाव स्पष्ट दिसून आले. त्यांनी ताबडतोब भुरेलाल यांची एन्फोर्समेन्ट डायरेक्टोरेटवरून उचलबांगडी करून बदली केली. हे डायरेक्टोरेट महसूल खात्याचा विनोद पांडे यांच्या अधिपत्याखाली होते. पण आता ते डायरेक्टोरेट महसूल खात्याकडून काढून घेऊन आर्थिक घडामोडी खात्याकडे वेंकटरामन यांच्याकडे सोपवण्यात आले.

या प्रकरणात *इंडियन एक्सप्रेस* या वृत्तपत्राची मुख्य भूमिका असल्याने त्यांच्या दिल्लीतील गेस्ट हाऊसवरती आता सीबीआयची चोवीस तास पाळत राहू लागली. कारण रामनाथ गोएंका हे दिल्लीत आले की नेहमी तिथेच उतरत. १३ मार्च रोजी सीबीआयचे डायरेक्टर कात्रे यांनी मला बातमी दिली की, रामनाथ गोएंका आता त्या

गेस्ट हाऊसमध्ये रहाण्यास आले असून नुकतेच त्यांना भेटण्यासाठी नसली वाडिया हे आत गेले आहेत. आत जाताना त्यांच्या हातात एक ब्रीफकेस होती. नंतर गेस्ट हाऊसमधून एक नोकर बाहेर आला व त्याने काही कागद जाळले. कदाचित आणखी काही महत्त्वाची कागदपत्रे अशी जाळून नष्ट होण्याआधी पकडावीत म्हणून कात्रे यांना त्या गेस्ट हाऊसवरती ताबडतोब छापा घालायची परवानगी हवी होती. मी या गोष्टीला मंजुरी दिली व त्यानुसार कात्रे यांनी आवश्यक ती कारवाई केली. परंतु ही घटना फेअरफॅक्स प्रकरण घडून गेल्यानंतरची होती आणि खरे म्हणजे तिचा त्या प्रकरणाशी काहीही संबंध नव्हता. पण त्या दिवशी सकाळी *इंडियन एक्सप्रेस* मध्ये एक खळबळजनक मजकूर छापून आला. राष्ट्रपती ग्यानी झैलसिंग यांनी पंतप्रधानांना लिहिलेल्या एका पत्रातील तो एक मजकूर होता. 'सर्व महत्त्वाच्या विषयांबाबत आपण राष्ट्रपतींना पूर्णपणे कळवित असतो, अशा आशयाचे विधान लोकसभेत पंतप्रधानांनी करून लोकसभेची दिशाभूल केली,' असा आरोप केलेला होता. या पत्राबाबत अशी एक अफवा उठली होती की, या पत्राचा मसुदा हा मुळगावकर यांनी तयार करून तो राष्ट्रपतींना त्यांनी नेऊन दिला होता. मुळगावकर हे त्यावेळी *इंडियन एक्सप्रेसचे* संपादक होते. कात्रे यांनी घातलेल्या छाप्यात त्यांना योगायोगाने हे पत्र मिळाले होते. त्यामुळे दुसऱ्या दिवशी सर्व वृत्तपत्रांनी 'केवळ ते पत्र मिळवण्यासाठी छापा घातला गेला,' अशा अर्थाच्या बातम्या छापल्या. पण ते अजिबात खरे नव्हते. आम्हाला तोपर्यंत तसले काही पत्र आहे हे ठाऊक नव्हते. मानव संसाधन खात्याचे राज्यमंत्री पी. चिदंबरम यांना सीबीआयचेही खाते दिले होते. त्यांनी कात्रे यांना बोलावून गोएंकासारख्या महत्त्वाच्या माणसाला अशा प्रकरणात गोवल्याबद्दल कानउघाडणी केली. यावर कात्रे यांनी त्यांना कॅबिनेट सेक्रेटरी यांनी परवानगी दिल्यामुळे तो छापा घालावा लागल्याचे सांगितले. मला तशी परवानगी का द्यावी लागली याचा खुलासा मी राजीव गांधी यांच्यापाशी केला. त्यांना माझे म्हणणे पटल्याचे मला दिसले.

भुरेलाल यांनी व्ही. पी. सिंग यांच्याकडून तोंडी परवानगी मिळाल्याने फेअरफॅक्स डिटेक्टिव्ह कंपनीची सेवा भाड्याने घेतली होती. तशी परवानगी मिळाल्याचे फायलीमध्ये भुरेलाल यांनी लिहून ठेवले असणार, म्हणून मी विनोद पांडे यांना ती फाईल मागितली. त्यावर त्यांनी आपण ती फाईल थेट व्ही. पी. सिंग यांच्याकडे पोचवली असल्याचे सांगितले. कारण तशी परवानगी दिली असल्याचा त्या फायलीवरती लेखी शेरा व्ही. पी. सिंग यांनी लिहावयाचा होता. एव्हाना व्ही. पी. सिंग हे संरक्षण मंत्री झाले होते. पंतप्रधान यांच्याकडे अर्थ मंत्रालयही होते. तेव्हा ब्रह्म दत्त हे याच मंत्रालयाचे राज्यमंत्री होते. त्यांना विचारल्यावरती त्यांनी याबाबतचे आपले अज्ञान प्रगट केले. राजीव गांधी यांनी मला या फाईल प्रकरणाचा शोध घ्यायला

सांगितले. नियमाप्रमाणे व्ही. पी. सिंग यांच्याकडे गेलेली ती फाईल मूळ मंत्रालयातील जबाबदार मंत्र्याकडे परत सुपूर्द करायला हवी होती. म्हणजेच ती फाईल ब्रह्म दत्त यांच्याकडे पाठवून द्यायला हवी होती. तसे का गेले नाही म्हणून मी विनोद पांडे यांना विचारले असता ते त्यावर काहीही उत्तर देऊ शकले नाहीत. म्हणून राजीव गांधी यांनी त्यांची बदली करण्याचा हुकूम सोडला. त्याप्रमाणे त्यांची बदली शेवटी ग्रामीण विकास खात्याकडे करण्यात आली.

फेअरफॅक्स डिटेक्टिव्ह कंपनीची सेवा भाड्याने घेण्याच्या प्रकाराची चौकशी करण्यासाठी ठक्कर नटराजन आयोग नेमण्यात आला. कारण फेअरफॅक्स कंपनीने अमेरिकन गुप्तहेर संघटनेमधल्या (सी आय ए) काही माजी कर्मचाऱ्यांची सेवा या प्रकरणासाठी भाड्याने घेतली होती. त्यामुळे भारताच्या राष्ट्रीय सुरक्षिततेला काही धोका पोचला का, याचाही वेध आयोगाने घ्यायचा होता. आयोगाने आपला अहवाल सप्टेंबरमध्ये दिला आणि त्यावरती ९ सप्टेंबरपासून लोकसभेत चर्चा सुरू झाली. सरकारवर आता बॉम्बगोळा पडणार असे त्यावेळी वाटत होते. पण प्रत्यक्षात तो एक फुसका बारच ठरला. त्या निमित्ताने व्ही. पी. सिंग, विनोद पांडे व भुरेलाल यांच्याविरुद्ध असलेल्या सरकारी प्रवृत्तीला मात्र प्रसिद्धी मिळून गेली.

यामुळे संपूर्ण मंत्रीमंडळ हे नंतर विनोद पांडे यांच्या विरोधात तेव्हापासून गेले. मंत्रीमंडळाच्या बैठकीत एकदा ग्रामीण विकास खात्याचा एक प्रस्ताव चर्चेसाठी आला होता. त्यावेळी काही मंत्रीमहोदयांनी विनोद पांडे यांना उद्धट भाषेत प्रश्न विचारून उघडपणे त्यांचा अवमान केला. तथापि, पांडे यांनी शांत स्वरात सांगितले की, ''जर सरकारला आपल्या कामाबद्दल समाधान वाटत नसेल तर आपण आपल्या नोकरीच्या मूळच्या राज्यात म्हणजे राजस्थानमध्ये जाण्यास तयार आहोत.''

भुरेलाल यांच्याविरुद्ध चौकशी चालू असल्याने तेही बेचैन व निराश झाले होते. पण मी त्यांना आश्वासन दिले की, त्यांच्यावर आकसाने काहीही न करता स्वत:ची बाजू मांडण्याची पूर्णपणे संधी दिली जाईल.

एचडीडब्ल्यू पाणबुडी प्रकरण

पश्चिम जर्मनीमधील कीव्ह बंदरातील एचडीडब्ल्यू गोदीमध्ये पाणबुड्या बांधल्या जायच्या. तिथून चार पाणबुड्या खरेदी करण्यासाठी त्यांच्याशी डिसेंबर १९८१मध्ये भारताने एक करार केला. करारानुसार चारापैकी दोन पाणबुड्या तिथे बांधायच्या व दोन पाणबुड्या त्यांनी मुंबईत बांधून घ्यायच्या असे ठरले होते. १९८७ मध्ये यानंतर आणखी दोन अशाच पाणबुड्या खरेदी करण्यासाठी जर्मन कंपनीशी बोलणी चालू करण्यात आली.

एप्रिल १९८७ च्या पहिल्या आठवड्यात या संदर्भात पश्चिम जर्मनीमधल्या आपल्या राजदूताने भारत सरकारला कळवले की, ''एचडीडब्ल्यू शिपयार्ड कंपनीला नवीन दोन पाणबुड्यांची किंमत कमी करणे जड जाते आहे. याचे कारण आधीच्या चार पाणबुड्यांच्या १९८१ मधील मूळच्या व्यवहारात ज्या दलालाला आपण सात टक्के दलाली दिली, तशीच याही वेळी त्याला द्यावी लागत आहे. त्या दलालाचा शिपयार्डशी झालेला करार अद्यापही अस्तित्वात असल्याने आपल्याला त्याचा विचार करणे भाग आहे.'' संरक्षणमंत्री व्ही. पी. सिंग यांचा अशी दलाली अंतर्भूत असलेल्या व्यवहाराला कडाडून विरोध असल्याने त्यांनी जोरदार हरकत घेतली. संरक्षण खात्याच्या खरेदीमध्ये कोणतीही व्यक्ती अथवा संस्था दलाली म्हणून असता कामा नये, अशा निर्णयाप्रत राजीव गांधी एव्हाना आले होते. व्ही. पी. सिंग यांना असे वाटले की, १९८१ साली झालेल्या व्यवहारात जी दलाली दिली गेली त्यामुळे उत्पन्नावरील करांचे कायदे व परकीय चलन नियमावली हे त्या बाबतीत लागू होतात त्यांनी तशा अर्थाचे एक टिपण करून ते राजीव गांधी यांना पाठवून दिले आणि त्याचवेळी या प्रकरणाची चौकशी करण्याचे हुकूमही सोडले. एवढेच करून ते थांबले नाहीत तर वृत्तसृष्टीला त्यांनी याबाबतीत एक जाहीर निवेदन प्रसिद्धीसाठी पाठवून दिले. या काळात लोकसभेचे अधिवेशन चालू असल्याने या प्रकरणाचा साहजिकच जनतेत फार मोठा गाजावाजा झाला.

या सर्व प्रकरणाला जाहीर प्रसिद्धी देण्याची व्ही. पी. सिंग यांची कृती ही योग्य नव्हती. कारण संरक्षण खात्याच्या खरेदीवर दलाली देण्यास १९८१ मध्ये कायद्याने कोणतीही मनाई केली नव्हती. जर या व्यवहारात काही आयकर चुकवण्याचा वाद असेल किंवा परकीय चलन नियमावलीचा भंग केला गेला असेल तरी ही बाब प्रथम अर्थ मंत्र्यांच्या नजरेस आणावयास हवी होती. अन् राजीव गांधी यांच्याकडे त्यावेळी अर्थ मंत्रीपदही होते. परंतु या बाबतीत सर्वसाधारणपणे असा समज सर्वत्र होता की, व्ही. पी. सिंग यांच्याकडचे अर्थ मंत्रीपद काढून घेतल्याने त्यांना पंतप्रधानांवरती त्याचे उट्टे काढावयाचे होते. शेवटी १२ एप्रिल १९८७ रोजी व्ही. पी. सिंग यांनी संरक्षण मंत्रीपदाचा राजीनामा दिला. मग त्यांच्या जागी के. सी. पंत यांची नेमणूक करण्यात आली.

पश्चिम जर्मनीतील भारताचा राजदूत तिथे घडलेल्या साऱ्या घटनेची आम्हाला माहिती देण्यास इकडे दिल्लीत आला. जर्मनीच्या संरक्षण मंत्रालयाने अशा व्यवहारासंबंधी काही मार्गदर्शक तत्त्वे ठरवून दिली होती. संरक्षणविषयक सामुग्रींचे उत्पादन व विक्री करणाऱ्या साऱ्या जर्मनांना ही तत्त्वे तिकडे लागू होती. त्या तत्त्वानुसार अशा विक्री व्यवहारात किती दलाली उच्च अधिकारी व राजकीय व्यक्ती यांना द्यावी हे ठरवून दिले होते. कोणकोणत्या देशातील व्यक्तींना किती द्यावे हेही नीट वर्गीकरण

करून ठरवून दिले होते. त्यानुसार भारताचे वर्गीकरण मधल्या भागात केले होते. या भागातल्या देशात जर दलाली दिल्यामुळे विक्री होत असेल तर ती दलाली मध्यस्थ व्यक्तींना किंवा अधिकाऱ्यांना ५ ते १० टक्के द्यावी, असे त्या मार्गदर्शक तत्त्वात म्हटल्याचे बोलले जाते. कीव्ह बंदरातील एचडीडब्ल्यू शिपयार्ड कंपनी ही जर्मनीतील सार्वजनिक क्षेत्रातील होती. पण तरीही ज्या कंपनीने कोणाला दलाली दिली त्यांची नावे उघड करण्यास जर्मन सरकार त्यांना भाग पाडू शकत नव्हते, किंवा तशी जर्मन सरकारची इच्छा नव्हती. ही गुप्तता केवळ व्यापारी नीतीनुसार नव्हती, तर अशी नावे उघड होऊ लागली तर या कंपन्यांसाठी कोणताही दलाल काम करायला तयार होणार नाही अशी भीतीही त्यामागे होती. शिवाय संरक्षण सामुग्रीच्या व्यवहारात राजकीय व्यक्तींना व सरकारी वरिष्ठांना लाच देणे हे सर्रास सतत चाललेले असते. या पार्श्वभूमीवर मध्यस्थांना दलाली देणे हा तर विक्री करणाऱ्यांच्या दृष्टीने सर्वात उत्तम मार्ग असतो नंतर हेच मध्यस्थ आपल्या दलालीतील योग्य तो वाटा पुढे सरकारी अधिकारी व राजकीय व्यक्ती यांना देण्याचे काम करतात. त्यामुळे मूळ विक्री करणारी कंपनी फारशी अडचणीत येत नाही.

हिंदुजा बंधूंची नावे संरक्षण खात्याच्या खरेदीशी प्रथमपासून संरक्षण मंत्रालयातील अधिकाऱ्यांनी जोडलेली होती.

मग या संदर्भातली चौकशी पुढे एक वर्षभर रखडत चालू राहिली. शेवटी लोकसभेत संरक्षणमंत्री के. सी. पंत यांनी जाहीर केले की, एचडीडब्ल्यू पाणबुड्यांच्या व्यवहारात केलेल्या आरोपांमध्ये काहीही तथ्य नाही. ते आरोप निराधार आहेत. परंतु ह्या निवेदनाकडे फारसे कोणाचे लक्ष गेले नाही. कारण तोपर्यंत 'बोफोर्स' नावाचे एक मोठे प्रकरण खदखदू लागले होते.

डिसेंबर १९८९ मध्ये व्ही. पी. सिंग यांचे सरकार सत्तेवरती आले. तेव्हा साहजिकच त्या सरकारने हे प्रकरण प्रथम हातात घेतले. त्या सरकारने केलेल्या नवीन चौकशीत आणखी एक बाब उघडकीस आली. ती अशी : अशाच पाणबुड्या स्वीडनच्या कोकम शिपयार्डतर्फे बनवल्या जात होत्या. एचडीडब्ल्यू कंपनीची ही एक स्पर्धक कंपनी होती. परंतु त्या कंपनीच्या पाणबुड्यांचे नीट मूल्यमापन न करताच एचडीडब्ल्यूच्या पाणबुड्या खरेदी करण्याचा निर्णय घेण्यात आला. आणखीन असेही एक उघड झाले की, संरक्षण खात्याशी या संदर्भात व्यवहार करताना ज्या तारा जर्मनीहून त्या कंपनीकडून आल्या त्या साऱ्या अर्थातच सांकेतिक भाषेत होत्या. त्यातील मजकुरानुसार एचडीडब्ल्यूच्या काही प्रतिनिधींच्या १९८६-८७ मध्ये भारताला झालेल्या भेटींचे जे संदर्भ होते ते लपवून ठेवले गेले होते. निदान तसे त्या मजकुरावरून भासत होते.

त्या काळातील संरक्षण मंत्रालयातील संबंधित अधिकाऱ्यांना या व्यवहारात

गुंतविणाऱ्या एका प्राथमिक अहवालाचा मसुदा मग तयार करण्यात आला. नरेशचंद्र हे १९९० मध्ये संरक्षण खात्याचे सेक्रेटरी होते. त्यांनी स्वत:ला जाणीवपूर्वक या बाबींपासून दूर ठेवले. कारण एस. के. भटनागर हे १९८६-८७ मध्ये त्याच पदावरती होते व ते नरेशचंद्र यांचे जवळचे नातेवाईक होते. त्यांचे नाव या प्राथमिक अहवालात गुंतले होते. तसाच प्रकार एस. एस. सिध्दू यांच्याबाबतीत होता. १९८१ मध्ये संरक्षण उत्पादन खाते त्यांच्या अधिकारात होते व त्यांचेही नाव त्या प्राथमिक अहवालात गोवले गेले होते. या पाणबुड्यांच्या व्यवहार ज्या ॲडमिरलने केला त्याचे नाव मात्र अहवालात आले नव्हते. मी त्या नावाचा आग्रह धरल्यावर मग ते घालण्यात आले.

अरुण नेहरू यांनी एकदा मला जे सांगितले ते या संदर्भात मला आठवते आहे. या व्यवहारात मिळालेली दलाली एका मध्यस्थाने घेतली होती, पण पुढे ती ठरल्याप्रमाणे काँग्रेस पक्षाकडे दिली नाही. इंदिरा गांधी यांना हे जेव्हा कळले तेव्हा त्या खूप संत्रस्त झाल्या. त्यांच्या पुढच्या इंग्लंडच्या भेटीमध्ये हा मध्यस्थ जेव्हा त्यांना भेटायला गेला तेव्हा त्यांनी त्याला आपली भेट नाकारली व परत पाठवून दिले.

◆

१७
पंतप्रधानांच्या कार्यालयात प्रिन्सिपल सेक्रेटरी

मी कॅबिनेट सेक्रेटरीचे पद सोडतो.

१९८९ च्या सुरुवातीला मी ठरवले की, आपण आता पुन्हा आपल्या राज्यात सेवानिवृत्त झाल्यावरती जायचे. अन् माझी सेवानिवृत्ती ही त्याच वर्षी सप्टेंबरमध्ये येत होती. राजीव गांधी यांना मी हवा होतो व म्हणून ते मला सहा महिन्यांचा कालावधी वाढवून द्यायला तयार होते. कारण आता १९८९-९० या काळात सार्वत्रिक निवडणुका येत होत्या. परंतु कॅबिनेट सेक्रेटरीच्या पदावरील माणसाने कधीही आपल्या सेवेचा कालावधी वाढवून घेऊ नये या तत्त्वाचा मी होतो. म्हणून मी राजीव गांधी यांना त्यासाठी नकार दिला. नंतर, एकदा मी मुंबईला त्यांचे बरोबर गेलो. विमानांत त्यांनी मला भेटीस बोलावले. मी त्यांच्या केबिनमध्ये गेल्यावर त्यांनी मला सांगितले की, "मी असे ठरवले आहे की तुमची नेमणूक प्रिन्सिपल सेक्रेटरी या पदावरती पंतप्रधानांच्या कार्यालयात करायची." ते ऐकताच मला मोठाच धक्काच बसला. त्यावर ते म्हणाले,"असा बॉम्ब गोळा डोक्यावर पडल्यासारखा चेहरा करू नका. ही नवीन नोकरी काही वाईट नाही आणि ती तुम्हाला नक्कीच आवडेल." माझ्यानंतर शेषन हे कॅबिनेट सेक्रेटरीच्या पदावर येतील हेही त्यांनी मला सांगितले.

माझ्यापुढे आलेल्या या संधीबाबत मी घरी माझ्या कुटुंबात याबद्दल चर्चा केली आणि माझा होकार दुसऱ्या दिवशी दिला. मात्र माझ्यानंतर कॅबिनेट सेक्रेटरी या पदावरती रोमा मजुमदार यांची निवड केली जावी असे मी सुचवले. ही अधिकारी स्त्री नुसतीच चांगली नव्हती तर ती सेवाज्येष्ठतेमध्ये शेषन यांच्यापुढे एक वर्ष होती. तसेच त्या लायक स्त्रीला या पदावरती बसविल्यावरती एक चांगला संकेत दिला

जाणार होता. कारण खुद्द पंतप्रधानांना स्त्रियांच्या प्रगतीबद्दल अत्यंत कळकळ होती. परंतु माझ्या सूचनेवरती राजीव गांधी यांनी अत्यंत साधी पण ठाम प्रतिक्रिया व्यक्त केली. ते म्हणाले, "आता एका वर्षात सार्वत्रिक निवडणुका होणार असल्याने मला एक असा कॅबिनेट सेक्रेटरी हवा की जो माझ्याशी अगदी वैयक्तिकरित्याही निष्ठा ठेवणारा असावा. म्हणून तुमच्यानंतर तुमच्या आताच्या पदावरती मी शेषन यांची निवड केली आहे."

आता मागे वळून पहाता मला असे दिसते की मी राजीव गांधी यांच्या अपेक्षा पूर्ण केल्या होत्या. नुसते एवढेच नाही तर मी कॅबिनेट सेक्रेटरी या पदामध्ये चेतना आणली होती आणि भूमिका कशी असावी ह्याचाही एक वस्तुपाठ घालून दिला होता. त्याचबरोबर माझ्या कार्यालयाचा म्हणजे कॅबिनेट सेक्रेटेरीएटचा नीट जम बसवला व या कार्यालयाबद्दलचा आदरही वाढवला. संपूर्ण मुलकी सेवांमध्ये कॅबिनेट सेक्रेटरीचे पद हे सर्वोच्च व पितृतुल्य आहे अशा अर्थाने आयएएसचे अधिकारी, अखिल भारतीय सेवेमधले अधिकारी आणि केंद्रीय अधिकारी त्याकडे पहात असतात. या सर्वांना असे आश्वासन दिलेले असते की, केंद्रातील वरिष्ठ पदांवरती प्रत्येक विभागाचे नीट प्रतिनिधीत्व होईल. त्याचबरोबर तिन्ही सेनादले, अन् विशेषत: त्यांचे तीन प्रमुख यांना कॅबिनेट सेक्रेटरीच्या पदाचे महत्त्व कळले पाहिजे, जाणवले पाहिजे आणि त्याचे नेतृत्वही मानले पाहिजे.

कॅबिनेट सेक्रेटरीने सोडलेल्या हुकूमांची अंमलबजावणी करण्यासाठी त्याच्याकडे कोणतेही तसले एक्झिक्युटिव्ह खाते असत नाही. परंतु संपूर्ण प्रशासनामधील विविध कामात नीट सुसूत्रता आणण्यात कॅबिनेट सेक्रेटरीची सत्ता व अधिकार एकवटलेले असतात. जरी कॅबिनेट सेक्रेटरीएवढेच अनेक लायक व समान पातळीवरचे अधिकारी असले तरी कॅबिनेट सेक्रेटरी हा त्यांच्यातही वरचढ मानला जातो. अशा रितीने तो 'फर्स्ट अमंग इक्वल्स' असे कदाचित मानले जाईल, पण त्याचबरोबर एका कार्यक्षम तुकडीचा नेता, मंत्रीमंडळ आणि पंतप्रधान यांचा सल्लागार असाही तो असतो. जेव्हा जेव्हा अनेक सेक्रेटरींसमवेत माझी बैठक असे तेव्हा मी प्रत्येकाला आपले म्हणणे, मत, आपल्या मंत्रालयाचा दृष्टिकोन मांडायचा आग्रह करून सर्वांचे शेवटी एकमत कसे होईल ते पहात असे. मी ही प्रथा कटाक्षाने पाडली व शेवटपर्यंत पाळली. यामुळे अनेक अडचणींचे निवारण होई व धोरणात्मक निर्णयावर चर्चा करून ते पक्के केले जात. अर्थात हे निर्णय पुढे त्या त्या संबंधित मंत्रालयाने पाळायचे असतात. पण तसे पाळले जातील याची यामुळे खात्री होई. मी यापुढेही जाऊन एक पाऊल टाकीत असे. जर या बैठकीत घेतलेला निर्णय एखाद्या मंत्रालयाला स्वीकारणे किंवा त्याची अंमलबजावणी करणे अवघड जाणार असेल तर कॅबिनेट सेक्रेटरीच्या कार्यालयाकडून एक टिपण तयार करून ते संपूर्ण

मंत्रीमंडळाच्या बैठकीत ठेवले जाईल असेही मी त्याच बैठकीत सर्वांना सांगत असे. माझ्या अशा कृतीमुळे माझ्या सहकाऱ्यात साऱ्या सेक्रेटरी किंवा सचिववर्गात एक विश्वासाचे व नि:पक्षपातीपणाचे वातावरण निर्माण होई. त्यामुळे आम्हा सर्वांमध्ये एकमेकांबद्दल निष्ठा व भ्रातृभाव निर्माण होई. यामुळे दोन मंत्रालयांमधल्या अनेक समस्या व अडचणी यांचे निराकरण करण्यासाठी ते आमच्या बैठकीवरती अवलंबून राहू लागले. प्रत्येक सचिवाचा व त्याच्या मंत्रालयाचा सहभाग आणि पाठिंबा आम्हाला वेळोवेळी तात्काळ मिळत गेला. नवीन धोरणे आणि नवीन प्रकल्प यावरही सकारात्मक चर्चा आमच्या बैठकीतून निर्माण होऊ लागल्या. सरकारी कामकाजात सर्वांच्यामध्ये एक निरोगी संघभावना बिंबवण्यात मी यशस्वी झालो याबद्दल मला आनंद झाला. अन् हे करताना कोठेही कोणाच्याही अधिकारावरती अतिक्रमण होणार नाही किंवा संबंधित व्यक्तीच्या इच्छेविरुद्ध त्याच्यावरती निर्णय लादला जाणार नाही, हेही मी पहात असे. अनेकदा खुद्द मंत्रीमहोदय स्वत: माझ्याकडे येऊन आमच्या कार्यालयाच्या भूमिकेबद्दल मनापासून समाधान व्यक्त करीत.

माझ्या सर्व वरिष्ठ सहकाऱ्यांना मी सांगून ठेवले होते की, जर त्यांना आपापल्या मंत्र्यांबरोबर कामे करताना काही अडचणी आल्या किंवा त्यांच्यावरती अवाजवी दडपण आणले गेले तर त्यांनी ते मला ताबडतोब कळवावे. कित्येक अशा समस्यांमध्ये मी पंतप्रधानांकडे तक्रार नेऊन संबंधित मंत्र्याला अशा कामापासून परावृत्त केले आहे. त्याचबरोबर मी सर्व राज्यांच्या चीफ सेक्रेटरी किंवा प्रमुख सचिवांबरोबर नेहमी संपर्क ठेवून त्यांच्या काही केंद्रीय मंत्रालयाबरोबर अडचणी असतील तर त्या सोडवित असे.

माझ्या या साऱ्या प्रयत्नांना अगदी टीकात्मक जरी नाही तरी काही उपरोधिक प्रतिसाद मिळाले आहेत. ३१ मे १९८८ च्या 'इंडिया टुडे' च्या अंकात याबद्दल असा एक शेरा आहे की, *'जे सरकार देशातील आपल्या प्रतिस्पर्ध्याला अथवा सक्षम संस्थेला सहज लोळवू शकते त्या सरकारला आता कॅबिनेट सेक्रेटरीच्या कार्यालयाच्या रूपाने एक शक्तिशाली शाखा फुटली आहे. ह्या नव्याने उदयास आलेल्या शक्तिशाली शाखेच्या माध्यमातून पंतप्रधान आपल्या मंत्रीवर्गाचा सल्ला न घेता, त्यांना डावलून किंवा त्यांच्यावर मात करून आपली सत्ता राबवू शकतात. असे हे एक कळीचे सरकारी खाते निर्माण होऊन बसले आहे... या नव्या खात्याच्या कार्यावरती कोणतेही नियंत्रण नसल्याने हे खाते उर्फ कॅबिनेट सेक्रेटेरीएट केव्हाही मंत्रीमंडळाची जी सामूहिक जबाबदारी असते त्या तत्त्वाला सहज सुरुंग लावू शकते.* सत्यापासून फार दूर असे काही असू शकत नाही.'

राजकीय धोरणांची अंमलबजावणी करणारे आणि कायमस्वरूपी असणारी

सरकारी नोकरशाही यांच्यात कॅबिनेट सेक्रेटरीला नेहमी नाजूक तोल साधण्याची तारेवरची कसरत करावी लागते. मंत्रीमंडळ व पंतप्रधान यांचा प्रमुख सल्लागार असल्याने कॅबिनेट सेक्रेटरीला काही अर्धराजकीय किंवा राजकारणसदृश असे जे नाजूक प्रश्न सत्ताधारी पक्ष व विरोधी पक्ष यांच्यात उभे रहातात तेही नि:पक्षपातीपणे सोडवावे लागतात. परंतु माझ्यानंतर जे दोन कॅबिनेट सेक्रेटरी होऊन गेले त्यांच्या हातून हा नि:पक्षपातीपणा दुर्दैवाने पाळला गेला नाही. त्यामुळे कॅबिनेट सेक्रेटरी या पदाचे फार मोठे नुकसान झाले. मी या पदावरती चार वर्षे होतो. मी मोठ्या ताठ मानेने, प्रामाणिकपणे एक मुलकी सेवक म्हणून काम केलेले असल्याने, मोठ्या सन्मानाने माझ्या या सेवेचा निरोप घेतला.

पंतप्रधानांच्या कार्यालयात प्रिन्सिपल सेक्रेटरी

मार्च १९८९ मध्ये मी पंतप्रधानांच्या कार्यालयात रूजू झालो. माझ्या जागी म्हणजे कॅबिनेट सेक्रेटरीच्या पदी टी. एन. शेषन यांची नेमणूक झाली. असे काही बदल सर्वांत वरच्या स्तरात केले गेले. शेषन कॅबिनेट सेक्रेटरी झाल्याने त्यांच्या जागी नरेशचंद्र यांना संरक्षण सचिव म्हणून नेमण्यात आले. अर्थ सचिव वेंकटरामन हे सेवानिवृत्त झाल्याने त्यांच्या जागी गोपी अरोरा यांना नेमले. तर सरला ग्रेवाल यांना मध्यप्रदेशच्या राज्यपालपदी नेमण्यात आले.

पंतप्रधानांच्या कार्यालयातील यंत्रणा मला एव्हाना सवयीची झालेली होतीच. मी इथे आल्या आल्या सर्व ज्येष्ठ अधिकाऱ्यांबरोबर जवळचे संबंध स्थापन केले. येथे काम करत होते मॉन्तेकसिंग अहलुवालिया, रोनन सेन, वासुदेवन, पार्थसारथी आणि अन्य अधिकारी. मणीशंकर अय्यरही येथेच होते. यांचे खटले मात्र इतरांपेक्षा एकदम वेगळे होते. पण त्यांना कसे हाताळावयाचे ते मला ठाऊक होते. मी कॅबिनेट सेक्रेटरी असताना परमार हा माझा प्रायव्हेट सेक्रेटरी होता. माझ्याबरोबर मी त्यालाही इकडे आणले. त्यामुळे हा खातेबदल तसा सुरळीतपणे होऊन गेला. 'ऑफिसर ऑन स्पेशल ड्युटी' या पदावरती आर. के. धवन येथे मार्च १९८९ मध्ये आले होते. पण त्यांचे बहुतेक सारे काम राजकीय घडामोडींबद्दल असायचे. त्यांना पंतप्रधानांकडून फायली दिल्या जायच्या. शीला दीक्षित येथे राज्यमंत्री म्हणून होत्या. सरकारी कर्मचारी नसलेल्या अशा त्या एकमेव होत्या.

मार्च १९८९ पर्यंत देशातील राजकीय परिस्थिती हळूहळू गरम होत चालली. विरोधी पक्षांची नॅशनल फ्रंट ही हळूहळू आक्रमक बनत चालली. बाहेरच्या या राजकीय प्रभावापुढे आमच्या कार्यालयाचे काम हे फिके वाटू लागले. मला येथे बोफोर्स प्रकरणाचेही कामकाज पहायचे होते. पण त्याबद्दल मी वेगळे लिहिलेले आहे.

जरी देशात शेती उत्पादन चांगले झालेले होते तरी आम्हाला जीवनावश्यक वस्तूंच्या किंमती स्थिर राखण्यासाठी खास उपाय योजावे लागत होते. देशातील या वस्तूंचे रोजचे काय भाव आहेत यावरती आम्हाला नजर ठेवावी लागत होती. अशा वस्तूंमधील साखर हा पदार्थ अत्यंत संवेदनशील होता आणि अन्नधान्य व वितरण मंत्रालयाला साखरेचे भाव स्थिर राहण्यासाठी पर्यायी खरेदी करण्याचा सल्ला दिला होता. तथापि, शेती खात्याने 'साखरेचे चांगले उत्पादन होईल' असा अंदाज बांधला होता आणि म्हणून तशी साखरेची पर्यायी खरेदी करून साठा करण्यास नाखूष होते. दुर्दैवाने त्यांचे अंदाज चुकले व नागरी अन्नपुरवठा खात्याकडून आणीबाणीचे उपाय घाईघाईने सुरू करून साखरेची खरेदी सुरू करावी लागली. वेळ पडल्यास त्यांनी परदेशातूनही साखर आयात करण्याची तयारी ठेवली होती. अशा व्यवहारात अनेक बेकायदेशीर व नियमबाह्य गोष्टी घडत असल्याचे आम्ही ऐकले होते. त्यामुळे मी मंत्रीमंडळाच्या एका बैठकीत कदाचित यातून एखादा घोटाळा उजेडात येण्याची शक्यता असल्याची सावधगिरीची सूचना दिली.

राजीव गांधी यांच्या अमेठी मतदारसंघाला मी भेट दिली. मला तिथल्या जनतेच्या लोकप्रियतेचा मूड बघायचा होता. तिथल्या लोकांचे राजीव गांधी यांच्यावरचे प्रेम व निष्ठा पाहून मला बरे वाटले. या मतदारसंघात संजय सिंग हे राजीव गांधी यांच्याविरुद्ध उभे रहाणार होते. परंतु त्यांच्या उमेदवारीचे तेवढे गंभीर आव्हान मला काही जाणवले नाही. तथापि, स्थानिक कार्यकर्त्यांनी अशी तक्रार केली की कॅ. सतीश शर्मा हे संजय सिंग यांच्यावरती नको तितके प्रखर हल्ले आपल्या भाषणातून चढवतात. याचे कारण राजीव गांधी मागच्या निवडणुकीत जेवढ्या तुफान मताधिक्याने निवडून आले तेवढे मताधिक्य याही निवडणुकीत राखले जावे असे त्यांना वाटत होते. त्या मंडळींना ही बातमी राजीव गांधी यांच्यापर्यंत खास माझ्याकरवी पोचवायची होती व मीही त्यांचे हे काम केले.

सिमेन्टवरच्या किंमती आहे त्या पातळीवरती ठेवण्यात आम्हाला चांगलेच यश मिळाले. त्यासाठी आम्ही सिमेन्टवरची सरकारी नियंत्रणे उठवली होती. अन् हीच पद्धती चालू ठेवून पोलाद व पोलादी उत्पादने यांच्या किंमतीही काबूत ठेवायच्या होत्या. एम. एल. फोतेदार यांचे यासाठी मी मन वळविले, पण नंतर फारसा प्रतिसाद मला मिळाला नाही. कारण अशी पद्धत वापरली तर उलट किंमतींमध्ये वाढ होईल अशी भीती वाटत होती अन् आताच्या निवडणुकीच्या वर्षात तसे काही करून पहाणे ही एक मोठी जोखीम वाटत होती. पण नंतर मला कळले की या भूमिकेचे समर्थन आर. के. धवन करीत होते. फोतेदार यांनी यापूर्वी अनेकदा माझ्याकडे अशी तक्रार केली होती की आर. के. धवन हे फोतेदार यांच्या राजकीय कामात नको तितकी ढवळाढवळ करतात व त्यांची ही तक्रार मी राजीव गांधी

यांच्यापर्यंत नेऊन पोचवावी.

परकीय गंगाजळीच्या स्थितीचे काळे ढग हे आर्थिक क्षितीजावरती उदयास येऊ लागले होते. या संदर्भात पंतप्रधानांच्या कार्यालयात आम्ही कैक वेळा प्रदीर्घ चर्चा केल्या होत्या. त्यावर आधारीत मॉन्तेकसिंग अहलुवालिया यांनी एक निबंध तयार केला होता. त्या निबंधात त्यांनी ही परिस्थिती सुधारण्यासाठी आर्थिक धोरणात काही फेरबदल सुचवले होते. आर्थिक निर्बंध उठवून उदारतेच्या मार्गावरती गाडी नेण्यासारखे ते उपाय होते. म्हणजे एका संपूर्ण वेगळ्याच मार्गावरून आर्थिक गाडी चालवावी लागणार होती. आम्ही सर्वांनी त्यावर विचार केला व शेवटी या मार्गावरती वाटचाल करणे अपरिहार्य आहे असे आमचे मत पडले. या नवीन धोरणामागचा ध्वन्यर्थ राजीव गांधी यांनी ओळखला. ते आमच्याशी पूर्णपणे सहमत होते व अशा धोरणाची आत्यंतिक निकड त्यांनी ओळखली होती. पण निवडणुकीच्या तोंडावरती आर्थिक धोरणात असा मोठा फेरबदल घडवून आणण्यास ते धजावत नव्हते. ते आम्हाला एवढेच म्हणाले की, "याबद्दल आपण निवडणुकीनंतर विचार करू."

आंतरराष्ट्रीय संघटनेचा लेबर सेक्रेटरी म्हणून मी पूर्वी अनेकवार युरोपला एअर इंडियाच्या विमानाने गेलो होतो. एकदा मला एअर इंडियाच्या विमानातील हवाई सेविकांबद्दल एक कुतूहलपूर्ण बातमी वाचावयास मिळाली. बातमीत असे म्हटले होते की, या हवाई सेविकांना, एअर होस्टेसना, विमान कंपनी पंचेचाळीस वयानंतर विमानामध्ये काम करू देत नव्हती. पण पुरुष सेवकांना मात्र अठ्ठावन्न वयापर्यंत विमान उड्डाणात काम करू दिले जायचे. एकदा जिनीव्हाला जाताना एका हवाई सेविकेने माझ्याकडे तक्रार केली की, या विमान कंपनीत स्त्री-कर्मचाऱ्यांविरुद्ध लिंगभेदाची वागणूक दिली जाते. भारत हा आंतरराष्ट्रीय श्रम संघटनेचा सभासद आहे व ह्या संघटनेने कामाच्या बाबतीत लिंगभेद पाळायचा नाही असे ठरवून दिलेले आहे, असेही तिने मला पुढे सांगून आपल्या तक्रारीची दखल घ्यावी म्हणून विनंती केली. मला तिच्या तक्रारीत तथ्य वाटले. म्हणून मी माझ्या ऑफिसला या प्रकरणात लक्ष घालण्यास सांगितले. माझ्या ऑफिसात त्यांच्या कामगार संघटनेची माणसे आली असताना मी त्यांना हा विषय संघटनेमार्फत आमच्याकडे आणण्यास सुचवले. यावर नंतर ते मला म्हणाले की त्यांच्या संघटनेचे पुरुष सहकारी या अन्यायात सापडत नसल्याने त्यांना या प्रकरणात रस नाही. साहजिकच यानंतर फारसे काही घडले नाही. पण जेव्हा मी पंतप्रधानांच्या कार्यालयात रूजू झालो तेव्हा परत मला या प्रश्नाची आठवण झाली. मी नंतर एअर इंडियाच्या विमानाने मुद्दाम प्रवास केला. त्यावेळीही प्रवासात मला तिथल्या हवाई सेविकेकडून हीच जुनी तक्रार ऐकावयास मिळाली. माझी खात्री पटली की असा लिंगभेद हा योग्य तर नाहीच पण तो नीतीतत्त्वांच्याही विरुद्ध आहे. मी त्यानंतर नागरी उड्डयन मंत्रालयाच्या सचिवाला

बोलावून त्याच्यापुढे हा प्रश्न मांडला. आकारमान, वजन व हालचाली, यावर आधारीत असलेलाच नियम हा पंचेचाळीशी नंतरच्या हवाई सेविकांकरिता असावा. विशेषत: जर एखाद्या हवाई सेविकेबाबत यापेक्षा अन्य कोणते कारण लागू होत असेल तर तिला अन्य पुरुष सेवकांप्रमाणे जमिनीवरचे काम द्यावे. यावर तो सचिव निषेधाच्या स्वरात म्हणाला की, यामुळे एअर इंडियाच्या सेवेची प्रतिमा अन्य परदेशी विमान कंपन्यांच्या तुलनेत डावी ठरेल. याचा परिणाम एअर इंडियावर होईल. यावर मी त्याला समजावले की विमानातील प्रवाशांना एक झटपट व अदबशीर सेवा हवी असते. अशी सेवा पुरविणाऱ्या व्यक्ती कशा दिसतात यांच्याशी त्याला कर्तव्य नसते. एअर इंडियाची प्रतिमा घसरली आहे ती विमाने वेळेवर न सुटणे, सतत उशीर होत जाणे आणि उड्डाणे ऐन वेळी रद्द होणे यामुळे. त्याचा निषेध फेटाळून लावीत मी त्याला माझ्या सांगण्यानुसार सर्व कायदेशीर बाबी पुऱ्या करत नेण्यास सांगितले. परंतु एअर इंडियाच्या व्यवस्थापनाने ही गोष्ट खूप रेंगाळत ठेवून पुढे ढकलत नेली. सरतेशेवटी ही बाब न्यायालयात गेली आणि अलीकडेच या बाबतीत हवाई सेविकांच्या बाजूने निकाल लागल्याचे कळले.

जूनमध्ये राजीव गांधी यांनी मला अमेरिका, कॅनडा व इंग्लंड येथे जाण्याची परवानगी दिली. माझ्या या जाण्याबाबत परराष्ट्र मंत्रालय हे नाखूष होते. पण तरीही त्यांनी मला आवश्यक ते सहकार्य व पाठिंबा दिला. अमेरिकेत स्थायिक झालेल्या भारतीय वंशाचे डॉक्टर्स व सर्जन यांची एक परिषद लॉस एंजल्सला भरली होती. मी त्या परिषदेला हजर राहिलो. भारताच्या पंतप्रधानांचा एक प्रतिनिधी आपल्या परिषदेला हजर रहातो आहे हे पाहून ते सर्वजण आनंदित झाले. त्या सर्वांच्या एका नेहमीच्या अडचणीवरती त्यांनी मला एक सूचना केली. त्यांना भारताला वारंवार भेटी द्यावा लागत असल्याने प्रत्येक वेळी व्हिसा मिळवण्यासाठी त्यांना भारतीय कॉन्सुलेटकडे हेलपाटे मारावे लागतात. ते वाचावे म्हणून बऱ्याच कालावधीचा व अनेकदा प्रवेश देणारा मल्टिव्हिसा द्यावा अशी त्यांची सूचना होती. भारताला वारंवार भेटी देण्यास त्यांना प्रोत्साहन द्यावे हे मला मान्य असल्याने त्यांची सूचना मी मानली. परंतु यामध्ये एक सुरक्षिततेचाही घटक अंतर्भूत होता. त्यावेळी खलिस्तान चळवळीमुळे अनेक शीख अतिरेकी भारतात घुसू पाहात. परंतु या मल्टीव्हिसाचा फायदा अतिरेक्यांना मिळू नये म्हणून अशा अतिरेक्यांची एक काळी यादी तयार करून त्या आधारे अर्जदारांची छाननी इंटेलिजन्स ब्युरोने करावी, असेही मला सुचवण्यात आले. मग आणखी एक तक्रार माझ्याकडे केली गेली. ती खूप चमत्कारिक होती. भारतीय कॉन्सुलेटकडून क्रेडिट कार्डस् किंवा वैयक्तिक चेक हे स्वीकारले जात नव्हते. त्याऐवजी नेहमी रोख रक्कम किंवा बॅन्कर्स चेक मागितला जाई. याचे कारण जर एखाद्याच्या क्रेडिट कार्डमध्ये काही घोळ असला किंवा त्याने

दिलेला चेक वटला नाही तर महसूल बुडू नये म्हणून हा असा नियम केला गेला होता. मी यावर म्हणालो की अशा असंभाव्य घटना जर घडल्या तर आम्ही संबंधिताचा पासपोर्ट रद्द करू शकतो. अन् संबंधिताला एवढी शिक्षा पुरेशी आहे. पण अशा व अनेक तक्रारी या मी भारतात परतल्यानंतरच त्याकडे मला लक्ष देता येणार होते.

वॉशिंग्टनमध्ये मला अनेक अशा वजनदार अमेरिकन व्यक्ती भेटल्या की त्यांचा प्रभाव सर्वत्र पडे. जनरल ब्रेन्ट स्काउक्रॉफ्ट ही अशीच एक व्यक्ती होती. अमेरिकन सरकारच्या राष्ट्रीय सुरक्षा समितीवर सल्लागार म्हणून ही व्यक्ती काम करीत होती. मी त्यांना समजावून सांगितले की, भारताच्या मनात पाकिस्तानची आमच्यासारखीच भरभराट होऊन तो एक स्थिर शेजारी म्हणून रहावा असे आहे. आमच्यापुढे अनेक आर्थिक समस्या आहेत अन् आम्हाला पाकिस्तानसाठी उगाच कटकटी निर्माण करायच्या नाहीत. आर्थिक उन्नतीसाठी व सामाजिक उद्दिष्टांची पूर्ती करण्यासाठी आमच्या देशामध्ये बाहेरच्यांनीही उगाच ढवळाढवळ करू नये. यावर त्यांनी मला असे सुनावले की, तुम्ही नेपाळशी दादागिरी करणारे वागता असा इथला मतप्रवाह आहे. मी मग भारत-नेपाळ संबंधामधल्या विवादाची नीट कल्पना त्यांना देऊन म्हटले की, ‘‘नेपाळने जाणून बुजून आमच्याबद्दलचे गैरसमज करून घेतले आहेत.’’ नंतर मी नेपाळला आमच्याकडून त्यांच्या हिताचे कोणकोणते प्रस्ताव दिले आहेत याची माहिती दिली.

श्रीलंकेमध्ये जी भारतीय सेना उर्फ शांती सेना पाठवली होती ती परत माघारी बोलावण्यास भारत नकार देतो आहे, असाही त्यांचा गैरसमज झाला होता. त्यावरती मी खुलासा केला की, एवढ्या मोठ्या संख्येने असलेली व अवजड साधनसामुग्री जवळ असलेली सेना माघारी बोलावण्यासाठी काही योजना करावी लागते व माघार सावकाश घ्यावी लागते. अन्यथा गोंधळ होतो. अन् माघार चालू असता श्रीलंकेचा राष्ट्राध्यक्ष प्रेमदास ‘‘आणखी वेगाने सैन्य काढून घ्या,’’ असे जे म्हणतात त्याचे कारण त्यांच्या देशातील अंतर्गत घडामोडींचा दबाव त्यांच्यावरती पडला आहे. म्हणून त्यांनी घाई चालवली आहे.

‘अग्नि’ क्षेपणास्त्राबद्दल मी त्यांना सांगितले की हे क्षेपणास्त्र संपूर्णपणे भारतीय संशोधकांनी भारतात बनवलेले आहे. याचा उपयोग आमच्या शेजारी देशांवरती आक्रमणासाठी आतापर्यंत आम्ही कधीही केला नाही. माझ्या या सर्व खुलाशांमुळे जनरल स्काउक्रॉफ्ट हे खूप निवळलेले दिसले. भारत व पाकिस्तान या देशातील लष्करी कारवाई प्रमुखांमध्ये नेहमी एक हॉट लाईन ठेवलेली असून त्याचा नेहमी वापर चाललेला असतो हे मी त्यांना सांगितल्यावर त्यांचे समाधान झालेले दिसले.

कार्ला हिल्स या राजदूत होत्या व अमेरिकेच्या व्यापार प्रतिनिधीही होत्या. मी

त्यांना भेटलो व स्पष्ट सांगितले की जोपर्यंत 'सुपर ३०१' या तरतुदीची टांगती तलवार अमेरिकेने भारताच्या डोक्यावर ठेवली आहे तोपर्यंत आम्ही व्यापारासंबंधी अमेरिकेशी बोलणी करणार नाही. गॅट (GATT) करारासंबंधी जे आता अधिवेशन होणार आहे. त्यावेळीच आम्ही आमची भूमिका मांडू. कारण सुपर ३०१ तरतुदीचा फटका ज्या तीन देशांना बसला होता त्यापैकी भारत हा एक देश होता. हा फटका दोन तऱ्हेने बसला होता. आमच्या परकीय गुंतवणुकीचे नियोजन आणि परकीय विमा कंपन्यांना भारतात गुंतवणुकीसाठी घातलेली बंदी. कार्ला हिल्स या बाईंची मते खूप आग्रही व न बदलणारी अशी वाटली. शिवाय त्या थोड्या आक्रमकही होत्या. त्याच्या उलट ईगलबर्गर हे होते. ते अमेरिकेच्या परराष्ट्र खात्यात डेप्युटी सेक्रेटरी होते. स्वभावाने सालस व ऐकून घेणारे असे मला ते वाटले. जेव्हा आमच्या बोलण्यात नेपाळबद्दलचा विषय निघाला तेव्हा ते विनोदाने मला म्हणाले, "आता कळले ना तुम्हाला की अमेरिका शेजारच्या देशांशी जरी चांगली वागली तरी तिच्या वाट्याला त्या देशांकडून कसे कौतुक येत नाही ते?"

सरकारी खजिना खात्यात डेव्हिड मलफोर्ड हे अंडर सेक्रेटरी होते. ठराविक अमेरिकन पद्धतीने आगाऊपणे वागणारे त्यांचे व्यक्तिमत्त्व होते. भारताने आपली अर्थविषयक धोरणे कशी नीट आखावीत आणि आर्थिक व्यवहार कसे नीट केले पाहिजेत यावर त्यांनी बराच उपदेश केला. तर संरक्षण खात्यात अंडर सेक्रेटरी असलेले पॉल डी. वोल्फवॉवित्झ हे अत्यंत समजूतदार व सहानुभूतीपूर्वक वागणारे मला वाटले. मी त्यांना भारताने अग्नि क्षेपणास्त्राचा विकास स्वत: केल्याचे सांगितले. त्याचबरोबर पाकिस्तानकडून केला जाणारा अणुशस्त्राचा विकास व त्या देशाला दिली जाणारी एफ-१६ जातीची विमाने यामुळे भारताला कशी चिंता वाटते तेही सांगितले.

डेमोक्रॅटिक पक्षाचे अमेरिकन काँग्रेसमधील स्टीफन सोलार्झ हे एक भारताचे हितचिंतक होते. त्यांच्याशी मी तपशीलवार चर्चा केली. तसेच जनरल इलेक्ट्रिक कंपनीचे मुख्याधिकारी (CEO) जॅक वेल्श यांच्याशीही चर्चा केली. राष्ट्राध्यक्ष रोनाल्ड रेगन यांचे ते खूप निकटवर्तीय मानले जात. कॅपिटॉल हिलमध्ये मला चहापार्टीचे निमंत्रण दिले गेले. त्या पार्टीत मला कित्येक उच्चपदस्थ अमेरिकन मंडळी अशी भेटली की त्यांच्या मते भारतावरती रशियाचा प्रचंड प्रभाव आहे. त्यांनी तर पुढे जाऊन अशीही चौकशी केली की भारतातील मंत्रालयात किती रशियन सल्लागारांचा भरणा केला गेला आहे? अमेरिकेतील माझ्या सर्व कार्यक्रमांना आपले राजदूत पी. के. कौल यांनी फार मोठी मदत केली. तशीच मदत रोनन सेन आणि कुलदीप सहदेव यांच्याकडूनही मला झाली.

प्राध्यापक केनेथ गॅलब्रेथ यांनाही मी भेटलो. एके काळी ते भारतात अमेरिकेचे

राजदूत होते. मला भेटल्यावर त्यांच्या भारतातील आठवणींना भरते आले. पण त्यांच्या बोलण्यात एक गोष्ट मला त्यांनी स्पष्टपणे सांगितली की, ज्ञानाच्या क्षेत्रात भारताला अमेरिकेत फारसे मित्र राहिलेले नाहीत. या क्षेत्रातील विद्वान मंडळी व अमेरिकेचे केन्द्रीय सरकार यांच्यात एक जवळचे नातेसंबंध असतात. पण आता या विद्वान मंडळींना भारतात येऊन अभ्यास करण्यासाठी व तत्संबंधीच्या योजनांवरती कामे करण्यासाठी भारत सरकारकडून व्हिसा मिळविण्यात फार अडचणी येऊ लागल्या आहेत, असे मला त्यांच्याकडून कळले. मी यावरती काही उपाययोजना करण्याचे त्यांना आश्वासन दिले. भारतात आल्यावर मी या संबंधी गृहमंत्रालयाकडे चौकशी केली असता मला असे सांगण्यात आले की, अशा व्हिसा प्रकरणात इंटेलिजन्स ब्युरोकडून 'ना हरकत' प्रमाणपत्र देण्यास फार उशीर होतो. मग मी या संदर्भात ब्युरोच्या संचालकाशी बोललो असता त्यांच्याकडून मला कळले की, भारतातील अनेक अशा विद्वानांना अमेरिकेच्या सीआयए (अमेरिकन गुप्तहेर खाते) कडून आर्थिक मदत दिली जाते. यावर मी त्यांना सांगितले की, असे प्रत्येकाच्या बाबतीत असते असे सरसकट धरून चालू नये व जो काही निर्णय असेल तो फार वेळ न लावता घ्यावा. नंतर मला कळले की त्याप्रमाणे ना हरकत प्रमाणपत्र देण्यास आता विलंब होत नाही.

मी अमेरिकेहून कॅनडालाही गेलो. ही एक छोटी भेट होती. तिथले कॅबिनेट सेक्रेटरी मला भारतात भेटले होते. त्यांनी माझ्या सन्मानार्थ एक मेजवानी दिली. त्या प्रसंगी मला अनेक वरिष्ठ कॅनेडियन अधिकारी भेटले. कॉमनवेल्थ देशातील शक्य तितक्या कॅबिनेट सेक्रेटरींच्या संपर्कात भारतीय कॅबिनेट सेक्रेटरीने रहावे असे मला त्यावेळी प्रकर्षाने वाटून गेले.

येताना मी लंडनला गेलो. तिथले कॅबिनेट सेक्रेटरी सर रॉबिन बटलर यांना मी भेटलो. आम्ही दोघांनी भारतीय नोकरशाहीच्या रचनेवरती चर्चा केली. ही रचना मूळची ब्रिटिश असली तरी आता काळाच्या ओघात देशाच्या गरजांनुसार तिच्यात काही फेरबदल झाले आहेत. भारताचे पहिले पंतप्रधान जवाहरलाल नेहरू यांना लॉर्ड माऊंटबॅटन यांनी सल्ला दिला होता की, कॅबिनेट सेक्रेटरीकडे पंतप्रधानांच्या सेक्रेटरीची जबाबदारी सोपवू नका. नेहरुंनी ते मानले. त्यांना हे ऐकून नवल वाटले. आम्ही दोघांनी कॅबिनेट सेक्रेटरी म्हणून काम केले आणि आम्ही दोघेही पंतप्रधानांच्या कार्यालयात होतो. सर बटलर हेही इंग्लंडचे पंतप्रधान एडवर्ड हीथ, हॅरॉल्ड विल्सन व मार्गरिट थॅचर यांचे स्वीय चिटणीस होते. आम्हा दोघांत असे साम्य होते. परंतु मी आतापर्यंत फक्त एकाच पंतप्रधानांचा म्हणजे राजीव गांधी यांचा स्वीय चिटणीस होतो, परंतु त्यांच्याशी असलेले माझे नोकरीतील साम्य पुढे पूर्ण झाले. नंतर मीही व्ही. पी. सिंग व चंद्रशेखर या दोन पंतप्रधानांचा स्वीय चिटणीस बनलो. सर बटलर

यांनी आजवर भारताला दहा वेळा भेट दिली होती व त्यांना गिर्यारोहणाचा छंद होता. त्यांच्या बोलण्यातून मला ते भारताचे मित्र वाटले. लंडनमध्ये असताना मी इंग्लंडच्या पंतप्रधानांच्या धोरण समितीच्या प्रमुखांना '१० डाऊनिंग स्ट्रीट' येथे भेटलो. आम्ही दोघांनी केलेली चर्चा पुष्कळच फलदायी ठरली. पंतप्रधानांच्या नेमक्या गरजा एका स्वतंत्र धोरण समितीकडून कशा भागवल्या जातील यावर ती चर्चा होती.

आल्यावर मी पंतप्रधानांना, परराष्ट्र सेक्रेटरी व अन्य सहकाऱ्यांना झाल्या घडामोडींचा व सर्वांच्या भेटीचा एक अहवाल दिला. त्यांचे दृष्टिकोन सांगितले. माझ्या दौऱ्याबाबत मी समाधानी होतो. मी ज्या झपाट्याने परराष्ट्र खात्याची कामे केली ते पाहून पंतप्रधानांनी मला आपला वैयक्तिक दूत म्हणून श्रीलंकेला जुलैमध्ये पाठवले. पण त्याची चर्चा मी एका वेगळ्या प्रकरणात केली आहे.

भारतात आल्या आल्या मी ताबडतोब इस्लामाबादला गेलो. पंतप्रधान पॅरीसला गेले होते व परतताना ते वाटेत इस्लामाबाद येथे थांबले होते. मला त्यांना जाऊन मिळायचे असल्याने मी तिकडे गेलो. त्यांच्या सन्मानार्थ एक मेजवानी दिली गेली. त्यावेळी हे प्रवास करताना वाटेत इस्लामाबादला थांबणे यावरती विनोदाने कोणीतरी म्हटले, "दिल्ली व इस्लामाबाद यांच्यामध्ये एक थेट व जवळचा रस्ता आहे हे कोणीतरी भारतीय पंतप्रधानांना सांगितले पाहिजे."

पाकिस्तानचे राष्ट्रपती गुलाम इशाकखान यांना राजीव गांधी भेटले. या भेटीच्या वेळी त्यांच्यासमवेत मी व पाकिस्तानच्या पंतप्रधान बेनझीर भुट्टो होत्या. गुलाम इशाकखान हे नेहमी ताठ्याने वागत. त्यावेळीही ते तसेच वागले व त्यांनी राजीव गांधी यांना एक व्याख्यान झोडावयास सुरुवात केली. राजीव गांधी हे आपल्या शेजारी राष्ट्रांशी, विशेषत: पाकिस्तानशी वर्चस्ववादी भूमिकेतून वागतात असा त्यांचा आक्षेप होता. हे असेच चालले तर त्याचा शेवट हा दुर्दैवी असेल, असाही त्यांनी शेवटी इशारा दिला. तिथे असलेले जेवढे कोणी होते त्यांना हे ऐकून मोठाच धक्का बसला. बेनझीर भुट्टो या तर स्पष्टपणे अस्वस्थ झालेल्या दिसल्या. परंतु राजीव गांधी हे शेवटपर्यंत शांत राहिले होते. त्यांनी यावरती असे काही हावभाव केले की त्यातून "पाकिस्तानी राष्ट्रपतींचा चालू वस्तुस्थितीशी संपर्क राहिलेला नाही." असे सूचित केले गेले.

भारतात ऑगस्ट महिन्यात सरकारी कर्मचाऱ्यांचा जो संप झाला तो नीट हाताळला गेला नाही. ही एक घोडचूक झाली होती. हा संप शेषन यांनी आपल्या पद्धतीने निपटला होता. परंतु प्रत्यक्षात तो धसमुसळेपणे व जादा कठोरपणे त्यांनी दडपून टाकला होता. दिल्ली आणि अन्य नागरी शहरांमध्ये, विशेषत: उत्तरेमधील शहरांमध्ये, याचा परिणाम येणाऱ्या निवडणुकीत दिसेल, आपल्याला ते महागात पडेल, असे माझे मत मी राजीव गांधी यांच्यापाशी स्पष्टपणे व्यक्त केले. काही

महिन्यातच आलेल्या निवडणुकीत तसे चित्र शेवटी उमटले.

पंतप्रधानांच्या कार्यालयाने फक्त राजकीय बाबी हाताळू नयेत असे मला वाटत होते. पण १९८९ च्या मध्यापासून राजकीय घडामोडींना वेग येत चालल्याने तसे होणे अपरिहार्य होते. बहुतेक सर्व विरोधी पक्ष असलेली नॅशनल फ्रंट ही राजकीय आघाडी आता अधिक आक्रमक बनलेली होती. दुर्दैवाने हे सारे समजूनही राजीव गांधी यांनी त्या सर्वांशी सरळ सरळ समोरून टक्कर देण्याचा प्रयत्न केला. प्रचाराच्या या रणधुमाळीत काँग्रेसला असे दिसून आले की, आपण भाजपची हिंदू मतपेढी आपल्याकडे फारशी खेचू शकत नाही. त्याचबरोबर आपल्याला मिळणाऱ्या अल्पसंख्याकांच्या मतांना, विशेषत: मुस्लिमांच्या मतांची यावेळी गळती होत आहे, असेही लक्षात आले. पण आश्चर्य असे की तरीही काँग्रेसने प्रचारात आपले नेहमीचे प्रतिपक्षावरती जातीयवादाचे आरोप करणारे धोरण मवाळपणे वापरले. असे दिसते की हिंदू व मुस्लीम अशा दोघांच्या संयुक्त विरोधी आघाडीला खिंडार पाडण्यासाठी राजीव गांधी यांच्या राजकीय सल्लागारांनी हिंदू मतपेढीत फूट पाडून ती मते आपल्याकडे खेचण्याचे धोरण आखले असावे. याचे कारण अनेक विरोधी पक्ष व विशेषत: डावे पक्ष हे भाजपवरती टीका करत होते व त्यांच्या राजकीय तत्त्वज्ञानानुसार आक्षेप घेत होते. त्याचा फायदा घेण्यासाठी काँग्रेसने आपली वर सांगितलेली रणनीती आखली असावी. हिंदूंना आपल्याकडे आकर्षून घेण्याचा कल हा तसे पाहिले तर राजीव गांधी यांच्याही आधीपासून, संजय गांधी यांच्या काळापासून सुरू झाला होता. तो कल उलटवण्याचे प्रयत्न इंदिरा गांधी यांनीही केले नाहीत. १९८६ च्या सुरुवातीला बाबरी मशिदीची दारे हिंदूंना पूजेसाठी खुली करण्यात आली. याला काँग्रेसने अप्रत्यक्षपणे मूक संमती दिली होती. तेव्हापासून हिंदू अनुनयाच्या मार्गावर किंवा सौम्य जातीयवादाच्या मार्गावर काँग्रेस पक्ष वाटचाल करू लागला. जेव्हा भाजपच्या हे लक्षात आले तेव्हा याच मार्गावरती त्या पक्षाने जोरात मुसंडी मारली. या स्पर्धेत भाजपला मागे टाकणे काँग्रेसला शक्य नव्हते.

पंतप्रधानांच्या कार्यालयात उत्तर प्रदेशचे मुख्यमंत्री एन. डी. तिवारी हे मला भेटले. त्या आधी ते राजीव गांधी यांना भेटून आले होते. त्यांच्या म्हणण्यानुसार बाबरी मशिदीचा प्रश्न हा एक शुद्ध स्थानिक प्रश्न असून तो सोडवण्याचे काम उत्तर प्रदेश सरकारवरती सोपवावे. केंद्र सरकारने जर तो प्रश्न सोडवायला घेतला तर तो देशपातळीवरती जाईल. हेर खात्याच्या अहवालानुसार अयोध्येमधल्या स्थानिक शिया मुस्लीमांनी दूरच्या एका जागेवरती नवीन मशिद बांधण्याची तयारी ठेवली होती व बाबरी मशिद ते हिंदूंना तिथे राम मंदिर बांधण्यासाठी देणार होते. याचे कारण त्या मशिदीत बराच काळ नमाज पढले जात नव्हते, म्हणून धार्मिकदृष्ट्या तिचे महत्त्व संपले होते. या नवीन व्यवस्थेमुळे स्थानिक मुसलमान समाजाला तिथल्या

हिंदूंबरोबर गुण्यागोविंदाने नांदता येणार होते. परंतु दुर्दैवाने ही नवीन फारकत हिंदू व मुस्लीमांच्या राजकीय पुढाऱ्यांना मंजूर नव्हती. त्यांना आपापल्या धर्माच्या मतपेढ्या निवडणुकीत जिंकायच्या होत्या. विशेषत: राष्ट्रीय पातळीवरती निवडणुका जिंकायच्या होत्या. म्हणून ती राम मंदिराची चळवळ अन्य प्रांतात फैलावली गेली. एन. डी. तिवारी यांनी सुचवले की, राम मंदिराचा शिलान्यास होण्याअगोदर बऱ्याच आधी, म्हणजे एप्रिल व मे मध्ये निवडणुका घ्याव्यात. म्हणजे मग हा राम मंदिराचा प्रश्न निवडणुकीच्या तोंडावरती येणार नाही. परंतु असे काही करण्यास राजीव गांधी व त्यांचे राजकीय सल्लागार अनुकूल नव्हते. कदाचित त्यांना विरोधकांच्या राष्ट्रीय आघाडीमध्ये फूट पडेल अशी आशा वाटत असावी. कारण तशी चिन्हेही त्यावेळी दिसत होती. कम्युनिस्ट पक्ष उघड उघड म्हणत होता की, ''जनता दल व भाजप अशी आघाडी झाली तर आम्ही त्यांना अजिबात पाठिंबा देणार नाही.'' त्याचबरोबर जर आपण शिलान्यास कार्यक्रमाला पाठिंबा दिला तर हिंदूंची बरीच मते आपणाकडे वळतील, असे काँग्रेसला वाटत होते. उत्तर प्रदेशच्या चीफ सेक्रेटरीला मुद्दाम सरकारने सांगितले की, मशिदीजवळच्या वाद नसलेल्या जमिनीवरती एखादा प्लॉट निर्माण करून तो शिलान्यासासाठी राखून ठेवावा. यानंतर एक केंद्रीय मंत्री तिथे हिंदूंच्या एका धार्मिक बाबाकडे भेटीसाठी गेले. त्याचे नाव देवराह बाबा असे होते. ही भेट लज्जास्पद वाटेल अशी झाली. मी या भेटीचे छायाचित्र राजीव गांधी यांना दाखवले. त्यात त्या केंद्रीय मंत्र्याच्या वाकलेल्या डोक्यावर देवराह बाबाने आपला पाय आशीर्वादासाठी ठेवला होता, असे दृश्य होते. ते पाहून राजीव गांधी यांनी शहारून आपले खांदे उडवले.

याआधी मी पंतप्रधानांच्या परवानगीने वरिष्ठ भाजप नेते, अडवाणी, भाऊराव देवरस आणि प्रा. राजेन्द्रसिंह यांच्याबरोबर एक बैठक घेतली. ही बैठक अप्पा घटाटे यांच्या घरी झाली. मी त्यांना, रामजन्मभूमीवादाबाबत न्यायालयाचा निकाल येईपर्यंत काहीही पावले उचलू नयेत. असे सुचवले. पण त्यावर त्यांचे असे म्हणणे पडले की, न्यायालयाचा निर्णय रामजन्मभूमी समर्थकांच्या बाजूने गेल्यास काँग्रेस सरकार हा निर्णय बाजूस सारून शहाबानो केससारखीच गत या केसची करेल. यावर मी म्हणालो की, जरी न्यायालयाचा निर्णय रामजन्मभूमी समर्थकांच्या बाजूने गेला तरी, बाबरी मशीद पाडून तिथे राम मंदिर उभे करावे असे न्यायालय अजिबात म्हणणार नाही. जी काही पावले उचलायची आहेत त्याच्या सर्व संभाव्य परिणामांचा विचार सर्व पक्षांबरोबर करून मगच तशी पावले टाकावीत, असेही मी चर्चेत म्हणालो. या चर्चेचा अहवाल मी राजीव गांधींना दिला, पण त्यांनी तरीही शिलान्यासासाठी परवानगी दिली. त्यासाठी त्यांचे मन वळविण्यात आलेले होते. त्या शिलान्यास समारंभाच्या प्रसंगी जरी राजीव गांधी यांनी उपस्थित रहाण्यास नकार दिला, तरी त्या

प्रसंगातून जनतेच्या मनावर अशी छाप पडली की या शिलान्यासाला काँग्रेसचा पूर्ण पाठिंबा आहे.

जेव्हा पंचायत राज आणि नगरपालिका यांचे प्रस्ताव राज्यसभेत १३ ऑक्टोबर रोजी फेटाळले गेले, तेव्हा मी राजीव गांधी यांना भेटलो. मी त्यांना सुचवले की खरेखुरे पंचायत राज आणण्यासाठी आणि नगरपालिकांसारख्या स्थानिक स्वराज्य संस्था मजबूत करण्यासाठी आपण आता या निमित्ताने जनतेला कौल मागण्याची मोहीम हातात घेण्यास हरकत नाही. पण याबाबत त्यांनी अनुकूल प्रतिसाद दिला नाही. तथापि, पुढील घटना घडत गेल्याच. बोफोर्स प्रकरण खदखदू लागले होते. त्यातून काही काँग्रेसची हानी होईल अशा गोष्टी बाहेर पडतील याची भीती वाटू लागली होती. जरी या वर्षीचा मोसमी पाऊस चांगला झाला असला व पिकेही विक्रमी आली असली तरी भाववाढीमुळे विशेषत: साखरेच्या किंमतीमुळे, चिंतेची परिस्थिती निर्माण झाली होती. याखेरीज सौम्य जातीयवादाचा स्वीकार केल्याने त्याचे दुष्परिणाम अर्थातच काँग्रेसला भोगावे लागणार होते.

पेरी शास्त्री हे त्यावेळी प्रमुख निवडणूक आयुक्त होते. या अवघड व्यक्तिमत्त्वाची कोंडी करण्यासाठी सरकारने अचानक दोन जादा निवडणूक आयुक्तांची नेमणूक केली. त्या दोघांवरती सरकारचा पूर्ण विश्वास होता. १६ ऑक्टोबरला झालेल्या मंत्रीमंडळाच्या बैठकीत असे ठरले की, निवडणुका ह्या नोव्हेंबरच्या तिसऱ्या आठवड्यात, म्हणजे २२, २४, व २६ नोव्हेंबर रोजी घ्याव्यात. कॅबिनेट सेक्रेटरी शेषन यांनी हा निर्णय पेरी शास्त्री यांना कळवला असता. पण राजीव गांधी म्हणाले, "असे काही कळवणे म्हणजे उधळलेल्या बैलाला काचसामानाच्या दुकानात मोकाट सोडून दिल्यासारखे होईल. देशमुख यांच्यावर आपण ही बाब सोडूया व ते नेहमीसारखे शांतपणे हा प्रश्न सोडवतील." पेरी शास्त्री हे अपेक्षेप्रमाणे चिडले. निवडणुकीच्या तारखा ठरवण्याचा आपला अधिकार सरकारने कसा हातात घेतला? त्यांच्यात आणि आमच्यात वादविवाद झडला, व शाब्दिक चकमकी उडाल्या. जेव्हा त्यांचा उफाळलेला राग विरून गेला तेव्हा मी शांतपणे त्यांना पटवून दिले की या तारखा सरकारने अशासाठी सुचवल्या आहेत की त्यामुळे ज्या काही आनुषंगिक प्रशासकीय हालचाली कराव्या लागणार आहेत त्या सुलभ होणार आहेत. सरतेशेवटी त्यांनी सरकारने सुचवलेल्या तारखा मान्य करून त्याप्रमाणे अधिकृत हुकूम जारी केले.

पंतप्रधानांच्या कार्यालयात मी एक गट स्थापन केला होता. त्या गटाकडून रोज निवडणूक प्रचाराच्या कार्यावरती लक्ष ठेवले जात होते. आम्हाला बोफोर्सबद्दल जी भीती वाटत होती तसेच घडले. ते प्रकरण एकदम उफाळून बाहेर आले. मातब्बर वृत्तपत्रामध्ये "आर्डबोच्या डायरीतून" या सदराखाली पानेच्या पाने भरून मजकूर येऊ लागला. त्या मजकुरात एक खास 'गांधी विश्वस्त निधी' आहे अशा आरोपाची

माहिती आली.

मग या संदर्भात आम्ही ताबडतोब एक पत्रक काढले. 'असा काही निधी किंवा ट्रस्ट असल्यास तो ठाऊक नाही व त्या ट्रस्टशी राजीव गांधी यांचा काहीही संबंध नाही. तसेच बोफोर्स कंपनीशी अथवा त्यांच्या प्रतिनिधीशी संपर्क साधण्यासाठी कोणताही अधिकृत प्रतिनिधी अथवा वकील कधीही नेमला नव्हता.' असा मजूकर त्या पत्रकाद्वारे आम्ही प्रसिद्ध केला.

आम्ही राष्ट्रीय आघाडीवरती बारकाईने लक्ष ठेवले होते. उत्तरप्रदेशमध्येही राज्याच्या निवडणुका जाहीर झाल्या. लोकसभेच्या निवडणुकांबरोबरच त्या होणार होत्या. यामुळे राष्ट्रीय आघाडीच्या पक्षांमध्ये विविध मुद्यांवरून मतभेद निर्माण होऊन तट पडतील अशी आशा काँग्रेस पक्ष करीत होता.

काँग्रेसने निवडणूक प्रचाराचा आपला नारळ फैजाबाद येथे फोडला. फैजाबाद हे अयोध्येच्या जिल्ह्याचे प्रमुख ठाणे होते. येथे झालेल्या सभेत राजीव गांधी यांनी "फक्त काँग्रेसच रामराज्य आणेल," असा दावा केला. आम्ही जो गट स्थापन केला होता त्या गटाकडून निवडणूक प्रचाराचे मूल्यमापन केले जात होते. त्यात आम्हाला काँग्रेससाठी फारसे काही आशादायक चित्र दिसत नव्हते. परंतु मला तरी एवढी खात्री होती की, काँग्रेसला या निवडणुकीत लोकसभेसाठी ३५० तरी जागा सहज मिळतील. तर गटातील बाकीच्यांचे म्हणणे असे होते की, हा एक फारच ताणलेला तर्क आहे. जसजसे दिवस जाऊ लागले तसतसा माझा लोकसभेच्या जागांबद्दलचा अंदाजी आकडा हा खाली खाली घसरू लागला. पण तरीही मी २५० जागांच्याखाली उतरायला तयार नव्हतो. शेवटी एका बैठकीत आम्हा सर्वांचे असे एकमत झाले की, काँग्रेस पक्षाला कशाबशा २०० जागा मिळवता येतील. प्रत्येकजण मला म्हणत होता की, "राजीव गांधींना जाऊन सांगा की काहीतरी सनसनाटी विधान करणारे भाषण ठोका आणि ती मुस्लीमांची भरकटत जाणारी मते परत काँग्रेसकडे खेचून आणा." याचे कारण उत्तर भारतात मुस्लीम मते कमी पडण्याची शक्यता होती व त्याचा जबरदस्त फटका पक्षाला बसणार होता. हिंदूंची बऱ्यापैकी मते आपल्या बाजूला खेचण्याच्या काँग्रेसच्या प्रयत्नांनाही यश येत नव्हते. याचे कारण भाजपने चालवलेली जबरदस्त प्रचार मोहीम. पण हे सोडले तरीही सारी राष्ट्रीय आघाडी राजीव गांधी यांच्याविरुद्ध बोफोर्स प्रकरणात एकवटून उभी राहिली होती. हिंदी भाषिक प्रदेशात बोफोर्सच्या प्रचारामुळे काँग्रेसविरोधी लाटा निर्माण होऊन पसरत होत्या.

राजीव गांधी जेव्हा पश्चिम बंगालमध्ये प्रचाराच्या दौऱ्यावरती होते त्यावेळी त्यांना भेटण्यासाठी मी विमानाने तिकडे गेलो. विमानतळावरती वाट पहात असताना मला प. बंगालचे राज्यपाल राजेश्वरराव भेटले. एके काळी ते इंटेलिजन्स ब्युरोचे

संचालक होते. त्यांनी आपले मत असे दिले की येत्या निवडणुकीत काँग्रेसला २०० पेक्षा जास्त जागा मिळणे कठीण होईल. तिथून मी राजीव गांधी यांच्या बरोबर विमानाने बरेली येथे गेलो. त्यावेळी प्रवासात मी त्यांना म्हटले की त्यांनी निदान आपल्या भाषणात 'कोणत्याही परिस्थितीत बाबरी मशीद पाडली जाणार नाही.' एवढे तरी म्हणावे. पण ते माझ्या विधानाशी सहमत झाले नाहीत. काँग्रेस पक्षाच्या १९९१ च्या जाहीरनाम्यात म्हटले आहे की, "बाबरी मशीद न पाडता राम मंदिर निर्माण करण्यास काँग्रेस पक्ष अनुकूल आहे" पण ही नंतरची गोष्ट. तोपर्यंत खूपच उशीर झाला होता. मी हताश होऊन दिल्लीला परतलो.

निवडणुका जाहीर झाल्यानंतर राजीव गांधी हे आपले कार्यालयीन कामकाज योग्य प्रकारचे पार पाडीत होते. त्यात महत्त्वाच्या पदांवरती नियुक्त्या, त्यात काही न्यायाधीशांची पदेही होती, समित्या होत्या. परंतु आम्ही त्या सर्व फायली त्यांच्यासमोर आणल्या नाहीत. खुद्द राजीव गांधी यांनी महत्त्वाच्या धोरणासंबंधीची व अन्य महत्त्वाची कामेही आपल्यापुढे आणू नका असे आम्हास स्पष्ट बजावले होते. राष्ट्रपतींच्या सेक्रेटरीचे पद रिकामे होते. म्हणून मला त्यांच्याकडे जावे लागे.

जेव्हा निवडणुका संपल्या आणि मतमोजणी सुरू होणार होती, तेव्हा एक चमत्कारिक घटना घडली. निवडणुकीतील मतदानाचा आढावा घेण्यासाठी पहिल्यापासून दूरदर्शनवरती प्रणय रॉय व त्यांचे सहकारी यांना ते काम दिले होते. अचानक एके दिवशी दुपारी माहिती व नभोवाणी खात्याचे सचिव मुरारी यांनी मला घरी फोन केला. ते खूप अस्वस्थ होऊन चिडून बोलत होते. कारण पंतप्रधानांचा खाजगी सचिव व्हिन्सेट जॉर्ज यांनी दूरदर्शनवरील तो कार्यक्रम पंतप्रधानांच्या सांगण्यावरून रद्द करण्यास त्यांना सांगितले होते. निवडणुकीत काँग्रेसने भरीव कामगिरी केली नव्हती हे तर उघड होते. अन् ही गोष्ट आता जनतेसमोर दूरदर्शनवरून प्रामुख्याने आणली जाऊ नये, असा दबाव राजीव गांधी यांच्यावरती टाकला गेला होता. मला ते सारे ऐकून धक्काच बसला. मी यावरती मुरारी यांना इतक्यात काही कृती करू नका आणि मला पंतप्रधानांच्या निवासस्थानी, म्हणजे ७ रेसकोर्स रोड, येथे भेटा असे सांगितले. मी राजीव गांधींशी या बाबतीत माझे स्पष्ट मत देऊन म्हणालो की या बाबतीत दिलेले हुकूम ताबडतोब मागे घ्यावेत. यावर त्यांनी मला एच. के. एल भगत यांच्याशी सल्लामसलत करण्यास सांगितले. पण मी म्हणालो की आता हा कार्यक्रम जर आपण रद्द केला तर त्यामुळे फार क्षोभ निर्माण होऊन आरडाओरडा केला जाईल. यामुळे उलट काँग्रेस पक्षाचे नुकसान होऊन विरोधी पक्षांचा फायदा होईल. मग त्यांनी हे सारे प्रकरण माझ्यावरती सोपवून मलाच या बाबतीत निर्णय घेण्याचे अधिकार दिले. त्यानुसार मी मुरारी यांना दूरदर्शनवरील तो कार्यक्रम चालूच ठेवण्यास सांगितले व तसा निरोप त्यांचे ॲडिशनल सेक्रेटरी सुमन दुबे यांना

देण्यास सांगितले.

निवडणुकांचे निकाल जाहीर होऊ लागले व लवकरच सर्वांना कळून चुकले की, कोणत्याही एका पक्षाला सरकार स्थापनेसाठी निर्णायक बहुसंख्य जागा प्राप्त करता आल्या नाहीत. काँग्रेस १९३, जनता दल १४१, भारतीय जनता पक्ष ८८, आणि कम्युनिस्ट व अन्य डावेपक्ष ५१ असे जागांचे वाटप झालेले होते. काँग्रेसमधील प्रभावी व्यक्तिमत्त्वाचे पुढारी व काही राजकीय सल्लागार यांनी राजीव गांधींना 'सर्वाधिक जागा मिळवणारा पक्ष' म्हणून सरकार स्थापनेचा दावा राष्ट्रपतींकडे करावा असा सल्ला दिला. पण राजीव गांधी यांचा निर्णय ठाम व पक्का झाला होता. त्यांचे यावरती म्हणणे अगदी साधे व प्रामाणिक होते. आपल्याला जनतेने आवश्यक ते संख्याबळ दिले नसल्याने आपण सरकार स्थापनेचा दावा करणे योग्य नाही. त्याचबरोबर सत्तेवर बसण्यासाठी आपण अन्य कोणत्याही पक्षाकडे मदतीची याचना करणार नाही. असे काही करण्यासाठी निवडणुकीपूर्वी जो अन्य पक्षांशी समझोता करावा लागतो तोही झालेला नाही. या ज्या घडामोडी घडत होत्या त्या मी स्वत: राष्ट्रपतींना रोजच्या रोज सांगत होतो. त्यांनी मला सुचवले की आता सध्याच्या मंत्रीमंडळाने 'सध्याची लोकसभा विसर्जित करावी.' अशी राष्ट्रपतींना विनंती करणारा एक ठराव ताबडतोब पास करावा. परंतु राष्ट्रपतींना आणि मला याची जाणीव होती की राजीव गांधी यांच्या भोवतालचे काही मंत्री व सल्लागार असे न करण्याबद्दल मन वळवणार होते. कारण अजून सध्याची लोकसभा जानेवारीपर्यंत अस्तित्वात राहू शकणार होती कारण त्यावेळी तिची मुदत संपणार होती. परंतु एक सुसंस्कृत व खिलाडू व्यक्ती म्हणून राजीव गांधी प्रसिद्ध होते. त्यांनी असला सल्ला कधीच मानला नाही. त्यांच्या मते नवीन लोकसभेचे उमेदवार जेव्हा निवडून येतात तेव्हाच जुनी लोकसभा आपोआप विसर्जित झाल्यात जमा असते. शेवटी मंत्रीमंडळाने राष्ट्रपतींना 'चालू लोकसभेचे विसर्जन करावे' असा विनंतीचा ठराव पास करून तो त्यांच्याकडे पाठवून दिला.

मावळत्या पंतप्रधानांचे राष्ट्राला उद्देशून जे भाषण दूरदर्शनवरून करावयाचे होते त्याबद्दलही मंत्रीमंडळात चर्चा झाली. बहुतेक साऱ्या मंत्र्यांनी ''राजीव गांधी यांनी आपले राष्ट्र व जनता यांच्यासाठी आतापर्यंत काय काय केले हे सर्व भाषणात असावे'' म्हणून आग्रह धरला. परंतु यावरती मी समजावून सांगितले की जर त्यामुळे निरोपाचे भाषण दहा मिनिटांपेक्षा जास्त काळ लांबले तर श्रोत्यांना त्या भाषणाचा कंटाळा येईल. राजीव गांधी यांना हे पटले व त्यांनी आपल्या भाषणात म्हटले, ''जनतेने आपला निकाल दिला आहे. तो निकाल आम्हाला कितीही क्लेशदायक असला तरी आम्ही तो मान्य करतो.... एक नवीन सरकार आता निर्माण होईल. त्या सरकारला आम्ही आमच्या शुभेच्छा आणि सर्जनशील सहकार्य जरूर देऊ... भारताला अधिक

महान बनविण्यासाठी काँग्रेस नेहमीप्रमाणे वाहून घेईल. लोकशाही, समाजवाद, धर्मनिरपेक्षता आणि तटस्थता हे आमच्या राष्ट्राचे आधारस्तंभ आहेत व ते आम्ही टिकवून धरू.'' राजीव गांधी यांचे हे भाषण खरोखरीच उदात्त होते व जेव्हा इंदिरा गांधी यांनी १९७७ मध्ये सत्तात्याग करताना जे भाषण केले त्याची आठवण करून देणारे होते.

जेव्हा औपचारिक राजीनामा देण्यासाठी राजीव गांधी राष्ट्रपतींकडे गेले. तेव्हा त्यांच्याबरोबर मीही गेलो होतो, तिथे नंतर ते म्हणाले,''आता मला देशमुख यांचीही काळजी घेतली पाहिजे.'' त्यांचे हे उद्‌गार ऐकून माझ्या डोळ्यात पाणी आले. त्यांचा नंतर जेव्हा मी निरोप घेतला तेव्हा त्यांना म्हणालो,''तुम्ही नक्की परत येणार आहात.'' यावर त्यांनी फक्त माझा खांदा दाबला आणि ते निघून गेले. पंतप्रधान कार्यालयातील माणसे आणि सर्व मंत्रालयातील विविध वरिष्ठ अधिकारी यांच्यासाठी निरोप समारंभाचे एक चहापान आयोजित केले होते. त्यावेळी ते एखाद्या उमद्या यजमानासारखे मोकळेपणाने व प्रेमळपणे वावरत होते. त्यांच्यात कुठेही कडवटपणा दिसत नव्हता. आपला पराभव त्यांनी खिलाडूपणे व रूबाबात स्वीकारला होता.

◆

१८
बोफोर्सबद्दलची माझी माहिती

बोफोर्स तोफांच्या खरेदी व्यवहाराशी माझा दुरान्वयेही संबंध आला नाही. कारण मी दिल्लीला कॅबिनेट सेक्रेटरी म्हणून ऑगस्ट-सप्टेंबर १९८६ मध्ये येण्यापूर्वी त्या तोफांच्या खरेदीचे कामकाज पूर्ण झाले होते. तेव्हापासून आतापर्यंत जेव्हा जेव्हा हा विषय मंत्रीमंडळासमोर आला किंवा राजकीय घडामोडी समितीपुढे (CCPA) आला तेव्हा माझा दृष्टिकोन हा विहंगमावलोकन करणारा होता. ह्या करारासंबंधीची प्राथमिक चर्चा ही संरक्षण मंत्रालयात पण नंतर बहुतेक सारी चर्चा पंतप्रधानांच्या कार्यालयात झाली. मार्च १९८९ मध्ये या प्रकरणाशी माझा थेट संबंध आला. त्यावेळी मी पंतप्रधानांच्या कार्यालयामध्ये प्रिन्सिपल सेक्रेटरी होतो. डिसेंबर १९९० मध्ये माझी नोकरी संपेपर्यंत मी त्याच पदावरती तिथेच होतो.

बोफोर्ससारख्या प्रकरणांचा जन्म इंदिरा गांधी यांच्या कारकीर्दीत झाला. पुढे काँग्रेस पक्षाला पैसे मिळवून देण्यासाठी संजय गांधी यांनी हे तंत्र पाहिजे तसे सुधारले. काँग्रेस व इतर राजकीय पक्षांना स्वातंत्र्योत्तर काळात १९४७ पासून निवडणुका जिंकण्यासाठी नेहमी पैसे लागत असतात ही एक उघड गोष्ट आहे. पं. जवाहरलाल नेहरू यांच्या काळात १९६० च्या मध्यापर्यंत पक्षासाठी पैसे गोळा करणे हा एक पारदर्शक व्यवहार होता. उद्योगधंद्याकडून उघडपणे देणग्या गोळा केल्या जायच्या. आपल्या पक्षासाठी निधी गोळा करणे ही गोष्ट यावेळी फार चातुर्याची, स्पर्धात्मक आणि नैतिकदृष्ट्या भयंकर अशी गोष्ट नव्हती. त्यामुळे सामाजिक, आर्थिक व राजकीय हितांना आता जशी बाधा पोहोचते आहे तशी ती त्यावेळी पोहोचत नव्हती. आपल्या कारकीर्दीची सुरूवात पंतप्रधान म्हणून करताना इंदिरा गांधी यांच्या लक्षात आले की, आपल्याला 'काँग्रेसचा एक सर्वमान्य पुढारी' म्हणून निवडणूक लढवायची असेल तर त्यासाठी निधीची नितांत गरज आहे. त्यावेळी मी महाराष्ट्रात होतो. महाराष्ट्रात निधीसाठी इंदिरा गांधींना त्यावेळी रजनी पटेल व वसंतराव नाईक यांच्यावरती अवलंबून रहावे लागे. मला ते ठाऊक होते.

मुंबईतील नरीमन पॉईंट येथील समुद्रातल्या जागा विकून हे दोघे पाण्यासारखा धो धो पैसा निर्माण करीत होते. नंतर जेव्हा इंदिरा गांधींनी भारतीय राजकारणात आपले सर्वोच्च स्थान निर्माण केले तेव्हा त्यांनी पक्षासाठी निधी गोळा करण्यासाठी एक अभिनव मार्ग शोधून काढला. तो म्हणजे परदेशी कंपन्यांशी केल्या जाणाऱ्या व्यवहारातून सरळ सरळ कमिशन काढणे. हे तंत्र संजय गांधी यांनी पूर्णत्वास नेले व १९७२ नंतर आणखी मजबूत केले. १९८० मध्ये जेव्हा इंदिरा गांधी पुन्हा सत्तेत आल्या तेव्हा गृहमंत्रालयात मी अतिरिक्त सचिव होतो. माझ्या सहकाऱ्यांनी मला सांगितले की जानेवारी १९८० मध्ये संजय गांधींनी वरिष्ठ अधिकाऱ्यांची एक बैठक बोलावली होती. ज्या खात्यांकडून खरेदीसाठी मोठमोठ्या रकमा खर्च केल्या जातात, कंत्राटे ठरवली जातात, त्या सर्व खात्यातील हे वरिष्ठ अधिकारी होते. संजय गांधी यांनी हे मोठमोठे आर्थिक व्यवहार कसे हाताळावेत व शेवटी कसे पक्के करावेत याचे त्यांनी मार्गदर्शन केले. मग विश्वासातील ज्येष्ठ व वरिष्ठ अधिकाऱ्यांना मोक्याच्या पदांवरती नेऊन बसवण्यात आले. ही पदे अर्थातच संरक्षण मंत्रालय, संरक्षण सामुग्री उत्पादन अशा खात्यातील होती. मोक्याच्या पदांवरती आपली माणसे पेरण्याचे काम संजय गांधी यांच्या मृत्यूनंतरही, म्हणजे जुलै १९८० नंतरही, चालूच होते. खालील काही उतारे वाचले की त्यावरून कल्पना करता येईल.

बी. के. नेहरु आपल्या आत्मचरित्रात पृष्ठ क्र. ५८२ वरती लिहितात :

संजय गांधी यांच्या अंत्ययात्रेच्या दुसऱ्या दिवशी मी राजीव गांधी यांना विचारले की, संजय गांधी यांनी पक्षासाठी गोळा केलेला निधी सुरक्षित राहिला आहे ना? यावर त्यांनी मला सांगितले की काँग्रेस पक्षाच्या कार्यालयामधील कपाटामध्ये त्यांना फक्त २० लाख रुपये सापडले. मग मी विचारले, संजयजींनी पक्षासाठी किती पैसे गोळा केले होते? यावर त्यांनी दोन्ही हातात आपले डोके दाबून धरले व म्हणाले, "कोटीच्या कोटी रुपये व तेही बिनहिशोबी."

भूतपूर्व राष्ट्रपती आर. वेकंटरमण हे आपल्या आत्मचरित्रात पृष्ठ ४० वरती लिहितात :

जे. आर. डी. टाटा हे एकदा मला सदिच्छा देण्यासाठी भेटावयास आले होते.... त्यावेळी ते राजीव गांधी यांनी केलेल्या बोफोर्सबद्दलच्या विधानाबद्दल बोलत होते. काँग्रेस पक्षाने या प्रकरणात कमिशनच्या रूपाने काहीही पैसे कमावले नाहीत हे मानणे कठीण आहे. टाटांच्या मते १९८० पासून उद्योगपतींकडे काँग्रेसचे दूत राजकीय देणग्या अथवा वर्गणी मागत नव्हते. उद्योगपतींमध्ये अशी भावना होती

की, सरकारी व्यवहारामधून काँग्रेस पक्ष कमिशन वसूल करत आहे.

या अशा अनैतिक मार्गाने कमिशन वसूल करण्याच्या प्रवृत्तीमुळे परदेशात आपली प्रतिमा खूपच मलिन झाली, असे खुद्द मला स्वत:ला वाटते. एचडीडब्ल्यू पाणबुडीच्या व्यवहारात मला असे सांगण्यात आले की, पश्चिम जर्मन संरक्षण मंत्रालयाने लष्करी सामुग्री पुरविणाऱ्या जर्मन पुरवठादाराला किती प्रमाणात हे कमिशन द्यावे याचे मार्गदर्शन केले होते. या मार्गदर्शक तत्त्वांनुसार दक्षिण अमेरिका व आफ्रिका येथील देशांना लष्करी माल विकताना संबंधित किंवा मध्यस्थ व्यक्तींना १० टक्के कमिशन द्यावे तर भारतासारख्या देशांचे वर्गीकरण हे ५ ते १० टक्के कमिशनमध्ये केले होते. जाता जाता यावरून हेही दिसून येते की हे विकसित देश आपला माल झटपट खपवण्यासाठी किती खालच्या मानसिक पातळीवरती पोचतात. बेनेलक्स देशांना अमेरिकन विमान कंपन्यांनी आपली उत्पादने विकण्यासाठी मोठ्या प्रमाणात आपण होऊन लाच देऊ केली होती. ह्याचा पुढे खूप गाजावाजा झाला. हे लक्षात घेतले की अशी अनैतिक कृत्ये करण्यात पुढारलेली राष्ट्रेही मागे नाहीत की धुतल्या तांदूळासारखी नाहीत.

'पंतप्रधानाचे घर' (PMH) याला परकीय चलन परस्पर मिळू शकते हे सारे मला एका वेगळ्याच घटनेमुळे कळले. पंतप्रधानांच्या घरातून अरुण सिंग यांची बदली संरक्षण मंत्रालयात झाल्यानंतर पंतप्रधानांचे संरक्षण करणाऱ्या दलावरती देखरेख ठेवण्याचे काम कॅबिनेट सेक्रेटरीकडून होऊ लागले. पण हे काम फारच ढिसाळपणे केले जाई. म्हणून मलाही या कामाला हातभार लावण्यास सांगितले गेले. कधीतरी ऑक्टोबर १९८६ मध्ये पंतप्रधानांच्या घरामधील (७, रेसकोर्स रोड) एक सुरक्षा अधिकाऱ्याने मला सांगितले की त्यांच्या दोन तीन माणसांना आता इटलीला काही खास प्रशिक्षण घेण्यासाठी दोन तीन आठवड्यात तिकडे जावे लागेल. हे ऐकल्यावर मी चक्रावून गेलो कारण या बाबतीत तसा कोणताही प्रस्ताव असलेले कागदपत्र माझ्याकडे आले नव्हते की मी तशा एखाद्या प्रस्तावाला मंजुरी दिली नव्हती. मग नंतर मला या बाबतीत राजीव गांधी यांच्याकडून सांगण्यात आले की 'पीएमएच' ने-पंतप्रधानांच्या घराने-ती सर्व व्यवस्था केली असून सारा खर्चाचा भार काँग्रेस पार्टी उचलणार आहे. हे ऐकून मी आणखीनच अस्वस्थ झालो. इथे प्रश्न होता तो भारताच्या पंतप्रधानांच्या सुरक्षिततेचा, राजीव गांधींचा नव्हे. तेव्हा या बाबतीतला सर्व खर्च भारत सरकारकडूनच व्हायला हवा. मी तसे राजीव गांधी यांना सांगितल्यावर त्यांना ते पटले आणि आता या बाबतीत कसे काय करावे म्हणून माझा सल्ला मागितला. त्यावर मी ह्या इटलीमधील प्रशिक्षणाचा खर्च हा इन्टेलिजन्स ब्युरोकडून केला जावा असे सांगितले. हा खर्च गुप्त रहावा व याची कोठे वाच्यता होऊ नये म्हणून मी कॉम्प्ट्रोलर ऑफ इंडिया व ऑडिटर जनरल यांच्याशी बोलणी

करतो व या खर्चासाठी जो काही खुलासा इन्टेलिजन्स ब्युरोकडून केला जाईल तो त्यांनी जसाचा तसा स्वीकारावा, त्यावरती कसलेही आक्षेप काढू नयेत, असे मी राजीव गांधींना सांगितले. नंतर परत एकदा जेव्हा मी राजीव गांधींना भेटलो तेव्हा ते म्हणाले की, ‘‘इन्टेलिजन्स ब्युरोने हा खर्च करू नये. कारण पंतप्रधानांच्या सुरक्षितता यंत्रणेची जबाबदारी त्यांच्याकडून काढली गेलेली आहे. मग यावर मी हा खर्च रॉ (RAW) संस्थेने त्यांच्या गुप्त निधीमधून करावा, असे सुचवले. यावर राजीव गांधी म्हणाले की, ‘‘तुम्ही ही बाब कॅप्टन सतीश शर्मा यांच्याबरोबर चर्चा करून काही मार्ग काढा.’’ सतीश शर्मा यांच्याशी मी चर्चा केल्यावर ते म्हणाले की, ‘‘रॉचे संचालक जोशी हे त्या इटालियन पार्टीच्या माणसाशी बोलतील व तपशील ठरवतील.’’ तो इटालियन माणूस कोण आहे? असे मी विचारल्यावरती त्यांनी एक दिलखुलास हास्य केले. त्यांनी तो माणूस काय आहे ते सांगितले नाही. ‘‘पण जोशींना तो ठाऊक असेल,’’ असे ते म्हणाले. या संदर्भात जोशींना विचारल्यावरती ते खूप चतुराईने बोलू लागले. ते म्हणाले की, ‘‘हा माणूस राजीव गांधी यांच्या सासुरवाडीचा आहे हे तुमच्या आठवणीतून पार गेले होते.’’ एका आठवड्याने जोशी माझ्याकडे आले व त्यांनी झाल्या कामाचा एक कुतूहल वाटायला लावणारा अहवाल आणला.

जोशी यांच्या स्विस कार्यालयाने त्या इटालियन माणसाला ते पैसे अमेरिकन डॉलरमध्ये जेव्हा उचलण्यास सांगितले तेव्हा तो म्हणाला की, खुद्द त्यांनीच इटलीमध्ये येऊन ते पैसे इटालियन चलनात द्यावेत. जोशींना आता या प्रकरणाचा त्रास होऊ लागल्याचे मला दिसू लागले. तसे काही करणे म्हणजे २॥ लाख डॉलर्स हे इटालियन चलनात एका भल्या मोठ्या सूटकेसमधून नेणे हे फार धोक्याचे आणि अडचणीचे होते. तसे काही करू गेल्यास नक्कीच ते संकटात सापडणार होते. मी जोशींना यावरती एवढेच सांगितले की तुमची ही अडचण दूर करण्याचा मी प्रयत्न करतो. मी राजीव गांधी यांना सांगितले की पैसे पाठवण्याची व्यवस्था ही अंमलात आणणे कठीण आहे. कारण ती रक्कम फार मोठी आहे हे त्यामागचे एक प्रमुख कारण आहे. यावर ते एकदम फस्सकन हसले व ‘‘जाऊ दे विसरून जा सारे,’’ असे मला म्हणाले. नंतर मला असे कळले की पंतप्रधानांच्या घरातील कार्यालयाने, या बाबतीत माझ्याशी बोलताना प्रत्येकाने सावधगिरी बाळगावी अशा सूचना संबंधितांना दिल्या होत्या. ज्या सुरक्षा अधिकाऱ्यांना इटलीला प्रशिक्षणासाठी पाठवायचे होते त्यांना तसे पाठवले गेले नाही. त्याऐवजी कोणी एक इटालियन तज्ज्ञ भारतात आला. (हा माणूस सुरक्षा कर्मचाऱ्यांमध्ये लोकप्रिय ठरला नाही. याचे पार वरपर्यंत वजन असल्याने त्याच्याविरुद्ध कोणालाही तक्रार करता येत नव्हती.) मला शेवटी कळून चुकले की, गांधी यांच्या घरातील कार्यालयाचा कारभार हा

पूर्वीच्या मोगल दरबारातील कामाप्रमाणे चालला आहे आणि मी नको तितके नाक खुपसून खुद्द राजाकडेच अंतर्गत कारणांच्या तपासणीची मागणी करण्याचे महान पातक केले होते. अन् तसे करू नये याबद्दल राजाच्या सल्लागारांनी माझी अप्रत्यक्षपणे कानउघाडणी केली.

आता बोफोर्स प्रकरणाकडे वळून बघू. १२ एप्रिल १९८७ रोजी व्ही. पी. सिंग यांनी आपला संरक्षण मंत्रीपदाचा राजीनामा एचडीडब्ल्यू पाणबुडीच्या व्यवहारासंदर्भात दिला होता. यातून आम्ही सावरत असताना बोफोर्स प्रकरण स्फोट पावल्यासारखे १७ एप्रिल रोजी स्वीडनमध्ये उफाळून आले. रूटर या आंतरराष्ट्रीय वृत्तसंस्थेचा हवाला देत भारतीय वृत्तपत्रांनी स्विडीश रेडिओवर सांगितलेली बातमी छापली होती. त्या बातमीनुसार बोफोर्स ह्या स्विडीश कंपनीने काही वरिष्ठ राजकारणी माणसांना आणि मोक्याच्या पदावरील संरक्षण खात्यातील अधिकाऱ्यांना लाच देऊन १ अब्ज ३० कोटी डॉलर्सचे बोफोर्स तोफा विकण्याचे कंत्राट जिंकले. लाचेची रक्कम ही स्विस बँकेतील गुप्त खात्यांवर दिली गेली होती. त्याच दिवशी सकाळी लगेच राजकीय घडामोडींवर असलेली मंत्रीमंडळाची बैठक बोलावली गेली. त्यानंतर सरकारतर्फे 'बातमीमधले लाचखोरीचे सर्व आरोप हे खोटे, निराधार आणि खोडसाळपणाचे आहेत,' असे निवेदन प्रसिद्ध करण्यात आले. आम्ही लगेच स्वीडनमधील भारताच्या राजदूताला कळवून सदरहू बातमीचा मूलस्रोत किंवा आधार शोधण्यास सांगितले. २० एप्रिलला भरलेल्या लोकसभेच्या बैठकीत यावरती वादविवाद व भाषणे झडली. विरोधी पक्षीयांनी झाल्या घटनेची पार्लमेन्टरी चौकशी करण्याची मागणी केली. ती मागणी अर्थातच सरकारतर्फे फेटाळून लावण्यात आली. आम्ही स्पष्टपणे निवेदन केले होते की त्या बोफोर्स तोफांची (हॉवित्झर) निवड ही आधी नीट काळजीपूर्वक अभ्यास करून केली होती. तसेच संरक्षण खात्याच्या खरेदीच्या व्यवहारात कोणालाही मध्यस्थ म्हणून न स्वीकारण्याचे सरकारचे धोरण असल्याने कोणालाही दलाली दिली गेली नाही. अन् ही गोष्ट सर्व विक्रेत्या कंपन्यांना आधी कळवली होती.

या पार्श्वभूमीवरती ३० एप्रिल रोजी राष्ट्रपती झैलसिंग यांनी एक वेगळेच नाट्य उभे केले. त्यांनी या संदर्भात पंतप्रधानांना पत्र पाठवून झाल्या प्रकाराची सर्व माहिती पाठवण्याची मागणी केली. त्यासाठी घटनेच्या ७८ व्या कलमाचा आधार घेतला. या वाहत्या पाण्यात ते आपले काही हेतू साधून घेत होते हे उघड दिसत होते. मग त्यांना या संदर्भात मोठ्या अदबीने सांगण्यात आले की, संरक्षण मंत्री के. सी. पंत यांनी यापूर्वीच सारे काही कळवलेले आहे. मंत्रीमंडळाच्या राजकीय घडामोडी समितीमध्ये (CCPA) राष्ट्रपतींच्या पत्रावरती खूप चर्चा झाली. शेवटी आम्ही सारे अशा निर्णयाप्रत आलो की राष्ट्रपतींच्या विनंतीमागे काही घटनाबाह्य (एक्स्ट्रा

कॉन्स्टिटट्यूशनल) हेतू आहेत.

स्विडीश ऑडिट ब्युरोकडून ७ मे रोजी या प्रकरणाची चौकशी सुरू झाली व त्यांनी त्यांचा अहवाल १ जून रोजी आपल्या सरकारला दिला. त्यानंतर सारे चित्रच बदलून गेले. हाच अहवाल ४ जून रोजी पुढे पाठवायचा असे स्विडीश सरकारने ठरवले होते. अर्थातच त्यातील काही भाग वगळून ते पुढे पाठवणार होते. हा वगळलेला भाग व्यापारी गुप्ततेशी संबंधित होता. त्यामध्ये ज्यांनी ज्यांनी दलाली स्वीकारली त्यांची नावे त्यात असणार, दलालीच्या रकमाही त्यात असणार. येथवरच्या घडामोडींची आम्ही दखल घेतली. राजकीय घडामोडी समितीने या प्रकरणाचा छडा लावण्यासाठी एक संयुक्त संसदीय समिती नेमण्याची शिफारस केली. एकदा मी राजीव गांधी यांच्यासमवेत त्यांच्या कार्यालयात बसलो असता त्यावेळचे गृहमंत्री बुटासिंग यांनीच अशा समितीची प्रथम सूचना केली होती. मी यावरती माझे प्रतिकूल मत व्यक्त केले. त्यासाठी असे समर्थन केले की गेल्या लोकसभेच्या सत्रात आपणच विरोधकांची चौकशीची मागणी धुडकावून लावली होती. शिवाय संयुक्त संसदीय समितीमध्ये काँग्रेसचे बरेच सदस्य असणार, कारण लोकसभेत त्यांचे संख्याबळ सर्वांत जास्त आहे. म्हणून या समितीचे निष्कर्ष हे संशयातीत मानले जाणार नाही. तसेच या समितीच्या अध्यक्षाकडे कामकाजाची काय पद्धत असावी, चौकशी अहवालात काय मजकूर असावा, कोणता मजकूर नसावा हे ठरविण्याचे अधिकार असतात. म्हणून जर या समितीची विश्वासार्हता ठेवायची असेल तर तिचे अध्यक्षपद हे विरोधी पक्षांकडे द्यायला हवे. त्याऐवजी आपण एखादी स्वतंत्र चौकशी समिती नेमू व ह्यामध्ये एखाद्या सर्वोच्च न्यायालयातील न्यायाधीशाला सामील करून घेऊ. त्यामुळे त्या चौकशी समितीला विश्वासार्हता प्राप्त होईल. या समितीचे कामकाज हे अधिक खुले असेल. साक्षीदारांची तपासणी व कागदपत्रे समितीसमोर आणणे ह्या गोष्टी पारदर्शक असतील. परंतु माझ्या या सूचनेशी राजीव गांधी व त्यांचे सहकारी सहमत झाले नाहीत. शेवटी ती संयुक्त संसदीय समिती (JPC) नेमण्याचा निर्णय त्यांनी घेतला. या समितीवरती बहिष्कार घालण्याचा निर्णय घेऊन विरोधकांनी एक मोठी चूक केली. समितीच्या मार्फत ह्या साक्षीदारांना पुढे आणण्याची व पाहिजे त्या कागदपत्रांच्या मागण्याची संधी त्यांना मिळाली असती. अन् एरवी जी कागदपत्रे सरकार त्यांना दाखवत नव्हते, ती कागदपत्रे त्यांना यामुळे पहाता आली असती. लोकसभेने या प्रकरणाचा छडा लावावा अशी विरोधकांची मागणी होती आणि आता त्यांना या समितीवर बहिष्कार घालणे थोडे अवघड जात होते. सरकारनेही या समितीच्या अध्यक्षपदी एका मंत्र्याला बसवून एक मोठी चूक केली. याचे कारण हे अध्यक्षपद स्वीकारताना त्या मंत्र्याला आपल्या मंत्रीपदाचा प्रथम राजीनामा द्यावा लागत होता. कोणतीही राजकारणी व्यक्ती

केन्द्र सरकारचे मंत्रीपद सहजासहजी सोडण्यास तयार नसते. मात्र समितीचे काम संपल्यावरती पुन्हा मंत्रीपद बहाल केले जाईल अशी खात्री असेल तरच ती व्यक्ती समितीच्या अध्यक्षपदी येण्यास राजी होईल. याचा उघड अर्थ असा की, त्यासाठी ती व्यक्ती सरकारला अनुकूल झाली आहे. मग चौकशी समितीला कोठली आली आहे विश्वासार्हता! चौकशी समितीच्या अध्यक्षपदासाठी शंकरानंद यांना निवडले. मी माझ्या परीने सर्वांना सावधगिरीचा इशारा देण्याचे व माझे स्पष्ट मत सांगण्याचे कर्तव्य केले. पण त्याचा काहीही उपयोग झाला नाही.

जुलैच्या पहिल्या आठवड्यात बोफोर्स कंपनीची एक तुकडी या संदर्भात चर्चा करण्यासाठी येणार होती. परंतु त्यांची भेट ही राजीव गांधींनी रद्द केली. तो निर्णय ज्या बैठकीत घेतला त्या बैठकीला मी हजर होतो. एन. एन. व्होरा हे संरक्षण उत्पादन खात्यात ॲडिशनल सेक्रेटरी होते. तेही या बैठकीला आले होते. परंतु त्यांचे जनरल सुंदरजी यांनी या बोफोर्स प्रकरणाबद्दल मुलाखतीमध्ये जसे अप्रत्यक्ष सुचवले तसे काही मला दिसले नाही. जनरल सुंदरजी यांची जी मुलाखत घेतली गेली त्यात मात्र त्यांनी तसे बेधडक म्हटले होते. राजीव गांधी यांचे असे म्हणणे होते की, बोफोर्स कंपनीची जी तुकडी भेट देणार आहे त्या तुकडीने ज्यांना ज्यांना लाच दिली गेली त्यांची नावे संयुक्त संसदीय समितीपुढे लेखी स्वरूपात द्यावी. नुसती तोंडी नावे सांगून भागणार नाही. कारण तसे काही झाले तर सरकारने बोफोर्सच्या तुकडीशी हातमिळवणी केली किंवा आपल्याला हवी ती नावे त्यांच्या तोंडून वदवली, पुराव्यात ढवळाढवळ केली, असे नाना तऱ्हेचे आरोप सरकारवरती केले जातील. राजीव गांधी यांचा हा मुद्दा मला पटू शकतो, परंतु तरीही जर आपल्याला तोंडी का होईना दलाली घेतलेल्यांची नावे कळली तर आपण त्या व्यक्तींविरुद्ध शांतपणे कारवाई सुरू करू शकतो. अन् इथेच माझ्या मनात प्रथमच एक शंका डोकावली. दलाली घेतलेल्यांविरुद्ध काहीही कारवाई केली जाणार नाही, अशी खात्री जोपर्यंत बोफोर्सच्या तुकडीला मिळत नाही तोपर्यंत ते ती नावे तोंडीसुद्धा सांगणार नाहीत. तशी त्यांनी ती नावे फोडली तर व्यापारी जगात बोफोर्सची विश्वासार्हता कमी झाली असती. मग त्यांच्याकडे धंदा आणून देणारी कोणतीही मध्यस्त व्यक्ती, मध्यस्त कंपनी किंवा दलाल एजन्सी फिरकली नसती. आपली नावे उघड होतील या भीतीपोटी त्यांनी काम केले नसते व त्याचा परिणाम बोफोर्सचा धंदा कमी होण्यात झाला असता. म्हणून मी अशी अटकळ बांधली की, बोफोर्सने ती नावे फक्त तोंडी सांगावयाची तयारी केली असणार. कारण तोंडी नावे कळूनही त्या व्यक्तींवरती पुराव्याअभावी सरकारला कारवाई करता येणार नाही. दलाली घेणाऱ्या व्यक्तींना ना प्रसिद्धी मिळेल, ना त्यांच्यावर कारवाई होईल. मग सरकारला या बाबतीत केवळ गप्प राहणेच भाग पडेल. माझा तर्क हा असा होता. त्यावेळी अरुण

सिंग हे राजीव गांधी यांना भेटायला गेले होते. पण तिथून बाहेर पडले तेच रागाने फणफणत, याचे तपशीलवार वर्णन जनरल सुंदरजी यांनी एका मुलाखतीत केले. १८ जुलै रोजी अरुण सिंग यांनी आपला संरक्षण खात्याच्या राज्यमंत्रीपदाचा राजीनामा दिला.

पंतप्रधानांच्या कार्यालयाला बोफोर्स व्यवहारात ज्यांनी दलाली घेतली त्यांची नावे ठाऊक असावीत, असे मला राहून राहून वाटत होते. मी त्यामुळे अस्वस्थ होई. ही नावे त्यांनी पंतप्रधानांना कळवली असावीत असेही मला वाटत होते. आपल्याला केवळ अशी अटकळ बांधता येईल की दलाली अथवा कमिशन घेतलेल्या व्यक्ती काँग्रेस पक्षात असतील किंवा पंतप्रधानांच्या कुटुंबाच्या नात्यातील असतील किंवा तेवढ्या जवळच्या असतील. ऑगस्टमध्ये लोकसभेत एक संयुक्त संसदीय समिती नेमण्याबाबत चर्चा होणार होती, त्यावेळी राजीव गांधी यांनी असे निवेदन केले की, त्यांना स्वत:ला किंवा त्यांच्या कुटुंबियांपैकी कोणालाही बोफोर्सच्या व्यवहारात कसलीही दलाली, कमिशन अथवा कोणतीही कृपा लाभली नाही. त्यांनी स्वत: होऊन उत्स्फूर्तपणे केलेले जे निवेदन केले त्यातून त्यांचा प्रामाणिकपणा, निष्ठा हे तर प्रगट झालेच, परंतु त्यांची देशावरील निष्ठा व निर्धारही सर्व संशय फिटण्याएवढा स्पष्टपणे प्रगट झाला. या प्रकारात त्यांची प्रतिमा मात्र निष्कारण डागाळली गेली. त्यांच्या निवेदनाने सर्व ऐकणाऱ्यांवरती छाप पडली. इतकेही करून कोण्या एका व्यक्तीने कुत्सितपणे "या निवेदनात सोनियांच्या (माहेरच्या) कुटुंबाचा उल्लेख नाही," असे म्हटलेच. नंतर ऑक्टोबरमध्ये मुलाखत देताना राजीव गांधी यांनी असे सांगितले की, "या व्यवहारात सोनियाचे इटालियन कुटुंबही अजिबात गोवले गेलेले नाही, असे बोफोर्स कंपनीनेच म्हटले आहे."

१२ ऑगस्ट १९८७ रोजी संयुक्त संसदीय समितीची नेमणूक झाली. १४ सप्टेंबरला बोफोर्स कंपनीच्या प्रतिनिधींची एक तुकडी भारतात आली व ती संयुक्त संसदीय समितीसमोर १६ सप्टेंबरला उभी राहिली. पण त्यांनी समितीसमोर जे काही सांगितले त्यामुळे मी अचंब्यात पडलो. दलाली घेतलेल्यांची नावे त्यांनी सांगितली नाहीत, पण ही माहिती आपण संरक्षण मंत्रालयाला व पंतप्रधानांच्या कार्यालयाला दिली असल्याचे ते म्हणाले. समितीने आपला अहवाल सप्टेंबर १९८८ मध्ये सादर केला. त्याबाबत अनेकजणांनी थोडेसे उपरोधिक व उपहासात्मक उद्‌गार काढले. हे उद्‌गार अर्थातच शंकरानंद यांच्या चौकशीच्या कामकाजाच्या वेळच्या वागण्याच्या व अहवाल लिहिण्याच्या संदर्भातले होते. समितीवरील एका विरोधी पक्षीय सभासदाला आपल्या मताला बाधक अशी पुस्ती जोडायला त्यांनी मनाई केली होती. शेवटी लोकसभेच्या सभापतींनी हस्तक्षेप केला. राज्यसभेत यावरती चर्चा करताना अरुण सिंग यांनी स्पष्टपणे म्हटले की, "बोफोर्सने हा व्यवहार रद्द करून ताबडतोब त्याच

दिवशी रद्द करण्याची फी तिथल्या तिथे भरून टाकायला हवी होती. भारताकडून करार स्वीकारल्याचे कळेपर्यंत वाट पहायला नको होते. या कराराशी संबंधित जे काही पैसे दिले गेले त्यामुळे विश्वासाचा भंग केला गेला आहे.'' यानंतर ते पुढे असेही म्हणाले की, ''रद्द केल्यानंतर जर बोफोर्सला हा व्यवहार करावासा वाटत असेल तर त्यांनी प्रथम आपल्याला ६४ कोटी रुपये भरून मगच बोलणी सुरू करायला हवी.''

'द हिंदू' या चेन्नईहून निघणाऱ्या इंग्रजी दैनिकात १९८७-८८ च्या काळात या संदर्भातील बरीच कागदपत्रे प्रसिद्ध झाली. या कागदपत्रांच्या खरेपणाबद्दल स्विडीश अधिकाऱ्यांनी ग्वाही दिली होती. तसेच बोफोर्स करारातील काही शर्ती तोडून कमिशनच्या स्वरूपात पैसे चारले गेल्याचे अरुण सिंग यांचे जे म्हणणे होते तेही सिद्ध होत होते.

उद्योगपती हिंदुजा बंधूंच्यापैकी गोपी हिंदुजा यांच्याशी बोलताना जेव्हा जेव्हा मी बोफोर्सचा विषय काढे व नक्की कोणाला दलाली दिली गेली असे विचारे तेव्हा ते अत्यंत कोड्यात बोलत. मात्र त्यांच्या बोलण्यातून एक गोष्ट बाहेर पडली होती. ते म्हणाले की, जेव्हा केव्हा ती दलाली मिळालेल्यांची नावे बाहेर येतील तेव्हा राजीव गांधी यांच्या सरकारची स्थिती अत्यंत अवघडलेली होईल. मग पुढे ते सांगत की, मात्र या बोफोर्स प्रकरणात हिंदुजांपैकी कोणीही सामील नाही.

पंतप्रधानांच्या कार्यालयात मी मार्च १९८९ मध्ये रूजू झालो आणि तेव्हापासून मात्र बोफोर्स प्रकरणाशी माझा थेट संबंध आला. त्यासाठी मी खालील काही घटना सांगतो.

कॉम्प्ट्रोलर ॲन्ड ऑडिटर जनरलचा (CAG) वार्षिक अहवाल हा २५ एप्रिल रोजी हातात आला. त्यावेळी संसदेत वार्षिक अंदाजपत्रकावरती अधिवेशन चालू होते. सर्वसाधारणपणे हा अहवाल आधी संसदेच्या पटलावर ठेवण्यात येतो व मग तो पब्लिक अकौन्टस कमिटीपुढे यावर चर्चा करण्यासाठी पाठवला जातो. ह्या अहवालात यावेळी बोफोर्सच्या व्यवहाराबाबत एक वेगळे प्रकरण होते. त्यामुळे आम्हाला असे वाटले की आपण आधी त्याचे बारकाईने वाचन करूया. नाहीतर संसदेचे अंदाजपत्रकी अधिवेशन आणि पावसाळी अधिवेशन यांच्या दरम्यानच्या काळात यातील मजकुरासंदर्भात निष्कारण उलटसुलट मतांचा गलबला उठेल. म्हणून राजीव गांधी यांच्या सहकाऱ्यांनी त्यांना असा सल्ला दिला की, लोकसभेत आत्ता हा अहवाल अंदाजपत्रकी अधिवेशनात मांडण्याची गरज नाही. पण पावसाळी अधिवेशनाच्या पहिल्या दिवशी तो लोकसभेत ठेवला जावा. त्याप्रमाणे तसे केले गेले. परंतु अपेक्षेप्रमाणे या कृतीवरती तिखट प्रतिक्रिया व्यक्त केल्या गेल्या आणि कॉम्प्ट्रोलर व ऑडिटर जनरल यांच्यावरती बिनबुडाचे आरोप केले गेले. अन् तेही

काँग्रेसचे मंत्री व खासदार यांच्याकडून सुद्धा.

जनरल सुंदरजी यांची मुलाखत १५ सप्टेंबर १९८९ च्या *इंडिया टुडे* च्या अंकात प्रसिद्ध झाली. त्यात त्यांनी म्हटले की, "आपण संरक्षण मंत्रालयाला बोफोर्स प्रकरणात इशारा दिला होता की जर हा खरेदीचा व्यवहार आपण रद्द केला तर ती कंपनी आपण कोणाकोणाला दलालीचे पैसे दिले त्यांची नावे सांगण्याचा ९९.९ टक्के संभव आहे." जनरल सुंदरजी यांचा जो एक वादाचा मुद्दा होता तोही त्यांनी मुलाखतीत बोलून दाखवला. ते म्हणाले, "मी हा बोफोर्स करार रद्द करण्यासंबंधी सैन्याच्या कमांडर मंडळींशी सल्लामसलत केली. त्यावरून माझ्या लक्षात आले की, करार रद्द करून पुन्हा एक नवीन करार करून त्या तोफा मिळवण्यात १।। ते २ वर्षांचा उशीर होईल. हा उशीर होण्याची जोखीम आपल्याला सोसता येईल. संरक्षण खात्यात ॲडिशनल सेक्रेटरी एन. एन. व्होरा होते. त्यांचाही संदर्भ सुंदरजींनी आपल्या मुलाखतीमध्ये आणला. व्होरा यांनी ४ जुलै १९८७ रोजी राजीव गांधी यांची कशी गाठ घेतली व त्या भेटीत काय घडले ते आपल्याला येऊन सांगितले. बोफोर्स प्रकरणात दलाली घेतलेल्यांची नावे आपण उघड करावयास भाग पाडू, अशी धमकी व्होरा यांनी जेव्हा बोफोर्स कंपनीला दिली तेव्हा राजीव गांधी कसे एकदम खवळले, हेही त्यांनी मुलाखतीत सांगितले. अरुण सिंग यांचा राजीनामा याच संदर्भात होता अशी सुंदरजींची ठाम समजूत झाली होती. यावरती ते म्हणाले, "ते राजीव गांधी यांच्याकडे गेले आणि मला वाटते की त्या दोघांची चांगलीच खडाजंगी झाली." पंतप्रधानांवरची निष्ठा आणि प्रत्यक्षात त्यांना भावलेले रूप अशा कात्रीत ते सापडले होते.

जनरल सुंदरजी ही व्यक्ती काय आहे ते आम्हाला चांगलेच ठाऊक होते. राजीव गांधी यांच्याकडून त्यांनी ज्या कृपेची मागणी केली होती ती न मिळाल्याने संधी मिळेल तेव्हा ते त्यांच्याविरुद्ध डुरकावणार, हे आम्ही धरून चाललो होतो. त्यामुळे सुंदरजींच्या मुलाखतीचा फारसा प्रभाव आमच्यावरती पडला नाही.

मोहन कात्रे हे सीबीआयचे संचालक होते. ते माझ्याकडे एका पत्राचा मसुदा घेऊन आले. हे पत्र स्वित्झर्लंडमधील अधिकाऱ्यांकडून मदत मागण्यासाठी व जरूर ती माहिती पुरवण्याची विनंती करणारे होते. संशयित व्यक्तींच्या खात्यात बोफोर्स कंपनीने किती पैसे भरले हे त्यामुळे कळणार होते. कात्रे यांच्या मते या प्रकरणात जोपर्यंत common criminality (गुन्हा घडल्याची घटना मानण्यात दोन्ही देशांची एकवाक्यता) पक्की होत नाही तोपर्यंत स्वित्झर्लंडमधील अधिकारी आपल्याला जरूर ती माहिती देणार नाहीत. म्हणून पत्रात आपण स्पष्टपणे लाचखोरी झाली असल्याचे म्हणायला पाहिजे. मला ते पटले. कारण एव्हाना खुद्द बोफोर्स कंपनीनेच विविध लोकांना पैसे चारून ह्या कराराला अनुकूल केल्याचे दिसत होते. अन् ही गोष्ट

जगजाहीर होऊन सर्वश्रुत झाली होती परंतु दोन दिवसांनी राजीव गांधी यांनी मला ह्या पत्राला मान्यता कशी दिली अशी विचारणा केली. जर आपल्याला दलाली घेणाऱ्यांची नावे अजून कळली नाहीत तर आपण ठाम आरोप केल्यासारखी विधाने पत्रामध्ये कशी काय करू शकतो? मी त्यांना पुन्हा माझा तोच युक्तिवाद सांगितला. जर आपल्याला ज्यांनी कोणी दलाली घेतली त्यांची नावे समजायला हवी असतील तर ती माहिती स्विस अधिकाऱ्यांकडून काढण्यासाठी लाचखोरीचा गुन्हा घडला असल्याचे म्हणणे भाग आहे. शिवाय यात लाच देणारे व लाच घेणारे असे दोन्हीही गोवले गेले असून लाच देणाऱ्यांनीही ते कबूल केले आहे. याऐवजी जर आपण उत्पन्न लपवून कर चुकवल्याच्या किंवा अफरातफर केल्याच्या संदर्भात विचारणा केली तर आपल्या अशा तकलादू पत्राला स्वित्झर्लंडमधले अधिकारी दाद देणार नाहीत. दोन तीन दिवसांनी कात्रे यांनी मला सांगितले की पहिले पत्र मागे घेऊन त्याऐवजी नवीन पत्र पाठवायला राजीव गांधी यांनी सांगितले आहे. त्या नवीन पत्रात फक्त अफरातफरीच्या गुन्ह्यांचा उल्लेख केला होता. तसले पत्र पाठवणे म्हणजे त्यातून काहीही निष्पन्न होणार नाही हे ठाऊक असूनही उगाच प्रयत्न केल्याचे दाखविण्याचा एक प्रयत्न करण्यासारखे होते. अन् दुर्दैवाने माझी भीती खरी ठरली.

सार्वत्रिक निवडणुका जाहीर झाल्यावर ३१ ऑक्टोबर रोजी बोफोर्सचा प्रमुख अधिकारी आर्डबो याच्या डायरीतील काही पाने भारतातील मुख्य वर्तमानपत्रात प्रसिद्ध होऊ लागली. आर्डबो यांच्याच कारकीर्दीत भारताला तोफा विकण्याचा करार केला गेला होता. त्या प्रसिद्ध झालेल्या मजकुरात 'गांधी ट्रस्ट' असा एक उल्लेख होता. आम्ही ताबडतोब एक निवेदन प्रसिद्ध करून त्यात असे म्हटले की डायरीत म्हटल्याप्रमाणे असा कोणताही ट्रस्ट नाही किंवा त्या नावाने असा एखादा ट्रस्ट अस्तित्वात असल्याचेही ठाऊक नाही. तसेच राजीव गांधी यांनी आपला कोणताही वकील किंवा प्रतिनिधी बोफोर्सच्या प्रतिनिधींशी भेटण्यासाठी नेमला नव्हता. आता सार्वत्रिक निवडणुका जाहीर झाल्याने आम्ही असा विचार केला की यापुढची कृती ही काँग्रेस पक्षाने घ्यावी. मग पक्षाचे प्रवक्ते आनंद शर्मा यांना आम्ही सारी माहिती आमच्याकडून पुरवली. परंतु त्यांनी पुढची कामगिरी अशा तऱ्हेने केली की पार सगळा बोजवारा उडाला. ती एक वेगळीच कहाणी आहे.

संरक्षण सचिव नरेशचंद्र हे मला भेटले व सांगू लागले की, ''बोफोर्स कंपनीने आपण विकत घेतलेल्या तोफांसाठी दारुगोळा व सुटे भाग सवलतीच्या दरात पुरवायची तयारी दर्शवली असून ती सवलत एकूण ६४ कोटी रुपये एवढी होते आहे.'' यावर मी त्यांना बोफोर्सला असे पत्र लिहायला सांगितले : आपल्या या सवलतीच्या दराचे आम्ही स्वागत करतो पण ही खरेदी करताना कोणत्याही परिस्थितीत तोफांच्या खरेदीमध्ये ज्यांना दलाली मिळाली त्यांची नावे जाणून

घेण्याचा आमचा हक्क आम्ही सोडणार नाही. नरेशचंद्र यांनी तसे पत्र पाठवले, पण पुढे काहीही प्रगती झाली नाही.

माझ्या जॉईन्ट सेक्रेटरीने सांगितले की पी. चिदंबरम संरक्षण मंत्रालयातील बोफोर्ससंबंधीची सर्व टिपणे आणि कागदपत्रे यांच्या प्रती गोळा करीत असून त्यांना त्या संदर्भातील पंतप्रधानांच्या कार्यालयातील कागदपत्रेही हवी आहेत. चिदंबरम हे त्यावेळी पर्सोनेल खात्याचे राज्यमंत्री होते आणि हे खाते पंतप्रधानांच्या हातात येत होते. त्याचशिवाय ते सीबीआयचे खातेही सांभाळत होते. त्या वेळी काँग्रेस पक्षात 'आपण आता पुन्हा सत्तेवरती येणार नाही,' अशी भावना पसरली होती. मी चिदंबरम यांना निरोप पाठवला की त्यांना पंतप्रधानांच्या कार्यालयातील कागदपत्रांच्या ज्या काही प्रती हव्या आहेत त्यासाठी त्यांनी मला येऊन भेटावे. पण असा निरोप पाठवूनही शेवटपर्यंत ते माझ्याकडे आले नाहीत.

सार्वत्रिक निवडणुकीमध्ये काँग्रेस पक्षाला सडकून मार खावा लागला. पण तरीही सर्वाधिक जागा मिळवणारा हा एकमेव पक्ष ठरला, परंतु इतरांच्या सहकार्याने सरकार बनवण्याची या पक्षाला तशी संधी नव्हती. त्यावेळी बोफोर्ससकट जे काही दोन तीन प्रमुख मुद्दे होते त्यांचा जबरदस्त तडाखा काँग्रेस पक्षाला बसला आणि राजीव गांधी यांच्या वैयक्तिक निष्ठेवरती अगदी खालच्या पातळीवरती जाऊन चोहों बाजूने हल्ला केला गेला.

निवडणुकीच्या प्रचारात व्ही. पी. सिंग यांनी जाहीर केले होते की, बोफोर्स प्रकरणात ज्यांनी ज्यांनी दलाली मिळवली त्यांची नावे आम्ही दोन महिन्यात हुडकून काढून त्यांच्यावरती ठाम कारवाई करू. त्यानुसार त्यांनी निवडून आल्यावरती गुन्हा (FIR) दाखल केला आणि आवश्यक ते पत्र स्विस अधिकाऱ्यांना पाठवले. त्याचा परिणाम एवढाच झाला की संशयितांची बँकेतील खाती गोठवली गेली. मग स्वित्झर्लंडचे सरकार व खातेदार यांच्यात एक न्यायालयीन लढा सुरू झाला. हा लढा महिनोंमहिने, वर्षानुवर्षे चालत राहिला. १९९० च्या फेब्रुवारी-मार्चच्या दरम्यान व्ही. पी. सिंग, विनोद पांडे व भुरेलाल आणि इतर यांना मी स्पष्ट सांगितले की जर एक महिन्यात आपल्याला ती नावे कळली नाहीत तर या संदर्भात जनतेला जी वचने दिली गेली होती त्यांची विश्वासार्हता संपुष्टात येईल. अन् मग मात्र सरकार अडचणीत सापडेल. दुर्दैवाने तसेच सारे घडले. व्ही. पी. सिंग यांच्या कारकीर्दीत त्यांना शेवटपर्यंत ती नावे शोधून काढता आली नाहीत.

त्यानंतर नोव्हेंबर १९९० मध्ये चंद्रशेखर हे पंतप्रधान झाले. त्यांना ती नावे हुडकून काढण्यात अजिबात रस नव्हता. अन् त्याचे कारण उघड होते. त्यांचे सरकार हे राजीव गांधी यांच्या खासदारांच्या पाठिंब्यावरती उभे होते. ज्यावेळी चंद्रशेखर यांना त्या नावाच्या शोधाबद्दल विचारले गेले तेव्हा त्यांनी चिडून म्हटले

की ''या गोष्टींचा शोध घेण्याचे काम पोलिस इन्स्पेक्टरांवरती सोडलेले बरे.'' डिसेंबर १९९० मध्ये मी त्यांच्या सरकारचा निरोप घेतला.

नोव्हेंबर १९८९ मध्ये राजीव गांधींचा पक्ष निवडणुकीत अपयशी ठरला. हे घडण्यासाठी बोफोर्स प्रकरण कारणीभूत ठरले. याच प्रकरणाने राजीव गांधी यांच्या भावी कारकीर्दीचा बळी घेतला. असेही म्हणता येईल की, बोफोर्समुळे व्ही. पी. सिंग यांनाही असाच त्रास झाला पण वेगळ्या प्रकारे. भाजपबरोबर व्ही. पी. सिंग यांनी समझोता करून १९८९ च्या सार्वत्रिक निवडणुका लढवल्या होत्या. पण हा समझोता केवळ जागावाटपांपुरताच होता, नंतर सरकार बनवण्यासाठी नव्हता. कारण भाजपच्या पाठिंब्यावाचूनही सरकार बनवण्यासाठी आपल्याला पुरेशा जागा मिळतील अशी जनता दलाची खात्री होती. व्ही. पी. सिंग यांच्या दुर्दैवाने जनता दलाला अपेक्षेइतके चांगले यश मिळाले नाही. विशेषत: कर्नाटक व आन्ध्र प्रदेश येथे त्यांची अनपेक्षितपणे पिछेहाटच झाली. याउलट भाजपने अपेक्षेपेक्षा जास्त जागा व मते मिळवली. त्यामुळे निवडून आल्यावरती व्ही. पी. सिंग यांना सरकार बनवण्यासाठी भाजपची मदत घेणे भाग पडले. भाजपने सरकारमध्ये सामील न होता जनता दलाला बाहेरून पाठिंबा दिला. काही का असेना, पण तरीही आपण बोफोर्स प्रकरणात दलाली घेतलेल्यांची नावे हुडकून काढू आणि १९७८ मध्ये जशी काँग्रेसमध्ये फूट पडली तशी फूट पाडू असा व्ही. पी. सिंग यांना विश्वास वाटत होता. परंतु बोफोर्स प्रकरणाने त्यांना शेवटपर्यंत मदत केली नाही. परिणामी व्ही. पी. सिंग यांच्या कारकीर्दीचा शेवट सुरू झाला.

सरतेशेवटी मी असे ठामपणे म्हणेन की, राजीव गांधी यांनी किंवा त्यांच्या कुटुंबियांपैकी कोणीही बोफोर्स मामल्यामध्ये दलाली, कमिशन अथवा पैसे घेतले नाहीत. राजीव गांधी यांची वैयक्तिक निष्ठा ही वादातीत होती. पण तरीही परिस्थितीजन्य पुरावे एवढे बळकट आहेत व ते असे दर्शवतात की, दलाली घेतलेल्यांची नावे त्यांना ठाऊक होती आणि ती नावे उघड करण्यास ते नाखूष होते. ती नावे कदाचित काँग्रेस पक्षातील व्यक्तींची असतील, किंवा जवळच्या नातेवाईकांची असतील, किंवा जवळच्या मित्रांचीही असतील. मग असा एक प्रश्न उभा राहतो की ती नावे त्यांना बोफोर्सचा करार पक्का होण्यापूर्वी कळली होती का करार झाल्यानंतर कळली होती? मला नक्की असे वाटते की ती नावे त्यांना नंतर कळली असावीत. याचे कारण ते इतके सभ्य व सुसंस्कृत होते की त्यांनी ठरवले तरी ते अप्रामाणिक बनू शकत नव्हते. त्यामुळे काय घडले त्याबद्दल आपण केवळ अटकळ बांधू शकतो.

१९८४ मध्ये जेव्हा राजीव गांधी यांनी पंतप्रधान म्हणून देशाचा कारभार हाती घेतला तेव्हाच त्यांनी राजकारणातील घाण दूर करून ते स्वच्छ करायचे ठरवले. विशेषत: काँग्रेस पक्षातील सत्तेचे दलाल आणि भ्रष्टाचार या दोन्ही गोष्टी निपटून

काढायच्या ठरवल्या होत्या. कोणत्याही करारात, व्यवहारात कोणत्याही मध्यस्थाला, दलालाला उभे राहू द्यायचे नाही हा एक मोठा निर्णय त्यांनी घेतला होता. परंतु त्यांच्याजवळ राजकीय अनुभव नसल्याने आणि शासकीय यंत्रणा, नोकरशाही व सरकारी चक्रे यांची अपुरी माहिती असल्याने त्यांचे हेतू फारसे फलद्रूप झाले नाहीत. त्यांच्या नवीन धोरणांबाबत राजकीय यंत्रणा नाके मुरडत होती. त्यातून जेव्हा त्यांनी बाहेरून तरुण तज्ज्ञांना कारभार सुधारण्यासाठी बोलावून त्यांच्यावरती ते अवलंबून राहू लागले तेव्हा हीच राजकीय यंत्रणा त्यांचा दु:स्वास करू लागली. बोफोर्सच्या बाबतीतही राजकारणी आणि काही अधिकारी यांनी राजीव गांधी यांच्या मार्गदर्शक तत्त्वांकडे बेधडक दुर्लक्ष केले आणि शांतपणे त्यांना पाहिजे तशाच मार्गाने ते जात राहिले, याची मला खात्री आहे. त्याही पुढे जाऊन जेव्हा त्यांना बोफोर्सची दलाली घेतलेल्यांची नावे कळली तेव्हा हेच राजकारणी व अधिकारी मंडळी यांनी त्यांना असा सल्ला दिला असला पाहिजे की, ''काही काळजी करू नका. पूर्वी असे अनेक वाईट प्रसंग ओढवले होते तरीही त्यातून आम्ही सर्वांना आरामात बाहेर काढले होते.'' 'पूर्वी' म्हणजे ज्या काळात इंदिरा गांधी व संजय गांधी हे राजकीय घडामोडींच्या पार शिखरावरती पोचले होते तेव्हा. राजीव गांधी यांचे निकटवर्तीय व सल्लागार मंडळी यांनीच त्यांना अपयशी केले, अन् ह्या क्रियेमध्ये त्यांनी राजीव गांधी यांचे तर मोठे नुकसान केलेच पण राजकीय व्यवस्थेचेही अपरिमित नुकसान केले.

पण असे म्हटले तरी पंतप्रधानांच्या जबाबदारीतून राजीव गांधी सुटू शकतील काय? त्यांनी आपली जबाबदारी नीट न पाळल्याने आपले पंतप्रधानपद त्यांना गमवावे लागले हीच किंमत त्यांना मोजावी लागली असे मला वाटते. माझी खात्री आहे की राजकारणात त्यांनी आणखी काही वर्षांचा अनुभव मिळवला असता तर त्यांनी मग आपला पाय पक्का रोवून ज्यांनी ज्यांनी दुष्कृत्ये केली त्या सर्व अपराध्यांना उघडे पाडले असते व शिक्षा केली असती. मग भले हे अपराधी त्यांच्या पक्षातले असो, त्यांचे नातेवाईक असो वा त्यांचे मित्र असोत. राजकारणात फार काळ असे वेगळे वागून चालत नाही हेच खरे.

(फेब्रुवारी १९९८ चे लिखाण)

◆

१९
राष्ट्रपती झैलसिंग

१९७८ साली ॲडिशनल सेक्रेटरी म्हणून दिल्लीला गृह मंत्रालयात मी आलो, त्यावेळी मी प्रथमच ग्यानी झैलसिंग यांच्याबाबत ऐकले. माझे जॉईंट सेक्रेटरी (पोलीस खाते) हे मला काँग्रेस पक्षातील इथल्या सर्वसाधारण घडामोडी सांगत. त्यात विशेषत: पंजाबमधील झैलसिंग यांच्याबद्दल बरीच माहिती सांगितली जाई. मी ते सर्व ऐकून घेई. माझे एक असे सर्वसाधारण मत झाले होते की, पंजाबमधील भिंद्रनवाले यांना पाठिंबा देऊन काँग्रेस एक धोकादायक खेळ खेळत आहे. भिंद्रनवाले हा एक शीख जाट पुढारी होता व त्याने सत्तेवरील अकाली दलाच्याविरुद्ध एक राजकीय फळी निर्माण केली होती. भिंद्रनवाले यांच्या रूपाने आपण एका भस्मासुराची निर्मिती करीत आहोत हे काँग्रेसला कळत नव्हते. शेवटी हा भस्मासुर काँग्रेसच्याच पाठी लागणार होता.

इंदिरा गांधी यांच्या मंत्रिमंडळात झैलसिंग हे १९८० साली गृहमंत्री म्हणून आले. ते जरी आपण खेडवळ आहोत असे भासवत असले तरी ते नखशिखान्त राजकारणी होते. त्यांच्याजवळ सर्वसाधारण उमज किंवा कॉमन सेन्स हा भरपूर होता. सरकारी कारभार, प्रशासन यंत्रणा याबद्दल त्यांना खोल परिचय होता. ते जरी फक्त पंजाबचे भूतपूर्व मुख्यमंत्री असले तरीही त्यांच्याजवळचा एवढा आवाका पाहून थक्क व्हायला होते. आपल्या अधिकाऱ्यांकडून कशी कामे करून घ्यावीत हे त्यांना ठाऊक होते. परंतु ते आपल्या अधिकाऱ्यांशी अत्यंत नम्रपणे व गोडीगुलाबीने वागत आणि त्यांच्यात स्वत:बद्दल निष्ठा उत्पन्न करीत. आपले स्वत:चे कार्यालय नीट ठेवण्यासाठी व चालवण्यासाठी त्यांच्याकडे उत्कृष्ट अधिकाऱ्यांचा एक संच होता. त्यांचा सेक्रेटरी बिन्द्रा हे माझे स्नेही होते व त्यांचा स्नेह हा बरीच वर्षे टिकून राहिला होता.

ऑगस्ट १९८६ मध्ये मी कॅबिनेट सेक्रेटरी म्हणून दिल्लीला परत आलो. दरम्यान झैलसिंग हे राष्ट्रपती बनले होते. आल्या आल्या मी लवकरच त्यांची गाठ घेतली. मला पाहून त्यांना आनंद झाला. मात्र बोलताना त्यांनी मला पंजाबमधली

परिस्थिती समजावून सांगितली. राष्ट्रपतींच्या कार्यालयाशी मी माझे संबंध पुन्हा जोडले. विशेषत: बिन्द्रा आणि प्रेस सेक्रेटरी तरलोचन सिंग यांच्याशी माझे अधिक संबंध पुन्हा नव्याने जुळून आले.

राष्ट्रपती व पंतप्रधान यांचे परस्परसंबंध बिघडण्यास आता सुरूवात झाली होती. झैलसिंग यांची अशी बऱ्यापैकी समजूत झाली होती की आपण राजीव गांधी यांना पंतप्रधान बनवले आहे. अन् या समजुतीमुळे राजीव गांधी यांनी आपल्याबरोबर महत्त्वाच्या व प्रमुख बाबींबाबत नेहमी सल्लामसलत करत जावी, असे त्यांना वाटत होते. केवळ आपल्याला आदर दाखवला जातो आहे व अदबीची वागणूक दिली जात आहे एवढ्यावरती ते संतुष्ट नव्हते. त्याउलट राजीव गांधी यांना असे वाटत होते की, आपण आपल्या कर्तृत्वावरती पंतप्रधान झालो असल्याने राष्ट्रपतींना सन्मानपूर्वक वागणूक देणे व त्यांचा आदर राखणे एवढेच आपल्या हाती आहे. त्यापेक्षा जास्त कशाची अपेक्षा केली जाऊ नये. राजीव गांधी यांची ही समजूत योग्यच होती. राष्ट्रपती व पंतप्रधान यांच्या परस्परसंबंधांवरती मोठमोठे खंड लिहून ठेवले गेले आहेत. मी त्याबद्दल फार काही सांगू शकणार नाही. परंतु त्यापेक्षा जे वेगळे मी अनुभवले ते मी येथे देतो.

राष्ट्रपती-पंतप्रधान वाद ऐन भरात आला असताना अशी एक मोठी आवई उठली होती की झैलसिंग आता लवकरच राजीव गांधी यांचे पंतप्रधानपद काढून घेणार आहेत. माझ्या पहिल्या पुस्तकात 'राष्ट्रपतींना एक जाणीवपूर्वक नकार' या प्रकरणात मी जे काही म्हटले आहे. त्यातील काही भाग खाली उद्धृत करतो :

> *या गोष्टीला जी पार्श्वभूमी लाभली आहे ती राष्ट्रपती व पंतप्रधान यांच्यात संघर्षाची ठिणगी पडण्याइतपत पराकोटीला पोचले त्या वादाची. अशा या वादात मी राष्ट्रपतींना कळवले की जर राष्ट्रपतींनी पंतप्रधानांना दूर करण्याचा आततायी निर्णय घेतला तर त्यांच्याविरुद्ध ठपका ठेवून महाभियोगाचा (Impeachment) प्रस्ताव लोकसभेत मांडता येईल. काँग्रेस पक्षाचे लोकसभेत निर्विवाद बहुमत असताना पक्षाने राष्ट्रपतींच्या कृतीपुढे झुकण्यात काहीही हंशील नाही. जर तसा काही प्रस्ताव ठेवला गेला तर विरोधी पक्षीयही पाठिंबा देण्याचा संभव आहे. माजी राष्ट्रपती नीलम संजीव रेड्डी यांनी एका पंतप्रधानाची नेमणूक करून त्याला दीर्घ काळ देशावर राज्य करू दिले होते. घटनाकारांना अभिप्रेत नसलेले हे एक अवघड उदाहरण रेड्डी यांनी आधीच निर्माण करून ठेवले आहे. तेव्हा आता कोणालाही तसेच दुसरे चमत्कारिक व अडचणीत टाकणारे उदाहरण नको आहे. त्यातून हे असे काही होणे तर खूपच धोकादायक आहे. कारण त्यातून सध्याच्या भारताच्या संविधानानुसार राष्ट्रपती हा हुकूमशहा बनू*

शकतो असा अर्थ निघेल.

मी आणखीही एक निरोप पाठवला होता. पंतप्रधानांची नेमणूक ही कॅबिनेट सेक्रेटरीच्या सहीने सरकारी गॅझेटमध्ये प्रसिद्ध झाल्यावर कायदेशीररित्या अस्तित्वात येते. मग पंतप्रधान आपले मंत्रीमंडळ ठरवतो व तेही कॅबिनेट सेक्रेटरीच्या सहीने गॅझेटमध्ये प्रसिद्ध होते. मी असा निरोप पाठवला होता की, (राष्ट्रपतींच्या सांगण्यानुसार नवीन) घटनाबाह्य पंतप्रधानांची द्वाही माझ्या सद्सद्विवेकबुद्धीच्या विरुद्ध जाऊन व संपूर्ण मुलकी सेवेचा एक प्रमुख म्हणून मी अजिबात करणार नाही. मग तसे झाल्यावरती त्यांना दुसरा एखादा कॅबिनेट सेक्रेटरी शोधावा लागेल.

राजीव गांधी यांना पण मी असा निरोप पाठवला होता.

राष्ट्रपती भवनाच्या भोवतालच्या सुरक्षिततेचे कडे हे इंटेलिजन्स ब्युरोच्या माणसांकडून चालवले जाते. हा ब्युरो हा गृह मंत्रालयाच्या अखत्यारीत येतो. त्यामुळे राष्ट्रपतींकडे कोण येते, केव्हा येते, हे आम्हाला तपशीलवार कळत होते. जर वाटले तर सुरक्षा अधिकाऱ्यांना वा त्यांच्या माणसांना कोणाही माणसाला थोपवून त्याच्याकडची कागदपत्रे काढून घेऊन तपासता येतात. एखादा लेखी निरोप असलेला कागद किंवा कागदपत्र आक्षेपार्ह वाटले तर ते जप्त करता येते. भेटीस आलेली व्यक्ती बाहेर पडताना मात्र हे शक्य नसते. पण तीही जोखीम आम्ही उचलायला तयार होतो. झैलसिंग यांना असे सुरक्षेचे कडे ठाऊक होते आणि ते आवडतही नव्हते. म्हणून इंटेलिजन्स ब्युरोची माणसे हटवून त्या जागी त्यांना आपली विश्वासातली माणसे आणून ठेवायची होती. परंतु त्यांची ही मागणी आम्ही वेळ काढीत कशीबशी लांबवत नेली. इंटेलिजन्स ब्युरोच्या माणसांचीच सुरक्षा व्यवस्था शेवटपर्यंत झैलसिंग यांच्याभोवती राहिली.

(आणखीही असाच एक संशयास्पद वातावरणातला प्रसंग त्यावेळी घडला. एके दिवशी राजीव गांधी यांनी फोन करून मला सांगितले की, पंतप्रधानांच्या कार्यालयाला पत्ता लागू न देता सैन्याची दिल्लीतील एक डिव्हिजन ही दुसरीकडे हलवली गेली. दिल्ली शहराच्या सुरक्षिततेसाठी ही १०,००० सैनिकांची डिव्हिजन नेहमी तैनात केलेली असते. अचानक हे एवढे सैन्य हलवण्यामागे कोण आहे याची चौकशी करायला मला सांगितले गेले. या संबंधात मी सैन्याच्या व्हाईस चीफशी बोललो. त्यांनी खुलासा केला की सैन्याची हलवाहलव करणे ही एक नेहमीची व सराव करण्याची बाब आहे. याबद्दल पंतप्रधानांच्या कार्यालयाला ते सविस्तर अहवाल देणारच आहेत. मी माझ्या परीने आणखी पुढे जाऊन चौकशी केली आणि

हा खुलासा मला पटला. मग मी राजीव गांधी यांना तसे सांगितले.)

झैलसिंग यांच्या वागण्याने राजीव गांधी यांना संताप येई. परंतु ते स्वत: अत्यंत सभ्य असल्याने झैलसिंग यांच्याविषयी कधीही वेडेवाकडे बोलले नाही की रांगड्या भाषेचा आधार त्यांनी घेतला नाही. परंतु त्यांचे सहकारी के. के. तिवारी व एम. एल. फोतेदार हे मात्र अत्यंत आक्षेपार्ह भाषेत झैलसिंग यांच्याबद्दल बोलत. झैलसिंग हे राष्ट्रपती आहेत याचेही भान त्यांना उरत नसे. एप्रिल १९८५ मध्ये लोकसभेत काँग्रेसचे खासदार तिवारी यांनी राष्ट्रपतींचे पंजाबमधील दहशतवाद्यांबरोबर तथाकथित संबंधांबद्दल आरोप केले. त्यांच्या म्हणण्यानुसार पंजाबमधील दोन खलिस्तानवादी दहशतवाद्यांना राष्ट्रपतीभवनात जाऊन तिथे दोन दिवस रहाण्याची परवानगी दिल्याने ते तसे राहिलेही होते. यावरती राष्ट्रपतींच्या सेक्रेटरीने ताबडतोब एक निवेदन प्रसिद्ध करून त्यात हे आरोप फेटाळून लावले. नंतर राष्ट्रपतींची बदनामी करण्याच्या मोहिमेत आपला सहभाग असल्याचा संशय राजीव गांधी यांनी फेटाळून लावला. राष्ट्रपतींविरुद्ध पंतप्रधान या वादात माझी मोठीच कुचंबणा होत होती. माझे झैलसिंग यांच्याशी प्रेमळ नसले तरीही सौहार्दपूर्ण संबंध होते हे नक्की. ते माझ्यावरती जरासे नाराज आहेत असे कळल्यावर मी त्यांना परिस्थितीचा खुलासा करणारे पत्र पाठवले.

निवृत्तीनंतर झैलसिंग यांना दिल्लीत स्थायिक व्हायचे असल्याने त्यांच्यासाठी एक बंगला आम्हाला शोधायचा होता. विशेषत: सुरक्षेच्या कारणासाठी त्याचा शोध घ्यायचा होता. तसा एक बंगला आम्हाला कृष्ण मेनन मार्गावरती सापडला, पण त्यांना तो नको होता. कारण राजीव गांधी त्या रस्त्याने साऊथ ब्लॉकमधील आपल्या कार्यालयाकडे जात असत. शेवटी त्यांना डिप्लोमॅटिक एन्क्लेव्हमध्ये एक बंगला देण्यात आला. राजीव गांधी हे त्यांना झैलसिंग यांच्याकडून दिली गेलेली वागणूक कधीही विसरू शकले नाहीत. विशेषत: 'आपण राजीव गांधी यांना पंतप्रधानपदावरून दूर करणार आहोत' अशा ज्या अफवा झैलसिंग यांच्याकडून उठवण्यात आल्या त्या तर ते कधीही विसरू शकले नाही. जेव्हा माजी राष्ट्रपतींना निवृत्ती वेतन, वैद्यकीय लाभ व निवासस्थान या गोष्टी सरकारतर्फे उपलब्ध करून देण्याचा प्रस्ताव चर्चेस आला तेव्हा राजीव गांधी तो प्रस्ताव मंजूर करण्याबाबत नाखूष होते. कारण ते लाभ झैलसिंग यांनाही मिळणार होते.

मला नेहमी झैलसिंग यांच्याबद्दल दु:ख वाटत आले आहे. मूलत: ते एक चांगल्या स्वभावाचे होते. पण इंदिरा गांधी यांच्या हत्येनंतर आपल्या महत्त्वाबद्दलच्या अवास्तव कल्पना ते करू लागले. राजीव गांधी यांच्या भोवताली वावरणाऱ्या खुषमस्कऱ्यांनीही त्यात आपला आवाज चढवून या वादात भर टाकली. त्यामुळे त्या दोघांमधील वादाने भारताचा एक संविधानात्मक इतिहास मात्र निर्माण केला गेला.

◆

२०
मला ठाऊक असलेले राजीव गांधी

राजीव गांधी यांच्याबद्दल मी जे काही लिहिले आहे, ते पंतप्रधान राजीव गांधी यांच्याबद्दल. पण खासगीतला एक माणूस म्हणून ते अत्यंत नम्र, आदबशीर आणि प्रेमळ होते. माझ्याशी व इतरांशी त्यांचे जे काही राजकीय व अन्य बाबींबद्दल मतभेद झाले ते सोडले तर त्यांनी आमच्यात एक निष्ठा व स्नेहभाव निर्माण केला. हा देखणा तरुण माणूस आपला पंतप्रधान बनला याबद्दल कोणाही भारतीयाला स्वदेशात व परदेशात अभिमान वाटेल.

७, रेसकोर्स रोड या त्यांच्या निवासस्थानी मी जेव्हा प्रथम मंत्रीमंडळाच्या बैठकीला उपस्थित रहाण्यासाठी गेलो तेव्हा थोडासा तणावाखाली होतो. पण त्यांच्या एका छोट्याशा कृतीने माझ्यावरचा ताण जाऊन मी स्वस्थ झालो. तो प्रसंग असा होता. राजीव गांधी यांच्या डावीकडे मी बसलो होतो. जेव्हा गृहमंत्री बुटासिंग यांनी आत प्रवेश केला तेव्हा मी आपोआप उठून उभा राहू लागलो. पण तात्काळ राजीव गांधी यांनी मला बसायला सांगितले व पुढे म्हटले, ''कॅबिनेट सेक्रेटरीचे स्थान हे नेहमी पंतप्रधानांच्या नंतरचे असते.'' खुद्द पंतप्रधानांचे सेक्रेटरी हे कॅबिनेट सेक्रेटरी यांच्या नंतरच्या आसनावर बसत.

बीबीसीवरती त्यावेळी 'येस मिनिस्टर' नावाची एक मालिका चालू होती. ती त्यावेळी खूपच गाजली होती व लोकप्रिय झाली होती. त्यातील सेक्रेटरीच्या व्यक्तिरेखेचे नाव 'सर हम्फ्रे' असल्याने ते अनेकदा माझा त्या नावाने उल्लेख करीत.

त्यांच्याबरोबर काम करण्यात कधीही अवघडलेपणा येत नसे. तरीही माझ्या काही सहकाऱ्यांना भीडभाड न ठेवणारे असे वाटले नाहीत तरी ते उतावीळ वाटत. मला या मागचे असे कारण वाटते की ते तरुण असल्याने त्यांना भारताला एकविसाव्या शतकात नेण्याची घाई झाली होती. *मेरा भारत महान* ही त्यांच्या दृष्टीने केवळ एक घोषणा नव्हती, (तेलगू देशमच्या आन्ध्रमधील त्यावेळच्या खासदार रेणुका चौधरी यांना मात्र तसे वाटत नव्हते. त्या नेहमी या घोषणेची खिल्ली उडवीत

असत.) पण ती एक ध्येय गाठण्याची मोहीम होती व तसा ठाम विश्वास त्यामागे होता. कालांतराने जरी ते बऱ्यापैकी शांत झाले तरीही त्यांच्यात एक निकडीची भावना व झटपट साध्य करण्याची इच्छा जिवंत होती. सुरुवातीला जे अधिकारी अशी भावना व आत्मविश्वास यांचे मोठे प्रदर्शन करीत त्यामुळे ते भारावून जात. पण दुसऱ्याचे पाणी जोखण्यात ते चतुर होते आणि कोणता अधिकारी हा आपल्या कामात निष्णात आहे व तो इच्छित गोष्टी साध्य करू शकण्याचा त्याचा आवाका आहे की नाही हे त्यांना समजू लागले होते.

रात्री उशीरापर्यंत ते कामे करीत बसत व फारच थोडी झोप घेत. त्या मानाने मी एक लवकर झोपी जाणारा माणूस आहे. एकदा त्यांनी मला रात्री ११॥ वाजता घरी फोन केला. कदाचित आपण झोपेतून जागे केले असावे असा तर्क करून त्यांनी दुसऱ्या दिवशी माफी मागितली. आपल्यासारखेच इतरही उशीरापर्यंत कामे करतात असा गैरसमज झाल्याचे त्यांनी मला बोलून दाखवले. त्यानंतर ते कटाक्षाने मला रात्री उशीरा फोन करण्याचे टाळीत असत. त्यांच्या डोक्यावर जणू काही संगणकाचे भूत बसलेले होते. एकदा ते असेच संगणकावरती स्प्रेडशीट प्रणाली वापरून अंदाजपत्रकाचे काम करीत होते. तेवढ्यात त्यांनी मला संगणकावर बसून ते काम सुरू ठेवण्यास सांगितले. कारण फोन करून त्यांना काही माहिती मागवून घ्यायची होती. जेव्हा मी त्यांना मला संगणक चालवता येत नाही असे सांगितले तेव्हा त्यांना धक्काच बसला. आपला कॅबिनेट सेक्रेटरी संगणक हाताळू शकत नाही? बापरे! दुसऱ्या दिवशी संध्याकाळी घरी एक संगणक व तो चालविण्याची मॅन्युअल्स मला दिसली. माझ्या पत्नीने मला सांगितले की, हे सारे सॅम पित्रोडा यांनी राजीव गांधी यांच्या सूचनेनुसार पाठवून दिले आहे. मी ती मॅन्युअल्स वाचून संगणक चालवण्याचे शिक्षण घेऊ लागलो, पण मला त्यात काही यश येईना. जेव्हा राजीव गांधी यांनी दोन महिने वाट पाहून माझी प्रगती अजमावण्याचा प्रयत्न केला तेव्हा त्यांनी निराश होऊन माझा नाद सोडून दिला.

ते नेहमी उत्तम व नीटनेटके कपडे घालत. बंद गळ्याच्या कोटाची सर्व बटने लावली आहेत अशा पोशाखात तर त्यांचे व्यक्तिमत्त्व निर्धारपूर्ण व दणदणीत वाटे. एखाद्याचे कपडे आवडले तर ब्रिटिश पद्धतीनुसार त्या व्यक्तिला ते कपडे शिवणाऱ्या शिंप्याचे नाव विचारण्याचा प्रघात आहे. 'कपडे उत्तम शिवले गेले आहेत,' असा याचा गौरवपूर्ण अर्थ होतो. म्हणून मी त्यांच्या शिंप्याचे नाव विचारी. या ब्रिटिश पद्धतीच्या गौरवाने तेही सुखावत. पण अर्थातच त्यांनी कधी आपल्या शिंप्याचे नाव सांगितले नाही. जेव्हा कोणी त्यांच्याकडे भेटण्यासाठी येई तेव्हा ते आपल्या कॉलरची बटणे लावीत. किंवा बाहेर कोणाला भेटायला जायचे असेल किंवा एखाद्या समारंभाला जायचे असेल तेव्हाही ते कॉलरची बटणे लावीत. उत्तम आयुष्यातल्या

चांगल्या गोष्टी कोणत्या असतात हे त्यांना नीट ठाऊक होते. म्हणून परदेशी पाहुणे जेव्हा येत तेव्हा त्यांच्यासाठी चोखंदळपणे सर्व सुखसोयी उपलब्ध करून देत. भारताची शान अशा सोयी पुरवण्यातूनही उंचावत असते असे त्यांचे म्हणणे होते. सरकारी पाहुण्यांसाठी असलेले दिल्लीतील 'हैदराबाद हाऊस' या इमारतीचे नूतनीकरण व सजावट करण्यात त्यांनी वैयक्तिकरित्या रस घेतला होता. त्यासाठी त्यांनी एक सर्वोत्तम अशा अंतर्गत सजावट तज्ज्ञ स्त्रीला म्हणजे सुनिता कोहली, यांना बोलावून ते काम दिले. कोहली यांनी तंजावर चित्रकला शैलीतील अनेक उत्तमोत्तम चित्रे गोळा करून आणून ठेवली आहेत. ती सर्व चित्रे पहाणे म्हणजे अक्षरश: डोळ्यांना एक मेजवानी असते. राष्ट्रपती भवनातील 'द्वारका सूट' सजविण्याचे काम ताज हॉटेल ग्रुपमधील एलिझाबेथ केरकर यांनी केले. या कामात सोनिया गांधी यांनीही रस घेतला होता. जेव्हा जेव्हा राजीव गांधी यांच्याकडून मेजवानी देण्याचा प्रसंग येई तेव्हा सोनिया गांधी स्वत: त्या मेजवानीचे पदार्थ (मेनू) काय असावेत ते ठरवीत. पदार्थांची ती यादी पाहून राजीव गांधी खूष होऊन जात. मेजवानी देताना ते अगदी बारीक गोष्टींमध्येही लक्ष घालीत. एकदा ते मला म्हणाले की, हैदराबाद हाऊसमधील वाढपी व अन्य कर्मचाऱ्यांना त्यांनी पाठीवरती फट असलेली जॅकेटस् घालण्याचे सांगितले आहे. मी त्यावर त्यांना सुचवले की, जेव्हा हे वाढपी वाढताना वाकतील तेव्हा त्यांच्या पाठीवरील जॅकेटला पडणाऱ्या फटी या पहाणाऱ्याला वाईट दिसतील. त्याऐवजी फ्लॅप्स असल्या तर बरे. त्यांना ते पटले. परंतु उगाचच जादा नखरा, चैन व भपका करणे हे त्यांना आवडत नव्हते. यावाचूनही माणसाला रूबाबात रहाता येते, असे त्यांचे मत होते. इथे हे मुद्दाम सांगण्याचे कारण अनेकदा त्यांच्यावरती डामडौल व भपकेबाजपणा यांची टीका केली जाई. परंतु एक चुकीचा अर्थ लावण्यामुळे तशी टीका होई.

कितीही गुंतागुंतीची व अवघड बाब असली तरी ती समजावून घेण्याचा त्यांचा आवाका खूपच दांडगा होता. जटील विषयावरती त्यांचे अस्खलीत बोलणे ऐकणे हा एक आनंद देणारा अनुभव ठरे. बोलताना वेळोवेळी ते कागदाच्या तुकड्यावरती लिहिलेले मुद्दे चटकन पाहून आपले भाषण पुढे चालवित. जेव्हा एखादे आधी तयार केलेले भाषण समारंभात वाचण्याची वेळ येई, तेव्हा ते आधी त्या भाषणाचा मसुदा खूप काळजीपूर्वक वाचून काढीत. मणिशंकर अय्यर यांनी आपल्या प्रभुत्वाने निवडलेल्या शब्दांनी व वाक्प्रचारांनी लिहिलेली त्यांची भाषणे ते आधी वाचून काढीत. अन् अशा मसुद्यातील चुका काढताना, शब्द खोडून तिथे नवे शब्द घालताना, वाक्ये दुरूस्त करताना मी अनेकदा त्यांना पाहिले आहे.

राजीव गांधी ही एक अत्यंत कुटुंबवत्सल व्यक्ती होती. त्यांनी आपल्या कुटुंबाला सार्वजनिक व अधिकृत झोतांपासून कटाक्षाने दूर ठेवण्याचा प्रयत्न केला

होता. मी त्यांच्या 'रेसकोर्स रोड' या निवासस्थानामध्ये गेलो होतो अन् तेही त्यांच्या गाडीतून ते स्वत: चालवीत असताना. संरक्षकांना चुकवून त्यांनी मला गाडीत घालून घरी नेले होते. १९७९ मध्ये त्यांची मुले प्रियांका व राहुल हे शाळेत जात होते त्यावेळी मी त्यांना अनेकदा पाहिले आहे. कारण माझी पत्नी अधूनमधून त्या शाळेत शिकवावयास जात असे. "प्रियांका ही शाळेत लोकप्रिय मुलगी असून राहुल हा एक शांत मुलगा आहे," असे माझी पत्नी म्हणते, हे मी त्यांना त्यावेळी सांगितले होते. सरकारी समारंभाच्या प्रसंगी मी सोनिया गांधी यांना भेटत असे. एकदा राष्ट्रपतींनी दुपारचे जेवण दिले होते. ते राष्ट्रपती भवनामधील 'यलो रूम' मध्ये आयोजित केले होते. त्यावेळी जमलेल्या माणसात सोनिया गांधी या एकमेव महिला होत्या. राष्ट्रपती यायला अजून अवकाश होता. त्या एकट्याच बाजूला उभ्या असताना मी जवळ गेलो व त्यांच्याशी पाच मिनिटे गप्पा मारल्या. हा तसा एक अत्यंत किरकोळ व क्षुल्लक प्रसंग होता. पण नंतर राजीव गांधी यांनी माझे त्याबद्दल आभार मानले. याचे कारण नेहमी अशा प्रसंगी त्यांच्या जवळ कोणी जाऊन बोलत नसे व त्या एकट्या पडत असत. दुसऱ्या एका प्रसंगी एका पाहुण्याला निरोप देण्यासाठी राजीव व सोनिया हे विमानतळावरती गेले होते. त्यावेळी मी त्यांच्याजवळ जाऊन बोलू लागलो. आदल्या दिवशी वरूण गांधी आपले वडील संजय गांधी यांच्या समाधीपाशी अवखळपणे धावत असताना सोनिया त्याला पकडायचा प्रयत्न करीत होत्या. कोण्या एका बातमीदाराने तो प्रसंग टिपला व ते छायाचित्र वृत्तपत्रात प्रसिद्ध झाले. "आजच्या वर्तमानपत्रातील ते छायाचित्र पाहून तमाम भारतीय गृहिणी विशेषत: भारतीय माता या तुमच्यावरती बेहद्द खूष होणार," असे मी त्यांना सांगितले. नंतर जेव्हा मी राजीव गांधी यांना ऑफिसात भेटलो तेव्हा त्यांना माझ्या या टिपणीमुळे खूप आनंद झाल्याचे दिसले.

परदेशाहून बॅलेनृत्य करणारा एक सुप्रसिद्ध ट्रूप दिल्लीत आला होता. त्यांचा कार्यक्रम संध्याकाळी सिरी फोर्ट प्रेक्षागृहात आयोजित केला होता. माझ्या घरून या कार्यक्रमाला चलण्याचा आग्रह झाल्याने त्या संध्याकाळी मंत्रीमंडळाच्या एका उपसमितीला गैरहजर रहाण्याची राजीव गांधी यांना परवानगी मागितली. जेव्हा आम्ही समारंभस्थळी गेलो तेव्हा तिथे सारा गडबड उडालेला, धावपळीचा कारभार दिसला. कारण तिथल्या संयोजकांना अचानक सांगितले गेले होते की, कार्यक्रम पहायला पंतप्रधान आपल्या कुटुंबियांसह येत आहेत. त्याप्रमाणे ते खरोखरच आले होते. मी जेव्हा त्यांना मध्यंतरात भेटलो व येथे येण्याचे प्रयोजन विचारले तेव्हा ते डोळे मिचकावित म्हणाले, "जर कॅबिनेट सेक्रेटरी मिटिंगला दांडी मारू शकतो तर पंतप्रधानांनाही का नाही ते जमणार?"

राजीव गांधी यांच्याभोवती सुरक्षा खात्याचे जे कडे नेहमी असे त्यामुळे ते

गुदमरून जात. त्या कठीण कवचाचा भेद करून आपण कधी बाहेर पडतो आहोत याची ते संधी शोधीत. सुरक्षेच्या व्यवस्थेमुळे ते अस्वस्थ होत. त्यामुळे त्यांच्या स्वातंत्र्याचा संकोच होत असे. पण नुसते एवढेच कारण नाही, तर बाहेरच्या जगातील सामान्य माणसांशी त्यांना त्यामुळे संपर्क साधता येत नसे. त्यामुळे आपल्याभोवती फक्त तोंडपुजे, खुषमस्करे, हांजी हांजी करणारे अशा लोकांचे कंपू जमत आहेत. याची त्यांना कल्पना आली होती. त्यामुळे जेव्हा एखादी व्यक्ती त्यांना भेटायला येई तेव्हा ही व्यक्ती त्या खुषमस्कऱ्यांच्या वर्गातील तर नाही ना? अशी त्यांना शंका येई. मग ते त्या व्यक्तीला भेदक प्रश्न विचारीत. आजूबाजूला कोणी राजकीय व्यक्ती नसेल तर ते, मी व माझे सहकारी यांच्याबरोबर एकदम मोकळे वागत, असे माझ्या लक्षात आले होते. आपल्या मित्रांशी त्यांची गाढ निष्ठा होती पण कधी कधी त्यामुळे अवघडलेला प्रसंगही उद्भवे. काही निरोप माझ्याकडे 'खुद्द राजीव गांधी यांनी पाठविले आहेत,' असे सांगून पाठविले जात. मी त्याबद्दल शहानिशा करून घेण्यासाठी राजीव गांधींना विचारीत असे. मग अशा वेळी अनेकदा कॅ. सतीश शर्मा यांच्याविरुद्ध मला तक्रार करावी लागे. आपल्या मित्रांवरती आत्यंतिक निष्ठा असल्यामुळेच त्यांना बोफोर्स प्रकरणासारख्या कोंडी करणाऱ्या प्रसंगात सापडावे लागले असणार.

आपल्या सुरक्षा अधिकाऱ्यांच्या स्वास्थ्याकडे त्यांचे लक्ष असे. सेवानिवृत्त झाल्यानंतर त्यांची आर्थिक परिस्थिती कशी असेल याची ते नेहमी चौकशी करत व ती परिस्थिती सुधारण्यासाठी प्रयत्न करीत. आपल्याला वाचवण्यासाठी याच माणसांना स्वत:चा जीव गमवावा लागतो याची त्यांना पुरेपूर कल्पना होती. परदेश दौऱ्यावर राजीव गांधी यांच्याबरोबर असताना त्यांना पूर्ण दैनंदिन भत्ता दिला जात नाही हे मला कळले. कारण अशा दौऱ्यावर रोजचे जेवण हे सहसा मोफत दिले जाते, असे धरून चालले जाते. परंतु प्रत्यक्षात तसे घडत नव्हते. त्यामुळे परदेशात जेव्हा राजीव गांधी यांचे जेवणखाण होऊन ते विश्रांती घेऊ लागत तेव्हा त्यांचे सुरक्षा अधिकारी हे जवळच्या अपुऱ्या दैनंदिन भत्त्यातून स्वत:च्या खाण्या-पिण्याची तरतूद करण्यासाठी धडपडत असत. पण राजीव गांधी हे खूप उशीरा विश्रांती घ्यायला जात असल्याने तोपर्यंत उशीर झालेला असे. अनेकदा या सुरक्षा अधिकाऱ्यांकडे परदेशात जेवण घेण्यासाठी खिशात पैसेच उरलेले नसत. यावर मी 'या अधिकाऱ्यांच्या दैनंदिन भत्त्यात कसलीही कपात न करता तो नेहमी पूर्णपणे देण्यात यावा,' असा एक हुकूम काढला व तसे राजीव गांधी यांना सांगितले. त्यांनी ते चटकन मानले, पण त्याहीपुढे जाऊन अशी भत्त्यात कपात करणाऱ्या ऑफिसरला सज्जड दम भरला. ते स्वत:च्या वैयक्तिक सुरक्षिततेची अजिबात काळजी करीत नसत. परंतु आपल्या कुटुंबाबद्दल विशेषत: दोन्ही मुलांबद्दल मात्र ते कमालीची खबरदारी घेत.

ऑक्टोबर १९८९ मध्ये जेव्हा निवडणुका जाहीर झाल्या तेव्हा आम्ही सुरक्षा अधिकाऱ्यांबरोबर चर्चा केली. आता राजीव गांधी यांना भाषणे करण्यासाठी, प्रचारासाठी व जनतेत मिसळण्यासाठी कितपत मोकळीक द्यावी, यावर ती चर्चा होती.

जेव्हा व्ही. पी. सिंग हे सत्तेवरती आले तेव्हा त्यांनी मला "तुमची नोकरी अशीच चालू ठेवून मला साथ द्या," म्हणून विनंती केली. नवीन पंतप्रधानांबरोबर मी काम करण्यास राजीव गांधी यांची काहीही हरकत नव्हती. संसदेला उद्देशून जेव्हा सेन्ट्रल हॉलमध्ये राष्ट्रपतींना भाषण करायचे होते तेव्हा विरोधी पक्षीयांचे नेते म्हणून राजीव गांधी उपस्थित होते. मी त्यांच्याकडे सर्वांच्या देखत चालत गेलो व त्यांच्या या नव्या कामाला शुभेच्छा दिल्या. पण जनता दलातील बऱ्याचजणांना माझ्या या कृतीबद्दल नापसंती वाटली व ती त्यावेळी मला स्पष्टपणे दिसून आली. त्यावेळी माझी नोकरी खंडित करण्याबाबत व्ही. पी. सिंग यांच्यावरती खूप दबाव आणला गेला होता. एका मंत्र्याने तर 'मी म्हणजे पंतप्रधानांच्या कार्यालयातील राजीव गांधी यांची एक चामखीळ आहे,' असा माझा उघड उघड उल्लेख केला. यामुळे मी सावध झालो व राजीव गांधी यांना येथून पुढे न भेटण्याचे जाणीवपूर्वक ठरवले. मी पंतप्रधानांच्या कार्यालयात असल्याने प्रतिपक्षाबद्दलची बातमी विचारणे किंवा आपल्या बाजूने काही करावयास सांगणे, अशा गोष्टी करावयास राजीव गांधी बिलकुल सांगणार नाहीत याची मला खात्री होती. पण तरीही कुठेही वाद निर्माण होऊ नये म्हणून मीच त्यांना टाळायचे ठरवले. मी जे करत होतो तेच योग्य आहे अशी माझी खात्री होती.

याचवेळी ते अरिफ मोहंमद प्रकरण निर्माण झाले. अरिफ मोहंमद हे व्ही. पी. सिंग यांच्या सरकारात एक मंत्री होते. राजीव गांधी यांची भेट घेण्यासाठी ते लोकसभेत गेले होते. पण त्यांच्या या एवढ्याशा छोट्या भेटीमुळे काही जणांनी हेतूपूर्वक वादंग निर्माण केले. 'अरिफ मोहंमद हे राजीव गांधी यांच्याशी काहीतरी राजकीय समझोता स्वत:साठी करीत आहेत,' अशा अर्थाच्या वावड्या यातून उडाल्या. मी राजीव गांधी यांच्याकडे जाणे बंद केल्याने त्यांच्या भोवतालचे लोक त्यांना "पहा, देशमुख यांनी तुम्हाला कसे टाकून दिले आहे," असे सांगून माझ्याविषयीचे मत कलुषित करू लागले. मी त्यांच्या वाढदिवशी त्यांना शुभेच्छा देण्यासाठी संपर्क साधण्याचा प्रयत्न केला. पण दुर्दैवाने तो साधता आला नाही. नंतर मला डिसेंबर १९९० मध्ये असे कळले की, *इकॉनॉमिक टाईम्स* वृत्तपत्रात छापून आलेली माझी मुलाखत वाचून त्यांना खूप आनंद झाला होता. त्या मुलाखतीचे शीर्षक A Soft Corner For Rajiv Gandhi 'राजीव गांधी यांच्याविषयी सहानुभूती' असे होते व ते माझ्या तोंडचे शब्द होते. फेब्रुवारी १९९१ मध्ये मी मनुभाई देसाई

यांच्याबरोबर त्यांना भेटावयास गेलो होतो. तिथे प्रणव मुखर्जी व करणसिंग हेही बसले होते. माझी सगळ्यांशी थोडा वेळ बातचीत झाली. राजीव गांधी यांच्याशी ती माझी शेवटचीच भेट होती. त्यानंतर लगेचच दिल्ली कायमची सोडून मुंबईला स्थायिक होण्यासाठी मी दिल्लीचा निरोप घेतला.

राजीव गांधी यांच्याबद्दल आणखी एक असेही म्हणता येईल की, ते काही नशीबवान पंतप्रधान नव्हते. काही विशिष्ट गोष्टी त्यांच्या संदर्भात अशा काही घडत गेल्या की त्याला कोणतेही संयुक्तिक कारण सांगता येत नाही. त्यांचे नशीब अजून थोडे जरी बलवत्तर असते तर ज्या काही चमत्कारिक घटना घडल्या, त्यातून ते नक्की वाचले असते. कारण अशा गोष्टी कित्येक अत्यंत वाईट राजकीय नेत्यांबाबत घडूनही ते केवळ नशीब बलवत्तर म्हणून त्यातून सहीसलामत निसटल्याची उदाहरणे इतिहासात आहेत. जर राजीव गांधी यांची हत्या झाली नसती तर ते नक्कीच सत्तेवरती आले असते. मग त्यांनी परत आपल्या मृदू व परिपक्व नेतृत्वाने या देशाचा कारभार हाकला असता. माणूस आणि घटना या समजावून घेणारा जाणकार म्हणूनही ते झाले असते.

त्यांची पंतप्रधानपदाची कारकीर्द ही अधिक सहानुभूतीने समजावून व जाणून घेऊन मगच तिचे नीट मूल्यमापन केले पाहिजे.

◆

व्ही. पी. सिंग आणि चंद्रशेखर यांच्यासमवेत

२१
नवीन सरकारची स्थापना आणि पराभव

जेव्हा राजीव गांधी यांनी सरकार बनवण्याची जोखीम पत्करली नाही तेव्हा काँग्रेसनंतर खासदारांची अधिक संख्या असलेल्या पक्षाला राष्ट्रपती सरकार स्थापन करण्यासाठी बोलावणार हे उघड होते. त्यामुळे जनता दलाच्या संसदीय पक्षातील घटनांवरती आम्ही लक्ष ठेवून होतो. १ डिसेंबर १९८९ रोजी त्या पक्षाच्या निवडून आलेल्या खासदारांची संध्याकाळी सभा भरणार होती. ही सभा खूपच निर्णायक ठरणार होती. पंतप्रधानांच्या कार्यालयात आम्हाला असे कळले की, चौधरी देवीलाल हे संसदीय जनता पक्षाचे नेते म्हणून निवडून येणार आहेत. पण प्रत्यक्षात त्यावेळी अचानक चित्र बदलले आणि व्ही. पी. सिंग निवडून आले. एका मासिकात याबद्दल असे लिहून आले की, "..... ह्या सभेचे कामकाज हे खरोखर बघण्याजोगे होते. ज्या चंद्रशेखर यांचा उल्लेख बराच काळ 'देशाचे सर्वांत कावेबाज राजनीतिज्ञ आणि व अत्यंत सफाईने पक्षात फूट पाडणारे' असा केला जातो त्या चंद्रशेखर यांना ते बेसावध असताना अत्यंत हुशारीने शह दिला गेला व त्यांची राजकीय मानहानी करण्यात आली." या गोष्टीचा त्यांना बसलेला जबरदस्त धक्का त्यांच्या चेहेऱ्यावरती स्पष्टपणे दिसला. 'मी त्यांना दाखवून देईन,' असे ते खालच्या आवाजात आपला श्वास रोखून म्हणाले. नंतर याबद्दल थोडक्यात बोलताना ते म्हणाले, 'मी या निर्णयाला माझे मत राखून मान्यता देतो. कारण झाल्या गोष्टीबद्दल मला प्रथमपासून पूर्णपणे अंधारात ठेवले गेले होते.' नंतर जेव्हा राष्ट्रीय आघाडीची सभा भगवी कफनी घातलेल्या एन. टी. रामाराव यांनी बोलावली तेव्हा चंद्रशेखर व त्यांच्या समर्थकांनी त्यावेळी उद्वेगाने सभात्याग केला......"

स्पेशल प्रोटेक्शन ग्रुपला एव्हाना सूचना देण्यात आल्या व त्यांनी व्ही. पी. सिंग यांना राष्ट्रपती भवनाकडे जाताना संरक्षण दिले. मग राष्ट्रपतींनी त्यांना औपचारिकरित्या सरकार बनवायला सांगितले.

मी पंतप्रधानांचा प्रिन्सिपल सेक्रेटरी होतो. पण आता नवीन पंतप्रधान आल्यावर

मी रहावे का जावे याचा निर्णय करण्यासाठी माझ्या सहकाऱ्यांशी सल्लामसलत केली. मग कार्यालयातील ॲडिशनल सेक्रेटरी वासुदेवन यांनी माझ्या राजीनाम्याच्या पत्राचा मसुदा तयार केला. त्याची सुरुवात In the past tradition of civil service.. ('मुलकी सेवेतील आतापर्यंतच्या प्रथेनुसार....') अशी होती. मग मी माझा राजीनामा लोदी इस्टेटमध्ये रहात असलेल्या व्ही. पी. सिंग यांच्या घरी पाठवून दिला. त्याचबरोबर मी त्यांना असेही कळवले की, येथून पुढे नवीन पंतप्रधानांच्या शपथविधी समारंभासाठी माझ्याऐवजी राष्ट्रपतींच्या सेक्रेटरीकडे संपर्क साधावा. दुसऱ्या दिवशी सकाळी ८ वाजता व्ही. पी. सिंग यांच्या घरी मी गेलो. त्यावेळी ते आपले कुटुंबीय व दोन तीन मित्र यांच्याबरोबर न्याहारी करीत होते. त्यांनी मला "शपथविधी समारंभ उद्या आहे," असे सांगितले. वासुदेवन यांनी या संदर्भात पत्रे लिहिली होती. त्यांनी मला संध्याकाळी सांगितले की, दुसरे दिवशी म्हणजे ३ डिसेंबर रोजी फक्त पंतप्रधान व उपपंतप्रधान यांचा शपथविधी होणार आहे.

त्याप्रमाणे दुसरे दिवशी दुपारी १२:१५ वाजता तो शपथविधी समारंभ सुरू झाला. व्ही. पी. सिंग व देवीलाल यांना शपथा देण्यात आल्या. देवीलाल यांना केंद्रीय मंत्री होण्यासाठी राष्ट्रपतींनी शपथ दिली. परंतु देवीलाल यांच्या म्हणण्यानुसार ते उपपंतप्रधान म्हणून शपथ घेत होते. परंतु उपपंतप्रधान असे पद मुळात घटनेमध्ये लिहिलेले नाही! शेवटी राष्ट्रपतींनी देवीलाल यांच्याकडे दुर्लक्ष केले.

साऊथ ब्लॉकमधील आपल्या कार्यालयात नवीन पंतप्रधान आल्यावर मी त्यांना सर्व अधिकाऱ्यांची ओळख करून दिली. यावेळी वृत्तपत्रांचे छायाचित्रकार आणि टी. व्ही. कंपन्याच्या तुकड्या आपापल्या लवाजम्यानिशी हजर होत्या. जेव्हा मी व्ही. पी. सिंग यांना "प्रथेनुसार राष्ट्राला उद्देशून टीव्हीसमोर एक छोटेसे भाषण द्यावे लागेल." अशी विनंती केली. त्यावरती ते म्हणाले की, "आपले भाषण आधी मीच लिहून काढेन." मग प्रथेनुसार मी माझा राजीनामा त्यांच्यापुढे ठेवला. त्यांनी कारभार हाती घेतल्यापासून पाहिलेला हा पहिला कार्यालयीन कागद होता. माझ्या राजीनाम्यामुळे त्यांना आपल्या आवडीनुसार नवीन प्रिन्सिपल सेक्रेटरीची निवड करता येणार होती व तो मग त्यांच्या विश्वासातला रहाणार होता. पण यावर त्यांनी कां कूं न करता स्पष्ट सांगितले की, प्रिन्सिपल सेक्रेटरी म्हणून निदान वर्षभर तरी मीच हे कामकाज पुढे चालू ठेवावे.

नवीन मंत्रीमंडळाचा शपथविधी ५ डिसेंबर रोजी झाला. खातेवाटप करताना पंतप्रधानांनी माझ्याशी विचारविनीमय केला आणि आपली निवडही सांगितली. त्यांनी मुफ्ती महंमद सईद यांना गृहमंत्री केले. त्याबद्दल मी त्यांची ही निवड कशी नाविन्यपूर्ण आहे हे सांगितले. कारण स्वतंत्र भारतात प्रथमच एक मुस्लीम व्यक्ती या गृहमंत्रीपदावरती बसत होती. पण खातेवाटप भविष्यात त्यांना बदलता येणार

नव्हते हे नक्की. त्याची कारणेही उघड होती. त्यांनी माझ्याकडे पाहून यावरती फक्त एक स्मित हास्य केले. त्यांनी मधू दंडवते यांना अर्थ मंत्रीपद देऊ केले. पण मला त्यांची ही निवड रुचली नाही. कारण आर्थिक आघाडीवरती गंभीर परिस्थिती होती. ती सुधारण्यासाठी ठाम व कठोर निर्णय घेऊ शकणाऱ्या व्यक्तीची गरज होती. त्या मानाने मधू दंडवते हे जरासे मवाळ प्रवृत्तीचे होते. राजीव गांधी यांच्या मंत्रिमंडळात व्ही. पी. सिंग हे अर्थमंत्री असल्याने मी त्यांना अर्थ खाते स्वत:कडे ठेवण्याचे आणि मधू दंडवते यांच्याकडे संरक्षण खाते देण्याचे सुचवले. पण हे मी फक्त सुचवले, त्यांचे मन वळवण्याचा प्रयत्न केला नाही. कारण जे काही खातेवाटप करायचे होते त्याबद्दलचा निर्णय त्यांनी आधीच घेऊन ठेवला होता. संरक्षण खाते स्वत:कडे ठेवण्याचा त्यांचा निर्णय तर पक्का होता. अन् याची कारणेही उघड होती. जनता दलात ज्येष्ठ नेते असलेल्या मधू दंडवते यांना अर्थ खात्याखेरीज दुसरे कोणतेही खाते तेवढे महत्त्वाचे नव्हते. आय. के. गुजराल यांनी परराष्ट्र खाते मागितले व ते त्यांना दिले गेले. देवीलाल यांच्याकडे कृषी मंत्रालय सोपवले गेले. जुन्या जनमोर्चा गटातील दोन महत्त्वाच्या नेत्यांना, म्हणजे अरुण नेहरु व अरिफ मोहंमद खान यांना अनुक्रमे व्यापार व ऊर्जा खाती देण्यात आली. लोकदलाचा महत्त्वाचा नेता अजितसिंग यांना उद्योगखाते देण्यात आले. मग मी पर्यटन खाते हा व्यापार मंत्रालयाशी जोडून ते अरुण नेहरु यांना द्यावे असे सुचवले. कारण पर्यटन खाते हे एक परकीय चलनाचा स्रोत होता. पंतप्रधान माझ्या या मताशी सहमत झाले. नागरी विमान वाहतूक आणि दूरसंचार ही खाती अजूनही कोणाला दिली गेली नव्हती. म्हणून मी अरिफ मोहंमद खान यांच्याकडे नागरी विमान वाहतूक आणि उन्नीकृष्णन यांच्याकडे दूरसंचार ही जादा खाती सोपवावीत, असे सुचविले. यांना पण नंतर मला उन्नीकृष्णन यांच्याकडे दूरसंचार खाते देण्याची सूचना केल्याचा पश्चाताप झाला. रामकृष्ण हेगडे हे खासदार नसल्याने त्यांच्याकडे नियोजन आयोग सोपवावे आणि केंद्रीय मंत्र्याचा दर्जा त्यांच्या पदाला द्यावा, असे पंतप्रधानांनी सूचित केले.

काही दिवसांनी पंतप्रधानांनी सांगितले की प्रा. एम. जी. के. मेनन यांना राज्यमंत्री म्हणून मंत्रीमंडळात घेण्याचा निर्णय घेतला आहे. कारण आपल्या मंत्रीमंडळात काही शास्त्रज्ञ असावेत अशी त्यांची इच्छा होती. मी याबद्दल माझे स्पष्ट मत त्यांना सांगितले, ''प्रा. मेनन हे गेली बरीच वर्षे शास्त्रज्ञाची कामे करीत नसल्याने व ते त्या क्षेत्रात राहिलेले नसल्याने आता ते शास्त्रज्ञ नाहीत. एव्हाना त्यांचे पूर्ण रुपांतर एका राजकीय व्यक्तीमध्ये झाले आहे.'' राजीव गांधी यांच्या कारकीर्दीत तर शास्त्रज्ञांच्या समाजाने मेनन यांना शास्त्रज्ञ म्हणून मानण्याचे जवळजवळ नाकारले होते. त्यांनी शासकीय सेवेत प्रवेश करून इलेक्ट्रॉनिक्स खात्याचे सेक्रेटरीपद मिळवले होते. नंतर ते नियोजन आयोगाचे सभासद झाले. त्यानंतर ते पंतप्रधानांचे शास्त्रीय

सल्लागार बनले. त्यांनी सरकारी पातळीवरती जी विज्ञानाची प्रकरणे हाताळली ते कार्यही फारसे असे नाही. त्याचबरोबर आपल्या कामात त्यांनी हाताखालच्या काही नोकरशहांचा वाजवीपेक्षा जादा प्रभाव पडू दिला, अशा स्वरूपाची बरीच गंभीर टीका त्यांच्यावरती झाली होती. "मेनन यांनी नियोजन आयोगावरती एव्हाना पाच वर्षे पुरी केली असल्याने त्यांचे आयोगावरचे सभासदत्व पुढे चालू ठेवायचे का?" असे मी राजीव गांधी यांना विचारले होते. त्यावर त्यांनी सांगितले की, "जेव्हा मेनन यांना पंतप्रधानांचा वैज्ञानिक सल्लागार (Scientific Advisor) म्हणून नेमले तेव्हाच त्यांनी नियोजन आयोगाचे सभासदत्व सोडायला हवे होते." मग मला तसे मेनन यांना कळवायला त्यांनी सांगितले. मी जेव्हा मेनन यांच्याकडे जाऊन त्यांचे नियोजन आयोगाचे सभासदत्व पुढे चालू करता येणे शक्य नाही असे म्हटले, तेव्हा ते अक्षरश: खचले. त्यांनी गयावया करीत मला सांगितले की त्या सभासदत्वामुळेच त्यांना सरकारमध्ये प्रतिष्ठा व अधिकार मिळाले आहेत. त्यामुळे वैज्ञानिक सल्लागाराचे पद कितीही प्रतिष्ठेचे असले तरी ते सोडून द्यायची त्यांनी तयारी दर्शवली आणि नियोजन आयोगाचे सभासदत्व आणखी पाच वर्षे वाढवून देण्याची विनंती केली. परंतु मला आता पंतप्रधानांकडून या बाबतीत मार्गदर्शन केले गेले असल्याने मी मेनन यांचे नियोजन आयोगाचे सभासदत्व संपुष्टात आल्याचे सांगणारे एक नोटीफिकेशन प्रसिद्ध करणार होतो. मी त्यांना तसे सांगताच पुन्हा एकदा त्यांनी अत्यंत गयावया करीत सांगितले की, "कृपा करून एक दोन दिवस थांबा. मी या बाबतीत राजीव गांधी यांना आधी भेटून घेतो." शेवटी अपेक्षेप्रमाणेच घडले. जेव्हा मेनन हे राजीव गांधी यांच्यापुढे अत्यंत गयावया करू लागले तेव्हा त्यांना अवघडल्यासारखे झाले व म्हणून त्यांचे नियोजन आयोगाचे सभासदत्व पुढे चालू ठेवले. नंतर राजीव गांधी यांनी मला तसे दोन दिवसांनी सांगितले.

पण आता नवीन पंतप्रधानांनी सांगितले की मेनन यांना सरकारमधे घेण्याची इच्छा आहे म्हणून त्यांनी मेनन यांना राज्यमंत्रीपद देऊन त्यांचा शपथविधी केला व पंतप्रधानांच्या अखत्यारीमधील सर्व वैज्ञानिक खाती त्यांच्याकडे सोपवली. त्यानंतर 'मानव संसाधन व विकास' या खात्याच्या एका राज्यमंत्र्याने राजीनामा दिल्यावर व्ही. पी. सिंग यांनी तेही राज्यमंत्रीपद मेनन यांना देऊन टाकले.

जेव्हा व्ही. पी. सिंग यांची कारकीर्द संपली तेव्हा मात्र त्यांनी मला सांगितले की, "तुम्ही डॉ. मेनन यांचे जे मूल्यमापन केले होते तेच बरोबर ठरले. मंत्रीपद मिळाल्यावरती अत्यंत सामान्य राजकारणी माणसाप्रमाणे ते वागले. शैक्षणिक व वैज्ञानिक क्षेत्रातील मानाची पदे सोडण्यास ते तयार झाले नाहीत."

जेव्हा डॉ. मेनन यांना मंत्रीपद दिले गेले तेव्हा डॉ. राजा रामण्णा यांनी आपल्यालाही मंत्रीपद मिळण्याच्या शक्यतेबाबत पंतप्रधानांकडे चाचपणी केली.

त्यांच्या प्रयत्नांना यश आले व पंतप्रधानांनी रामण्णा यांच्या मनाजोगता निर्णय घेतला. जे. आर. डी. टाटा यांच्याबरोबर डॉ. रामण्णा त्यावेळी काम करीत होते. म्हणून मी टाटा यांच्यापाशी रामण्णा यांच्या संदर्भात बोलणी केली. नंतर काही दिवसांनी रामण्णा यांना संरक्षण उत्पादन खात्याचे राज्यमंत्रीपद बहाल करण्यात आले. पूर्वी ॲटॉमिक एनर्जी कमिशनचे अध्यक्षपद त्यांच्याकडे होते. तसेच संरक्षण खात्याचे सल्लागारपदही त्यांच्याकडेच होते. म्हणून मी पंतप्रधानांना एक सावधगिरीची सूचना केली. रामण्णा यांच्या अशा नियुक्तीमुळे व त्यांच्याकडे अणुऊर्जेचे अध्यक्षपद असल्याने भारत अणुशस्त्रांच्या निर्मितीच्या दिशेने पावले टाकीत आहे असा चुकीचा संकेत यातून प्रसृत होऊ शकेल.

डॉ. अरुणाचलम हे संरक्षण मंत्र्यांचे वैज्ञानिक सल्लागार होते. त्यांनी थेट पंतप्रधानांकडे नेहमी आपल्या कामाचा अहवाल द्यावा अशी व्यवस्था मी केली. डॉ. मेनन व डॉ. रामण्णा यांना मंत्री म्हणून नेमण्यात व्ही. पी. सिंग यांना का रस होता, ते मला समजले नाही. आपण अणुवैज्ञानिक बनावे अशी व्ही. पी. सिंग यांची एके काळची महत्त्वाकांक्षा होती. ती महत्त्वाकांक्षा पुरी न झाल्याचा परिणाम म्हणून अशा नेमणुका करण्याची त्यांची मानसिकता तर झाली नसेल ना? जाता जाता हे सांगायला हवे की, पुण्यातील फर्ग्युसन कॉलेजात १९५९ साली व्ही. पी. सिंग शिकत होते. तेव्हा ते ३० वर्षांचे होते आणि एक विवाहित गृहस्थही होते.

जेव्हा पंतप्रधानांनी असे ठरवले की जॉर्ज फर्नांडिस यांनी काश्मिरमधील घडामोडींकडे बघावे, तेव्हा एक चमत्कारिक अडचण त्यात उद्भवली. कामकाजाच्या नियमांनुसार (Rules of Business) हा विषय गृह मंत्रालयाकडे येत होता. त्यामुळे आम्हाला काही शब्दांची कसरत करावी लागून फर्नांडिस यांना एक जादा खाते दिल्याचे नोटिफिकेशन प्रसिद्ध करावे लागले. यामुळे साहजिकच गृह मंत्रालयात काहीजणांच्या मनात गोंधळ निर्माण होऊन पंतप्रधान व गृह मंत्री यांच्यात कळून न येण्याजोगा तणाव निर्माण झाला. कारण गृह मंत्री हे काश्मिरचे रहिवासी होते.

देवीलाल यांनी एक चमत्कारिक गोंधळ काही काळ केला होता. त्यांना एस. के. मिश्रा हे शेतकी खात्याचे सचिव म्हणून त्यांच्याकडे हवे होते. त्यावेळी मिश्रा हे पर्यटन खात्यात होते. त्यांची तिथून हलायची इच्छा नव्हती. मग देवीलाल यांनी सुचवले की त्यांना पर्यटन खात्याचा मंत्री बनवावे, म्हणजे मिश्रा त्यांच्याकडे येतील. ज्याच्याशी काहीही संबंध नाही अशापैकी एक गोष्ट करण्याचा देवीलाल आग्रह धरत होते.

हे अल्पमतातील सरकार कसे चालते आहे हे आम्ही उत्सुकतेने पहात होतो. राष्ट्रीय आघाडीचे (नॅशनल फ्रन्ट) हे सरकार जनता दल, तेलगू देसम पार्टी, डीएमके आणि आसाम गणतंत्र परिषद यांनी मिळून बनलेले होते. शिवाय डावी

आघाडी व भाजप यांनी या सरकारला बाहेरून पाठिंबा दिला होता. थोडक्यात, ही घाईघाईने व वाटेल ते करून काँग्रेसला सत्तेपासून दूर ठेवले पाहिजे या इच्छेतून आवळलेली मोट होती. अशी ह्या चित्रविचित्र घटकांनी एकत्र बनलेली संघटना फार काळ टिकून राहणार नव्हती. त्यातून जनता दल व डावे पक्ष यांचा भाजपच्या राजकीय तत्त्वज्ञानाला कडाडून विरोध होता. तरीही व्ही. पी. सिंग आम्हाला सांगत की, कोणालाही आता सार्वत्रिक निवडणुका निदान येत्या तीन ते चार वर्षे नको असल्याने आमचे हे अल्पमतवाल्यांचे सरकार हे सर्वांत जास्त स्थिर रहाणार आहे. अशा सरकारने नेहमी ज्वलंत प्रश्नांकडे व जनतेच्या मतांकडे गंभीरतेने पाहून त्यावरतीच फक्त काम केले पाहिजे आणि परिणाम दाखवले पाहिजेत. कारण येथे सरकारच्या स्थैर्यासाठी बहुमत नसल्याने ते फक्त सरकारच्या कार्यावरतीच चालेल.

त्यांची राजकीय गणिते अशी होती : जोपर्यंत भाजपला त्यांच्या प्रभावक्षेत्राला, विशेषत: उत्तरप्रदेशाला, नवीन सरकारकडून धोका पोचत नाही तोपर्यंत ते पाठिंबा देत रहातील. तसेच जोपर्यंत अयोध्या प्रश्नासंबंधी घेतलेल्या जातीयवादी पवित्र्याविरुद्ध भाजपविरोधी पक्ष हे सरकारवरती दडपण आणत नाहीत तोपर्यंत सरकार टिकून राहील. त्यांच्या अंदाजानुसार उत्तर प्रदेशातील परिस्थिती एक दोन वर्षांत त्यांना सहज निवळून दाखवता येईल किंवा भाजपच्या हिंदू जातीयवादाविरोधात एखादी तुल्यबळ शक्ती निर्माण करता येईल. आता अशा वेळी त्यांनी आपल्या हातातील मंडल आयोगाच्या अहवालाचे घोडे राजकारणाच्या मैदानात उतरवले. आयोगाच्या शिफारशीनुसार अन्य मागासवर्गीयांना (OBC) सरकारी नोकऱ्यात राखीव जागा द्यायला हव्यात. आयोगाचे हे मत त्यांनी उचलून धरले व त्याचा आग्रह धरला. सर्वसंमतीच्या राजकारणावर आधारलेल्या सरकारकडून जी काही प्रमुख धोरणे आखली जातील त्यापुढे भाजपला मान तुकवावी लागेल असा त्यांचा होरा होता. कारण भाजपकडे कसलीही जबाबदारी नसलेली सत्ता असल्याने त्यांना सरकारला बाहेरून पाठिंबा देणे भाग पडणारच.

याखेरीज व्ही. पी. सिंग हे काँग्रेस पक्षातील फुटीवर डोळा ठेवून बसले होते. त्यांना असा आत्मविश्वास होता की, सत्तेवरती आल्यावर आपण बोफोर्सचा प्रश्न धसास लावून चटकन सोडवू शकू. त्यातून दलाली घेतलेल्यांची नावे आणि ज्यांना या सौद्यात लाभ झाला आहे त्यांची नावे ही एकदा जाहीर झाली की राजीव गांधी यांच्या प्रतिष्ठेचे नुकसान होईल. अन् हे नुकसान एवढे होत जाईल की त्यामुळे शेवटी त्यांच्या काँग्रेस पक्षात जशी १९७८ साली दुफळी झाली तशी दुफळी माजेल. मग काँग्रेस पक्षातील एका मोठ्या गटाला आपल्याकडे सहज आकृष्ट करून घेता येईल आणि आपले सरकार मजबूत करता येईल. पण शेवटी या सर्व तोंडच्या वाफा ठरल्या. त्या निर्माण झाल्या आणि विरून गेल्या. उलट काँग्रेस पक्षात

असताना आपल्या सहकाऱ्यांबरोबर ते अधिक स्थिर व सुरक्षित होते. त्याऐवजी चित्रविचित्र पक्षीयांच्या सहवासात त्यांचे गाडे डळमळते होते. त्यांनी राजीव गांधी यांना विरोध केला होता, काँग्रेस पक्षाला नव्हे. पण दैवाने त्यांना असा काही एक तडाखा मारला की, राजीव गांधी यांच्या पक्षातील फूट पहाण्याऐवजी राजीव गांधी यांनीच व्ही. पी. सिंग यांच्या जनता दलातील फूट पाहिली.

त्यांचे सरकार हे अल्पमतातले असल्याने नवीन पंतप्रधानांना प्रमुख धोरणांबाबतचे निर्णय हे एकतर्फी घेता येईना. त्यासाठी सर्वसहमतीच्या प्रक्रियेचा अवलंब त्यांना करावा लागला. त्यामुळे त्यांनी पाठिंबा देणाऱ्या आपल्या सर्व पक्षांच्या बैठका नियमितपणे घेण्यास सुरूवात केली. मगच प्रमुख धोरणे ठरवून ती जाहीर केली जायची. त्यामुळे साहजिकच निर्णय प्रक्रिया रेंगाळत चालली. याचे एक उदाहरण म्हणून नवीन औद्योगिक धोरणाबद्दल सांगता येईल. हे नवीन धोरण सरकारला स्वीकारायचे होते पण त्याला डाव्या पक्षांचा विरोध होता. उद्योग खात्याचे सेक्रेटरी अमरनाथ वर्मा यांनी पाठवलेल्या एका प्रस्तावावर वीट येईल इतकी चर्चा झाली. ही चर्चा नुसतीच सरकारमध्ये झाली नाही तर ती डावे पक्ष व भाजप यांच्या नेत्यांबरोबरही झाली. उद्योगमंत्री अजितसिंग यांनी या संदर्भात अशीच एक बैठक बोलावली होती. त्याला प. बंगालचे अर्थमंत्री असीम दासगुप्ता हजर होते. मी त्या बैठकीला जाताना मुद्दाम अर्थखात्याचे सचिव बिमल जालान आणि स्पेशल सेक्रेटरी मॉन्तेकसिंग अहलुवालिया यांना माझ्याबरोबर घेऊन गेलो. जे धोरण आम्हाला दासगुप्ता यांना सादर करायचे होते ते काम या दोघांकडून मी करवून घेतले. पण इतके प्रयत्न करूनही सरकारला हे नवीन औद्योगिक धोरण मंजूर करता आले नाही. याचे कारण या संदर्भातील ज्या काही तथाकथित होकारार्थी व नकारार्थी याद्या करायच्या होत्या त्याच पक्क्या होईनात.

असेच दुसरे उदाहरण साखर उद्योगाचे सांगता येईल. उत्तर प्रदेशातील साखर उद्योग हा बहुतांशी खाजगी लोकांच्या हातातला आहे. येथून निवडून आलेल्या खासदारांनी ह्या उद्योगासाठी लागणारी परवाना पद्धत रद्द करावी म्हणून सरकारवरती दडपण आणण्यास सुरुवात केली. नवीन परवाना काढण्याची पद्धत ही अत्यंत किचकट होती. त्यामुळे हा उद्योग सुरू करण्यात साखर संचालनालयाचे कार्यालय हा एक मोठा अडथळा ठरत होता. म्हणून मनेका गांधी यांनी मंत्रीमंडळाचे लक्ष वेधून उत्तर प्रदेशातील ऊस उत्पादक शेतकऱ्यांकडे सरकारचे लक्ष वेधून घेतले. महाराष्ट्रातल्या उस व साखर उत्पादनाच्या परिस्थितीपेक्षा येथील परिस्थिती पूर्णपणे भिन्न आहे. महाराष्ट्रात या गोष्टी सहकारी क्षेत्रात असून साखर कारखान्यांकडून शेतकऱ्यांना उत्तेजन देण्यासाठी खूप प्रयत्न केले जातात. त्यामुळे ते आपला उस कारखान्याच्या दारात आणून पोचवतात. पण मनेका गांधी यांनी सांगितल्यानुसार उत्तर प्रदेशात ऊस

उत्पादक शेतकऱ्यांना आपला ऊस कारखान्यांनी घ्यावा म्हणून मध्यस्थांना अक्षरश: लाच द्यावी लागते. अन् इतकेही करून ह्या कारखान्यांकडे शेतकऱ्यांच्या उसाची थकबाकी राहिलेली असते. ही रक्कम अर्थातच प्रचंड असते. यातून असा एक प्रस्ताव शेवटी निर्माण झाला की सध्याचा कारखाना व नवीन उभा राहणारा कारखाना यातील अंतर कमी करावे. अर्थातच त्यासाठी त्या भागात पुरेसा ऊस निर्माण व्हायला हवा. यावर पंतप्रधान म्हणाले की, यामुळे उलट आणखी वेळ जाईल. कारण पुरेसे उसाचे उत्पादन झाले आहे की नाही हे ठरवण्याचे अधिकार ज्यांना दिले जातील ते अधिकारी वेळ लावणार. म्हणून त्यांना ही अट काढून हवी होती व फक्त अंतराची अट ठेवायला हरकत नव्हती. उद्योग मंत्रालय व अन्न मंत्रालय यांना आपल्याजवळ परवाना देण्याचे अधिकार ठेवायचे होते. ते सोडून देण्यास ते नाराज होते. म्हणून मी सुचवले की, या बाबतीत उद्योग मंत्रालयाने आपला संदर्भ अन्न मंत्रालयाला पाठवावा आणि अन्न मंत्रालयाने त्यावर ठराविक कालावधीत, म्हणजे एका महिन्यात, आपला शेरा मारून तो उद्योग मंत्रालयाला पाठवावा. म्हणजे नंतर उद्योग मंत्रालयाला परवाना देण्याचा निर्णय घेता येईल. पण याबाबतीत पुढे नक्की काय झाले व हा प्रश्न कसा सोडवला गेला ते मला ठाऊक नाही.

निर्णय घेणे ही एक आता नुकसान करणारी गोष्ट ठरू लागली. कारण निर्णय घेण्यापेक्षा सर्वसहसंमतीला प्राधान्य आले. यामुळे सहसा विरोध होऊ न शकणारे निर्णय आपोआपच घेतले जाऊ लागले. म्हणून जे काही कठोर निर्णय नवीन सरकारला घ्यायचे असतात ते साहजिकच पहिल्या सहा ते आठ महिन्यात घेतले जातात. कारण हा राजकारणाच्या दृष्टीने जनतेबरोबरचा मधुचंद्राचा काळ असतो. पण व्ही. पी. सिंग सरकारच्या सर्वसहसंमतीच्या धोरणामुळे असे काही घडू शकत नव्हते.

नवीन सरकारमध्ये नैसर्गिकरित्या असलेला मूळचा अस्थिरतेचा घटक आता हळूहळू पण निश्चितपणे डोके वर काढू लागला. प्रथम देवीलाल यांच्याकडे अंतर्गत अस्थिरतेचे केन्द्र गेले. दुसरा अस्थिरतेचा घटक हा चंद्रशेखर यांचा होता. ज्या चंद्रशेखर यांना पंतप्रधान निवडण्याच्या डावपेचात व्ही. पी. सिंग यांनी बाजूला सारले ते चंद्रशेखर शांतपणे आपल्या राजकीय जखमा कुरवाळीत बसले होते, परंतु हळूहळू सर्व असमाधानी व्यक्तिंना व घटकांना आकर्षित करून गोळा करीत होते. तिसरा घटक हा भाजपचा. त्यांना अशी भीती वाटत होती की नवीन सरकार हे बराच काळ चालेल. मग आपला प्रभाव जेमतेमच पडेल. त्याचबरोबर मंडल अहवालावरची चळवळ ही आपल्या पायावरतीच घाव घालेल. शेवटचे आणि सर्वांत महत्त्वाचे, खुद्द सरकारला बोफोर्स व्यवहाराबाबत कोणतीही नवीन माहिती उघड करता आली नाही. त्या नवीन माहितीमुळे व्ही. पी. सिंग यांना जी फूट काँग्रेस पक्षात पडेल अशी

इच्छा होती ती पूर्ण होऊ शकली नाही.

देवीलाल यांचे व्यक्तिमत्त्व हे अत्यंत अस्थिर होते. 'ताऊ' या नावाने संबोधली जाणारी त्यांची 'किंगमेकर' भूमिका ही त्यांचे तेच समजत आले होते. जाणूनबुजून नसेल व कदाचित कृतज्ञतेच्या भावनेनीही असेल व्ही. पी. सिंग गटाने त्यांना तसे संबोधण्यास सुरुवात केली. पण नंतर खुद्द हाच 'किंगमेकर' नवीन सरकारच्या मागे हात धुऊन लागला. देवीलाल हे खरे जिल्हा पातळीवरील राजकारणातच रहायला हवे होते. किंवा फार तर ते राज्य पातळीपर्यंत पोचण्याइतपत होते. पण राष्ट्रीय पातळीवर मात्र ते एक 'संकट' म्हणून ओळखले जाऊ लागले. अन् नुसते संकट नाही तर शेवटी एका विनाशकारी शक्तीच्या रूपात ते प्रगट झाले. केन्द्र सरकार कसे चालते याची त्यांना बिलकुल कल्पना नव्हती. एखाद्या राज्याच्या सरकारसारखा ते केन्द्र सरकारचा कारभार हाकू लागले. त्यांनी सर्व प्रकारची निवेदने व आश्वासने यांची खैरात केली. उदाहरणार्थ, जम्मू वा काश्मिर राज्याचे राज्यपाल जनरल कृष्णराव यांना हटवले जाईल. राजदूतपदाच्या ५० टक्के जागा ह्या ग्रामीण भागातून आलेल्या उमेदवारांसाठी राखून ठेवल्या जातील, तामिळनाडूला मुक्तपणे धान्याची मदत दिली जाईल आणि मागास जाती व जमाती यांच्यासाठी असलेल्या राखीव जागा ह्या आर्थिक निकषांवरती पाहिल्या जाव्यात. किंगमेकर म्हणून आपला सल्ला नेहमी घेतला जावा असे त्यांना वाटत असे आणि राजदूतांची पदे व वरिष्ठ पदे यांच्या नियुक्तीमध्ये आपलेही म्हणणे ऐकले जावे अशी त्यांची इच्छा असे. कॅबिनेट अपॉईन्टमेन्ट कमिटीचे सभासद नसतानाही त्यांनी अनेक सूचना केल्या व आश्वासने देऊन ठेवली. मग आपला लाभ व्हावा अशी इच्छा असलेले अधिकारी त्यांच्याभोवती गोळा होऊ लागले. त्यामुळे परिस्थिती आणखीनच विकोपाकडे जाऊ लागली. त्यांच्या कार्यालयातील त्यांचा वैयक्तिक नोकरवर्ग हा प्रबळ होऊ लागला. यात आणखी एक गुंतागुंतीची भर म्हणजे त्यांना इंग्रजी वाचता नीट येत नव्हते. मग त्यांच्या अधिकाऱ्यांना सारे काही तोंडी सांगावे लागे किंवा उर्दू लिपीत लिहून द्यावे लागे.

देवीलाल हे अडाणी होते, गावंढळ होते आणि ते आपल्या हरियाणातील भाषेतील शिवराळ शब्दांचा वाटेल तसा वापर करून दुसऱ्यांचा उद्धार करीत. त्यांच्या अटेन्डन्टने त्यांना चुकीचे पायमोजे दिले म्हणून त्याला ते शिव्या घालत असताना त्याचे व्हिडिओ चित्रण केले गेले. ती टेप पाहिल्यावर समजून येईल की त्यांचे व्यक्तिमत्त्व हे सरंजामशाही होते व गर्विष्ठपणाचे होते. त्यांची आपल्या मुलासंबंधीची अतिरिक्त माया व निष्ठा यामुळे जनता दलात संघर्ष निर्माण होई. आपल्या मुलाचे बेछूट वागणे, बेकायदेशीर कृत्ये करणे हे ते सहजासहजी मान्य करीत नसत. त्यांनी आपले मुख्यमंत्रीपद सोडून ते त्यांचा मुलगा ओमप्रकाश

चौटाला याला दिले. ओमप्रकाश हे मेहम या मतदारसंघातून विधानसभेची निवडणूक लढवित होते. त्यावेळी तिथे मोठ्या प्रमाणात हिंसाचार झाला व काहीजणांना तथाकथित ग्रीन ब्रिगेड या संघटनेने ठारही मारले. या किळसवाण्या अत्याचारांचे व्हिडिओ चित्रण पाहून त्यांच्या विरुद्धचे मत अधिकच कलुषित होऊन विरोधी भावना पराकोटीला जाऊ लागली. देवीलाल यांच्या दोन योजना होत्या. शेतकऱ्यांना धान्याचे भाव वाढवून द्यायचे व त्यांना संपूर्ण कर्जमाफी द्यायची, अशा त्या योजना होत्या. परंतु त्यामुळे राज्याच्या आर्थिक स्थितीवरती अत्यंत भीषण परिणाम झाला. त्यांच्या परदेश दौऱ्यातील बातम्या ऐकून आमचे अंग शहारून जायचे. त्यांना एकदा ऑस्ट्रेलियाला भेट द्यायची होती. पण माझ्या ऑफिसला त्यांची भेट प्रशस्त वाटेना. कारण जुन्या पिढीतला एक सरंजामशाही जमीनदार ज्यावेळी परदेशी जाईल तेव्हा त्यांच्या सवयी आड येतील. ते हुक्क्यातून किंचित अफू ओढत. मग ही अफू बरोबर नेण्यासाठी भारताच्या या उपपंतप्रधानांना जवळ एक परमीट बाळगावे लागेल. त्याचीच भीती त्यांच्या माणसांना वाटत होती. मी आमच्या ऑफिसातील अधिकाऱ्यांना म्हणालो की, आपण याचा जरासा खुबीने खुलासा त्यांना करू. त्याचवेळी त्यांच्या बरोबर जाणाऱ्या अधिकारी वर्गाला योग्य तो निरोप देऊ.

या उपपंतप्रधानांमुळे पंतप्रधानांची गैरसोय होई, त्रास होई व अस्वस्थता वाढे. हे असे लोढणे ते किती काळ गळ्यात बाळगू शकतील याचे आम्हाला नवल वाटे. देवीलाल यांची पत्रे सार्वजनिकरित्या जाहीर झाली. त्यांचा एक राजकीय सहकारी अरुण नेहरू यांचे नाव नेहमी बोफोर्स व्यवहारामध्ये घेतले जायचे. त्यामुळे सरकारला नेहमी अवघडल्यासारखे व्हायचे. आपलाच एक सहकारी मंत्री इंदर गुजराल यांच्याविषयी त्यांनी फार असभ्य शेरे मारले होते. 'इलस्ट्रेटेड विकली ऑफ इंडिया' या साप्ताहिकाला मुलाखत देताना त्यांनी ते शेरे मारले होते. ते प्रसिद्ध झाल्यावर सरकारमध्ये खळबळ माजली. कारण त्या मुलाखतीत त्यांनी 'सध्याचा पंतप्रधान हा कणा नसलेला आहे आणि त्यांचे सहकारी मंत्री हे नालायक व '...' आहेत, अशी विधाने केली होती. पंतप्रधानांच्या विरुद्ध त्यांनी उघड उघड घेतलेली विरोधी भूमिका आणि पक्षात फूट पाडण्याच्या तशाच उघड कारवाया फार काळ सहन केल्या जाणार नव्हत्या. पंतप्रधान व्ही. पी. सिंग यांना देवीलाल यांनी धाब्यावर बसवल्यामुळेच व्ही. पी. सिंग यांनी आपले आसन बळकट करण्यासाठी मंडल अहवालाचे पुनरुज्जीवन केले, असे त्यावेळी सर्वत्र बोलले जात होते. त्याबद्दल अधिक चर्चा मी नंतर करेन.

'केंद्रीय मंत्रिमंडळातील एका मंत्र्याला काढून टाकण्याच्या प्रक्रियेत भाग घेणारा पहिला नोकरशहा' असे बिरुद देवीलाल यांनी मला दिले होते. १९९० च्या उन्हाळ्यात पंतप्रधानांच्या मॉस्को भेटीच्या शिष्टमंडळात आय. के. गुजराल व अरुण नेहरू यांचा समावेश होता. माझा पण त्यात समावेश होता. आमच्या परतीच्या

प्रवासात अरुण नेहरू यांनी म्हटले की, ''लवकरच आपल्याला चौधरी देवीलाल यांच्याविरुद्ध काय पावले उचलली जात आहेत ते समजेल.'' अन् खरोखरच काही दिवसांनी मला पंतप्रधानांच्या निवासस्थानी बोलावण्यात आले. मी गेलो त्यावेळी त्यांचे सहभोजन चालले होते. त्यामध्ये त्यांचे मंत्रीमंडळातील सहकारी, पक्षातील काही व्यक्ती आणि सरकारला पाठिंबा देणाऱ्या पक्षातील काही मान्यवर नेते त्यात सामील झालेले होते. पंतप्रधानांनी मला सांगितले की, देवीलाल यांना मंत्रिमंडळातून काढून टाकण्याचे ठरवलेले असून त्यासंबंधात राष्ट्रपतींना जे पत्र दिले जाणार आहे त्याचा मसुदा मी तयार करावा. मी ताबडतोब राष्ट्रपतींचा सेक्रेटरी मुरारी यांना फोन करून काय घडणार आहे त्याची कल्पना दिली. जरी उपपंतप्रधान देवीलाल यांना काढून टाकण्याची (dismiss) भाषा व्ही. पी. सिंग यांनी केली होती तरी मी मसुद्यात त्यांना पदावरून दूर करण्याचा removal हा शब्द वापरला. याचे कारण इथे मी देवीलाल ही व्यक्ती न समजता 'उपपंतप्रधान' हे पद गृहीत धरले होते व त्या पदाच्या प्रतिष्ठेच्या दृष्टीने साजेशा अशा शोभादायक शब्दांचा वापर करणे योग्य होते. मी जे पत्र केले ते वाचून पंतप्रधानांचे समाधान झाले व त्यांनी त्यावरती सही केली. राष्ट्रपती भवनामध्ये ते पत्र वाचून राष्ट्रपतींनी मारलेला पहिला शेरा असा होता की, ''पंतप्रधानांनी उपपंतप्रधानांना काढून टाकणे अशी गोष्ट प्रथमच घडत असल्याने या बाबतीत जादा काळजी घेणे आवश्यक आहे. इथे प्रथमच घटनेतील कलम ७५(२) नुसारची कारवाई करावी लागत आहे.'' मुरारी किंवा मी असे आमच्यापैकी नक्की कोण म्हणाले ते मला आठवत नाही, पण असे म्हटले की ''१९७५ च्या पूर्वी अशी एक घटना मोहन धारिया यांच्याबाबतीत घडल्याचे आठवते.'' परंतु राष्ट्रपतींच्या आठवणीनुसार ती केस तशी नव्हती. खात्री करून घेण्यासाठी त्यांनी घटनेवरची पुस्तके चाळून शोध घेतला. अन् आमच्यापेक्षा राष्ट्रपतींची स्मृती ही अधिक पक्की असल्याचे आम्हाला दिसून आले. त्यावेळी मोहन धारिया यांना हटवले नव्हते, तर त्यांनी आपण होऊन राजीनामा देऊन पदत्याग केला होता. थोडक्यात, पंतप्रधानांनी उपपंतप्रधान यांना दूर करणे ही गोष्ट भारताच्या स्वातंत्र्योत्तर इतिहासात प्रथमच घडत होती. मग आम्ही तिघांनी मिळून संपूर्ण प्रकरणाची साधक बाधक व तपशीलवार चर्चा केली. माझे काम झाल्यावरती मी तिथून निघालो. दुसऱ्या दिवशीच्या वृत्तपत्रात 'चौधरी देवीलाल यांना दूर करण्याचा पंतप्रधानांचा सल्ला राष्ट्रपती यांनी मानून तसे अधिकृत निवेदन प्रसिद्ध केले आहे,' अशी बातमी छापून आली.

राष्ट्रीय आघाडी (नॅशनल फ्रंट) आणि भाजप यांचे एकत्र येणे ही काँग्रेसला सत्तेबाहेर ठेवण्यासाठी केलेली नुसती राजकीय डावपेचाची खेळी नव्हती, तर ती एक अत्यंत संधीसाधूपणे दोन्ही बाजूंनी केलेली एक सोयीस्कर सोयरीक होती. व्ही.

पी. सिंग हे त्यांना पाठिंबा देणाऱ्या पक्षांबरोबर साप्ताहिक बैठका घेऊन प्रमुख धोरणांवर चर्चा करीत. या उपक्रमाद्वारे त्यांनी भाजपला आपल्या बरोबर ठेवण्याचा प्रयत्न केला होता. पण एप्रिल १९९० मध्ये गोष्टी अनपेक्षितरित्या वेगळ्या दिशेने जाऊ लागल्या. जनता दल आणि भाजप या दोघांचे धर्मनिरपेक्ष बाबी व जातीयवादी बाबी यावरती कधीही एकमत होणार नाही, अशी कोणत्याही सामान्य माणसाची खात्री होती. याचे कारण दोघेही अशा समस्या हाताळण्यासाठी मनापासून प्रयत्न करीत नव्हते, तर त्यातून फक्त संधीसाधूपणाची मैत्री व्यक्त करीत होते.

अयोध्येत रामजन्मभूमीवरती मंदिर व्हावे म्हणून विश्व हिंदू परिषद चळवळ करीत होते. ती चळवळ त्यांनी दोन तीन महिन्यांच्या कालावधीसाठी स्थगित ठेवली होती. कारण नुकतेच नवीन सरकार स्थापन झाले होते आणि या प्रश्नासाठी सरकारने एक समिती स्थापन करून तिच्याद्वारे संबंधित पक्षांशी बोलणी करून काही सर्वमान्य तोडगा निघतो का ते पाहिले जाणार होते. पंतप्रधानांनी या प्रश्नावर त्या समितीमध्ये चर्चा केली व पाठिंबा देणाऱ्या पक्षांशीही स्वतंत्रपणे चर्चा केली. राष्ट्रीय स्वयंसेवक संघाचे प्रा. राजेन्द्रसिंह यांच्याशीही त्यांनी वेगळ्या व स्वतंत्र मार्गाने सांगोपांग चर्चा केली. राजेन्द्रसिंह पुढे रा. स्व. संघाचे प्रमुख बनले. भाजपमध्ये मध्यममार्गी किंवा जहाल नसलेले जे नेते होते, विशेषत: अटल बिहारी वाजपेयी, भैरोसिंग शेखावत आणि जसवंत सिंग यांच्याशीही त्यांनी हा प्रश्न सोडवण्यासाठी आपले वजन वापरले. पण तरीही विश्व हिंदू परिषद व संघ परिवार यांना असे वाटले की, या प्रश्नाकडे जेवढ्या गंभीरतेने पाहायला पाहिजे तेवढ्या गंभीरतेने पंतप्रधान बघत नसून केवळ आपले स्वत:चे स्थान बळकट करण्यासाठी वेळ काढीत आहेत.

वरून जरी सारे स्नेहपूर्ण वातावरण संबंधित पक्षात असले तरी पंतप्रधानांना सुरुवातीलाच उमगले होते की, भाजपचा पाठिंबा आपल्याला फार काळ लाभणे शक्य नाही. तसे घडू नये म्हणून एकतर भाजपवरती जबरदस्त दबाव आणून त्यांना इतर पक्षांबरोबर उभे करायला हवे, नाही तर त्यांचा पाठिंबा गृहीत न धरता काहीतरी मार्ग काढायला हवा. तसेच आपण जी काँग्रेस पक्षात फूट अपेक्षित करीत होतो ती घडून येत नाही याचीही त्यांना जाणीव झाली असलीच पाहिजे. कारण त्यावर तर त्यांचे स्वत:चे आसन हळूहळू बिनभरवशाचे होत चालले होते. तेव्हा अशा परिस्थितीत त्यांनी मुस्लीमांचा अनुनय जोरदार चालू केला व मंडल अहवालाची खेळी खेळावयास सुरुवात केली.

अयोध्येमध्ये नोव्हेंबर १९८९ मध्ये रामजन्मभूमीवरील मंदिराच्या शिलान्यासासाठी काँग्रेसने परवानगी दिली होती. यामुळे मुसलमानांमध्ये काँग्रेसबद्दल नाराजी पसरलेली होती. या नाराजीचा पुरेपूर फायदा व्ही. पी. सिंग यांनी व त्यांच्या पक्षाने १९८९ च्या निवडणुकीत उठवला. दिल्लीतील जामा मशिदीचे शाही इमाम यांचे व्ही. पी.

सिंग हे उघडपणे खुशामत करीत होते. त्यावेळी सर्वत्र असाही समज होता की त्या दोघांमध्ये काहीतरी समझोत्याचा करार झाला आहे. नवीन सरकारकडून शाही इमाम व त्यांचे पुत्र यांना मानाची व अदबीची वागणूक दिली जाऊ लागली. याच दिशेने पुढे जाऊन पंतप्रधानांना त्याबद्दलची आपली आणखी सहानुभूतीची भावना व्यक्त करण्यासाठी प्रेषित महंमद पैगंबर यांच्या जयंतीची सार्वत्रिक सुट्टी जाहीर करायची होती. त्यावेळी गौतम बुद्ध व गुरु नानक यांच्याही जयंत्यांच्या सार्वत्रिक सुट्ट्या दिलेल्या होत्या. पण सर्व सुट्ट्या या वर्ष सुरू व्हायच्या आधी ठरवायच्या असतात. त्यावेळी ही नवीन सुट्टी ठरवली गेली नाही. आता जर ही सुट्टी द्यायची असेल तर त्या बदली दुसरी कोणती तरी मुस्लीम धर्मीयांची सुट्टी रद्द करून त्या बदली ही सुट्टी धरायला पाहिजे. पण तशी एखादी सुट्टी रद्द करणे हेही शक्य नव्हते. ही बाब पंतप्रधानांच्या लक्षात आणून दिली गेली. पण तरीही त्यांनी ही सुट्टी देण्याचे मनात पक्के केले होते व ती गोष्ट त्यांनी आपल्या स्वातंत्र्यदिनाच्या भाषणात जाहीर केली. पण ही गोष्ट त्या दिवशीच्या भाषणात अंतर्भूत करण्याएवढी महत्त्वाची नव्हती.

अनेकांनी ही एक अति राजकीय घोषणा असल्याचे मानले. व्ही. पी. सिंग यांना पाठिंबा देणारा एक प्रमुख पक्ष हा तर यामुळे चिडून उठला.

भाजपमध्येही त्यावेळी सत्तेसाठी एक अंतर्गत संघर्ष चालला होता. अडवाणी गट हा मोठ्या दबावाखाली होता. त्यांना काहीतरी मुद्दा उकरून काढून आपला गट वरचढ करायचा होता. त्यांचे म्हणणे असे होते की या सरकारला पाठिंबा देऊन आपल्या पक्षाचा कसलाही फायदा होत नाही की पक्षाचे बळ वाढत नाही. जम्मू व काश्मिर, पंजाब, दिल्लीला राज्याचा दर्जा न मिळणे आणि अयोध्या प्रश्न यावरती विद्यमान सरकारची जी धोरणे आहेत ती पूर्णपणे आपल्या पक्षाच्या विचारांविरुद्ध आहेत. शिवाय भाजपमध्ये असेही काही प्रश्न होते की त्यामुळे वरिष्ठ वर्तुळात अस्वस्थता वाढू लागली होती. एप्रिलमध्ये आम्हाला असे कळवले गेले की, भाजपच्या नेतृत्वाने अयोध्या प्रश्नावरून सरळ सरळ सरकारशी दोन हात करण्याचा पवित्रा घ्यायचा. अन् ही गोष्ट पुढच्या अनेक गोष्टींची नांदी ठरू शकेल. सबंध भारतभर अयोध्या प्रश्नावरून स्थानिक पातळीवरती आंदोलने छेडायची ठरली. अडवानी गटाला पक्षावरती वर्चस्व मिळवायचे होते. या गटाने ११ सप्टेंबर रोजी त्यांचा सोमनाथ ते अयोध्या अशी रथयात्रा नेण्याचा कार्यक्रम जाहीर केला. सोमनाथ या स्थानाची निवड ही सूचक व हेतूगर्भ होती. कारण येथील हिंदूचे देऊळ हे मुस्लीम आक्रमकांनी अनेक शतकांपूर्वी फोडलेले होते. ते पुन्हा सोमनाथच्या नावाने १९४९ मध्ये बांधून त्याला अर्पण करण्यात आले. सोमनाथ आणि अयोध्या यातील साम्य हे कोणाच्याही सहज लक्षात येईल इतके ठळक आहे. भाजपने सोयीस्करपणे 'सोमनाथचे देऊळ हे दोन जमातींच्या एकविचाराने परत बांधले गेले

होते' या सत्याला बाजूला ठेवले.

कोणत्याही लोकप्रिय चळवळीचे जे होते तसेच मंडल अहवालावरून झालेल्या चळवळीचे झाले. ज्या क्षणी भाजपने अयोध्या प्रश्नावरून रान उठवायचे ठरवले त्याच क्षणी मंडल प्रश्नाचे महत्त्व कमी झाले. सरकारने राजीनामा दिला तरीही तोपर्यंत सर्वोच्च न्यायालयात अयोध्या प्रश्न सोडवला गेला नव्हता. उलट त्यांनी आपला निर्णय देण्यास आणखी दोन वर्षे घेतली.

मला असे वाटते की, भाजपला सरकारमध्ये सामील व्हायचे होते पण डाव्या आघाडीने याला कडाडून विरोध केला. विश्व हिंदू परिषदेने अयोध्या प्रश्नावरील चळवळ १९८९ च्या सार्वत्रिक निवडणुकांच्या वेळी स्थगित ठेवली होती आणि फेब्रुवारी १९९० पर्यंत राज्यातील निवडणुकांमुळे ही चळवळ आणखी पुढे स्थगित ठेवली होती. त्यानंतर आणखी चार महिने ही मुदत त्यांनी लांबवली. १५ फेब्रुवारीला व्ही. पी. सिंग सरकारने या प्रश्नाच्या सोडवणुकीसाठी एक समिती नेमली. त्यात मंत्री होते व त्या समितीने निरनिराळ्या गटांशी व सर्व संबंधितांशी या संदर्भात बोलणी करायची होती. त्या समितीला यासाठी सहा महिन्यांची मुदत दिली होती. परंतु समितीने केवळ वरवरचे काम केले व स्पष्ट असा कोणताच निर्णय दिला नाही. मग पंतप्रधानांनी विश्व हिंदू परिषदेकडे आणखी मुदत मागितली. विश्व हिंदू परिषदेने मोठ्या नाखुषीने तशी मुदत दिली. पण त्यांनी यावेळी स्पष्ट बजावले की आता दिलेली मुदत संपल्यावर ते अधिक वाट पहाणार नाहीत. या प्रश्नावर तोडगा काढण्यासाठी सरकारने खूप धडपड केली. परंतु आपली ही धडपड व्यर्थ आहे याची पंतप्रधानांना जाणीव होती. अयोध्या प्रश्नाला आता निवडणुकीचे बळकट व्यासपीठ लाभले हे भाजपच्या लक्षात आले. भविष्यातील निवडणुकीत याचा लाभ होऊन खूप पुढची मजल मारून आपली स्थिती मजबूत होईल हेही त्यांच्या लक्षात आले. तेव्हा हा प्रश्न भाजप सोडून देईल असे कोणालाही वाटत नव्हते. कारण या प्रश्नामुळे हमखास मते मिळू शकत होती. या प्रश्नाच्या तोडग्याला जो पर्याय पुढे केला होता तोही तेवढा आकर्षक नव्हता. सरकारला बाहेरून पाठिंबा देणाऱ्यांपैकी एक पक्ष म्हणून भाजप राहिला तरी या स्थितीचा एखाद्या तरफेसारखा उपयोग करून लाभ करून घेणे हे शक्य नव्हते. विशेषत: डाव्या पक्षांच्या आघाडीने जेव्हा सरकारला बाहेरून पाठिंबा देऊन भाजपच्या विरोधात उघड उघड पवित्रा घेतला असताना तर हे अजिबात शक्य नव्हते.

जनता दलातही अंतर्गत सत्तेसाठी झगडे चालू होते. व्ही. पी. सिंग गटाने फार हुशारीने वागून आपल्याला बाजूला सारण्यात आले हे चंद्रशेखर विसरलेले नव्हते. त्यांनी हळूहळू असा प्रचार चालू केला की, भाजपचा पाठिंबा असल्याने हे सरकार जातीयवादी आहे. आपल्याच पक्षातून असे ताशेरे ऐकू येऊ लागल्यावरती पंतप्रधानांना

या गोष्टीची गंभीर दखल घेणे भाग पडले. डावे पक्ष, भाजप आणि इतर अशी ढोबळ मानाने जी त्रिपक्षीय आघाडी झाली होती, त्यात डावे पक्ष हे भाजपच्या अस्तित्वामुळे अस्वस्थ होत गेले. त्यांचा भ्रमनिरास झाला होता. ते सरकारवरती आपला दबाव वाढवू लागले. भाजपही तेच करू लागला. मोठ्या संख्येने निवडून आलेला काँग्रेस पक्ष या राजकीय डबक्यातील खळबळाटात आनंदाने गळ टाकून मासेमारी करू लागला. विद्यमान सरकारने भाजपचा पाठिंबा घेतल्याने हे सरकारही जातीयवादी आहे, असे ते आरोप करू लागले.

राष्ट्रीय एकात्मता परिषदेची जी आंतरजातीय सलोखा समिती होती त्यांची बैठक १८ सप्टेंबर रोजी गृह मंत्रालयात ठेवलेली होती. या बैठकीत अयोध्या प्रश्नावरती तोडगा शोधायचा होता आणि तडजोडीच्या सहाय्यानेच हा तोडगा शोधण्यावर भर द्यायचा होता. अडवाणींच्या सुचनेनुसार 'सर्व संबंधितांच्या समाधानानुसार' हे शब्द मसुद्यात घालण्यात आले. प्रिन्सिपल इन्फर्मेशन ऑफिसर राममोहन राव (माहिती व नभोवाणी मंत्रालय) यांनी मला सांगितले की, झाल्या चर्चेचा वृत्तांत ते प्रसारमाध्यमांना सांगणार आहेत. त्यावर मी त्यांना सांगितले की त्या आधी त्यांनी झाल्या वृत्तांताची गृह मंत्रालयाची आवृत्ती आधी पहावी. कारण ही राष्ट्रीय एकात्मता परिषदेच्या समितीची बैठक आहे. त्यांनी नंतर जो वृत्तमाध्यमांना वृत्तांत दिला त्यावरून दुसऱ्या दिवशी गदारोळ झाला. कारण त्यात अडवाणींनी ज्या शब्दरचनेची सूचना केली होती त्यावरून असा अर्थ काढला गेला की, अयोध्या प्रश्नाबाबत असलेल्या आपल्या ठाम व आग्रही भूमिकेपासून भाजपने माघार घेतली आहे. त्यामुळे त्या पक्षाची स्थिती अवघडलेली झाली. मग अडवानी यांनी सरकारवरती चौफेर टीका केली. या परिषदेची मुख्य बैठक २२ सप्टेंबरला मद्रासला झाली तेव्हा सरकारवरती राजीव गांधी यांनी आणि चंद्रशेखर यांनीही सरकारला, विशेषत: पंतप्रधानांना दोष दिला. हा दोष प्रसारमाध्यमांना कळवले जाण्याचे काम एका माहिती अधिकाऱ्याने करावे याबद्दल होता. परंतु तेच अधिकारी पंतप्रधानांच्या कार्यालयातही काम करतात हे मात्र सोयीस्करपणे विसरले गेले होते. व्ही. पी. सिंग यांनी आपल्याकडे सारा दोष घेतला. पण माझ्याशी बोलताना ते म्हणाले की, पण कोणीही भाजपला त्यांच्या जातीयवादी राजकारणावरून दोष देत नाही हे आश्चर्य आहे.

२५ सप्टेंबरला अडवाणींची रथयात्रा सोमनाथपासून सुरू झाली. त्यामुळे सर्व देशभर जातीय वारे वाहू लागले. याची जास्तीत जास्त झळ बसली ती उत्तर प्रदेशचे मुख्यमंत्री मुलायमसिंह यादव यांना. पण त्यांनी या रथयात्रेबाबत ऑक्टोबरच्या सुरुवातीपासूनच खबरदारी घेण्यास सुरुवात केली होती. याबद्दल त्यांचे कौतुक करायला हवे. मुलायमसिंह यांनी अयोध्येचा बाकीच्या जगाशी संबंध पार तोडून

टाकला. अयोध्येकडे जाणारे सर्व रस्ते, पूल हे बंद करण्यात आले. नंतर तर रेल्वेगाड्यासुद्धा थांबवण्यात आल्या. यामुळे मोठ्या संख्येने कारसेवकांना अयोध्येच्या बाहेर थोपवण्यात आले. परंतु सर्व वातावरण एवढे भारलेले होते की ३० ऑक्टोबर रोजी एक मोठा रक्तपात घडेल याची भीती वाटू लागली. २२ ऑक्टोबरला राज्याच्या सर्व मुख्यमंत्र्यांची एक बैठक होती. त्यावेळी मुलायमसिंह यादव यांनी 'आपल्याला तोंडघशी पाडल्याबद्दल' मनातला सारा कडवटपणा ओतून अनेकांची निर्भत्सना केली. त्यामध्ये अनेक मुख्यमंत्री आणि केंद्र सरकार होते. पण हा कडवटपणा व्यक्त करण्यामुळे ३० ऑक्टोबर हा निर्णायक दिवस उजाडेपर्यंत तो आणखी वाढत गेला.

१२ ते १७ ऑक्टोबरपर्यंत अडवाणी दिल्लीत होते. १८ ऑक्टोबर रोजी पंतप्रधानांनी याच प्रश्नावरती सर्व पक्षीयांची एक बैठक बोलावली. पण आता या बैठकीचे महत्त्व राहिले नव्हते. कारण काँग्रेस पक्षाने या बैठकीवरती बहिष्कार घातला होता. अडवाणी यांची रथयात्रा बिहारमध्ये लालूप्रसाद यांनी अडवली व अडवाणींना अटक केली. मग त्याच दिवशी म्हणजे २३ ऑक्टोबर रोजी दुपारी भाजपने व्ही. पी. सिंग सरकारचा पाठिंबा काढून घेतला.

या सरकारला अयोध्या प्रश्नांसंबंधी वटहुकूम काढून तो जारी करण्याचे मनात होते. त्याच्या पहिल्या मसुद्यात असे म्हटले होते की, १५ ऑगस्ट १९४७ रोजी देशातील सर्व धार्मिक स्थळांची जी अवस्था होती ती बदलली जाणार नाही. याला अपवाद बाबरी मशिदीचा केला होता. कारण तो प्रश्न त्यावेळी न्यायालयामध्ये दाखल झाला होता. असा वटहुकूम हा भाजपला अर्थातच मान्य होणारा नव्हता. मग दुसऱ्या एका मसुद्याचा प्रस्ताव पुढे केला गेला. त्यानुसार अयोध्येतील वादग्रस्त जमीन व वादग्रस्त नसलेलीही काही जमीन यांचा ताबा सरकारकडे जाणार होता. पण ही गोष्ट मुसलमान नेत्यांना मान्य होणार नव्हती. त्यांच्या मते अयोध्येतली जर विवादास्पद भूमी सरकारने ताब्यात घेतली तर त्या जमिनीचे वैशिष्ट्यच नाहीसे होऊन जाणार होते. मग त्या जागेवरचा मुस्लीमांचा हक्क हा न्यायालयामार्फत पक्का करता येणार नव्हता. तो प्रश्न निकालात निघाल्यासारखा होणार होता. याबाबतीत नंतर व्ही. पी. सिंग यांनी मला सांगितले की, मुसलमानांची ही भीती सार्थ आहे. कारण भाजपच्या एका राज्यामधील मुख्यमंत्र्यांने मला सांगितले की जर सरकारने सर्व भूमीचा ताबा घेतला तर त्या जागेचा वादच नाहीसा होईल. त्यावरील सर्वांचे हक्क रद्द होतील. मग या जागेवरती विश्व हिंदू परिषद ही राममंदिराचे बांधकाम सुरू करू शकते. म्हणून त्या वटहुकुमात असे म्हणण्यात आले की फक्त वादग्रस्त जागेजवळची वादग्रस्त नसलेली भूमी ताब्यात घेतली जाईल. पण ही गोष्ट विश्व हिंदू परिषदेला व मुस्लीम नेत्यांनाही मान्य होण्याजोगी नव्हती म्हणून हाही

मसुदा मागे घेण्यावाचून सरकारला गत्यंतर नव्हते. परंतु अशा धरसोडीमुळे सरकारच्या विश्वासार्हतेवरती अत्यंत वाईट परिणाम झाला आणि परिस्थिती हाताळण्याच्या सरकारच्या क्षमतेला तडा गेला.

लोकसभेत आता व्ही. पी. सिंग यांना विश्वासदर्शक बहुमत मिळणे शक्य नाही, हे स्वच्छ झाले होते. शेवटी व्ही. पी. सिंग सरकारने ७ नोव्हेंबर १९९० रोजी राजीनामा दिला. परंतु आम्हाला आश्चर्य याचे वाटले की व्ही. पी. सिंग सरकारने लोकसभेचे अधिवेशन घेण्याऐवजी राष्ट्रपतींना लोकसभाच बरखास्त करून नवीन निवडणुका घेण्याची सूचना का केली नाही? तशा जर निवडणुका घेतल्या गेल्या असत्या तर त्यांना जनतेचा पाठिंबा मिळून ते पूर्वीपेक्षा बऱ्यापैकी बहुमताने निवडून आले असते. १२ सप्टेंबर रोजी अडवानी यांनी आपल्या रथयात्रेचा कार्यक्रम जाहीर केला त्याच दिवशी जर व्ही. पी. सिंग यांनी असे केले असते तर ठीक झाले असते. कारण तोपर्यंत भाजपने सरकारचा पाठिंबा काढून घेतला नव्हता. अशा वेळी सत्तात्याग केल्याने सरकारची लायकी व विश्वासार्हता टिकून राहिली असती. त्यावेळी राष्ट्रपतींनीही लोकसभा बरखास्तीची सूचना मानली असती. मग पुढे २३ ऑक्टोबरला भाजपने पाठिंबा काढून घेऊन सरकार कोसळवण्याचे जे श्रेय घेतले ते आधीच काढून घेतल्यासारखे झाले असते. पण त्याऐवजी त्यांनी १७ सप्टेंबरला जाहीर केले की जर भाजपने आमचा पाठिंबा काढून घेतला तरी आम्ही निवडणुकीला सामोरे जाणार नाही. ही हाराकिरी नसली तरी एक शुद्ध राजकीय घोडचूक होती. त्यामुळे त्या तारखेनंतर व्ही. पी. सिंग यांची तशी पुढची पावले टाकण्याची संधी निघून गेली.

१९ सप्टेंबर रोजी राजीव गोस्वामी याने मंडल आयोगाच्या आरक्षणाच्या धोरणाचा निषेध म्हणून आत्मदहन केले. ते कृत्य मोठ्या प्रमाणात टेलिव्हिजनवरून दाखवण्यात आले. त्यामुळे मंडल आयोगाविरुद्धच्या चळवळीला पुढे जाण्याचा एक जबरदस्त रेटा मिळाला. परिणामी व्ही. पी. सिंग सरकारविरुद्ध विरोधाची एक उन्माद झालेली भावना सर्वत्र पसरली. अगदी थोड्या अवधीत दंगे भडकून त्यातील बळींचे आकडे वेगाने वर जाऊ लागले. आता व्ही. पी. सिंग यांची पक्षातील स्थिती, सरकारमधील स्थिती आणि सबंध देशामधील स्थितीही वाढत्या प्रमाणात ढासळू लागली. लोकसभा विसर्जित करण्याची सूचनाही मंत्रीमंडळात आधी मंजूर व्हावी लागते, मगच ती राष्ट्रपतींकडे पाठवता येते. पण आता तशी शिफारस त्यांना करता येईना. कारण त्यांच्या शब्दाला मंत्रीमंडळातच मान उरला नव्हता. शिवाय त्यांच्या पक्षात एक बंडाळी होण्याची दाट शक्यता होती. कारण जनता दलाच्या अनेक खासदारांना मंडल आयोगाच्या विरुद्ध जोरात आंदोलन चालू असता निवडणुकीला सामोरे जायचे नव्हते. त्यामुळे व्ही. पी. सिंग यांच्याबद्दल नाईलाजाने असा निष्कर्ष

काढावा लागतो की, जेव्हा त्यांनी "आपण लोकसभा बरखास्त न करता लोकसभेला तोंड देऊ व तिथे निधर्मीवादी म्हणून आपला पराभव झाला तरी चालेल," असे म्हटले तेव्हा त्यांनीच ते एक आवश्यक कर्तव्य आहे असे जाहीर केले होते. त्यांच्यापुढे दुसरा कोणताही पर्याय नव्हता म्हणून त्यांनी राजीनामा दिला असे मानले तर असे करण्याने ते राजकीयदृष्ट्या कसे काय वाचू शकणार होते? त्यांनी तसा का विचार केला हे समजत नाही. जी गोष्ट आता अटळ आहे असे दिसताच जाता जाता त्यांनी त्याचा लाभ उठवायचा प्रयत्न केला, असेच म्हटले पाहिजे.

◆

२२
राज्यपाल आणि मुलकी अधिकाऱ्यांच्या बदल्या

नवीन राज्यपाल

जेव्हा व्ही. पी. सिंग यांचे सरकार जाऊन दुसरे सरकार त्या जागी आले तेव्हा सर्वत्र असे वाटू लागले होते की, आता मोठ्या प्रमाणात राज्यपालांच्या बदल्या होणे सुरू होणार. काही राज्यपालांच्या तर नक्कीच बदल्या होणार होत्या. त्यात जम्मू व काश्मीरचे जनरल कृष्णराव, दिल्लीचे लेफ्टनंट गव्हर्नर रोमेश भंडारी, पंजाबचे सिद्धार्थ शंकर रे, यांना नक्कीच हलवले जाणार होते. पण सरकारने बऱ्याच राज्यपालांना काढून टाकायचे ठरवले होते. मग प्रथेनुसार गृहमंत्र्याने ती यादी राष्ट्रपतींकडे पाठवली. राष्ट्रपतींनी मग मुत्सद्देगिरी दाखवत तीच यादी पंतप्रधानांकडे पाठवली आणि सल्ला दिला की, सर्व राज्यपालांकडून राजीनामे मागून घ्यावेत. त्यातील जे राज्यपाल नको असतील फक्त त्यांचेच राजीनामे स्वीकारावेत.

नवीन पंतप्रधान हे आघाडीच्या सरकारचे प्रमुख होते आणि शिवाय त्यांना बाहेरून पाठिंबा देणारेही होते. त्यामुळे पंतप्रधानांना अनेकांना खूष ठेवायचे होते, विविध हेतूंची पूर्तता करायची होती आणि पक्षाच्या अपेक्षाही पूर्ण करायच्या होत्या. नवीन राज्यपालांच्या नेमणुकींची प्रक्रिया ही लांबलचक होती आणि त्यातून अप्रियताही निर्माण होत होती.

त्याबाबतीतील काही उदाहरणे ही वेधक आहेत. जानेवारी १९९० च्या पहिल्या आठवड्यात जेव्हा जनरल कृष्णराव यांच्या जागी जगमोहन यांना पाठवले जाणार असल्याचे मी ऐकले, तेव्हा मी माझी अस्वस्थता पंतप्रधान व गृहमंत्री यांना बोलून दाखवली. इंदिरा गांधी यांच्या कारकीर्दीत जगमोहन काश्मिरचे राज्यपाल होते. त्यांच्याकरवी मुख्यमंत्री फारुख अब्दुल्ला यांना दूर करण्यात आले होते. ती

गोष्ट फारुख अब्दुल्लांनी अजूनही मनात ठेवली असणार हे नक्की. शिवाय त्यांनी डाव्या पक्षातल्या आपल्या मित्रांकरवी प्रचार मोहीमही उघडली होती. जगमोहन यांच्या या कृतीवरती फक्त भाजपने आक्षेप घेतला नव्हता. म्हणून त्यांच्यावरती भाजपचा माणूस असा शिक्का बसला. परंतु आताच्या नवीन पंतप्रधानांचा जगमोहन यांच्या कार्यक्षमतेवरती विश्वास होता. तसेच ते पूर्वी तिथे राज्यपाल असताना त्यांना जनतेचा पाठिंबाही मिळाला होता. तेव्हा हेच सर्वात लायक उमेदवार आहेत, विशेषत: काश्मिरमधली कायदा व सुव्यवस्था वेगाने ढासळत असताना त्यांची गरज आहे, असे पंतप्रधानांना वाटले.

गृहमंत्री मुफ्ती महंमद सईद हे काश्मिरचे होते. फारुख अब्दुल्ला यांच्याबाबतचे माझे शेरे झिडकारुन ते चिडून म्हणाले, ''फारूख अब्दुल्ला हे एक खुशालचेंडू (प्लेबॉय) आहेत. मुख्यमंत्रीपदाचे लाभ व सुखसोयी सोडून देण्याचे त्यांच्या मनात कधीही येणार नाही.'' दुर्दैवाने मुफ्ती महंमद यांचा होरा पूर्णपणे चुकला आणि ज्या दिवशी जगमोहन यांची काश्मिरच्या राज्यपालपदी नेमणूक झाली त्याच दिवशी फारूख अब्दुल्ला यांनी आपला राजीनामा सादर केला. जनरल कृष्णराव यांनी तो स्वीकारला. मग काश्मिरची विधानसभा ही तात्पुरती स्थागित (Suspended animation) केली गेली व तिथे त्यांची राजवट लागू झाली.

आणखी एक उदाहरण पहा. डॉ. पी. सी. अलेक्झांडर हे तामिळनाडूचे राज्यपाल होते. त्यांनी आपला राजीनामा राष्ट्रपतींकडे पाठवून दिला. पण नंतर त्यांनी पंतप्रधानांना आपले एक वैयक्तिक पत्र पाठवले. ते पत्र माझ्याकडे आल्यावर मी ते वाचून त्यावर नीट विचार करुन एक योग्य उत्तर त्यांना पाठवले. परंतु पंतप्रधानांना उद्देशून लिहिलेल्या पत्राला मी उत्तर देणे त्यांना पसंत पडले नसावे. त्यांना त्याची खूप चीड आली म्हणून त्यांनी पंतप्रधानांना ताबडतोब एक परखड पत्र पाठवले.

ब्रह्मानंद रेड्डी हे महाराष्ट्राचे राज्यपाल होते त्यावेळची ही गोष्ट आहे. विधान परिषदेच्या बऱ्याच जागा रिकाम्या होत्या. त्यावर सभासद म्हणून अनेक व्यक्तिंच्या नेमणुका मुख्यमंत्र्यांच्या सल्ल्याने करायच्या होत्या. परंतु विधानसभेच्या निवडणुका तोंडावरती आल्या होत्या. अशा परिस्थितीत पंतप्रधानांना वाटले की, अशा महत्त्वाच्या वेळी राज्यपालांनी मुख्यमंत्र्यांच्या सल्ल्याने या जागा भरू नयेत. त्यांना तसे कळवल्यावर ब्रह्मानंद रेड्डी यांनी आपली प्रतिक्रिया, ही १९ जानेवारीला विधानसभेसमोर जे राज्यपालांनी अभिभाषण करायचे असते ते करण्यास साफ नकार देऊन व्यक्त केली. शेवटी मुंबई उच्च न्यायालयाच्या मुख्य न्यायाधीशांनी कार्यकारी राज्यपालाची Acting Government शपथ आदल्या दिवशी देऊन वेळ निभावून नेण्यात आली.

रामदुलारी सिन्हा या बाई केरळच्या राज्यपाल होत्या. राजीनामा देण्याआधी त्या

सरळ राज्य सोडून निघून गेल्या. जाताना मागे आपला पत्ता त्यांनी ठेवला नाही. त्यांचा शोध घेण्यासाठी शेवटी इंटेलिजन्स ब्युरोला सांगण्यात आले.

बी. रचय्या यांची उत्तर प्रदेशाच्या राज्यपालपदासाठी मुळात निवड झाली होती. पण रेल्वेमंत्री जॉर्ज फर्नांडिन्स म्हणाले की, रचय्या यांना फारसे हिंदी येत नसल्याने त्यांचा तिथे उपयोग होणार नाही. म्हणून त्यांना शेवटी हिमाचल प्रदेशचे राज्यपालपद देण्यात आले.

एस. के. भटनागर हे सिक्कीमचे राज्यपाल होते. पण त्यांचे नाव बोफोर्स प्रकरण व एचडीडब्ल्यू पाणबुड्या प्रकरण यामध्ये घेतले गेले असल्याने त्यांना राज्यपालपदावरून दूर केले. पूर्वीचे नौदलप्रमुख ॲडमिरल तहिलियानी हे पंतप्रधानांच्या चांगल्या परिचयाचे होते, त्यांना आता सिक्कीमचे राज्यपालपद देण्यात आले.

पंजाबचे राज्यपाल एन. के. मुखर्जी यांची बदली करायची ठरवली तेव्हा मी त्यांच्या जागी तहिलियानी यांचे नाव पंतप्रधानांना सुचवले होते. तसेच टी. एन. शेषन यांचेही नाव मी सुचवले होते. त्यावेळी ते नियोजन आयोगाचे सभासद होते. पूर्वीचे कॅबिनेट सेक्रेटरी पी. के. कौल यांचे नाव असेच शेवटपर्यंत पुढे येत गेले होते. पण अखेरच्या क्षणी त्यांनीच नकार दिला. त्यांच्या जागी अचानक वीरेन्द्र शर्मा यांची शेवटी अनपेक्षितपणे नेमणूक झाली.

दिल्लीचे नायब राज्यपालपद (लेफ्टनंट गव्हर्नर) हे काही घटनात्मक पद नव्हते. १९९० मध्ये ते केवळ एक कार्यकारी पद होते. दिल्ली ही देशाची राजधानी असल्याने तिथल्या या पदावरती बहुतांशी पंतप्रधानांनी निवडलेल्या व्यक्तीला बसवले जाई. त्या व्यक्तीला अर्थातच 'दिल्ली राज भवन' दिले जाई. म्हणून त्यावेळी लेफ्टनंट गव्हर्नर असलेल्या रोमेश भंडारी यांनी पंतप्रधानांना नवी निवड करू देण्यासाठी राजीनामा द्यायला हवा होता. परंतु त्यांनी तसे केले नाही. मग त्यांना तसे स्पष्टपणे सुचविण्यात आले. तरीही त्यांनी राजीनामा तर दिला नाहीच पण "वाटल्यास पंतप्रधानांनी आपल्याला काढून टाकावे," असेही ते म्हणाले. मी त्यावरती एक नेहमीचा नोकरशाही पद्धतीतला 'मधला मार्ग' सुचवला. तो म्हणजे त्यांची अत्यंत गैरसोयीच्या जागी बदली करणे. मग अंदमान व निकोबार बेटाचे नायब राज्यपाल म्हणून त्यांची बदली करण्यात आली. परंतु रोमेश भंडारी यांना राजकीय महत्त्वाकांक्षा असल्यामुळे दिल्ली सोडायची नव्हती. त्यामुळे शेवटी त्यांनीच राजीनामा दिला. अशा रितीने पंतप्रधानांच्या मार्गातून ते दूर झाले.

मुलकी अधिकाऱ्यांच्या बदल्या

जेव्हा मंत्रीमंडळ व त्यांच्या खात्यांचे वाटप जाहीर झाले तेव्हा मी पंतप्रधानांना

माझ्या राजीनाम्याचा विचार करण्यास सांगितले होते. पण त्यांना मी हवा असल्याने माझा राजीनामा न घेता माझी नोकरी तशीच पुढे चालू ठेवली. पण मला आता पेच पडला होता. राजीव गांधी आणि व्ही. पी. सिंग या दोघांनी निवडणुकीत एकमेकांविरुद्ध अत्यंत कडवटपणे प्रचार केला होता. त्यावेळी तर राजीव गांधी यांच्याविरुद्ध एक लोकप्रिय घोषणा 'राजीव गांधी चोर है ।' अशी दिली जात होती. तर काँग्रेस पक्षात व्ही. पी. सिंग यांनी मोठा विश्वासघात केल्याची भावना असल्यामुळे त्यांच्याविरुद्ध अत्यंत चीड व शत्रुत्वाची भावना पसरली होती. लोकसभेमध्ये मी राजीव गांधी यांना भेटून विरोधी पक्षनेतेपदी नेमणूक झाल्याबद्दल शुभेच्छा दिल्याचे जनता दलातील अनेकांना आवडले नव्हते, त्यातल्या काहीजणांना तर माझ्याऐवजी पंतप्रधानांनी नवीन प्रिन्सिपल सेक्रेटरी निवडावा, मागच्या पंतप्रधानांचा माणूस घेऊ नये असे मत व्यक्त केले होते. मी पंतप्रधान कार्यालयातील माझ्या सहकाऱ्यांशी या बाबतीत सल्लामसलत केली. तसेच सरकारी सेवेतील अन्य वरिष्ठपदांवरील ज्येष्ठ व्यक्तींशीही चर्चा केली. त्या सर्वांचे एकच एक मत पडले, ते म्हणजे कोणत्याही परिस्थितीत मी नोकरी न सोडता नवीन पंतप्रधानांच्या कार्यालयातील आपले प्रिन्सिपल सेक्रेटरीपदाचे काम चालूच ठेवावे. त्यातून खुद्द पंतप्रधानांनी मला सोडण्यास नकार दिला होता. नोकरशाहीत राजकीय भेदभाव करून तट पडू नयेत व चांगल्या अधिकाऱ्यांना आपला पाठिंबा आहे असा स्पष्ट संकेत त्यांना द्यायचा असेल.

परंतु तरीही अनेक वरिष्ठ अधिकारी अस्वस्थ झाले होते. सर्व प्रशासनामध्ये अशी एक सर्वसाधारण भावना पसरली होती की, नवीन सरकारला नोकरशाहीत आमूलाग्र बदल घडवून आणावयाचा असून जे जे कोणी राजीव गांधी यांच्या सरकारजवळ होते त्यांना दूर करून ज्या कोणावर त्या काळात अन्याय केला गेला त्यांचे नोकरीत पुनर्वसन करून त्यांना पुन्हा प्रतिष्ठा प्राप्त करून द्यायची आहे. ही भावना किंवा मते याची तीव्रता प्रत्येक व्यक्तीनुसार बदलत होती. माझी नोकरी चालू ठेवावी का न ठेवावी याबद्दल मी ज्या ज्या अधिकाऱ्यांचा सल्ला घेतला त्यांनी मी आपली नोकरी चालू ठेवण्यासाठी जी मते व्यक्त केली त्यामधून कदाचित 'आपल्याला नवीन सरकारने धक्का लावला तर बी. जी. देशमुख हे आपल्याला वाचवायला पाठीशी असावेत,' असा विचार अप्रत्यक्षपणे प्रगट केला होता. कारण मी पंतप्रधानांच्या सर्वात जवळचा माणूस असल्याने कोणत्याही अधिकाऱ्याची केस मी थेट पंतप्रधानांकडून सोडवून आणेन असा त्यांना विश्वास वाटत होता.

परंतु कॅबिनेट सेक्रेटरी टी. एन. शेषन यांना मात्र हलवले जाण्याची दाट शक्यता होती. त्यांनी राजीव गांधी यांच्यावरील आपली निष्ठा ही उघडपणे व्यक्त केली होती आणि बाहेर जाहीरपणे तसे बेधडक बोलायला ते भीत नव्हते. कॅबिनेट सेक्रेटरी म्हणजे प्रशासनातील सर्वोच्च पद. अशा पदावरील व्यक्तीने मोठ्या प्रतिष्ठेने

वागायला हवे आणि 'जर आपल्याला हलवले जाणार असेल तर आपण सेवानिवृत्त होणे पसंत करू' असे बोलणे योग्य दिसले असते. कॅबिनेट सेक्रेटरीला त्याचे सेवानिवृत्तीचे वय होण्यापूर्वी सहसा निवृत्त केले जात नाही. निर्मलकुमार यांना जनता पक्षाचे मोरारजी देसाई यांनी कॅबिनेट सेक्रेटरीपद दिले होते. पण नंतर १९८० मध्ये जेव्हा इंदिरा गांधी परत सत्तेवरती आल्या तेव्हा त्यांनी निर्मलकुमार यांना घालवून दिले नाही, तर त्यांना आपला सेवाकाल पूर्ण करू दिला. माझ्या आधीचे कॅबिनेट सेक्रेटरी पी. के. कौल होते. त्यांना दूर केले गेले होते. पण ज्या पंतप्रधानांनी नेमले होते त्याच पंतप्रधानांनी त्यांना दूर केले होते. शिवाय नंतर त्यांनी 'अमेरिकेतील भारताचा राजदूत' या प्रतिष्ठेच्या आकर्षक पदावर त्यांची नेमणूक केली होती. या साऱ्या पार्श्वभूमीवरती शेषन यांचे वागणे व भूमिका पाहून मला खेद होत होता. त्यांनी आपण होऊन राजीनामा देण्याची तयारी दर्शविली नाहीच; पण त्याऐवजी ते खुषमस्कऱ्यासारखे वागू लागले. त्या किळसवाण्या पद्धतीचे त्यांचे वागणे पाहून मला खेद वाटू लागला. कारण कॅबिनेट सेक्रेटरीच्या पदावरती मीही काम केलेले असल्याने त्या पदाची प्रतिष्ठा व शान कशी राहील याच्याशी माझाही संबंध येत होता. शेषन यांना पंतप्रधानांनी दुसरे एखादे महत्त्वाचे पद द्यावे असा मी आता आग्रह धरला. नियोजन आयोगाचे नवीन डेप्युटी चेअरमन आर. के. हेगडे यांनी असे सुचवले की, शेषन यांना सार्वजनिक क्षेत्रातील एखाद्या उद्योगाचे चेअरमन कम मॅनेजिंग डायरेक्टर हे पद द्यावे. जेव्हा एखादा नवीन मुख्यमंत्री होतो तेव्हा राज्यातील चीफ सेक्रेटरींची नंतरची सोय पहाण्यासाठी नेहमी अशा पदांवरती त्यांना पाठवले जाते. तरीही मी पंतप्रधानांना सुचवले की शेषन यांना नियोजन आयोगाचे सभासद करावे आणि त्यांना राज्यमंत्र्याचा दर्जा द्यावा. तसे करण्यासाठी हेगडे फारसे राजी नव्हते. तरीही अखेर तेच केले गेले. मग आपली नेहमीची तीक्ष्ण बुद्धी व कष्टाळूपणा यांच्या साहाय्याने शेषन यांनी नियोजन आयोगाच्या कारभारात मोलाची भर घातली आणि प्रतिष्ठा व मान्यता मिळवली. परंतु आम्हाला त्यांच्या बाबतीत नंतर असे अहवाल मिळाले की, त्यांनी राजीव गांधी यांच्याशी संबंध तर ठेवलेच होते पण त्याचबरोबर अधिकृत व गोपनीय अशी सरकारी माहितीही ते त्यांना पुरवायचे.

राजीव गांधी यांच्या कारकीर्दीमध्ये विनोद पांडे यांना बळी पडावे लागले होते. तेव्हा त्यांनाच आता कॅबिनेट सेक्रेटरी म्हणून घेतले जाईल, अशी अपेक्षा होती. मी लोकसभेत राजीव गांधी यांना भेटल्याने माझ्यावर उघडउघड 'राजीव गांधी यांचा माणूस' असा शिक्का बसला होता. विरोधकांमध्ये माझी अशी ख्याती होणे योग्य नव्हते. तसेच, लोकशाहीत नोकरशाहीची तटस्थ भूमिका डागाळली जाणेही योग्य नव्हते. शिवाय मी आता राजीव गांधी यांचा विरोधक असलेल्या व्ही. पी. सिंग यांचा

प्रिन्सिपल सेक्रेटरी म्हणून काम करीत होतो. मला हे सारे अवघडल्यासारखे वाटत होते. म्हणून मी पदत्याग करून माझ्या जागी विनोद पांडे यांना आणावे असे पंतप्रधानांना म्हणालो. तोपर्यंत पांडे यांनीही आपण कॅबिनेट सेक्रेटरी बनण्याची मानसिक तयारी केली होती. ते कळताच अनेकजणांना आता आपला सूड उगवून हिशोब पुरा करून घेण्याचा या माणसाला मोह होणार असे वाटून भीती वाटली.

त्यावेळी सर्वत्र असेही समजले जात होते की, नवीन पंतप्रधान हे आपल्या कार्यालयात (PMO) काटछाट करून ते लहान करणार, त्याचे महत्त्वही कमी करणार. कारण राजीव गांधी यांच्या कारकीर्दीमध्ये पंतप्रधानांच्या कार्यालयाला नको तितके महत्त्व दिले जात आहे आणि इतर मंत्रालये व खाती यांच्या कामकाजात ते ढवळाढवळ करीत आहे, अशी सर्वसाधारण भावना झालेली होती. म्हणून नवीन पंतप्रधानांबरोबर माझ्या पहिल्या दोन तीन बैठका झाल्यावरती मी त्यांना स्वच्छ सांगितले की, मी येथे काम करीत असल्यापासून हे कार्यालय शुद्ध व्यावसायिकपणे आपले काम करते आणि पंतप्रधानांना आपला सल्ला व सेवा पुरवते आहे. अन्य मंत्रालये व खाती यांच्या कारभारात बदल करायचा आमचा हेतू केव्हाही नव्हता व आम्ही कधीही त्यांच्यात हस्तक्षेप करायचो नाही. पंतप्रधानांच्या कार्यालयाकडून आतापर्यंत जो काही तथाकथित हस्तक्षेप झाला तो कार्यालयातील मुलकी नोकरवर्गाकडून कधीही झाला नाही. तो फक्त मुलकी नसलेल्या Non-civil अधिकाऱ्यांकडून झाला.

मी माझ्या सहकाऱ्यांना बोलावून सांगितले की, आपल्या या पंतप्रधानांच्या कार्यालयाने PMO येथून पुढे अत्यंत काळजीपूर्वक वागले पाहिजे. 'ही एक सत्ताधारी व जबरदस्त संस्था आहे,' असा कुठेही भाससुद्धा निर्माण होऊ देता कामा नये. तरीही मला ठाऊक होते की, येथे पंतप्रधानांची नवी माणसे भरती करण्याचे आणि इथले काही अधिकारी हलवण्याचे प्रयत्न केले जाणार. अन् तसे प्रयत्न झालेही. पहिला प्रयत्न झाला तो मॉन्तेकसिंग अहलुवालिया यांना हलवून त्यांच्या जागी दीपक नय्यर यांना आणण्याचा. नय्यरला पंतप्रधान व विनोद पांडे हे दोघेही चांगले ओळख होते. मूळचे ते इंडियन इकॉनॉमिक सर्व्हिसमध्ये निवड झालेले. व्यापार मंत्रालयात ते अर्थ सल्लागार म्हणून होते. पण तिथे राजीनामा देऊन ते जवाहरलाल नेहरू विद्यापीठात गेले. त्यांची डावी विचारसरणी व तशा श्रद्धा होत्या. माझ्याबरोबर काम करण्यासाठी मला असा केवळ सिद्धान्तवादी अर्थशास्त्री नको होता, विशेषत: आर्थिक विकासासाठी उदारमतवादी दृष्टिकोन असावा असे मानणाऱ्यांपैकी मी एक असताना तरी. म्हणून मी या बदलाला विरोध केला. मग माझा विरोध पाहून पंतप्रधानांनी माझे म्हणणे मान्य केले आणि नय्यर यांना अर्थमंत्रालयात प्रमुख अर्थ सल्लागार म्हणून नेमले. शंकर आचार्य हेही एक अर्थ सल्लागार होते व इंडियन इकॉनॉमिक सर्व्हिससाठी निवडले गेले होते. परंतु त्यांनी मला सांगितले की नय्यर

यांच्यापेक्षा त्यांचा ज्येष्ठताक्रम हा अधिक वरचा होता. त्यांचे नुकसान होणार नाही असे मी त्यांना वचन दिले आणि संधी मिळताच मी त्यांना जागतिक बॅन्केवरती पाठवू शकलो.

अहलुवालिया हेसुद्धा आर्थिक विकासाकडे उदारमतवादी दृष्टिकोनातून पहायचे. राजीव गांधी यांच्या काळात मी त्यांना या प्रश्नावरती एक टिपण सविस्तरपणे करावयास सांगितले. त्यांनी त्यावरती खरोखरच एक अप्रतिम असा निबंधच तयार केला. मग तो राजीव गांधी यांना दाखवून त्यावरती चर्चा केली. ते त्यातील मुद्यांशी सहमत झाले, पण म्हणाले की सार्वत्रिक निवडणुका झाल्यावरती परत हा निबंध नीट पारखू. निवडणुकीत व्ही. पी. सिंग निवडून येऊन पंतप्रधान बनल्याने मी तोच निबंध त्यांना दाखवला. अजूनही आर्थिक स्थिती घसरत चालल्याने आता या निबंधावरती विचार करणे त्यांच्या हाती होते. त्यावर त्यांनी म्हटले की हा निबंध आपण सेक्रेटरी मंडळींच्या समितीपुढे ठेवू. परंतु यामुळे मॉन्तेकसिंग अहलुवालिया हे निष्कारण वादात सापडले. या संबंधात असे आरोप झाले की, जागतिक बँक आपला दृष्टिकोन मॉन्तेकसिंग यांच्यामार्फत भारत सरकारवरती लादत आहे.

पंतप्रधान आपल्या कार्यालयामध्ये (PMO) आपल्याशी निष्ठा असणाऱ्या लोकांचीच भरती करू शकतात. त्यात गैर असे काहीच नाही. पार्थसारथी हे एक फॉरीन सर्व्हिसमधले अधिकारी होते. ते पंतप्रधानांच्या कार्यालयामार्फत होणारी प्रसिद्धी व वृत्तमाध्यमांना निवेदन करणे अशी कामे करीत होते. पण आता त्यांना घालवून देऊन त्यांच्या जागी भुरेलाल यांना जॉईन्ट सेक्रेटरीचे पद देऊन बसवले. राममोहन राव हे आधी माहिति व प्रसारण मंत्रालयामध्ये प्रिन्सिपल इन्फर्मेशन ऑफिसर होते. त्यांच्याकडे आता जनसंपर्काचे जादा काम देण्यात आले. नवीन पंतप्रधानांना आपल्या कार्यालयाचे महत्त्व हळूहळू समजू लागले होते. तसेच या कार्यालयाची नि:स्पृहता व इतर कोणाच्या कारभारात हस्तक्षेप न करणे या गुणांची त्यांच्यावरती छाप पडली. तसेच, पंतप्रधानांकडे येणाऱ्या कामात रस घेऊन त्यांना चांगली सेवा पुरवणाऱ्या संस्थेची अथवा कार्यालयाची किती गरज असते हेही त्यांना नक्कीच कळून चुकले असणार. सुमारे चार महिन्यांनंतर ते स्वत: होऊन म्हणाले की, ''पंतप्रधान कार्यालयाने सरकारमध्ये अवाजवी हस्तक्षेप न करता अगर कोणतेही अडथळे न आणता आपले प्रतिपादन नेहमी ठामपणे केले पाहिजे.'' आखाती प्रदेशात जेव्हा कुवेतवरून युद्ध सुरू होते त्या काळात आणि आमच्या कार्यालयाने इतरही काही उपक्रम सुरू केल्याने त्यांना या कार्यालयाचे महत्त्व मनापासून पटले व तशी त्यांची खात्री झाली.

आंतरराष्ट्रीय नाणे निधीवर (इन्टरनॅशनल मोनेटरी फंड) असलेले भारताचे संचालक बिमल जालान यांना भारतात परत येण्याची तीव्र इच्छा होती. राजीव

गांधींच्या सरकारने परदेशात पाठवून आपल्याला बाजूला टाकले आहे, अशी त्यांची भावना झाली होती. म्हणून जेव्हा व्ही. पी. सिंग पंतप्रधान झाले तेव्हा ते दिल्लीला धावले व आपल्याला अर्थ खात्यात फायनान्स सेक्रेटरीचे पद मिळावे म्हणून उघड प्रचार करू लागले. त्यावेळी या पदावरती गोपी अरोरा हे होते. एके काळी ते राजीव गांधी यांचे अतिलाडके Blue eyed boy होते. बोफोर्सच्या दलाली प्रकरणात त्यांचेही नाव घेतले जात होते. आता नवीन सरकार आल्यामुळे त्यांना हलवणार हे उघड होते. तेव्हा त्यांच्या जागी आपली वर्णी लागावी अशी बिमल जालान यांची इच्छा होती.

गोपी अरोरा यांना मी चांगले ओळखत होतो आणि त्यांच्यासारख्या एका निष्ठावान व कार्यक्षम अधिकाऱ्याला काहीही कारण नसताना पदावरून दूर करण्याची शिक्षा कशासाठी द्यायची? असे मला वाटत होते. त्यातून पंतप्रधानांचाही कल गोपी अरोरा यांच्या बाजूने होत गेला. शेवटी मी यावरती असा उपाय सुचवला की, त्या दोघांची एकमेकांच्या पदावरती नेमणूक करणे. परंतु गोपी अरोरा यांच्याविरुद्ध नवीन सरकारच्या चौकशा व शोधप्रकरणे चालू असल्याने ते परदेशात जायला कचरत होते. मी त्यांना असा सल्ला दिला की, उलट अशा वेळी ते दिल्लीत नसल्याने त्यांच्याकडे फारसे कोणाचे लक्ष वेधले जाणार नाही. शेवटी गोपी तयार झाले व तसे बदलीचे सरकारी हुकूम निघाले. तरीही त्यांच्याविरुद्ध एक कुजबुजीच्या रूपात प्रचार सुरू झालाच. तो प्रचार राजीव गांधी यांच्या जवळच्या माणसांनीच सुरू केला होता. त्यांनी असे उठवले की, गोपी यांची परदेशात एका आकर्षक पदावरती नेमणूक केली जाण्याचे कारण राजीव गांधी यांच्या काळातील पंतप्रधान कार्यालयातील महत्त्वाची व गोपनीय माहिती व्ही. पी. सिंग यांना पुरवायची गोपी यांनी मान्य केले आहे. मला हे कळताच मी ती बातमी वॉशिंग्टनला गोपी यांना कळवली व या संदर्भात त्यांनी राजीव गांधी यांची स्वत: भेट घेऊन 'हा एक खोडसाळपणाचा भाग आहे,' असा खुलासा करावा असे त्यांना सुचवले.

इंटेलिजन्स ब्युरोचे संचालक एम. के. नारायण होते आणि सीबीआयचे संचालक अरुण मुखर्जी होते. त्या दोघांच्या तर नक्कीच बदल्या होणार हे स्पष्ट होते. उत्तर प्रदेशातून आयपीएस होऊन आलेले आर पी. जोशी यांना इंटेलिजन्स ब्युरोचे संचालकपद देण्यात आले. परंतु ते विनोद पांडे यांचे जवळचे नातेवाईक असल्याने थोडीशी अवघड परिस्थिती निर्माण झाली होती. सीबीआयच्या संचालकपदावरती राजस्थानमधून आलेले आयपीएस अधिकारी राजेन्द्र शेखर यांना बसवण्यात आले. विनोद पांडे यांच्या ते परिचयाचे असल्याने हे घडले. परंतु तेवढा भाग सोडला तर ते एक अत्यंत कार्यक्षम अधिकारी होते. मी पंतप्रधानांना नारायणन यांच्याबद्दल सांगितले. ते एक आयपीएस झालेले सर्वांत जेष्ठ व चांगले अधिकारी असून

त्यांच्याजवळ अफाट अनुभव होता. अशा अधिकाऱ्याचा लाभ आपण करून घ्यायला हवा असे सांगितले. मग कॅबिनेट सेक्रेटेरीएटमध्ये त्यांना जॉईंट इंटेलिजन्ट कमिटीचे चेअरमनपद देण्यात आले. परंतु त्यांच्यासारख्या अधिकाऱ्याला हे काम फार कमी वेळ पुरत असल्याने मी पंतप्रधान कार्यालयात सारख्या होत राहणाऱ्या व पंतप्रधान हजर असणाऱ्या बैठकींना त्यांना बोलवू लागलो. अर्थातच सर्व बैठकांना न बोलवता ज्या बैठकांमध्ये इंटेलिजन्स आणि सर्वसाधारण अंतर्गत सुरक्षा बाबींवरती चर्चा असे, त्याच बैठकींना मी त्यांना बोलावित होतो. कालांतराने इंटेलिजन्स ब्युरोचे संचालक जोशी यांच्या कामावर पंतप्रधान नाराज होऊ लागले आहेत असे मला दिसून येऊ लागले. मग ते नारायणन यांचा सल्ला घेऊ लागले. मला त्यावेळी पंतप्रधानांना सांगायचा मोह व्हायचा की, सरळ नारायणन यांनाच जोशींच्या जागी नेऊन बसवा. पण खुद्द नारायणन यांचीच तशी इच्छा दिसेना मग मी त्यांना पंतप्रधानांच्या कार्यालयातील सुरक्षा सल्लागार या पदावरती आणण्याचा विचार केला. कारण या पदावरील गॅरी सक्सेना हे सोडून गेले असल्याने हे पद तसे रिकामेच होते. तरीही नारायणन यांना या पदावर आणण्याचे जमले नाही.

गॅट (GATT) वरती भारताचे प्रतिनिधी शुक्ला हे होते. युरुग्वे या देशात गॅटची जी प्रसिद्ध परिषद (Punta Dal Este) झाली त्याला व्ही. पी. सिंग गेले होते. त्यावेळी त्यांच्याबरोबर शुक्ला सतत होते. जेव्हा शुक्ला भारतात परतले तेव्हा त्यांची आरोग्य मंत्रालयात बदली करण्यात आली. परंतु पंतप्रधानांच्या मनात शुक्ला यांचा वेगळ्या कामासाठी उपयोग करून घ्यायचा होता. शेवटी असे ठरले की, वाणिज्य मंत्रालयातील सेक्रेटरी अमरनाथ वर्मा यांना बदलून त्यांच्या जागी शुक्ला यांना ठेवायचे. अमरनाथ वर्मा आपल्या पदावरती चांगले काम करीत होते, त्यामुळे या बदलीने ते नाराज झाले. त्यांच्यासाठी तेवढेच एखादे मातब्बर व चांगले मंत्रालय शोधून त्यांना तिथे योग्य पद कसे द्यावे, या पेचात मी पडलो. वाणिज्य मंत्रालयाला उद्योग मंत्रालय हा पर्याय होता. पण मग तिथल्या ओतिमा बोर्डिया यांना तेथून हलवावे लागणार होते. शेवटी त्यांची बदली आम्ही खते व रसायन मंत्रालयात केली. या बदलीमुळे त्यांना आनंद न होणे साहजिकच होते. त्या नाराज झाल्या होत्या. पण त्याहीपेक्षा त्यांची नाराजी आणखी वाढली ती खात्याच्या नव्याने झालेल्या मंत्र्यामुळे. ते मंत्रीमहोदय होते देवीलाल. त्यांच्याबरोबर कामे करणे त्यांना कठीण जाऊ लागले. काही दिवसांनी मी पंतप्रधानांना सुचवले की ओतिमा बोर्डिया यांना केंद्रीय सेवा आयोगाच्या (UPSC) सभासदपदावरती नेमावे. माझी सूचना त्यांनी मानली.

महसूल खात्याचे सेक्रेटरी एन. सी. सेनगुप्ता यांच्याबरोबर विनोद पांडे यांचे वैयक्तिकरित्या जमत नव्हते. सेनगुप्ता हे सेवाज्येष्ठतेमध्ये पांडे यांच्या खालोखाल

होते. पांडे यांच्या म्हणण्यानुसार सेनगुप्ता हे धिरूभाई अंबानी यांच्या रिलायन्स उद्योगसमूहाचे हित पहाण्यात वशिलेबाजी करतात. पेट्रोलियम सेक्रेटरी एच. के. खान यांच्याविषयीही विनोद पांडे यांची अशीच तक्रार होती. लवकरच सेनगुप्ता यांना त्यांच्या केडरच्या राज्याकडे म्हणजे प. बंगालमध्ये आणि एच. के. खान यांना गुजरातमध्ये परत माघारी पाठवून देण्यात आले. आर. एल. मिश्रा हे आयएएस अधिकारी राजस्थान केडरमधून आलेल्या होते. त्यांना महसूल खात्याचे सेक्रेटरीपद देण्यात आले आणि महाराष्ट्र केडरमधून आलेल्या माधव गोडबोले यांना पेट्रोलियम सेक्रेटरीचे पद देण्यात आले. गोडबोले हे अत्यंत कार्यक्षम अधिकारी होते आणि त्यांनी राज्याच्या अर्थखात्यामध्ये सेक्रेटरीपदावरती चांगले काम करून नाव कमावले होते. त्यांचाही अंबानी उद्योगसमूहाबरोबर संघर्ष झाल्याचे मला कळले.

गिरीश मेहरा हे विनोद पांडे यांच्यापेक्षा सेवाज्येष्ठतेत वरचे होते. ते एक चांगले अधिकारी होते. ते माहिती व प्रसारण खात्यात सेक्रेटरी होते. पण त्या खात्याचे मंत्री अजित पांजा यांनी आल्या आल्या त्यांना एक अयोग्य शेरा दिला. त्यांना परदेशातील पदावरची एखादी जागा द्यावी अशी मी पंतप्रधानांना विनंती केली. अशीच गोष्ट मी रोमा मुजुमदार यांच्या बाबतीतही केली होती. त्यावेळी टी. एन. शेषन हे कॅबिनेट सेक्रेटरी होते. लवकरच मेहरा यांची बदली इंडियन हायकमिशनर म्हणून कॅनडाला झाली.

नवीन परराष्ट्र मंत्री आय. के. गुजराल त्यांचे परराष्ट्र खात्याचे सेक्रेटरी एस. के. सिंग यांच्याशी जमत नव्हते. त्यातून सेंट किटस प्रकरणात त्यांच्यावरती आरोप झालेले होते. तेव्हा आता त्यांचीही बदली होईल असे दिसू लागले. त्यांचाच सहकारी मुचकुंद दुबे यानेही एस. के. सिंग यांना हुसकावून लावून त्यांची जागा आपण घेण्यासाठी चक्क मोहीम उघडली होती. मुचकुंद दुबे यांच्याबद्दल माझे थोडेसे दूषित मत होते. त्याला कारण मला तसा त्यांच्याकडून आलेला जिनिव्हामधील अनुभव. त्यावेळी ते स्वित्झर्लंडमधील भारताचे राजदूत होते व मी आंतरराष्ट्रीय श्रम संघटनेच्या सभेसाठी तिकडे गेलो होतो. मी माझी स्पष्ट मते पंतप्रधानांना ऐकवली. मग तो बदलीचा प्रस्ताव तसाच काही दिवस पडून राहिला. नंतर परत एकदा त्यांनी मला माझे मत विचारले. त्या साऱ्या प्रकारामुळे मंत्रालयाच्या कारभारावरती परिणाम होतो आहे याच्याशी मी सहमत झालो. शेवटी मी पंतप्रधानांना सुचवले की एस. के. सिंग यांना एखादे राज्यपालपद द्यावे. परंतु ही गोष्ट प्रत्यक्षात उतरली नाही. कारण सिंग यांना ते राज्यपालपद एखाद्या मोठ्या राज्याचे तरी हवे होते किंवा दिल्लीजवळ हवे होते. कारण त्यांची मुले दिल्लीत शिकत होती.

टेलिकॉम कमिशनचे चेअरमन सॅम पित्रोडा आणि त्यांचे मंत्री उन्नीकृष्णन यांचे एकमेकांशी पटत नव्हते. लवकरच त्यांच्यातला संघर्ष हा उघड्यावरती आला.

उन्नीकृष्णन यांनी तर आणखी पुढे जाऊन इलेक्ट्रॉनिक्स खात्याचे पूर्वीचे सेक्रेटरी के. पी. पी. नंबियार यांचा एकसदस्यीय आयोग नेमून पित्रोडा यांच्या सीडॉटच्या Centre for Development of Telematics कारभाराची चौकशी करण्याचा घाट घातला. पण सॅम पित्रोडा व नंबियार यांच्यातील पूर्वीचे मैत्रीचे संबंध संपुष्टात आले होते. त्यामुळे या चौकशीच्या पूर्वरचित निष्कर्षांना तसा काहीही अर्थ राहणार नव्हता. मी उन्नीकृष्णन व सॅम पित्रोडा यांच्यातील संघर्षाची कल्पना पंतप्रधानांना दिली व सांगितले की, ''पित्रोडा यांचा बळी घेऊ देण्यास आपण उन्नीकृष्णन यांना परवानगी देऊ नये.'' त्यांनी ते मान्य केले. मग मी पित्रोडा यांना सांगितले की, ''कृपा करून काही घटना घडतील अशी कृती करू नका. कारण लवकरच पंतप्रधान दूरसंचार खात्यासाठी नवीन मंत्री नेमण्याची शक्यता आहे.'' मग उन्नीकृष्णन यांची जागा जनेश्वर मित्रा यांनी घेऊन ते मंत्री झाले. पण तोपर्यंत सॅम पित्रोडा यांना उन्नीकृष्णन यांचा जाच उदासीनपणे सहन करावा लागला.

नवीन पंतप्रधान हा नेहमीच नियोजन आयोगाची पुनर्रचना करतो. अबीद हुसेन हे नियोजन आयोगाचे सदस्य होते, पण त्यांची मुदत आता संपली होती. ते एक चांगले व कार्यक्षम अधिकारी होते. मी त्यांना चांगले ओळखत होतो. त्यांचा मुलगा परदेशात शिकत असून त्यांना आपल्या कन्येलाही परदेशात पाठवण्याची इच्छा होती, अन् म्हणून त्यांना परदेशात बदली हवी होती. मला हे सारे ठाऊक होते. लंडनमधील हायकमिशनची जागा रिकामी होत होती. म्हणून मी अबीद यांचे नाव त्या पदासाठी पंतप्रधानांकडे सुचवले. पंतप्रधानांना अबीद यांचे व्यापार खात्यातील सेक्रेटरी म्हणून केलेले चांगले काम ठाऊक होते. म्हणून त्यांचा या प्रस्तावासाठी अनुकूल कल झाला. परंतु त्याहीपेक्षा वॉशिंग्टनला राजदूत म्हणून त्यांना पाठवले तर अधिक उत्तम असे त्यांना वाटले. कारण अबीद हे मुस्लीम होते अन् ही बाजू त्यांना राजकीयदृष्ट्या जमेची वाटत होती. शेवटी अमेरिकेतील राजदूत म्हणून अबीद वॉशिंग्टनला गेले.

स्टेट बँक ऑफ इंडियाचे चेअरमन व मॅनेजिंग डायरेक्टर विजय अटल हे होते. ते या पदाला नक्कीच लायक होते. परंतु अनेकजण या पदासाठी राजकीय दबाव आणून प्रयत्न करू लागले होते. मी ही गोष्ट पंतप्रधानांना समजावून सांगितली. मग त्यांनी ताबडतोब अटल यांना आहे त्या पदावरती, म्हणजे चेअरमन व मॅनेजिंग डायरेक्टर या पदावरती कायम केले.

सेन्ट्रल बोर्ड ऑफ डायरेक्ट टॅक्सेस याच्या चेअरमनपदी एस. थिंड यांना आधीच्या सरकारने अत्यंत अश्लाघ्य पद्धतीने बसवले होते. यामागे आर. के. धवन यांचा हात असल्याचे सर्वांना ठाऊक होते. नवीन पंतप्रधानांनी ताबडतोब थिंड यांची उचलबांगडी करून त्या जागी पांडे या लायक गृहस्थाला आणून बसवले. त्यांची

नियुक्ती सर्व दृष्टीने यथायोग्य होती.

मंत्रीमंडळाची एक अपॉईन्टमेन्ट कमिटी Acc होती. त्या कमिटीने कॅप्टन राधाकृष्णन यांना शिपिंग कॉर्पोरेशन ऑफ इंडियाच्या चेअरमनपदासाठी शिफारस केली होती. त्या जागेवरती जे. सी. सेठ हे काम करीत होते. जहाज वाहतूक मंत्रालयाचा भार उन्नीकृष्णन यांच्याकडे होता. त्यांना जे. सी. सेठच हवे असल्याने ते राधाकृष्णन यांना त्या पदाचा ताबा घेऊ देईनात. मी पंतप्रधानांना सांगितले की अपॉईन्टमेन्ट कमिटीचा हुकूम मंत्र्याने मानलाच पाहिजे. परंतु काही ना काही सबबीखाली उन्नीकृष्णन यांनी शेवटपर्यंत तो हुकूम मानलाच नाही.

गृह खात्यातील दोन सेक्रेटरींची बदली करण्यात आली होती व तसे करण्यात माझा बराचसा भाग होता. जेव्हा व्ही. पी. सिंग हे पंतप्रधान झाले तेव्हा कल्याण कृष्ण हे गृह खात्यात सेक्रेटरी होते. काही दिवसातच गृहमंत्री मुफ्ती मोहंमद सईद यांच्या कन्येचे काश्मिरमध्ये दहशतवाद्यांकडून अपहरण झाले. पंतप्रधानांच्या कार्यालयातील बैठकीमध्ये पंतप्रधानांनी विचारले की, ''मुफ्ती साहेबांच्या कन्येला का संरक्षण दिले गेले नाही? विशेषत: इन्टेलिजन्स ब्युरोने तशा शक्यतेचा अहवाल दिलेला असतानाही असे का घडले?'' हा अहवाल अपहरण घडण्याआधी मीच पंतप्रधानांच्या लक्षात आणून दिला होता. त्या अहवालात, जम्मू काश्मिरमधील महत्त्वाच्या व्यक्तिंच्या नातेवाईकांचे अपहरण होण्याची दाट शक्यता वर्तवली होती.

मुफ्ती महंमद म्हणाले की हा अहवाल आपल्याला कधी दाखवलाच गेला नव्हता किंवा गृह खात्याच्या सेक्रेटरीने त्याचा आपल्यापाशी उल्लेखही केला नव्हता. साहजिकच पंतप्रधान गृह खात्याच्या सेक्रेटरीवरती नाराज झाले. ते जेव्हा उत्तर प्रदेशचे मुख्यमंत्री होते तेव्हा हाच सेक्रेटरी त्यावेळी राज्याचा चीफ सेक्रेटरी होता. त्यावेळेपासून त्याच्याबद्दल पंतप्रधानांच्या मनात काही मते तयार झाली होती. त्यात आता या प्रकरणाची भर पडली. अशाच आणखी एका तातडीच्या प्रसंगी याच सेक्रेटरीने तात्काळ कारवाई करायला पाहिजे होती ती केली नव्हती. म्हणूनही पंतप्रधान त्याच्यावरती नाराज झालेले होते. या सर्वांची परिणती म्हणून त्याची ताबडतोब बदली करण्याचा हुकूम पंतप्रधानांनी दिला. त्यावर मी त्यांना सुचवले की त्यांची बदली आपण केंद्रीय लोकसेवा आयोगाच्या (UPSC) सभासदपदी करू. म्हणजे त्यांच्यावरती आपण मुद्दाम अन्याय केला आहे असे दिसणार नाही.

गृहखात्याच्या रिकाम्या झालेल्या पदावरती आता शिरोमणी शर्मा यांचा सेवाज्येष्ठतेनुसार हक्क होता. शर्मा हेही पूर्वी उत्तर प्रदेश सरकारचे चीफ सेक्रेटरी होते. जेव्हा कल्याण कृष्णा यांना दिल्लीला गृह खात्याचे सेक्रेटरी म्हणून आणण्यात आले तेव्हा शर्मा हे वस्त्रोद्योग मंत्रालयात होते. तिथून त्यांना परत उत्तर प्रदेशात पाठवण्यात आले होते. माझे असे मत होते की शिरोमणी शर्मा हे गृह खात्याच्या

सेक्रेटरीपदासाठी योग्य नाहीत. शिवाय जेव्हा या पदासाठीचा हुकूम त्यांच्यासाठी निघत होता तेव्हा ते अस्वस्थ झाले होते. मग पंतप्रधानांनाही असे वाटले की त्यांना गृह खात्याचा सेक्रेटरी करण्याचा आपला निर्णय हा चुकीचा ठरला आहे. त्यातून त्यावेळी अयोध्या प्रकरणात हळूहळू रंग भरू लागला होता.

एके दिवशी पंतप्रधानांनी जनता दलाचे खासदार भारतीया यांना माझ्याकडे पाठवले. ते मला भेटायला रात्री माझ्या घरी आले. अयोध्या प्रश्नावरती एक निवेदन करण्यासंदर्भात काही सांगायला ते आले होते. दुसऱ्या दिवशी काही पत्रकारांनी शिरोमणी शर्मा यांना विचारले की, अयोध्या प्रश्नावरती केलेले एक निवेदन पंतप्रधानांना मंजूर आहे काय? यावरती प्रतिक्रिया व्यक्त करताना त्यांनी आधी आमच्याकडून नीट माहिती घ्यायला हवी होती. त्याऐवजी त्यांनी असे काही निवेदन तयार असल्याचे आपल्याला ठाऊक नाही म्हणून कानावरती हात ठेवले. पंतप्रधानांना हे कळताच साहजिकच ते अस्वस्थ झाले. ते म्हणाले की,''या शिरोमणीची बदली करायला हवी.'' विनोद पांडे यांनी त्यावर म्हटले की त्यांच्या जागी मग एस. के. मिश्रा यांना आणूया. त्यावरती मी माझे मत दिले की ''मिश्रा या पदाला योग्य नसून सध्या त्यांची प्रकृतीही ठीक नसते.'' मग मी गृह खात्याच्या सेक्रेटरीपदासाठी नरेशचंद्र यांचे नाव सुचवले. ते त्यावेळी संरक्षण खात्यात सेक्रेटरी होते व त्यांना देशांतर्गत सुरक्षेची चांगली जाणीव व माहिती होती. शिवाय देशाबाहेरून येणाऱ्या सुरक्षिततेला पोचणाऱ्या धमक्यांबाबतचेही त्यांना ज्ञान होते. पण ते या पदावरती यायला तयार नव्हते. मग मी त्यांना समजावले की तुम्ही नकळत कॅबिनेट सेक्रेटरी पदाच्या स्पर्धेत उतरला असल्याने जर हे नवीन पद स्वीकारलेत तर त्याचा पायरीप्रमाणे तुम्हाला उपयोग होईल. त्यांचा भाऊ, गिरीश सक्सेना यानेही त्यांना असेच समजावून सांगितले. शेवटी ते तयार झाले व त्यांची गृह खात्याचे सेक्रेटरी म्हणून नेमणूक झाली.

आता विनोद पांडे यांनी पुन्हा एस. के. मिश्रा यांचे नाव संरक्षण खात्याच्या रिकाम्या झालेल्या सेक्रेटरीपदासाठी सुचवले. पण मी परत त्याच पूर्वीच्या कारणावरून त्या नावाला सहमती दिली नाही. मी त्या पदासाठी वेगळेच नाव सुचवले. नरेन्द्र व्होरा हे संरक्षण उत्पादन खात्यात सेक्रेटरी होते. त्यांची निवड या पदासाठी यथायोग्य ठरेल असे मी सांगितले. परंतु विनोद पांडे यांच्या मते नरेन्द्र व्होरा हे या पदासाठी तेवढे पुरेसे ज्येष्ठ झालेले नाहीत. पण माझ्या मताला पंतप्रधानांनी दुजोरा दिला.

मनोहरसिंह गिल हे पेट्रोलियम व रसायन खात्यात सेक्रेटरी होते. त्यांची बदली तेथून करावी असा एक प्रस्ताव पुढे आला. पण त्यासाठी कोणतीही कारणे दिलेली नसल्याने मी त्या प्रस्तावाला विरोध दर्शवला.

इंडियन पेट्रोकेमिकल्स लिमिटेड (IPCL) चे हसमुख शहा हे चेअरमन व मॅनेजिंग डायरेक्टर होते. ते एकदा माझ्याकडे आले. ते खूप अस्वस्थ झालेले व अवघडलेले दिसत होते. रिलायन्स इन्डस्ट्रीजबरोबर जे नेहमीचे व्यवहार होत त्या संबंधात त्यांच्याकडे काही बातम्या आल्याने ते अस्वस्थ होऊन आलेले होते. इंडियन पेट्रोकेमिकल्स व रिलायन्स ह्या दोन्ही कंपन्या एकाच प्रकारच्या उत्पादनांचे व्यवहार करीत होत्या. दोन्ही कंपन्या एकमेकांशी नेहमीचे व्यवहार करत होत्या. त्यांचे सर्व काही ठीक चाललेले असल्याने सरकारकडून कोणाला काही कृपा मागण्याची गरज नव्हती की सरकारही त्यांच्याकडून काही घेत नव्हते. सरकार फक्त रिलायन्स कंपनीच्या व्यवहारांची चौकशी करीत होते. *इंडियन एक्स्प्रेस* हे वृत्तपत्र त्याबद्दलच्या बातमीसाठी सारखा पाठपुरावा करीत होते. व्ही. पी. सिंग आणि विनोद पांडे हे दोघेही वैयक्तिकरित्या रिलायन्सबद्दलच्या चौकशीवरती लक्ष ठेवून होते. परंतु यामुळे असाच त्रास नंतर आपल्यालाही दिला जाईल अशी भीती इंडियन पेट्रोकेमिकलला वाटू लागली होती. या संदर्भात मी व्ही. पी. सिंग यांना सांगितले की अंबानी यांच्याविरुद्ध कारवाई करताना त्यामुळे आयपीसीएल सारख्या सार्वजनिक क्षेत्रातील उद्योगांना अगर त्या त्या उद्योगाच्या प्रमुखांनी हादरून जाता कामा नये किंवा त्यांना निष्कारण त्रास दिला जाता कामा नये. त्यांना माझे मत पटले मग मी हसमुख यांना दिलासा दिला.

नॅशनल म्युझियमचे संचालक डॉ. एल. पी. सिहारे हे होते. त्यांनी मला येऊन सांगितले की केवळ त्यांचे राजीव गांधी यांच्या कुटुंबाबरोबर जवळचे संबंध असल्याने त्यांच्यावरती कारवाई केली जाण्याच्या धमक्या दिल्या जात आहेत. जुनी चित्रे टिकवून धरण्याच्या तंत्रामध्ये सोनिया गांधी यांना रस होता. म्हणून त्या नेहमी त्या संदर्भात सल्ला व मार्गदर्शन घेण्यासाठी नॅशनल म्युझियममध्ये जात. त्यांना साहजिकच सर्व प्रकारची मदत दिली जात होती. मी सिहारे यांना घाबरू नका असा सल्ला दिला व सांस्कृतिक खात्याच्या सेक्रेटरीशी बोललो. सिहारे यांच्याविरुद्ध काही गंभीरपणे विचार करण्याजोगा मुद्दा नसेल तर त्यांच्यावर कसलीही कारवाई करू नका.

स्टील ऑथॉरिटी ऑफ इंडियाचे (SAIL) चेअरमन व्ही. कृष्णमूर्ती यांची मुदत संपत आली होती. पण त्यांना मुदतवाढ हवी होती. पण ती मंजूर झाली नाही. आपले गांधी कुटुंबियांशी तथाकथित निकटचे संबंध असल्याच्या समजुतीमुळे आपल्या निष्ठेसंबंधी शंका येऊन ही मुदतवाढ नाकारली गेली आहे, असा त्यांचा दावा होता. या संबंधात मी चौकशी केली व त्यांना सांगितले की सरकारला आता नवीन व्यक्तीला चेअरमनपदावरती बसवायचे असल्याने मुदतवाढ नाकारली गेली आहे. त्या निर्णयामागे कोणताही आकस, गैरसमजूत अथवा शंका नाही. त्यांच्याविरुद्ध

तर काहीही तसे आरोप किंवा आक्षेप नाहीत असेही त्यांना सांगितले.

आम्ही जपानला लोखंडाचे खनिज निर्यात करण्याचा निर्णय घेतला होता. पण या संबंधात वृत्तपत्रांनी अशी बातमी पसरवली की सरकार जे लोखंडाचे खनिज निर्यात करते आहे ते अत्यंत उच्च प्रतीचे असून त्यात लोखंडाचे प्रमाण अत्यंत जास्त आहे. पण ते केवळ भारतातील पोलाद उत्पादनाच्या दराने, म्हणजे कमी किंमतीला निर्यात केले जाणार आहे. या बातमीमुळे व्यापार मंत्रालय अस्वस्थ झाले. मला सांगण्यात आले की पोलाद खात्याचे सेक्रेटरी वेंकटेशन यांच्यावरती या संबंधात कारवाई करावी. कारण त्यांनीच ही बातमी वृत्तपत्रांना फोडली असावी. मग मी पंतप्रधानांना सांगितले की तसे असेल तर आपल्याला कॅबिनेट सेक्रेटरीवरतीही कारवाई करावी लागेल. कारण त्यांनी सेंट किटस प्रकरण आणि ए-३२० विमान खरेदी प्रकरण अशा सारख्या संबंधात अनेक बाबतीत अनौपचारिकरित्या वृत्तपत्रांना बातम्या पुरवल्या होत्या. माझ्या या उत्तराने ही बाब येथेच संपून गेली.

अर्जुन सेनगुप्ता हे भारतातर्फे युनोच्या विकास कार्यक्रमावरती (UNDP) काम करीत होते. ते लवकरच मुदत संपल्याने तिकडून परत येणार होते. योग्य वेळी ते उपलब्ध होत असल्याने पंतप्रधानांनी त्यांना ब्रुसेल्समधील युरोपियन कम्युनिटी संस्थेमध्ये भारताचा प्रतिनिधी म्हणून नियुक्त केले. पण त्याआधी तिथे त्या पदावर काम करीत असलेले जी. व्ही. रामकृष्णन यांना इकडे यावे लागणार होते. ते आता पंतप्रधानांच्या कार्यालयात माझ्याच जागी येण्यासाठी प्रयत्न करू लागले. परंतु पंतप्रधानांनी ही गोष्ट नामंजूर केली.

रिझर्व्ह बँकेचे गव्हर्नर आर. एन. मल्होत्रा यांची त्या पदावरील मुदत फेब्रुवारी १९९० मध्ये संपत होती. म्हणून मी पंतप्रधानांना सुचवले की वाटल्यास मी त्या पदावरती जाऊ इच्छितो. माझ्या सूचनेला पंतप्रधानांनी चांगला प्रतिसाद दिला पण मला त्यावरती पुन्हा विचार करण्यासाठी त्यांनी वेळ मागितला. शेवटी ते मला सोडावयास तयार झाले नाहीत आणि मल्होत्रा यांना गव्हर्नरपदी मुदतवाढ देण्यात आली. केंद्रीय लोकसेवा आयोगाचे (UPSC) चेअरमनपद रिकामे होते. "तुम्हाला जर तिकडे जाण्यात रस असेल तर जाल का?" अशी मला विचारणा करण्यात आली. पण मी त्या गोष्टीला नकार दिला. (मी याच पुस्तकात नवव्या प्रकरणात शेवटी म्हटलेले आहे की, महाराष्ट्राचे मुख्यमंत्री शरद पवार यांनी आपल्या मंत्रीमंडळात मंत्रीपद देऊ केले असता मी ते नाकारले होते.)

माझ्या सहकाऱ्यांना व अनेक वरिष्ठ अधिकाऱ्यांना नवीन सरकारबद्दल भीती वाटत होती. पण सर्व घडामोडी पाहून मला असे म्हणावेसे वाटते की, पंतप्रधानांनी विविध निर्णय घेऊन हळूहळू सर्व अधिकाऱ्यांच्या मनातील भीती काढली, त्यांच्यात विश्वास निर्माण केला आणि आपल्याशी त्यांची निष्ठा पक्की केली. राजीव गांधी

यांच्या काळात पंतप्रधानांच्या कार्यातील प्रमुख पद प्रिन्सिपल सेक्रेटरी हे मला मिळाले होते. या पदावरील व्यक्ती नेहमी पंतप्रधानांच्या जवळ असते. मी राजीव गांधी यांच्या एवढा जवळ गेलेलो असतानाही त्यांनी मला त्याच पदावर राहू दिले, याचा अर्थ हे पंतप्रधान न्यायाने वागू इच्छितात. अर्थात विनोद पांडे यांच्यासारख्या ज्या मुलकी अधिकाऱ्यांवरती पूर्वीच्या राजवटीत सरकारने, त्यांच्या मते प्रतिकूल निर्णय घेतले त्यांचे नोकरीतील पुनर्वसन करणे भाग होते. विनोद पांडे, भुरेलाल आणि एस. व्ही. एस. राघवन यांना राजीव गांधी यांच्या काळात ते व्ही. पी. सिंग यांच्याकडे कल असल्याच्या संशयावरून पदावरून दूर केले होते. त्यांची व्ही. पी. सिंग यांनी नोकरीत पुन्हा सन्मानाने प्रतिष्ठापना केली होती.

परंतु त्याचा व्यत्यास म्हणजे त्यांनी ए. एस. थिंड यांच्यासारख्या काही मुलकी अधिकाऱ्यांना त्यांच्या पदावरून दूर केले होते. थिंड यांनी पूर्वीच्या सरकारकडून वशिलेबाजीने आपली वर्णी लावून नोकरीतले पद मिळवले होते, असे त्यांचे मत होते. पण मुलकी नोकरीमध्ये अशा गोष्टी योग्य भावनेने स्वीकारावयाच्या असतात. फक्त एक वादाचा मुद्दा विनोद पांडे यांच्याबाबत रहातो. विनोद पांडे यांची स्वतःच्या निवडी आणि काही व्यक्तींबद्दल असलेली दूषित मते ही त्यांनी दुर्दैवाने नेहमी उघडपणे बोलून दाखवली. अन् त्याबद्दल त्यांना कसलाही खेद होत नव्हता. कोणावरही अन्याय होत असताना मी अनेकदा मध्ये पडून तसा अन्याय त्या मुलकी अधिकाऱ्यावरती होऊ दिला नाही. यामुळे मुलकी नोकरवर्ग खूष रहात असे. पण तरीसुद्धा याच नोकरवर्गात अस्वस्थतेची भावना रेंगाळत असायची. विनोद पांडे हे नुसतेच कॅबिनेट सेक्रेटरी नव्हते तर देशातील तमाम मुलकी सेवांचे व नोकरवर्गाचे प्रमुख होते आणि पंतप्रधानांचा त्यांच्यावरती पूर्ण विश्वास होता. त्यांच्यासारख्या सर्वोच्च पदावरील अधिकाऱ्याची ही कथा तर बाकीच्यांना आपण काय म्हणणार?

◆

२३
राजकीय व आर्थिक घडामोडी

परराष्ट्र मंत्रालय

परराष्ट्र मंत्रालयाच्या प्रतिष्ठेत आणि वैशिष्ट्यात इंदरकुमार गुजराल यांनी मोठीच भर टाकली. त्यासाठी त्यांना या क्षेत्रातील पूर्वीचा अनुभव जरी उपयोगी पडला असला तरी त्यांची जनता दल पक्षातील स्थिती ही पण कारणीभूत ठरली. त्यांच्या खात्याचा प्रमुख म्हणजे सेक्रेटरी, हे एस. के. सिंग हे होते. तेही चांगले अनुभवी व कार्यक्षम होते. परंतु इंदरकुमार यांचे त्यांच्याशी सख्य होत नव्हते खरे. म्हणून त्यांना त्यांच्या पसंतीचा माणूस सिंग यांच्याऐवजी हवा होता. एस. के. सिंग यांना या पदावरती राजीव गांधी यांनी आणले होते. व्ही. पी. सिंग आणि त्यांचा मुलगा यांना सेंट किट्स प्रकरणात गोवण्यात आपल्या मंत्रालयाची यंत्रणा सिंग यांनी वापरु दिली असे त्यांच्यावरती आरोप झालेले होते. मुचकुंद दुबे हे सिंग यांच्या खालोखाल असलेले आयएफएस असलेले अधिकारी होते. सिंग यांना हटवून त्यांच्या जागी दुसऱ्या कोणाला आणणार ही बातमी कळताच मुचकुंद दुबे यांनी त्या पदावर आपली नेमणूक व्हावी म्हणून प्रयत्न चालवले. त्यांची मदार ही जनता दलातील बिहारमधून निवडून आलेले खासदार यशवंत सिन्हा यांच्यावरती होती. यशवंत सिन्हा यांना पक्षात बऱ्यापैकी मान होता. सिन्हा यांना फक्त राज्यमंत्रीपद देऊ केले होते. म्हणून त्यांनी कोणतेही मंत्रीपद स्वीकारले नाही. ''दुबे यांच्याबद्दल सर्वत्र खूप मानाने बोलले जाते. पण ते फार तापट आहेत,'' असे माझे मत मी पंतप्रधानांकडे व्यक्त केले होते. नंतर काही दिवसांनी पंतप्रधानांनी पुन्हा एकदा मला माझ्या मतावरती विचार करण्यास सांगितले. त्यांनी ठरवलेली नेमणूक आपण आता बदलू शकत नाही हे माझ्या ध्यानात आल्यावर मी माझे मत मागे घेतले. तरीही दुबे यांच्याशी माझी दोनदा थोडीशी बोलाचाली झालीच. मंत्रिमंडळाच्या राजकीय घडामोडींवरच्या समितीमध्ये मी त्यांच्या दृष्टिकोनांना एकदा आव्हान दिले. तेव्हा ते चटकन भडकले.

जवळच पंतप्रधान बसले आहे याचेही भान त्यांनी ठेवले नाही. हा एक असभ्यपणा होता. दुसरा एक प्रसंग असाच घडला. एकदा मी, पंतप्रधान, गुजराल आणि दुबे असे चौघेजण रशियामधून परत येत होतो. गॅट करारावरती आमची चर्चा चालली होती. माझे म्हणणे असे होते की, जागतिक संदर्भात आपली जी आर्थिक भूमिका आहे त्यानुसारच आपण गॅटच्या बाबतीत एक अधिक व्यावहारिक भूमिका घ्यावी. यावरती दुबे एकदम भडकले अणि म्हणाले की, ‘‘भारत हा एक मोठा देश आहे आणि कोणीही त्याच्यावरती दबाव आणून पाहिजे तिकडे झुकवू शकत नाही.’’ यासाठी त्यांनी कृष्ण मेनन यांचे उदाहरण दिले. असे दिसत होते की गुजराल आणि दुबे यांचा अमेरिका आणि पश्चिमी राष्ट्रे यांच्याबद्दलचा दृष्टिकोन एकसारखा आहे. तसेच त्या दोघांना रशिया व इतर साम्यवादी देशांबद्दल ममत्व वाटते.

जेव्हा १९९० च्या मध्यास कुवेतवरून आखाती देशात युद्धाला तोंड फुटले तेव्हा भारताच्या परराष्ट्र खात्याच्या धोरणावरती गुजराल व दुबे यांचा प्रभाव होता. त्यांनी त्या आंतरराष्ट्रीय घटनेत एक टोकाची भूमिका घेतली. ‘गल्फमधील संघर्ष ही पाश्चिमात्य साम्राज्यवादाची निर्मिती असून जगाला केल्या जाणाऱ्या क्रूड तेलाच्या पुरवठ्यावरती त्या पश्चिमी देशांना आपले नियंत्रण ठेवायचे आहे.’ अशा अर्थाची पत्रे परराष्ट्र खात्याकडून भारताच्या जगातील सर्व राजदूतांना पाठवली गेली होती. मला हे कळताच धक्काच बसला. हा एक मंत्रालयातील डाव्या विचाराच्या लोकांचा दृष्टिकोन होता व त्यात खुद्द परराष्ट्रमंत्र्यांनीही भाग घेतला होता. आपली वैयक्तिक मते, श्रद्धा, दृष्टिकोन हे राष्ट्रीय हितांवरती कसे मात करून जातात याचे हे एक आश्चर्यकारक उदाहरण आहे. त्यानंतर गुजराल यांनी कुवेतमध्ये एक घोषणा केली. ती ऐकून आम्ही थक्क झालो. त्यात त्यांनी म्हटले होते की, ‘‘कुवेतमधील आपले राजदूत व अन्य कर्मचारी यांना भारत लवकरच कुवेतबाहेर हलवणार आहे.’’ यातून भारत आपले कुवेतमधील दूतावास बंद करणार असा संकेत निर्माण होत होता. अमेरिकेतील भारताचा राजदूत अबिद हुसेन यांनीही ती बातमी ऐकली होती. त्यांनी घाईघाईने मला फोन करून बातमी पडताळून पहाण्यास सांगितली. पंतप्रधानांच्या कार्यालयातील आम्हा सगळ्यांचा असा दृष्टिकोन होता की, जरी कामकाजाच्या नियमांनुसार (Rules of Business) परराष्ट्र मंत्रालयाला परकीय देशांशी आपले संबंध टिकवण्याचे काम करावे लागत असले तरी, सध्याच्या परिस्थितीत हे संबंध फार व्यापक स्वरूपात परिणाम घडवणारे आहेत. हे परिणाम सरकारच्या सर्व कार्यक्रमांवरती प्रभाव टाकणारे असल्याने केवळ एकटे परराष्ट्र मंत्रालय या बाबतीत एकतर्फी निर्णय घेऊन तो लादू शकत नाही. पण तरीही शेवटी तसा एक निर्णय परराष्ट्र मंत्रालयाने घेऊन तो जाहीरही केला होता. त्याचे परिणाम संबंधित अन्य मंत्रालयांवरती होणार होते अन् त्या मंत्रालयांशी मात्र निर्णय घेण्याआधी चर्चा केली

नव्हती. संबंधित मंत्रालयांपैकी अर्थ मंत्रालयाचा या निर्णयाशी दाट संबंध येणार होता. कारण परदेशी, विशेषत: मध्यपूर्वेत काम करणाऱ्या लक्षावधी भारतीयांकडून परकीय चलनात भारतात पैसे पाठवले जातात. तसेच परदेशातून भारताला क्रूड तेल व पेट्रोलियमचे पदार्थ आयात केल्याने त्याची भरमसाठ बिले परकीय चलनात द्यावी लागतात. अशा परिस्थितीत आपली वकिलात हलवल्याने तिथल्या भारतीयांना परत यावे लागले तर सरकारचा मोठ्या प्रमाणातील महसूल बुडणार होता. गृह मंत्रालयावरतीही या युद्धाचा परिणाम होता. कारण हे युद्ध मुस्लीम देशातले असल्याने इथल्या मुस्लीम मानसिकतेशी त्याचा संबंध येत होता. तसेच, भारतातील मुस्लीम जनतेमध्ये सौदी अरेबियाला रस होता. संरक्षण मंत्रालयालाही या निर्णयाची झळ पोचू शकणार होती. कारण पश्चिम आशियातील घडामोडी ह्या भारताच्या सुरक्षिततेच्या दृष्टीने अत्यंत संवेदनशील होत्या. याचे कारण पाकिस्तानला त्या भागात लष्करीदृष्ट्या रस होता. सर्वांत महत्त्वाचे मंत्रालय म्हणजे पेट्रोलियम व रसायन मंत्रालय. त्यांना तर या युद्धाची थेट झळ पोचत होती. म्हणून परराष्ट्र मंत्रालयाच्या या धोरणाविरुद्ध आम्ही पंतप्रधानांकडे जोरदारपणे आमचे म्हणणे मांडले. मग यावरती खल होऊन आम्हाला आता होत असलेले नुकसान हे कमीतकमी कसे होईल यासाठी कामे करण्याची परवानगी देण्यात आली.

त्या युद्धाच्या काळात आणखीही एक प्रश्न आमच्यासमोर उभा राहिला. पूर्वेकडून मध्य आशियातील युद्धाच्या जागी जाण्यासाठी अमेरिकन विमानांना भारतावरून उडत जावे लागणार होते. एव्हाना हे युद्ध ही युनोची (UNO)बाब झाली होती. त्यामुळे जरी भारतावरून उडत जाणारी विमाने अमेरिकेची असली तरी ती युनोच्या कामासाठी उडत जाणार होती. त्यामुळे त्यांच्या भारतावरील उड्डाणांना परवानगी देण्यात धोका नव्हता. परंतु परराष्ट्र खात्याने या प्रस्तावाला हरकत घेतली. त्यांच्या मते यामुळे इराकविरुद्ध युद्धात भारताने प्रत्यक्ष भाग घेतल्यासारखे होणार होते. पण जर अमेरिकन विमानांना परवानगी नाकारली तर त्याचा अर्थ 'युनोला भारत सहकार्य देत नाही' असा होणार होता. अमेरिकन विमानांचे मात्र तसे फारसे काही अडणार नव्हते. त्यांना दक्षिणेकडे श्रीलंकेच्या दिशेने उडत जाऊन तिथे भारताला वळसा घालून पश्चिमेकडे युद्धाच्या जागी जावे लागणार होते. शेवटी व्यावहारिक जाणीव प्रभावी ठरली आणि अमेरिकन विमानांना भारतावरून उडत जाण्यास परवानगी दिली गेली.

याचवेळी आणखी एक उपनाट्य घडत होते. वॉशिंग्टनमधील भारताच्या दूतावासातील नौदल ॲटॅचीने आम्हाला विचारणा केली की आपण एखादे पाणसुरुंग शोधून नष्ट करणारे जहाज अमेरिकेला सेवा पुरवण्यासाठी वापरू शकतो का? कारण पर्शियन गल्फ येथील समुद्रात इराकने मोठ्या प्रमाणात पाणसुरुंग पेरून

ठेवले होते. त्याचबरोबर आधीच्या इराक इराण संघर्षात पेरलेले पाणसुरुंग अजून तिथे होते. या विनंतीमागची पार्श्वभूमी ही मोठी गंमतीची होती. आपले नौदल प्रमुख हे एकदा अमेरिकेला सदिच्छा दौऱ्यावरती गेले होते. अमेरिकन नौदलाच्या प्रमुखाला जगातील विविध राष्ट्रातील ॲडमिरलच्या टोप्या गोळा करण्याचा छंद होता. आपले नौदल प्रमुख त्यांना तशी टोपी स्वत: देऊ शकले नाही. म्हणून त्यांनी ते काम नंतर आपल्या वकिलातीमधील नौदल ॲटॅचीवरती सोपवले. मग त्या अमेरिकन नौदल प्रमुखाच्या भेटीची वेळ घेऊन आपला नौदल ॲटॅची त्यांच्याकडे टोपी घेऊन गेला. बाहेरच्या खोलीत तो वाट पहात बसला असताना त्याला सांगण्यात आले की, आत एक महत्त्वाची बैठक चालू असून थोडे थांबावे लागेल. पर्शियन आखातामधील समुद्रात इराकने मोठ्या प्रमाणावरती जे पाणसुरुंग पेरले होते ते कसे निकामी करून हटवायचे यावरती आतमध्ये खल चालू होता. अमेरिकेकडे इतकी अत्याधुनिक साधने व तंत्रज्ञान असतानाही त्यांना हा प्रश्न पडला होता. त्या पाणसुरुंगांमुळे तिथे नौदलाच्या बोटींना व पाणबुड्यांनाही जा ये करणे कठीण झाले होते. ज्यावेळी ही चर्चा त्या नौदल ॲटॅचीला कळली तेव्हा तो अजाणपणे बोलून गेला की हे काही अशक्य कोटीतील काम नाही. माईनस्वीपर बोटीकडून ते सहज करवून घेता येते. त्याच्या या उद्गारावरती अमेरिकन नौदल प्रमुखाचा सहाय्यक आश्चर्याने म्हणाला, "अरेच्चा इतकी साधी सोपी गोष्ट आमच्या कशी लक्षात आली नाही?" अमेरिकन नौदल प्रमुखाने हे काम करण्यासाठी भारताने आपल्याजवळील माईनस्वीपर बोट अमेरिकेला उसनी द्यावी किंवा तसली सेवा भाड्याने द्यावी अशी विनंती अधिकृतपणे केली. शेवटी ते विनंतीपत्र माझ्या टेबलावरती येऊन पडले. मी त्या विनंतीला आदरपूर्वक नकार देऊन म्हटले की, "खाडी युद्धामध्ये आम्हाला प्रत्यक्ष व अप्रत्यक्ष भाग घ्यायचा नाही. परंतु आम्ही असे सुचवतो की ब्रिटिश नौदलाकडे बहुतेक अशी एखादी बोट पडून असावी. ती तुम्ही मागवून घेऊ शकता." जवळ कितीतरी उच्च तंत्रज्ञानावरती आधारीत अशी लष्करी साधनसामुग्री असताना अमेरिकेच्या तंज्ज्ञांना साध्या साध्या गोष्टींची आठवण येत नाही. अमेरिकेच्या हेर खात्याचे जाळे खूप मोठे आहे व ताकदवान आहे. तरीही त्यांच्या शत्रूंकडून अनेकदा या हेर खात्यावरती मात केली जाते. याचे कारण अमेरिकन लोक हे अत्याधुनिक तांत्रिक उपकरणांवरती मोठ्या प्रमाणात अवलंबून रहातात. मग त्यांना साध्या मानवी युक्त्यांचा आधार घेण्याचे भान रहात नाही.

एप्रिल १९९० मध्ये मी अमेरिकेला 'इंडो यूएस बिझनेस कौन्सिल' च्या एका बैठकीला गेलो होतो. त्यावेळी मला असे सांगण्यात आले की पेप्सी कोलाचा प्रस्ताव भारतात धूळ खात पडला आहे. अन् जर हा प्रस्ताव येथल्या बैठकीपूर्वी भारताने मंजूर केला तर भारताच्या बाजूने केलेली ती एक सदिच्छेची कृती ठरेल.

माझ्या मते हा प्रस्ताव धूळ खात पडायला नको होता. म्हणून मी तशी विनंती पंतप्रधानांना केली. त्यांनी संबंधित खात्याचे मंत्री शरद यादव यांच्याशी विचारविनिमय केला. मग पेप्सी-कोलाचा प्रस्ताव मंजूर झाला. परंतु या कंपनीचे उत्पादन भारतात 'पेप्सी कोला' या नावाने न होता 'लेहर पेप्सी' या नावाने व्हायला पाहिजे अशी अट घातली गेली. इकडे बैठकीत ती अट मान्य केली जाऊन एकदम आनंदाचे वातावरण पसरले.

या बैठकीतील चर्चेचा मोठा मुद्दा हा व्यापारासंबंधी असलेल्या बौद्धिक संपत्तीबद्दलचा होता. या बाबतीत गॅटने एक योजना (Trade Related Intellectual Property Scheme) सादर केली होती. आम्ही आणि इतर काही विकसनशील देशांनी या योजनेला विरोध केला. कारण पेटंट घेणे हे काम एवढे खर्चिक किंवा महागडे असते की त्या मार्गाकडे गरीब देश फारसे वळत नाही. त्यामुळे आपोआपच श्रीमंत व विकसित देशांची यावर आधारित असलेल्या व्यापारात एकाधिकार (Monopoly) निर्माण होणार होता. त्यामुळे ही योजना विकसनशील देशांना प्रगतीमधील अडथळा ठरणार होती, घातक ठरणार होती. विशेषत: औषध क्षेत्राला याचा तडाखा बसणार होता. मग नवीन औषधे ही सामान्य माणसांच्या आवाक्याबाहेर रहाणार होती. त्यातून भारताची या बाबतीतील आणखी एक वैशिष्ट्यपूर्ण समस्या होती. आपण उत्पादनाच्या पद्धतीचे पेटंट घेण्यास मान्यता दिली आहे. पण खुद्द उत्पादनाला म्हणजे औषधाला दिली नाही. त्यामुळे आपल्या औषध कंपन्या उत्पादन करण्याची पद्धत थोडी बदलून त्यातून निर्माण झालेल्या उत्पादनाला अगर औषधाला वेगळे नाव देऊन विकतात. ज्या देशात पेटंटचे संरक्षण आहे त्या देशातील औषधांपेक्षा भारतात अशा पद्धतीने उत्पादित केलेली औषधे ही कित्येक पटीने स्वस्त असतात. परंतु विकसित देशातील, विशेषत: अमेरिकेतील औषध कंपन्या ह्या भारतातील पेटंटच्या कायद्यात त्यांना अनुकूल अशा दुरुस्त्या करण्यासाठी दडपण आणीत होत्या. मला वाटले की आपण या दडपणाला तोंड देऊ शकणार नाही. म्हणून यातून एखादा मधला मार्ग शोधावा. उत्पादित वस्तूंना पेटंटचे संरक्षण देण्यासाठी आम्हांला पुरेसा अवधी द्यावा आणि त्याचबरोबर एखादी परदेशी कंपनी असेच पेटंट घेतलेले उत्पादन जर भारतात करू इच्छित असेल तर ठराविक कालावधीतच त्या कंपनीला हा उत्पादनाचा उद्योग सुरू करता येईल, अशी अट घालण्याचा आम्हाला अधिकार द्यावा. शिवाय साथीच्या रोगांची व सर्वत्र आढळणाऱ्या रोगांची अशी जी औषधे फार मोठ्या प्रमाणावरती गरीबांना लागतात त्या औषधांना पेटंटचे संरक्षण असता कामा नये आणि अशी औषधे जागतिक आरोग्य संघटनेने (WHO) ठरवून द्यावीत. तथापि, भारतीय औषध कंपन्यांचे जे प्रतिनिधी या बैठकीला आले होते ते या सुचवलेल्या बदलाला अनुकूल नव्हते आणि त्यांनी लवचिक भूमिका न घेता

कडक भूमिका घेतली होती. यूएस बिझनेस कौन्सिलचा एक ज्येष्ठ प्रतिनिधी केन्डॉल हा या बाबतीत काही मार्ग शोधण्यासाठी माझ्या कार्यालयात आला. पण मी फारसे काही करू शकलो नाही. जेव्हा अमेरिकेच्या व्यापार खात्यातील अंडर सेक्रेटरीने हा प्रश्न पुन्हा माझ्यापाशी काढला तेव्हा मला त्याला एक प्रश्न विचारण्याचा मोह आवरला नाही. मी विचारले, "अमेरिकेने अत्यंत कुशल कामगारांच्या येण्याजाण्यावर निर्बंध घातलेले आहेत. मग ही बाबसुद्धा सेवाक्षेत्राच्या अखत्यारीत यायला काय हरकत आहे? अन् अमेरिका तर गॅटमध्ये त्यासाठी प्रचारही करीत आहे." जर व्यापाराबाबतीत मुक्त धोरण हवे असेल तर तेच धोरण सेवाक्षेत्रालाही लावायला हवे. सेवा पुरवणे हाही एक व्यापार आहे. माझ्या प्रश्नाला त्यांनी अपेक्षेप्रमाणे उत्तर दिले नाही. पण त्यांनी धारण केलेले मौन मात्र बोलके होते.

अमेरिकेहून परतताना मी पश्चिम जर्मनीमधील बॉन शहरी गेलो. आर्थिक कारणांसाठी तिथे थांबणे हे महत्त्वाचे होते. अन् त्यासाठी पंतप्रधानांच्या कार्यालयाला चॅन्सेलर हेल्मुट कौल यांच्या ऑफिसशी थेट संपर्क साधायला सांगितला. आपल्या राजदूताला बरोबर घेऊन मी चॅन्सेलरच्या कार्यालयाचे प्रमुख तेश्निक यांना भेटलो. त्यांना भारताच्या आर्थिक स्थितीबद्दल माहिती हवी होती. शिवाय त्यांना भारताच्या हिताबद्दल सहानुभूतीही होती. मी त्यांच्याशी चर्चा करून सारी माहिती दिली. आमची भेट बऱ्याच अर्थाने फार उत्तम ठरली.

जुलै महिन्याच्या शेवटी मी पंतप्रधानांच्या तुकडीत सामील होऊन त्यांच्याबरोबर रशियाला गेलो. काही ज्येष्ठ रशियन अधिकाऱ्यांनी पंतप्रधानांची भेट घेतली. कारण त्यांच्या असे लक्षात आले होते की, सध्याचे रशियन सरकार आणि नवीन येणारे सरकार हे लष्करी उद्योगांचे बजेट कमी करत जाणार आहेत. त्यामुळे रशियन शस्त्रास्त्रांचे कारखाने जगवण्यासाठी ते काही ना काही मार्ग शोधत होते. त्यांना आमच्याकडून काढून घ्यायचे होते की, भारत रशियाला शस्त्रास्त्रांच्या ज्या मोठ्या ऑर्डरी देत आला आहे त्या तशाच पुढे चालू ठेवल्या जातील का? अन् तसे जर भारत करू शकत असेल तर भारतापुढे आणखी चांगल्या व लाभदायक अशा अटी ठेवण्याचे त्यांनी सूचित केले.

मी याआधी कधीही रशिया व पूर्वयुरोपीय देशांना गेलो नव्हतो. त्यामुळे माझा पंतप्रधानांबरोबरचा हा दौरा पक्का होण्याआधी मला पत्नीसह तेथे जाण्याची इच्छा होती. पण यावर गुजराल नाखूष होते. त्यांच्या मते असे दौरे फक्त परराष्ट्र मंत्रालयातील अधिकारीच करु शकतात. त्यातून मी पंतप्रधानांचा प्रिन्सिपल सेक्रेटरी असल्याने परराष्ट्र मंत्रालयावर त्याचा काही ना काही परिणाम होऊ शकतो. व्यापार मंत्री अरुण नेहरू हे गुजराल यांच्या आधी रशियाला एकदा गेले होते. त्यावेळी गुजराल यांनी असाच आपला असंतोष व्यक्त केला होता. मी आणि पंतप्रधानांनी

त्यांना सांगितले की मी रशियाला माझ्या पैशाने जात आहे तेव्हा त्यासाठी परराष्ट्र मंत्रालयाच्या परवानगीची गरज नाही. मग मात्र त्यांचा विरोध सौम्य झाला. शेवटी मी पत्नीसह गेलो.

कर्नाटकात राष्ट्रपतींची राजवट

१९८९ मध्ये वीरेन्द्र पाटील यांच्याकडे कर्नाटकातील काँग्रेसचा ताबा राजीव गांधी यांनी दिला. त्यांना कर्नाटकात काँग्रेस पुढे आणायची होती. डिसेंबरमध्ये विधानसभेच्या व लोकसभेच्या निवडणुका तिथे घेतल्या जाणार होत्या. पाटील यांनी खूप चांगली कामगिरी करून दाखवली. त्यांनी विधानसभेच्या २२५ पैकी १८० जागा जिंकून दाखवल्या. तिथे असलेल्या जनता दल पक्षाला हा एक जबरदस्त राजकीय तडाखा बसला होता. कारण त्यावेळी दक्षिणेत बरेच जनता दलाचे खासदार लोकसभेवरती निवडून आले म्हणजे केन्द्रातील त्यांचे सरकार भक्कम पायावरती उभे राहू शकणार होते. त्यामुळे ते त्या निवडणुकीवरती फार मोठी आशा ठेवून विसंबून होते.

तथापि, वीरेन्द्र पाटील यांनी एवढे नेत्रदीपक यश खेचून आणूनही त्यांना त्याचा पुढे उपयोग झाला नाही. कारण काँग्रेसच्या रूढ नीतीनुसार कोणत्याही राज्यातील आपल्या पक्षातील एखाद्याचे नेतृत्व ते फार पुढे येऊ देत नाहीत. उद्या हीच व्यक्ती डोईजड होऊन आपले त्या राज्यावरील नियंत्रण जाईल अशी काँग्रेसच्या अध्यक्षाला नेहमी भीती वाटत असते. या वृत्तीला राजीव गांधीसुद्धा अपवाद नव्हते. त्यांनी मुख्यमंत्री पाटील यांना कडक नियंत्रणाखाली ठेवले, त्यांच्याजवळ आपल्याशी निष्ठा असलेली माणसे घुसवून ती पाटील यांना विरोध करत रहातील असे पाहिले. ऑक्टोबर १९९० मध्ये पाटील यांना हृदयविकाराचा एक झटका आला. मग राजीव गांधी यांना वाटले की पाटील आता सरकारचे नेतृत्व करण्यासाठी योग्य राहिलेले नाहीत. म्हणून ते बंगलोरला गेले. तिथून निघताना त्यांनी "कर्नाटकाचा मुख्यमंत्री आता दुसरा कोणीतरी काँग्रेसचा माणूस होईल," अशी जाहीर घोषणा बंगलोर विमानतळावरती केली. झाले! मग १४० असंतुष्ट आमदारांनी मुख्यमंत्री वीरेन्द्र पाटलांवरती आपला अविश्वास उघडपणे प्रगट केला. केन्द्रातील जनता दल सरकारला ही एक देवाने पाठवलेली सुवर्णसंधी वाटली. ते आता या अंतर्गत कलहाचा लाभ घेऊ पाहू लागले. वीरेन्द्र पाटील यांचा विधानसभेत अजूनही पराभव झाला नव्हता. तरीही कर्नाटकाच्या राज्यपालांना केन्द्राने सांगितले की, 'अशा अस्थिर राजकीय वातावरणात थोड्या काळासाठी राष्ट्रपती राजवट जारी व्हावी.' अशा अर्थाचा अहवाल पाठवावा. मग राज्यपालांच्या त्या अहवालाच्या आधारे

काँग्रेसचे तिथले सरकार बरखास्त करता येत होते. जेव्हा ही गोष्ट मंत्रीमंडळाच्या बैठकीत सांगितली गेली तेव्हा मी पंतप्रधानांना ''काँग्रेस पक्षासाठी ही एक गैर गोष्ट केली जाते आहे. विशेषत: ती वीरेन्द्र पाटील यांच्यासाठीही गैर आहे. जरी त्या पक्षात फूट पडली असेल तरी ती त्या पक्षाची अंतर्गत बाब आहे. ती बाब त्यांची त्यांनाच निस्तरू द्यावी. फार फार तर राज्यपालांना आदेश देऊन विधानसभेत वीरेन्द्र पाटलांना आपले बहुमत सिद्ध करावयास सांगावे किंवा अन्य कोणी नेता निवडावयास सांगावे.'' मी पुढे हेही सांगितले की, ''वीरेन्द्र पाटील यांनी सत्तेवरून पायउतार होण्यास नकार दिल्याने कोणत्याही परिस्थितीत राजीव गांधी यांच्या 'वीरेन्द्र पाटील हटाव' मोहिमेला आपण मदत करता कामा नये.'' गुरुपादस्वामी हे केन्द्र सरकारमध्ये मंत्री होते. ते कर्नाटकमधून निवडून आले होते. ते या बाबतीत आपला आग्रह रेटीत पंतप्रधानांवरती दडपण आणू लागले होते. कारण कर्नाटकात जनता दलाची वाढ करून पक्षाला आपल्या उपकारात ठेवण्याची त्यांची मनीषा होती. शिवाय त्या निमित्ताने कर्नाटकात काँग्रेसचा हिशेबही चुकता करता येणार होता. शेवटी मंत्रीमंडळाचा निर्णय राष्ट्रपती राजवट कर्नाटकावर लादण्यात झाला व तसे पत्र राष्ट्रपतींना पाठविण्यात आले. परंतु राष्ट्रपतींनाही हा निर्णय पसंत पडला नाही. त्यांनी पंतप्रधानांना यावरती चर्चा करण्यासाठी बोलावून खुलासा मागितला. पण त्याचा काहीही उपयोग झाला नाही. मंत्रीमंडळाच्या निर्णयाला राष्ट्रपती बांधले गेले असल्याने त्यांना आपली संमती द्यावीच लागली.

आर्थिक घडामोडी

केंद्र सरकारची आर्थिक आघाडी अर्थ मंत्री मधू दंडवते हे सांभाळत होते. आम्ही खरोखरीच आर्थिक अडचणीच्या काळातून चाललो होतो. त्यातून बाहेर पडायचे असेल तर आर्थिक कारभार हा ठोसपणे तर चालवायला हवा होता व त्याचबरोबर काही कठोर निर्णयही घ्यायला हवे होते. पंतप्रधानांनी दंडवते यांना सांगितले की, आपल्या पहिल्या अंदाजपत्रकात वस्तुस्थितीचे प्रतिबिंब उमटले पाहिजे. अंदाजपत्रकात जर काही तूट येत असेल तर ती युक्त्याप्रयुक्त्या करून लपवून ठेवू नका, स्पष्टपणे प्रगट करा. या सांगण्यामुळे काहीसा अनपेक्षित परिणाम झाला. दंडवते यांना वॉशिंग्टनमध्ये एका जागतिक बँकेच्या बैठकीला हजर रहायचे होते. त्यांनी एक जाहीर विधान असे केले की, ''आमच्याकडे आता वारसा हक्काने रिकामी तिजोरी आली आहे.'' पंतप्रधानांच्या कार्यालयात आम्ही यावर विचार केल्यावर आमच्या लक्षात आले की अर्थ मंत्र्यांच्या अशा विधानामुळे आर्थिक मदत मंजूर करून आणण्याच्या आपल्या क्षमतेवरती कदाचित वाईट परिणाम घडेल. जागतिक बँकेचाही

गैरसमज होऊ शकेल. त्यामुळे या विधानामुळे जे काही नुकसान होईल ते कमी करण्याचे प्रयत्न आता आम्हाला चालू करावे लागले.

खरे सांगायचे तर दंडवते यांच्यावरती एक फार मोठे कठीण कार्य सोपवले गेले होते. आपली आर्थिक अवस्था खरोखरीच वाईट झाली होती. विशेषत: परकीय चलनाची स्थिती तर खूपच दयनीय अशी होती. पंतप्रधानांच्या कार्यालयात आम्ही यावरती विचार करून पंतप्रधानांना सोने, रत्ने आदी किंमती गोष्टींच्या साठ्यांच्या बदल्यात उसनवार (Soverign borrowing) करण्याचा सल्ला देण्याचे ठरवले. कारण या बाबतीत चौकशी केली असता असे कळले की, बऱ्यापैकी रक्कम या मार्गाने उभी करण्यासाठी भारताची प्रतिमा चांगली आहे. रिझर्व्ह बँकेचे गव्हर्नर मल्होत्रा यांच्याशी मी यावरती बातचीत केली. पण त्यांनी मला या मार्गाबाबत एक सावधगिरीची सूचना देऊन ठेवली. ती म्हणजे अशा रितीने उभा केलेला निधी आपल्या आर्थिक स्थितीला टेकू लावण्याऐवजी केवळ लोकप्रिय कार्यक्रमांवरती किंवा योजनांवरती खर्च केला जाणार नाही याची हमी कशी मिळेल? मग या विषयावरती आमची पंतप्रधानांबरोबर एक बैठक झाली. त्या बैठकीत मी व मल्होत्रा यांनी अशा रितीने निधी उभा करण्यास विरोध केला. आपल्याजवळील सोन्याच्या साठ्याचे नव्याने मूल्यांकन करायला हवे होते. कित्येक वर्षात तसे न झाल्याने जुने मूल्यांकन हे आता उपयोगाचे नव्हते. या नवीन मूल्यांकनाच्या दृष्टिकोनातून आणि आंतरराष्ट्रीय नाणे निधीकडून निधी मागण्याच्या खास हक्कांच्या दृष्टिकोनातून आपल्या परकीय चलनाच्या गंगाजळीचा आढावा घ्यायला हवा. तसा तो घेण्यासाठी आम्ही अर्थ खात्याच्या सेक्रेटरीला सांगितले.

शेतकऱ्यांच्या कर्जमाफी योजनेमुळे एक तिखट परिस्थिती निर्माण झाली. सरकारने या योजनेची कार्यवाही करण्यासाठी हुकूमनामे काढले. हे अर्थातच देवीलाल यांच्या दबावामुळे केले गेले. त्यांचे यावरती असे म्हणणे होते की, "जर आपण निवडणुकीच्या जाहीरनाम्यात याचा अंतर्भाव केलेला होता, तर आता त्याची कार्यवाही करायलाच पाहिजे." पण आम्हाला आश्चर्य वाटले ते याचे की जर व्ही. पी. सिंग हे एकेकाळचे यशस्वी अर्थ मंत्री होते तर त्यांनी या अव्यावहारिक योजनेला वरवर का होईना, पण मुळातच जाहीरनाम्यात कसा काय पाठिंबा दिला होता? आर्थिक पत राखण्याच्या व वाढवण्याच्या संपूर्ण योजनेचे खांब हे त्यामुळे एकामागोमाग ढासळत जातील हे त्यांच्या कसे ध्यानात आले नाही? परंतु त्यांनी यावरती केलेला खुलासा हा दचकवून टाकणारा होता. ते म्हणाले, "पक्षाच्या जाहीरनाम्यात निवडणुकीच्या वेळी कर्जमाफीचा अंतर्भाव करण्यास मी सहमती दिली. कारण आपला पक्ष सत्तेवरती येऊन आपले सरकार बनेल व त्या सरकारलाच या योजनेची कार्यवाही करावी लागेल असे मला अजिबात वाटले नव्हते." १०,००० रुपये रकमेपर्यंतची

सारी कर्जे माफ करावीत असा सरकारी हुकूम निघाल्यावरती देवीलाल असे म्हणू लागले की, "आता हीच योजना आणखी मोठ्या कर्जांच्या माफीसाठीही लावावी, पण फक्त १०,००० रुपयांपर्यंत ही योजना मर्यादित ठेवावी." सुदैवाने त्यांची ही सूचना मान्य केली गेली नाही.

अर्थ मंत्रालयाने कर्जमाफीच्या प्रस्तावाची वाट लावण्यासाठी अंदाजपत्रकात त्यासाठी फारच थोड्या रकमेची तरतूद करून ठेवली. पण शेवटी याबद्दल जपून ठेवलेली गुप्तता फुटलीच. रिझर्व्ह बँकेच्या गव्हर्नरने अशी तक्रार केली की, बँका व सहकारी संस्था यांच्यावरती हा १०,००० कोटी रुपयांपेक्षा जास्त रकमेचा बोजा आहे. हा बोजा सरतेशेवटी सरकारला उचलावा लागतो. त्यामुळे अंदाजपत्रकात जी कर्जमाफीसाठी छोटी तरतूद केली आहे ती अत्यंत चुकीचे चित्र दाखवते. जेव्हा पंतप्रधानांना या साऱ्या गोष्टी सांगितल्या तेव्हा तेही चिंतेत पडले.

शेतकऱ्यांची प्रत्येक बाजू उचलून धरण्याच्या देवीलाल यांच्या प्रवृत्तीमुळे आर्थिक स्थितीवरती आणखी एक बोजा पडला. गहू, तांदूळ आणि इतर शेतीची उत्पादने यांच्या सरकारी खरेदीच्या किंमती फूड कार्पोरेशन ऑफ इंडिया यांच्यामार्फत सरकार दरवर्षी जाहीर करते. त्यावर्षी सरकारने गहू खरेदीचे भाव एकदम खूप वाढवले. हे भाव किंमती पक्क्या करण्याच्या (Price fixation mechanism) पद्धतीने सुचवलेल्यापेक्षा खूपच जास्त होते. या वाढवलेल्या सरकारी खरेदीच्या किंमतीमुळे देवीलाल यांच्या मतदारसंघात (पंजाबच्या जाट विभागात), हरियाणात आणि उत्तर प्रदेशात अक्षरशः हर्षोन्माद व्यक्त केला गेला. पण खरेदीचे दर वाढवल्याने झाले काय, तर वाढत्या चलनफुगवट्याला आणखीनच इंधन घातले गेले.

जेव्हा अंदाजपत्रकाची चौकट तयार झाली तेव्हा सेन्ट्रल बोर्ड ऑफ डायरेक्ट टॅक्सेस आणि बोर्ड फॉर कस्टम्स अॅन्ड एक्साईज यांच्याकडून पुढच्या वर्षीची वसुली किती होईल याचे आकडे येण्यास सुरूवात होते. महसूल खात्याचे सेक्रेटरी हे अंदाजी वसुलीचे आकडे शक्य तितके वाढवून अर्थ मंत्र्यांना देत होते. त्यांनी तसे करणे हे योग्य आहे असे उघडच होते. त्यामुळे अर्थ मंत्र्यांचे अंदाजपत्रक हे अधिक वास्तव होते. पण हे सारे एका मर्यादेतच केले जाते. उगाच भरमसाठपणे कोणताही आकडा कमी करणे अथवा वाढविणे असे केले जात नाही. नाही तर अंदाजपत्रक मंजूर करून ते जेव्हा प्रत्यक्षात व्यवहारात राबवले जाईल तेव्हा मोठ्या प्रमाणात तूट निर्माण होऊ लागेल. तथापि, त्या वर्षाच्या अंदाजपत्रकामध्ये प्रत्यक्ष व अप्रत्यक्ष करांच्या वसुलींचे अंदाज हे मर्यादेपेक्षाही अवास्तवरित्या अधिक दाखवले गेले होते. एवढी वसुली साध्य होणे अशक्य होते. मुंबई विभागातून सरकारी खजिन्यात प्रत्यक्ष करांची वसुली ही जास्तीत जास्त दाखवली गेली होती. याबद्दल जवळजवळ सर्व

इन्कमटॅक्स कमिशनर्सनी माझ्याकडे तक्रारी केल्या की, या अवाजवी, अवास्तव व असाध्य अशा वसुलीच्या अंदाजांमुळे फार वाईट परिणाम घडण्याची शक्यता आहे. इन्कमटॅक्स ऑफिसर मंडळींना त्या प्रमाणात वसुलीची उद्दिष्टे नेमून दिली जात असतात. ती उद्दिष्टे गाठणे कठीण आहे असे त्यांना दिसले तर ते खूप दडपणाखाली येतात. मग करदात्यांवर भरमसाठ व अवाजवी रक्कम कर लावला गेल्याचे हुकूमनामे ते काढतात. यामुळे करदाता हैराण होऊन जातो. मग त्याने तक्रार करताच ते त्याला प्रामाणिकपणे सांगतात की, ''तुमच्यावरती असा हुकूम बजावणे आम्हाला सक्तीचे केले आहे कारण आम्हाला ठरवून दिलेली उद्दिष्टे गाठायची आहेत.'' त्या अधिकाऱ्यांना हेही ठाऊक असते की जर करदात्याने याविरुद्ध अपील केले तर आपला हा हुकूमनामा बाजूला सारला जाईल. मी हे सारे अर्थमंत्री आणि पंतप्रधान यांना खुलासेवार सांगितले. 'आपल्या करदात्याला निष्कारण हैराण करू नका,' असे हुकूम अर्थ खाते आपल्या अधिकाऱ्यांना उद्देशून आता काढतील, अशी आशा करीत मी बसलो. पण तसे काहीही घडले नाही. परंतु विनोद पांडे हे मात्र आपली कल्पना पटवून देऊन तिचा अंदाजपत्रकात अंतर्भाव करण्यात यशस्वी झाले. आर्थिक उलाढालीवरती किमान कराचा प्रस्ताव आणि खाजगी पार्टनरशिप कंपन्यांच्या 'टॅक्सिंग प्रॉफिट' बद्दलचा प्रस्ताव, असे दोन प्रस्ताव त्यांनी सुचवले होते.

आयात क्रूड तेलांच्या किंमती आंतरराष्ट्रीय बाजारपेठेत वाढल्याने आम्ही आता गंभीरपणे डिझेल व पेट्रोलच्या किंमती वाढवण्याचा विचार करू लागलो. पेट्रोलियम मंत्रालयाचे सेक्रेटरी माधव गोडबोले हे होते. त्यांनी ग्राहकांकडून पेट्रोल व पेट्रोलजन्य पदार्थांचा वापर मर्यादित करण्यासाठी एक अभिनव कल्पना राबवून पाहिली. त्यासाठी त्यांनी पेट्रोल पंप ग्राहकांसाठी उघडे ठेवण्याच्या वेळा कमी केल्या. याखेरीज इतरही काही उपाययोजना केल्या. पण यामुळे पेट्रोल पंपावरती लांबलचक रांगा लागू लागल्या. पेट्रोलच्या किंमती वाढवण्याकडे पंतप्रधानांचा कल नव्हता. कारण अर्थ मंत्री असताना त्यांनी सादर केलेले त्यांचे १९८५ सालचे पहिले अंदाजपत्रक त्यांना अजूनही आठवत होते. त्यावेळी त्यांनी स्वयंपाकाच्या गॅसवरती लेव्ही आकारून त्याचे दर वाढवले होते. पण त्याला पुढे एवढा विरोध झाला की त्यांना ती लेव्ही मागे घ्यावी लागली होती. ते मागे घेण्याचे आणखीही एक कारण होते. ते म्हणजे शहरी जनता पक्षाचा मध्यमवर्ग हा त्यामुळे पक्षापासून दूर जाणार होता. शिवाय या मध्यमवर्गापैकी बरेचजण हे पेट्रोलवर चालणारी दुचाकी वाहने वापरणारे होते. ७ सप्टेंबर रोजी मंत्रीमंडळाच्या राजकीय घडामोडी समितीच्या बैठकीत पंतप्रधान हे पेट्रोलियम मंत्रालयावरती खूपच रागावून शेरे मारीत होते. आताच्या परिस्थितीला तोंड देण्यासाठी पेट्रोलियम खात्याने जे काही प्रयत्न केले

त्यावरतीही त्यांनी ताशेरे झाडले. पेट्रोलियम मंत्री गुरुपादस्वामी यावरती नुसते चूप बसून राहिले होते. परंतु खात्याचे सेक्रेटरी माधव गोडबोले हे एक ताठ मानेचे निर्भीड अधिकारी होते. ही टीका सहन न होऊन मुदतीपूर्व सेवानिवृत्त होण्याची इच्छा दर्शविणारे पत्र त्यांनी सरकारला लिहिले. विनोद पांडे यांनी गोडबोले यांची बाजू पंतप्रधानांना समजावून सांगून रदबदली करण्यासाठी मला सांगितले. मग मी पंतप्रधानांना गोडबोले यांनी पेट्रोलच्या किंमतीवरती नियंत्रण ठेवण्यासाठी किती तऱ्हेने प्रयत्न केले ते सांगितले. गोडबोले यांचे पत्र भावनेच्या भरात लिहिलेले एक कटू पत्र आहे असे म्हटले. त्यावर पंतप्रधानांनी आपल्या खऱ्याखुऱ्या भावना गोडबोले यांना कळवावयास सांगून ते सेवानिवृत्तीची मागणी करणारे पत्र मागे घेण्यास सांगितले. सुदैवाने गोडबोले यांचे मन मी त्याप्रमाणे वळवू शकलो.

राष्ट्रीयीकृत बँकांच्या संचालक मंडळावरती पाठवण्यासाठी अधिकारी वर्गात नसलेल्यांची नावे सरकारतर्फे सुचवली जात असत. त्यांची परत एकदा उजळणी व छाननी करण्याची गरज होती. अर्थमंत्र्यांनी ते काम आता हाती घेतले. सर्व सरकारांनी आतापर्यंत मिळालेल्या या हक्काचा दुरुपयोग करून आपल्या पक्षाचे कार्यकर्ते, सहानुभूतीदार आणि पक्षाला मदत करणारे यांचीच संचालक मंडळात वर्णी लावली होती. ही नावे आधी पंतप्रधानांच्या कार्यालयात जात व मग तेथून ती अर्थ मंत्र्यांकडे जात. पंतप्रधानांच्या कार्यालयात असताना अशा नावांची एक फाईल राजीव गांधी यांनी शीला दीक्षित यांच्याकडे देऊन ती नावे पक्षहिताच्या दृष्टीने बँकांच्या संचालक मंडळावर जातील हे पहाण्यास सांगितले. माझ्या देखतच हे घडले होते. पण आता अशा नावांची निवड करण्यासाठी अर्थ मंत्र्यांनी एक निवड समिती नेमली. तिच्या अध्यक्षपदी रिझर्व्ह बँकेच्या गव्हर्नरची नेमणूक केली. या समितीने असा एक दंडक घालून दिला की समितीने शिफारस केलेल्या नावातील जी नावे अर्थ मंत्री स्वीकारणार नाहीत, त्यासाठी त्यांनी आपली कारणे त्या नावांच्या फायलीत लिहून ती फाईल पुढे पंतप्रधानांच्या कार्यालयात पाठवावी. यासाठी एक कालमर्यादाही घालून देण्यात आली. यामुळे नावांच्या निवडीमध्ये पारदर्शकता आली.

◆

२४
काही वादग्रस्त विषय

ॲडमिरल जैन

नौदल प्रमुख ॲडमिरल नाडकर्णी हे नोव्हेंबर १९९० मध्ये सेवानिवृत्त व्हायचे होते. संरक्षण खात्यात नंतरचा जो कोणी प्रमुख होतो त्याचे नाव बरेच आधी ठरवले जाते. निदान दोन महिने तरी आधी ते ठरवले जाते. त्यामुळे १९९० च्या मध्यास भावी नौदल प्रमुखाच्या निवडीची प्रक्रिया सुरू झाली. नौदलाच्या वर्तुळात आणि संरक्षण मंत्रालयात यावरती चर्चा सुरू झाल्या.

फ्लीट ऑफिसर कमांडिंग इन चार्ज (पश्चिम कमांड) हे व्हाइस ॲडमिरल एस. जैन होते. नौदलात ते सर्वांत ज्येष्ठ होते. व्हाईस ॲडमिरल म्हणूनही ते ज्येष्ठ होते. तेव्हा नाडकर्णी यांच्यानंतर ते नौदल प्रमुख व्हायला काहीच हरकत नव्हती. पण त्यांचा व्हाईस ॲडमिरल पदावरचा सेवाकाळ हा नाडकर्णी सेवानिवृत्त होण्याआधीच संपत होता. जर त्या आधी त्यांना बढती मिळून ते नौदलप्रमुख झाले नाहीत तर नियमानुसार त्यांना व्हाईस ॲडमिरलच्या पदावरून ठरलेल्या वेळी सेवानिवृत्त व्हावे लागणार होते. आपल्या गुणांमुळे व कार्यक्षमतेमुळे ते व्हाईस ॲडमिरलच्या पदापर्यंत वेळेआधीच चढले होते आणि आता ही त्यांची आणखी बढती होण्याची संधी केवळ थोडक्यात चुकत होती. जर ते थोडे उशीरा व्हाईस ॲडमिरल झाले असते तर त्या पदाचा कार्यकाळ तेवढाच लांबवला जाऊन ते ॲडमिरल पदासाठीच्या शर्यतीत दाखल झाले असते. पण व्हाईस ॲडमिरलचे पद त्यांना क्रमाने न मिळता क्रम डावलून कर्तृत्वाने मिळाले होते. त्यामुळे आता त्यांच्यापुढे असा प्रसंग येऊन ठेपला होता. त्यावेळी सर्वांची अशी एक सर्वसाधारण भावना होती की, जैन यांना नौदल प्रमुखाचे पद दिले नाही तर ते बरे दिसणार नाही. म्हणून आत्ताच्या व्हाइस ॲडमिरल पदावरती त्यांचा सेवाकाल आणखी वाढवून द्यायला हरकत नाही. त्यांचे त्यावेळचे वय हे निवृत्त होण्याच्या वयाच्या मर्यादेपेक्षाही कमी असल्यानेही त्यांचा

सेवाकाल वाढवण्याने काही बिघडणार नव्हते.

ॲडमिरलपदाच्या स्पर्धेतील आणखी एक उमेदवार होते ते म्हणजे व्हाईस ॲडमिरल लक्ष्मीनारायण रामदास. तेही ॲडमिरल होण्याच्या दिशेने पावले टाकू लागले. एव्हाना ॲडमिरल नाडकर्णी यांनी थेट पंतप्रधानांकडे एक लेखी निवेदन पाठवून ॲडमिरल जैन यांना सध्याच्या पदावरचा सेवाकाल वाढवून देण्याबद्दल सुचवले. याला पंतप्रधानांनी मंजुरी दिल्यानंतर त्यांनी एक रीतसर प्रस्ताव माझ्याकडे पाठवून एक ACC ची केस म्हणून त्यावरती कारवाई करावी असे म्हटले.

पण दरम्यान ही स्पर्धा विष्णू भागवत यांच्यामुळे निकोप राहिली नाही. ती गढूळ बनली भागवत हे मुंबईला ॲडमिरल व व्हाईस चीफ ऑफ स्टाफ होते. ते एक चांगले अधिकारी होते व फ्लीट कमांडर या पदावर आपली बढती होईल याची ते अपेक्षा करीत होते. पण ॲडमिरल नाडकर्णी यांचे त्यांच्याबद्दल चांगले मत नव्हते. अन् म्हणून त्यांनी बढतीसाठी त्यांच्या नावाची शिफारस केली नाही. परंतु संरक्षण राज्यमंत्री राजा रामण्णा यांना नाडकर्णी यांचे मत पटले नाही. त्यांनी विष्णू भागवत यांची बढतीसाठी शिफारस केली. माझे जॉईंट सेक्रेटरी भुरेलाल यांनी या केससंबंधी असा शेरा मारला की आता पंतप्रधानांनी सरळ नाडकर्णी व राजा रामण्णा यांना बोलावून त्या दोघांचे म्हणणे ऐकून मार्ग काढावा. मी भुरेलाल यांच्या या दृष्टिकोनाला लेखी संमती दिली. कारण फ्लीट कमांडरचे पद हे फक्त चीफ ऑफ नेव्हल स्टाफने शिफारस केले तरच मिळू शकते असा नौदलातला नियम आहे. शेवटी पंतप्रधानांना ॲडमिरल नाडकर्णी यांची बाजू पटली व भागवत यांना बढती दिली गेली नाही.

मग भागवत यांनी मुंबई हायकोर्टात एक रिट याचिका दाखल केली. त्यांची पत्नी वकील असल्याने तिने स्वत: त्यांची केस लढवली. त्यांनी न्यायालयाला जो अर्ज केला होता, त्यात एक ॲडमिरल रामदास सोडले तर एकूण एक वरिष्ठांवरती सर्व तऱ्हेचे दोषारोप केलेले होते. इतकेच नव्हे तर त्यात माझ्यावरतीही आरोप केलेले होते. आपल्या जॉईंट सेक्रेटरीचा सल्ला डावलून 'भागवत यांना बढती देऊ नये' अशी मी शिफारस केली, हा तो आरोप माझ्यावर केला होता. 'आपल्यावरच्या गोपनीय अहवालात (CR) मुद्दाम फेरफार करून तो प्रतिकूल करून ठेवला, असा ॲडमिरल नाडकर्णी यांच्यावरती केलेला आरोप अनेक आरोपांपैकी एक होता. जैन हे भागवत यांचे लगतचे वरिष्ठ असल्याने त्यांनाही आरोपी केलेले होते. या खटल्यात नौदलातील सर्वोच्च पातळीवरील अनेक अधिकारी असल्याने या खटल्याला वृत्तपत्रांनी फार मोठी प्रसिद्धी दिली. *ब्लिट्झ* या मुंबईतील इंग्रजी साप्ताहिकाने तर आडवळणाने हे प्रकरण खूप रंगवले. कारण भागवत यांची पत्नी या साप्ताहिकाच्या संपादकाला चांगली ओळखत असल्याने तसे झाले असेल.

त्यावेळी जैन यांच्यावरती काही घाणेरड्या अनैतिक अफवाही उठवण्यात आल्या. या अफवा उठवण्याचा काळ मात्र खास वैशिष्ट्यपूर्ण होता. कारण याचवेळी जैन यांना नौदलाच्या प्रमुखपदावर बढती देण्याचा विचार चालू होता. आणखी एक सूचक बातमी अशी हवेत सोडून देण्यात आली होती की, रामदास हे आतून भागवत यांना सामील झालेले आहेत, कारण त्या दोघांनाही जैन यांना स्पर्धेतून वगळायचे होते. मी संरक्षण खात्याच्या सेक्रेटरीला या बातमीबद्दल व आरोपांबद्दल विचारून त्यावरचे त्याचे मत विचारले. मुंबईहून भागवत यांच्याकडून रामदास यांना बरेच फोन केले गेलेले होते. याचा अर्थ त्या दोघांनी मिळून हा कट केला असे दिसत होते. रामदास यांच्या वैयक्तिक वागणुकीबाबतही काही आरोप केले गेले होते.

कालांतराने नवीन नौदल प्रमुख निवडीच्या फायली पंतप्रधानांच्या कार्यालयात पोचल्या. आम्ही जैन व रामदास या दोघांचेही नीट मूल्यांकन केले. त्यात त्यांच्या सर्व चांगल्या व विरुद्ध बाजू तपासल्या. मग हे सर्व प्रकरण पंतप्रधानांकडे पाठवले. आम्ही त्यासोबत जे आमचे मुद्दे मांडले होते ते असे :

१. संरक्षण मंत्रालयाला जैन यांच्यावरती केलेले दोषारोप हे वेळेत कळले होते. यासंबंधातील चौकशी सुरू करून ती पुरी होईपर्यंत ॲडमिरल नाडकर्णी यांचा सेवाकाल संरक्षण मंत्रालयाला वाढवता आला असता.

२. जैन व रामदास यांची नावे नौदलप्रमुखाच्या पदासाठी वगळून आणखी एखाद्या तिसऱ्या स्पर्धकाचा विचार संरक्षण मंत्रालयाला करता आला असता. ह्या स्पर्धकाचा निवृत्तीकाळ जवळ आलेला असला तरी त्याला मुदतवाढ देता आली असती. परंतु अशा पर्यायामध्ये जर त्या स्पर्धकाला आवश्यक असा फ्लीट एक्सपिरीअन्स नसेल तर मात्र त्याचा विचार करू नये.

३. वर उल्लेखलेले दोन्हीही पर्याय उपलब्ध नसल्याने रामदास यांच्या नावाचा विचार होण्यास हरकत नाही. या संदर्भात वाटल्यास खुद्द पंतप्रधानांनी त्यांना प्रत्यक्ष भेटीस बोलावून जैन यांच्याकडे झुकणाऱ्या वरिष्ठ अधिकाऱ्यांना आकसाने वागवू नये अशी जाणीव देण्यास हरकत नाही.

पंतप्रधानांनी मग रामदास यांची भावी नौदल प्रमुख म्हणून निवड केली.

हे सारे नाट्य घडत असताना ॲडमिरल नाडकर्णी यांनी भागवत यांची बदली दिल्लीला अचानक केली आणि अशी शिफारस केली की भागवत यांनी वाटेल तसले आरोप आपल्या वरिष्ठांबाबत केलेले असल्याने या संदर्भात असलेल्या नौदलातील कायद्यांनुसार त्यांना नोकरीतून काढून टाकले जावे.

डिसेंबर १९९० मध्ये जैन हे सेवानिवृत्त होणार होते. ते मला भेटले. जर

आपल्याला सारून रामदास यांना बढती दिली तर आपण सेवानिवृत्त होऊ असे त्यांनी सांगितले. मात्र या गोष्टीचा संबंध भागवत यांनी केलेल्या आरोपांशी लावला जाईल याची त्यांना भीती वाटत होती. यावर मी त्यांना सहानुभूती दर्शविली. जेव्हा व्ही. पी. सिंग यांच्या नंतर चंद्रशेखर हे पंतप्रधान झाले तेव्हा रामदास यांच्या बढतीचे कागदपत्र यांच्यासमोर ठेवले गेले. पण त्यांनी त्यावरती निर्णय दिला नाही. मग मी त्यांना रामदास यांची केस व्यवस्थित संपूर्णपणे खुलासेवार समजावून सांगितली. मग त्यांनी हे सारे प्रकरण पुन्हा पहिल्यापासून उकरून काढून जैन यांचे नाव पुढे आणण्यासाठी धडपड केली. पण त्यात त्यांना यश आले नाही. जैन यांचा सेवाकाल पुरा केल्यावरती ते निवृत्त झाले. ॲडमिरल रामदास यांनी मला नंतर सांगितले की जेव्हा नौदलाचे प्रमुख म्हणून त्यांनी मुंबईला भेट दिली तेव्हा त्यांनी जैन यांची जातीनिशी विचारपूस करून त्यांच्याबद्दल आस्था दाखवली.

एअरबस ए-३२०

हवाई वाहतूक वाढत चालल्यामुळे १९८३ मध्ये इंडियन एअरलाईन्सने नवीन विमानांच्या खरेदीचा विचार सुरू केला. मग या प्रश्नावरती एअर मार्शल दिलबागसिंग यांच्या अध्यक्षतेखाली एक समिती नेमली गेली. या समितीने रूंद असलेली बारा 'बोईंग ७५७' जातीची विमाने खरेदी करण्याची शिफारस केली. मग बोईंग कंपनीला तसे इरादापत्र जुलै १९८४ मध्ये देण्यात आले.

ऑक्टोबर १९८४ मध्ये राजीव गांधी यांनी जेव्हा पंतप्रधानकीची सूत्रे हातात घेतली तेव्हा सर्व चित्र पार पालटून टाकण्यात आले. फ्रान्समधल्या 'एअरबस इंडस्ट्रीज' या कंपनीने आपली 'एअरबस-३२०' ही विमाने विकत देण्याची तयारी अनौपचारिकरित्या दर्शविली. मात्र त्यावेळी ही विमाने तयार व्हायची होती व त्यांचे आराखडे ड्रॉईंग बोर्डावरती पक्के होत होते. ऑगस्ट १९८५ मध्ये इंडियन एअरलाइन्सने १९ एअरबस-३२० विमाने खरेदी करण्याचे ठरवले. या व्यतिरिक्त जी आणखी एअरबस-३२० ची जादा बारा विमाने लागणार होती त्याबाबतीत पर्याय खुला ठेवला होता. सप्टेंबर १९८५ मध्ये इंडियन एअरलाइन्सकडून एअरबस कंपनीला १९ विमानांच्या खरेदीचे इरादापत्र देण्यात आले. मार्च १९८६ मध्ये त्या विमानांच्या खरेदीचा करार करण्यात आला. जी आणखी बारा विमाने लागणार होती त्यांच्या खरेदी करारावर जून १९८९ मध्ये सह्या करण्यात आल्या.

फेब्रुवारी १९९० मध्ये एक ए-३२० जातीचे हे विमान बंगलोरमध्ये कोसळून अपघात झाला. मग या विमानाच्या बाबतीत शंका व भीती प्रगट करण्यात येऊ लागल्या. पण याही आधी एअरबस-३२० चे एक विमान जून १९८८ मध्ये

चाचणी उड्डाणावर असताना पॅरीसमध्ये कोसळले होते. अन् तेही तिथे विमानांचे प्रदर्शन भरले असताना. त्यावेळी या विमानाच्या विश्वासार्हतेबद्दल अशीच भीती गंभीरपणे व्यक्त केली गेली होती. नंतर या अपघाताची चौकशी होऊन त्याचा अहवाल सादर केला गेला. फ्रेंच वैमानिक संघटनेने या विमानाच्या चौकशीच्या अहवालाला उघडपणे आव्हान दिले होते. भारतीय कमर्शियल पायलट संघटनेने १९८८ मध्ये आपले एक प्रतिनिधी मंडळ पाठवून भारत सरकारच्या निदर्शनास आणले होते की, ए-३२० जातीच्या विमानांची देखभाल करण्याच्या पायाभूत सोयीसुविधा अजून आपल्याकडे पूर्णपणे निर्माण झाल्या नाहीत आणि या विमानांची विश्वासार्हता अजून वादातीतपणे सिद्ध व्हायची आहे.

बोफोर्स प्रकरण आणि एचडीडब्ल्यू पाणबुडी प्रकरण यांचा अनुभव ताजा असल्याने व्ही. पी. सिंग आणि त्यांचे सहकारी यांना असे वाटले की, ए-३२० विमानांमध्ये काही अंगभूत वैगुण्ये दडलेली असल्यामुळे त्याच्या खरेदीत कुठे तरी नको त्या गोष्टी घडल्या असू शकतील. परिणामी काही जणांना दलालीचे वाटप झालेले असणार असे वाटले. नागरी विमान वाहतूक खात्याच्या सेक्रेटरी एस. एस. सिद्धू याने ए-३२० विमानांच्या खरेदीच्या वेळी या संदर्भात एक पत्र पाठवले होते. ते पत्र मंत्रालयाच्या फायलीवरती होते. ते मिळवून वाचले तरी या खरेदीवरती प्रकाश पडत नव्हता. मुळात बोईंग ७५७ ही विमाने खरेदी करण्याचे दिलबाग सिंग समितीने ठरवलेले असताना त्या ऐवजी ए-३२० जातीची विमाने घ्यावी, असा बदल कसा करण्यात आला? राजीव गांधी यांनी १९८५ साली सतीश शर्मा यांच्यासह पॅरीसमधले विमान उड्डाणांचे (Air-show) प्रदर्शन पहाण्यासाठी भेट दिली होती. त्याकडे आता या संदर्भात सरकारचे लक्ष वेधले गेले. त्यावेळी त्या दोघांनी ए-३२० विमानामध्ये खूपच रस दाखवला होता आणि त्यावेळी अशीही अफवा उठली होती की, 'आता भारताला या विमानांच्या विक्रीचा सौदा पक्का झाल्यात जमा आहे.'

मग व्ही. पी. सिंग यांनी बंगलोरच्या विमान अपघाताची चौकशी करण्यासाठी एक समिती एअर मार्शल एस. रामदास यांच्या अध्यक्षतेखाली नेमली. अन् ही चौकशी जोपर्यंत पुरी होत नाही तोपर्यंत खरेदी केलेली सर्व ए-३२० विमानांची उड्डाणे स्थगित ठेवली. चौकशी समितीच्या अहवालात अपघाताची बरीच कारणे देण्यात आली. त्यापैकी दोन महत्त्वाची कारणे अशी होती की, या विमानाचे वैमानिकांना पुरेसे प्रशिक्षण दिले गेले नव्हते आणि विमानाच्या देखभालींच्या सोयीही अपुऱ्या होत्या. मग कालांतराने असा एक प्रश्न उद्‌भवला की, वरील कारणे दूर करून ही विमाने पुन्हा उड्डाणासाठी का दिली जात नाहीत? नागरी विमान वाहतूक सचिव गणेशन यांना हा प्रश्न पडला होता. याचे कारण जगात इतरत्र हीच विमाने

वापरली जात होती. पंतप्रधानांनी यासाठी आणखी एक चौकशी समिती नेमली. त्या समितीकडून या विमानांची तांत्रिक परिपूर्णता पहावयाची होती. या समितीकडून अहवाल येईपर्यंत पंतप्रधानांनी या विमानांची उड्डाणे रोखून धरली. जर अहवाल यायला उशीर झाला तर चौकशी समितीला मुदत वाढवून द्यायचीही तयारी सरकारने दर्शवली होती.

मी गणेशन यांना सुचवले की त्यांनी मंत्रीमंडळाला या विमानांची बाहेरच्या देशात जाणारी उड्डाणे होण्यासाठी मंत्रीमंडळाला परवानगी मागावी. बाहेरचे देश म्हणजे पाकिस्तान, बांगलादेश, श्रीलंका इत्यादी. कारण इतर परकीय विमान कंपन्या या देशांशी ए-३२० जातींची विमान वाहतुकीसाठी सध्या वापरत आहेत. जेव्हा हा प्रश्न मंत्रीमंडळासमोर आला तेव्हा नागरी विमान वाहतूक मंत्री अरिफ मोहंमद खान यांनी समितीची अहवाल येईपर्यंत वाट न पहाता ही विमाने देशातसुद्धा अंतर्गत वाहतुकीसाठी वापरायला काय हरकत आहे? असा सवाल केला. पण त्यांच्या प्रश्नाला पंतप्रधानांनी नकारार्थी उत्तर दिले.

दरम्यान आखाती देशात युद्ध भडकल्यामुळे जे भारतीय लोक मोठ्या संख्येने तिथे अडकून पडले होते, त्यांना आणण्यासाठी एक ए-३२० विमान वापरले गेले होते. म्हणून या विमानांना पुन्हा उड्डाण करण्याची परवानगी द्यावी असे मत हळूहळू बनू लागले. हे मत परराष्ट्र मंत्र्यांनी अत्यंत जोरदारपणे बैठकीत लावून धरले. त्यांच्या या मताला व्यापार मंत्री आणि अर्थ मंत्री यांनी पाठिंबा दिला. मग पंतप्रधान अत्यंत नाखुषीने त्यांच्याशी सहमत झाले. पण ए-३२०ची उड्डाणे सुरू करताना त्यांनी एकच अट घातली. ती म्हणजे सर्व उड्डाणे हैदराबादपासून बाहेर आणि तेथून परत हैदराबाद अशी व्हावीत. कारण हैदराबाद येथे ए-३२० विमानांच्या देखभालीचा तळ होता.

जेव्हा त्या अपघाताची चौकशी करण्यासाठी सीबीआयला सांगितले गेले तेव्हा सिद्धू यांनी सरकारला लिहिलेल्या पत्राला महत्त्व आले. तो एक महत्त्वाचा कागद बनला. हे पत्र काही वृत्तपत्रांनीही छापून प्रसिद्ध केले आणि मला असे सांगण्यात आले की, त्या पत्राची एक प्रत खुद्द कॅबिनेट सचिवालयातून वृत्तपत्रांना पुरवली गेली. हे असे काम करणे बरोबर नाही, असे मी पंतप्रधानांना सांगितले.

त्यावेळी सिद्धू हे मॉन्ट्रिअलमध्ये आंतरराष्ट्रीय नागरी विमान वाहतूक संघटनेचे सेक्रेटरी जनरल बनलेले होते. त्यांचा या पदावरील कार्यकाल हा जुलै १९९२ मध्ये संपत होता. आता सीबीआय चौकशी चालू झाल्याने सिद्धू हे गुन्ह्यात अडकल्याचे धरले गेले. त्यामुळे त्यांनी 'आपण एका आंतरराष्ट्रीय संघटनेचे सेक्रेटरी जनरल असल्याने आपणास राजदूतासारखे संरक्षण आहे,' असा दावा करण्यास सुरूवात केली. मग भारतात येऊन त्यांनी सरकारला आपली बाजू सांगून पुढे म्हटले की, आंतरराष्ट्रीय संघटनेवरती ते एकमेव असे भारतीय प्रमुखपदावरती असल्याने त्यांना

सरकारने गुन्ह्यासारख्या केसमध्ये गोवू नये. मला त्यांच्याबद्दल जरी सहानुभूती वाटत होती तरी एव्हाना 'गुन्हा' म्हणून ही केस दाखल झाली होती. त्यामुळे मी काहीही करू शकलो नाही. शिवाय या प्रकरणासंदर्भात विनंती करणारी पत्रे ब्रिटन, फ्रान्स व अमेरिका येथे ऑक्टोबर १९९० मध्ये रवानाही झाली होती. त्या पत्रात सतीश शर्मा यांचेही नाव घेतले गेले होते. एअरबस कंपनीची एकमेव स्पर्धक कंपनी ही अमेरिकेतील बोईंग विमान कंपनी होती. भारताला विमाने विकण्याच्या स्पर्धेत ही कंपनी हरली असल्याने या कंपनीनेच हे सगळे वाद गुपचूप उकरून काढले, अशी एक जोरदार बोलवा त्यावेळी होती. पण मला यात फारसे काही तथ्य वाटले नाही.

मला वाटते की व्ही. पी. सिंग यांच्या सरकारने हे प्रकरण फार गुंतागुंतीच्या पद्धतीने आणि कसलीही कल्पकता न वापरून हाताळले. ड्रॉईंग बोर्डावरती विमानांचे आराखडे असताना इंडियन एअरलाईन्सने या विमानांच्या खरेदीचा विचार करावा ही एक फार मोठी उडी मारली होती. या विमानामागचे मूलभूत तांत्रिक श्रेष्ठत्व हे सर्वोच्च दर्जाचे व वादातीत होते. पण विमान नवीन असल्याने सुरुवातीच्या काही अडचणी उद्भवणे अपरिहार्य होते. पण तरीही कंपनीकडून भारताला अग्रक्रमाची वागणूक दिली गेली. आमच्याकडून झालेली मुख्य चूक म्हणजे वैमानिकांना या खास रचनेचे विमान चालवण्याचे प्रशिक्षण देण्याची सोय नीट केली गेली नाही. तसेच विमानांची आवश्यक ती देखभाल करण्यासाठी योग्य त्या सुविधा आम्ही पुरेशा प्रमाणात निर्माण केल्या नाहीत. या गोष्टी खूप आधीपासून ठरवून योजनाबद्ध रितीने पार पाडाव्या लागतात. ते करण्यात हयगय झाली. जेव्हा ही विमाने भारतात आली तेव्हा त्यात चढण्यासाठी आवश्यक त्या शिड्या व जिने आम्ही तोपर्यंत तयार करून ठेवले नव्हते. ए-३२० विमानात अधिकाधिक नियंत्रण हे इलेक्ट्रॉनिक यंत्रणेकडून होत असल्याने त्याला 'फ्लाय-बाय-वायर' असे संबोधले जायचे. हे विमान तंत्रशास्त्रदृष्ट्या खूपच प्रगत होते. राजीव गांधी यांनी म्हणूनच ही विमाने विकत घेण्याचा निर्णय घेऊन प्रगतीची एक मोठी झेप घेतली होती. भावी काळातील आव्हाने स्वीकारण्यासाठी त्यांनी उच्च दर्जाची विमाने निवडली.

फक्त एक 'विश्वासार्हता अहवाल' समितीकडून मिळेपर्यंत, अन् ती समिती या नवीन तंत्रज्ञानाबाबतीत पूर्णपणे सक्षम नसताना, ए-३२० विमानांचा साराच्या सारा काफिला जमिनीवरती ठाणबद्ध करणे ही एक फार मोठी चूक झाली होती. या बाबतीत सगळ्यांची सर्वसाधारण भावना अशी होती की, सरकार या प्रश्नाचा उपयोग करून अन्य काही हेतू साध्य करू पहात आहे. ही सर्व विमाने जर ठाणबद्ध केली होती तर आखाती प्रदेशातील युद्धात सापडलेल्या भारतीयांना मायदेशी आणण्यासाठी ए-३२० विमानाचा उपयोग का केला गेला? तसेच काही देशांतर्गत मार्गावरती मात्र ए-३२० विमाने का वापरू दिली? तीही विमाने जमिनीवरतीच

थोपवून धरायची होती. या उडणाऱ्या विमानांकडे पाहून वर उल्लेखलेली भावना पसरली होती. मोठ्या प्रमाणात अशी महागडी विमाने उड्डाणासाठी वापरू न दिल्यामुळे इंडियन एअरलाईन्सला फार मोठा तोटा सहन करावा लागला. त्यातून आणखी बारा विमाने घेण्याचा जो पर्याय खुला झाला होता तोही वापरू न दिल्याने हा तोटा कमी होऊ शकला नाही. इंडियन एअरलाईन्सला हा एक जीवघेणा तडाखा बसला होता. त्यासाठी त्यांना फार मोठी किंमत चुकवावी लागणार होती.

राजीव गांधी यांनी स्वत:साठी किंवा काँग्रेस पक्षासाठीही या विमान खरेदी प्रकरणात कसलीही दलाली मिळवली नाही, याची मला स्वत:ला खात्री पटली आहे. त्यामुळे या दृष्टिकोनातून पहाता 'या प्रश्नाचा वापर करून काही देशांतर्गत हेतू साध्य करायचे होते,' या आरोपात काहीतरी तथ्य आहे असे वाटते.

एचबीजे पाईपलाइन

जेव्हा राजीव गांधी पंतप्रधान होते तेव्हा एचबीजे हाजिरा-बिज्वासन-जगदीशपूर पाईपलाईन टाकण्याच्या प्रकल्पामधील दलालीचे प्रकरण वरती आले. सुमीटोमो या जपानी कंपनीला पाईपलाईन टाकण्याचे कंत्राट दिले होते. त्या कंपनीने आपण हे कंत्राट मिळवण्यासाठी सागर सुरी यांना दलाली दिल्याचे सरकारला कळवले. परंतु सागर सुरी हे काही सरकारी खात्यात नोकरी करीत नव्हते. त्यांचा या प्रकल्पाशी दुरान्वयानेही संबंध येत नव्हता. ते कुठेही आर्थिक सल्लागार, तांत्रिक सल्लागार अथवा प्रशासन सल्लागार म्हणून काम करीत नव्हते. मग त्यांना ही दलाली का दिली गेली याचा सुमीटोमो कंपनीने खुलासा केला नाही. सागर सुरी हे एक दिल्लीमधील बिझनेसमन होते. अन् अफवा अशा बोलल्या जात होत्या की ते राजीव गांधी कुटुंब व सतीश शर्मा यांचे निकटवर्तीय होते.

१९८९ मध्ये व्ही. पी. सिंग यांनी कारभार हातात घेतला. तेव्हा आता साहजिकच या प्रकरणाला महत्त्व आले. कॅबिनेट सेक्रेटरी विनोद पांडे यांनी पेट्रोलियम मंत्री गुरुपाद स्वामी यांचे मन वळवून सुमीटोमो कंपनीचे नाव काळ्या यादीत टाकायला लावले. ज्यांनी कोणी सुमीटोमो कंपनीला सागर सुरी यांना दलाली देण्यास सांगितले त्या व्यक्तीचे नाव कंपनीकडून जोपर्यंत प्रगट केले जात नाही तोपर्यंत कंपनीचे नाव काळ्या यादीत राहील असे सुमीटोमोला कळवले गेले. पेट्रोलियम मंत्रालयाने उचललेल्या या पावलांमुळे आता एक अडचणीची स्थिती निर्माण झाली. सुमीटोमो ही जपानमधील विविध क्षेत्रात कामे करणारी एक अत्यंत मातब्बर कंपनी होती आणि या कंपनीला भारताशी धंदा करण्यात वाढता रस होता. तसेच, भारताशी व्यापार करताना भारताबद्दल जपान्यांच्या मनात जी चांगली प्रतिमा

निर्माण झाली होती ती आम्हाला गमवायची नव्हती. हे प्रकरण दाबून टाकले गेले तर जगातील आंतरराष्ट्रीय वित्त संस्थांचाही विश्वास गमावला जाणार नव्हता. या प्रकरणात आता पंतप्रधानांच्या कार्यालयाला हस्तक्षेप करण्यासाठी विनंती केली गेली होती. मला भारतातील जपानी राजदूत चांगला ठाऊक होता. मी त्याला म्हणालो की, त्याने माझा जॉईंट सेक्रेटरी रोनन सेन यांच्याबरोबर बसून काही मधला मार्ग निघतो का ते बघावे. मग त्यावरती बराच खल झाला व शेवटी मी खालील मधला मार्ग निवडला.

ऑईल ॲन्ड नॅचरल गॅस कमिशन (ONGC) यांची त्या एचबीजे (हाजिरा ते जगदीशपूर) पाईपलाईनवरती मालकी होती. दलालीची रक्कम कोणाला द्यायची याबद्दल एक लवाद नेमून त्यावरती सुमीटोमो व ओएनजीसी अशा दोन्ही बाजूंचे दोन दोन प्रतिनिधी असावेत. सुमीटोमो कंपनीने एक तारण रक्कम जपानी चलनात तयार ठेवावी. ही रक्कम आतापर्यंत जेवढी दलाली दिली तेवढी असावी. त्यानंतर मी ओएनजीसीच्या प्रतिनिधींना तेवढीच रक्कम नुकसानभरपाई म्हणून मागावी अशी सूचना देईन. अशीच सूचना सुमीटोमोचे प्रतिनिधीही करतील.

थोडक्यात जेवढी दलालीची रक्कम रुपयामध्ये वाटली होती तेवढीच रक्कम ओएनजीसीला जपानी येनमध्ये म्हणजे परकीय चलनात मिळणार होती. यामध्ये, ओएनजीसीचे दलालीच्या रुपाने जेवढे नुकसान झाले त्याच्यापेक्षा जास्त रक्कम त्यांना मिळणार होती. कारण येनची किंमत आता रुपयापेक्षा खूपच जास्त होती. या समस्येवरती हाच एक त्यातल्या त्यात सर्वमान्य तोडगा होता, असे मला वाटते.

एवढे पक्के झाल्यावर मग मी विनोद पांडे व पेट्रोलियम सचिव गोडबोले यांना सुमीटोमोचे नाव काळ्या यादीतून काढून टाकावे असे सांगितले. परंतु पांडे व गोडबोले या तोडग्याला राजी नव्हते. ते म्हणत होते की सुमीटोमो कंपनीने कोणाच्या सांगण्यावरून ती दलाली सागर सुरी यांना दिली त्यांचे नाव प्रथम सांगावे, असा आग्रह त्यांनी धरला. कारण बोफोर्सचा अनुभव नुकताच आलेला होता. मी त्यावरती असे म्हटले की या दोन्ही गोष्टींची तुलना होऊ शकत नाही. कारण दलाली दिली गेली असे सुमीटोमो कंपनीने आपण होऊन जाहीर केले असून बोफोर्स कंपनी मात्र आपण कोणाला दलाली दिल्याचे नाकारते आहे व त्यांची नावे सांगत नाही.

व्यापार मंत्री अरुण नेहरु हे लवकरच जपानला भेट देणार होते आणि जपानला निघण्याआधी हे प्रकरण मिटावे अशी त्यांची इच्छा होती. मी सुचवलेला तोडगा सरकारने मान्य करावा म्हणून मी प्रयत्न केले. सुदैवाने त्याला यशही आले. सागर सुरी मात्र या प्रकरणात तसेच अडकलेले राहिले. नंतर नरसिंहराव सरकारने त्यांच्या केसच्या बाबतीत निर्णय घेतला.

सेन्ट किट्स प्रकरण

ऑगस्ट १९८९ मध्ये कुवेतच्या *अरब टाईम्स* या वर्तमानपत्रात एक बातमी प्रसिद्ध झाली. त्या बातमीत असे म्हटले होते की, सेन्ट किट्स येथे 'फर्स्ट ट्रस्ट कार्पोरेशन' मध्ये एक खाते व्ही. पी. सिंग यांचे पुत्र यांच्या नावाने उघडलेले असून त्याचे लाभार्थी स्वत: व्ही. पी. सिंग हे आहेत. या खात्यात मोठ्या प्रमाणात अमेरिकन डॉलर्समधल्या रकमा सप्टेंबर १९८६ ते मार्च १९८७ च्या दरम्यान भरल्या गेल्या होत्या. अशा रीतीने 'सेन्ट किट्स प्रकरण' या नावाने एका गलिच्छ प्रकरणास सुरुवात झाली. या बाबतीत व्ही. पी. सिंग सरकार सत्तेवर येताच त्यांनी याबद्दल प्रथम एक गुन्हा दाखल केला. मग हळूहळू खोडसाळपणे निर्माण केलेल्या प्रकरणाचा तपशील प्रमाणात बाहेर पडू लागला. हे प्रकरण कोणी निर्माण केले तेही बाहेर आले.

ऑक्टोबर १९८९च्या पहिल्या आठवड्यात अर्थ सचिव गोपी अरोरा हे म्हणाले की, "एदुआर्दो फालेरो हे राज्यमंत्री असे म्हणाले आहेत की, लोकसभेच्या पटलावरती या प्रकरणातील विविध कागदपत्रे ठेवायची आहेत. पण या कागदपत्रांचा खरेपणा अजूनपर्यंत नीट सिद्ध न झाल्याने ती लोकसभेत ठेवण्यास मी नाखूष आहे." मी फालेरो यांच्याशी बोललो. त्या कागदपत्रांचा खरेपणा हा आपले समाधान जोपर्यंत होत नाही तोपर्यंत लोकसभेत ठेवू नये, असा सल्ला दिला. पण तरीही त्यांनी ती कागदपत्रे पंतप्रधानांच्या घरच्या कार्यालयाच्या (PMH) परवानगीने लोकसभेपुढे ठेवली.

याबाबतीत व्ही. पी. सिंग यांनी मला सांगितले की, सीबीआयने जो मसुदा तयार केला आहे त्यातील नरसिंहराव यांचे नाव त्यांनी वगळून टाकले आहे. लोकसभेपुढे ही कागदपत्रे आल्यावरती वर्तमानपत्रांनी परराष्ट्र मंत्रालयातून अमेरिकेतील आपल्या वकिलातीला या संदर्भात पाठवलेल्या तारा प्रसिद्ध करण्यास सुरूवात केली. वर्तमानपत्रात प्रसिद्ध झालेला तारेचा मजकूर हा खऱ्या तारेतलाच होता. पण तो सांकेतिक शब्दात पाठवलेला होता. कोणत्याही तारा या परराष्ट्र मंत्रालयाकडून नेहमी अशाच सांकेतिक शब्दात पाठवल्या जातात. त्या वाटेत कोणाच्या हातात पडल्या तरी त्यातील खरा मजकूर कधीच कळत नसतो. त्यामुळे गुप्तता राखण्यास मदत होते. हा नेहमीचाच एक व्यवहाराचा भाग असतो. जर त्या तारेतला मजकुराचा अर्थ दावा केल्याप्रमाणे खरोखरीच असेल तर कोणाला तरी तो संकेत ठाऊक झालेला असणार. तसा संकेताचा भंग झाला नसेल तर गुप्तता राखण्याची पद्धत अजूनही अभंग असून तिला धक्का पोचलेला नाही, असे परराष्ट्र मंत्रालयाने जाहीर करावे, अशी विनंती मी त्या मंत्रालयाला पंतप्रधानांच्या परवानगीने केली.

तारा पाठविलेला काळ हा राजीव गांधी यांच्या कारकीर्दीतला होता. यावरून त्या सरकारने व्ही. पी. सिंग हे राजीव गांधी यांच्याविरुद्ध फिरल्याने त्यांना धडा शिकवण्यासाठी हा उद्योग केला होता. ही गोष्ट त्या सरकारचे एक अप्रामाणिक कृत्यच आहे असे दर्शवते. तसेच हे कारस्थान अशी काही चमत्कारिक गुंतागुंत करून रचले होते व अंमलात आणले होते की ते शेवटी बूमरँगसारखे कॉंग्रेस पक्षावरतीच उलटू शकत होते. राजीव गांधी यांचे चाहते हे अर्थातच म्हणायला लागले की, काही कारस्थानी राजकारण्यांनी राजीव गांधी यांना अंधारात ठेवून सारा कट रचला व घडवून आणला. परंतु या म्हणण्यावरती विश्वास ठेवणे जड जाते. कारण या बाबतीत राजीव गांधी यांनी या प्रकरणाचा कधी धिक्कार केला नाही की हे प्रकरण कळताच ते थोपवण्याचा प्रयत्नही केला नाही.

◆

२५

मंडल आयोगाने केलेल्या मागासवर्गांच्या आरक्षणांच्या शिफारशी

६ ऑगस्ट १९९० रोजी केंद्रीय मंत्रिमंडळाची बैठक भरली होती. त्या बैठकीत पंतप्रधान म्हणाले, ''मंडल आयोगाचा अहवाल कसा अंमलात आणता येईल यावरती आपण प्रथम चर्चा करू या.'' असे म्हणून त्यांनी सामाजिक न्याय खात्याचे मंत्री रामविलास पास्वान यांना प्रथम बोलण्यास सुचवले. ते ऐकताच मला आश्चर्य वाटले. कॅबिनेट सेक्रेटरी विनोद पांडे यांनाही माझ्यासारखेच आश्चर्य वाटले. मी पंतप्रधानांना म्हटले की, ''आम्हाला कोणालाही या विषयाची नोटीस मिळालेली नाही. तेव्हा या विषयावरती काही माहिती गोळा करून त्यावर टिपणे काढण्यासाठी आम्हाला पुरेसा वेळ द्यावा.'' पण त्यांना माझी ही सूचना मान्य झाली नाही व शेवटी चर्चा सुरू झाली.

कापड व अन्न प्रक्रिया मंत्री शरद यादव आणि रामविलास पास्वान यांनी जोरदारपणे या विषयावरती आपापली मते मांडली. उद्योगमंत्री अजित सिंग यांनी या वर्गात जाट जमातीचाही समावेश करावा अशी सूचना केली. शिक्षण खात्याचे राज्यमंत्री मेहता यांनी शांतपणे एक गंभीर सूचना केली की, ''कोणताही निर्णय घेण्याआधी १९८५ मध्ये गुजराथमध्ये काय घडले ते विचारात घ्या. त्यावेळी आरक्षणाच्या प्रश्नावरून तिथे मोठ्या प्रमाणात विरोधी आंदोलने झाली होती.'' विनोद पांडे यांनी आपले मत दिले की, जे आर्थिकदृष्ट्या मागास आहेत त्यांच्यासाठी काही ना काही आरक्षण ठेवावे. या मताला बिहारच्या कर्पुरी ठाकूर यांनी उचलून धरले होते. एवढे झाल्यानंतर त्यांनी अर्थ मंत्री मधू दंडवते यांच्याकडे पहात म्हटले की, ''तुम्ही माझ्या मताला पाठिंबा दिला पाहिजे, कारण काल संध्याकाळपर्यंत तरी तुम्ही या मताचे होतात.'' गृहमंत्री मुफ्ती मोहंमद सईद यांनी या विषयाचा आधी नीट अभ्यास होण्यासाठी काही वेळ द्यावा अशी मागणी केली. कारण या विषयावरून देशाच्या काही भागात शांतता व सुरक्षा हे धोक्यात येण्याची त्यांना भीती वाटत

होती. तेव्हा त्यासाठी निमलष्करी दल व पोलीस यांना सावध करण्यासाठी पुरेसा, योग्य तितका अवधी जाऊ द्यायला हवा होता. काहीजणांनी असा युक्तिवाद केला की आर्थिकदृष्ट्या मागास लोकांसाठी खास आरक्षणाची वेगळी सोय असावी. कारण मंडल आयोगाने शैक्षणिक व सामाजिक मागासलेपणाबरोबरच आर्थिक मागासलेपणही लक्षात घेतलेले आहे.

या सर्व चर्चेतून एक गोष्ट मात्र स्पष्ट कळून आली की, या विषयावरती आदल्या संध्याकाळी चर्चा झालेली असून त्यात ठरलेले मुद्दे आता केवळ सरकारची औपचारिक मंजुरी घेण्यासाठी इथे मंत्रिमंडळाच्या बैठकीत आणलेले आहेत. मंडल आयोगाने सरकारी नोकऱ्यात मागासवर्गीयांना २७ टक्के आरक्षण ठेवले होते. ही शिफारस स्वीकारण्याची तयारी पंतप्रधानांनी केल्याचे दिसत होते. मग मंत्रिमंडळाने शेवटी त्या शिफारशीला मंजुरी दिली. या संदर्भात लोकसभेत सादर करण्यासाठी एक निवेदन लिहून द्यावे असे मला पंतप्रधानांनी सांगितले. त्याचबरोबर हेही सांगितले की यासाठी आधी शिवशंकर यांचा सल्ला घ्यावा. राजीव गांधी यांच्या सरकारात शिवशंकर हे केंद्रीय मंत्री होते. असे का करण्यास सांगितले याचे मला कुतूहल व कोडे वाटले, पण मी हे काम माझ्या जॉईंट सेक्रेटरीवरती सोपवले. अखेर पंतप्रधानांनी ७ ऑगस्टला लोकसभेत निवेदन केले आणि एकदम गडबड गोंधळाला सुरूवात झाली.

यापूर्वी मी हे सांगितले होते की ५ ऑगस्टला पंतप्रधानांनी जनता दलाची एक बैठक बोलावून त्यात उपपंतप्रधान देवीलाल यांच्या हकालपट्टीच्या कारवाईचे समर्थन केले. मग मागासवर्गीयांच्या एका मोठ्या गटाने पंतप्रधानांवरती अत्यंत तीव्र दडपण आणून ताबडतोब मंडल आयोगाच्या शिफारशी अंमलात आणण्याचा जबरदस्त आग्रह धरला. त्यांचे असे म्हणणे होते की सत्तेवर येताच मंडल आयोगाच्या शिफारशी एका वर्षात अंमलात आणू असे त्यावेळी वचन दिलेले होते. म्हणून आता या संदर्भात येत्या लोकसभेत एक ठोस निवेदन हे व्हायलाच हवे. कारण त्या वर्षीचे लोकसभेचे हे शेवटचे अधिवेशन होते. यावर पंतप्रधानांनी काही मुदत मागितली असता दबाव गटाने ती साफ फेटाळून लावली. मग राजकीय घडामोडीवरच्या समितीची एक अनौपचारिक बैठक झाली. त्याला कॅबिनेट सेक्रेटरी हजर होते. त्यावेळी शरद यादव यांनी मंडल शिफारशींच्या अंमलबजावणीची मागणी जोरदारपणे लावून धरली. शेवटी हा विषय मंत्रिमंडळाच्या बैठकीसमोर दुसऱ्या दिवशी संध्याकाळी आणण्यात आला. म्हणून पंतप्रधानांच्या कार्यालयाला त्याची आगाऊ नोटीस मिळाली नव्हती. त्यामागची पार्श्वभूमी ही अशी होती.

गृहमंत्रालयात ॲडिशनल सेक्रेटरी असताना मंडल आयोगाशी माझा १९७८ पासून संबंध येत गेला. त्या काळातही सर्व मंत्री हे या आयोगावरती नाराज होते.

कारण जनता पक्षातील मागासवर्गीय घटकांनी असा आयोग नेमण्यासाठी पक्षावरती तुफान दडपण आणले होते. आयोगाचे अध्यक्ष बी. पी. मंडल यांनी ज्या काही शिफारशी करायच्या त्या आधीच ठरवलेल्या आहेत असे वाटत होते. अन् मग त्या शिफारशींच्या आधारासाठी आवश्यक ती माहिती व आकडेवारी गोळा केली गेली.

एस. एस. गिल हे आयोगाचे सचिव होते. अशी कार्यपद्धती, मिळवलेल्या माहितीचा दर्जा आणि केलेल्या शिफारशी या सर्वांचे समर्थन करणारे काही लेख त्यांनी नंतर लिहिले होते. आयोगाचा एक सदस्य हा आन्ध्र प्रदेशातला होता. त्याने अशी तक्रार केली की काही सभासदांकडे अध्यक्षांनी सरळ सरळ दुर्लक्ष केले होते. नीट शास्त्रीय पद्धतीवर आधारीत असे काम आयोगाने करायला पाहिजे होते, तरीही १९७१ च्या जनगणनेच्या माहितीच्या आधारावर काही गोष्टी धरून चालायला हव्या होत्या. त्या माहितीमधील मागासवर्गीय ठरविण्यासाठी जे जातींचे निकष लावण्यात आले त्यावरतीच मंडल यांनी भर दिला. जनगणना अहवालात भारतात ३,८०० मागास जाती असल्याचे म्हटले होते. या सर्व जातींच्या नोंदी पूर्वीच विविध सरकारांनी करून ठेवल्या होत्या. मागासलेपणा ठरविण्यासाठी आपण शिक्षण सामाजिक व आर्थिक मागासलेपणा या घटकांचा आधार घेतला असे जरी आयोग म्हणत असला तरी त्यांनी शेवटी मागासलेपणा ठरविण्यासाठी ''जात' हाच एकमेव घटक वापरला. चौधरी चरणसिंग यांनी लोकसभा विसर्जित करून नवीन निवडणुका घेण्याचे जाहीर केले. तेवढ्यापुरताच आयोगाच्या कामावरती थोडासा परिणाम झाला होता. जेव्हा पुन्हा काँग्रेस पक्ष १९८० मध्ये सत्तेवरती आला तेव्हा मंडल यांना आपले काम लवकर पुरे करून आयोगाचा अहवाल नवीन गृह मंत्र्यांना सुपूर्द करायचा होता. त्याप्रमाणे त्यांनी तसे केलेही. त्यांची ही हालचाल एवढी तडकाफडकी झाली की आम्हाला त्याचा अचंबा वाटला. 'अहवाल पुरा करून सरकारला सादर करण्याची अध्यक्षांची कृती एकतर्फी होती व तसा निर्णय त्यांनी एकट्याने घेतला,' अशी तक्रार आयोगाच्या एका सभासदाने त्यावेळी केली होती.

१९८१ च्या सुरुवातीला मी श्रम मंत्रालयात दाखल झाल्यावर मात्र मंडल आयोगाच्या प्रकरणाशी माझा संबंध राहिला नाही. १९८२ च्या मध्यास या विषयावरती लोकसभेत चर्चा झाली. पण त्यातून कोणताही स्पष्ट मार्ग निघाला नाही किंवा पुढची प्रगती झाली नाही. मग काँग्रेस सरकारने मंडल अहवाल हा मागे ढकलून दिला. १९८२ ते १९८९ च्या दरम्यान मंत्रिमंडळाच्या एका समितीने या अहवालाचा अभ्यास केला पण त्याकडे म्हणावे तेवढे गंभीरतेने लक्ष दिले नाही. अन् मग त्यांनीही हा अहवाल बाजूला सारला. राजीव गांधी यांच्या वैयक्तिक मतानुसार ते अशा आरक्षण पद्धतीला राजी नव्हते. त्यांच्या मते या व्यतिरिक्त मागासवर्गीयांच्या विकासासाठी अन्य पावले उचलून प्रयत्न केले पाहिजेत.

जनता दल पक्षाच्या निवडणूक जाहीरनाम्यात मंडल आयोगाच्या अहवालाची अंमलबजावणी करण्यात येईल अशी ग्वाही स्पष्टपणे देण्यात आली होती. १९८९ मधील त्यांच्या जाहीरनाम्याचा हा एक महत्त्वाचा भाग होता. मागासवर्गीयांच्या समाजाची मते ही या पक्षाच्या दृष्टीने एक मोठी मतपेढी होती. काही राज्यात, विशेषत: दक्षिणेकडच्या राज्यात अशी आरक्षणे प्रत्यक्षात अंमलात आलेली होती. तामिळनाडूत ३१ टक्के तर कर्नाटकात ५१ टक्के सरकारी नोकऱ्यातील जागा मागासवर्गीयांसाठी ठेवलेल्या होत्या. १९८५ मध्ये 'पटेल' जमातीच्या नेतृत्वाखाली गुजराथेत आरक्षणविरोधी दंगे झाले. त्यात बाराजण मृत्युमुखी पडले. बिहारमध्ये जेव्हा १९७७-७८ च्या दरम्यान कर्पूरी ठाकूर यांनी आर्थिक मागासलेपणावरून आरक्षण ठेवण्याचे जाहीर केल्यावर दंगे उसळून त्यात ११८ जण मेले.

परंतु जनता दलाला असे वाटले की तेव्हांची परिस्थिती आता बऱ्यापैकी बदललेली असून मंडल आयोगाच्या अहवालाची अंमलबजावणी करण्यास आता हरकत नाही. राष्ट्रपतींनी लोकसभेसमोर जे भाषण करायचे होते त्यात या अंमलबजावणीच्या माहितीचा उल्लेख करण्यात आला. पंतप्रधानही लोकभेतील चर्चांमध्ये याबद्दल उल्लेख करू लागले. शेड्युल्ड कास्ट व शेड्युल्ड ट्राईब्ज म्हणजे मागास जाती जमाती यांच्यासाठी १९९० पर्यंत आरक्षणाची तरतूद असावी असे घटनेमध्ये म्हटलेले आहे. मग सरकारने घटनेतील या तरतुदीला दुरुस्ती करून ही मुदत सर्व पक्षांच्या संमतीने वाढवून घेतली. त्यामुळेही सरकारला असे वाटले असावे की आरक्षणाच्या मुद्याला तत्त्वत: तरी कोणी विरोध करणार नाही. कारण जर ती आरक्षणे वाढवून देण्यात विरोध नसेल तर इथेही तसेच होईल असे वाटले.

तथापि, मी तरीही पंतप्रधानांना सांगितले की, हा विषय योग्य तऱ्हेने हाताळला गेला नाही. काही मंत्र्यांचा गट करून त्यांच्याकडून या प्रश्नाची चटकन तपासणी करून, हा अहवाल स्वीकारला जावा म्हणून काहीना काही डावपेच, धोरणे वगैरे आखली असती आणि मग लोकसभेत यावरती एक खुली चर्चा घडवून आणता आली असती. तसेच लोकसभेबाहेरही सार्वजनिक चर्चेसाठी संधी द्यायला हवी होती. त्यामुळे यातील दाहकताही विरून गेली असती आणि ७ ऑगस्टच्या सरकारच्या निर्णयामुळे जो संताप साठून राहिला आहे त्याचेही शमन झाले असते. या अहवालातील शिफारशी करण्यामागचा जो हेतू आहे त्याला कोणत्याही राजकीय पक्षाने मग विरोध केला नसता. कारण या अहवालाचे लाभार्थी मतदार हे फार मोठ्या संख्येने आहेत. फार तर काय झाले असते? तर खासदारांनी या अहवालात काही फेरफार करून मागितले असते. फारसा बदल होऊ न देता ते फेरफार मान्य केल्यावर सरकारला हा अहवाल मोठ्या रूबाबात स्वीकारून राबवता आला असता. पंतप्रधान हे एका संमिश्र सरकारचे प्रमुख असल्याने आणि त्यांना दोन मोठ्या राजकीय पक्षांनी बाहेरून

पाठिंबा दिलेला असल्याने अशी सर्व संमती मिळवणारी पद्धत ही अधिक चांगली शोभून दिसली असती. परंतु पंतप्रधानांना एवढी ठाम खात्री होती की आपण असे काहीही केले नाही तरी आपल्या या कृतीला कोणाचाही विरोध होणार नाही. परंतु प्रत्यक्षात पाठिंबा देणारे दोन्ही मोठे पक्ष मंडल अहवालामुळे अस्वस्थ झाले आणि ते स्पष्ट व ठामपणे म्हणू लागले की आमच्याशी प्रथम पूर्ण चर्चा करूनच मग निर्णय घ्यायला हवा होता. डाव्या पक्षांनी मात्र ही एक आता मागे न फिरवता येण्याजोगी घटना आहे हे ओळखून ताबडतोब समजुतीचे धोरण अवलंबिले व आर्थिक निकषावरील मागासलेपणाच्या मुद्यावरती काही ना काही आरक्षण असावे म्हणून भर दिला.

भाजप मात्र एका अवघडलेल्या स्थितीत सापडला. कारण त्यांच्या बाजूलाही मोठ्या संख्येने मागासवर्गीय मतदार होते. तसेच पक्षावरती शहरातील उच्चवर्णीयांचा प्रभावही खूप होता. सुरुवातीला भाजपने मंडल शिफारशी उचलून धरल्या. पण नंतर एकदा दिल्लीतील भाजपचे ज्येष्ठ नेते हे दिल्लीतील एका महाविद्यालयाला भेट द्यायला गेले होते. त्यावेळी भाजपच्या विद्यार्थी विभागाने या नेत्यांचे धक्कादायक असे निषेधात्मक स्वागत केले. याचे नियंत्रण शहरातील मध्यमवर्गीयांचे विद्यार्थी करीत होते. कारण मंडल आयोगाच्या शिफारशींमुळे आपल्याला धमकावले गेले आहे असे त्यांना स्वाभाविकपणे वाटले होते. उत्स्फूर्तपणे झालेली ही हिंसक प्रतिक्रिया भाजपला बाजूला सारता येण्याजोगी नव्हती. कारण शहरातील मध्यमवर्गीय हा त्यांचा एक भक्कम मतदारसंघ होता.

दिल्लीतील विद्यार्थी समाजाने मंडल आयोगाच्या शिफारशींविरुद्ध जवळजवळ बंड पुकारले होते. ऑल इंडिया इन्स्टिटयूट ऑफ मेडिकल सायन्सेस आणि सफदरजंग रुग्णालय यांच्या आसपासच्या भागात विद्यार्थी व पोलीस यांच्यात अक्षरश: लढाया होऊ लागल्या. दूरदर्शनवरील 'न्यूजट्रॅक' या कार्यक्रमात एका विद्यार्थ्याला पोलीस अमानुषरितीने मारहाण करताना दाखविले गेले. तो विद्यार्थी मोठ्या प्रमाणात रक्तबंबाळ होऊन गेला होता. व्ही. पी. सिंग यांच्या सरकारविरुद्ध जनतेचा रोष पराकोटीला पोचला होता. पंतप्रधानांबरोबर एका बैठकीत बोलताना मी दूरदर्शनवरील त्या दृश्यांचा उल्लेख करताच बैठकीत एकदम शांतता पसरली. पंतप्रधानांच्या कुटुंबानेही त्या घटनेची व्हिडीओ टेप पाहिली होती, पण ते या बाबतीत पंतप्रधानांशी बोलायला धजावले नाहीत.

काही विद्यार्थी हे सक्रिय नसणाऱ्या विद्यार्थ्यांवरती पेट्रोल व केरोसीन शिंपडून त्यांना जाळण्याची धमकी देऊन आंदोलनात भाग घेण्याची सक्ती करीत असल्याचे दिसल्याच्या बातम्या आल्या होत्या. अशा बातम्या देणारे चिथावणीखोर हे काँग्रेस पक्षाचे कार्यकर्ते होते व ते त्या घटनास्थळी काँग्रेसच्या बाजूने घोषणा देत होते.

वरील बातम्यांचा शोध पोलीस व इंटेलिजन्स ब्युरो यांनी घेतला असता त्यांना त्यात तथ्य सापडले नाही. पंतप्रधान आता खूप अस्वस्थ झाले होते. आणि ते स्वाभाविक होते.

जुनी दिल्ली व नवी दिल्ली मिळून झालेल्या लोकवस्तीत मध्यमवर्ग खूप आहे. त्यांचा हा बालेकिल्ला आहे. या बालेकिल्ल्यात मुलकी नोकरवर्ग, प्रशासकीय सेवा करणारे आणि सरकारी नोकरी मिळवण्याची आकांक्षा करणारे लक्षावधी विद्यार्थी यात मोडतात. सरकारच्या नवीन धोरणामुळे हा संपूर्ण वर्ग हादरून गेला. आपल्या जगण्यालाच धमकावले जात आहे असे त्यांना वाटले. आरक्षण धोरणाची दिल्लीत जी काही प्रतिक्रिया उमटली त्याचा प्रभाव राष्ट्रीय व आंतरराष्ट्रीय पातळीवरही पडला. राजीव गोस्वामी या विद्यार्थ्याने आरक्षण धोरणाच्या निषेधार्थ १९ सप्टेंबरला आत्मदहन करण्याचा प्रयत्न केल्याने या प्रश्नाची कटुता आणखीनच वाढली. जरी अन्यत्र आरक्षण विरोधी आंदोलने व निदर्शने होत होती. तरी दक्षिणेकडील राज्यात मात्र याबद्दल उमटलेली प्रतिक्रिया सौम्य होती. कारण त्या राज्यात कित्येक दशके आरक्षण राबवले जात होते. म्हणून नवीन धोरणामुळे तिथे फारशी अस्वस्थता निर्माण झाली नाही.

जे आरक्षणाच्या बाजूने होते त्यांच्याकडूनही अपेक्षित अशी तीव्र प्रतिक्रिया उमटली होती. उत्तर प्रदेश, बिहार येथे आरक्षणाच्या बाजूने आंदोलने झाली. त्यात रामविलास पास्वान व शरद यादव हे जातीनिशी सामील झाले होते. कधी कधी आम्हाला भीती वाटायची की मागासवर्गीय विद्यार्थी व अन्य विद्यार्थी यांच्यात आपापसात संघर्ष उडून मोठा रक्तपात होईल. विशेषत: दिल्लीत असे घडू शकत होते.

शिक्षण संस्था, सैन्य, पॅरामिलिटरी तुकड्या आणि सरकारी नोकऱ्यातील बढत्या येथे आरक्षणाचे धोरण राबवले जाणार नाही असे आश्वासन पंतप्रधानांनी दिले होते. पण तरीही आरक्षणविरोधी भावना शमली नाही. मग पंतप्रधानांनी दूरदर्शनवरती भाषण करायचे ठरवले. त्यांचा प्रसिद्धी सल्लागार प्रेमशंकर झा हा होता. मी त्याला सांगितले की पंतप्रधानांच्या भाषणात आरक्षणाबाबत जेवढे खटले न्यायालयात आहेत त्यांचे निकाल येईपर्यंत सरकारची वाट पहाण्याची तयारी आहे असे आश्वासन हवे. पण माझी सूचना स्वीकारली गेली नाही. उलट दूरदर्शनवरील भाषणामुळे एक स्पष्ट संदेश असा जनतेत गेला की 'आरक्षणाच्या बाबतीत सरकार आपल्या निर्णयावरती पक्के आहे.' आहे त्या परिस्थितीत कोंडी झाल्याने यातून सरकारला बाहेर पडायचे असेल तर कोणाला न्यायालयात जाऊन सरकारच्या निर्णयावरती स्थगिती आणवून घेता येईल, पण माझ्या याही सूचनेला ते सहमत झाले नाहीत.

मला अनेकदा याचे आश्चर्य वाटते की व्ही. पी. सिंग हे या मुद्यावरती इतके

अडून का बसतात? मागासवर्गीयांना न्याय मिळवून देण्याचे त्यांनी मनोमन ठरवले होते. त्याच्याशी कोणाचेही दुमत नाही. भारतातील मागासवर्गीयांची स्थिती हा एक सामाजिक कलंक आहे आणि उत्तरप्रदेश व बिहारसारख्या राज्यातील ग्रामीण भागात मागासवर्गीयांना अत्यंत दयनीय परिस्थितीत जगणे भाग पडते. प्रकाश झा यांनी 'दामूल' नावाचा जो चित्रपट तयार केला आहे, त्यात खेड्यातील मागासवर्गीयांना कसे रहावे लागते याचे व्यवस्थित चित्रण केलेले आहे. वरच्या जातीमधील लोकांकडून क्रूरपणे त्यांना दाबून टाकले जाते. श्रम मंत्रालयाचा सचिव असताना मी मंत्रालयातील वरिष्ठ अधिकाऱ्यांची एक तुकडी बिहारमध्ये पहाणी करायला पाठवली होती. त्यावेळी त्यांच्यावरती तिथल्या उच्चवर्णीयांनी एवढा जोराचा दगडांचा मारा केला की त्यांच्याबरोबर पोलीसांची जीप असल्यानेच त्यांचा जीव वाचला. मागासवर्गीयांमधले ज्या वरच्या पातळीवरच्या 'यादव' सारख्या जाती आहेत त्यांचा शेती सुधारणा कायद्यानुसार लाभ झाला आहे. पण तरीही त्यांना वरच्या जातींपुढे मान तुकवावी लागतेच. व्ही. पी. सिंग यांचा या संबंधातील एक युक्तिवाद अन् तो बरोबरही आहे, असा होता की 'जर अन्याय दूर करता येत नसेल अन् तोही लवकर दूर करता येत नसेल तर मग सामाजिक असंतोष मोठ्या प्रमाणात साचत जातो. हिंदी भाषिक विभागात त्यातून जरी उठाव, बंडखोरी वगैरे होत नसले तरीही तो असंतोष साचलेलाच असतो.' आपण काहीच केले नाही तरी हे घडणार आहे आणि राजकीय जागृतीचा उदय होत असताना आपल्याला हे सत्य स्वीकारणे भाग आहे.

आरक्षण विरोधी गटांचे असे म्हणणे होते की, मागासवर्गीयांना उपलब्ध करून दिल्या जाणाऱ्या जागा ह्या कमीच पडणार अन् ही एक वस्तुस्थिती आहे हेही तितकेच खरे आहे. १९८८ मध्ये उद्योग विनिमय केंद्रात (Employment exchange) २० लाख लोकांनी आपली नावे नोकरीसाठी दाखल केलेली होती. त्यावेळी अवघ्या २ लाख नोकऱ्या उपलब्ध होत्या. मागासवर्गीय सुमारे ५५ हजार नोकऱ्यांवरती हक्क सांगू शकत होते. अन्य मागासवर्गीय (OBC) हक्क सांगत असलेल्या नोकऱ्यांची संख्या अशीच मोठी आहे. अशा परिस्थितीत मागासवर्गीय नसलेल्यांच्या वाट्याच्या नोकऱ्या कमी असताना त्या नवीन आरक्षणामुळे आणखी कमी होणार. याला पंतप्रधानांचे असे उत्तर होते की, कोणाला किती नोकऱ्या उपलब्ध आहेत तो आकडा महत्त्वाचा नाही. परंतु आरक्षण शिफारशी अंमलात आणू लागल्याची कृती ही सामाजिक पुनरुत्थानाची सुरुवात करून देत असते. सरकारी नोकरी ही या धोरणाचे जनतेच्या मनात एक प्रगटीकरण करणारी असते. त्याचबरोबर त्यामुळे शांतता व सुव्यवस्था यासारख्या संवेदनशील बाबीही सरकारी नोकरीच्या माध्यमातून प्रगट होत असतात. शिवाय उत्तरेकडच्या हिंदी भाषिक विभागात नोकऱ्या या बहुतांशी सरकारी पातळीवरतीच असतात. कोणाला जर नोकरीसाठी अर्ज करायचा

असेल तर तो सरकारलाच करावा लागतो. कारण तिथे नोकऱ्या फक्त सरकारच देऊ शकते. पण आता जनतेत असंतोष झाल्याने खाजगी क्षेत्रातही आणि शैक्षणिक संस्थातही आरक्षण ठेवावे अशा चळवळी ह्या नवीन धोरणामुळे जन्म घेतील. मग आर्थिक मदतीचा हक्कही मागितला जाऊ शकेल.

मंडल आयोगाच्या शिफारशी पंतप्रधानांनी जाहीर करण्याचा काळ हा ऑगस्ट महिन्याचा पहिला आठवडा होता. हा काळही तसा कुतूहल वाटायला लावणारा होता. राजकीय हेतूंनी प्रेरित असणाऱ्या काहीजणांना असे वाटत होते की, चौधरी देवीलाल यांनी दिल्लीत ९ ऑगस्ट रोजी घेतलेल्या जाहीर सभेचा प्रभाव पुसून टाकण्यासाठी मंडल आयोग प्रकरण पुढे आणले गेले आहे. पण या संबंधी माझी मते वेगळी आहेत.

भाजपच्या पाठिंब्यामुळे पंतप्रधान अस्वस्थ होते, भले हा पाठिंबा सुरुवातीपासून त्यांनी बाहेरून दिला असला तरी. जरी १९८९ च्या निवडणुकीत भाजप व जनता दल यांच्यात निवडणुकीतील जागा लढवण्याबाबत समझोता झाला असला तरी व्ही. पी. सिंग यांनी स्पष्ट केले होते की, कोणत्याही भाजपच्या उमेदवारासाठी ते प्रचार करणार नाहीत. एक दोन ठिकाणी दोन्ही पक्षांचे एकत्रित मेळावे भरले असताना ते त्या सामाईक व्यासपीठावर मुद्दाम हजर राहिले नाहीत. जनता दलाचे उमेदवार हे मोठ्या संख्येने निवडून येतील अशी त्यांची उमेद होती. मग नंतर सरकार बनवताना भाजपची मदत लागणार नाही असे त्यांना त्यावेळी वाटत होते. पण दुर्दैवाने तसे काही घडले नाही. कर्नाटक व आंध्र प्रदेश येथून जनता दलाचे खासदार कमी संख्येने निवडून आले. पण तरीही त्यांना व डाव्या पक्षांना भाजपला सरकारबाहेर ठेवणे जमले. एक दोन महिन्यात बोफोर्स प्रकरणातील लाभार्थींची नावे कळल्यावर आपण राजीव गांधी यांची परिस्थिती अवघडलेली करून काँग्रेसमध्ये फूट पाडू शकू अशी त्यांची उमेद होती व ते त्यावरती अवलंबून होते. पण हे सुद्धा घडू शकले नाही. नंतर भाजपमधील खासदार अस्वस्थ होत गेले. कारण सत्तेमध्ये कसलीही जबाबदारी न मिळता फक्त पाठिंबा देत रहायचे त्यांना जड जाऊ लागले. अयोध्या प्रश्न हा राज्यातील निवडणुका जाहीर होईपर्यंत बाजूला टाकण्यात आला होता. त्या निवडणुका आधी फेब्रुवारीत घेण्याचे जाहीर झाले होते. नंतर त्या चार महिने पुढे ढकलण्यात आल्या. परंतु त्याही दृष्टीने केंद्र सरकारची काही हालचाल होत असताना दिसत नव्हती. तसेच, जी काही महत्त्वाची आश्वासने निवडून येण्यापूर्वी दिली होती ती पुरी करण्याच्या दृष्टीनेही काहीही हालचाली होत नव्हत्या. उदाहरणार्थ, दिल्लीला राज्याचा दर्जा देणे, निवडणूक प्रक्रियेत महत्त्वाच्या सुधारणा करणे, इत्यादी. ह्या साऱ्या धूळ खात पडलेल्या गोष्टींमुळे सरकारला नुसता पाठिंबा देत रहाण्याचा भाजपला उबग येऊ लागला व ते आघाडीपासून फुटून निघणे अटळ

झाले. शिवाय बाहेर असे उघड उघड बोलले जात होते की भाजपमधले जे कट्टरवादी आहेत ते अयोध्या प्रश्नावरून आपल्या नेतृत्वाला एक आक्रमक भूमिका घ्यायला भाग पाडणार आहेत.

माझ्या मते पंतप्रधानांना असे वाटले असावे की भाजपच्या धमकीला शह द्यायचा असेल तर त्यांच्या मतपेढ्या व तळ हे फोडण्यासाठी मंडल शिफारशी आणाव्यात. त्याखेरीज दुसरे चांगले निमित्त कोणते सापडू शकणार होते? जेव्हा शरद यादव यांनी मंडल शिफारशींचा पंतप्रधानांकडे जोरदार आग्रह धरला तेव्हा मी असा युक्तिवाद केला की, "कसलाही पक्का पाया आधी तयार न करता कळसापासून सुरुवात करून खाली जाण्याजोगे हे चालले आहे." या उलट दक्षिणेत मागासवर्गीयांसाठी आरक्षण ठेवण्याआधी जोरदार सामाजिक व शैक्षणिक चळवळी झाल्या. भाजपला शह देण्यासाठी घाईघाईने मंडल शिफारशींचा उपयोग करून घेतला जात होता हेच त्यावरून समजून येते. शरद यादव यांनी या बाबतीत एक सूचक विधान केले होते. ते म्हणाले होते, "जोपर्यंत अडवानींची रथयात्रा मागे घेतली जात नाही तोपर्यंत आमचा मंडलरथ रहाणार आहे." देवीलाल यांच्या दिल्लीतील सभेपूर्वी ७ ऑगस्टला मंडल शिफारशींची घोषणा का करण्यात आली? यामागचे सत्य असे आहे की मंडल शिफारशींमुळे काय काय परिणाम घडतील याचा नीट अभ्यास व विचार न करताच त्या शिफारशी जाहीर करून टाकण्यात आल्या. नाहीतर त्यानंतर पंतप्रधानांना खुलाशांची अनेक निवेदने जाहीर करण्याची गरज पडली नसती. सैन्य, निमलष्करी दले यांच्या बाबतीमधील आरक्षणे, सरकारी नोकऱ्यांमधील बढत्या याबाबतची त्यांची निवेदने तर अजूनही लोकांच्या आठवणीत आहेत. मंडल शिफारशींची घोषणा ७ ऑगस्टला जाहीर करण्यामागे आणखीही एक कारण सांगितले जाते. ५ ऑगस्ट रोजी उपपंतप्रधान देवीलाल यांना हटविण्याच्या निर्णयावरती पंतप्रधानांनी खासदारांची एक सभा बोलावली होती. त्या सभेत देवीलाल यांच्या हकालपट्टीमुळे निर्माण होणाऱ्या खळबळाटीला छेद देण्यासाठी मंडल शिफारशींची घोषणा करण्याचे ठरले असावे. पण माझी स्वत:ची अशी खात्री आहे की, भाजपला शह देण्यासाठी पंतप्रधानांनी मंडल शिफारशींचा आधार घेतला. देवीलाल यांनी भरवलेली ती दिल्लीतील सभा ही त्यांच्या अपेक्षेएवढी मोठी नव्हती. हे येथे जाता जाता नमूद केले पाहिजे.

मंडल अहवाल हा एवढा चांगला होता की राजकीय वाटचालीत त्याचा लाभ करून घेण्यासाठी कोणालाही भुरळ पडावी. माझी खात्री आहे की जेव्हा आपल्या पक्षाचा बिहार व उत्तर प्रदेशावरील प्रभाव कमी होतो आहे, असे जेव्हा काँग्रेस पक्षाच्या नंतर ध्यानात आले, तेव्हा त्यांनीही संधी असती तर मंडल शिफारशी पुढे आणल्या असत्या. बिहार व उत्तरप्रदेश येथे मागासवर्गीयांच्या मतपेढ्या फार मोठ्या

आहेत. तेव्हा काँग्रेस पक्षाने त्याचा फायदा उठवलाच असता. राजीव गांधी यांच्या कारकीर्दीत जेव्हा पंचायत राज्यपद्धती राबवण्याच्या प्रस्तावावरती मंत्रिमंडळात चर्चा चालू होती तेव्हा शिवशंकर यांनी पंचायत राज्य संस्थांमध्ये अन्य मागासवर्गीयांसाठी आरक्षण ठेवण्याचे जोरदारपणे समर्थन केले. याचे कारणही त्यांनी सांगितले की, "त्यामुळे काँग्रेस पक्षाला निवडणुकीत फार मोठ्या प्रमाणात लाभ होईल." परंतु त्यांच्या दुर्दैवाने त्यावेळी मंत्रिमंडळाला त्यांचे म्हणणे पटले नाही. मंडल शिफारशींवरती लोकसभेत जेव्हा चर्चा चालू होती तेव्हा राजीव गांधी यांनी सांगितले की, सार्वजनिक सेवांमध्ये अन्य मागासवर्गीयांसाठी दक्षिणेकडील काही राज्यात असलेली आरक्षणे तेवढी योग्य नव्हती." त्यावेळी तिथे काँग्रेस पक्ष सत्तारूढ होता. अन् या पक्षाने मग अनुकूल असा बदल करून केवळ निवडणुकांवर डोळा ठेवून ती आरक्षणे वाढवली. हे सत्य नजरेआड करून चालत नाही. नंतर जेव्हा त्यांनी लोकसभेत आर्थिक निकषांवरील आरक्षणे चर्चेत उचलून धरली तेव्हा त्यांना सांगण्यात आले की, काँग्रेसच्याच कायदा मंत्र्याने मंडल आयोगाला १९८० मध्ये आरक्षणासाठी आर्थिक निकष लावू नका म्हणून बजावले होते. ते ऐकून राजीव गांधींना धक्काच बसला.

व्ही. पी. सिंग सरकारने मंडल शिफारशी ज्या रितीने अंमलात आणल्या त्याहीपेक्षा अधिक उत्तम पद्धतीने आम्ही त्या १९९१-९२ मध्ये अंमलात आणल्या, असा दावा काँग्रेस पक्षाने नंतर केला. पण माझ्या मते काँग्रेस पक्षाने हा दावा अतिरिक्त प्रमाणात केला होता. १९९० मध्ये आरक्षणविरोधी लाट ओसरून गेली होती आणि शहरी उच्च मध्यमवर्गाने आरक्षणाची वस्तुस्थिती व अपरिहार्यता नाईलाजाने स्वीकारली होती. त्यामुळेच काँग्रेस पक्षाने आरक्षणाच्या बाबतीत जे थोडे काही केले तेवढेच त्यांना करता आले. परंतु तरीही आरक्षणाच्या धोरणामध्ये काँग्रेस पक्षाने जी एक सुधारणा केली त्याचे श्रेय त्या पक्षाला दिले पाहिजे. मागासवर्गीयांमधील आर्थिकदृष्ट्या सुस्थितीत असलेल्या लोकांचा जो स्तर (Creamy layer) आहे त्यांना या आरक्षणाचा लाभ घेण्यास प्रतिबंध करण्यात आला. नाही तर या स्तरातील शिक्षित व भरभराटीस आलेले लोकच या आरक्षणाचा संपूर्ण लाभ घेऊन आपली मक्तेदारी निर्माण करतील आणि आपल्याच गरीब मागासवर्गीयांना त्यांच्या हक्कांपासून वंचित करतील आणि उच्चवर्णीयांसारखेच ते त्यांना हीन वागणूक देतील. याचे उत्तम उदाहरण म्हणजे उत्तर प्रदेश व बिहार येथील यादव जातीचे. ते यादव नसलेल्या अन्य मागासवर्गीयांशी अशाच पद्धतीने वागतात.

व्ही. पी. सिंग यांनी मंडल आयोगाच्या शिफारशी का आणि कशा पुढे आणल्या हा विषय नेहमीच औत्सुक्याचा राहील. "मागासवर्गीयांचा उद्धारकर्ता" म्हणून त्यांची प्रतिमा आठवणीत रहावी. परंतु तसे वागण्याऐवजी ते 'मंडल शिफारशींचा प्रसारक' म्हणून वागले व कुत्सित अर्थाने प्रसिद्धी पावले. राष्ट्रीय

जीवनात जातीवादाला दुष्ट रितीने प्रोत्साहन दिले आणि जनतेची सामाजिक व राजकीय वीण पार विस्कटून टाकली, असे त्यांच्यावरती आरोप केले जातात. जरी मंडल शिफारशी राबवण्यामागचा हेतू उदात्त असला, तरीही त्यांनी यामुळे निर्माण झालेली परिस्थिती ज्या तऱ्हेने हाताळली आणि त्यातून जे धक्कादायक परिणाम बाहेर पडले त्याबद्दल त्यांच्याकडेच दोष जातो, हे त्यांचे समर्थकही मान्य करतील. जमातवाद व जातीवाद हे दोन भारताचे शत्रू हे ही यामुळे वर उफाळून आले. परंतु त्यांनी जरी मंडल शिफारशी राबवल्या नसत्या तरीही सत्तेवर आलेल्या अन्य पक्षाने आणि विशेषत: काँग्रेस पक्षाने या शिफारशी राबवण्याचा फायदा नक्की उठवला असता. मागासवर्गीयांची मतपेढी ही फार विस्तृत आहे, मोठी आहे. याकडे कोणत्याही पक्षाला डोळेझाक करता येणार नाही. अन् म्हणून केवळ व्ही. पी. सिंग यांच्यावरतीच जे काही अटळपणे घडले त्याचे खापर फोडणे योग्य ठरणार नाही.

भारतीय राजकारणाचा रंग त्यांनी कायमचा बदलून टाकला, असे जरी व्यंगार्थाने म्हटले तरीही त्याचे श्रेय त्यांना द्यावेच लागेल. १९८० पर्यंत राजकारणाच्या चित्रात मागासवर्गीय कोठेही दिसत नव्हते. पण १९९० नंतर ते प्रकर्षाने दिसू लागले आहेत. या वर्गाच्या पाठिंब्याखेरीज कोणीही सत्तेवरती येऊ शकणार नाही, निदान हिंदी भाषिक क्षेत्रात किंवा केंद्रीय सरकारमध्ये तरी असेच होत राहील.

मंडल आयोगाच्या शिफारशी अंमलात आणण्याच्या प्रयत्नात भारतावरती एक सामाजिक आघात अजाणतेपणी का होईना करण्यास व्ही. पी. सिंग हेच जबाबदार ठरले आहेत. परंतु खरी शोकांतिका ही आहे की, ही सामाजिक, शैक्षणिक व आर्थिक अशा तिन्ही दृष्टीने मागासवर्गीयांची उन्नती करण्यासाठी आरक्षणाची संपूर्ण व्यवस्था वापरली जात नाही. फक्त मतपेढीच्या दृष्टिकोनातून ही व्यवस्था राबवली जाते आहे. खुद्द मागासवर्गीयांचे नेतेही त्यांच्याकडे अशाच दृष्टिकोनातून पहातात. फक्त आपल्या वैयक्तिक महत्त्वाकांक्षेसाठी त्यांची एकगठ्ठा मते मिळवून राजकीय सत्तेवर नियंत्रण ठेवण्यासाठी मागासवर्गीयांना ते वापरतात. भाजपचा प्रभाव आटोक्यात ठेवण्यासाठी मंडल शिफारशींचा वापर करण्याचा शुद्ध राजकीय निर्णय जेव्हा व्ही. पी. सिंग यांनी घेतला तेव्हाच त्यांना हे उमगायला हवे होते. अन् इथे हेही स्वच्छ सांगितले पाहिजे की, व्ही. पी. सिंग यांना आपला हा राजकीय हेतूही साध्य करता आला नाही. ऑगस्ट महिन्याच्या पहिल्या आठवड्यात जर त्यांनी आपला हा निर्णय जाहीर केला नसता तर पुढे भाजपच्या तुलनेत त्यांची अधिक चांगली व भक्कम स्थिती झाली असती.

२९ जूनला एल. के. अडवाणी यांनी जाहीरपणे सांगितले की, ''जर अयोध्येत विश्व हिंदू परिषदेच्या प्रस्तावित रामजन्मभूमीवर मंदीर निर्माण करण्याच्या योजनेला सरकार सरळ समोरासमोर उभे राहून दंड थोपटून आव्हान देण्याच्या मन:स्थितीत

असेल तर लोकांची एक महाप्रचंड व ऐतिहाासिक चळवळ अनिर्बंधपणे सुरू होईल.'' सप्टेंबरच्या सुरुवातीला त्यांनी एका कारणासाठी आपल्याला 'नाखुषीने' राष्ट्रव्यापी स्तरावर रथयात्रा चालू करणे भाग आहे असे जाहीर केले. हे त्यांनी मंडल शिफारशींच्या घोषणेला उत्तर देण्यासाठी उचललेले पाऊल होते. सप्टेंबर ते ऑक्टोबर व्ही. पी. सिंग सरकारसाठी आणीबाणीचा काळ होता. त्यांनी भाजपला सरळ सरळ आव्हान देण्यासाठी धाडसीपणे सार्वत्रिक निवडणुकांचा निर्णय घेतला. पण त्यांना त्यांचा निर्णय राबवता आला नाही. कारण ऑगस्टमधील त्यांच्या मंडल शिफारशींच्या घोषणेच्या धक्कादायक परिणामांमधून त्यांचाच पक्ष नीट सावरला नव्हता. राजीव गोस्वामी याने १९ सप्टेंबरला मंडल शिफारशींविरुद्ध जे आत्मदहन केले त्यामुळे सारे राष्ट्र हादरून गेले होते. ऑक्टोबरच्या मध्यास मंडल शिफारशींविरुद्ध झालेल्या चळवळीत २५० जण जखमी झाले आणि सहानुभूती दाखवणाऱ्या गर्दीसमोर आणि राष्ट्रीय वृत्तसंस्थांसमोर काहीजणांनी स्वत:ला जाळून घेतले. यामुळे स्वाभाविकच जनता दलात फूट पाडण्याची कारवाई करण्यास चंद्रशेखर यांना उत्तेजन मिळाले. नोव्हेंबरच्या पहिल्या आठवड्यात व्ही. पी. सिंग सरकारचे पतन अटळ झाले.

(२६ ऑगस्ट १९९८ च्या 'एशियन एज' मधून)

◆

२६
विश्वनाथप्रताप सिंग यांच्याविषयी

विश्वनाथ प्रताप सिंग हे जेव्हा उत्तर प्रदेशचे मुख्यमंत्री होते तेव्हा मी त्यांना १९८० मध्ये भेटलो होतो. त्यावेळी मोरादाबादमध्ये गंभीर जातीय दंगली घडत होत्या. गृहमंत्रालयातील अतिरिक्त सचिव या पदावर मी त्यावेळी असल्याने गृह मंत्री ग्यानी झैलसिंग यांच्याबरोबर तिकडे गेलो होतो. दंगलीच्या संदर्भात झैलसिंग यांनी व्ही. पी. सिंग यांना काही पावले उचलण्याचे सुचवले. पण त्याचा व्ही. पी. सिंग यांना राग आला असावा. कारण तसे त्यांच्या चेहऱ्यावरती स्पष्टपणे दिसून आले. त्यांनी झैलसिंग यांच्या तोंडावरती स्पष्टपणे सांगितले की, आपण या राज्याचे मुख्यमंत्री असून परिस्थिती काबूत आणण्यासाठी आपल्याला योग्य वाटतील तेच निर्णय घेऊ. झैलसिंग यांच्याकडून काही हुकूम घेणे त्यांना आवडले नाही हे उघडच दिसले.

मुंबईत मी जेव्हा राज्याचा प्रमुख सचिव होतो व त्यावेळी ते राजीव गांधी यांच्या मंत्रिमंडळात अर्थमंत्री होते. आमची १९८५ मध्ये मुंबईत भेट झाली. महाराष्ट्रातील सरकारी नोकरांनी घरे बांधण्यासाठी कर्जे काढली होती व त्यामुळे उत्पन्नावरील करासंबंधी काही अडचणी उद्‌भवू लागल्या. मी त्या कर्मचाऱ्यांच्या अडचणी व्ही. पी. सिंग यांच्यासमोर मांडल्या. त्यांनी मला हे प्रकरण घेऊन दिल्लीत भेटावे असे सुचवले. मी त्याप्रमाणे तिकडे गेलो व त्यावरती चर्चा केली. मग त्यांनी अर्थ मंत्रालयातील प्रमुख अर्थ सल्लागार बिमल जालान यांना बोलावून घेतले. त्या दोघांनीही मी मांडलेल्या प्रश्नाकडे आस्थेने पाहिले व त्यातून काही मार्ग निघतो का ते पहाण्यासाठी बिमल जालान यांना सिंग यांनी सांगितले.

१९८६ पासून मी कॅबिनेट सेक्रेटरी म्हणून काम पाहू लागल्याने साहजिकच मला त्यांना वारंवार भेटावे लागत होते. त्यांनी मांडलेल्या आपल्या पहिल्या अंदाजपत्रकाची स्तुतीसुमने वातावरणात निनादली होती. पण एव्हाना ते स्वर विरून गेले होते. आता कर बुडवणारे अणि कराची बाकी थकवणारे यांच्या विरुद्धच्या

मोहीमेकडे ते लक्ष देऊ लागले. या मोहिमा त्यांनी व महसूल सचिव विनोद पांडे यांनी फार कटू रितीने राबवल्या. मी पांडे यांना बेताने मोहीम राबवित जा आणि खऱ्या गुन्हेगारांचा शोध सावधपणे व सूज्ञपणे घ्या, असे सुचवले. अन् जर ही मोहीम खरोखरीच गंभीर असेल तर ज्या राजकारणी व्यक्तींनी अफाट संपत्ती गोळा केली आहे व जे लोकप्रिय आहे त्यांचा पाडाव करण्याकडे दुर्लक्ष करू नका. त्यानंतर ते फेअरफॅक्स प्रकरण उद्‌भवले. यामुळे राजीव गांधी व व्ही. पी. सिंग यांच्यातील संबंध संपुष्टात येण्यास सुरुवात झाली. याचा शेवट व्ही. पी. सिंग यांचे अर्थ खाते १९८७ मध्ये काढून घेऊन त्यांना संरक्षण खात्याचे मंत्रीपद देण्यात आले. परंतु येथेही त्यांनी आपली भ्रष्टाचाराविरुद्धची मोहीम मिशनरी वृत्तीने चालूच ठेवली. मग एचडीडब्ल्यू पाणबुड्या प्रकरणात त्यांनी एप्रिलमध्ये राजीनामा दिला.

परंतु हे सारे करीत असताना सिंग यांनी काँग्रेस पक्ष सोडला नाही. मी राजीव गांधी यांना सुचवले की, सिंग यांना होऊ घातलेल्या वित्त आयोगाचे अध्यक्षपद द्यावे. ते त्या पदाला सर्वस्वी लायक होते आणि राजीव गांधी यांच्या विरोधात राजकीय भूमिका घेण्याऐवजी ते अध्यक्षपदाच्या कामाला सर्वस्वी वाहून घेतील. पण दुर्दैवाने असे घडू शकले नाही. याचे कारण माझ्या माहितीनुसार, राजीव गांधी यांच्या सल्लागारांनी ही सूचना बेधडक फेटाळून लावून व्ही. पी. सिंग यांना सरळ पक्षाबाहेर फेकून एक धडा शिकवावा असे मनसुबे त्यांनी रचले. जर वित्त आयोगाचे अध्यक्षपद व्ही. पी. सिंग यांना दिले गेले असते तर वेगळा इतिहास घडला असता काय? जुलै १९८७ मध्ये व्ही. पी. सिंग यांना काँग्रेस पक्षातून काढून टाकण्यात आले.

डिसेंबर १९८९ मध्ये सार्वत्रिक निवडणुका होऊन व्ही. पी. सिंग हे पंतप्रधान बनले आणि नोव्हेंबर १९९० मध्ये त्यांच्याविरुद्धचा लोकसभेतील अविश्वास ठराव मंजूर झाल्याने त्यांनी राजीनामा दिला. त्यांचे व्यक्तिमत्त्व हे जरासे गुंतागुंतीचे होते. मुळात ते अंतर्मुखी होते आणि आपल्या भावना ते सहसा दिसू देत नसत. वाचनाची त्यांना खूप आवड होती व कविता करण्याचा त्यांना नाद होता. स्वत:ला जमतील तशी चित्रेही काढण्याचा छंद त्यांना होता. त्यांना एक शास्त्रज्ञ बनायचे होते. पुण्याच्या फर्ग्युसन महाविद्यालयातून ते शिकले. त्यांची पत्नी सीतादेवी हिने मला सांगितले की, त्यावेळेचे त्यांचे पुण्यातील दिवस हे त्यांच्या आयुष्यातील उत्तम दिवस होते. त्यांचे त्यावेळी नुकतेच लग्न होऊन तरुण जोडप्याप्रमाणे ते पुण्यात रहात होते.

सिंग हे खूप दयाळू होते पण त्याचबरोबर आग्रही व अत्यंत कष्टाळूही होते. त्यांच्याकडे पाठवलेल्या फायली ह्या झटपट परत येत. त्यावरती त्यांनी स्पष्ट व स्वच्छ शब्दात शेरे, हुकूम वगैरे लिहिलेले असायचे. ते इंग्रजी व हिंदीत उत्कृष्ट

लिहीत. दूरदर्शनवरील स्वत:ची भाषणे त्यांनी स्वत:च लिहिलेली होती. दुर्दैवाने त्यांची दूरदर्शनवरची प्रतिमा तेवढीशी छाप पाडणारी नव्हती. ते जी उंच टोपी वापरीत त्यामुळे ते थोडेसे निस्तेज वाटत. ५ रेसकोर्स रोड येथे ते रहात. आपले वैयक्तिक ऑफिस त्यांनी घरीच थाटले होते. मी नेहमी तिथे त्यांना भेटायला जायचो. पण राजीव गांधी जसे आपल्या अधिकाऱ्यांना घरी भेटत तसे ते सहसा करत नसत. व्ही. पी. सिंग यांची पत्नी आणि त्यांची दोन्ही मुले हे एक सुखी कुटुंब असल्याचे दर्शन मला तिथे झाले होते.

ते अंतर्मुख होते, तसेच वैयक्तिक संबंधाबाबतही ते अलिप्त व थंड असल्याचे दिसे. त्यांच्याभोवती घनिष्ठ मित्र व समर्थक यांचा गराडा का नसे याचे हेही एक कारण असावे. विनोद पांडे व भुरेलाल हे जरी त्यांचे जवळचे असले तरी ती अपवादात्मक उदाहरणे आहेत. परंतु मुलकी अधिकाऱ्यांपैकी कोणीहा त्यांच्याजवळचे नव्हते हे नक्की. राजकीय वर्तुळात सोमपाल व भारतीया हे दोघेच त्यांचे निकटवर्तीय होते. थोडक्यात राजीव गांधी यांच्यासारखे आपल्याशी निष्ठा ठेवण्यासाठी ते कोणालाही उद्युक्त करीत नसत.

त्यांच्या स्वभावाचे एक वैशिष्ट्यपूर्ण लक्षण होते. ते म्हणजे, एखादा हेतू मनात धरून तो मिशनरी उत्साहाने शेवटपर्यंत तडीस नेण्यासाठी आटोकाट प्रयत्न करणे. त्यासाठी वेळप्रसंगी ते पार टोकाला जाण्यास मागेपुढे पहात नसत. राजकीय क्षेत्राची साफसफाई करण्याची त्यांची मोहीम ही अशा प्रवृत्तीमधूनच जन्माला आली. जर या मोहिमेतून त्यांनी आपले वैयक्तिक सूड व महत्त्वाकांक्षा वगळल्या असत्या तर त्यांना फार मोठ्या प्रमाणात पाठिंबा लाभला असता. गांधी कुटुंबियांशी त्यांची निष्ठा ही वादातीत होती. पण त्यांनी राजीव गांधी यांना आपले लक्ष्य बनवले. त्यामुळे त्यांची मोहीम ही वैयक्तिक सूडापोटी आहे असा समज झाला. राजीव गांधी यांना उद्देशून बोफोर्स प्रकरणाच्या संदर्भात १९८९च्या निवडणुकात ज्या शिवराळ घोषणा दिल्या गेल्या होत्या त्या वैयक्तिकदृष्ट्या त्यांना नक्कीच आवडल्या नसणार.

करचुकवेगिरी आणि करबुडवेगिरी करणाऱ्यांविरुद्ध त्यांनी जी मोहीम उघडली होती, त्याबद्दलही असेच सांगता येईल. पूज्य व वयोवृद्ध उद्योगमहर्षी शंतनुराव किर्लोस्कर यांच्या कंपन्यांवरती छापे घालून त्यांना डांबून त्यांची जी दीर्घकाळ चौकशी चालवली गेली तेव्हा आम्हाला धक्काच बसला. अशा गोष्टी करण्यासाठी सिंग यांनी वैयक्तिरित्या नक्कीच परवानगी दिली नसणार. त्यांनी कर चुकविणाऱ्यांना धडा शिकवणारी जी मोहीम तारतम्याचा विचार न करता उत्साहाने उघडली होती त्याचा हा परिणाम होता.

ते एक कडक राजकारणी पुरुष होते हे नक्की. पण त्याचबरोबर ते धूर्तही होते.

राजीव गांधी यांच्यावर लक्ष्यवेध करणारी आपली जी भ्रष्टाचाराची मोहीम त्यांनी सुरू केली ती कॉंग्रेस पक्षाच्या प्रतिमेवर आघात करणारी एक अभूतपूर्व अशी चाल होती. त्याचबरोबर पंतप्रधानपदासाठी आपले नाव देवीलाल यांच्याकडून सुचवले जावे यासाठी त्यांनी जी राजकीय खेळी कावेबाजपणे केली ती म्हणजे राजकीय बुद्धिबळातील प्रतिस्पर्ध्यावरती मात करण्याचा एक फार वरचा नमुना होता. उगाच नाही त्यामुळे चंद्रशेखर हे त्यांच्यावरती संतापले. भाजपबरोबर त्यांनी निवडणुकीत जागा लढवण्यासाठी समझोता केला. हाही एक त्यांच्या विचारपूर्वक केलेल्या राजकीय डावपेचाचा नमुना होता. कारण इतकेही करून ते निवडणूक प्रचारात कुठेही भाजपच्या व्यासपीठावरती गेले नाही. दुर्दैवाने त्यांच्या जनता दलाला दक्षिणेकडील राज्यात चांगले यश न मिळाल्याने सरकार बनवण्यासाठी भाजपचा बाहेरून पाठिंबा त्यांना घ्यावा लागला. कॉंग्रेस पक्षात आपण फूट पाडू शकू ही त्यांची आशा फलद्रूप झाली नाही. जेव्हा अयोध्येतील राममंदीर प्रश्नाबाबत भाजपचे धोरण समजले तेव्हा त्यांनी त्याला छेद देण्यासाठी मंडल आयोगाचे पान या राजकीय खेळात आपल्या लाभासाठी टाकले. पण त्यामुळे झाले काय तर केवळ मोठ्या प्रमाणात धुरळा उडाला व त्यात तेच स्वत: सापडले. ऑक्टोबर १९९० मध्ये जेव्हा त्यांना समजून चुकले की, आपल्या सत्तेचा शेवट जवळ येत चालला असून आता लोकसभेत होणारा पराभव अटळ झाला आहे तेव्हा त्यांच्यातील कावेबाज व धूर्त राजकारणी पुरुष पुन्हा जागा झाला. आपल्या पराभवाचा उपयोग करून ते सत्तेच्या सिंहासनावरून पायउतार झाले ते 'तत्त्वासाठी सत्तात्याग' असा देखावा करून. जाता जाता त्यांनी 'सत्तेसाठी आपण नसून आपल्यासाठी सत्ता आहे,' अशी आपली प्रतिमा निर्माण करण्याचा प्रयत्न करून पराभवातही लाभ उठवण्याची कृती केली.

ते एक सुदैवी पंतप्रधान नव्हते. जनता दलाच्या सभेमध्ये युक्ती लढवून ते पंतप्रधान म्हणून निवडून आले खरे, परंतु त्यामुळे त्यांचे भवितव्य बिघडून गेले. साधारणपणे प्रत्येक पंतप्रधानाचे सुरुवातीचे वर्ष 'हे जनतेबरोबरचा मधुचंद्राचा काळ' असे समजले जाते. कारण या काळात कुठेही विरोधी सूर निर्माण होत नाही. पण व्ही. पी. सिंग यांच्या बाबतीत हा काळ भलताच त्रोटक ठरला. जरी त्यांचे आघाडीचे सरकार सर्वसंमतीचे असले तरी सरकारमधील घटक पक्ष व सरकारबाहेरील घटक पक्ष यांच्याशी त्यांचे कामाच्या बाबतीत सूर जमले नाहीत. सर्वांना बरोबर घेऊन कामे करणे हे त्यांना अवघड होत गेले. पंतप्रधानांची आघाडीबद्दलची निष्ठा आणि हेतू याबद्दल भाजप पहिल्या दोन महिन्यातच शंका घेऊ लागला. इतकेच काय पण त्यांचे जवळचे सहकारी अजित सिंग, रामविलास पास्वान आणि जॉर्ज फर्नान्डिस यांनीही त्यांना सुखाने जगू दिले नाही. देवीलाल यांचे तर वेगळेच खटले होते. सिंग यांना पंतप्रधानपद देऊ करण्याच्या कटात भाग घेतल्याची पुरेपूर किंमत शायलॉकच्या

वृत्तीने ते करू पहात होते. मार्च ते एप्रिल १९९० मध्ये त्यांच्या सरकारचे दिवस भरत आल्याचे आम्हाला जाणवू लागले होते. परंतु इतके सगळे होत असतानाही आपण गडबडून गेलो आहोत असे त्यांनी दाखवले नाही. पण त्यांना राग आला होता व त्यांची निराशा झाली होती. तरीही आपण शांत आहोत असा ते प्रयत्न करीत आहेत हे कोणालाही त्यांच्याकडे पहाता समजत होते. या राजकीय संकटामुळे त्यांच्या मनावरती व शरीरावरती ताण पडल्याने त्यांच्या प्रकृतीवरती नक्कीच परिणाम झाला असला पाहिजे. त्याची परिणती दोन वर्षांतच त्यांची प्रकृती गंभीरपणे बिघडण्यात झाली.

जेव्हा ते पंतप्रधान बनले तेव्हा सेंट किटस प्रकरणासंबंधी त्यांची प्रतिक्रिया काय असेल त्याबद्दल मला मोठेच औत्सुक्य होते. पूर्वीच्या काँग्रेस सरकारने त्यांना व त्यांच्या मुलाला एका फसवेगिरीच्या प्रकरणात अडकविण्याचा प्रयत्न केवळ राजकीय लाभासाठी केला होता. ते सारेच प्रकरण अपमानास्पद रितीने, पद्धतीने पुढे आणले गेले होते. परंतु ते सूड घेण्याच्या प्रवृत्तीचे नव्हते. या प्रकरणाचे कागद त्यांच्यासमोर आले असता त्यांनी पी. व्ही. नरसिंहराव यांचे आरोपी म्हणून असलेले नाव त्यातून स्वतः काढून टाकले. आपला वैयक्तिक प्रामाणिकपणा आणि निष्ठा यांची ते नेहमी जपणूक करीत असताना त्यावरतीच चिखलफेक झाल्याने त्यांना मोठे दुःख झाले होते. 'पंतप्रधानांचे घर' किंवा तत्सम एखादे केन्द्र असे एखादे वेगळे सत्ताकेन्द्र निर्माण होऊ नये म्हणून त्यांनी आपल्या कारकीर्दीत खूप काळजी घेतली होती. पंतप्रधानांच्या नावाने काही संदेश, निरोप, आज्ञा आल्या आहेत असे भासवण्याचे प्रयत्नही त्यामुळे कोणाला करता आले नाहीत.

गांधी कुटुंबाच्या पुढे पुढे करणाऱ्या एका खुषमस्कऱ्याने एक बेजबाबदार व मूर्खपणाचा आरोप त्यांच्यावरती केला होता. व्ही. पी. सिंग यांनी गांधी कुटुंबाला दिलेली स्पेशल प्रोटेक्शन फोर्सची संरक्षण व्यवस्था काढून घेतली होती. यामागे राजीव गांधी व कुटुंबीय खलास होऊ देण्याचा हेतू आहे, असा तो खोटा आरोप होता. परंतु व्ही. पी. सिंग यांच्या कारकीर्दीत राजीव गांधी यांना कसलाही धक्का लागला नाही. त्यांच्याविरुद्ध काँग्रेसमधील जे खुषमस्करे आणि नेते ओरड करीत असत त्यांनी तशीच ओरड नंतरचे पंतप्रधान चंद्रशेखर यांच्या विरुद्ध का केली नाही? व्ही. पी. सिंग यांनी राजीव गांधी यांची संरक्षण व्यवस्था काढून घेतली होती तर आपल्याच पाठिंब्याने सत्तेवर आणलेले चंद्रशेखर यांचे सरकार हे ती संरक्षण व्यवस्था पुन्हा का देत नाही? असा सवाल मात्र केला जात नव्हता. या भलत्या वादात आपल्याला गोवले गेल्याबद्दल व्ही. पी. सिंग यांना खूपच दुःख झाले होते. त्यांनी वारंवार या संबंधात गांधी कुटुंबाबद्दलची आपली निष्ठा व आदर स्पष्टपणे प्रगट केला होता. माझ्यावरतीही एका खुषमस्कऱ्याने तेच आरोप करून माझे नाव

घेऊन एका छोटा लेखही प्रसिद्ध केला होता. राजीव गांधी यांचा खून झाल्यावरती त्या संबंधात काही कटाची शक्यता होती का याची चौकशी करण्यासाठी न्यायमूर्ती एम. सी. जैन यांचा आयोग नेमला होता. या आयोगासमोर मला जेव्हा साक्षीसाठी उभे रहावे लागले तेव्हा मलाही त्यामागचा वैरभाव जाणवला होता.

व्ही. पी. सिंग पंतप्रधान असताना माझे त्यांच्याशी योग्य संबंध होते. मला त्यांनी नेहमीच पूर्ण सौहार्दाने व आपुलकीने वागवले. मी राजीव गांधी यांचा पूर्वी प्रिन्सिपल सेक्रेटरी असतानाही त्या पदावरची माझी सेवा त्यांनी तशीच पुढे चालू ठेवली होती. यामुळे त्यांच्यावरती नाना तऱ्हेचे आरोप केले गेले होते. पण मला दिसून आले की, त्यांना माझी सेवा खरोखरीच हवी होती. माझे वस्तुनिष्ठ धोरण, राजकारणातील तटस्थ भूमिका आणि कामावरची निष्ठा यामुळे ते माझ्या बाबतीत समाधानी होते. जेव्हा भुरेलाल यांच्याविरुद्ध चौकशी सुरू झाली तेव्हा मी त्याला वचन दिले की, ती चौकशी पूर्वग्रहदूषित नसलेली असेल व ती प्रामाणिकपणे व न्यायीपणे केली जाईल. मी याप्रमाणे वागेन अशी त्यांची मनोमन खात्री होती. टी.एन्. शेषन हे कॅबिनेट सेक्रेटरी असताना कॉंग्रेस पक्षाशी पूर्ण निष्ठा असल्यासारखे वागत होते. त्यांच्याशी माझ्या कामाची तुलना ते सहज करू शकत होते.

व्ही. पी. सिंग सत्तेवरून खाली उतरल्यानंतर मी त्यांना तीनदाच भेटलो. जेव्हा ते आजारी पडल्याचे कळले तेव्हा दिल्लीत त्यांना भेटलो, एकदा ते उपचारासाठी मुंबईत आले असताना भेटलो आणि लंडनमध्ये ते उपचार घेत असताना तिसऱ्यांदा त्यांना भेटलो.

कॉंग्रेस पक्ष आणि विशेषत: राजीव गांधी हे व्ही. पी. सिंग यांच्यावरती एवढे का चिडून होते, हे समजणे कठीण आहे. राजीव गांधी यांना बाजूला सारून आपण स्वत: पंतप्रधानकीचे पद बळकावण्यासाठी त्यांनी ह्या राजकीय साफसफाईच्या प्रक्रियेचा झेंडा उभारला आहे, असे तर त्यांना वाटत होते काय? पण जरी तसे असले तरी देशातील एका सर्वोच्च पदावर जाण्याची राजकीय महत्त्वाकांक्षा बाळगणे यात गैर काय आहे? हे पद म्हणजे काही कोण्या एका व्यक्तिचा किंवा घराण्याचा एकाधिकार नाही. कदाचित अशा एका घराणेशाहीला त्यांनी आव्हान दिले किंवा त्या घराण्याचा वेठबिगार होण्याचे त्यांनी नाकारले म्हणूनही त्यांच्याशी शत्रुत्व केले गेले असेल.

पंतप्रधानपदावरून ते खाली उतरल्यावरती बराच काळ लोटला आहे. आता आपल्याला 'एक वैयक्तिक माणूस' म्हणून ते किती चांगले होते ते समजते आहे. मी त्यांच्या काही कविता वाचून काढल्या आणि त्यांच्या चित्रांची मुंबईत भरलेली दोन प्रदर्शनेही पाहिली. मला त्यातून त्यांची संवेदनशील वृत्ती प्रकर्षाने जाणवली.

त्यांची अशी चित्रे पाहून हा माणूस कसा काय एक राजकारणी पुरुष बनला व पंतप्रधान झाला याचे खूप आश्चर्य वाटते. जर ते राजकारणात पडले नसते तर ते कशा प्रकारचे जीवन जगून एक शास्त्रज्ञ बनले असते याची कल्पना करणे ही एक मौजेची गोष्ट आहे. पण जर तसे काही घडले असते तर त्यांनी आपल्या आवडीच्या छंदात, म्हणजे काव्य व चित्रकला यात स्वत:ला नक्कीच गुंतवले असते.

◆

२७
चंद्रशेखर यांच्या सहवासात

चंद्रशेखर यांच्याबद्दल मी प्रथम ऐकले ते त्यांनी कॉंग्रेसमध्ये असताना 'सिंडीकेट' गटाविरुद्ध तरुण तुर्क म्हणून बंड पुकारून इंदिरा गांधी यांच्या बाजूला ते गेले असताना. आणीबाणीच्या आधी व त्या काळात त्यांचे वागणे व हालचाली पाहिल्यावर त्यांच्याविषयी औत्सुक्य व कौतुक निर्माण झाले होते. मी त्यांना प्रथम भेटलो ते १९७८ मध्ये राष्ट्रपती भवनात एका स्वागत समारंभात. त्यावेळी ते मोहन धारिया व जॉर्ज फर्नान्डिस यांच्यासमवेत उभे राहून काहीतरी चर्चा करीत होते. त्यावेळी त्या सर्वांच्या चर्या थोड्याश्या गंभीर झाल्या होत्या. नंतर एकदा माझ्या वाचनात आले असताना कळले की चंद्रशेखर यांनी कन्याकुमारी ते काश्मिर ही जी पदयात्रा केली होती, त्यातून गोळा केलेला पैसा हा एका सार्वजनिक ट्रस्टमध्ये ठेवला होता. त्या पैशाचा विनियोग हा दिल्लीजवळील भोंडसी येथे एक आश्रम उघडून करण्यात आला होता. आपली खाजगी मालमत्ता म्हणून हा आश्रम त्यांनी ताब्यात घेतला आहे अशी एक लोकप्रिय समजूत त्यावेळी झाली होती.

डिसेंबर १९८९ मध्ये जनता दल पक्षाचे लोकसभेतील नेते म्हणून जेव्हा व्ही. पी. सिंग यांची निवड झाली ती दृश्ये दूरदर्शनवरती दाखवली गेली होती. त्या दृश्यात चंद्रशेखर हे अत्यंत रूष्ट झालेले व दुखावलेले दिसत होते. आपण फसवले गेलो आहोत ही भावना त्यांच्या चेहऱ्यावरती स्पष्टपणे प्रगट झाली होती आणि त्यांनीही ती लपवायचा प्रयत्न केला नव्हता. नंतर मी जेव्हा व्ही. पी. सिंग यांचा प्रिन्सिपल सेक्रेटरी म्हणून पंतप्रधानांच्या कार्यालयात काम करीत होतो, तेव्हा त्यांच्याशी अनेकदा भेटीगाठी झाल्या होत्या. त्यातून मला समजून आले की, चंद्रशेखर ही व्यक्ती अशी आहे की जी आपला पराभव वाऱ्यावरती सोडून देणार नाही आणि ते आता सिंग यांना बाजूला हटवून पंतप्रधान होण्यामागे लागणार हे नक्की.

असे दिसते की, अशी संधी चंद्रशेखर यांना खुद्द व्ही. पी. सिंग यांनीच आणून

दिली. मग चंद्रशेखर यांनी जनता दलात फूट पाडली. जरी त्यांच्या बाजूला लोकसभेतील खासदारांपैकी अवघे १० टक्के खासदार होते तरी सरकार बनवण्यासाठी राष्ट्रपतींनी त्यांना पाचारण केले. याचे कारण त्यांनी राजीव गांधी यांच्या काँग्रेस पक्षाचे पाठबळ मिळवले होते. ९ नोव्हेंबर १९९० रोजी राष्ट्रपतींनी त्यांना बोलावून नवीन सरकार स्थापन करण्यास सांगितले. दुसऱ्याच दिवशी त्यांच्या मंत्रीमंडळाचा शपथविधी होणार होता. मला व माझा अतिरिक्त सचिव वेणूगोपाळ यांना त्यांच्या साऊथ ॲव्हेन्यूमधील घरी ताबडतोब बोलावून घेतले जाऊन आमच्याशी शपथविधी समारंभाबद्दल चर्चा केली गेली. मी नंतर लगेच कॅबिनेट सेक्रेटरी विनोद पांडे व राष्ट्रपतींचे सेक्रेटरी मुरारी यांच्याशी संपर्क साधून जे घडत होते त्याबद्दल माहिती देत गेलो. रात्री उशीरा आम्हाला कळले की फक्त चंद्रशेखर व देवीलाल यांचाच दुसऱ्या दिवशी शपथविधी होणार असून बाकीच्यांचा नंतर कोणत्या तरी दिवशी होईल.

नेहमी शपथविधीचा समारंभ हा राष्ट्रपती भवनातील दरबार हॉल येथे होत असतो. पण यावेळी तो मुख्य इमारतीबाहेरील खुल्या अंगणात ठरवल्याने आम्हाला आश्चर्य वाटले. नेहमीची प्रथा मोडून होणाऱ्या या समारंभाला राष्ट्रपतींनी मान्यता दिली होती. कदाचित उत्तर प्रदेश आणि बिहार अशा राज्यात हे समारंभ उघड्यावरती होत असल्याचे पाहून तसे करण्याचे चंद्रशेखर यांनी ठरवले असावे.

राजीव गांधी या समारंभाला येत होते. मी त्यांना वाटेत गाठून "अशा दुबळ्या सरकारला तुम्ही पाठिंबा कसा काय दिला?" हा प्रश्न विचारला. हे सरकार चार पाच महिन्यांपेक्षा अधिक काळ टिकू शकणार नव्हते. माझ्या प्रश्नावरती ते काहीही बोलले नाहीत. नुसते हसून ते आपल्या आसनाकडे जाऊन त्यावरती बसले. पंतप्रधान म्हणून चंद्रशेखर यांचा शपथविधी झाल्यावरती देवीलाल यांचा एक मंत्री म्हणून होणारा शपथविधी सुरू झाला. राष्ट्रपतींनी देवीलाल यांना मंत्रीपदाची शपथ वाचून दाखवली. परंतु आपण उपपंतप्रधानपदाची शपथ घेतो आहोत असे त्यांनी ठासून राष्ट्रपतींना बजावले. यावरती राष्ट्रपती काय बोलणार? त्यांनी फक्त आपले खांदे उडवले आणि आपला प्रयत्न सोडून दिला. प्रेक्षकातून मात्र एक हास्याची लकेर स्पष्टपणे उमटली. मग दुपारी नवीन पंतप्रधान चंद्रशेखर हे साऊथ ब्लॉकमधील आपल्या कार्यालयात आले. ते आल्यावर मी पंतप्रधान कार्यालयातील सर्वांची त्यांना ओळख करून दिली.

आमच्या पुढे आता एक तातडीचा प्रश्न उभा होता. सार्क राष्ट्राची (South Asian Association for Regional Co-operation) एक परिषद माले येथे पुढच्याच आठवड्यात भरणार होती. परंतु नुकतेच पंतप्रधानपद घेतल्याने चंद्रशेखर त्या परिषदेला हजर राहू शकणार नव्हते हे उघडच दिसत होते. परराष्ट्र सचिव

मुचकुंद दुबे हे त्यामुळे साहजिकच हैराण झाले होते. सार्क राष्ट्रांपैकी एका राष्ट्राचा, त्यातूनही भारताचा, पंतप्रधान हजर रहात नाही यामुळे ती परिषदच रद्द होण्याची पाळी आली होती. एक आठवडाभर तरी ती परिषद पुढे ढकलण्याचा आम्ही प्रयत्न केला व सुदैवाने शेवटी त्या परिषदेचा दिवस २१ नोव्हेंबर हा ठरला.

१० नोव्हेंबरच्या दिवशी शपथविधीनंतर दुपारीच सरकारला पाठिंबा देणाऱ्या सर्व राजकीय पक्षांची एक बैठक बोलावण्यात आली. साऊथ ब्लॉकमधील मंत्रीमंडळाच्या दालनात ही बैठक भरवावी असे आम्हाला सांगण्यात आले. पण त्या दालनाचे काही पावित्र्य होते व तिथे फक्त अधिकृत अशा सरकारी बैठकाच घेता येतात. पंतप्रधानांच्या कार्यालयाशेजारच्या मोठ्या दालनातही ही बैठक भरवता येईल असे मी पंतप्रधानांना कळवले व त्यांनीही त्यास मान्यता दिली.

पंतप्रधानांना आता आपल्यापुढील कामाची कल्पना येण्यासाठी मी थोडक्यात सांगत गेलो. शांतता व सुव्यवस्था हा पहिला मुद्दा होता. त्यासाठी कॅबिनेट सेक्रेटरी, गृह सचिव, संरक्षण सचिव, इंटेलिजन्स ब्युरोचे संचालक व रॉ संघटनेचे सचिव हे हजर होते. शांतता व सुव्यवस्थेचा आढावा घेताना पंजाब, जम्मू व काश्मिर आणि जातीय परिस्थिती, विशेषत: अयोध्या प्रश्न हे त्यातले मुद्दे होते.

अर्थकारण हा दुसरा विषय होता. त्यासाठी अर्थ सचिव बिमल जालान यांच्याबरोबर बैठक होती. पंतप्रधान या विषयाबद्दल पूर्णपणे अस्वस्थ झाले होते. विशेषत: ऋण फेडण्याची स्थिती आणि अंदाजपत्रकातील वाढती तूट याची चिंता ते करीत होते. मी त्यांना सांगितले की ही स्थिती बऱ्याच काळापासून तयार होत आली आहे आणि त्यानुसार येणारी आणीबाणीची परिस्थिती लवकरच भिडण्याची शक्यता आहे. खर्चाचा अंदाज कमी करायचा आणि उत्पन्नाची बाजू जादा फुगवायची असे प्रत्येक अंदाजपत्रक तयार करताना होत गेल्याने गेल्या वर्षीच्या अंदाजपत्रकात याचे तीव्र परिणाम दिसून आले आहेत. अर्थ सचिवांकडून हाताळल्या जाणाऱ्या अर्थकारणावरती ते समाधानी दिसत नव्हते. मी बिमल जालान यांना सांगितले की त्यांनी एक स्पष्ट, दिलखुलास व प्रामाणिकपणे केलेले अर्थकारणाचे चित्र सादर करावे. त्यात अस्थिर राजकीय परिस्थिती हा एक कारणीभूत घटकही व्यक्त करावा. कारण त्यामुळे आंतरराष्ट्रीय वित्त संस्था आणि परदेशी बँका हे भारताला कर्ज देण्यास नाखूष असतात. परिणामी आपली परकीय चलनाची गंगाजळी एकदम खालावत जाते. बैठकीच्या शेवटी पंतप्रधानांनी अर्थ खात्याचा सचिव बदलून तिथे नवीन माणसाला आणण्याचे मनात ठरवल्याचे मला जाणवले.

राजीव गांधी यांना डिसेंबर १९८९ मध्ये नवीन सुरक्षा व्यवस्था पुरवल्याचे मी पंतप्रधानांना सांगितले त्यावर ते म्हणाले की, "ती सुरक्षा व्यवस्था वर्षभर नीट चाललेली असल्याने आता त्यात काहीही बदल केला जाऊ नये." फेब्रुवारी १९९०

मध्ये पी. चिदंबरम यांनी राजीव गांधी यांना दिलेले स्पेशल प्रोटेक्शन ग्रुपचे संरक्षण काढून घेतले असा लोकसभेत निषेध व्यक्त केला होता. जर आता परत हा प्रश्न काँग्रेस पक्षाने निर्माण केला तर त्याला कसे तोंड द्यायचे ते ठरवू, असे त्यांनी बोलून दाखवले. पुढे त्यांनी आपल्या त्या खास वैशिष्ट्यपूर्ण ढंगात बेधडक सांगितले की, काँग्रेस पक्ष हा राजीव गांधी यांना माजी पंतप्रधान म्हणून संरक्षण व्यवस्था मागणार असतील तर तशीच संरक्षण व्यवस्था मग माजी पंतप्रधान व्ही. पी. सिंग यांनाही पुरवावी लागेल.

आधीच्या पंतप्रधानांच्या प्रिन्सिपल सेक्रेटरीने आपला राजीनामा नवीन पंतप्रधान आल्यावरती त्यांच्यापुढे ठेवायचा असतो, असा एक पायंडा होता. त्यामुळे नवीन पंतप्रधानांना त्यांच्या निवडीचा माणूस त्या पदावरती आणता येतो. व्ही. पी. सिंग पंतप्रधान झाल्यावरती मी असेच केले होते. आताही मी तसेच केले. पण चंद्रशेखर यांनी सांगितले की नवीन मंत्रीमंडळ येईपर्यंत मी वाट पहात थांबावे. दरम्यान महाराष्ट्राचे मुख्यमंत्री शरद पवार व ओरिसाचे मुख्यमंत्री बिजू पटनाईक यांनी मला याच पदावर राहू देण्याची शिफारस त्यांना केली.

पंतप्रधान झाल्यावरती चंद्रशेखर १२ नोव्हेंबरला मोरारजी देसाई यांना भेटायला मुंबईला गेले. सर्वसाधारणपणे विमानात त्यांच्या खास केबिनमध्ये फक्त त्यांच्या कुटुंबियांना बसू दिले जाते. पण यावेळी मी पाहिले की नवीन पंतप्रधानांचे मित्र, सहकारी वगैरे मिळून आठ दहाजण त्यांच्या केबिनमध्ये जाऊन बसले होते. त्यादिवशी संध्याकाळी शरद पवार यांनी पंतप्रधानांच्या सन्मानार्थ त्यांना मेजवानी दिली. त्यावेळी पत्रकार परिषदही झाली. पत्रकारांच्या प्रश्नांना चंद्रशेखर यांनी अत्यंत हुषारीने उत्तरे दिली. त्यामुळे एक अनुकूल छाप सर्वांवरती पडली.

दिल्लीत १४ नोव्हेंबरपासून आंतरराष्ट्रीय व्यापार प्रदर्शन प्रगती मैदानावरती दरवर्षी भरत असते. १४ नोव्हेंबर हा पंडित नेहरुंचा जन्मदिवस असल्याने तो यासाठी शुभ दिवस धरून प्रदर्शनाची सुरुवात केली जाते. प्रथेनुसार या प्रदर्शनाचे उद्घाटन पंतप्रधान करत असतात. पण यावेळी तसे करण्यास चंद्रशेखर यांनी नकार दिला व ती उद्घाटनाची जबाबदारी माझ्यावरतीच सोपवली. त्याप्रमाणे मी तिथे गेलो. उद्घाटन करताना मी सुरुवातीचे प्रास्ताविक करून माझ्या मुख्य भाषणाकडे वळलो. मी माझ्या भाषणाला सुरुवात करताना प्रेक्षकात थोडासा गडबड गोंधळ उडाला. नवीन उपपंतप्रधान देवीलाल हे तिथे रुबाबात पावले टाकीत प्रवेश करते झाले. प्रदर्शनाचे अध्यक्ष मूसा रझा यांनी पुढे होऊन त्यांचे स्वागत केले आणि त्यांना ते व्यासपीठावरती घेऊन आले. माझे भाषण इकडे चालूच होते. ते संपल्यावर मी माझ्या आसनावरती जाऊन बसलो. माझ्या शेजारच्याच आसनावरती देवीलाल होते. मी त्यांना हळू आवाजात विचारले, “आजच्या नेहरू जयंतीच्या दिवशी

सकाळी शांतीवनात त्यांच्या समाधीपाशी जो समारंभ झाला त्याला आपण का हजर नव्हतात?'' त्यावर त्यांनी आपल्या हरियानवी बोलीमधील ठेवणीतल्या शिव्या आपल्या वैयक्तिक चिटणीसाला मोजल्या. त्या चिटणीसाने त्यांना त्या कार्यक्रमाची कल्पना दिली नव्हती असे त्यांचे म्हणणे होते. देवीलाल यांनी नंतर जे भाषण ठोकले त्यात भारतीय अर्थकारण आणि भारतीय उद्योगपती यांच्याविषयी जरासे अनुदार उद्‌गार काढले. भारतीय अर्थकारण व इथले उद्योगपती तसेच वागणाऱ्या यांच्यावरही यांनी त्या वर्षी बिजिंग येथे झालेल्या एशियाड खेळाच्या स्पर्धेत एकही पदक मिळवले नाही म्हणून त्यांच्यावर ताशेरे झाडले होते. सुदैवाने ते आपल्या हरियानवी बोलीत पुटपुटत, तोंडातल्या तोंडात बोलत होते. त्यामुळे प्रेक्षकातील अनेकांना, विशेषत: परदेशी व्यक्तींना त्यांचे भाषण अजिबात समजले नाही. त्यांच्या नंतर मूसा रझा हे बोलले. ते म्हणाले की, देवीलाल यांचा भाषणाचा गोषवारा आपण इंग्रजीत आता सांगणार आहोत. त्याप्रमाणे त्यांनी तो सांगितला. मात्र अत्यंत चातुर्याने त्यांनी देवीलाल जे बोलले ते न सांगता, त्यांनी जे बोलायला पाहिजे होते ते सांगितले. अशा रितीने प्रसंगावधान दाखवून त्यांनी वेळ मारून नेली.

त्याच आठवड्यात महसूल सचिव आर. एल. मिश्रा हे माझ्याकडे थोडेसे सचिंत होऊन आले. लटपट्या व भोंदू तांत्रिक चंद्रास्वामी हा भारतात परतत असून आज रात्री तो दिल्ली विमानतळावरती उतरेल, अशी बातमी त्यांनी मला दिली. चंद्रास्वामी यांचेवर अनेक आरोप केलेले होते. ते उघडपणे या आरोपांची खिल्ली उडवायचे. परकीय चलन कायद्याचा भंग केल्याबद्दल आणि बोफोर्स प्रकरणात त्यांचीही काही भूमिका असल्याबद्दल त्यांची चौकशी चालू होती. असे असताना ते अचानक परदेशी निघून गेले होते. आता ते भारतात परतणार असल्याची गुप्त बातमी कळल्याने त्यांना विमानतळावरतीच ताब्यात घेऊन त्यांची रवानगी चौकशी करणाऱ्या अधिकाऱ्यांकडे करायला हवी होती. परंतु अशा केसमध्ये एक नेहमीची प्रथा आहे अशी की, संबंधित खात्याच्या मंत्र्याला हे सारे आधी कळवावे लागे अन् अजून मंत्रीमंडळ बनलेले नसल्याने अर्थ खात्याला कोणी मंत्रीच नव्हता. त्यामुळे काय करावे ते न सुचून मिश्रा माझ्याकडे आले होते. मी त्यांना ही खबर पंतप्रधानांना देण्यास सांगितली. त्याप्रमाणे त्यांनी चंद्रशेखर यांना ती बातमी दिली व सल्ला विचारला. त्यावर पंतप्रधान त्यांना म्हणाले की या बाबतीत जे काही कायदेकानू व नियम असतील ते त्यांनी अगदी काटेकोरपणे पाळावेत. परंतु या बातमीमुळे चंद्रशेखर यांना फारसा आनंद झालेला दिसत नव्हता. मी यावरून असा तर्क काढला की आता ही बातमी चंद्रास्वामी यांच्यापर्यंत पोहोचवली जाईल. मग ते नक्की भारतात परतण्याचे रहीत करतील. अन् शेवटी तसेच झाले. चंद्रास्वामी त्या रात्री भारतात आलेच नाहीत. आता मिश्रा यांची लवकरच बदली होणार हे मी

मनातल्या मनात हेरून ठेवले.

२० नोव्हेंबरला आम्हाला सांगण्यात आले की, दुसऱ्या दिवशी सर्व मंत्रीवर्गाचा शपथविधी होणार आहे. अतिरिक्त सचिव वेणुगोपाळ हे या संबंधात पंतप्रधानांचे खासगी सचिव गौतम यांच्याशी संपर्क साधून होते. कारण मंत्रीमंडळाचे खातेवाटप हे राष्ट्रपती व संबंधितांना पत्राने कळवायचे होते. आम्हाला सार्कच्या परिषदेसाठी माले येथे जायचे असल्याने दुसऱ्या दिवशी परराष्ट्र मंत्रालयाला सांगण्यात आले की त्यांचे नवे मंत्री हे विद्याचरण शुक्ला हे असतील. त्यामुळे त्यांच्या मालेला जाण्याच्या प्रवासाची तयारी मंत्रालयाने करावी. दुसऱ्या दिवशी सकाळी मी सरळ विमानतळावरती गेलो. कारण मला मंत्रीमंडळ शपथविधी समारंभाच्या वेळी उसळणाऱ्या भाऊगर्दीत सामील व्हायचे नव्हते. राष्ट्रपती भवनावरील समारंभ आटोपून चंद्रशेखर तडक विमानतळावरती आले. मी त्यांना भेटून शपथविधी समारंभाला का हजर राहू शकलो नाही, हे सांगितले. यावर ते दिलखुलासपणे हसून म्हणाले, "देशमुख, जर मला शक्य असते तर मीही त्या समारंभाला हजर राहिलो नसतो." मग त्यांनी समारंभाच्या वेळी तिथे कसा गडबड गोंधळ उडाला ते सांगितले. शेवटी कसा तरी मोठ्या कष्टाने तो समारंभ रेटून नेण्यात आला आणि मग पंतप्रधान तडक तिथून विमानतळाकडे आले.

एक पंतप्रधान म्हणून आणि एक व्यक्ती म्हणून चंद्रशेखर कसे आहेत हे मला माले येथे अगदी जवळून पाहता आले. ते खूप अदबीने सर्वांची विचारपूस करीत होते. आम्ही ज्या हॉटेलात उतरलो होतो तिथे आमची नीट व्यवस्था झाली आहे की नाही याचीही त्यांनी चौकशी केली. परराष्ट्र सचिव मुचकुंद दुबे हे आमच्या अगोदर येथे आले होते. पण इथे आल्या आल्या ते आजारी पडले. त्यामुळे मालेला उतरल्यावर पंतप्रधान प्रथम त्यांना भेटायला गेले मगच ते आपल्या दालनामध्ये गेले. त्यांच्या या छोट्याशा कृतीने आम्ही सारेजण भारावून गेलो. दुसऱ्या दिवशी त्यांनी सांगितले की आज संध्याकाळी आम्हा सर्वांना ते बाहेर जेवायला घेऊन जाणार आहेत. पण मला ते समजेपर्यंत मी जेवून घेतले असल्याने इतरांच्या बरोबर जाऊ शकलो नाही.

राजीव गांधी यांच्यापेक्षा चंद्रशेखर हे पूर्णपणे भिन्न आहेत हे सार्क परिषदेसाठी जमलेल्या सर्वांना ठाऊक झाले होते. पण भारताचे हे नवीन पंतप्रधान आहेत तरी कसे हे पहाण्याची तिथे प्रत्येकाला उत्सुकता लागली होती. चंद्रशेखर यांनी आपली कळकळ व दिलखुलासपणा व्यक्त करून सर्वांवरती छाप पाडली. भारताबद्दल आणि आपल्या कार्याबद्दल त्यांनी कोणाच्याही मनात अवास्तव कल्पना ठेऊ दिल्या नाहीत की काही शंका राहू दिल्या नाहीत. फक्त एका प्रसंगात त्यांच्याकडे दोष दिला जातो. परिषदेच्या शेवटी सर्व राष्ट्रप्रमुखांची भाषणे होत असतात, त्याप्रमाणे

चंद्रशेखर यांनी त्यांची पाळी येताच आपले भाषण इंग्रजीत सुरू केले. पण मध्येच त्यांनी अचानकपणे आपले भाषण हिंदीमध्ये चालू केले. मी एकदम दचकून मुचकुंद दुबे आणि विद्याचरण शुक्ला यांच्याकडे पाहिले आणि त्यांना या संदर्भात विचारले की असे काही हिंदीत बोलण्याचे ठरले होते का? त्या दोघांची प्रतिक्रिया अगदीच ओशाळल्याप्रमाणे चेहेऱ्यावरती व्यक्त झाली होती. याचा अर्थ असे करण्याबद्दल त्यांनी आधी ठरवले असावे किंवा 'हिंदीत आपल्याला मनमोकळेपणे बोलता येते,' असे चंद्रशेखर यांनी सांगितल्यावर तसे इथे करू नका, असे मात्र त्यांना सांगितले गेले नसावे. हिंदीतील भाषणामुळे काही राष्ट्रप्रमुखांना थोडेसे अवघडल्यासारखे वाटले. विशेषत: पाकिस्तान व श्रीलंका या देशांच्या राष्ट्रप्रमुखांना तसे वाटले. त्यांनी मग उपरोधिकपणे विचारले की, "सर्वांना हिंदी भाषा समजावी अशी काही अपेक्षा भारत ठेवतो आहे काय?" (आपसात बोलताना भारताचा उल्लेख ते नेहमी आपल्यावर सतत नजर ठेवणारा या अर्थी 'बिग ब्रदर' अशा शब्दांनी करतात.) सार्कची अधिकृत भाषा ही इंग्रजी असून कोणाचेही ताबडतोब इंग्रजीत भाषांतर करून सांगण्याची सोय सार्ककडे नव्हती. चंद्रशेखर यांच्यानंतर नेपाळचे पंतप्रधान बोलले त्यांनी सुरुवातीलाच असा शेरा मारला की, आपल्यालाही नेपाळी भाषेत बोलावेसे वाटते पण बहुतेकांना ते समजणार नसल्याने आपण इंग्रजीतच बोलू. जेव्हा पंतप्रधानांच्या कानावरती हा शेरा गेला तेव्हा त्यांनी चांगली प्रतिक्रिया व्यक्त केली नाही.

चंद्रशेखर यांनी पंतप्रधान म्हणून कामकाज पहाण्यास सुरुवात केल्यानंतर लवकरच खासदार सुब्रह्मण्यम स्वामी यांनी एक चमत्कारिक शेरा मला ऐकवला. त्यांच्याबद्दल माहिती असलेली एक फाईल माझ्याकडे होती. अन् आता तर ते लवकरच मंत्रिमंडळात सामील होणार होते. मी त्यांच्या फायलीवरती जे जे शेरे लिहिले ते सर्व आपल्याला ठाऊक आहेत, असे त्यांनी मला बोलून दाखवले. त्यांच्या या बोलण्यातून त्यांनी असे सूचित केले की, नोकरशाही कशी काम करते ते आपल्याला चांगले ठाऊक आहे. अन् हे सांगताना त्यांनी बीबीसीवरून प्रसारीत होणाऱ्या 'येस मिनिस्टर' या मालिकेचाही उल्लेख केला. त्यांच्या फायलीवरती मी आत अनुकूल शेरा मारेन असेही त्यांनी बोलण्यातून सूचित केले. मी यावरती त्यांना म्हणालो की, सरकारी अधिकाऱ्यांविषयी असे बोलणे शोभत नसून त्यांचे वडीलही एके काळी सरकारी अधिकारी होते याची त्यांना आठवण करून दिली. माझ्या अशा सुनावण्यामुळे येथून पुढे ते माझ्याशी शत्रुत्व करीत रहाणार याची मला खात्री होती. त्यांच्या केसमधील जी बाब त्यांच्या मनात होती ती म्हणजे अमेरिकेहून ते परतल्यावरती आयआयटी दिल्ली मधील ॲकेडेमिक स्टाफवरती झालेली त्यांची नेमणूक. त्यांचा नोकरीतील उमेदवारीचा काळ (Probation) १९७२ साली संपल्यावरती त्यांना कायम न करता सेवेतून

मुक्त करण्यात आले. याविरुद्ध ते न्यायालयात गेले आणि त्यांचा खटला अद्यापही चालूच होता. १९८९ च्या मध्यास या खटल्यास पुन्हा उजाळा मिळाला. आयआयटीमधली नोकरी ही सरकारी नोकरी असल्याने त्यांची केस पार वरती मंत्रालयापर्यंत पोचली. पण या संबंधात मानव संसाधन विकास मंत्रालय कोणताही निर्णय एकट्याने घ्यायला तयार नव्हते आणि असे म्हणत होते की जर केसचा निर्णय सरकारी पातळीवर लावायचा असेल तर स्वामी यांनी मागील पगार किंवा ज्येष्ठताक्रमानुसार मिळणाऱ्या बढतीची रक्कम मागू नये आणि ताबडतोब आपला राजीनामा सादर करावा. आयआयटी संस्थेचे व्हिजीटर हे राष्ट्रपती असल्याने कोणताही निर्णय झाला तरी त्याला त्यांची मंजुरी मिळाल्याखेरीज तो अंमलात आणता येत नव्हता. या गोष्टीला दोन्ही बाजूंकडून काहीही प्रतिसाद येत नसल्याने हे प्रकरण तिथेच ठप्प होऊन बसले होते. नंतर ऑक्टोबर १९८९ मध्ये सार्वत्रिक निवडणुका जाहीर झाल्या. मग जेव्हा निवडणूक प्रचाराची हवेत धूळ उडत होती, तेव्हा आम्हाला ही केस पंतप्रधानांकडे सोपवावी असे सांगण्यात आले. माझ्या मते ही केस पुन्हा उघडण्यात काही हशील नव्हते. तरीही मी ती ऑफिसर ऑन स्पेशल ड्यूटी (OSD) आर. के. धवन यांच्याकडे पाठवून दिली. राजीव गांधींशी मी या बाबतीत चर्चा केल्यावर त्यांनी ही फाईल निकालात काढण्यास मला सांगितले. मलाही ते योग्य वाटले. निवडणुका झाल्यावरती धवन यांच्याकडून ती फाईल पुन्हा माझ्याकडे पाठवून देण्यात आली. त्यावरती चर्चेत ठरल्याप्रमाणे 'निकालात काढले तरीही चालेल' may be disposed असा शेरा होता. सुब्रह्मण्यम स्वामी हे विरोधकांमधील मोजक्या वरिष्ठ नेत्यांपैकी एक होते आणि ते म्हणत होते की व्ही. पी. सिंग हेही बोफोर्स प्रकरणात खूप खोलवर रुतलेले आहेत. अशा वेळी ही केस त्यावेळी पुन्हा लावून धरणे हे कोणालाही कुतूहल वाटायला लावणारे ठरले असते.

मी ती फाईल चंद्रशेखर यांच्याकडे घेऊन गेलो आणि त्यांना संपूर्ण केस प्रथमपासून नीट समजावून सांगितली. "सुब्रह्मण्यम स्वामी हे आपल्याला या केसबद्दल सांगण्याची दाट शक्यता असून पंतप्रधानांच्या कार्यालयातील कोणत्याही कनिष्ठ अधिकाऱ्याला त्याची झळ बसू नये अशी माझी इच्छा आहे," असे मी म्हणालो. चंद्रशेखर यांनी ती फाईल वाचली आणि "तुमच्याकडेच ही फाईल राहू दे," असे म्हणून मला परत दिली. मी जेव्हा १० डिसेंबरला सेवेतून मुक्त झालो तेव्हा जाताना ती फाईल मी पंतप्रधानांच्या खासगी चिटणीसाकडे दिली, नंतर लवकरच न्यायालयात स्वामी यांच्या बाजूने निकाल लागला.

नवीन मंत्रीमंडळाची पहिली बैठक ही२४ नोव्हेंबरला झाली. आम्ही नुकतेच सार्क परिषदेहून आलो होतो. पंतप्रधानांच्या कार्यालयाचा ताबा आता अधिकृतपणे

कमल मोरारका या नवीन राज्यमंत्र्यांकडे गेला होता. त्यांनी मला पहिला प्रश्न हा विचारला की, एससी ज्यांच्या नेमणुका करते आहे त्या संबंधीच्या फायली कुठे आहेत? राष्ट्रीयीकृत बँकांच्या संचालक मंडळावरती अधिकारी नसलेल्या ज्या बाहेरच्या व्यक्तींना नेमण्यात येते ती प्रक्रिया कशी असते? मोरारका यांनी आपल्या कामाचा ताबा घेतल्या घेतल्या प्रथम याबद्दल विचारावे हे मला जरासे कुतूहलपूर्ण वाटले. त्यांना असे सांगण्यात आले होते की त्या फायली ह्या प्रिन्सिपल सेक्रेटरीकडून पंतप्रधानांकडे पाठवून दिल्या गेल्या आहेत. हे उत्तर ऐकून ते नाराज झालेले होते. मग मी त्यांना समजावून सांगितले की, या कार्यालयावरची नेहमीची अशी पद्धत आहे की प्रिन्सिपल सेक्रेटरी हा कधीही कार्यालयाच्या राज्यमंत्र्यांकडे फायली पाठवीत नसतो. तो थेट पंतप्रधानांकडे फायली पाठवीत असतो. राजीव गांधी व व्ही. पी. सिंग यांच्याही काळात ही प्रथा पाळली जात होती. जर एखाद्या खात्याला केंद्रीय मंत्री नेमलेला नसल्याने ते खाते पंतप्रधानांकडे असेल तरच त्या खात्याच्या फायलीसंदर्भात अपवाद करता येतो. त्यावेळी त्या कार्यालयाच्या राज्यमंत्र्याने तशा फायलींची मागणी केली तरच त्यांना त्या दिल्या जातात. पण त्यासाठीसुद्धा पंतप्रधानांकडून स्पष्ट लेखी हुकूम यावा लागतो.

मंत्रीमंडळाची स्थापना झाल्याने माझा राजीनामा देण्यात आता हरकत नाही असे मला वाटले. २४ नोव्हेंबर रोजी मी पंतप्रधानांच्या खाजगी चिटणीसाला माझी फाईल माझ्या राजीनाम्याच्या पत्रासह पंतप्रधानांकडे पाठवून देण्याची व्यक्तिश: भेटून विनंती केली. कारण नोकरी संपल्यावरती मी करारानुसार काम करीत होतो अणि हा करार जानेवारी १९९१ मध्ये संपत होता. २५ नोव्हेंबरला मी सकाळी नेहमीप्रमाणे रोजचा कामाचा अहवाल देण्यासाठी गेलो होतो. त्यांच्या हातात माझे राजीनाम्याचे पत्र होते. त्यांनी त्यावरती काहीही शेरा न लिहिता, सही न करता ते पत्र परत माझ्या हातात ठेवले. माझे काम आणि माझे सल्ले समाधानकारक असून कराराची मुदत संपेपर्यंत काम चालू ठेवावे असे त्यांनी सांगितले. प्रिन्सिपल सेक्रेटरीऐवजी दुसऱ्या एखाद्या पदावरून माझे सल्ले त्यांना लागतील असेही त्यांनी मला सांगितले. पण तरीसुद्धा मी त्यांना सांगितले की मागच्या सरकारने मला राज्यपालपद किंवा राजदूताचे पद माझ्या मर्जीनुसार देऊ केल्याचे सूचित केले होते, पण मी ते नाकारले होते. आता येथून पुढे मला सरकारी सेवेत कोणत्याही अर्थाने रहायचे नव्हते. माझी ही बाजू मी त्यांना स्पष्ट केली. मग त्यांनी स्मित हास्य करीत सांगितले की, त्यांच्याही मनात माझ्याबद्दल अशीच काहीशी योजना होती. पण या प्रश्नावरती नंतर चर्चा करण्याचे आश्वासन त्यांनी दिले. दरम्यान काही वृत्तपत्रांनी 'पंतप्रधान आता देशमुख यांची बदली करणार आहेत.' अशा बातम्या छापल्या होत्या. त्यामुळे कार्यालयात थोडीशी अस्वस्थता व अवघडलेले वातावरण माझ्या बाबतीत निर्माण

झाले होते. शेवटी त्यांनी आपण या संदर्भात लवकरच एक जरुर ती अधिकृत घोषणा करू, असे सांगून हा विषय तात्पुरता थांबवला. त्यांच्या खासगी चिटणीसाच्या कानावर मी हे सारे घातले व यावरती पुढची कृती लवकरात लवकर करावी म्हणून सांगितले. त्याप्रमाणे नंतर दूरदर्शवरील संध्याकाळच्या बातम्यात 'पंतप्रधान कार्यालयातील बी. जी. देशमुख यांची सेवा पंतप्रधानाचे प्रिन्सिपल सेक्रेटरी म्हणून तशीच पुढे चालू रहाणार आहे' असे जाहीर करण्यात आले. प्रेस इन्फर्मेशन ब्युरोचे प्रमुख राममोहन राव यांनी मला विचारले की करारानुसार माझा जो सेवाकाल आहे तो पुढे आणखी लांबवायचा आहे का? मी त्याला स्पष्ट नकार देऊन जुन्या करारानुसार आहे तोच कालावधी ठेवून तोपर्यंतच मी काम करेन असे सांगितले.

आता नवीन अर्थमंत्री यशवंत सिन्हा झाले होते. अर्थ सचिव बिमल जालान यांच्याकडून त्यांनी आपल्या खात्याचा एक आढावा घेतला. आपली कर्जफेडीची स्थिती खूप नाजूक झाली असून परकीय गंगाजळीही खालावली आहे असे त्यातून प्रगट झाले. या संदर्भातली अर्थ मंत्र्यांची प्रतिक्रिया ही अगदीच भाबडी अशी होती. मंत्रालयाकडून असे सुचवण्यात आले की काही वरिष्ठ अधिकाऱ्यांना महत्त्वाच्या विकसित देशांच्या सरकारांकडे पाठवून आपली आर्थिक स्थिती समजावून देऊन त्यांच्याकडे आपण मदतीचे आवाहन करावे. काही प्रसिद्ध अर्थतज्ज्ञांनाही त्यासाठी परदेशात पाठवावे, असे सुचविण्यात आले. त्यांच्यापैकी डॉ. आय. जी. पटेल हे होते. पूर्वी ते अर्थ सचिव होते नंतर रिझर्व्ह बँकेचे गव्हर्नर झाले. त्यांना इंग्लंडला पाठवावे, तर नियोजन आयोगाचे माजी डेप्युटी चेअरमन डॉ. मनमोहन सिंग यांना जपानला पाठवावे, अशी सूचना करण्यात आली. शेवटी मी ती फाईल घेऊन पंतप्रधानांकडे गेलो आणि म्हटले की, "असे पाऊल उचलून काहीही साध्य होणार नाही. काही अन्य व खास आर्थिक उपाययोजनांवरती नीट विचार करून त्या अर्थमंत्रालयाने सादर कराव्यात." त्यांनी माझ्या मताला सहमती देऊन फायलीवरती काहीही शेरा किंवा हुकूम न लिहिता ती मंत्रालयाकडे परत पाठवली. व्यापार मंत्री सुब्रह्मण्यम स्वामी यांनी पंतप्रधानांना अशी एक सूचना केली की, आपण निवडक परदेशस्थ श्रीमंत भारतीयांमध्ये (NRI) प्रचार करून देशासाठी मदतीचे आवाहन करू. चीनकडून नेहमी अशा मार्गाने जगातील श्रीमंत चिनी मंडळींना आवाहन केले जाते. त्यात चीनला नेहमी यश आलेले आहे. परदेशात स्थायिक झालेल्या निवडक श्रीमंत भारतीयांच्या यादीत हिंदुजा बंधूंचेही नाव या संदर्भात त्यांनी घेतलेले होते. यावर मी पंतप्रधानांना सांगितले की, "जोपर्यंत इथली राजकीय परिस्थिती स्थिर होत नाही तोपर्यंत परदेशातील कोणतीही भारतीय व्यक्ती इथे गुंतवणूक करणार नाही." या संदर्भात आणखी एक विचित्र सूचना पुढे आणण्यात आली. मुकुंद आयर्न ॲन्ड स्टीलचे अध्यक्ष वीरेन शहा, अपोलो टायर्सचे अध्यक्ष रौनकसिंग, हे दोघे आर्थिक

क्षेत्रात अत्यंत धडपडे व विविध चेंबर्स ऑफ कॉमर्समध्ये नावाजलेले होते. त्या दोघांना सरकारतर्फे अनेक विकसित देशांकडे मदतीच्या आवाहनासाठी पाठवावे,अशी ती सूचना होती. पण असे करण्यानेही काही साध्य होण्याजोगे नसल्याने ही पण योजना फेटाळण्यात आली.

आर्थिक उदारीकरण, कर्जफेडीची स्थिती, परकीय चलनाची गंगाजळी आणि याच्याशी संबंधित असणाऱ्या सर्व बाबतींविषयी सरकारचा दृष्टिकोन हा गोंधळलेला होता. व्यापार मंत्री सुब्रह्मण्यम हे युरोपातील ब्रुसेल्समध्ये गॅटच्या परिषदेला हजर रहाण्यासाठी जाणार होते. पंतप्रधान कार्यालयातील एका महत्त्वाच्या बैठकीत त्यांनी आपल्या मंत्रालयाचा दृष्टिकोन मांडला. ते म्हणाले की व्यापारसंबंधातील बौद्धिक स्वामित्वाचे हक्क (TRIP) आणि व्यापारातील गुंतवणुकीच्या उपाययोजना (TRIM) अशा बाबतींमध्ये भारताने एक निश्चित धोरण ठरवून त्याविरुद्ध खंबीरपणे उभे राहिले पाहिजे. नाहीतर आपल्या देशातील बाजारपेठेत परदेशी कंपन्या मोठ्या प्रमाणात घुसून त्यांच्या मालांचा महापूर आणतील. त्यातील औषधे आणि जैवतांत्रिक उत्पादनांसाठी आपल्याला भरमसाठ किंमती मोजाव्या लागतील. यावरती पंतप्रधानांनी "आपण परकीय भांडवलामागच्या हेतूंपुढे आपली मान अजिबात तुकवता कामा नये," अशी प्रतिक्रिया व्यक्त केली. या टोकाच्या भूमिकेविरुद्ध मी माझा तीव्र विरोध व्यक्त केला. त्यावर "भारताला पाठिंबा देणारे इतरही अनेक देश जगात आहेत," असे ऐकविण्यात आले. परंतु पाठिंबा देणारे हे देश अवघे पाच सहाच होते अन् तेही आफ्रिकेतले होते. त्या व्यतिरिक्त क्युबा हा एक लॅटिन अमेरिकेतील देश होता. ब्राझिल हा देशही तिथलाच होता व जरी त्याचा भारताला पाठिंबा होता तरी त्या देशावरती अमेरिकेचे फार मोठे दडपण होते. त्यामुळे त्या देशाचा पाठिंबा धरण्यात अर्थ नव्हता. "परदेशी कंपन्या भारतीय बाजारपेठेत प्रवेश करण्यासाठी अगदी जीव टाकीत आहेत अशी वेड्यासारखी समजूत करून घेण्यातही अर्थ नाही. अन् जर आपण आपली दारे परदेशी कंपन्यांसाठी खुली केली तर आपल्याला असे दिसेल की, प्रवेश करण्यासाठी दाराबाहेर कोणीही वाट पहात उभे नाही." असेही मी बोलून दाखवले.

युरोपमध्ये डॉ. सुब्रह्मण्यम स्वामी हे गॅटच्या एका बैठकीला गेले होते. त्यांना तिकडे एका फ्रेंच कंपनीने प्रस्ताव दिला व तो त्यांनी थेट पंतप्रधानांकडे पाठवला. त्या प्रस्तावानुसार ती फ्रेंच कंपनी भारताला १० ते १५ लाख टन क्रूड तेल पुरवायला तयार होती. त्यापैकी बहुतांश मालाची किंमत उलट व्यापाराच्या मार्फत ते मागत होते. या प्रस्तावावरती पेट्रोलियम मंत्रालयाने आपले असे मत दिले की, त्यांच्याकडे असलेल्या चांगल्या कंपन्यांच्या यादीत ती कंपनी नाही आणि कोणत्या दर्जाचे क्रूड तेल ते पुरवणार तेही नमूद केलेले नाही. भारतातील तेल शुद्धीकरण कारखान्यात फक्त ठराविक प्रतीच्या क्रूड तेलाचे शुद्धीकरण होत असल्याने पुरवल्या

जाणाऱ्या तेलाची प्रत आधी कळणे जरुरीचे होते. त्या फ्रेंच कंपनीने जी उलट व्यापाराची (Counter Trade) मागणी केली होती तीही अत्यंत संदिग्ध स्वरूपात होती. ती इतकी संदिग्ध होती की त्यातून पुढे नंतर काहीही अर्थ काढून ती कंपनी भारताला पिळून काढू शकेल अशी आम्हाला भीती वाटत होती. म्हणून आम्ही सर्व बाबींचा नीट विचार करून पेट्रोलियम मंत्रालयानेच याबाबतीत योग्य तो निर्णय घ्यावा,'' असे त्या मंत्रालयाला कळवले. पण तोपर्यंत इकडे डॉ. स्वामी आमच्याकडे सतत पत्रे, फोन, फॅक्स इत्यादींचा पाऊस पाडत होते. पेट्रोलियम मंत्रालयाशी संपर्क साधण्याऐवजी ते पंतप्रधानांच्या कार्यालयावरती पत्रांचा का मारा करीत होते ते आम्हाला समजेना. आम्ही हे सर्व शेवटी पंतप्रधानांच्या कानावर घातले. मग त्यांनी यात वैयक्तिक लक्ष घातले व चौकशी केली. याचा परिणाम अखेर त्या फ्रेंच कंपनीचा प्रस्ताव नामंजूर होण्यात झाला.

स्टेट ट्रेडिंग कॉर्पोरेशन (STC) आणि माईन्स अॅन्ड मिनरल्स ट्रेडिंग कॉर्पोरेशन (MMTC) या दोन्ही कंपन्यांवरती नियंत्रण ठेवणारी भारत बेपार लिमिटेड (BBL) ही एक होल्डिंग कंपनी व्ही. पी. सिंग यांच्या सरकारने स्थापन केली होती. व्ही. पी. सिंग यांना १९८७ साली राजीव गांधी यांच्या सरकारमधून बाहेर पडावे लागले होते. त्यांच्याबरोबर राघवन हेही बाहेर पडले होते. त्यांना मग व्ही. पी. सिंग यांनी भारत बेपार लिमिटेड या होल्डिंग कंपनीचे अध्यक्षपद दिले होते. पण आता व्ही. पी. सिंग यांना सत्तेवरून घालवून चंद्रशेखर हे सत्तारूढ झाले होते. त्यामुळे राघवन यांचे दिवस आता भरले अशी आम्हाला भीती वाटत होती. अन् शेवटी तसेच झाले. व्यापार मंत्री सुब्रह्मण्यम स्वामी यांनी आपल्या कडक खाक्यानुसार राघवन यांना पद सोडण्यास सांगितले व भारत बेपार लिमिटेडचा गाशा गुंडाळण्याचा फतवा जारी केला. साहजिकच राघवन यांचेही पद बरखास्त झाले. मी पंतप्रधानांना सांगितले की राघवन यांची अध्यक्षपदावरची नेमणूक ही मंत्रिमंडळाच्या समितीने (एसीसीने) केलेली असल्याने त्यांची नोकरी ही तीच समिती संपवू शकते, दुसरे कोणीही नाही. तसेच भारत बेपार लिमिटेड ही कंपनी मंत्रिमंडळांच्या ठरावानुसार निर्माण केली गेली असल्याने मंत्रीमंडळाच्या परवानगीखेरीज कोणत्याही एका मंत्र्याला ती कंपनी बरखास्त करण्याचा अधिकार पोचत नाही. राजीव गांधी यांच्या सरकारने या निर्मितीचा प्रस्ताव पुढे आणला होता. त्यामुळे या कल्पनेचे श्रेय व्ही. पी. सिंग यांच्या सरकारला देता येत नाही. एरवीही एसटीसी व एमएमटीसी या दोन कंपन्या भारत बेपार लि. च्या छत्राखाली आणण्याचा निर्णय हा व्यवस्थापनाच्या दृष्टीनेही चांगलाच समजला गेला आहे. जर राघवन यांना काढून टाकायचे असेल तर त्यासाठी भारत बेपार लि. चे विसर्जन करण्याची गरज काय? असे करणे म्हणजे इंग्रजीतील म्हणीप्रमाणे बाळाला आंघोळ घातल्यानंतर जे पाणी फेकून द्यायचे असते

त्याच्याबरोबर बाळालाही फेकून देण्यासारखे होते. तथापि, सुब्रह्मण्यम स्वामी यांनी चंद्रशेखर यांना आपला दृष्टिकोन पटवून देण्याचा प्रयत्न केला. सरतेशेवटी राघवन यांना काढून टाकण्याचे आणि भारत बेपार लिमिटेड बरखास्त करण्याचे हुकूम निघाले, पण ते नेहमीची प्रशासकीय पद्धती डावलून निघाले.

डॉ. मनमोहन सिंग यांनी आपली अर्थशास्त्रीय सेवा सरकारला देऊ केली होती. पण त्यांना राज्यसभेचे सदस्य होऊन राजकीय मंचावरती वावरण्याचीही इच्छा होती. पंतप्रधान या बाबतीत म्हणाले की, मनमोहन सिंग यांना आर्थिक सल्लागार म्हणून पंतप्रधान कार्यालयात घेण्यास हरकत नाही. परंतु राजीव गांधी यांच्या काळात ते नियोजन आयोगाचे उपाध्यक्ष असल्याने त्या दर्जाचे पद हे केंद्रीय मंत्रीपदाचेच आहे आणि हे असेच आता पण असावे. हे ऐकल्यावर मी म्हणालो की, तसे असेल तर मॉन्तेकसिंग अहलुवालिया हे आत्ता पंतप्रधानांचे आर्थिक सल्लागार म्हणून काम करतात, तेव्हा त्यांनाही या सल्लागार पदावरून बदलले पाहिजे. यावर त्यांनी माझा हा मुद्दा मान्य केला. परंतु ९ डिसेंबरपर्यंत म्हणजे त्यांना वाणिज्य मंत्रालयाचे सचिवपद मिळेपर्यंत तरी, तसा हुकूम निघाला नाही.

पंतप्रधानांकडून आता काही राज्यपालांच्या बदल्या केल्या जाणार हे मी ताडले होते. त्यामध्ये पंजाब व गुजराथ येथील राज्यपालांची नावे वरती होती. अशा बदल्या करण्याबाबतची नेहमीची पद्धत म्हणजे ह्या विषयावर प्रथम पंतप्रधान किंवा गृह मंत्री यांच्याकडून राष्ट्रपतींबरोबर चर्चा केली जाते. नंतर या संदर्भातील अधिकृत प्रस्ताव तयार करून ते त्यांच्याकडे पाठवले जातात. पण यावेळी आता पंतप्रधान म्हणाले की, ही प्रथा पाळलीच पाहिजे असे नाही. याला कसलाही कायदेशीर नियमांचा आधार नाही. आधी चर्चा न करता सरळ प्रस्ताव तयार करून ती फाईल थेट राष्ट्रपतींकडे मंजुरीसाठी पाठवून द्यावी.

व्ही. पी. सिंग सरकारकडून नौदलाचे नवीन प्रमुख म्हणून ॲडमिरल एल. एन. रामदास यांची नेमणूक जाहीर केली गेली होती. ॲडमिरल जैन यांचा सेवाज्येष्ठताक्रम हा रामदास यांच्या क्रमापेक्षा अधिक असल्याने त्या दोघांपैकी या पदाला योग्य कोण यावर खूप उलटसुलट वादविवाद झालेले होते. मी ती सारी पार्श्वभूमी पंतप्रधानांना समजावून सांगितली. कारण मला सारखे असे वाटत होते की जैन यांच्या बाजूने कोणी ना कोणीतरी या संदर्भात नक्की पंतप्रधानांना भेटेल अन् तसेच झाले. एका बैठकीत हा विषय निघाला. त्या बैठकीला यशवंत सिन्हा व सुब्रह्मण्यम स्वामी हेही हजर होते. मी यावेळी माझा निषेध व्यक्त केला. एकदा अधिकृतपणे एखाद्या प्रमुखाची नेमणूक जाहीर झाल्यावरती ती अंमलात यायच्या आधीच बदलली गेल्याचे आत्तापर्यंत एकही उदाहरण दिसत नाही. सरकार बदलले की कॅबिनेट सेक्रेटरीही बदलले जातात. पण त्यामुळे केवढे नुकसान होते हे नुकसान पुरेसे नाही

का? पण सुदैवाने आत्तापर्यंत सेनादलाचे प्रमुख सरकारबरोबर बदलले गेले नाहीत. अन् आपली सेनादले ही कार्यक्षम का राहिली आहेत याचे हेही एक महत्त्वाचे कारण आहे. जैन यांची बाजू पुढे आणण्यात सुब्रह्मण्यम स्वामी यांनी पुढाकार घेतला होता. परंतु मी त्यांच्याशी या बाबतीतही चुकूनही वाद प्रतिवाद घातला नाही. त्यांनी उत्साहाने पुढे हा प्रस्ताव राष्ट्रपतींकडे नेला. परंतु राष्ट्रपती हे एक पक्के मुत्सद्दी राजकीय पुरुष असल्याने त्यांनी त्या प्रस्तावाला मान्यता दिली नाही. अशा रितीने अखेर ॲडमिरल रामदास यांनी नौदलप्रमुख म्हणून आपला पदभार स्वीकारला, नवीन सरकारवर जैन यांच्या दाव्याची छाप पडली नव्हती, हे उघडच होते. शिवाय तोपर्यंत त्यांची निवृत्ती जवळ आल्यानेही त्यांच्या दाव्याचा त्यांनाही काही उपयोग नव्हता. परंतु यावरून एक नक्की म्हटले पाहिजे की भारतातील एका उत्कृष्ट संस्थेकडे म्हणजे सेनादलाकडे पहाण्याचा नवीन सरकारचा दृष्टिकोन हा अत्यंत बेजबाबदारपणाचा होता. कारण हे सरकार सेनादलाशी फार उथळपणे व खेळ खेळल्यासारखे वागत होते.

सार्क परिषद माले येथे भरली तेव्हा कॅबिनेट सेक्रेटरी यांनी मला फोनवर सांगितले की, ''कायदा मंत्रालयाचे सचिव असे म्हणत आहेत की त्यांचे मंत्री सुब्रह्मण्यम स्वामी यांनी संजय सिंग यांची केस अपील करण्यासाठी पुढे आणण्यास सांगितली आहे.'' संजय सिंग हे नवीन दूरसंचार मंत्री झाले होते. त्या आधी ते प्रसिद्ध मोदी खून खटल्यात अडकलेले होते. मोदी यांच्या खुनाचा कट केल्याच्या आरोपावरून त्यांची पत्नी अमिता मोदी व संजय सिंग यांना खटल्यात गोवलेले होते. मी यावर म्हणालो की, ''पंतप्रधानांना ही केस ठाऊक नाही तेव्हा कायदा मंत्रालय या बाबतीत जो काही सल्ला द्यायचा आहे तो द्यावा.'' मी ही गोष्ट पंतप्रधानांच्या कानावरती घातली. नंतर त्यांनी मला सांगितले की कॅबिनेट सेक्रेटरी यांनाही त्यांनी मी सुचवलेल्या सूचना दिल्या आहेत. नोव्हेंबरच्या शेवटच्या आठवड्यात कायदा मंत्रालयाकडून ती फाईल आमच्याकडे पाठवली गेली. त्यावरती फक्त 'पंतप्रधानांच्या हुकुमासाठी' असा शेरा होता. शिवाय ॲटर्नी जनरलचे मतही त्यावरती नोंदवलेले होते. परंतु कायदा मंत्रालयाच्या शेऱ्याने माझे समाधान झाले नाही. मंत्रालयाचा शेरा हा संदिग्ध होता ''त्याऐवजी त्यांनी आम्ही पुढे नक्की काय करायला हवे ते स्वच्छ व स्पष्ट शब्दात लिहायला हवे होते,'' असे म्हणून मी ती फाईल पंतप्रधानांना दिली. माझ्या मताशी सहमती व्यक्त करीत, त्यांनी ती फाईल स्वत: सुब्रह्मण्यम स्वामी यांना दिली आणि देताना आपण देशमुख यांच्या मताशी सहमत आहोत असेही म्हटले. शेवटी ती फाईल कायदा मंत्रालयाकडे गेली. काही दिवसांनी कायदा मंत्रालयाने आपले स्पष्ट मत दिले की, सेशन्स कोर्टाने संजय सिंग यांना निर्दोष सोडल्याचा जो निकाल दिला आहे त्यावरती आम्ही वरच्या न्यायालयाकडे

अपिल करावे. मी पुन्हा ती फाईल घेऊन पंतप्रधानांकडे गेलो आणि त्यांना म्हटले ॲटर्नी जनरल यांच्या मताविरुद्ध व कायदा मंत्रालयाच्या मताविरुद्ध मी काहीही बोलणार नाही. त्यांची मते ही शुद्ध कायदेशीर आहेत. तथापि, एक गोष्ट इथे लक्षात घ्यायला हवी. ती म्हणजे जी व्यक्ती या खटल्यात गोवली गेली आहे ती केंद्र सरकारमध्ये एक मंत्री आहे. पंतप्रधानांनी जर त्या निर्दोष सुटलेल्या मंत्र्याविरुद्ध अपील करण्यास मंजुरी दिली तर त्याचा अर्थ असा घेतला जाईल की, फायलीमध्ये पुरेसा पुरावा असल्याचे पटल्यामुळे पंतप्रधानांनी त्या पुराव्याच्या आधारे एका गंभीर गुन्हेगारीच्या केसमध्ये अडकलेल्या आपल्या एका मंत्र्याविरुद्ध पुढे जाण्यास मान्यता दिली आहे. यातून गोंधळ निर्माण होऊ नये म्हणून प्रथम त्या मंत्र्याला बोलावून त्याचा राजीनामा मागून घ्यावा हे योग्य ठरेल. अन् जर त्या मंत्र्याने राजीनामा देण्यास नकार दिला तर ही बाब ताबडतोब राष्ट्रपतींच्या कानावरती घालून 'सदरहू मंत्र्याला आम्ही मंत्रीमंडळातून काढून टाकीत आहोत' असे कळवावे. माझ्या म्हणण्याशी पंतप्रधान सहमत झाले नाहीत पण त्यांनी एवढेच बोलून दाखवले की, जोपर्यंत न्यायालयामध्ये गुन्हा शाबीत होत नाही तोपर्यंत कोणत्याही सामान्य नागरिकाला दोषी समजता येत नाही, तोच न्याय येथे मंत्र्यालाही लागू पडतो. मी त्यावरती प्रतिवाद करीत म्हटले की "ही एक कायदेशीर भूमिका तुम्ही सांगत आहात. परंतु एक निरोगी व सशक्त राजकीय जीवन गढूळ होऊ न देण्यासाठी ती भूमिका उपयुक्त नाही" परंतु माझ्या याही मताशी पंतप्रधान सहमत झाले नाहीत. फक्त ते एवढेच म्हणाले की, "आपण याबाबतीत राष्ट्रपतींचा कौल घेऊ." मग तसा निरोप राष्ट्रपतींना दिला. राष्ट्रपती यासाठी पंतप्रधानांना फोन करतील अशी आशा मी सारखी करीत राहिलो. परंतु तो फोन शेवटपर्यंत आलाच नाही. सत्तेवर येऊन जेमतेम एक महिन्याचा काळ लोटलेल्या सरकारला अडचणीत आणू नये असे कदाचित त्यांना वाटले असावे. पंतप्रधानांनी त्या फायलीवरती सहीसुद्धा केली नाही मग मीच शेवटी त्यावरती त्यांनी व्यक्त केलेले शेरे लिहिले. संजय सिंग यांच्याविरुद्ध सरकारने केलेले उच्च न्यायालयातील अपिल फेटाळले गेले. त्यावरून पंतप्रधानांची कायदेशीर भूमिकाही योग्य ठरवली गेली असेच म्हटले पाहिजे. परंतु मला अजूनही असे वाटते की जे झाले ते काही योग्य झाले नाही.

नवीन सरकारकडून आता वरिष्ठ अधिकाऱ्यांच्या मोठ्या प्रमाणात बदल्या होणार अशा अफवा सारख्या उठत होत्या. विनोद पांडे यांची कॅबिनेट सेक्रेटरी पदावरून बदली करण्यात येईल असेही बोलले जात होते. माझीही बदली होईल अशी अफवा होती. गृहसचिव नरेशचंद्र यांची कामगिरी पंतप्रधानांना समाधानकारक वाटत असल्याने त्यांना कॅबिनेट सेक्रेटरीचे पद दिले जाईल असे वाटत होते. त्यावेळेला पंजाब व काश्मिर येथे अजूनही नाजूक परिस्थिती होती. त्यामुळे नरेशचंद्र

यांना हटवून त्या जागी नवीन गृहसचिव आणल्यावर त्याला परिस्थितीचे नीट आकलन होण्यास काही काळ जाणार होता. पण तेवढ्या काळात परिस्थिती आणखी चिघळू शकत होती. जर बदलीच्या मार्गे गृहसचिवाच्या पदावरती कोणाला आणायचेच असेल तर ते संरक्षण सचिव नरेन्द्र व्होरा यांना आणावे असे माझे मत होते. कारण पूर्वी ते पंजाबमध्ये गृहसचिव होते व लष्करासाठी तिथले प्रश्न सोडवित असल्याने त्यांना तेथील परिस्थितीचे व काश्मीर प्रश्नाचे पूर्णपणे आकलन झाले होते. आता पुढच्या वर्षीच्या अंदाजपत्रकासाठी तयारी चालू झाली असल्याने अर्थखात्याचे सचिव बिमल जालान यांची तेथून बदली करू नये असेही मी सुचवले. मी हे मुद्दाम सुचवण्याचे कारण अर्थमंत्र्यांना वाणिज्य सचिव शुक्ला यांना त्या जागेवर आणायच्या जोरदार अफवा पसरल्या होत्या. बिहारमध्ये प्रशिक्षण घेत असताना सिंह हे शुक्लांच्या हाताखाली कनिष्ठ अधिकारी म्हणून काम करीत होते. त्यामुळे ती अफवा साधार वाटत होती.

मी ज्येष्ठ उद्योगपती आणि काही औद्योगिक संघटनांचे प्रतिनिधी यांना माझ्या घरी संध्याकाळी केवळ अनौपचारिक भेटीसाठी बोलावित होतो. राजीव गांधी यांच्या काळापासून मी ही प्रथा चालू ठेवली होती. व्ही. पी. सिंग यांच्या काळातही ती तशीच पुढे चालू ठेवली होती. जेव्हा चंद्रशेखर यांनी मी माझी नोकरी तशीच पुढे चालू ठेवावी असे सांगितले तेव्हा ३ डिसेंबरला मी उद्योगपतींना माझ्या घरी छोटी पार्टी दिली. ही माझी उद्योगपतींबरोबरची दिल्लीतील शेवटची अनौपचारिक भेट ठरली. माझ्या संध्याकाळच्या अशा घरगुती पार्ट्यांना उद्योगपतींकडून चांगला प्रतिसाद येत होता. उद्योगपती खूष होत होते. नवीन सरकारला औद्योगिक जगाशी स्नेहसंबंध ठेवायचे आहेत असा संकेत त्यातून प्रसारित होत होता. पंतप्रधान कार्यालयातील राज्यमंत्री कमल मोरारका यांनाही मी संध्याकाळच्या पार्टीला बोलावले होते.

१० डिसेंबरला संध्याकाळी अर्थ मंत्री यशवंत सिन्हा यांनी फोनवरून मला सांगितले की, मला बाजूला करून माझ्यानंतरचा प्रिन्सिपल सेक्रेटरी म्हणून एस. के. मिश्रा यांना आणले जाणार आहे. ते ऐकून मला आश्चर्याचा धक्काच बसला. मी सिन्हा यांना सांगितले, माझी करारानुसारची मुदत आता पावणेदोन महिन्यात म्हणजे ३१ जानेवारी १९९१ रोजी संपत आहे. 'मी तोपर्यंत तरी आहे याच पदावर रहावे,' असे खुद्द पंतप्रधानांनी मला सांगितले होते. मी ते सारे सिन्हा यांच्या कानावरती घातले. परंतु या बाबतीत खुद्द पंतप्रधानांनीच माझ्या राजीनामापत्रावरती तसे आदेश लिहून दिले आहेत, असे सिन्हा यांनी सांगितले. मग त्यांना मी अगदी परखडपणे सांगितले की, मी माझा राजीनामा पंतप्रधानांपुढे ठेवला असता त्यांनी त्यावरती काहीही शेरा न मारता तो बाजूला सारला आणि मला माझी नोकरी करारानुसार चालू ठेवण्यास सांगितले होते. परंतु माझ्या खुलाशाचा काहीही उपयोग झाला नाही. मी मुकाट्याने

माझ्या टेबलावरील सर्व फायली योग्य त्या त्या ठिकाणी पाठवून दिल्या आणि माझ्या प्रायव्हेट सेक्रेटरीला सांगितले की आता कोणत्याही नवीन फायली माझ्याकडे आणायच्या नाहीत. मग मी तिथून उठून साऊथ ॲव्हेन्यू येथील पंतप्रधानांच्या निवासस्थानी गेलो. मी कशाकरता आलो आहे हे त्यांनी बरोबर ओळखले. मी त्यांना विचारले की, ''तुम्ही यशवंत सिन्हा यांना माझ्याशी बोलायला का सांगितले?'' कारण या बाबतीत पंतप्रधान माझ्याशी थेट संपर्क साधू शकत होते. माझ्या प्रश्नामुळे ते अवघडल्यासारखे झाले, अस्वस्थ झाले. मग ते हिंदीत म्हणाले की, ''तुम्ही आता खुर्ची खाली करावी असे सांगायला मला संकोच वाटत होता.'' त्यावर मी म्हणालो की, ''असे होते तर पूर्वीच माझा राजीनामा तुम्ही स्वीकारायचा होता. अन् तुम्ही तो अजूनही स्वीकारू शकता व नंतर मिश्रा यांना माझ्या जागी आणू शकता.''

जेव्हा मी २४ नोव्हेंबर रोजी त्यांच्याबरोबर झालेले संभाषण त्यांना परत ऐकवले व त्यांनीच ३१ जानेवारीपर्यंत करार संपेपर्यंत, मी नोकरीत रहावे याची त्यांना आठवण करून दिली. यावर ते फक्त ''सॉरी!'' एवढेच मला म्हणाले. मी पुन्हा त्यांना म्हटले की अजूनही माझा राजीनामा घेऊन तो अधिकृतपणे स्वीकारा व मिश्रा यांना माझ्या पदावरती अधिकृतपणे आणून बसवा. यासाठी सरकारी कागदपत्रात तशी घोषणा व नोंद करा. अन् जर हे शक्य नसेल तर निदान मागच्या पंतप्रधानांच्या मर्जीत असलेल्यांच्या बदल्या करण्याशी माझ्या राजीनाम्याचा कृपया संबंध ठेवू नये. माझ्या लक्षात आले की हळूहळू ते रागावत चाललेले आहेत. कारण एक सिव्हिल सर्व्हन्ट, मुलकी नोकर हा एका राजकारणी व्यक्तीशी, त्यातूनही खुद्द पंतप्रधानांशी असे बोलण्याचे धारिष्ट्य करतो आहे, हेच त्यांना आवडले नव्हते. मी पुढे हेही म्हटले की, ''जर ज्येष्ठ मुलकी अधिकाऱ्यांना अशी वागणूक दिली जाणार असेल तर मला इथून पुढे काम करण्यात अजिबात रस नाही. मग भले तुमचा विचार बदलून तुम्ही परत पूर्वीप्रमाणे मला काम करावयास सांगितले तरी.'' हे ऐकताच ते एकदम उठून उभे राहिले आणि त्या खोलीतून तरातरा बाहेर पडले. जाताना त्यांनी आपल्या मागे जोरात दार आपटून बंद केले. पंतप्रधानांचा खाजगी चिटणीस गौतम दार आपटल्याचा आवाज ऐकून घाईघाईने ॲन्टे चेंबरमधून धावत बाहेर आला. त्याला मी काय झाले ते सांगितले व ''माझ्या कामाचा चार्ज मी उद्या परत करेन, पण नंतर मात्र मला पुन्हा कशासाठीही येता येणार नाही.''

दुसऱ्या दिवशी ११ डिसेंबर रोजी मी ऑफिसात जाऊन पंतप्रधानांसमोर औपचारिकता दाखविण्यासाठी त्यांना भेटलो. त्यांनी माझ्याकडे पाहून एक रुंद हास्य केले. मी पुन्हा त्यांना विचारले की माझा राजीनामा त्यांनी स्वीकारला आहे का नाही? पण त्यांनी त्यावरती काहीही उत्तर दिले नाही. परंतु त्यांनी निवृत्तीनंतरच्या माझ्या काही योजना आहेत काय, याची चौकशी केली. मी त्यांना म्हटले की, ''या

बाबतीत मी तुम्हाला पूर्वीच सांगितले आहे की निवृत्तीनंतर करार करून कोणत्याही सरकारी पदावर काम करण्याची माझी इच्छा नाही अन् म्हणून तुमच्या मनात तशी जर काही योजना असेल तर ती काढून टाकावी.'' मी त्याचबरोबर हेही त्यांना सांगितले की काही महिन्यांपूर्वी जे आर डी टाटा यांच्याकडून मला एक संधी देऊ करण्यात आली असून बहुतेक मी ते काम स्वीकारेन. मात्र पंतप्रधानांची त्याला काही हरकत असेल तर ते काम घेणार नाही. यावर त्यांनी ''आपली काहीही हरकत नाही'' हे पटकन सांगून टाकले. त्यांनी पुढे सांगितले की ''आपल्या मनात तुमच्याबद्दल काहीही आकस नसून कार्यालयातील अन्य अधिकाऱ्यांचे जसे भले करायला बघतो तसे तुमचेही भले करायला मला आवडेल.'' त्यांनी मॉन्तेकसिंग यांना आपल्या कार्यालयातून क़ाढून वाणिज्य मंत्रालयाचे सचिव बनवले होते. हे उदाहरण या संदर्भात मला आठवले. शेवटी त्यांच्याशी माझी मुलाखत संपवली व मी उठलो. त्यावर ते हिंदीत म्हणाले, ''मेरे लायक कोई सेवा है?'' (''आपल्यासाठी मी आणखी काही करू शकतो का?'') मी तिथून बाहेर पडलो त्यावेळी ते मला दारापर्यंत पोचवण्यासाठी आले होते.

२९ डिसेंबरला मी आणि माझी पत्नी मुंबईला एका छोट्या भेटीसाठी गेलो. मात्र दिल्लीहून निघण्यापूर्वी मी पंतप्रधानांची भेट घेऊन सांगितले की निवृत्तीनंतर मला खासगी नोकरी करण्याची परवानगी द्यावी असा अर्ज मी सरकारकडे केला आहे. या नवीन नोकरीमध्ये कुठेही माझा सरकारशी थेट संपर्क येणार नाही. खाजगी उद्योग व सरकार यामध्ये मध्यस्त म्हणून कामे करण्याची वेळ येणार नाही, असेही त्यांना सांगितले. पण जर मला खासगी नोकरी पत्करू देण्याचा त्यांचा निर्णय बदलला असेल तर मी तो अर्ज मागे घ्यायला तयार आहे म्हणजे पंतप्रधानांची मग कसलीही अडचण होणार नाही. यावर त्यांनी ''मी हे लक्षात ठेवीन,'' असे म्हटले. त्यांचा खासगी चिटणीस गौतम याला मी याबाबतीत पुढे काय काय घडते ते मला कळवत रहायला सांगितले.

मुंबईला गेल्यावर मी मुख्यमंत्री शरद पवार यांना भेटलो. मला पंतप्रधानांनी नोकरीतून जाऊ दिले याचे त्यांना कोडे वाटले. त्यांनी सांगितले की, जेव्हा चंद्रशेखर पंतप्रधान झाले तेव्हा आपण देशमुख यांना नोकरीत राहू द्यावे अशी त्यांना विनंती केली होती. त्यावर चंद्रशेखर म्हणाले होते, ''माझ्या बरोबर रहाण्यास त्यांना आवडेल की नाही सांगता येत नाही. कारण आमचे सरकार किती दिवस टिकेल हे माझे मलाच ठाऊक नाही!'' मी नोकरी सोडून बाहेर पडल्यावरती नंतर पुन्हा शरद पवार त्यांना भेटले होते. त्यावेळी पंतप्रधान म्हणाले की, ''देशमुख यांच्या कामाबद्दल मी समाधानी असता त्यांनी का आपल्याला सेवेतून मुक्त करण्याचे विचारले ते समजत नाही.'' पवार यांनी त्यांना सांगितले की देशमुख पूर्वीच मुंबईमध्ये हवे होते.

पण व्ही. पी. सिंग यांनी त्याला नकार दिला होता."

जानेवारी १९९१ च्या दुसऱ्या आठवड्यात मी दिल्लीला परतलो. माझ्या जागी आलेले एस. के. मिश्रा व अतिरिक्त सचिव वेणुगोपाळ यांना मी भेटलो. खाजगी नोकरी करण्याच्या परवानगीच्या मी दिलेल्या अर्जाचे काय झाले याची मी विचारणा केली असता त्यांनी जे सांगितले ते बुचकळ्यात टाकणारे होते. अशी परवानगी देणे योग्य ठरणार नाही असे पंतप्रधानांचे मत असल्याचे मिश्रा यांनी मला सांगितले. ते ऐकून मी चक्रावून गेलो. असेच जर होते तर जेव्हा मी माझा अर्ज मागे घेण्याची तयारी दर्शवली होती तेव्हाच त्यांनी तसे मला सांगायला हवे होते. पण नंतर त्यांचे मन बदलले होते.

परंतु आता मागे वळून पहाताना मला वाटते की जे झाले ते बरेच झाले. मला खासगी नोकरी करू देण्याची परवानगी नाकारल्याने मी माझा संपूर्ण वेळ आता हवा तसा वापरू शकत होतो. माझ्या बऱ्याच आर्थिक बाबी आता मला निपटायच्या होत्या. नोकरी करीत राहिल्याने इतकी वर्षे मला ते कधी जमलेच नव्हते. मुलकी सेवेत कामे करीत राहिलेल्यांची अशी चूक नेहमीच होत आली आहे. पुण्यामध्ये मी एक जमिनीचा तुकडा घेऊन ठेवला होता. तिथे काही शेतीच्या योजना मला राबवायच्या होत्या. काही झाडे लावली होती. त्यामुळे मला भविष्यकाळात त्यातून चांगले उत्पन्न मिळण्याची खात्री होती.

२६ फेब्रुवारीला मी मुंबईला जाण्यासाठी दिल्लीहून निघणार होतो. त्याआधी मी चंद्रशेखर यांना शेवटचे भेटायला गेलो. त्यांच्या खासगी चिटणीसाला मी सांगितले की मी पंतप्रधानांना काहीही मागणार नाही आणि त्यांनी काही देऊ केले तरी घेणार नाही. पंतप्रधानांना भेटल्यावरती त्यांनी "आता येथून पुढे काय करणार?" विचारले. त्यावर "मी पुण्याला जाऊन स्थायिक होऊन माझ्या जमिनीवरती शेतीचे उद्योग करीत रहाणार," असे त्यांना सांगितले, "त्यातून निघणाऱ्या उत्पन्नावरती माझे संपूर्ण भागू शकेल. मग मी मला जे काही आवडेल ते करायला मोकळा राहीन." मग आम्ही दोघांनी एकमेकांचा अत्यंत सौहार्दपूर्ण निरोप घेतला.

पण मला राहून राहून एका गोष्टीचे आश्चर्य असे वाटते की, मला जाऊ द्यायचे होते तर त्यांनी माझा राजीनामा का स्वीकारला नाही? ज्यावेळी मी प्रथम माझा राजीनामा सादर केला त्यावेळी त्यांनी त्यावरती सही न करता तो परत केला, बाजूला सारला व मला कराराप्रमाणे ३१ जानेवारीपर्यंत काम करण्यास सांगितले. नंतर पुढे त्यांनी परत यावरती कसा वेगळा विचार केला? एक शक्यता मला अशी वाटते की अगदी सुरुवातीपासून त्यांना 'मी नकोसा असावा.' पण त्यांनी मला त्याच्या उलट भासवले व जणू काही माझी परीक्षा घेतली. प्रेमाने नसले तरी मोठ्या

कनवाळूपणे व आदबशीरपणे त्यांनी मला वागवले असल्याने 'मी नकोसा असावा,' ही शक्यता खरी वाटत नाही. दुसरीही एक शक्यता अशी आहे की त्यांना जरी माझी सेवा चालू ठेवावीशी वाटत असली तरी त्यांच्या काही राजकीय सहकाऱ्यांनी माझ्याविषयी त्यांचे मत कलुषित केले असावे व माझी नोकरी संपविण्यासाठी त्यांचे मन वळवले असावे. त्यांच्या अगदी जवळच्या तीन राजकीय सहकाऱ्यांनी माझ्याविषयीचे मत कलुषित करण्यात भाग घेतला असावा. त्यापैकी एकजण म्हणजे डॉ. सुब्रह्मण्यम स्वामी. त्यांना मी कधीच आवडलो नव्हतो. कारण मी त्यांना त्यांचे योग्य ते स्थान दाखवून दिले होते. 'ह्या माणसाला आपण वाकवू शकत नाही,' अशी जाणीव त्यांना माझ्याबद्दल झाली होती. दुसरे त्यांचे राजकीय सहकारी म्हणजे कमल मोरारका. पंतप्रधान कार्यालयाचे ते राज्यमंत्री होते. ते माझ्यावर दडपण टाकून मला आपल्या प्रभावाखाली ठेवू पहात होते. पण मी त्यांना तसे करू दिले नाही. मी पंतप्रधान कार्यालयाचा प्रिन्सिपल सेक्रेटरी होतो, म्हणजे मीच प्रमुख होतो. तेव्हा मी माझ्याकडच्या फायली ह्या फक्त पंतप्रधानांनाच दाखवू शकत होतो व त्यांच्याकडेच पाठवू शकत होतो. ते मला फाईल मागू शकत नव्हते. फक्त पंतप्रधानांनी एखाद्या फाईलबाबत तसा आदेश दिला तरच मी तेवढ्यापुरता अपवाद करू शकत होतो. माझ्याविषयी यशवंत सिन्हा यांनीही थोडेफार आपले वाईट मत पंतप्रधानांपाशी व्यक्त केले असावे. राजीव गांधी यांची काही अगदी जवळची माणसे होती त्यांनीही 'मला नोकरी चालू ठेवण्यात रस नाही' अशी पंतप्रधानांची समजूत करून दिली असावी. जेव्हा मी त्यांच्यासमोर माझा राजीनामा ठेवला तेव्हा कदाचित ते त्यामुळे दुखावले गेले असावे. कारण माझ्या राजीनाम्यामुळे 'हे नवीन सरकार आता फार काळ चालणार नसल्यामुळे हा राजीनामा दिला जात आहे' अशी त्यांची भावना झाली असावी. प्रिन्सिपल सेक्रेटरीसारखे महत्त्वाचे व प्रतिष्ठेचे पद मिळवण्यासाठी मुलकी अधिकारी जीव ओतून कष्ट करतात. ते पद मी सोडून देण्यामागचे कारण त्यांना समजले नसावे. कदाचित माझा राजीनामा हा त्यांना दुखावण्यासाठी किंवा त्यांचा निषेध करण्यासाठी नसून केवळ तशी एक चालत आलेली प्रथा आहे म्हणून तो दिला जात आहे हे समजून घेण्याचे त्यांनी मनात नाकारले असावे. मला वाटते की ही अशी चमत्कारिक स्थिती त्यांना आवडली नसावी.

नंतर मी अनेकदा दिल्लीच्या वाऱ्या केल्या त्यावेळी त्यांना मी भेटत गेलो होतो. त्यांच्या बरोबर केलेल्या कामाच्या सुखद स्मृती अजूनही माझ्या मनात आहेत. त्यांची ती अत्यंत सौजन्यशील व आदबशीर वागण्याची छाप सर्व ज्येष्ठ अधिकाऱ्यांवर पडली होती. त्यांच्या खोलीत कोणीही जरी प्रवेश केला तरी ते उठून उभे रहात व आवर्जून त्या व्यक्तीशी हस्तांदोलन करीत. आलेल्या पाहुण्याला चहा बिस्किटे दिलीच पाहिजेत असा त्यांचा दंडक होता. या बाबतीत त्यांनी त्यांच्या चिटणीसाला

अगदी स्पष्ट सूचना देऊन ठेवलेल्या होत्या. एक खाजगी व्यक्ती म्हणून चंद्रशेखर हे एक सज्जन माणूस होते. परंतु तरीसुद्धा त्यांच्या स्वभावात काही प्रमाणात कडवटपणा शिरलेला होता. ते दुसऱ्यांवरती सहजासहजी विश्वास टाकीत नसत आणि नेहमी सावध असत. वरिष्ठ अधिकारी व सुखवस्तू लोक आपल्याला खाली पहातात, वरच्या दर्जाचे समजत नाहीत असा त्यांचा समज होता. सुरुवातीच्या आयुष्यात त्यांना कठीण परिस्थितीशी झगडावे लागले म्हणूनही तसा एक कायमचा समज झालेला असेल.

राष्ट्रपती जेव्हा त्यांना काय करावे नि काय करू नये किंवा सरकारसाठी काही मार्गदर्शक तत्त्वे सांगत तेव्हा ते चिडत. "आपण पंतप्रधान झालो ते स्वतःच्या कर्तबगारीवरती, राष्ट्रपतींच्या शिफारशीवरती नाही," असा आपला ग्रह त्यांनी कायम बाळगला होता. म्हणून आपले पंतप्रधानपदाचे सर्व हक्क व जबाबदारी काय काय आहेत हे त्यांनी समजून घेतले होते. काँग्रेस व राजीव गांधी यांच्याबद्दलही त्यांना असेच वाटत होते. टिकून रहाण्यासाठी घेतलेल्या काँग्रेसच्या पाठिंब्यामुळे त्यांच्या अल्पसंख्याक सरकारवरती पडलेल्या काही बंधनामुळे ते नकळत चरफडत. भारतीय इतिहासावरती ते आपला ठसा उमटवू पहात होते आणि नंतर जनतेने आपले नाव 'एक चांगला पंतप्रधान' म्हणून मोठ्या अभिमानाने व प्रेमाने घ्यावे अशी त्यांची इच्छा होती.

१९७८ पासून चंद्रशेखर यांना मी पहात आलो होतो. डिसेंबर १९९० पासून तर मी त्यांना अगदी जवळून पहात गेलो. त्यामुळे मला असे वाटते की मी त्यांचे बऱ्यापैकी मूल्यमापन करू शकेन. मग भले ते मूल्यमापन एका मुलकी अधिकाऱ्याच्या दृष्टिकोनातून केलेले असले तरी. वैयक्तिक पातळीवरती चंद्रशेखर हे एक मवाळ व प्रेमळ वाटणारे गृहस्थ होते. त्यांचा विस्तृत मित्रपरिवार व चाहते पाहिले म्हणजे ते एक उत्तम स्नेही होते. आयुष्याच्या उत्तरार्धात खूप नंतर व तेही थोड्या कालावधीसाठी ते राजकारणात सर्वोच्च ठिकाणी येऊन पोचले होते. अशा माणसाचे स्नेह्यांचे वर्तुळ खूप मोठे असावे ही राजकारणी पुरुषासाठी एक कौतुकास्पद गोष्ट होती. सर्वसाधारणपणे सत्तारुढ राजकीय व्यक्तीभोवती सर्व प्रकारच्या माणसांचा गराडा पडलेला असतो आणि ही माणसे आपण त्या व्यक्तीचे निकटवर्तीय, स्नेही, मित्र आणि चाहते आहोत असा दावा करीत असतात. पण जेव्हा ती राजकीय व्यक्ती सत्तेवरून खाली उतरते तेव्हा मात्र बहुतेकजण सोयीस्करपणे तिला विसरून जातात. परंतु चंद्रशेखर यांच्या बाबतीत त्यांचे व्यक्तिमत्त्वच असे वैशिष्ट्यपूर्ण आहे की त्यांचा सारा मित्रपरिवार व स्नेह्यांचा गोतावळा हा त्यांनी कायम टिकवून धरला आहे. मुलकी अधिकाऱ्यांना त्यांनी नेहमीच अत्यंत सौहार्दपूर्ण वागणूक देऊन, ते त्यांचे म्हणणे समजावून घेत होते. काही काही वेळा माझे त्यांच्याबरोबर मतभेदाचे प्रसंग येत, गरमागरम

वादावादीही होई. पण नंतर आमचे संबंध पूर्ववत होत. माझ्या बहुतेक साऱ्या सहकाऱ्यांना त्यांच्या बाबतीत असाच अनुभव आला असणार हे मी सांगतो.

एक राजकारणी व्यक्ती म्हणून डिसेंबर १९९० ते जून १९९१ या काळात मी त्यांना खूप जवळून पाहिले. अन् त्या आधारे मी म्हणू शकतो की, पंतप्रधान बनण्याच्या त्यांच्या महत्त्वाकांक्षेमुळे त्यांना आपल्या मनातील चलबिचल व नैतिक मापदंड हे बाजूला ठेवावे लागले. नाहीतर काँग्रेस पक्ष व राजीव गांधी हे त्यांना मनापासून आवडत नव्हते. त्यांची मदत पंतप्रधान बनण्याकरता त्यांनी का घेतली? याचे कारण समजणे कठीण जाईल. त्यांच्याकडील एकाने माझ्याशी बोलता बोलता चुकून बेसावधपणे म्हटले की, "चंद्रशेखर यांना नेहमी असे वाटत आलेले आहे की ते आणि त्यांच्यासारखी मंडळी हेच काँग्रेस पक्षाचे खरेखुरे वारस आहेत, गांधी कुटुंब नव्हे. राजीव गांधींकडे काँग्रेसचे नेतृत्व आले याचे एकमेव कारण म्हणजे ते इंदिरा गांधी यांचे चिरंजीव होते म्हणून." एक मुरब्बी राजकारणी म्हणून त्यांना हे पूर्णपणे ठाऊक असले पाहिजे की आपल्या पंतप्रधानकीला जो काँग्रेसचा पाठिंबा आहे तो इंदिरा गांधी यांनी चौधरी चरणसिंग यांना १९७९ मध्ये दिलेल्या पाठिंब्यापेक्षा काही वेगळा नाही. बोफोर्स प्रकरणातील भ्रष्टाचाराबाबत त्यांनी केलेली टीका, सूरजदेव सिंग या कुख्यात गुंडाशी आपली दोस्ती असल्याची त्यांनी जाहीररित्या दिलेली कबुली आणि गुन्हेगारी स्वरूपाच्या प्रकरणात निर्दोष सुटलेल्या आपल्याच एका मंत्र्याविरुद्ध त्यांनी दाखल केलेले अपिल इत्यादी उदाहरणांवरून त्यांचा अनैतिक दृष्टिकोनही स्पष्ट होतो. बॅलन्स ऑफ पेमेन्ट किंवा आर्थिक धोरणे अशा गुंतागुंतीच्या आर्थिक बाबी हाताळताना त्यांचा या विषयातील नवशिकेपणा उघड पडायचा. परखड बोलण्यात ते स्पष्ट होते आणि आपली मते व्यक्त करताना ते कोणाचीही भीडभाड ठेवीत नसत.

एक पंतप्रधान म्हणून चंद्रशेखर यांनी आपला पाच महिन्यांचा अल्प काळ हा राजकीय मधुचंद्राचा काळ उपभोगला. जर ते दीर्घ काळ पंतप्रधान म्हणून राहिले असते तर जनतेचे त्यांच्याबद्दल काय मत झाले असते या प्रश्नाला मात्र त्यामुळे उत्तर देता येत नाही. परंतु तसे जर घडले असते तर त्यांच्या सरकारबद्दल फारशी चांगली प्रतिमा निर्माण झाली नसती हेही तितकेच खरे. त्यांच्या बाबतीत सहृदयतेने विचार करायला लावणारी घटना म्हणजे त्यांचा सत्तात्याग. सत्तारूढ होताना ज्या पद्धतीने ते प्रवेश करते झाले त्याहीपेक्षा त्यांनी सत्तेवरून केलेला पायउतार हा अधिक डौलात व रूबाबात होता. काँग्रेसच्या हातातील बाहुले बनून नाचायचे नाकारल्याने, पंतप्रधान बनण्यासाठी त्यांनी केलेल्या कारवायांबद्दल त्यांना जी काही दूषणे मिळाली असतील ती त्यामुळे पार धुतली गेली. एक माणूस म्हणून, खाजगीतली व्यक्ती म्हणून ते खरोखरीच एक प्रभावशाली सज्जन माणूस होते हे

मी मुद्दाम इथे आवर्जून सांगतो. तथापि, पंतप्रधान बनण्याच्या महत्त्वाकांक्षेपायी त्यांचे एका नेहमीच्या भारतीय राजकारणी पुरुषात रुपांतर झाले. त्यामुळे त्यांचे पंतप्रधानपद हे अपयशी झाले. कदाचित त्यांना करावे लागलेले एका अल्पसंख्य व अशक्त सरकारचे नेतृत्व हेही एक कारण असू शकेल. पण तीही त्यांचीच निर्मिती होती. नाही का?

◆

२८

सरकारच्या सहवासाची समाप्ती

११ डिसेंबर १९९० रोजी मी पंतप्रधानांच्या कार्यालयातून बाहेर पडलो आणि खऱ्या अर्थाने मुक्त झालो. शिखा त्रिवेदी हिने घेतलेली माझी मुलाखत १४ डिसेंबरच्या *इकॉनॉमिक टाईम्स* मध्ये प्रसिद्ध झाली. व्ही. पी. सिंग सरकारबरोबर मी माझी नोकरी का चालू ठेवली, सरकारमधील विविध अधिकारी व मुलकी कर्मचारी यांच्याकडे मी कसे लक्ष पुरवले, पंतप्रधान कार्यालयाचे महत्त्व आणि मंडल अहवाल व आनुषंगिक चळवळी, इत्यादीवरती त्यात भर दिला गेला होता. अशोक जैन यांनी घेतलेली माझी मुलाखत *महाराष्ट्र टाइम्सच्या* १७ डिसेंबरच्या अंकात प्रसिद्ध झाली. त्यात प्रसिद्ध झालेल्या अनेक मुद्यात राजीव गांधी यांच्या कामाची वैशिष्ट्यपूर्ण पद्धत मी उल्लेखलेली होती. तसेच ते पुन्हा सत्तेवरती येणार असे भाकीत मी मोठ्या आत्मविश्वासाने केले होते.

दिल्लीचा निरोप घेण्यापूर्वी मी राष्ट्रपतींची भेट घेऊन माझ्या निवृत्तीची बातमी दिली. माझ्याशी बोलताना त्यांनी गृह व अर्थ खात्यांच्या सचिवांच्या बदल्या पंतप्रधानांनी केल्याबद्दल खेद प्रगट केला. तशा बदल्या करणार नाही असे वचन आधी चंद्रशेखर यांनी त्यांना दिले होते.

प्रथेप्रमाणे आधी राष्ट्रपतींशी अनौपचारिक चर्चा करून मग राज्यपालांच्या बदल्या, नवीन नेमणुका याबद्दलचे पत्र राष्ट्रपतींकडे पाठवायचे असते. पण ती प्रथा चंद्रशेखर यांनी धुडकावून लावली होती. त्याबद्दलही राष्ट्रपतींनी खेद व्यक्त केला. हे आर्थिक हिशोबासंदर्भात व्होट ऑन अकाऊंट (वेगळे छोटे अंदाजपत्रक) आपण करु असे राष्ट्रपतींना त्यांनी आश्वासन दिले. एकदा ते हातात आले की आपण मग सध्याच्या सरकारशी आपण ठामपणे वागू, असे राष्ट्रपतींच्या बोलण्यातून सूचित झाले. आता कदाचित सार्वत्रिक निवडणुका येत्या ऑगस्ट किंवा सप्टेंबर १९९१ मध्ये घ्याव्या लागतील, अशी धास्ती त्यांना वाटू लागली होती.

डिसेंबरातील एका ख्रिसमस पार्टीमध्ये मी कॅबिनेट सेक्रेटरी नरेशचंद्र यांना

भेटलो आणि त्यांना सांगितले की पुढच्या वर्षी नेहमीचे अंदाजपत्रक असणार नाही. हे ऐकून ते हादरून गेले. तिथे असलेल्या *इकॉनॉमिक टाईम्सच्या* संपादकांशी या बाबतीत मी पैज मारली. पुढे त्यांनी फेब्रुवारी १९९१ मध्ये मला बोलावले. तोपर्यंत त्यांना व्होट ऑन अकाऊंट असेल आणि संपूर्ण अंदाजपत्रक असणार नाही याची खात्री पटत गेली होती. त्यांना आश्चर्य वाटले की मी कितीतरी आधी हे कसे काय आगाऊ व आत्मविश्वासपूर्वक हेरले? ही माहिती मी आंतरराष्ट्रीय नाणेनिधीचे भारतातर्फे असलेले वॉशिंग्टनमधील संचालक गोपी अरोरा यांनाही दिली. "तसे असेल तर इकडे नाणेनिधीमध्ये अडचणी येऊ शकतील," असे ते म्हणाले.

म. गांधी यांच्या हरिजन सेवा संघ या संस्थेच्या सुप्रसिद्ध सामाजिक कार्यकर्त्या निर्मला देशपांडे ह्या मला भेटायला आल्या. त्यांच्याबरोबर नानाजी देशमुख होते. नानाजी हे भाजपच्या प्रमुख नेत्यांपैकी एक होते, पण आता ते सक्रिय राजकारणातून निवृत्त झाले होते. माझ्याबद्दल नानाजी हे चंद्रशेखर यांच्याशी बोलून काही रदबदली होते का ते बघणार होते. हे काम त्यांनी स्वेच्छेने करायचे ठरवले होते. परंतु मला आता सरकारकडून काही मिळवण्यात रस उरला नव्हता, तसे मी त्यांना स्वच्छ सांगितले.

५ फेब्रुवारीला निर्मला देशपांडे यांनी मला त्यांच्या घरी बोलावले. तिथे मला पी. व्ही. नरसिंहराव व वसंत साठे भेटले. त्यावेळी ते दोघेही काँग्रेसचे खासदार होते. राव यांना मी देशाच्या आर्थिक परिस्थितीची कल्पना दिली. आर्थिक आघाडीवरील प्रत्येक विभाग हा हळूहळू ठप्प होण्याच्या दिशेने वाटचाल करू लागला आहे. मग परत काँग्रेस पक्ष सत्तेवर आला तर त्यांना फार मोठ्या गंभीर संकटाला तोंड द्यावे लागेल. राव यांनी आगामी अंदाजपत्रकाचा विषय काढला व "आता नेहमीचे अंदाजपत्रक नको आहे," असे बोलून दाखवले. हे नवीन अंदाजपत्रक जर खूप कडक धोरणाचे असेल तर काँग्रेस पक्ष त्याला जबाबदार धरला जाईल अन् जर ते लोकप्रिय व नरम स्वरूपाचे असेल तर त्याचे श्रेय चंद्रशेखर घेतील. मग मी 'व्होट ऑन अकाऊंट' याबद्दल बोललो. त्यामुळे आंतरराष्ट्रीय नाणेनिधीच्या बाजूला खूप अडचणी येतील हे सांगितले. पण ही संघटना कदाचित राजीव गांधी यांनी दिलेले आश्वासन व वचन स्वीकारेल. मग मी त्यांना "सध्याचे सरकार पाडायचा विचार कधी केला जाणार आहे?" हा प्रश्न विचारला. त्यावर त्यांनी "त्याबद्दल आपल्याकडून काळजी करण्याचे काहीही कारण नाही. कारण हे सरकार आपोआपच आपण होऊन कोसळणार आहे," असे सांगितले. त्यामुळे बिगर काँग्रेस सरकार सत्तेवर आले तरी टिकू शकत नाही, ते कोसळते हे जनतेला पटेल. म्हणून निवडणुकीत जनता काँग्रेसला निवडून देईल.

नंतर काही दिवसांनी मी राव यांना दिल्लीत भेटलो. त्यांनी मला "येथून पुढे

काय करणार?'' असा प्रश्न विचारला. मी जेव्हा टाटांच्याकडून नोकरीची संधी देऊ केली गेली आहे हे सांगितले तेव्हा त्यांनी ''इतकी वर्षे सरकारी सेवेत काढल्यावरती कोणाचीही नोकरी करू नये.'' असा सल्ला दिला. ''कदाचित मी राजकारणातही पडेन,'' असे मी त्यांना म्हटल्यावर त्यांनी त्यावर अनुकूल प्रतिक्रिया व्यक्त केली आणि ''याबाबतीत मी महाराष्ट्राचे मुख्यमंत्री शरद पवार यांच्याशी बोलेन,'' असे आश्वासन दिले.

शेवटी आम्ही मुंबईत फेब्रुवारी १९९१ च्या मध्यास आलो. १५ मार्च रोजी मी शरद पवार यांना भेटलो. आर्थिकदृष्टया स्वतंत्र असलेली इंग्लंड व अमेरिकेतील माणसे जशी सरकारला मदत करतात तसे काम करण्याची माझी तयारी आहे, असे सांगितले. परदेशात अशा माणसांकडून राजकीय नेते वेळोवेळी सल्ले घेतात किंवा त्यांच्यावरती एखाद्या कामाची जबाबदारी (ad hoc assignment) सोपवली जाते. अशी कामे करण्यासाठी ही माणसे नेहमी राजकीय नेत्यांना उपलब्ध असतात. मात्र कोणत्याही सक्रिय राजकारणात ती सामील होत नाहीत. परंतु भारतात अशी प्रथा नाही. कारण इथल्या प्रत्येक माणसाला एकदम मंत्री, आमदार किंवा खासदार बनायचे असते. म्हणून मी शेवटी टाटा समूहात नोकरी धरायची ठरवली असल्याचे त्यांना सांगितले. पण जेव्हा शरद पवार यांनी राजकारणाच्या क्षेत्राचा खास करून उल्लेख केला तेव्हा मी त्यांना नरसिंहराव यांच्याबरोबर झालेली चर्चा सांगितली. त्यांनी लगेच माझ्यासमोर राव यांना फोन केला. नरसिंहराव यांनी पवारांना 'राज्यातील राजकारणासाठी देशमुख यांचा उपयोग करून घ्यावा' असा सल्ला दिला. परंतु माझा बहुतेक सारा अनुभव हा दिल्ली येथला व केंद्रीय राजकारणातला असल्याकारणाने मी केंद्रीय पातळीवरती महाराष्ट्राचे हित सांभाळण्याचे काम दिल्लीत राहून करेन, असे सांगितले. याला पवार यांनी संमती दिली आणि म्हटले की, ''प्रथम मी तुम्हाला राज्य सरकारच्या अखत्यारीमधील कोणत्या तरी सार्वजनिक उद्योगाचा प्रमुख बनवेन आणि नंतर दिल्लीतील राज्यसभेवरती तुमच्या नावाची शिफारस करेन. पण यासाठी आधी मला राजीव गांधी यांच्याशी सल्लामसलत करावी लागेल. दिल्लीच्या पुढच्या भेटीतच मी ते काम करेन.'' नंतर काही दिवसातच त्यांच्याकडून निरोप आला की, राजीव गांधी यांच्याशी विचारविनिमय झाला असून या बाबतीत एक दोन दिवसात माझ्याशी संपर्क साधला जाणार आहे. परंतु लवकरच सार्वत्रिक निवडणुका जाहीर झाल्याने मी या कामाचा पुढे पाठपुरावा केला नाही.

मार्च महिन्यात शिक्षण खात्याचे सचिव अनिल बोर्डिया यांनी मला बोलावून आयआयटी (पवई) या संस्थेच्या गव्हर्निंग बॉडीच्या अध्यक्षपदावरती पाठवू शकत नसल्याचे सांगितले. मला ते काम करण्यात मनापासून रस होता. परंतु त्या ऐवजी त्यांनी नॅशनल इन्स्टिट्यूट फॉर इंडस्ट्रियल ट्रेनिंग (NITIE) या पवईमधल्या

संस्थेचे अध्यक्षपद देऊ केले. मी त्या पदावरती दोन वर्षे काम केले. मला त्या कामात खूप समाधान लाभले. त्या संस्थेची आर्थिक स्थिती सुधारून तिला भक्कम पायावर उभे करण्यात मला यश मिळाले. औद्योगिक प्रशिक्षणाच्या क्षेत्रात ही संस्था आता लवकरच नावाजण्याइतपत प्रगत झाली आहे.

राजीव गांधी आणि त्यांचा काँग्रेस पक्ष हा सार्वत्रिक निवडणुकीमध्ये घवघवीत यश घेऊन बहुमताने निवडून येईल अशी मला आता आशा वाटू लागली होती. परंतु मुंबईतील उच्चभ्रू आणि 'मते बनवणाऱ्या' वर्गाचे अंदाज ऐकून मी पार गोंधळून गेलो. त्यांच्या मते काँग्रेसला यावेळी निवडणूक जड जाऊन लोकसभेच्या जागांची २०० संख्या पार करणे कठीण जाईल. काहीजण तर असेही म्हणाले की, "राजीव गांधी यांना अमेठीमधून निवडून येणे यावेळी अशक्य होईल," या विधानाशी मात्र मी अजिबात सहमत नव्हतो.

२२ मे रोजी सकाळी लवकर उठलो तेच राजीव गांधी यांच्या खुनाच्या बातमीने. त्या दिवशी 'मुंबई बंद' पुकारला गेल्याने मी दुसरे दिवशी सकाळचे विमान पकडून दिल्लीला गेलो. विमानतळावरून मी सरळ तीन मूर्ती भवनात गेलो. तिथे नवीन चावला हजर होते. मी पूर्वी श्रम मंत्रालयात असताना ते माझ्या हाताखाली उपसचिव म्हणून काम करीत होते. माझी ते वाटच पहात होते.

दुपारी मी सोनिया गांधी यांना भेटायला गेलो. नवीन चावला यांनी दहनभूमीवरती गांधी कुटुंबियांना भेटण्यासाठी माझी व्यवस्था केली होती. राजीव गांधी यांचा दहनविधी तिथे आता होणार होता. माझ्या शेजारी मणीशंकर अय्यर बसले होते. दहन संपल्यावरती राष्ट्रपती, उपराष्ट्रपती आणि पंतप्रधान जेव्हा तिथून निघून गेले तेव्हा सुरक्षा रक्षकांचे कडे मोडून लोकांनी सोनिया गांधी यांच्या दिशेने धाव घेतली. सोनिया गांधी व त्यांची मुले प्रियांका व राहुल यांना लोकांच्या गराड्यातून सुरक्षितपणे बाहेर काढणे हे मग फार कठीण झाले. शेवटी सुरक्षा रक्षकांनी त्यांना कसेबसे सुखरूप बाहेर नेले.

२५ मे रोजी मी राष्ट्रपतींना भेटलो. त्यांनी माझ्याशी बोलताना असे म्हटले की, चंद्रशेखर हे एवढे धूर्त होते की त्यांना हाताळणे राजीव गांधी यांच्या आवाक्याबाहेर जात होते. परंतु राष्ट्रपतींनी राजीव गांधी यांना 'चंद्रशेखर यांच्या सरकारला पाठिंबा देऊ' या वचनाची आठवण करून दिली आणि अजून काही दिवस तरी वाट पहावी अशी विनंती केली होती. राष्ट्रपतींच्या मते राजीव गांधी यांच्या भोवताली सतत रहाणाऱ्या माणसांनी "चंद्रशेखर हे दिवसेंदिवस लोकप्रिय होत चालले असून त्यांना वेळीच रोखून त्यांची वाढ होऊ देता कामा नये," असे सांगून राजीव गांधी यांना पटवले होते. राष्ट्रपतींनी नरसिंह राव यांच्याविषयीही आपले मत मला ऐकवले. त्यांच्या मते राजीव गांधी यांच्यानंतर काँग्रेसचे नेतेपद हे राव यांच्याकडे गेले तर ती

एक चांगली गोष्ट ठरेल. त्यांचे नाव विरोधी पक्षही मान्य करतील.

त्या दिवशी दुपारी नरसिंहराव यांच्याशी झालेल्या भेटीत मी जी काही राष्ट्रपतींचे शेरे व मते ऐकली, ती त्यांना सांगितली. त्यावर त्यांनी राष्ट्रीय सरकारचा पतंग अजूनही कसा काय उडत राहिला आहे याबद्दल आश्चर्य व्यक्त केले. मग मी त्यांना "तुम्ही काँग्रेस अध्यक्षपदाच्या उमेदवारीसाठी उभे रहाणार असल्याची घोषणा का करीत नाही?" असे विचारले. त्यावर त्यांनी "ही घोषणा केव्हा करायची या बाबत शरद पवार यांचा सल्ला घ्यावा," असे मला उत्तर दिले. त्याच दिवशी संध्याकाळी मी शरद पवार यांना भेटलो व त्यांच्यापाशी हा विषय काढला. त्यावर "आपणही तसा प्रयत्न करीत आहोत पण कॅप्टन सतीश शर्मा यांच्यापाशी बोलणे झाले आहे," असे त्यांनी सांगितले.

मला यानंतर मुंबईला जावे लागले. पण मी परत २९ मे रोजी पुन्हा दिल्लीला परतलो आणि त्याच दिवशी संध्याकाळी मी नरसिंह राव यांना भेटलो. काँग्रेस पक्षाची नुकतीच बैठक होऊन गेली होती. दुसऱ्या दिवशी संध्याकाळी मी पुन्हा त्यांना भेटलो. त्यावेळी तिथे सतीश शर्मा हजर होते. शर्मा निघून गेल्यानंतर मी राव यांना सांगितले की, मुंबईतील काही उद्योगपती काँग्रेस पक्षाला निवडणुकीसाठी निधी उपलब्ध करून द्यायला तयार आहेत. कारण आता चंद्रशेखर यांचे सरकार गडगडल्यावर निवडणुका घेतल्या जाणार हे प्रत्येकजण धरून चालला होता. मला राव म्हणाले, की याबाबतीत मी सीताराम केसरी यांच्याशी बोलावे, कारण नरसिंहराव यांनी त्यांना पक्षाचा निधी पहाण्यास सांगितले होते. जर काही आर्थिक मदत हवी असेल तर ते मला तसे सांगणार होते.

१५ जून रोजी मी शरद पवार यांना मुंबईत भेटून सांगितले की, लोकसभेच्या निवडणुकीत काँग्रेस पक्षाला सहज २४० ते २७० जागा मिळतील. मग कोणाचीही मदत न घेता ते आपले सरकार स्थापन करू शकतील. शरद पवार माझ्याइतके आशावादी नव्हते, पण तरीही ते तशी इच्छा करीत राहिले. निवडणुकीत काँग्रेसला निर्विवाद बहुमत मिळाले नाही, पण त्यांनी मागच्यावेळेच्या १९७ जागावरून २३१ जागा मिळवून आणखी प्रगती केली. याला एकच महत्त्वाचे कारण घडले. ते म्हणजे ऐन निवडणुकीत दुसऱ्या टप्प्यात झालेला राजीव गांधी यांचा खून. त्यामुळे काँग्रेस पक्षाच्या बाजूने जनतेत एक सहानुभूतीची लाट आली होती.

१७ जूनला मी पुन्हा दिल्लीत आलो व नरसिंहराव यांना भेटलो. आता नवीन लोकसभेतील काँग्रेस पक्षामध्ये नेतृत्वपदासाठी निवडणूक होणार होती. राव यांनी मला सांगितले की, कृपा करून ही निवडणूक घेण्यास भाग पडू नये म्हणून शरद पवार यांचे मन वळवावे. परंतु पवार यांचीही अशी महत्त्वाकांक्षा होती की आपण भारताचे पंतप्रधान होऊन एक महाराष्ट्रीयन हाही पंतप्रधान बनू शकतो हे सर्वांना

दाखवून द्यावे.

जयराम रमेश हे नरसिंहराव यांचे पर्सनल असिस्टंट होते. मी त्यांच्याशी या बाबतीत चर्चा केली, आपापले मुद्दे काढून ते एकमेकांना दिले. जयराम मला म्हणाले की, "*टाईम्स ऑफ इंडिया* हे वृत्तपत्र शरद पवार यांना पाठिंबा देते आहे असे दिसते आणि नरसिंहराव यांची नेतृत्वपदासाठी असलेली उमेदवारी ही राजीव गांधी यांच्या गटातील आहे, असे सूचित केलेले आहे." जयराम रमेश चिडून बोलत होते. त्यांनी काही दिवसांपूर्वी तसले व्यंगचित्र पाहिले होते. मग आम्ही लोकसभा व राज्यसभा यातील काँग्रेसच्या एकूण खासदारांच्या ३८० ह्या संख्येतून कोणाच्या वाट्याला किती खासदारांचे समर्थन मिळेल याचा अंदाज घेतला. त्यात शरद पवार यांना अवघ्या ४० ते ५० खासदारांचे समर्थन मिळेल असे आम्हाला दिसून आले.

मी 'महाराष्ट्र सदन' मध्ये जाऊन शरद पवार यांना त्याच दिवशी संध्याकाळी उशीरा जाऊन भेटायचा प्रयत्न केला पण ते तिथे नव्हते. मग पुन्हा दुसऱ्या दिवशी सकाळी लवकर भेटलो. पण दोन्ही वेळेला ते महाराष्ट्र सदनात नव्हते. नंतर संध्याकाळी मी राव यांना भेटल्यावर मला कळले की त्यांची व पवार यांची गाठभेट झाली होती. पवार यांनी आपल्या बाजूने रहावे व काँग्रेसमधील नको असलेले घटक दूर करण्यासाठी मदत करावी म्हणून राव यांनी त्यांचे मन वळवायचा प्रयत्न केला होता.

दुसऱ्या दिवशी म्हणजे १९ जून रोजी सकाळी मी, राव यांना भेटलो आणि सांगितले की पवार यांचे समर्थक अजूनही अडून बसलेले आहेत. नंतर मी राजेश पायलट ह्यांना भेटलो. त्यांनीही राव, पवार व अर्जुनसिंग हे एकत्र यावेत म्हणून प्रयत्न केले होते.

दुपारी १२॥ वाजता मी *टाईम्स ऑफ इंडिया* वृत्तपत्राच्या ऑफिसात जाऊन संपादक दिलीप पाडगावकर आणि एक ज्येष्ठ वार्ताहर सुभाष चक्रवर्ती यांना भेटलो. मी त्यांना सांगितले की, टाईम्सकडून सतत पवार यांची बाजू उचलून धरली जाऊन राव यांची प्रतिमा राजीव गांधी गटातील एक कळसूत्री बाहुली म्हणून दाखवली जात आहे, अशी एक सर्वत्र भावना पसरलेली आहे. मग मी माझे विश्लेषण दाखवून पवार यांना फक्त ४० ते ५० खासदारांचा पाठिंबा आहे हे दाखवून दिले. जर त्यांना किमान १०० खासदारांचा पाठिंबा मिळाला नाही तर ही राजकीय स्पर्धा चालविण्यात कसलाही राजकीय अर्थ नाही. पाडगावकरांना मी काय म्हणतो त्यामागचे तर्कशास्त्र नीट समजले. मग त्यांनी सांगितले की, उद्यापासून त्यांच्या वृत्तपत्राची या संदर्भातली भूमिका कदाचित बदलली जाईल.

मी दुपारी ही बातमी नरसिंहराव यांच्या कानावरती घातली. दुसऱ्या दिवशी काँग्रेस पार्लमेन्टरी पक्षाचे ते नेते म्हणून निवडून येणार म्हणून मला एवढी खात्री

होती की, मी त्यांच्या नावाने राष्ट्रपतींना उद्देशून आपली नेतेपदी निवड झालेली असून नवीन मंत्रीमंडळाच्या शपथविधीची वेळ, स्थळ व दिवस ठरवून एक पत्र तयार करूनही ठेवले.

दुसऱ्या दिवशी नवीन काँग्रेस खासदारांची बैठक होती. मी त्या बैठकीला हजर राहू शकलो नाही. पण त्यामध्ये राव हे काँग्रेस पार्लमेन्टरी पक्षाचे नेते म्हणून एकमताने निवडले गेले. माझी व त्यांची दुपारीसुद्धा चुकामूक झाली. काँग्रेस पार्लमेन्टरी पक्षाचे चिटणीस चंद्रशेखर रेड्डी यांनी राव नेतेपदी निवडून आल्याचे पत्र राष्ट्रपतींकडे ताबडतोब नेऊन दिले. मग राष्ट्रपतींनी राव यांना संध्याकाळी ७॥ वाजता आपल्या भेटीस बोलावले.

नरसिंहराव यांची हमखास गाठ पडण्यासाठी आम्ही मग १०, जनपथ रोड या सोनिया गांधी यांच्या निवासस्थानी जाऊन त्यांची वाट पहाण्याचे ठरवले. जेव्हा नरसिंहराव तिथे भेटण्यासाठी आले तेव्हा या भारताच्या भावी पंतप्रधानाला दिवाणखान्यात न बसवता सोनिया गांधींचे खाजगी चिटणीस व्ही. जॉर्ज यांच्या खोलीत वाट पहात बसायला लावले. मला ते पाहून मोठा धक्काच बसला.

नंतर तिथून निघून ते राष्ट्रपतींना भेटण्यासाठी गेले. पण जाता जाता मला त्याच दिवशी ११ वाजता भेटण्यास त्यांनी सांगितले. मी आधीच तयार करून ठेवलेले पत्र त्यांनी दुसऱ्या दिवशी सकाळी लवकर राष्ट्रपतींकडे पाठवून द्यावे असे त्यांना सुचवले. म्हणजे शपथविधी सोहळ्याची तयारी करण्यास पुरेसा आगाऊ वेळ मिळेल व तो समारंभ कुठेही गडबड गोंधळ न होता, शानदार रितीने पार पाडला जाईल.

दुसऱ्या दिवशी, म्हणजे २१ जून रोजी सकाळी ११ वाजता मी राव यांच्या घरी गेलो. त्यांच्या कुटुंबियांना आणि स्पेशल प्रोटेक्शन ग्रुपला कोणकोणती संरक्षण व्यवस्था राहील याची माहिती दिली. शपथविधी समारंभाला हजर रहाण्यासाठी पंतप्रधानांच्या सेक्रेटरीएटने माझ्यासाठी एक गाडी पाठवून दिली. त्या समारंभाला मला अनेक जुने व ओळखीचे चेहेरे दिसले. ज्यांना मी वैयक्तिकरित्या ओळखत होतो त्या नवीन मंत्र्यांचे मी अभिनंदन केले. राज्यमंत्री म्हणून शपथ घेण्यासाठी जेव्हा पोटदुखे यांचे नाव पुकारले गेले तेव्हा त्यांना आनंदाचा एक धक्काच बसला. मनमोहनसिंग म्हणाले की राव यांनी आपल्याला आज सकाळीच बोलावून केंद्रीय मंत्रीपद देत असल्याची बातमी दिली.

रात्री ११ वाजता मी नरसिंहराव यांच्या घरी गेलो असता ते मला अत्यंत थकलेले दिसले व निजायला जाण्याच्या तयारीत होते. पण तरीही मी, मंत्रीमंडळाचे खातेवाटप करण्याबद्दल काही सूचना केल्या. स्वतंत्रपणे खात्यांचे ताबे असलेल्या राज्यमंत्र्याचीही संख्या खूप होती. त्याही संबंधात मी काही उपयुक्त सूचना त्यांना

केल्या व तिथून निघालो.

दुसऱ्या दिवशी सकाळी मी नरसिंहराव यांना ७, रेसकोर्स रोड या निवासस्थानी ताबडतोब जाऊन रहाण्यास सांगितले. कारण आता त्यांना कडक संरक्षण व्यवस्थेत रहायचे होते. तसेच सोनिया गांधी यांनाही संरक्षण व्यवस्था पुरवण्यास सांगितले. "केव्हाही गरज पडली तर आपल्याला मुंबईहून बोलावून घ्या," असे मी त्यांना सांगितले. येथून पुढचे सहा महिने तरी मी मोकळा आहे हेही त्यांच्या कानावरती घातले.

संध्याकाळी ७ वाजता मी राष्ट्रपतींना भेटलो. त्यांच्या तोंडून त्यांनी राव यांना दिलेला सल्ला मला ऐकायला मिळाला. त्यांनी राव यांना सांगितले की उगाच कोणालाही राजीव गांधी गटातील बाहुला मंत्री नेमू नका, मंत्र्यांची संख्या तीसपेक्षा जास्त ठेवू नका आणि मंत्रिमंडळाचा विस्तार हा लोकसभेचे एक अधिवेशन झाल्यानंतर करा. मंत्र्यांसाठी खातेवाटप फार कल्पकपणे करावे लागेल, असाही इशारा त्यांना दिला. तसेच, राव यांना पंतप्रधानपदाची शपथ घेण्यासाठी व सरकार स्थापण्याचे निमंत्रण देणाऱ्या पत्रात राष्ट्रपतींनी विश्वासाचा ठराव लोकसभेत मंजूर करून घेण्याबद्दल लिहिलेले नव्हते. ती गोष्ट त्यांनी तोंडी सांगून तसा ठराव लोकसभेत चार आठवड्यात मंजूर करून घ्या असे त्यांना भेटीमध्ये सांगितले.

२३ जून १९९१ रोजी मी मुंबईत परतलो. सरकार व राजकारण यांच्याशी असलेला माझा सहवास आता समाप्त झाला. त्याचबरोबर या संदर्भातील दिल्लीतील अनेक व्यक्तींबरोबरचा माझा सहवास समाप्त झाला.

आणि आता माझ्या आयुष्यात एक नवा अध्याय सुरू झाला!

◆

काही महत्त्वाच्या समस्या

२९
भारत - पाकिस्तान संबंध

१९९० च्या वसंत ऋतुमध्ये भारत पाक सीमेवरती तणाव वाढला. १९९३ मध्ये याकडे बाहेरच्या जगाचे पुन: लक्ष वेधले गेले. सेमूर हर्ष हे अमेरिकन भाष्यकार जागतिक घडामोडींवरती गाजलेल्या वृत्तपत्रांमधून लिखाण करीत. 'द न्यू यॉर्कर' मासिकाच्या मार्च १९९३ च्या अंकात त्यांनी या सीमेवरील तणावावरती एक सविस्तर लेख लिहिला. त्यांच्या लेखात व्यक्त झालेली त्यांची निरीक्षणे व विधाने वाचून कोणाचीही भारताविषयी चुकीची मते होऊ शकतील. म्हणून खरे काय ते समजावे यासाठी पंतप्रधानांचा प्रिन्सिपल सेक्रेटरी या नात्याने मी लिहीत आहे :

१९९० सालातील तणावांच्या 'घटनांचा' संबंध हा १९८६ च्या हिवाळ्यात भारतीय सैन्याने केलेल्या 'ऑपरेशन ब्रास टॅक' या लष्करी सरावाच्या हालचालीशी येतो. तसाच तो १९८७ साली उन्हाळ्यात केलेल्या सरावाच्या हालचालींशीही येतो. सेमूर हर्ष यांनी या लष्करी हालचालींबद्दल चुकीचा मजकूर वाचलेला दिसतो आहे. पण मी इथे फक्त सर्वांत महत्त्वाच्या तीन मोठ्या प्रश्नासंबंधीचा ऊहापोह करीन. सेमूर हर्ष म्हणतात की, भारताच्या लष्करी सरावासाठी केलेल्या हालचाली अशा एका आदर्श ठिकाणी सीमेवरती केल्या होत्या की, तिथून पाकिस्तानवरती सहज आक्रमण करून पाकिस्तानचे दोन तुकडे करता येत होते. ही गोष्ट संपूर्णपणे निराधार आहे. ब्रास टॅक योजनेचा सराव फक्त राजस्थानातच केला जाऊ शकतो. कारण ती एक सपाट व अत्यंत विस्तृत अशी भूमी आहे. भारत आपले तुकडे करून आपल्याला संपवेल अशी पाकिस्तानला प्रथमपासूनच भीती वाटत आलेली आहे. या निराधार भीतीपोटी पाकिस्ताननेही भारतावरती सेमूर हर्ष यांनी केलेल्या टीकेसारखेच आरोप केले. पाकिस्तानी सैन्यामध्ये पंजाबी माणसांचे प्राबल्य आहे व सर्व राजकारणावरतीही त्यांचाच प्रभाव आहे. हा पंजाबी घटकच त्यामुळे साऱ्या पाकिस्तानवरती राज्य करतो आहे. आपली सत्ता कायम टिकवून धरण्यासाठी आणि

त्याचबरोबर पंजाबखेरीज अन्य प्रांतांनाही आपल्या कह्यात ठेवण्यासाठी त्यांना नेहमीच भारताचा बागुलबोवा दाखवणे हे सोयीस्कर ठरते. प्रेसिडेंट झिया-उल-हक जेव्हा पाकिस्तानचे सत्ताधारी होते तेव्हा अशाच लष्करी सरावाच्या भीतीपोटी मुंबईतील भाभा अणु संशोधन केंद्रावरती बॉम्ब कसे टाकायचे व 'बॉम्बे हाय' ही तेलविहीर छोट्या पाणबुडीकडून कशी उडवून द्यायची यावरती पाकिस्तानी मंत्रिमंडळाची व सल्लागारांची रात्रभर बैठक चालू होती. परंतु सुदैवाने शहाणपण सुचून असला आततायीपणा करण्यासाठी पावले उचलली गेली नाहीत. त्यामुळे १९८७ मध्ये निर्माण झालेली आणीबाणीच्या स्थितीमधली हवा निघून गेली. शेवटी दोन्ही बाजूने असे ठरले की अशा काही गैरसमजांमधून युद्ध सुरू केले जाऊ नये म्हणून दोन्ही देशांदरम्यान एक पक्की हॉट लाईन टाकायची. मग त्यावरून दोन्ही देशातील लष्करी हेर संस्थांचे संचालक एकमेकांशी प्रथम सरहद्दीवरती लष्करी सरावाच्या माहितीची देवाणघेवाण करतील. त्यामुळे गैरसमजाने युद्ध सुरू केले जाणे टळू शकत होते.

सेमूर हर्ष यांनी आपल्या लेखात आणखी एक निरीक्षण नोंदवले की, जनरल कृष्णस्वामी सुंदरजी यांनी आपल्या टॅक्टिकल अणुशस्त्रांचा वापर रोजच्या लष्करी सरावामध्ये करण्याचे ठरवले होते. सेमूर हर्ष यांचे हे दावे निराधार असून खोडसाळपणाचेही आहेत. १९८६ ते १९९० या काळात या गोष्टींशी मी निगडित होतो. म्हणून मी अगदी स्पष्टपणे व खास करून असे सांगतो की, त्या काळात आमच्या जवळ कोणत्याही प्रकारची अशी अणुशस्त्रे नव्हती. आमच्या सेनादलाच्या प्रमुखांनी, विशेषत: भूदलाच्या प्रमुखांनी वारंवार १९७० पासून अणुशस्त्रे विकसित करण्याचा आग्रह धरलेला होता. तथापि, राजीव गांधी यांनी याला ठामपणे नकार दिला होता. मग भले त्यांनी अणुशस्त्रांच्या वृद्धीला प्रतिबंध करणाऱ्या कराराला (Non-Proliferation Treaty) कडाडून विरोध केला असला तरी. संरक्षण खात्याला अणुशस्त्रांचा वापर न करता कोणत्याही परकीय आक्रमणाला तोंड देण्याच्या योजना तयार करण्यास सांगण्यात आल्या होत्या. अनेक लष्करी सराव व लष्करी खेळ खेळून झाल्यानंतर ह्या योजना तयार करण्यात आल्या होत्या. त्या पाहून आम्ही समाधान व्यक्त केले. युद्ध सुरू झाल्यावर सुरुवातीला आपले काही नुकसान होईल, पण नंतर शेवटी शत्रूला एक धडा शिकवून बाहेर हुसकावून दिले जाईल. तथापि, जर शत्रूने आण्विक आक्रमण केलेच तर मग मात्र भारताला अणुशस्त्रे विकसित करून आपली या क्षेत्रातील ताकद वाढवण्यास पर्याय रहाणार नाही. वस्तुत: आपण दोन अणुसत्तांमध्ये म्हणजे पाकिस्तान व चीन यांच्यामध्ये सापडलो आहोत. या देशांकडून होणाऱ्या चिथावणीखोर कृत्यांमुळे आपल्याला अणुशस्त्राचा पर्याय खुला ठेवणे भाग आहे. पाकिस्तानबरोबरच्या संबंधात अमेरिकेचे वागणे आणि त्यांचा तथाकथित नि:पक्षपातीपणा

या बाबी आपल्याला नक्कीच आनंददायक नाहीत. अमेरिकेने आजवर पाकिस्तानला उदारपणे भरपूर लष्कर व आर्थिक मदत देऊन लाडावून ठेवले आहे. अन् हे केवळ रशियावरती दबाव राखला जावा म्हणून केले जात आहे. पाकिस्तान हे स्वत:चा अणुबॉम्ब बनविण्याच्या दृष्टीने पावले टाकीत आहे हे ठाऊक असूनही आजवरचे सर्व अमेरिकन राष्ट्राध्यक्ष 'पाकिस्तानकडे अणुबॉम्ब नाहीत,' अशी प्रमाणपत्रे देत आलेले आहेत. अशी चुकीची माहिती देऊन त्यांनी अमेरिकन काँग्रेसची आणि स्वत:च्या जनतेचीही दिशाभूल केली. आणखीही एक महत्त्वाचा घटक या संदर्भात सांगायला हरकत नाही. पाकिस्तानमध्ये कोणतीही राजवट सत्तेवर आली तरी तिच्यावरती सैन्याचे नियंत्रण असते. सैन्य हेच तिथले सर्वोच्च नियंत्रक व अप्रत्यक्ष राज्यकर्ते आहेत. यामुळेच बेनझीर भुट्टो जरी लोकशाही मार्गाने निवडून येऊन देशाच्या पंतप्रधान बनल्या तरीही त्यांना पाकिस्तानजवळ अणुबॉम्ब आहे की नाही हे ठाऊक नव्हते. १९८९ मध्ये अमेरिकन सरकारने त्यांना ही बातमी सांगितली तेव्हा त्यांना ते कळले.

भारताचा दुसरा अण्वस्त्रधारी शेजारी हा चीन देश आहे. त्याच्यापासून आपण सावध रहायला हवे. कारण त्या देशाबरोबर आपला अनेक वर्षे सरहद्द प्रश्नावरून झगडा चालूच आहे. त्यातून चीन व पाकिस्तान यांची दोस्ती आहे आणि क्षेपणास्त्र तंत्रज्ञानासाठी पाकिस्तानने चीनशी करार केला आहे. जून १९८९ मध्ये चीनमध्ये तिएनमान चौकात झालेल्या निदर्शनानंतरही अमेरिकेने चीनला 'मोस्ट फेव्हर्ड नेशन' चा दर्जा दिला आहे. आपल्यासाठी ही एक गंभीर व धोकादायक गोष्ट आहे. दक्षिण आशियातील भौगोलिक राजकारणात एक महत्त्वाची भूमिका बजावणारे राष्ट्र म्हणून भारत देश आहे. म्हणून या भागातील सारी राष्ट्रे जेव्हा ठराविक मुदतीत अण्वस्त्रबंदी स्वत:वर जोपर्यंत लादून घेत नाहीत तोपर्यंत भारतापुढे अणुशस्त्रे बनवण्याचा पर्याय खुलाच रहातो.

पाकिस्तानबरोबरच्या संबंधाला आणखी एक खास पैलू आहे. भारत जर अणुशस्त्रे बनवणार नसेल व उद्या जर पाकिस्तानने आपल्याजवळील अणुबॉम्बच्या जोरावर भारताला ब्लॅकमेल करायचे ठरवले तर काय होईल? भारत थोडाच अणुशस्त्राच्या साहाय्याने पाकिस्तानवरती प्रत्याघात करू शकेल? असाच सोपा विचार करून पाकिस्तान सतत पंजाब व काश्मिर येथील दहशतवाद्यांना मदत करतो आहे. परंतु पाकिस्तान जर तसा विचार करीत असेल तर तो मूर्खांच्या नंदनवनात रहातो आहे असेच म्हटले पाहिजे. समजा उद्या पाकिस्तानने खरोखरीच भारताच्या एखाद्या शहरावरती अणुबॉम्ब टाकला तर त्यावेळी भारतीय सैन्याला पाकिस्तानवर हल्ला करून त्या देशाचे तुकडे करण्यास बेधडक अनुमती दिली जाईल. यासाठी सारी भारतीय जनता पाठिंबा देईल. मग अशा निर्णायक संघर्षाला व पाकिस्तानच्या विनाशाला

पाकिस्तानी सैन्यातील सर्वोच्च पातळीवरील अधिकारी हेच जबाबदार रहातील.

जनरल सुंदरजी यांनी सिंधमध्ये घुसून पाकिस्तानचे तुकडे पाडण्याचा बेत रचला होता हे जे सेमूर हर्ष यांचे तथाकथित निरीक्षण आहे, त्याला इथे उत्तर दिलेच पाहिजे. मुळात हर्ष यांचे हे एक खोडसाळ विधान आहे. भारतात लोकशाही मार्गाने निवडून आलेल्या सरकारच्या हातात सत्ता येते, तर पाकिस्तानात तसे घडत नाही. त्यामुळे भारतीय सैन्याचा प्रमुख पाकिस्तानविरुद्ध अशी धाडसी कारवाई करण्याचा निर्णय एकट्याने स्वत:च्या जबाबदारीवरती घेईल हे कदापिही संभवनीय नाही. आणखी एक अफवा अशी उठली होती की भारतीय सैन्य व हवाईदल हे मिळून पाकव्याप्त काश्मिरमधील कपालू गावावरती हल्ला करणार आहेत. ही अफवा राजीव गांधी यांना समजली होती. त्यांनी या अफवांचा मागोवा घेण्याचे हुकूम दिले. मग हेर खात्यामार्फत चौकशी करता असे कळले की वर उल्लेखलेल्या दोन्ही अफवा या पाकिस्तानी एजंटांकडून मुद्दाम पसरवल्या गेल्या होत्या आणि अमेरिकन हेर खात्यानेही त्या उचलून धरल्या होत्या.

प्रिन्सिपल सेक्रेटरी म्हणून मी १९८९ च्या उन्हाळ्यात वॉशिंग्टनला भेट दिली व राष्ट्राध्यक्षांचे नॅशनल सिक्युरिटी ॲडव्हायझर स्कॉउक्राफ्ट व डेप्युटी सेक्रेटरी ईगलबर्गर यांची गाठ घेतली. संरक्षण खात्याचे अंडर सेक्रेटरी यांचीही मी गाठ घेतली. मी त्यांना सांगितले की, पाकिस्तान हे एक आमचे शेजारी राष्ट्र असल्याने त्याची भरभराट होऊन तिथे स्थैर्य नांदावे अशी आमची इच्छा आहे. भारताचे घरगुती प्रश्न हे अवाढव्य असल्याने आम्हाला आमची सर्व ताकद व पूर्ण वेळ हे ते सोडवण्यात खर्च करायचे आहेत आणि आमचा देश भरभराटीस न्यायचा आहे. अन् म्हणून आम्हाला पाकिस्तानशी भांडण उकरून काढण्यात काहीही स्वारस्य नाही. तसेच, आमची आर्थिक व सामाजिक उद्दिष्टे साध्य करताना आम्हाला पाकिस्तानकडून काहीही त्रास दिला जाणार नाही अशी आम्ही आशा करतो.

एवढे सांगितल्यावर १९९० मधल्या घटनांकडे पहाणे आता अधिक सोपे व तर्कसुसंगत होईल.

१९७० च्या शेवटी पाकिस्तानला कळून चुकले की आपण भारतापासून काश्मिर बळजबरीने हिसकावून घेऊ शकत नाही. तसेच जर समोरासमोर उभे राहून आपण युद्ध छेडले तर त्यात आपल्यालाच मार खावा लागेल. हे लक्षात आल्यावरती प्रेसिडेंट झिया-उल-हक आणि त्यांचे लष्करी अधिकारी यांनी भारताविरुद्ध एक थंडे युद्ध पुकारावयाचे ठरवले. हे युद्ध कमी खर्चाचे व अप्रत्यक्षपणे चालणारे असेल. त्यासाठी त्यांनी भारतातील असंतुष्ट शीख तरुणांची भरती करून त्यांना लष्करी प्रशिक्षण देण्यास सुरुवात केली. त्यासाठी पाकिस्तानातील भूमीवरती त्या पंजाबी शीख तरुणांना आश्रय दिला गेला. काश्मिरमधल्या दिशाभूल झालेल्या तरुणांनाही

त्यांनी हाताशी धरले, उत्तेजन दिले आणि पाकिस्तानात त्यांनाही लष्करी प्रशिक्षण दिले. या प्रशिक्षणासाठी पाकिस्तानात खास तळ उभे केले. ही सर्व कारवाई व योजना पाकिस्तानच्या इंटर सर्व्हिसेस इन्टेलिजन्सने (आयएसआय) उचलली. आपल्या कामाचा अहवाल ते फक्त राष्ट्राध्यक्ष झिया यांनाच देतात. आयएसआयवरती बाकी कोणाचेच नियंत्रण नसल्याने त्यांची संघटना म्हणजे एक साम्राज्य बनले आहे. झिया यांच्या मृत्यूनंतरही आयएसआयने कोणतीही मुलकी संघटना किंवा खाते यांना आपल्यापेक्षा वरिष्ठ मानले नाही. ब्रिटिश आणि कॅनेडियन राज्यकर्त्यांना आम्ही ही सारी वस्तुस्थिती नीट समजावून सांगितली. पण अमेरिकन राज्यकर्त्यांसमोर वस्तुस्थिती सिद्ध करणारे कितीही पुरावे ठेवले तरीही ते मानायला तयार नव्हते. कारण तोपर्यंत रशियन फौजा अफगाणिस्तानात होत्या.

पाकिस्तानने पंजाबमधील दहशतवाद्यांना चिथावणी दिली, उत्तेजन दिले आणि सक्रिय मदतही सढळ हाताने दिली. ती शेवटी १९८९ मध्ये कळसाला पोचली. त्यामानाने काश्मिरमध्ये त्यांनी दहशतवाद्यांना कमी मदत केली, पण हळूहळू तीही मदत त्यांनी वाढवित नेली. मग भारताला आपली बरीच निमलष्करी दले पंजाब व काश्मिरमध्ये पाठवावी लागली. पाकिस्तानी सैन्य आणि रेंजर हे सतत सरहद्द ओलांडून भारतात जाणाऱ्या दहशतवाद्यांना मदत करू लागले. त्यांच्याबरोबर मोठे शस्त्रसाठे व पैसाही भारतात येऊ लागला.

पाकिस्तानी सैन्य भारतीय हद्दीत गोळीबार करीत घुसखोरांना सरहद्द ओलांडताना संरक्षण देऊ लागले. कोणत्या वेळी व कोणत्या ठिकाणी सरहद्दीवरती असा प्रकार घडेल हे ते गुप्त ठेवू लागले. अनेकदा घुसखोरांना भारतीय हद्दीत अडवल्यावर ते माघारी पळून पाकिस्तानमध्ये आश्रय घेत. यामागे आयएसआयने विचारपूर्वक केलेल्या योजना असायच्या. भारताची पंजाबातील लष्करी ठाणी, महत्त्वाची संपर्क व वाहतूक नियंत्रणाची ठाणी ही नष्ट करून भारतीय सैन्य व निमलष्करी दळे यांच्या हालचाली कशा ठप्प होतील हे आयएसआय पाहू लागले.

ऑक्टोबर १९८९ मध्ये भारतात सार्वत्रिक निवडणुका जाहीर झाल्या. याचा फायदा घेऊन आयएसआयने पंजाब व काश्मिरमधील आपल्या दहशतवादी कारवाया वाढवल्या. निवडणुका झाल्यावर गृह मंत्री झालेल्या मुफ्ती महंमद सईद यांच्या कन्येचे अपहरण त्यांनी केले. मग काही काश्मिरी दहशतवाद्यांना सोडून देऊन तिची सुटका करावी लागली. यामुळे काश्मिरमधील दहशतवादाला आणखी उत्तेजन मिळाले. जानेवारी १९९० मध्ये काश्मिरमध्ये एक सार्वत्रिक उठाव करण्याचा प्रयत्न झाला. तो उठाव आयएसआयने योजनापूर्वक आखलेला होता ह्याची नंतर खात्री पटली.

पंजाब व काश्मिरमधील या घातपाती कारवायांची दखल भारतीय सैन्याला घ्यावीच लागली. त्यासाठी पूर्वेकडचे आघाडीवरील बरेचसे सैन्य पश्चिमेकडे आणावे

लागले. त्यावेळी असे करण्यात जोखीम होती. कारण भारताचे बरेचसे सैन्य हे श्रीलंकेत त्यावेळी गुंतून पडले होते. भारताने आपले बरेच सैन्य पश्चिम आघाडीकडे हलवताच पाकिस्तानने बराच मोठा कांगावा केला. पाकिस्तानवर आक्रमण करण्याचा भारताचा हेतू यामागे आहे असे त्याने भासवले. परंतु पूर्वेकडे असलेल्या सैन्याला अत्यंत वेगळ्या भौगोलिक परिस्थितीत कामे करण्याची सवय झालेली होती. तिथल्या डोंगराळ भागात कामे केलेल्या सैन्याला मैदानात आधी लष्करी सराव करण्याची व थोडेसे प्रशिक्षण घेण्याची जरुरी असते.

आता पाकिस्तानमधील लष्करी सरावाची मोहीम पाहा. झर्बे-ए-मोमिन या नावाखाली असलेल्या या मोहिमेचे नेतृत्व जनरल अस्लम बेग यांच्याकडे होते. जनरल सुंदरजी यांच्या लष्करी सरावाइतकाच आपला हा लष्करी सराव चांगला असेल असे सिद्ध करून दाखवण्याची त्यांची इच्छा होती. त्यामुळे त्यांनी सुरुवातीपासून आपली मोहीम खूप नियोजनबद्ध केली व उत्कृष्टपणे राबवून दाखवली.

पंजाबमध्ये वेस्टर्न कमांडचे प्रमुख जनरल एस. एफ. रॉड्रिग्ज हे होते. नंतर ते भारतीय सैन्याचे प्रमुख झाले. त्यांनी या पाकिस्तानी लष्करी सरावाच्या मोहिमेचे तपशीलवार विश्लेषण केले आणि असे दाखवून दिले की भारताच्या उत्तर पंजाब व काश्मिरच्या काही भागातील जी भौगोलिक परिस्थिती आहे अशासारख्याच ठिकाणी पाकिस्तानने लष्करी सराव केला आहे. एवढेच नव्हे तर भारतातील उत्तर पंजाबात जिथे पाकिस्तानी हल्ला होण्याची शक्यता आहे तिथे जसे भारतीय सैन्य हालचाली करतील, त्या त्या हालचालींविरुद्ध पाकिस्तानी सैन्याने आपल्या हालचाली करून त्या कृत्रिम लढाईत भारतावरती विजय मिळवण्याचा अप्रत्यक्ष प्रयत्न केला. आम्ही ही बाब भारतातील अमेरिकी राजदूताच्या निदर्शनास आणली. पण त्यांच्याकडून आम्हाला असे ऐकविण्यात आले की, "पाकिस्तानने आपल्या लष्करी सरावाच्या हालचाली या पूर्णपणे शांतताकार्यासाठी केलेल्या आहेत. अन् सर्व पाकिस्तानी लष्करी युनिटस् पुन्हा आपापल्या ठाण्यांमध्ये परत जातील. हा सराव पहाण्यासाठी भारताच्या पाकिस्तानमधील ॲटॅचीला निमंत्रणही दिले होते." अमेरिकी राजदूताचा हा खुलासा आम्हाला पटण्याजोगा नव्हता. हा वाद किती ताणायचा हे फक्त भारतावरतीच अवलंबून होते.

जी परिस्थिती निर्माण होत होती त्यामुळे आम्हाला नक्कीच चिंता वाटू लागली होती. जेव्हा लष्करी सराव संपले, पाकिस्तानी सैन्य त्यांच्या पूर्वीच्या बराकीत गेले. पण ह्या बराकी किंवा ठाणी ही उत्तर पंजाबच्या सरहद्दीजवळ होत्या. विशेषत: पाकिस्तानची महत्त्वाची स्ट्राईक कोअरही तिथे होती. याउलट भारताची लष्करी ठाणी पंजाबच्या सरहद्दीपासून बरीच दूर होती. कारण स्वातंत्र्यपूर्व काळापासून ती तिथेच होती. १९९० च्या सुरुवातीला आम्ही पुन्हा हे प्रकरण अमेरिकी वकिलातीकडे

नेले. मग त्यांनी पाकिस्तानकडे चौकशी करून आम्हाला सांगितले की, पाकिस्तान भारताविरुद्ध नेमकी अशीच तक्रार करीत आहे. शिवाय काहीही कारण नसताना भारताने आपली स्ट्राईक आर्मर सेना ही राजस्थानमध्ये हलवली आहे. यावर आम्ही खुलासा केला की राजस्थानमध्ये महाजन पर्वतरांगेजवळ आमच्या रणगाड्यावरील शस्त्रांची चाचणी केन्द्रे आहेत. त्या ठिकाणी दरवर्षी भारतीय सैन्य आपली रणगाडा पथके प्रशिक्षणासाठी व रणगाड्यावरील तोफांच्या सरावासाठी पाठवली जातात. १९९० च्या उन्हाळ्यातही जागेवर जाऊन पहाणी करण्यासाठी आम्ही अमेरिकी वकिलातीच्या अधिकाऱ्यांना निमंत्रणही दिले. जेव्हा ते तिथे गेले तेव्हाच त्यांना आमचा खुलासा पटला.

पाकिस्तान विशेषत: आयएसआय, हे काश्मिरमधील व पंजाबमधील दहशतवाद्यांना सतत मदत करीत आलेले आहेत. जेव्हा पाकव्याप्त काश्मिरला पाकिस्तानी पंतप्रधान बेनझीर भुट्टो यांनी भेट दिली तेव्हा त्यांनी तेथे एक अक्षरश: माथेफिरू माणसासारखे भाषण केले होते. पाकिस्तानी परराष्ट्रमंत्री साहेबजादा याकूबखान हे प्रवास करताना भारतातून जात होते. त्यावेळीही त्यांनी भारताविरुद्ध काश्मिरसंबंधात अत्यंत आक्रमक विधान केले होते. पाकिस्तानी सैन्याचे प्रमुख जनरल अस्लम बेग हे तर नेहमी भारताविरुद्ध युद्धखोरीची भाषा वापरीत असत. "नुसते काश्मिर घेऊन आम्ही थांबणार नाही, तर आमच्या पराभवाचा वचपाही आम्ही काढू," अशी दर्पोक्ती ते करीत असत. राष्ट्राध्यक्ष गुलाम इशाकखान हे तर नेहमी पाकिस्तानी मानमरातब व गौरव पुन्हा प्राप्त करून घेण्याची स्वप्ने पहात असतात.

१९९० चा उन्हाळा संपला. नंतर पंजाबमधला पावसाळा आला. आमची चिंता त्यामुळे वाढली. कारण पाकिस्तानने आदल्या वर्षी पावसाळ्यातील परिस्थितीत लष्करी सराव केला होता. आम्हाला हेर खात्याकडून सूचना आल्या की, आता आयएसआय दहशतवाद्यांना चिथावणी देणार असून १४ ऑगस्ट रोजी काश्मिर आपण ताब्यात घेतल्याची घोषणा करणार असून आपले भारतीय सैन्यापासून रक्षण करण्यासाठी सैन्य पाठवण्याची पाकिस्तानला लगेच विनंती करणार आहे. शांततेच्या काळातील ठाण्यामधून आमचे सैन्य ताबडतोब पंजाबमध्ये संरक्षणासाठी पाठवावे अशी आमची स्वाभाविक प्रतिक्रिया असणार. परंतु आमच्या नॉर्दर्न कमांडच्या प्रमुखांनी आम्हाला असे आश्वासन दिले की पंजाब व काश्मिरमध्ये जे काही आपले नेहमीचे सैन्य आहे ते अशा आक्रमणाला चोख प्रत्युत्तर देण्यास समर्थ आहे व पुरेसे आहे. त्यांना आणखी मदत व रसद मिळेपर्यंत तरी ते कोणतेही पाकिस्तानी आक्रमण सहज थोपवून धरतील. पंजाबच्या सरहद्दीवरील जिल्ह्यातील जनतेचे मत हे असेच भारताच्या बाजूचे होते. १९६५ च्या युद्धात याच जनतेने भारतीय सैन्याला साथ दिली होती. 'पण आता ते तशी साथ देणार नाही, उलट अडथळा आणतील,'

असे पाकिस्तानी सैन्याला वाटत होते. पण तिथली चिवट व देशभक्त जनता नेमकी याविरुद्ध उघडपणे बोलत होती, "जर पाकिस्तानी सैन्य घुसलेच तर त्यांना आम्ही नुसते थांबवणार नाही तर हुसकावून लावायला भारतीय सैन्याला मदत करू."

अशा या तणावपूर्ण काळात अमेरिकन राष्ट्राध्यक्षांचा वैयक्तिक प्रतिनिधी रॉबर्ट गेटस् हा भारत व पाकिस्तान यांच्या भेटीला आला. त्यांनी नेमकी ही वेळ का निवडली ही एक कुतूहलाची बाब होती. याचे एक कारण उघड होते ते म्हणजे मध्यपूर्वेतील खाडीमध्ये परिस्थिती चिघळत चालली होती. त्यामुळे जवळच्या भारतीय उपखंडात अमेरिकेला आता नव्याने काही कटकटी नको होत्या. किंवा दुसरा एक अंदाज असा होता की, जर भारत व पाकिस्तान यामध्ये काही संघर्ष उडाला तर संवेदनशील अशा मध्य आशियात त्यामुळे बंडखोरी व उठाव होण्याची शक्यता होती. जर तसे काही झाले तर अफगाणिस्तान त्यात हमखास खेचला जाऊ शकत होता. अन् तसे काही घडू नये अशी अमेरिकेची व रशियाची इच्छा होती. पण तरीही रशियाने या संदर्भात आपल्याकडून कोणाला पाठवले नव्हते.

२१ मे १९९० रोजी रॉबर्ट गेटस् हे भारतात आले. त्यांच्याबरोबर रिचर्ड हास व जॉन केली हे होते. पंतप्रधान व्ही. पी. सिंग यांच्याबरोबर त्यांची एक बैठक झाली. त्या बैठकीत गेटस म्हणाले की पाकिस्तान हे आपल्या भूमीवरील दहशतवाद्यांची प्रशिक्षण केन्द्रे बंद करावयास तयार आहे. पण इतकेही करून जर पाकिस्तानने युद्ध सुरू केले तर अमेरिका मदत करणार नाही. अमेरिकी राष्ट्राध्यक्षाने शांतता राखण्याची वैयक्तिकरित्या कळकळीची विनंती केली होती. ती विनंती अत्यंत ठामपणे आमच्यासमोर मांडण्यात आली. पाकिस्तान अणुशस्त्राची जी धमकावणी देत आहे त्याबाबत मात्र गेटस् हे काहीही म्हणाले नाहीत.

आम्ही मग पुन्हा एकदा त्यांना सांगितले की, पाकिस्तानवरती आक्रमण करण्याचा भारताचा अजिबात इरादा नाही. अन् जर युद्धसादृश्य अशी आणीबाणीची परिस्थिती उद्‌भवली तर ती केवळ पाकिस्तानने सतत काश्मिर व पंजाबमधील दहशतवाद्यांच्या कारवायांना उत्तेजन देऊन भारताविरुद्ध एक अप्रत्यक्ष युद्ध छेडल्यामुळे उद्‌भवली असेल. या संदर्भात आम्ही अमेरिकी दूतावासाला वेळोवेळी माहिती पुरवीत गेलो व त्यांच्या अधिकाऱ्यांना प्रत्यक्ष जागेवरती नेऊन वस्तुस्थिती दाखवून आणली. जर पाकिस्तानने दहशतवादाला खतपाणी घालण्याचे थांबवले तरच परिस्थिती निवळू शकते. अन् जोपर्यंत ते घडत नाही तोपर्यंत सरहद्दीवरची तणावपूर्ण स्थिती तशीच चालू रहाणार.

दोन्ही देशांचा परस्परविश्वास वाढावा म्हणून *भारत आणि पाकिस्तान या देशांना जोडणाऱ्या थेट हॉट लाईनचा पूर्ण उपयोग लष्करी हेर खात्यांच्या प्रमुखांनी करावा आणि सरहद्दीपाशी जर कुठे लष्करी सराव करावा लागणार असेल तर तशी आगाऊ*

माहिती एकमेकांना द्यावी. आम्ही आमच्याकडून ही सूचना पुढे केली, तशी ती यापूर्वीही अनेकदा केली होती. याखेरीज आम्ही आणखी तीन सूचना केल्या त्या अशा :

१. सरहद्दीवरती संयुक्तरित्या गस्त घालणे. त्या सूचनेला पाकिस्तानने प्रतिसाद दिला नाही. परस्परविश्वास वेगाने कमावण्यासाठी हे काही तत्त्व होऊ शकत नाही, असे पाकिस्तानचे यावरती म्हणणे होते.

२. पाकिस्तान भविष्यकाळात दहशतवाद्यांचे प्रशिक्षण तळ भविष्यकाळात स्थापन करणार नाही, याची खातरजमा करून घेणारी एखादी व्यवस्था उभी करणे.

३. पाकिस्तानने एका शीख दहशतवाद्याला पकडले होते. या दहशतवाद्याने आपण भारतातील काही राजकीय नेत्यांची हत्या करणार असल्याची कबुलीही दिली होती. या दहशतवाद्याने आपल्या डोळ्याची तक्रार केल्याने त्याला अमेरिकेत उपचारासाठी पाठवले होते. तिथून तो निसटून परत पाकिस्तानात पळून आला होता. या दहशतवाद्याला पाकिस्तानने भारताच्या हवाली करावे. (गुन्हेगार हस्तांतरण करार भारत व पाकिस्तान यांच्यात न झाल्याने मागणी केली होती.)

जरी रॉबर्ट गेटस् यांना भारताच्या या तीन मागण्या रास्त वाटल्या होत्या तरी त्यानुसार पुढे काहीही घडले नाही. परंतु गेटस् यांच्या शिष्टाईमुळे पाकिस्तानचे आक्रमक हेतू हे मंदावले आणि भारत पाक सीमेवरील तणाव कमी झाला. पाकिस्तानातील राजकीय स्थिती आता बरीच प्रवाही झाली होती. कारण राष्ट्राध्यक्ष गुलाम इशाकखान आणि पंतप्रधान बेनझीर भुट्टो यांचे संबंध अधिकाधिक कटू होत गेले.

पाकिस्तानद्वारे चीनमध्ये प्रवेश करण्यासाठी आणि रशियाविरुद्ध एक अप्रत्यक्ष संघर्ष छेडण्यासाठी, विशेषतः अफगाणिस्तानात तसे करण्यासाठी अमेरिकेने पाकिस्तानचा वापर करून घेतला. पण त्यासाठी अमेरिकेने एक फार राक्षसी किंमत मोजली. कारण याचा फायदा घेऊन पाकिस्तानने अणुबॉम्ब तयार केला. पण हा एक इतिहास आहे आणि अशा करण्याने अमेरिकेला भविष्यकाळात थोड्या काळापुरते काही लाभ झाले तरी यामुळे पाकिस्तानातील सैन्याधिकारी पाकिस्तानचे एका गुन्हेगारी राष्ट्रात रुपांतर करतील. तसे होऊ नये अशी केवळ आपण आशाच करू शकतो.

(वरील लेख मी ऑगस्ट १९९३ मध्ये लिहिला आणि माझे हे पाकिस्तान-बद्दलचे पूर्वनिदान संपूर्णपणे बरोबर आहे अशी माझी खात्री पटली आहे. कारण त्यानंतर पाकिस्तानी सैन्याने अफगाणिस्तानात तालीबानची निर्मिती केली. मग त्या देशात फक्त आंतरराष्ट्रीय दहशतवाद फोफावत गेला. दहशतवाद्यांचे ते एक जागतिक आश्रयस्थान बनले. त्यामुळे नुसता भारतालाच नव्हे तर साऱ्या सुसंस्कृत जगाला धोका झाला.)

◆

३०
श्रीलंकेतील घडामोडी

श्री लंकेतील तमिळ लोकांपुढे वंशभेदाचे संकट उभे राहिले होते. मला ते ठाऊक होते पण माझा त्याच्याशी थेट संबंध कधीच आला नाही. अनेक मवाळ व जहाल तमिळ गट या वंशभेदाविरुद्ध लढत होते. पण लिबरेशन टायगर्स ऑफ तमिळ ईलाम (LTTE) हा गट मात्र हळूहळू अधिक प्रभावशाली होत गेला. या गटाची संघटना मजबूत होती. त्यांनी शस्त्रास्त्रे चालवण्याचे प्रशिक्षण घेतले होते आणि त्यांच्याकडे आधुनिक शस्त्रास्त्रेही होती. या गटाने बेधडक श्रीलंकेतील लोकांविरुद्ध हिंसाचार पुकारला होता. त्यात मुलकी नागरिक आणि सैन्य असे दोघेही आले. १९८५ च्या सुरुवातीला हिंसाचार व तणाव यांनी तिथे कळस झाला. श्रीलंकेतील तमिळ आणि सिंहली लोक यांच्यामध्ये मध्यस्थी करण्याची भूमिका भारताने स्वीकारली. अशी भूमिका स्वीकारण्यामागे भारताचे दोन हेतू होते. पहिला हेतू म्हणजे श्रीलंकेतील तमिळ लोकांच्या योग्य हक्कांचे रक्षण करणे व दुसरा हेतू म्हणजे श्रीलंकेचे सार्वभौमत्व व एकात्मता टिकवून धरणे. इंदिरा गांधी यांच्या काळापासून सरकारचा तमिळ बंडखोरांच्या बाजूने असलेला कल बदलण्याचा प्रयत्न करण्यास राजीव गांधी यांनी सुरुवात केली.

१७ व १८ नोव्हेंबर १९८६ रोजी बंगलोरमध्ये सार्क देशांची परिषद भरलेली होती. त्या परिषदेत राजीव गांधी यांनी ह्या वांशिक प्रश्नावरती काहीतरी तोड काढावी यासाठी प्रयत्न केला होता. पण दुर्दैवाने श्रीलंकेचे राष्ट्राध्यक्ष जयवर्धने आणि एलटीटीईचे नेते प्रभाकरन यांना तो तोडगा किंवा तडजोड मान्य होईना. या वाटाघाटी फिसकटल्यामुळे भारताकडून प्रभाकरन यांच्याविरुद्ध एक कडक भूमिका स्वीकारण्यात आली. एलटीटीई आणि इतर बंडखोर गट यांच्याकडे जी संपर्क यंत्रणेची साधने होती ती सारी जप्त करण्यात आली. याचा निषेध म्हणून प्रभाकरन हे उपोषणाला बसले आणि जेव्हा त्यांना ती साधने तामिळनाडू सरकारने परत केली तेव्हाच त्यांनी आपले उपोषण सोडले. पण यातून जो संदेश त्याला दिला गेला तो

स्पष्ट होता. आपल्या मनाला येईल तसे वागायचे आणि तामिळनाडू सरकारचा व भारत सरकारचा आपल्याला तरीही पाठिंबा असेल, असे येथून पुढे चालणार नव्हते. म्हणून प्रभाकरनने आपला तळ भारतातून हलवून तो श्रीलंकेमध्ये डिसेंबर १९८६ ते जानेवारी १९८७ च्या काळात हलवला.

श्रीलंकेतील घडामोडींवरती राजीव गांधी वैयक्तिकरित्या लक्ष ठेवून होते. हे काम परराष्ट्रमंत्र्याचे असतानाही त्यांनी ते स्वत:कडे घेतले होते. १९८५ ते १९८९ या काळात पाच परराष्ट्रमंत्री होते. तरीही राजीव गांधी यांनी स्वत:कडे ही श्रीलंकेतील बाब घेऊन तशीच अगदी जरुरीची वेळ आली तरच परराष्ट्र मंत्रालयाला सांगता येईल असा विचार केला होता. १९८७ मध्ये नटवरसिंग यांना परराष्ट्र मंत्रालयाचे राज्यमंत्रीपद देण्यात आले. पी. चिदंबरम हे तामिळनाडूमधून आले होते. त्यांना तामिळनाडूमधील स्थानिक राजकारण चांगलेच अवगत होते. त्यांना गृहमंत्रालयातील राज्यमंत्रीपद देण्यात आले. एम. जी. रामचंद्रन हे तामिळनाडूचे मुख्यमंत्री होते. ते व त्यांच्या हाताखालील पी. एस. रामचंद्रन ह्या मंत्र्यांकरवी तामिळनाडूत असलेल्या श्रीलंकेतील तमिळ संघटनांशी बोलणी चालवली होती. याखेरीज राजीव गांधी यांनी आणखी एक गट याच कामावरती नेमला होता. त्यामध्ये पंतप्रधान कार्यालयातील गोपी अरोरा व रोनन सेन, परराष्ट्र खात्याचे सचिव रोमेश भंडारी, इंटेलिजन्स ब्युरोचे संचालक एम. के. नारायणन आणि रॉचे सचिव एस. ई. जोशी आणि नंतर त्यांच्या जागी आलेले आनंद वर्मा, एवढा पाच माणसांचा गट याच कामावरती कार्यरत होता.

जानेवारी १९८७ मध्ये प्रभाकरन श्रीलंकेतील जाफना शहरात जाऊन राहिला. मग श्रीलंकेतील हिंसाचार वाढू लागला. श्रीलंकेचे पंतप्रधान रणसिंघे प्रेमदासा आणि संरक्षणमंत्री ललित अथुलथमुदाली यांनी तमिळ लोकांनी केलेल्या तक्रारी व दावे हे संपूर्णपणे फेटाळून लावले. राष्ट्राध्यक्ष जयवर्धने हेही बलप्रयोगाची भाषा बोलून आगीत तेल ओतू लागले. सरकारतर्फे खास कृती दले स्थापन केली जाऊ लागली आणि त्यांच्या अधिकाऱ्यांना प्रशिक्षणासाठी इस्त्राएल व पाकिस्तान येथे पाठविण्यात आले. काहीजणांना तर पाकिस्तानच्या आयएसआय संघटनेमध्ये काही काळासाठी पाठवून देण्यात आले. जनता विमुक्ती पेरामुना (J. V. P.) ह्या तमिळ लोकांविरुद्धच्या सिंहली लोकांच्या संघटनेला बुद्ध भिक्षूंनी व प्रेमदासा यांनी उघड उघड पाठिंबा दिला. मग ही संघटना अधिकाधिक आक्रमक बनत गेली. याच्याही पुढे जाऊन पाकिस्तानने सौदी अरेबिया व इराण यांना हाताशी धरून तमिळ जनतेमध्ये हिंदू व मुस्लीम अशी फूट पाडण्यास सुरूवात केली. एलटीटीई संघटना म्हणजे सुरुवातीला एक लहान गट होता. पण हा गट आता मोठामोठा होत त्याचे आता एका बंडखोर व जहाल चळवळीत रुपांतर झाले होते. तमिळ लोकांची ती एक सर्वांत मोठी संघटना झाली.

या संघटनेचे जबरदस्त राजकीय व आर्थिक लागेबांधे हे आग्नेय आशिया, युरोप व अमेरिका येथे होते. जसजशी श्रीलंकेच्या सरकारची प्रतिक्रिया तमिळींच्या आकांक्षांविरुद्ध अधिक भडक स्वरूपाची होत गेली तसतशी एलटीटीईची कृत्येही अधिकाधिक हिंसक बनत गेली. यामुळे प्रेमदासा व ललित अथुलथमुदाली यांची बाजू आणखी बळकट होत गेली. एलटीटीईच्या विरुद्ध एक जोरदार लष्करी मोहीम आता सुरू झाली. श्रीलंकेचे लष्कर व एलटीटीई यांच्यातील संघर्ष व हिंसाचार वाढत गेला. शेवटी तमिळी बहुसंख्य असलेल्या जाफना शहराची नाकेबंदी करण्यात आली. अन्नधान्य, केरोसिन इतकेच काय पण मीठसुद्धा शहरात जाऊ दिले नाही. लष्करी मोहिमेतून १ लाख लोक नुसत्या जाफना शहरातून निर्वासित म्हणून बाहेर पडले. शहरावरती मुक्तपणे विमानातून बॉम्बस् टाकण्यात आले. याची प्रतिक्रिया एलटीटीईकडून अत्यंत तीव्र व जहाल स्वरूपात झाली.

त्या काळात या प्रश्नाने आम्ही अत्यंत चिंताग्रस्त झालो होतो. राजीव गांधी यांनी दिनेश सिंग यांना आपले प्रतिनिधी म्हणून १३ मार्च १९८७ रोजी श्रीलंकेला पाठविले. मग जयवर्धने यांनी एक सद्भावाचे प्रतीक म्हणून दहा दिवसांची युद्धबंदी जारी केली. पण त्याचबरोबर अशीही एक अट जाहीर केली की, तमिळ बंडखोरांनीही आपण हिंसेचा मार्ग सोडून राजकीय वाटाघाटीत भाग घेण्यास तयार आहोत असे स्पष्ट कळवावे. ११ एप्रिलपासून ही युद्धबंदी सुरू होत होती.

परंतु एलटीटीईने अशी काही कृत्ये केली की, सारा मामला उधळला गेला. त्रिंकोमाली ते कॅन्डी या रस्त्यावरून जाणाऱ्या बसमधील सिंहली प्रवाशांची एलटीटीईने १७ एप्रिल रोजी भीषण हत्या केली. १२७ जणांच्या या हत्येतून त्यांनी बायका व लहान मुले यांनाही सोडले नाही. लगेच चार दिवसांनी त्यांनी २१ एप्रिल रोजी कोलंबो शहरातील मध्यवर्ती बस स्थानकामध्ये एक जबरदस्त बॉम्बस्फोट घडवून आणला. त्या स्फोटात १०७ नागरिक मरण पावले तर ३०० जण जखमी झाले. यामुळे श्रीलंकेतील साऱ्या सिंहली लोकांना संताप आला. जयवर्धने यांनी सैन्याला ताबडतोब पुढे जाऊन हल्ला करण्याचा हुकूम दिला. सुमारे एक डिव्हिजनएवढे सैन्य हल्ल्यासाठी सोडण्यात आले. अशा बातम्या आल्या होत्या की, जयवर्धने यांनी सैन्याला सारे जाफना शहर विध्वंस करून जमीनदोस्त करण्याचा आदेश दिला होता. ही गोष्ट मे महिन्याच्या शेवटच्या आठवड्यातील आहे.

यामुळे राजीव गांधींना खूप खेद झाला. त्यांनी मग मंत्रीमंडळाची राजकीय घडामोडींवरच्या समितीची (CCPA) बैठक बोलावली. वेढ्यातील जाफना शहरातील लोकांना अन्न, औषधे, इत्यादी जीवनावश्यक मदत कशी पुरवावी याचा खल त्या बैठकीत झाला. एका सूचनेनुसार समुद्रमार्गे ही मदत पुरवावी असा मुद्दा पुढे आला. यावरती मी म्हटले की, ''याला श्रीलंकेचे नौदल विरोध करेल. म्हणून आपल्याला

मदतीच्या बोटींबरोबर नौदलाच्या संरक्षक बोटीही ताफ्यात सामील कराव्या लागतील. मग हे मदतकार्य न राहता युद्धकार्य समजले जाईल.'' शेवटी असे ठरले की जोखीम पत्करूनही आपण मदत पाठवायलाच हवी. त्यामुळे जाफनामधील जनतेला मदत करण्याचा आपला हेतू स्पष्ट होईल. एकदा तसे झाले की जाफनावर हल्ला करण्यासाठी श्रीलंकेला खूप विचार करावा लागेल व ते अडचणीत येतील. अन् शेवटी तसेच घडले. मासेमारी करणाऱ्या वीस बोटी ४४ टन माल घेऊन जाफनाच्या समुद्रात पोचल्या. ती २ जूनची दुपार होती. त्या बोटींना श्रीलंकेच्या नौदलातील बोटींनी अडवले व परत जाण्यास सांगितले. आपल्या तटरक्षक दलाची विक्रम बोट श्रीलंकेच्या बोटींचा समाचार घेण्यास पुरेशी होती. परंतु तसा संघर्ष उडू द्यायचा नाही असा कॅप्टनला आदेश असल्याने त्याने माघार पत्करली.

मग राजीव गांधी यांनी परत एक बैठक बोलावली. या बैठकीत शेवटचा पर्याय म्हणून विमानातून मदत पुरविण्याच्या उपायावरती विचार झाला. असे काही करणे म्हणजे श्रीलंकेच्याविरुद्ध युद्ध पुकारण्यासारखी गोष्ट नसेल, पण त्यासाठी श्रीलंकेच्या हवाई सार्वभौमत्वाचा भंग केल्यासारखे होणार होते. यावरही विचार केला गेला. काही मंत्र्यांची या उपायाबाबत नाराजी होती. परंतु तमिळ भाषिकांच्या परिस्थितीची कल्पना चिदंबरम् व नारायणन् यांना होती. त्यांनी सांगितले की जर आपण जाफनाला मदत केली नाही आणि जाफना शहर श्रीलंकेच्या सैन्याच्या ताब्यात गेले तर मग ते तिथल्या तमिळी भाषिकांवरती अत्याचार करतील. याची प्रतिक्रिया तामिळनाडूत उमटून तिथली जनता केंद्र सरकारविरुद्ध बंड करून उठेल. जरी राजीव गांधी यांची इच्छा श्रीलंकेचे सार्वभौमत्व व एकी यांचे रक्षण करण्याची होती, तरीही वर व्यक्त केलेल्या जनतेच्या संभाव्य प्रक्षोभक प्रतिक्रियेचा परिणाम बैठकीत सर्वांवरती झाला. अखेर विमानातून मदत पुरविण्याचा निर्णय झाला व त्या विमानांना वायुदलाच्या लढाऊ विमानांचे संरक्षण देण्याचे ठरले. चार जून रोजी दुपारी ही मोहीम सुरू करण्याचे ठरले. त्याप्रमाणे ही मोहीम पार पाडली गेली. परंतु त्याविरुद्ध श्रीलंकेकडून तीव्र प्रतिक्रिया उमटली. त्या पाठोपाठ पाकिस्तान, बांगला देश व चीन यांच्याकडून शत्रुत्वाची प्रतिक्रिया उमटली. भारताला ही मदत नाईलाजाने करणे भाग पडले व ती एक राजकीय गरजही होती याची जाणीव पश्चिमी राष्ट्रांना झाल्याने, त्यांनी या कृतीचे स्वागत केले. मग हा प्रश्न युनोच्या सुरक्षा समितीमध्ये श्रीलंकेने नेला नाही.

पुढची महत्त्वाची घटना म्हणजे भारत व श्रीलंका यांच्या दरम्यान झालेला 'सहमतीचा करार.' २९ जुलै रोजी जयवर्धने आणि राजीव गांधी यांनी त्या करारावरती सह्या केल्या. त्यानुसार श्रीलंकेच्या भौगोलिक सलगतेला व एकात्मतेला मान्यता देण्यात आली. अन् त्याचबरोबर तमिळ लोकांच्या कायदेशीर चौकटीमधील

महत्त्वाकांक्षेलाही मान्यता देण्यात आली. त्यासाठी भारताने हमी घेतली आणि श्रीलंकेने भारताच्या लष्करी व सुरक्षाविषयक बाबींची दखल घेण्याचेही ठरले.

हे सर्व होत असताना एलटीटीईच्या वरिष्ठ पातळीवरील नेत्यांना आम्ही अंधारात ठेवले नाही. त्यासाठी प्रभाकरन यांना विमानाने दिल्लीला आणण्यात आले. तामिळनाडूचे मुख्यमंत्री एम. जी. रामचंद्रन, अन्य राजकीय नेते आणि 'हिंदू' वृत्तपत्राचे संपादक यांच्या मते हा करार एलटीटीईला मान्य होण्याजोगा होता. परंतु एलटीटीईचे हेतू आणि विश्वसनीयता याबद्दल आम्हा अनेकांच्या मनात शंका होत्या. इंटेलिजन्स ब्युरोचे संचालक एम. के. नारायणन हे त्यापैकी एक होते. पण रॉ (RAW) संघटनेच्या संचालकांना अत्यंत विश्वास वाटत होता. ते म्हणाले, "इतर कोणाहीपेक्षा आम्हाला एलटीटीई ही संघटना अधिक चांगली ठाऊक आहे. त्यामुळे एलटीटीईची मान्यता मिळेल अशी आमची खात्री आहे." राजीव गांधी यांनी या बाबतीत जनरल सुंदरजी यांचा सल्ला विचारला. त्यांनी आपल्या भडक पद्धतीने म्हटले, "जर एलटीटीई या कराराला मान्यता देणार नसेल आणि शेवटी आमच्या सैन्यापुढे दंड थोपटून उभे रहाणार असेल तर आम्ही त्यांना सात ते दहा दिवसात संपवून टाकू."

जो सहमतीचा करार झाला तो पाळण्याबाबत भारताने श्रीलंकेला पूर्ण हमी दिली होती. या संदर्भात जर श्रीलंकेने काही लष्करी मदत मागितली तर तीही देण्याचे वचन भारताने दिले होते. म्हणून श्रीलंकेकडून जेव्हा तशी मागणी आली तेव्हाच तिथे शांतता राखण्यासाठी इंडियन पीस किपींग फोर्सेस (IPKF) हे लष्करी दळ पाठविण्यात आले. ऑगस्ट महिन्याच्या पहिल्या आठवड्यात ते तिकडे पोचले. मग कॅबिनेट सेक्रेटेरिएटमध्ये मी एका सचिव समितीची स्थापना केली. त्यात परराष्ट्र, गृह व संरक्षण या खात्यांचे तिन्ही सचिव, इंटेलिजन्स ब्युरोचे संचालक, रॉ चे संचालक आणि मिलिटरी इंटेलिजन्सचे संचालक असे माझ्यासकट सातजण होते. या आमच्या गटाकडून श्रीलंकेतील परिस्थितीचे सतत अवलोकन केले जात होते व त्यावरती चर्चा होत होती. त्या चर्चेत रॉ, इंटेलिजन्स ब्युरो व संरक्षण खाते यांच्यातील मतभेद उघड होत होते. परराष्ट्र सचिव हे रॉच्या कार्यासंबंधी नाराज होते. अर्थात याला एक पार्श्वभूमी होती. श्रीलंकेतील घडामोडी हाताळण्यासाठी सरकारने रॉ संघटनेला मोठ्या प्रमाणात हाताशी धरले होते. जणू काही त्यांना सरकारने एक कोरा चेक दिला होता. आपल्या कामाचा अहवाल ते फक्त राजीव गांधी यांना देत.

आता असे लक्षात आले की एवढे मोठे अधिकार व स्वातंत्र्य रॉला दिल्याने त्यांच्याशी तडजोड करणे जड जाऊ लागले आहे. एवढे झाले तरी ते त्यांना जी कृती श्रीलंकेत करायची आहे ती करीतच राहिले. त्यासाठी इतर संघटना व खाती यांना ते विचारेनात. यामुळे अवघडलेली परिस्थिती निर्माण होऊ लागली. म्हणजे,

एखाद्या व्यक्तीची सैन्याकडून जेव्हा कठोर छाननी व परीक्षा होई तेव्हा जर तो रॉसाठी काम करणारा निघाला तर सैन्याची पंचईत होई. अशा अडचणींचे निराकरण करण्यासाठी आम्ही खूप प्रयत्न केले. ते काहीही असो, परंतु आमचे धोरण सर्व खात्यात समन्वय साधणारे नसल्याने हे असे घडत होते.

सैन्य तर नाराज झाले होते. जेव्हा करारानुसार भारतीय सैन्याला एलटीटीईवरती ताबा मिळवता येईना आणि ती संघटना नरम करता येईना तेव्हा जनरल सुंदरजी यांची मोठीच पंचाईत झाली. मग सैन्याकडून इंटेलिजन्स ब्युरो व रॉ यांच्यावरती 'आम्हाला आधी नीट सांगितले गेले नाही,' अशा अर्थाचे दोषारोप होऊ लागले. उत्तरादाखल इंटेलिजन्स ब्युरो व रॉ यांच्याकडून असे म्हटले जाऊ लागले की, या बाबतीत सैन्याचा जादा आत्मविश्वास आणि आपल्या शत्रूबद्दल म्हणजे एलटीटीईबद्दल चुकीचा अंदाज ह्या गोष्टी कारणीभूत आहेत.

वस्तुस्थिती अशी होती की सैन्याला एलटीटीईशी झुंज देताना आपला एक हात मागे बांधल्यासारखे झाले होते. एलटीटीईला नरम करून तिच्यावर आपला ताबा ठेवणे आणि त्या संघटनेला श्रीलंकेच्या सैन्याला एकट्याने सहज तोंड देता येईल इतपतच ती खच्ची करणे, अशा सूचना सैन्याला दिल्या होत्या. भविष्यकाळात राजकीय परिस्थिती बदलून जर एलटीटीईला श्रीलंकेच्या सैन्याला तोंड देण्याची पाळी आली तर त्या शक्यतेचाही यात विचार केलेला होता. जयवर्धने यांनी प्रशासनासाठी जो प्रस्ताव पुढे केला होता त्याला प्रभाकरन याने नकार दिला होता. सचिव समितीला त्याचाही विचार करावा लागत होता. त्या प्रस्तावानुसार श्रीलंकेतील तमिळ बहुसंख्य असलेल्या उत्तर व पूर्व प्रांतात एक इंटेरिम ॲडमिनीस्ट्रेटिव्ह कौन्सिल उर्फ तात्पुरते प्रशासन स्थापून विस्कळीत झालेला कारभार सुरू करायचा होता. या कौन्सिलवरती मुख्य प्रशासक म्हणून जयवर्धने यांनी श्री शिवघ्नहम यांचे नाव सुचवले होते. प्रभाकरन यांच्याकडून ज्या पॅनेलची यादी दिली गेली होती त्यातही हेच नाव होते. परंतु तरीही आता त्यांनी त्या नावाला नकार दिला. त्याऐवजी प्रभाकरन यांनी पद्मनाथन यांच्या नावाचा आग्रह धरला आणि तो एक प्रतिष्ठेचा प्रश्न केला. एकदम पलटी मारून नवीन नाव पुढे आणण्याच्या आग्रहाला साहजिकच जयवर्धने यांनी नकार दिला. त्यामुळे तात्पुरती का होईना पण एक प्रशासन यंत्रणा उभी करण्याच्या योजनेला प्रभाकरन यांनी अशा रितीने सुरुंग लावून, ती उधळून टाकली. यानंतर एलटीटीईने उघड उघड जाहीर केले की त्यांना अशा इंटेरिम कौन्सिलच्या आधारे केल्या जाणाऱ्या कोणत्याही राजकीय चालीमध्ये अजिबात रस नाही. श्रीलंकेच्या उत्तर व पूर्व प्रांतातील प्रशासन सुरू करण्यासाठी भारताने तरीही प्रयत्न चालूच ठेवले. बहुसंख्य सिंहली व तमिळ बंडखोर यांच्यात समझोता होऊन प्रशासन सुरू झाले की, एलटीटीईचे महत्त्व आपोआप संपुष्टात येऊ शकत होते.

पण तसे घडू शकले नाही. त्या भागात संपूर्ण अस्थिरता असल्याचे चित्र अद्यापही बदलले जात नव्हते.

ही परिस्थिती आणखीनच बिघडली. ऑक्टोबरच्या पहिल्या आठवड्यात श्रीलंकेच्या नौदलाने एलटीटीईची एक नौका पाल्कच्या सामुद्रधुनीत पकडली. त्यात एलटीटीईच्या १७ वरिष्ठ कार्यकर्त्यांचा एक गट दारुगोळा व शस्त्रास्त्रे घेऊन श्रीलंकेला चालला होता. पकडलेल्या सर्वांना पालय विमानतळावरती आणले गेले. ललित अथुलथमुदाली आणि प्रेमदासा यांनी या सर्वांना कोलंबोला आणण्याचे हुकूम दिले. तिथे त्यांच्यावरती अनेक गुन्ह्यांच्या आरोपावरून खटले चालवले जाणार होते. आमच्या सचिव समितीने यावरती चर्चा केली आणि ते अशा निर्णयाला पोचले की एलटीटीईचे हे वरिष्ठ कार्यकर्ते जर कोलंबोला गेले तर सारे वातावरण पुन्हा गढूळ होईल. म्हणून या सतराजणांचा ताबा भारतीय शांती सैन्याने मधे पडून स्वत:कडे घ्यावा. त्यावर अथुलथमुदाली या मंत्र्याने "जर त्या सतराजणांना कोलंबोला आणले गेले नाही तर आपण मंत्रीपदाचा राजीनामा देऊन बाहेर पडू," अशी धमकी दिली. ही एक अचानक घडलेली घटना होती. त्यामुळे आम्ही त्या बाबतीतला निर्णय पंतप्रधानांकडे सोपवला. पण याही पुढे जाऊन आणखी एक दुर्दैवी घटना घडली. श्रीलंकेच्या अधिकाऱ्यांनी काही एलटीटीईच्या नेत्यांना अन्न व औषधे आरोपींना देण्यासाठी मुभा दिली. मग ह्या नेत्यांनी त्या आरोपींना त्यातून सायनाईडच्या बारीक कुप्या पुरवल्या. त्या जहाल विषाच्या कुप्या खाऊन त्या सतराजणांनी आत्महत्या केल्या.

यामुळे सहमतीच्या कराराचे वाईट भवितव्य आता पक्के झाले.

दरम्यान आपल्या परराष्ट्र खात्याचे राज्यमंत्री नटवरसिंग यांनी पंतप्रधानांचे मन वळवून सचिव समिती बरखास्त करायला लावली. त्यामुळे आम्हाला आता या संदर्भात पुढे काहीही करता येईना.

जानेवारी १९८९ मध्ये प्रेमदासा हे श्रीलंकेचे राष्ट्राध्यक्ष म्हणून निवडून आले. त्यांनी एलटीटीईशी गुप्तपणे संधान बांधून त्यांना शस्त्रपुरवठा करून भारतीय शांती सेनेच्या विरुद्ध लढण्यास उद्युक्त केले. त्याचबरोबर त्यांनी राजीव गांधी यांच्यावर दबाव आणण्यासाठी उघड उघड पावले टाकायला सुरूवात केली. राजीव गांधी यांनी आता एक नवा सहमतीचा करार करावा आणि भारतीय शांती सेना जुलै १९८९ पर्यंत माघारी घ्यावी, असा नवा प्रस्ताव प्रेमदासा यांनी पुढे केला. त्यांनी आणखी एक पाऊल पुढे टाकून एलटीटीईवरती घातलेली बंदी उठवली आणि ती संघटना एक राजकीय पक्ष आहे असे जाहीर केले. त्यामुळे त्या संघटनेशी आता श्रीलंका सरकार थेट बोलणी करू शकत होते. आपणच आता IPKF चे 'सुप्रीम कमांडर' आहोत असे जाहीर करण्याची त्यांची इच्छा होती.

जुलै १९८९ च्या पहिल्या आठवड्यात राजीव गांधी यांनी आपले दूत म्हणून

मला श्रीलंकेला पाठवले. मी राष्ट्राध्यक्ष प्रेमदासा यांना भेटलो आणि राजीव गांधी यांचे पत्र त्यांना दिले. त्या पत्रात त्यांनी स्पष्ट म्हटले होते की, जोपर्यंत करारानुसार ठरविलेली उद्दिष्टे साध्य होत नाहीत तोपर्यंत भारतीय शांती सेना श्रीलंकेतून काढली जाणार नाही. आपली सेना चांगली प्रगती करत असल्याचा त्यांना विश्वास होता आणि १९९० च्या मध्यापर्यंत किंवा थोडे नंतर या सेनेची माघारी सुरू करता येईल असा त्यांचा होरा होता. राजीव गांधी यांचे हे पत्र पाहून प्रेमदासा यांना आश्चर्याचा धक्काच बसला, त्यांना मोठी चिंता वाटू लागली व चीडही आली. कारण आपल्या हालचाली व कृती यांच्यामुळे भारत आपली सेना माघारी घेईल, अशी त्यांची ठाम समजूत होती. पण त्यांचा एक मोठा अपेक्षाभंग झाला होता.

भारतीय दूतावासाचे हाय कमिशनर लखन मल्होत्रा, शांतीसेनेचे कमांडर जनरल कालकट या दोघांनी मला या भेटीमध्ये सारी परिस्थिती नीट समजावून सांगितली. मी सिरिमाओ बंदरनायके यांनाही भेटलो. त्यांची कन्या चंद्रिका कुमारतुंगा ही पुढे श्रीलंकेची पंतप्रधान बनली. तिचीही माझ्याशी गाठ पडली. ललीत अथुलथमुदाली आणि गामिनी दिसानायके यांचीही मी आवर्जून भेट घेतली. त्यांच्या परराष्ट्र मंत्र्याने माझ्यासाठी एक मेजवानी दिली. त्या मेजवानीला बरेचजण आल्याने माझी त्या सर्वांशी आपोआप गाठभेट व चर्चा झाली. श्रीलंकेहून निघताना मी प्रेमदासा यांचा निरोप घेण्यासाठी त्यांना भेटलो. त्यांनी एका भाकिताच्या रूपात मला म्हटले, "मिस्टर देशमुख, तुमची पुढची श्रीलंकेची भेट ही माझ्या अंत्ययात्रेसाठीच असेल." काहीतरी अशुभ संकट येणार अशी भावना बरोबर घेऊन मी श्रीलंका सोडली. परतल्यावरती मी राजीव गांधी यांना सारा अहवाल दिला.

प्रेमदासा यांची हत्या १ मे १९९३ रोजी झाली.

डिसेंबर १९८९ मध्ये राजीव गांधी यांच्या नंतर व्ही. पी. सिंग हे पंतप्रधान बनले. त्यांनी जानेवारी १९९० मध्ये शांतीसेना माघारी घेणार असल्याचे जाहीर केले. ही माघारी मार्च महिन्याच्या शेवटापर्यंत पुरी होईल असेही त्यांनी आपल्या घोषणेत म्हटले. श्रीलंकेतील वांशिक समस्या निपटण्यासाठी भारताने जे काही धोरण आखून प्रयत्न केले ते सारे निष्फळ झाले असेच म्हटले पाहिजे. शांतीसेनेविषयी एक नामुष्की व्यक्त करणारा दृष्टिकोनही प्रगट झाला. करुणानिधी यांचे सरकार असताना मद्रासमध्ये जेव्हा शांतीसेनेची शेवटची तुकडी परतली तेव्हा त्यांचे मुद्दाम घाणेरड्या रितीने स्वागत करण्यात आले. तामिळनाडूतील एलटीटीईच्या समर्थकांच्या गटाने शांतीसेनेला उद्देशून 'इंडियन तमिळ किलींग फोर्स' असे उपहासाने म्हटले. ज्या भारतीय सेनेने आपले शौर्य प्रगट केले त्या सेनेच्या विरोधात काही कृती करणे व ताशेरे झाडणे ही व्ही. पी. सिंग व करुणानिधी यांची कृती व उक्ती अत्यंत कृतघ्नतेची होती हे नक्की!

श्रीलका प्रकरणामुळे तामिळनाडूमध्ये हिंसाचाराची लागण व जोपासना झाली. श्रीलंकेतील तमिळ बंडखोरांसाठी केंद्र सरकारने शिबीरे भरवून त्यांना शस्त्रास्त्रांचे प्रशिक्षण दिले व मोठ्या प्रमाणात शस्त्रेही पुरवली. राज्य सरकारनेही त्यांना भरपूर मदत केली व हालचालींचे स्वातंत्र्य दिले. इतकेच काय पण निधी उभारण्यासाठी देणग्या घेण्याचीही मुभा दिली. तामिळनाडूचे त्यावेळचे मुख्यमंत्री एम. जी. रामचंद्रन यांनी तर जाहीरपणे एका प्रचंड रकमेची देणगी दिली. मग त्या पैशातून बंडखोरांनी परदेशातून भारी शस्त्रास्त्रे खरेदी केली. कालांतराने हीच शस्त्रास्त्रे तमिळनाडूत खुल्या बाजारात विक्रीस आली. या हिंसाचाराच्या संस्कृतीकडे स्थानिक तरुण आकर्षित झाले. हत्यारांच्या धाकावरती ते बेकायदेशीर कृत्ये हसतहसत करू लागले व जनतेची पिळवणूकही करू लागले. अशा गुन्हेगारीच्या चळवळींना राज्यांच्या सरहद्दी रोखू शकत नाहीत. त्यामुळे शेजारच्या राज्यातही हे लोण शिरले व हळूहळू पसरत गेले. तमिळनाडूच्या किनारपट्टीवर तर याचा अधिक प्रभाव पडला. ज्या किनारपट्ट्या एकेकाळी समृद्ध होत्या व गजबजलेल्या होत्या, त्यांचा ऱ्हास होत होत त्याशेवटी ओसाड पडल्या. तिथली वस्ती उठून गेली. तिथे आता तस्करी करणाऱ्या टोळ्या आश्रय घेऊन राहू लागल्या. श्रीलंकेतील बंडखोरांना आश्रय देण्याची व त्यांना उत्तेजन देण्याची ही एक फार मोठी किंमत आपल्याला मोजावी लागली आहे.

◆

३१
जम्मू आणि काश्मिरविषयी

काश्मिर म्हटल्यानंतर एक हिमपर्वतांचा प्रदेश आपल्या डोळ्यांसमोर उभा रहातो. काश्मिर व त्यांच्या शेजारील जम्मू हे एक संस्थान होते. या संस्थानांचे विलीनीकरण भारतात झाले. अशा ह्या जम्मू व काश्मिर राज्यात मुसलमान, हिंदू व बौद्ध धर्मीय रहातात. जास्त करून बौद्ध लोक लडाख भागात, हिंदू लोक जम्मू भागात आणि मुसलमान लोक उर्वरीत काश्मिरमध्ये रहातात. मात्र काश्मिर हा डोंगराळ भाग असल्याने तिथली वस्ती ही दऱ्यांमध्ये एकवटली आहे. त्यामुळे अनेकदा तिथल्या घडामोडींसंबंधी उल्लेख करताना इंग्रजीत काश्मिर व्हॅली, हिंदीत काश्मिर घाटी व मराठीत काश्मिरचे खोरे असा उल्लेख केला जातो.

काश्मिरचे खोरे म्हणजे प्रेमकथांचे, शृंगाराचे व काव्याचे एक मोठे स्थळ! तिथली बर्फाच्छादित उत्तुंग शिखरे, अप्रतिम जंगले, सफरचंदाच्या बागा आणि दल सरोवर यांनी सर्व काश्मिर नटलेले! अशा ठिकाणी सरोवरातील तरंगत्या व विलासी हाऊसबोटीतील पर्यटकांना होडीतून येऊन फुले व फळे विकली जातात.

अशा प्रकारचे काश्मिर हे आणि १९८० दशकापर्यंत होते !

मी श्रीनगरला प्रथम १९५७ मध्ये भेट दिली. त्यानंतर १९७८-७९ मध्ये गृह खात्याचा अतिरिक्त सचिव असताना नॉर्दन झोनल कौन्सिलच्या बैठकीसाठी तिकडे गेलो होते. त्यानंतर १९८३-८४ मध्ये पुनर्वसन खात्याचा सचिव असताना मी जम्मूला गेलो होतो. अखंड भारताची फाळणी होऊन पाकिस्तानची निर्मिती झाल्यावरती काश्मिरमध्ये खूप निर्वासित आले. वायव्य सरहद्द प्रांत, पंजाब येथून आलेले निर्वासित काश्मिरमध्ये राहू लागले. पण अद्यापही या निर्वासितांना काश्मिर राज्याच्या नागरिकत्वाचा कायदेशीर दर्जा दिला गेला नाही. याला कारण काश्मिरमधले ते खास कायदे. हे निर्वासित वर्षानुवर्षे टाहो फोडून म्हणत आले आहेत की, "आम्हाला नागरिकत्व द्या व मतदानाचे हक्क द्या. जे लोक येथून पाकिस्तानात गेले आहे त्यांच्या जमिनी व मालमत्ता आम्हाला द्या. कारण आमच्या जमिनी व मालमत्ता

आम्ही पाकिस्तानात सोडून आलो आहोत.'' शस्त्रसंधीच्या रेषेलगत या चिवट व कणखर लोकांचे पुनर्वसन करण्याची कल्पना ही खरोखरीच आकर्षक आहे व योग्य आहे. तसे केले तर पाकिस्तानमधून भारतात चोरून प्रवेश करण्याच्या कृत्यांना बराच आळा परिणामकारकरित्या बसेल. परंतु त्यांची ही वैशिष्ट्यपूर्ण स्थिती आणि राजकीय व लोकप्रिय मतांचे दडपण यामुळे या निर्वासितांच्या बाबतीत काहीही करता आले नाही. त्यांची ती केविलवाणी स्थिती अजूनही तशीच चालू आहे.

१९८६ मध्ये दिल्लीला मी कॅबिनेट सेक्रेटरी म्हणून रूजू झाल्यावरती या राज्याबाबत मला अधिक जवळून कामे करावी लागली. येथल्या परिस्थितीत फार नाट्यमय व मोठा बदल एव्हाना झाला होता.

जुलै १९८४ मध्ये नॅशनल कॉन्फरन्सचे मुख्यमंत्री फारुख अब्दुल्ला यांना राज्यपाल जगमोहन यांनी काढून टाकले. काँग्रेस पक्षाने त्यांच्यावरती निर्लज्जपणे घेतलेला हा एक राजकीय सूड होता. याचे कारण १९७३ मध्ये फारुख अब्दुल्ला यांचे वडील शेख अब्दुल्ला परत सत्तेवरती येऊन मुख्यमंत्री बनले होते. तेव्हापासून काँग्रेस पक्षाला काश्मिरमध्ये सत्तेत किंचितही शिरकाव करता आला नव्हता. फारुख अब्दुल्ला यांच्या जागी त्यांचे मेव्हणे जी. एम. शहा यांना मुख्यमंत्रीपदावरती राज्यपालांनी बसवले. पण त्यांनाही मार्च १९८६ मध्ये आपले पद सोडावे लागले. १९७३ सालच्या समझोत्यानंतर काँग्रेस पक्षाला काश्मिरमधील राज्य चालवायला काहीही वाव न उरल्यामुळे काँग्रेसने फारूख अब्दुल्ला यांच्याबरोबर संयुक्त सरकार स्थापन करण्याची वेळोवेळी उत्सुकता दर्शविली होती. शेवटी राजेश पायलट यांनी एक करार तयार केला व त्यानुसार फारूख हे पुन्हा नोव्हेंबर १९८६ मध्ये मुख्यमंत्रीपदावरती आरूढ झाले. मार्च १९८७ मध्ये नवीन निवडणुका झाल्या आणि फारुख अब्दुल्ला यांचा नॅशनल कॉन्फरन्स पक्ष आणि काँग्रेस पक्ष यांचे संयुक्त सरकार सत्तेवरती आले. आता मंत्रीमंडळात दोन्ही पक्षांचे मंत्री होते.

पण तरीही त्यावेळी ही नवीन राजकीय तडजोड व स्थिती कितपत चालेल याची आम्हाला खात्री नव्हती. १९७३ नंतर राज्य सरकारने केन्द्र सरकारपासून स्वत:ला काही अंतरावरती दूर ठेवले आणि काही राजकीय सक्तीमुळे काश्मिरचे हे सरकार 'आम्हाला केंद्र सरकार योग्य वागणूक देत नाही,' असा दावा करीत राहिले. काश्मिरी लोक भारताला नेहमी 'आपल्या राज्याबाहेरचा काहीतरी वेगळा प्रदेश' असे समजत आले आहेत. त्यामुळे जरी फारुख अब्दुल्ला यांनी काँग्रेसबरोबर सत्तेत भागीदारी केली तरी त्यांच्या नॅशनल कॉन्फरन्सच्या पक्षाचे वरिष्ठ कार्यकर्ते आणि काश्मिरमधील स्थानिक जनता हे देशाच्या मुख्य प्रवाहापासून दूरच राहिले. जोपर्यंत त्यांना या प्रवाहात आणले जात नाही तोपर्यंत कोणतेही संयुक्त सरकार हे यशस्वी होऊ शकणार नव्हते.

फारूख अब्दुल्ला आणि राजीव गांधी यांचे परस्परसंबंध हे खूप जवळचे होते. निदान सुरुवातीला तरी ते तसे होते. परंतु राजीव गांधी यांच्या सल्लागारांना मात्र फारूख अब्दुल्ला हे ठीक वाटत नव्हते. सुरुवातीचे सल्लागार अरुण नेहरू, एम. एल. फोतेदार आणि मुफ्ती महंमद सईद हे होते. त्यापैकी अरुण नेहरु व मुफ्ती साहेब हे सोडून गेले व त्यांच्या जागी महंमद शफी कुरेशी व गुलाब नबी आझाद हे उगवले. राजेश पायलट यांचे मन खुले होते व त्यांनी राजीव गांधी यांना वास्तवपूर्ण सल्ले दिले. परंतु काँग्रेस पक्षाच्या हायकमांडने मात्र राजेश पायलट यांचे सल्ले गंभीरपणे कधीच घेतले नाहीत. कारण ऑक्टोबर १९८३ मध्ये भारतातील विरोधी पक्षीयांबरोबर फारूख अब्दुल्ला यांनी एक परिषद बोलावून यशस्वी करून दाखवली होती. काँग्रेस हाय कमांड ही गोष्ट कधीच विसरत नव्हते. त्यावेळी एकत्र आलेल्या विरोधी पक्षीयांमध्ये चंद्रशेखर, जगजीवनराम, बिजू पटनाईक, एन. टी. रामाराव, सुरजितसिंग बर्नाला, ज्योती बसू आणि अनेक अथिरथी होते. त्यांनी सर्वांनी मिळून आपला एक 'श्रीनगर जाहीरनामा' प्रसिद्ध केला. त्यामध्ये त्यांनी वित्त आयोगाची भूमिका, नियोजन आयोगाचे कार्य, राज्यपालांची भूमिका, राज्य सरकार व केन्द्र सरकार यांच्यामध्ये नैसर्गिक संपत्तीची वाटणी कशी करावी आणि अन्य महत्त्वाच्या राष्ट्रीय समस्यांबद्दल आपल्या शिफारशी केल्या होत्या. त्यामुळे काँग्रेसच्या पुढाऱ्यांचा फारूख अब्दुल्ला यांच्यावरती रोष होता. काही नेते तर भूतकाळातील त्यांच्यासंबंधीच्या आठवणी जागवायचे. उदाहरणार्थ, फारुख यांनी १९७० मध्ये पाकिस्तानव्याप्त आझाद काश्मिरला दिलेली भेट ही त्यांच्या भारताबद्दलच्या निष्ठेविषयी शंका निर्माण करणारी आहे असे ते म्हणत. असे म्हणणे म्हणजे फारूख अब्दुल्ला यांच्यावरती अन्याय करण्याजोगे होते. मी या बाबतीत नेहमी वाद घालीत आलो होतो. जम्मू व काश्मिरमधले जे काही थोडे फार नेते असे आहेत की, ज्यांनी काश्मिरच्या भारतातील सामीलनाम्याला मान्यता दिली आहे त्यांच्यापैकी एक फारूख अब्दुल्ला आहेत असे मी म्हणत असे. या नेत्यांची मते ही ज्या पाकिस्तानने काश्मिरच्या सामीलनाम्याला विरोध करून ते प्रयत्न उधळून लावण्याचा प्रयत्न केला, त्या पाकिस्तानच्या विरोधात जाणारी होती. काश्मिरबाबत जे मंत्री राजीव गांधी यांना सल्ला देत त्यामध्ये पी. व्ही. नरसिंहराव, बुटासिंग, शिवशंकर आणि अन्य काहीजण होते. पण ह्या गटाच्या बैठका अनियमितपणे आणि प्रदीर्घ काळाने होत. म्हणून त्यांचा काहीही उपयोग होत नव्हता. त्या बैठका घेऊन न घेतल्यासारख्याच होत्या.

तर अशा या परिस्थितीमुळे काँग्रेस व फारूख अब्दुल्ला यांच्यातील मधुचंद्र फार काळ चालणार नव्हता. तो लवकरच संपुष्टात आला. त्यानिमित्ताने जो तणाव निर्माण झाला होता तो जाणवण्याइतपत स्पष्ट दिसत होता. फारूख यांना आता दिल्लीत राजीव गांधी यांची भेट मिळणे मुश्कील होत गेले. त्यांना भेटीत वाट पहात

राहणे भाग पाडले जायचे किंवा ते अन्य काँग्रेस नेते, मंत्री यांचे उंबरठे झिजवून त्यांच्याशी सल्लामसलत व चर्चा करायचे. पण त्यातूनही काही निष्पन्न होत नव्हते. काश्मिर विधानसभेचा सभापती निवडण्यावरून उगाचच कल्लोळ माजला. त्या मागचे कारण हे एक उघड गुपित आहे. सभापती हा नॅशनल कॉन्फरन्स पक्षाचा असावा असे सुरुवातीला ठरले होते. पण राजीव गांधी यांच्या सल्लागारांनी त्यांचे मन वळवून त्यावरती पुन्हा विचार करावा असे सुचवले. शेवटी राजीव गांधी यांना सभापती काँग्रेसचा असावा असा आग्रह धरला आणि त्याला शेवटी फारूख अब्दुल्ला यांनी मान्यता दिली. दुसरा एक प्रसंग एप्रिल १९८९ मधला मंत्रिमंडळाच्या विस्ताराचा आहे. शेवटी फारूख यांनी दिल्लीला जाऊन काँग्रेसचे नेते व मंत्रीगण यांचे सल्ले घेण्यात उगाच वेळ दवडायचा नाही, असे ठामपणे ठरवले. मग काँग्रेसकडून मंत्रीपदांसाठी नावे सुचविली जाण्याची वाट न पहाता त्यांनी आपले मंत्रीमंडळ जाहीर केले व त्या नॅशनल कॉन्फरन्स पक्षाच्या मंत्र्यांचा शपथविधीही घडवून आणला.

काँग्रेस व नॅशनल कॉन्फरन्स यांचे हे असे परस्परसंबंध शत्रुत्वाचे नसले तरी अस्वस्थ करणारे होते. पण त्याची जणू काही भरपाई करण्यासाठी फारूख सरकारने एक चांगली कृती केली अन् ही कृती राज्याच्या भल्यासाठी होती व आवश्यक होती जमात-ए-इस्लामी ही संस्था संपूर्ण काश्मिरमध्ये लहान मुलांना शिक्षण देत होती. हे शिक्षण धार्मिक होते व मदरशांमधून दिले जाई. धार्मिक शिक्षण असल्यामुळे याचा परिणाम लहान मुलांच्या कोवळ्या मनावरती खोलवर व कायमचा होऊन बसे. त्या शिक्षणातील तत्त्वज्ञान हे राज्य सरकारच्या व भारताच्या विरुद्ध जाणारे होते. अशा शिक्षणाचा प्रसार होऊ देण्यात धोका आहे, हे फारूख यांनी ओळखले आणि मदरशामधील शिक्षणाऐवजी येथे प्राथमिक शिक्षणाच्या शाळा राज्यभर सरकारतर्फे उघडल्या पाहिजेत हे त्यांनी ठरवले. मग या संबंधात दिल्लीशी तपशीलवार चर्चा झाली. परंतु राज्यभर प्राथमिक शाळा उघडण्यासाठी आर्थिक मदत लागणार होती. ती दिल्लीकडून मिळाली तरच पुढच्या गोष्टी शक्य होत्या. अन् तशी मदत केन्द्र सरकारकडून दिली गेली पण ती पुरेशी नव्हती. त्या कमी पैशावरती अवलंबून राहिल्यास शेवटी जे परिणाम अपेक्षित होते ते मिळणार नव्हते. ज्या हेतूंसाठी प्राथमिक शिक्षणाचा प्रसार करावयाचा होता ते हेतू साध्य झाले नसते. केन्द्र सरकारने या आर्थिक मदतीची बाब रखडवत ठेवली. मग एप्रिल १९८९ मध्ये फारूख यांनी ही योजना सोडून दिली पण यामुळे त्यांच्या मनात कडवटपणा मात्र निर्माण झाला.

फारूख यांनीसुद्धा काही गंभीर चुका केल्या. त्या चुका त्यांना महागात गेल्या. त्यातली एक चूक म्हणजे विजेचे दर वाढवण्याची. काश्मिरमधल्या कडक हिवाळ्यात बरेचजण गरमीसाठी विजेचा वापर करतात. विजेला पर्याय हा डिझेल तेलाचा व केरोसिनचा. या दोन गोष्टी राज्याबाहेरून आणाव्या लागत. त्यासाठी घाटातले

वळणावळणाचे लांबचे मार्ग आणि बनिहाल खिंड येथून ट्रक व टॅन्करमधून डिझेल व केरोसीन आणले तर त्याची किंमत वाढून बसे. हा पर्याय जनतेसाठी महागाचा होता. लाकडाचीही चणचण - विशेषत: श्रीनगरपाशी - होती. त्यातून सर्व जीवनावश्यक वस्तूंचे दर कमी ठेवण्यासाठी राज्य सरकारने सबसिडी देण्याचे धोरण अवलंबिले होते. त्यामुळे विजेसाठीही सरकार सबसिडी देत असे. सरकारला एक युनिट विजेसाठी ८२ पैसे उत्पादनाचा खर्च येत होता. तर जनतेला युनिटमागे २८ पैसे लावला जात होता. त्यामुळे आर्थिक दृष्टिकोनातून पाहिले तर हा तोटा भरून काढण्यासाठी फारूख यांनी उचललेली पावले योग्य होती. पण विजेच्या दरवाढीविरुद्ध जनतेमधून तीव्र प्रतिक्रिया झाली. त्याचा फायदा साहजिकच फारूख यांच्या विरोधी पक्षाला मिळू लागला. ते पहाताच ही विजेच्या दरवाढीची कल्पना फारूख यांना सोडून द्यावी लागली आणि पुन्हा जुने दरच कायम ठेवले गेले. जनतेमधून एवढी तीव्र व प्रक्षोभक प्रतिक्रिया उमटेल असे फारूखना नक्कीच आधी वाटले नसणार.

फारूख यांनी आणखी एक चूक केली होती. त्या चुकीच्या कृतीची जनतेमधून विशेषत: जम्मूमधील जनतेमधून एक तीव्र प्रतिक्रिया उमटली. कडक हिवाळ्यात श्रीनगर ही राजधानी हलवून जम्मू ही राजधानी केली जाई. जुन्या काळापासून ही परंपरा चालत आली होती. संस्थानचे सारे कार्यालय उर्फ दरबार जम्मूला नेला जाई. स्वातंत्र्यानंतर आजपर्यंत तीच प्रथा चालू होती. परंतु सर्व सरकारी दप्तरे कार्यालये व माणसे हलविण्यासाठी सुमारे १० कोटी रुपयांचा बोजा दरवर्षी सरकारी तिजोरीवरती पडे. याशिवाय जम्मूच्या नगरपालिकेच्या सोयीवरती जादा ताण पडे. नागरी प्रशासनावरतीही ताण येई. फारूख यांनी यातून मार्ग काढण्यासाठी फक्त मोजक्या खात्यांची कार्यालये जम्मूला हलविण्याचे ठरवले. मुख्यमंत्री व अन्य काही मंत्री हे सतत श्रीनगर-जम्मू असे जा ये करीत रहातील, असेही त्यांनी ठरवले. यामुळे सरकारचे पैसे तर वाचत होतेच, पण श्रीनगर व काश्मिरचे खोरे यातील हिवाळ्यामधल्या समस्या सरकारच्या दृष्टीस पडणार होत्या. परंतु यामुळे जम्मूचे महत्त्व कमी करण्याचा हा डाव आहे असे जम्मूतील नागरिकांना वाटले. त्यांनी चिडून मोठ्या प्रमाणात निदर्शनाला सुरूवात केली. असंतोष एकदा प्रगट झाल्यावर तो इतरही मार्गाने येऊ लागतो. श्रीनगरमधील वकिलांच्या बार असोसिएशनने श्रीनगर हेच ठिकाण राज्याची कायमची राजधानी असावी अशी मागणी केली. मग केन्द्र सरकार मधे पडले आणि गृहमंत्री बुटासिंग श्रीनगरला आले. त्यांनी फारूख यांना आपला निर्णय मागे घ्यायला लावला. त्यामुळे जम्मू व श्रीनगर येथे फारूख यांना आपले तोंड लपवावे लागले. जम्मूवासियांना फारूख आपल्याला न्याय देत नाही असे वाटले तर श्रीनगरवासियांना फारूख आता दुबळे वाटू लागले. कॉंग्रेसचा प्रभाव जम्मूमध्ये जास्त होता. त्याचा उपयोग करून घेऊन कॉंग्रेसला काही रचनात्मक

भूमिका घेता आली असती. पण तसे कधी घडले नाही.

पी. नागम्याल प्रकरण हे तर खूपच गाजले. नागम्याल हे लडाखमधले होते व राजीव गांधी यांच्या मंत्रिमंडळात उप मंत्री होते. ऑगस्ट १९८९ मध्ये त्यांनी बौद्ध लोकांसाठी एक कृतीयोजना बनवली आणि त्यानुसार लडाखमधील बौद्ध लोकांचा समावेश मागासवर्गीयांत (शेड्युल्ड ट्राईब्स) करावा म्हणून लडाखमध्ये आंदोलन सुरू केले. तत्त्वत: फारूख या गोष्टींच्या विरुद्ध नव्हते. त्यांच्या मते काश्मिरच्या डोंगराळ भागातील काही जमातींना असा दर्जा मिळावयास काहीच हरकत नव्हती. त्याने तशी एक सूचना दिल्लीला केलीही होती. परंतु दिल्लीकडून त्यांच्या या सूचनेकडे दुर्लक्ष करण्यात आले होते. पण आता आंदोलन छेडले गेल्यावर पहिला प्रश्न हा सुरक्षा व व्यवस्था संबंधीचा उभा राहिला. त्यांनी त्यासाठी दिल्लीकडे जादा निमलष्करी दलाची मदत मागितली. मग फारूख यांना लडाखकडे आपल्या जवळील पोलीस दलाच्या काही तुकड्या तिकडे पाठवाव्या लागल्या. काश्मिरच्या खोऱ्यात दहशतवाद्यांचा हिंसाचार घडत असतानाही फारूखना असे करणे भाग पडले. नागम्याल यांचे आंदोलन मुद्दाम फारूख अब्दुल्ला यांना दोषी ठरविण्यासाठी होते का ते एक लक्षात न आल्यामुळे चुकून छेडलेले आंदोलन होते? यातले खरे खोटे समजायला आमच्यापुढे काहीही मार्ग नव्हता.

काश्मिरमध्ये दहशतवाद दिवसेंदिवस फोफावत चालला होता. त्यामागे सरहद्दीपलीकडून पाकिस्तानातून दहशतवाद्यांना पाठिंबा तर होताच, पण खुद्द पाकिस्तानचे सरकार आपल्या आयएसआयमार्फत ही दहशतवादी कृत्ये काश्मिरमध्ये घडवून आणीत होते. अन् हे एक उघड गुपित होते. पाकव्याप्त काश्मिरमध्ये आणि अन्यत्र त्यासाठी दहशतवाद्यांच्या प्रशिक्षणासाठी अनेक तळ स्थापन केलेले होते.

मार्च १९८७ मध्ये निवडणुका झाल्या. त्या वैशिष्ट्यपूर्ण ठरल्या. तोपर्यंत दहशतवाद आणि बंडखोरी यावरती संपूर्ण नियंत्रण ठेवण्यात यश प्राप्त झाले होते. तसे अनेकजण अद्यापही अशी गुन्हेगारी कृत्ये करीत होते. परंतु त्यांची राज्य शासनाने चिंता करावी एवढी ती महत्त्वाची नव्हती. १९८६ मधील काँग्रेस व नॅशनल कॉन्फरन्स यांच्यातील राजकीय समझोत्याचे निमित्त करून बऱ्याच काश्मिरी संघटना हे ''फारूख अब्दुल्ला काश्मिरी हिताचा दिल्लीशी सौदा करीत आहेत.'' अशी टीका करू लागल्या. या संघटनांपैकी कित्येक संघटना या धार्मिक व राजकीय होत्या. उदाहरणार्थ, जमाएत इ-इस्लामी, जमाएत-इ-तुलाबा आणि शिया पंथाचे नेते अब्बास अन्सारी यांच्या नेतृत्वाखालील युनायटेड मुस्लीम फ्रंट, या शेवटच्या संघटनेला शिक्षित बेकार मुस्लीम तरुणांनी उत्साहाने पाठिंबा दिला होता. जरी काश्मिर राज्यामध्ये मुस्लीम बहुसंख्य असले तरी त्यांचे फारच थोडे प्रतिनिधित्व केन्द्र सरकारमध्ये आणि राष्ट्रीयीकृत बँकांमध्ये होत होते. बँकेच्या क्षेत्रात ते १.५%

होते तर केंद्रीय अबकारी व कस्टम्समध्ये तर अजिबात नव्हते. अकौन्टन्ट जनरलच्या ऑफिसात ते ११ टक्के होते. खुद्द राज्याच्या नोकरवर्गात ते ४०% होते तर काश्मिरमधील एचएमटी कारखान्यात ते १९ टक्के होते.

सप्टेंबर १९८६ मध्ये युनायटेड मुस्लीम फ्रंटचे विसर्जन झाले. त्यांची जागा एका नवीन मुस्लीम संघटनेने घेतली. त्यांनी आपले नाव मुस्लीम युनायटेड फ्रंट असे घेतले. त्यांचे एकमेव उद्दिष्ट हे 'जम्मू व काश्मिरमधील मुस्लीम बहुसंख्याक लोकांच्या मूलभूत हक्कांचे रक्षण करणे,' असे होते. प्रा.अब्दुल्ला हे या संघटनेचे प्रवक्ते बनले. या संघटनेने काश्मिरच्या सामीलनाम्याचा प्रश्न उकरून काढला नाही. परंतु आपण राज्यातील निवडणुकात भाग घेणार आहोत असे जाहीर केले. मग साहजिकच निवडणुकीआधी नॅशनल कॉन्फरन्स आणि मुस्लीम युनायटेड फ्रंट यांच्यात झगडे होऊ लागले. १ मार्च १९८७ रोजी मुस्लीम युनायटेड फ्रंटच्या तीन उमेदवारांना अटक झाली. त्यामध्ये महंमद युसूफ शहा हे होते. हेच शहा पुढे प्रसिद्धीस आलेल्या हिज्बुल मुजाहिदीनचे सुप्रीम कमांडर झाले. अनेक राजकीय निरीक्षकांच्या मते या पक्षाची निवडून येण्याची शक्यता ही खूपच कमी होती. निवडणुकीतील अनेक पक्षांच्या गर्दीत हा पक्ष फारसे काही काम करू शकणार नव्हता.

निवडणुकीत ५० टक्क्यांपेक्षा अधिक मतदान झाले. नॅशनल कॉन्फरन्स व काँग्रेस मिळून झालेल्या आघाडीने अनेक जागा जिंकल्या. तर मुस्लीम युनायटेड फ्रंटने अवघ्या ५ जागा जिंकल्या. जे मतदान झाले त्यात त्यांच्या बाजूने ३० टक्के मते पडली. निवडणुकीत मोठ्या प्रमाणात गैरव्यवहार झाले आणि मतदान केन्द्रे कबजात घेतली गेली असे आरोप व प्रत्यारोप केले गेले. महंमद युसूफ शहा यांचा पराभव हा कुतूहल वाटायला लावणारा होता. कारण ते शेवटच्या फेरीपर्यंत आघाडीवरती होते. युनायटेड फ्रंटच्या अनेक कार्यकर्त्यांना व उमेदवारांना नंतर तुरुंगात डांबण्यात आले. महंमद युसूफ शहा व त्यांचा निवडणूक एजंट महंमद यासिन मलीक यांनाही अटक झाली. मुस्लीम युनायटेड फ्रंटच्या कार्यालयाला टाळे लावण्यात येऊन ते सीलबंद झाले आणि तिथल्या १६ कार्यकर्त्यांना अटक झाली.

मुस्लीम युनायटेड फ्रंटच्या लोकांना अशी वागणूक दिल्याने बहुधा राज्यातील दहशतवाद्यांना उत्तेजन मिळाले असावे. त्यांचे तुरुंगात डांबलेले अनेक कार्यकर्ते हे तिथे एकत्र येऊन भावी योजनेचे बेत आखू लागले. आपण सरळ उठून पाकव्याप्त आझाद काश्मिरला जावे, तिथे प्रशिक्षण आणि शस्त्रास्त्रे घेऊन परत इथे येऊन भारताशी लढा द्यावा असाही बेत तुरुंगात आखला गेला. दुर्दैवाने हे सारे खरे ठरत गेले. जर या कार्यकर्त्यांना निवडणुकीत बरी वागणूक दिली गेली असती, निवडणुकीत त्यांना कायदेशीर भूमिका पार पडू दिली गेली असती आणि नंतर राज्य सरकारच्या धोरणात त्यांना स्थान दिले गेले असते तर त्यांचे रुपांतर दहशतवाद्यांमध्ये कदाचित

झाले नसते. तसेच त्यांचा नेता महंमद युसूफ शहा आणि महंमद यासीन मलीक हे दहशतवादी बनले नसते. निवडणुकीत कोणतेही गैरप्रकार झाले नाहीत असे नॅशनल कॉन्फरन्स पक्ष व काँग्रेस पक्ष म्हणत राहिले. परंतु सर्वसाधारण मत असे होते, की जिथे मुस्लीम युनायटेड फ्रंटचे महत्त्वाचे उमेदवार निवडणूक लढत होते त्या मतदारसंघात मोठ्या प्रमाणात मतदानात हेराफेरी करण्यात आली. मार्च १९८७ च्या निवडणुकीद्वारे धार्मिक व राजकीय विरोधकांना मुख्य राष्ट्रीय प्रवाहात आणणे जमले नाही. परिणामी वाढत्या प्रमाणात काश्मिरी तरुण आझाद काश्मिरमध्ये जाऊन प्रशिक्षण व शस्त्रे घेऊन परतले. आता काश्मिरमधील दहशतवादी कृत्ये ही अधिक संघटितरित्या होऊ लागली.

१९८९ च्या मध्यापर्यंत तालीबानी संघटनेने अफगाणिस्तान जिंकल्याने काश्मिरला त्याचा तडाखा जोरदार बसू लागला. तरीही काश्मिरमधील परिस्थितीवर पक्के नियंत्रण होते. मार्च १९८९ मध्ये मी पंतप्रधानांच्या कार्यालयात रूजू झालो मग जून महिन्यात मी काश्मिरमधील परिस्थितीची पहाणी करण्यासाठी तिथे गेलो. मी तिथे पाच वर्षांनी जात होतो. काश्मिरच्या परिस्थितीचे निरीक्षण व अभ्यास करण्यासाठी जो केंद्रीय मंत्र्यांचा गट नेमला होता तो जवळजवळ निष्क्रीय होता. अन् इतर अनेक खळबळजनक प्रश्न व समस्या यांच्यामध्ये गुंतून पडल्याने केन्द्र सरकार काश्मिरला जवळजवळ विसरून गेले होते.

श्रीनगरमध्ये मी पॅरामिलिटरी किंवा लष्करी संरक्षण न घेता मोकळेपणे हिंडू शकत होतो. पण तिथले दारिद्र्य, गलिच्छपणा, घाण वगैरे पाहून मला धक्का बसला. हॉटेल्स, सरकारी वसाहती व सामान्य नागरिकांच्या वस्त्या यांच्यात मला प्रचंड तफावत आढळून आली. श्रीनगरमध्ये सुधारणा करण्यासाठी माझ्याकडे अनेक योजनांची तपशीलवार कागदपत्रे होती. त्यासाठी केन्द्र सरकारने मोठ्या प्रमाणात रकमा मंजूर केल्या होत्या हेही मला ठाऊक होते. या रकमा खर्च झाल्याचे कागदावरती दाखवले गेले होते. पण प्रत्यक्षात जमिनीवरती कसलेही बांधकाम झाले नव्हते की सुधारणा केल्या गेल्या नव्हत्या. जनता गलिच्छ अवस्थेत रहात होती आणि सरकारने काही नवीन जनता वसाहती बांधण्याच्या योजना मंजूर केल्या आहेत हे त्यांच्या गावीही नव्हते. याचा अर्थ जरी मोठ्या प्रमाणात पैसा मंजूर झाला तरी स्टेट हौसिंग बोर्ड हे फारसे काही काम करीत नव्हते.

श्रीनगरच्या बाहेर बारामुल्ला रस्त्यावरती एक बऱ्यापैकी मोठे खेडेगाव आहे. मी तिथे गेलो असताना अनेक तरुण मुलांनी माझ्याभोवती गर्दी केली. त्यांच्यापैकी अनेकांनी शिक्षण घेतले होते पण त्यांना नोकऱ्या मिळत नव्हत्या. त्यांच्याकडे कोणताही सरकारी अधिकारी फिरकला नव्हता. मी त्यांना सांगितले की तुम्हाला मदत करण्यासाठी सरकारकडे अनेक योजना आहेत. पण जेव्हा मी सरकारी

अधिकाऱ्यांसमवेत त्यांना प्रश्न विचारू लागलो तेव्हा ते काहीही उत्तरे देईनात किंवा बोलेनात. बारामुल्ला येथे मला तोच अनुभव आला. सोपोर गावात मी एका सरकारी प्राथमिक शाळेला भेट दिली. त्या शाळेची इमारत मोडकळीस आली होती. तिथले फर्निचर मोडके होते आणि अन्य कसल्याही सोयी सुविधा तिथे नव्हत्या. शाळांच्या इमारती दुरुस्त करण्यासाठी निधी मंजूर झाला होता. आणि कसलेही काम न करता तो खर्चही करून टाकण्यात आला होता. त्याच्याविरुद्ध मी एक शाळा पाहिली ती जमात-ए-इस्लामी यांच्याकडून चालविली जात होती. ती शाळा अत्यंत स्वच्छ आणि आल्हाददायक वाटत होती. तिथल्या मुलांच्या चेहेऱ्यावरती आनंद ओसंडत होता. शिक्षकवर्ग मुलांना आत्मीयतेने शिकवीत होता. कोणाही साध्या माणसाला हा दोन शाळातला फरक सहज जाणवेल असा होता. जमात-ए-इस्लामीच्या शाळा ह्या का लोकप्रिय झाल्या आहेत व त्यांना का मोठमोठ्या देणग्या मिळतात हेही मग कळले. तसेच सरकारी शाळांवरती प्रचंड रकमा खर्च केल्याचे दाखवूनही तिथे अनास्था का आहे याचेही रहस्य समजू शकते.

काश्मिरच्या खोऱ्यात विजेची टंचाई आहे. कारण जलविद्युत योजनेमध्ये निर्माण झालेली वीज ही पुढे वाहून नेली जात नाही. तेथपर्यंत वाहून नेण्यासाठी ट्रान्समिशन लाईन मंजूर झाली होती, पण राज्यातील ऊर्जा मंत्र्याने असा आग्रह धरला होता की, हे काम पब्लिक सेक्टरला न देता आपल्याच खात्याला मिळावे. परंतु त्यासाठी राज्य सरकारचे हे खाते तेवढे कार्यक्षम नव्हते व त्यांच्याकडे ह्या कामाचा भार थोडासा उचलायला तेवढा पैसाही नव्हता. त्यामुळे ते काम सेन्ट्रल पब्लिक सेक्टर अंडरटेकिंगकडे दिले गेले होते. म्हणजे याचा अर्थ एकच होतो की, त्या ऊर्जा मंत्र्याला या कामाचे कसलेही श्रेय अथवा अन्य काही मिळत नव्हते, म्हणून त्याने हरकत घेतली होती. काश्मिरच्या प्रमुख सचिवाने मला सांगितले की, गॅसवर टर्बाईन चालवून वीज निर्मिती करण्याची योजना अगदी तयार आहे. पण वीजनिर्मिती केन्द्राला गॅसचा पुरवठा अखंडीतपणे करण्याचे आश्वासन न दिल्यामुळे ती योजना कागदोपत्री धूळ खात पडून राहिली आहे.

माझ्या या भेटीत काश्मिरमध्ये अत्यंत भ्रष्टाचार चालू असल्याचे मला जाणवले. बक्षी गुलाम महंमद यांच्या काळात भ्रष्टाचार मोठ्या प्रमाणात बोकाळल्याचे आमच्या कानावरती आले होते. पण तो किती व्यापक प्रमाणात बोकाळला आहे आणि सामान्य माणसाला सरकारबद्दल का घृणा वाटते ते मला समजून चुकले. आपण असे म्हणू शकतो की दहशतवाद्यांच्या चळवळीमुळे जनता नाराज आहे. पण आपल्याला हे कधी नीट समजले नाही की, आपल्याच कारभारामुळे दहशतवाद्यांना येथे एक सुपीक कुरण कारवाया करण्यासाठी लाभले आहे. केंद्रीय सरकारचा व राज्य सरकारचा पैसा हा काही निवडक कुटुंबाकडून मोठ्या प्रमाणात हाताळला

जातो. अन् ह्या कुटुंबाचे स्थानिक पुढाऱ्यांशी चांगले लागेबांधे असतात. उत्पन्नाचा ज्ञात स्रोत फारसा नसतानाही या कुटुंबांची राजेशाही रहाणी, आलिशान घरे आणि ते देऊ करीत असलेल्या भव्य मेजवान्या, झगमगाट या मागचे रहस्य कोणालाही ओळखता यावे. फार काय जो सरकारी निधी सार्वजनिक कामे आणि विविध योजनांसाठी मंजूर होतो त्यात दहशतवादीसुद्धा आपला वाटा हक्काने वसूल करतात.

मला काश्मिरबद्दल आणखी एक गोष्ट प्रकर्षाने जाणवली ती म्हणजे काश्मिर हा भारताच्या इतर सर्व भागांपासून वेगळा पडला आहे. विशेषतः इथला सुशिक्षित मुस्लीम मध्यमवर्गसुद्धा वेगळा पडलेला आहे. मी फारूख अब्दुल्लांना एक सूचना केली. जनतेत आदर असलेल्या इथल्या सुशिक्षित मुस्लीम कुटुंबातील तरुण मुलांची एक यादी बनवून ती मला द्यावी. मग मी त्यांच्यासाठी एक योजना बनवेन. त्या योजनेनुसार त्या तरुणांना काश्मिरबाहेरच्या राज्यातील नामांकित शिक्षणसंस्थांमध्ये पाठवले जाईल. तिथे त्यांनी पुढचे शिक्षण पूर्ण करावे नंतर त्यांच्यासाठी नोकऱ्याही शोधण्याचे काम केले जाईल. यामुळे ज्या मुस्लीमवर्गात मते बनवली जातात व त्यांचा जनतेत प्रसार होतो त्या वर्गातील तरुणांची मते ही भारताला अनुकूल व राष्ट्रीय हिताची अशी होतील.

राज्य सरकारच्या कर्मचाऱ्यांना सुट्टीत प्रवासासाठी काहीही सवलती उपलब्ध नाहीत. तशा असत्या तर त्यांनी आपल्या कुटुंबियांसह काश्मिरच्या बाहेर जाऊन आपल्या देशातील प्रेक्षणीय स्थळे दर तीन वर्षांनी पाहिली असती. काश्मिरच्या खोऱ्याबाहेर या कर्मचाऱ्यांना येण्यासाठी अशी योजना त्यांना नक्की उत्तेजन देऊ शकेल. मग आपल्या देशाच्या निरनिराळ्या भागात काय काय घडत आहे याची त्यांना कल्पना येऊ शकेल. भारताची अशी नीट कल्पना आली की त्यांच्या दृष्टिकोनात अनुकूल बदल होत जाईल. यासाठी जी जादा रक्कम लागेल ती फारशी मोठी नाही, पण ही योजना राबवायला फारूख अब्दुल्ला कमी पडले. काश्मिरमधील तरुणांमधून काही निमलष्करी दलांच्या बटालियन उभ्या करता आल्या तर काही सशक्त तरुणांना नोकरी मिळेल. मला सांगण्यात आले की अशी भरती करणे हे फारसे अवघड नाही. अन् जरी हे भरती झालेले तरुण काश्मिर सोडून बाहेर जाण्यास नाखूष असले तरी या सशस्त्र तरुणांपासून सुरक्षिततेला काही बाधा येईल असे वाटत नाही.

राज्याच्या सचिवालयातील वरिष्ठ अधिकारी हे आयएएस व आयपीएस झालेले असून ते उत्साही आहेत. आपले काम ते निष्ठेने पार पाडतात. त्यांना चमत्कारिक व प्रतिकूल परिस्थितीत काम करावे लागते आहे, ही खरोखरीच एक दुर्दैवाची बाब आहे. परंतु बाहेरून तिथे आलेले अधिकारी व काश्मिरी अधिकारी यांच्यात एक चांगला समन्वय आहे.

जगमोहन यांच्या राज्यपालपदाची मुदत संपत आल्याने फारूख यांनी मला आठवण करून दिली की, काही महिन्यांपूर्वी त्यांनी हा विषय राजीव गांधी यांच्याकडे काढला होता. त्यांच्याजागी कोणाला आणणार याची चाचपणी ते आता माझ्याकडे करू पहात होते. मग त्यांनी मलाच राज्यपालपद स्वीकारावे म्हणून सुचवले होते. पण मला ते पद भूषविण्यात रस नव्हता आणि खुद्द पंतप्रधानांनी मला त्यासाठी सोडले नसते. अखेर ईशान्य भारतात राज्यपाल असलेले जनरल कृष्णराव यांची निवड करून त्यांना जुलै १९८९ मध्ये काश्मिरचे राज्यपालपद देण्यात आले.

मी काश्मिरमध्ये जे काही पाहिले त्यामुळे मला फार दुःख झाले. मी माझी निरीक्षणे मंत्रीमंडळासमोर व पंतप्रधानांसमोर ठेवली. माझ्या सांगण्याला इंटेलिजन्स बुरोच्या अधिकाऱ्यांनी दुजोरा दिला होता. ते काश्मिरबद्दल जे अहवाल पाठवीत होते ते एकतर वाचले जात नसावेत किंवा केन्द्र सरकारकडून त्यावरती काही कारवाई केली जात नसावी. इथे पुन्हा एकदा सांगितलेच पाहिजे की, दिल्लीमध्ये काश्मिरला जणू काही सरकार विसरून गेले होते. केवल निमलष्करी दले व सशस्त्र सेना आणि फारूख अब्दुल्ला यांचे जनतेच्या बाजूने उभे रहाणे यामुळे तिथली परिस्थिती स्फोट होण्याइतपत बिघडली नाही.

परंतु १९८९ च्या अखेरीस परिस्थितीचा अखेर स्फोट झालाच. अफगाणिस्तानवर कब्जा करण्यासाठी ज्या दहशतवाद्यांना पाकिस्तानात प्रशिक्षण दिले होते, त्यांना आता काश्मिरवरती सोडून देण्यात आले. भरपूर पैसा व अत्याधुनिक शस्त्रास्त्रसामग्री घेऊन ते काश्मिरमध्ये घुसले. त्याचबरोबर मोठ्या प्रमाणात काश्मिरी तरुणांनी आझाद काश्मिरमध्ये प्रवेश केला आणि तिथे प्रशिक्षण व हत्यारे घेऊन ते परत आले. नोव्हेंबर १९८९ मध्ये ज्या सार्वत्रिक निवडणुका देशात झाल्या. त्यातून दिल्लीचे सरकार बदलले गेले. मग कदाचित पाकिस्तानला असे वाटले असेल की हे व्ही. पी. सिंग यांचे संयुक्त सरकार आपण सहज खिशात टाकू. नोव्हेंबर व डिसेंबर १९८९ मध्ये दहशतवाद्यांच्या कृत्यांनी अगदी कळस गाठला. मग २६ जानेवारीला गणतंत्र दिवस साजरा करण्याच्या समारंभात कुठेतरी या सर्व गोष्टींचा मोठा स्फोट होईल अशी भीती वाटू लागली.

त्या काळात दूरदर्शनवरती *न्यूजट्रॅक* हे सदर दाखवले जायचे. त्यात एकदा लोकांचा मोठा जमाव श्रीनगरमध्ये उघडपणे सरकारच्या निषेधाच्या घोषणा देत होता. ते दृश्य असे होते की काश्मिरमधील सारी जनता बंड करून उठली आहे असे वाटत होते. आपल्याच सरकारी चित्रवाणीवरती राष्ट्रद्रोही विचारांच्या लोकांनी मोठ्या प्रमाणात निषेध करावा व दहशतवाद्यांना उचलून धरलेले दृश्य व बातमी दाखविली जावी याचे पंतप्रधान व्ही. पी. सिंग यांना फार वैषम्य वाटले. ते खूप अस्वस्थ झाले. मग मी त्यांना सांगितले की आपण हे दृश्य आपल्या टीव्हीवरती दाखवले नसते

तरी इतर सर्व परदेशी चॅनेल्सवरून ते प्रसारीत झाले असते. मग उलट आपलीच विश्वासार्हता धोक्यात आली असती. तथापि, आम्ही दूरदर्शनला सूचना दिल्या की अशा दृश्यांच्या बाबतीत अधिक काळजी बाळगत जावी.

केंद्रीय गृहमंत्री मुफ्ती महंमद सईद यांच्या मुलीचे अपहरण ८ डिसेंबर १९८९ रोजी झाले. ही केस केन्द्र सरकारने अत्यंत वाईट तऱ्हेने हाताळली. त्यामुळे त्याचे अनेक गंभीर परिणाम नंतर होत गेले. या अपहरणामागे जम्मू काश्मिर लिबरेशन फ्रंट (JKLF) ही संघटना होती. त्यांनी सईद यांच्या कन्येच्या सुटकेच्या बदल्यात पाच बडे दहशतवादी सोडून देण्याची मागणी केली. या अपहरणाचे स्वागत काश्मिर खोऱ्यातील मुस्लीम जनतेने केले नाही. 'एका निष्पाप मुस्लीम मुलीला' पळविण्याचे कृत्य हे एक भ्याडपणाचे आहे अशी सर्वसाधारण भावना होती. श्रीनगरमध्ये त्यावेळी फारूख अब्दुल्ला नव्हते. प्रमुख सचिव मूसा रझा व स्थानिक इंटलिजन्स ब्युरोचे अधिकारी अतिरेक्यांशी वाटाघाटी करण्याचा प्रयत्न करीत होते. अपहरणकर्त्यांवरती जबरदस्त दडपण येत चालले होते. ते दडपण नुसते काश्मिरमधून नव्हते तर बाहेरूनसुद्धा येत होते. भारतातील सर्व मुस्लीम नेत्यांनी या कृत्याचा निषेध व्यक्त केला. त्यामुळे प्रमुख सचिवांना त्या मुलीच्या सुटकेबद्दल कसलीही देवाणघेवाण करावी लागणार नाही व तिला सोडून दिले जाईल अशी आशा वाटत होती. पण इकडे दिल्लीतील सरकारमध्ये उगाचच गडबड गोंधळ सुरू झाला होता. ती मुलगी गृह मंत्र्यांची कन्या असल्याने व्ही. पी. सिंग व त्यांचे सहकारी तिच्या सुटकेबद्दल खूप उत्सुक होते. मग मुफ्ती महंमद साहेबांच्या सूचनेवरून काश्मिरबाहेर असलेला एक काश्मिरी न्यायाधीश एम. एल. भट यांनी अतिरेक्यांशी वाटाघाटी करण्यास सुरूवात केली. केन्द्रीय मंत्री आरिफ मोहंमदखान व आय. के. गुजराल यांनाही तेवढ्यासाठी श्रीनगरला पाठविण्यात आले. इंटेलिजन्स ब्युरोच्या संचालकाने मला सांगितले की मुख्यमंत्री व प्रमुख सचिव यांना त्या मुलीची सुटका होण्याबद्दल ठाम विश्वास वाटत आहे. पण व्ही. पी. सिंग यांचे मंत्रीमंडळ कसलीही जोखीम पत्करायला तयार नाही. या घटनेबद्दल पंतप्रधानांच्या घरी एक बैठक झाली. त्यावेळी शेषन यांनी टेलिफोनवरून श्रीनगरच्या प्रमुख सचिवाला ओरडून विचारले की "अजून तुम्ही ते पाच अतिरेकी का सोडून देत नाही?" मूसा रझा या बाबतीत जे काही खुलासा करू पहात होते तो ते ऐकून घ्यायला तयार नव्हते. उलट त्यांनी मूसा रझा यांना उद्धटपणे सुनावले, "तुम्ही कॅबिनेट सेक्रेटरीशी बोलता आहात ठाऊक आहे ना तुम्हाला?" यामुळे आपल्या ताब्यातील अतिरेक्यांना सोडून देण्यासाठी काश्मिरच्या मुख्यमंत्र्यांवर एक प्रकारचा दबाव टाकला गेला. त्याचे शेवटी विनाशकारी परिणाम झाले. अतिरेक्यांच्या हिंसाचाराला यामुळे खतपाणी दिले गेले. शिवाय त्यांची अशी गैरसमजूत झाली की नवीन सरकारकडे आपल्याला

तोंड देण्याची इच्छाशक्ती नाही.

इतर देशांकडून पाकिस्तानच्या आयएसआयकडून आणि मध्यपूर्वेतील काही देशांकडून हे ओलीस ठेवून धमकावण्याचे प्रश्न कसे सोडवले जातात ते आपल्या हेर खात्याच्या माणसांनी मला सांगितले. त्या देशात मुळात ज्यांची मागणी होऊ शकेल अशा अतिरेक्यांना अत्यंत कडेकोट बंदोबस्तातील तुरुंगात ठेवले जाते मग त्यांची मागणी करणाऱ्यांना स्पष्ट सांगितले जाते की, "जर पकडलेल्या ओलिसांना किंचित जरी इजा केली गेली तर आपल्या ताब्यातील अतिरेक्यांना आम्ही ठार करू" किंवा "आमच्याजवळील ते अतिरेकी निसटून पळून जात असताना आम्ही त्यांना केव्हाच गोळ्या घालून ठार केलेले असल्याने त्यांना बदल्यात सोडून देण्याचा प्रश्नच येत नाही." असे सांगितले जाते. ही पद्धत अत्यंत परिणामकारक ठरते व परत कधी कुणाला ओलीस धरून अतिरेक्यांच्या सुटकेची मागणी सहसा केली जात नाही परंतु आपण भारतीय लोक हे अति सुसंस्कृत असल्याने या मार्गाने अशा समस्या कधी सोडवीत नाही.

जनरल कृष्णराव हे त्यावेळी काश्मिरचे राज्यपाल होते. पूर्वीच्या काँग्रेस सरकारशी त्यांचे खूप निकटचे संबंध असल्याने आता त्यांच्या जागी आपल्या नवीन माणसाला आणले जाणे व त्याच्याकडून नवीन धोरणांचा पाठपुरावा केला जाणे हे क्रमप्राप्त होते. ज्यावेळी कृष्णराव यांच्या जागी जगमोहन यांचे नाव घेतले गेले तेव्हा मी पंतप्रधान व गृहमंत्री यांना सांगितले की तसे काही केले तर फारूख अब्दुल्ला नाईलाजाने मुख्यमंत्रीपदाचा राजीनामा देतील. कारण पाच वर्षांपूर्वी १९८४ मध्ये त्यांनीच फारूख अब्दुल्ला यांना फार घृणास्पद रीतीने दूर केले होते. फारूख यांना जगमोहन आणले जाण्याची कुणकूण लागली असावी. त्यांचे डाव्या पक्षातील काही मातब्बर व्यक्तिंशी संबंध होते. आता ह्या पक्षांनी नवीन सरकारला बाहेरून पाठिंबा दिला होता. म्हणून फारूख यांनी त्यांच्यामार्फत जगमोहन आपल्याला राज्यपाल म्हणून पसंत नाहीत असा निरोप पाठवला. पण त्याबद्दल त्यांना काही अनुकूल प्रतिसाद मिळाला नाही. मग त्यांनी भाजपकडे तसा शब्द टाकायला हवा होता. परंतु तसा त्यांनी टाकला नसावा किंवा टाकला असला तरी भाजपने त्या संदर्भात काहीही हालचाल केली नसावी. मग काँग्रेस पक्षाने जगमोहन यांच्याविरुद्ध खाजगी बोलण्यातून जगमोहन हे भाजपचे उमेदवार असून ते जातीयवादी आहेत, असा छुपा प्रचार सुरू केला. १९ जानेवारी १९९० रोजी जगमोहन यांची काश्मिरचे राज्यपाल म्हणून नेमणूक झाली. दुसऱ्याच दिवशी सकाळी फारूख यांनी आपला मुख्यमंत्रीपदाचा राजीनामा दिला.

जगमोहन यांची कारकीर्द पहिल्याच दिवसापासून उलटसुलट मतांमुळे गाजू लागली. एक कठोर शासनकर्ता आणि कायदा व सुरक्षितता यामध्ये कधीही

तडजोड न करणारा अशी त्यांची ख्याती होती. त्यांच्या काश्मिरमधील मागच्या कारकीर्दीत त्यांनी प्रशासन सुधारण्याचा प्रयत्न केला होता. तसेच अनेक योजना तयार करून त्या राबविण्याचा प्रयत्न केला होता. त्याबद्दल जनतेकडून त्याची वाहवा झाली होती. पण यावेळी झालेली त्यांची नेमणूक ही खास करून काश्मिरमधील दहशतवाद ठामपणे निपटून काढण्यासाठी झालेली आहे असे मानले जाऊ लागले. पहिल्याच दिवशी प्रचंड गडबड झाली. गौकादल येथे पोलीसप्रमुख सक्सेना यांनी १९ जानेवारीला ३०० जणांना दहशतवादी असल्याच्या संशयावरून ताब्यात घेतले. या संदर्भात काहीजणांनी पोलिसांच्या विरुद्ध निदर्शने करून झगडा आरंभला. त्यामुळे पोलिसांनी गोळीबार केला. तो सारा प्रकार अत्यंत हास्यास्पद व मूर्ख रीतीने हाताळला गेला होता. परंतु गोळीबारात ५० निदर्शक ठार झाले. जगमोहन यांचा या घटनेशी काहीही संबंध नव्हता. २० जानेवारीला ते ठरल्याप्रमाणे श्रीनगरला जाण्यासाठी २० तारखेला निघाले. परंतु वाईट हवामानामुळे ते तिकडे जाऊ शकले नाहीत. त्यांच्या विरोधकांनी मग त्यांच्यावरती दोषारोप केला की, आपल्याकडून कशा प्रकारचे उत्तर दिले जाते हे दहशतवाद्यांना सांगण्यासाठी निदर्शकांवरती त्यांनी मुद्दाम गोळीबार केला. मग जनता खवळून उठली व सर्वत्र हिंसाचाराचे लोण पसरत गेले. २१ मार्च १९९० रोजी लाल बझारमध्ये हिंसाचार करणाऱ्यांवरती गोळ्या झाडण्यात आल्या. त्यामुळे तर जगमोहन हे अशा प्रकारे धमकावतात असे म्हटले जाऊ लागले.

१९ फेब्रुवारी रोजी जगमोहन यांनी काश्मिरची विधानसभा बरखास्त केली. ती बातमी कळल्यावरती आम्हाला धक्काच बसला. कारण त्यासाठी त्यांनी आमच्याशी आधी विचारविनिमय केला नाही की परवानगी घेतली नाही. त्यांच्या मते घटनेच्या ३५६ व्या कलमाचे असे अधिकार राज्यपालाला असल्याने त्यांनी ते वापरले. जगमोहन यांच्या या कृतीने पंतप्रधान खूपच अस्वस्थ झाले आणि त्यांनी या बाबतीतले आपले विचार आम्हा सर्वांना स्पष्ट सांगितले. जगमोहन यांचे आणखी एक म्हणणे असे होते की, जर विधानसभेचे अस्तित्व राहिले तर फारूख अब्दुल्ला परत मुख्यमंत्री होतील असे राज्यातील अधिकाऱ्यांना वाटत होते. म्हणून त्यांची आपल्याशी निष्ठा राहिली नाही व ते आपल्या आज्ञा धुडकावू लागले. एकदा विधानसभा बरखास्त केली की सर्व अधिकाऱ्यांना राज्यपालाच्या आज्ञा पाळाव्याच लागतील. मग पंतप्रधानांच्या सूचनेवरून आम्ही अशा प्रकारात राष्ट्रपती घटनेने दिलेल्या आपल्या अधिकारात काही करून राज्यपालांनी दिलेली विधानसभेची बरखास्ती रद्द करू शकतात का व पुन्हा तीच विधानसभा तार्किकदृष्ट्या उभी राहू शकते का याचा आम्ही अभ्यास केला. पण आम्हाला मिळालेल्या कायदेशीर सल्ल्यानुसार जरी आम्ही राज्यपालांचे निवेदन बाजूस सारले तरी एकदा विसर्जित

झालेली विधानसभा कधीही पुनरुज्जीवीत होऊ शकत नाही. त्यामुळे मग या दिशेचे आमचे प्रयत्न आम्ही सोडून दिले.

मग सर्व राजकीय पक्षांनी राष्ट्रपती व पंतप्रधान यांच्यावरती याबद्दल दडपण आणले. सर्व पक्षांचे एक शिष्टमंडळ हे उपपंतप्रधान देवीलाल व राजीव गांधी यांच्यासह ९ मार्चला श्रीनगरला गेले. त्यावेळी जगमोहन यांनी उपपंतप्रधानांचे प्रथेप्रमाणे विमानतळावर हजर राहून स्वागत करायला हवे होते. पण तसे न करून त्यांनी शिष्टाचार संकेताचा भंग केला. इतकेच काय, पण राज्यपालांच्या समवेत बसून चर्चा करण्यासाठी जी बैठकीची व्यवस्था केली गेली त्यातील खुर्च्यांच्या मांडणीवरूनही कुरबूर झाली. राजीव गांधींनी तर त्या निमित्ताने आरडाओरडा करण्याची संधी सोडली नाही.

शेवटी पंतप्रधान हे अशा निर्णयाला आले की, काश्मिरबाबतच्या समस्या गृह मंत्रालयाकडून काढून घ्याव्यात. त्यासाठी त्यांनी रेल्वे मंत्री जॉर्ज फर्नान्डिस यांची नियुक्ती केली. पण यामुळे एक छोटी समस्या उभी राहिली. राष्ट्रपतींनी प्रशासनाचे जे नियम (Rules of Business) ठरवून दिले त्यानुसार राज्यांमधील घटनासंबंधीच्या बाबी या फक्त गृह मंत्रालयाच्या अखत्यारीत येतात त्याऐवजी आता रेल्वे खात्याच्या मंत्र्याकडे काश्मिरमधील घटना हाताळण्याचे काम कसे देता येईल? त्यातून खुद्द गृह मंत्री स्वत: काश्मिरमधून निवडून आलेला असताना हे कसे काय चालेल? म्हणजे आता ही एक कामकाजाच्या दृष्टीने थोडीशी नाजूक बाब होऊन बसली. त्या नियमांमधून शब्दच्छल करून काहीतरी मार्ग काढून मग ते काम फर्नान्डिस यांच्याकडे सोपवले गेले. फर्नान्डिस यांनी मात्र हे काम उत्साहाने स्वीकारले व ते काश्मिरला भेट देण्यासाठी गेले. त्यांनी तिथे स्वतंत्रपणे थेट दहशतवाद्यांशी आपला संपर्क प्रस्थापित केला पण त्यामुळे इंटेलिजन्स ब्युरो नाराज झाले. कारण सहकार व दहशतवादी यांच्यातील संपर्क हे विविध मार्गांनी आधी होते. त्यात या नवीन मार्गाची भर पडली. एकापेक्षा असे अनेक मार्ग असले की दहशतवादी एका मार्गाविरुद्ध दुसऱ्या मार्गाचा उपयोग करू लागतात. यामुळे फारसे काही निष्पन्न न होता उलट गोंधळ निर्माण होऊन परिस्थितीचे चित्र नीट उमटत नाही. शेवटी असेच झाले व परिस्थितीतून काहीही ठाम मार्ग निघू शकला नाही.

जगमोहन यांच्याबाबत पंतप्रधान हे नाराज नसले तरी पूर्णपणे असमाधानी होते. त्यांनी आम्हाला जगमोहन यांची लवकरच बदली करणार असल्याचे सूचित केले. मग मी जनरल सुंदरजी यांचे नाव काश्मिरच्या राज्यपालपदासाठी सुचवले. त्यांची सैन्यातली पार्श्वभूमी व उच्च पदापर्यंतची कामगिरी पहाता दहशतवाद्यां- विरुद्धच्या योजना आखून त्यांची कार्यवाही करणे हे काम त्यांना सहज जमण्याजोगे होते. शिवाय पोलीस निमलष्करी दल व सैन्य यांच्यात समन्वय साधण्यासाठीही जनरल

सुंदरजी योग्य होते. पण त्यांचे नाव स्वीकारले गेले नाही. पंतप्रधानांनी मला सांगितले की, "गिरीश सक्सेना यांना राज्यपाल म्हणून पाठवायचे ठरवलेले आहे." गिरीश सक्सेना हे रॉचे पूर्वीचे संचालक होते. त्यांची ही नेमणूक एवढी गुप्त ठेवली गेली होती की खुद्द त्यांचे भाऊ नरेशचंद्र हे गृह खात्याचे सचिव असूनही त्यांना ही बातमी शेवटच्या क्षणापर्यंत कळू शकली नाही.

मौलवी फारूख यांचा खून दहशतवाद्यांनी केल्यावर मात्र जगमोहन यांना दूर करणे भाग पडले. मौलवी फारूख यांनी पोलीस संरक्षणाची मागणी केलेली असूनही त्यांना ते पुरवले गेले नव्हते. ते ऐकून आम्हाला आश्चर्य वाटले. जगमोहन यांच्या बाबतीत काय करावे असा सल्ला जेव्हा पंतप्रधानांनी मला विचारला, तेव्हा मी म्हणालो, "त्यांचे काहीही दोष असले तरी त्यांचे नुकसान होईल असे आपण करणे बरे दिसणार नाही. त्यांना राज्यपालपदावरून हटवून राज्यसभेवरती त्यांचे नाव आपण सुचवूया." याला पंतप्रधानांनी संमती दिली. मग जगमोहन यांना दिल्लीला बोलावून गृहमंत्र्यांना भेटण्यास सांगितले. मला त्यांनी भेटावे असेही सांगण्यात आले. मी सुचवले की जगमोहन यांनी प्रथम राजीनामा द्यावा व त्याच वेळी त्यांना राज्यसभेचे सभासदत्व देऊ करावे. त्याप्रमाणे २५ मेला त्यांनी राजीनामा दिला. मग राष्ट्रपतींनी गिरीश सक्सेना यांची काश्मिरचे राज्यपाल म्हणून नियुक्ती करुन अधिकृत निवेदन प्रसिद्ध केले.

आपली कामे वाटेल ते झाले तरी पार पाडणारे, अशी जगमोहन यांची ख्याती होती. सरकारी अपेक्षेनुसार दहशतवाद्यांविरुद्ध ठामपणे कृती केली पाहिजे अशी काश्मिरमधील पोलीसखाते व निमलष्करी दल यांची समजूत होती. त्यामुळे त्यांच्या कृतीचे परिणाम हे हिंसाचार व मृत्यू यात होत. ह्या साऱ्या गोष्टींचे खापर जगमोहन यांच्या माथी मारले जाई. विधानसभा विसर्जित केल्यावर काश्मिरची सत्ता जगमोहन यांच्या हातात पूर्णपणे एकवटली होती. जोपर्यंत दहशतवादी शरण येत नाहीत व हिंसेचा मार्ग सोडत नाहीत तोपर्यंत त्यांच्याशी कसलीही चर्चा किंवा संवाद करायचे नाहीत, अशी जगमोहन यांची भूमिका होती. आयएसआयच्या कारवाया वाढल्यामुळे अफगाण मुजाहिद्दीन व काश्मिरी दहशतवादी यांच्या हालचाली वाढत गेल्या. त्यामुळे शांतता प्रस्थापनेचे कार्य बरेच मागे पडले. आयएसआयने अफगाणींना आणि अफगाणिस्थानातील युद्धासाठी तयार केलेल्या प्रशिक्षित परकीय दहशतवाद्यांना काश्मिरमध्ये पाठवले. जे काश्मिरी तरुण सरहद्द ओलांडून पाकिस्तानात शस्त्रास्त्रांचे प्रशिक्षण घेतलेले होते त्यांनाही पाकिस्तानाने काश्मिरमध्ये पाठवले. शिवाय पाकिस्तानातून सतत धार्मिक विद्वेषावरती आधारीत प्रचार चालूच होता. सरकारचा बावळटपणा आणि बोकाळलेला भ्रष्टाचार यामुळे स्थानिक रहिवासी दहशतवाद्यांना साथ देऊ लागले किंवा तसे करणे त्यांना भाग पाडले गेले. म्हणून वाढत्या हिंसाचाराचे खापर

फक्त जगमोहन यांच्यावरती फोडणे हे सर्वस्वी चूक आहे. १९८९ च्या मध्यापासून परिस्थिती बिघडू लागली होती. जगमोहन काश्मिरचे राज्यपाल झाले तेव्हा तर परिस्थिती कळसाला पोचली होती. मुफ्ती सईद यांच्या कन्येच्या अपहरणाच्या बदल्यात दहशतवाद्यांची सुटका ही फक्त त्या परिस्थितीत पडलेली नाममात्र भर होती. सुदैवाने २६ जानेवारीच्या गणतंत्र दिवशी अपेक्षेप्रमाणे कुठेही स्फोटक कृत्ये घडली नाहीत. फारूख अब्दुल्ला तरीही सतत व एखाद्या भविष्यवेत्त्याप्रमाणे राज्यातील वाढत्या हिंसाचाराची व अंदाधुंदीची उपरोधिकपणे भाकीते करीत राहिले.

काश्मिर खोऱ्यातील हिंसाचार वाढत गेल्याने काश्मिरी पंडित लोक मोठ्या संख्येने स्थलांतर करू लागले. ते जम्मूला व दिल्लीला जाऊन राहू लागले. यासाठीही पुन्हा जगमोहन यांना जबाबदार धरले गेले. काँग्रेस पक्ष सुरुवातीपासून जगमोहन यांच्याविरुद्ध होता. याचे कारण त्यांनी आपल्या पक्षाची साथसंगत सोडली असून, ते विरोधकांना म्हणजे व्ही. पी. सिंग यांना साथ देऊ लागले आहेत असा समज काँग्रेसवाल्यांचा झाला. पण तरीही त्यांच्या हातून काही चुकाही घडल्याने त्यांच्याबद्दलच्या गैरसमजात भर पडत गेली. राज्यपाल म्हणून त्यांची नेमणूक झाल्याने फारूख यांनी राजीनामा दिला. त्यामुळे सत्तेमध्ये एक प्रकारची पोकळी निर्माण झाली. नेमकी त्याचवेळी दहशतवाद्यांना निपटण्यासाठी त्यांची गरज होती. लोकशाही मार्गाने निवडून आलेले सरकार आणि काश्मिरच्या भारतातील सामीलनाम्याचे कट्टर समर्थन याची फारूख अब्दुल्ला ही एक दृश्य खूण होती. त्यांच्या राजीनाम्यानंतर विधानसभेचे विसर्जन करून जगमोहन यांनी एक मोठी चूक करून परिस्थिती आणखीनच बिघडवली. कारण जनतेचा लोकशाही प्रक्रियेतला सहभाग म्हणून विधानसभा दिसत असते. मग भले ही गोष्ट तशी शंभर टक्के परिपूर्ण नसली तरी. आता मागे वळून पहाताना असे दिसते की, जगमोहन यांना राज्यपाल म्हणून काश्मिरला पाठवण्यात व्ही. पी. सिंग सरकारची चूक झाली व त्याची मोठी किंमत त्याबद्दल मोजावी लागली.

१९९० च्या वसंत ऋतूत व उन्हाळ्यात भारत पाक सरहद्दीवरती तणाव निर्माण होत होत त्याची अगदी परिसीमा झाली. जरी त्या वर्षाच्या मध्यास परिस्थिती किंचित निवळली तरी राज्यात जाणवण्याजोगी सुधारणा दिसेना. सक्सेना यांच्या नेमणुकीनंतर लवकरच जुलै महिन्यात मी काश्मिरला भेट दिली. मागच्या भेटीत जे दिसले त्यापेक्षा आत्ता वेगळेच चित्र मला तिथे दिसले. आणि ते चित्र कल्पनातीत धक्कादायक होते. मी तिथे दोन दिवसच होतो. पण दोन्ही दिवस मला संपूर्ण संरक्षण दिले गेले होते. तिथली दुकाने उघडी होती पण दुकानदार गिऱ्हाईके नसल्याने कंटाळून गेले होते आणि अत्यंत सावध होते. कधी काय घडेल याचा नेम नव्हता. जेव्हा एका दुकानदाराने माझ्या बरोबर आलेल्या संरक्षकांचा फौजफाटा

पाहिला तेव्हा तो खूप हादरला. दल सरोवरचा आसमंत हा जवळजवळ ओसाड पडला होता. सुरक्षा दलाच्या लोकांनी आम्हाला निशांत गार्डनमध्ये आणि त्या मृत मौलवीच्या घरी जाण्यापासून परावृत्त केले. विमानतळावरची सुरक्षितता खूपच कडक होती. थोडक्यात श्रीनगर हे एक सोडून दिलेले व ओसाड पडलेले शहर वाटत होते. अगदीच गरज असेल तरच लोक घराबाहेर पडत. त्यावेळी त्यांच्या चेहऱ्यावरती प्रगट झालेली भीती ही सहज दिसून यायची. पण इतकी परिस्थिती होती तरी काही ठिकाणी घरांची बांधकामे ही वेगाने केली जात होती. त्यावर मला सांगण्यात आले की घरांचे मालक व बांधकाम कंत्राटदार यांनी दहशतवाद्यांना पैसे चारून काही काळापुरते त्यांच्यापासून संरक्षण घेतले होते.

परत आल्यावरती मी सारा अहवाल पंतप्रधानांना दिला. पण मी आपण होऊन श्रीनगरला भेट दिल्याचे गृहमंत्र्यांना आवडले नव्हते. जसजसे १९९० साल पुढे सरकू लागले तसतसे सरकारचे काश्मिरकडे दुर्लक्ष होत गेले. याचे कारण लक्ष वेधून घेण्यासाठी तिथे फारसे काही घडत नव्हते.

गृह खात्याचे राज्यमंत्री राजेश पायलट यांनी जुलै १९९३ मध्ये मला एका अनौपचारिक व्यासपीठाचा सभासद होण्यासाठी विनंती केली. देशातील आणि विशेषत: जम्मू व काश्मिरमधील सल्ले देण्यासाठी हे व्यासपीठ निर्माण केले जात होते. या व्यासपीठावरती जो गट काम करणार होता त्यात नामवंत लोकांचा समावेश असल्याने मला सभासद होण्यात आनंद झाला. सरदार स्वर्णसिंग, डॉ. करणसिंग, टी. एन. कौल आदी व्यक्ती त्यात समाविष्ट होत्या. आमच्या बैठका दिल्लीला होत व आम्ही श्रीनगरलाही भेटी दिल्या. त्यावेळी काश्मिरचे राज्यपाल जनरल कृष्णराव हे होते. त्यांचा दृष्टिकोन हा अत्यंत उद्धटपणाचा होता व स्वत:चा मोठेपणा दाखवण्यासाठी ते अनेकदा खालच्या पातळीवरती उतरत. त्यांच्या या स्वभावामुळे त्यांच्याविषयी एक विनोद असा सांगितला जायचा की, "हे राज्यपाल फक्त दोघांशीच बोलतात. ते दोघे म्हणजे परमेश्वर व पंतप्रधान." जून १९९४ मध्ये काश्मिर खोऱ्याला मी एकट्यानेच भेट दिली होती. त्यामुळे पत्रकारांमध्ये मोठे कुतूहल जागृत झाले. पत्रकारांच्या जगात अशी बातमी उठली होती की, पंतप्रधान पी. व्ही. नरसिंहराव यांनी काश्मिरमध्ये तिथे नव्याने निवडणुका घ्याव्या की नाहीत याचा निर्णय घेण्यासाठी मला तिथे आधी पहाणी करायला पाठविले आहे.

२३ सप्टेंबर १९९३ आणि १७ जून १९९४ रोजी मी पंतप्रधानांना दोन पत्रे पाठविली. ती मी खाली देत आहे. आमच्यापुढे कोणत्या महत्त्वाच्या बाबी उभ्या राहिल्या होत्या याची कल्पना त्या पत्रांवरून येईल. याखेरीज मी पंतप्रधानांना पत्रातून कळवले की काश्मिर खोऱ्यातील वृद्ध लोक आता जुन्या राजेशाही काळातील आठवणी काढीत असून त्यावेळचा कारभार किती चांगला होता ते सांगतात.

त्यावेळी जनतेच्या तक्रारीची दखल घेतली जायची. महाराजांचा मुलगा डॉ. करणसिंग जर अजून राज्यपाल नाही निदान या ना त्या प्रकारे प्रशासनाशी निगडीत झाले तरी अजूनही काश्मिरचे भले होईल.

व्यासपीठाच्या सभासदांसमवेत १० व ११ सप्टेंबर १९९३ रोजी मी काश्मिरला भेट दिली. त्यासंबंधी मी जे नरसिंहराव यांना पत्र लिहिले, त्याचा गोषवारा खाली देत आहे :

माझी अशी ठाम भावना झाली आहे की, रिटायर्ड जनरल कृष्णराव हे यांना आपली कामे नीट पार पाडणे जमत नसावे. ते जरी स्वत: एका मोठ्या व्यक्तिमत्त्वाचे असले तरी जम्मू व काश्मिर राज्याला आत्ताच्या या संधीकाळात एका वेगळ्याच प्रकारच्या राज्यपालाची गरज आहे. ती व्यक्ती नुसतीच कार्यक्षम व उत्तम प्रशासक नको असून त्या व्यक्तीजवळ व्यावहारिक डावपेचांचे कौशल्य निर्विवादपणे असायला हवे आणि वेळ येताच क्षणात ते डावपेच वापरता आले पाहिजे. जेव्हा पंजाब राज्य हे राष्ट्रपती अंमलाखाली काही वर्षांपूर्वी होते तेव्हाच्या तिथल्या एका उदाहरणाचे मला येथे स्मरण होते आहे. त्यावेळी तिथे सिद्धार्थ शंकर रे हे राज्यपाल होते. पंजाबातील बदलत चाललेल्या राजकीय स्थितीबद्दल ते अत्यंत संवेदनशील होते. १९९० च्या सुरुवातीला त्यांच्या जागी निर्मल मुखर्जी यांना आणण्यात आले. निर्मल मुखर्जी हे एके काळचे मुलकी अधिकारी व प्रशासक होते. पण त्यांना पंजाबवरती आपली पकड ठेवता आली नाही. कारण ते बदलत्या राजकीय परिस्थितीला संवेदनाशील नव्हते आणि त्यांच्याकडून चटकन प्रतिसाद मिळायचा नाही. मला अशी आशंका आहे की, असेच काहीतरी इथे जम्मू व काश्मिर राज्यात चालले आहे. राज्यपालांना इथला दहशतवाद ठामपणे निपटून काढायचा आहे यात शंकाच नाही. पण ही प्रक्रिया जनतेच्या मनातील भीतीशीही तेवढीच निगडीत झालेली आहे अन् ही भीती सतत उत्क्रांत होत जाणाऱ्या राजकीय परिस्थितीशी जोडली गेलेली आहे. दहशतवाद संपवणे आणि जनतेचा सहभाग असलेल्या नवीन राजकीय परिस्थितीला उद्युक्त करून देणे, यामधली सीमारेषा ही खूपच बारीक आहे. संधीकाळातील अशा या राजकीय प्रक्रियेला जोपर्यंत राज्यपालांकडून सहानुभूतीचा प्रतिसाद मिळत नाही तोपर्यंत त्यांची उपयुक्तता फारशी परिणामकारक ठरत नाही व त्यांच्या क्षमतेवर आपोआपच बंधने पडतात.

जेव्हा राज्यपालांनी आम्हाला सारी वस्तुस्थिती आम्हाला थोडेसे पाल्हाळ लावून सांगितली तेव्हा माझे तरी असे मत झाले की, राज्यपाल

हे एक आत्मकेंद्रीत असतील किंवा आत्मसंतुष्ट असतील. आपण जी सैन्याची आणखी जादा मदत मागवली ती जर दिली गेली तर एक दोन महिन्यात मला येथे सहज निवडणुका घेता येतील, असे त्यांनी वारंवार मला बोलून दाखवले. त्यांचे सैन्याधिकारी, प्रशासकीय अधिकारी, बिनसरकारी महत्त्वाच्या व्यक्ती आणि राजकारणी व्यक्ती यांची मते व अनुभव ऐकल्यावर मला राज्यपालांचे वरील मत पटले नाही. फारूख अब्दुल्ला यांना हाताळताना ते सर्व अंडी एकाच टोपलीत ठेवण्याच्या, म्हणीसारखे वागत आहेत असे माझे मत झाले. फारूख अब्दुल्ला हे माझेसुद्धा एक चांगले स्नेही आहेत आणि त्यांची भारतावरील निष्ठा ही वादातीत आहे. परंतु जम्मू व काश्मिरमधील सारी परिस्थिती ते एकट्याने सावरून सुधारू शकतील अशी कल्पना करणे हे मूर्खपणाचे तर ठरेलच, पण त्याचबरोबर वर उगवू पहाणाऱ्या अन्य नवीन राजकीय प्रवाहांना निरुत्साही करण्यासारखे होईल. म्हणून नवीन राजकीय दिशांकडे दुर्लक्ष करणारा दृष्टिकोन हा फारूख अब्दुल्लांच्या विरुद्ध राजकीय कारवायांना जन्म देणाराही व अप्रत्यक्षपणे राष्ट्रवादी शक्तींना विरोध करणारा ठरेल. याचा अर्थ असा नाही की आपल्याला यामुळे फक्त फारुख अब्दुल्ला यांच्यावरतीच भिस्त ठेवावी लागेल. पण अशी भावना सध्याचे राज्यपाल मात्र व्यक्त करीत आहेत. याचा अर्थ इतकाच की फारूख यांच्या भूमिकेला जादा वाव देऊ नये.

अनेक माणसांशी बोलल्यावरती मला असे दाट वाटू लागले आहे की, सध्या जी 'हुरियत' नावाची राजकीय शक्ती उदयास येते आहे तिचे काय परिणाम आहेत व होऊ शकतात यांचा आपण नीट अभ्यास करावा. या नवीन शक्तीला कमी लेखण्यात अर्थ नाही किंवा ती नष्टही करू नये. कारण निदान आत्ताच्या काळापुरती तरी ती सध्याच्या कोणत्याही राजकीय पक्षाच्या जेवढी निकट आहे त्यापेक्षा अधिक निकट ती दहशतवाद्यांशी आहे. जर आपण हुरियतच्या प्रवाहाला योग्य तऱ्हेने हाताळू शकलो व 'अतिरेक्यांच्या दहशतवादापासून भ्रमनिरास झालेली व हिंसाचारापासून दूर गेलेली शक्ती' म्हणून जर हुरियतला उभे केले, तर माझ्या मते त्यासाठी नक्कीच एक सुप्त शक्ती त्यांच्यात दडलेली आहे. या शक्तीला व्यवस्थित काळजीपूर्वक हाताळून आपण त्यांना वाटाघाटीच्या टेबलावरती आणू शकतो. जुन्या मुस्लीम युनायटेड पार्टीसारखी ही शक्ती आहे. अन् आपण केवळ ते कॉंग्रेस किंवा नॅशनल कॉन्फरन्स यांना पाठिंबा देत नाही म्हणून त्यांना राष्ट्रद्रोही ठरवतो आहोत असे मला स्पष्ट वाटते. जम्मू व काश्मिरमधल्या बहुतांशी राजकीय व्यक्ती, त्यात कॉंग्रेस पक्षाचेही लोक आलेत, या संपूर्ण

भ्रष्टाचारी आहेत व म्हणून आपण त्यांच्याकडे दुर्लक्ष करता कामा नये. त्यांचा द्वेष करायचा नसेल तर निदान त्यांना तुच्छ तरी लेखावे. जर सध्याच्या भ्रष्टाचारामुळे भ्रमनिरास झालेल्या व निराश झालेल्यांना एखाद्या नव्या राजकीय पक्षाची आवश्यकता वाटत असेल तर तो नक्कीच एक स्वागतार्ह कल आहे असे मी म्हणेन. अर्थातच हे जे सर्व नवीन कल व नवीन घटक आहेत त्यांचे नीट निरीक्षण करून त्यांना पारखून घेतले पाहिजे. परंतु आज आपण त्यांना जाणीवपूर्वक त्यांची जोपासना व वाढ इच्छित मार्गातूनही केली पाहिजे.

मला असेही वाटते आहे की आपल्याकडून जनतासंपर्काकडे दुर्लक्ष झालेले आहे. बातम्यांवरचे किंवा वार्तांकनाचे कसलेही व्यवस्थापन नाही. पूर्वग्रहदूषित बातम्या देण्याबद्दल आपण बीबीसीला दोष देतो पण खुद्द भारतीय वृत्तमाध्यमालाही आपण पुरेशा बातम्या पुरवीत नाही. आपल्याला इथे सांगायला हरकत नाही की जेव्हा मी श्रीनगरला जाणार असे निघण्यापूर्वी मुंबईत म्हणालो तेव्हा माझ्या स्नेहमंडळींना भीतीचा एक धक्का बसला. त्यांना वाटत होते की जम्मू व काश्मिर हे राज्य आता पार वाया गेलेले असून, तिथे प्राण व मालमत्ता यांना कसलेही संरक्षण नाही. पण काश्मिरमध्ये आल्यावर किती वेगळी परिस्थिती आहे ते कळते. ही गोष्ट मी जेव्हा राज्यपालांना इथे सांगितली तेव्हा ते शांतपणे म्हणाले की, ''इथली खरी परिस्थिती काय आहे हे सर्व भारतात आणि भारताबाहेर सांगण्याचे काम केंद्र सरकारचे आहे. प्रत्येक गोष्टीला मी जबाबदार नसल्याने त्यासंबंधी माझ्याकडे बोट दाखवले जाता कामा नये.'' त्यांनी मला हेही सांगितले की त्यांचा एक वृत्तसल्लागार असून तो दिल्लीत राहून ते काम करतो. पण हा जो कोणी माणूस आहे तो जरी मला ठाऊक असला तरी तो नक्की काय करतो ते मला अजिबात ठाऊक नाही. त्याचे नाव राममोहन राव असून सरकारी प्रेस इन्फर्मेशन ब्युरोचा एके काळचा सेवानिवृत्त प्रमुख आहे. मग या बाबतीत मी एक सूचना राज्यपालांना केली. त्यांनी यासाठी एखाद्या चांगल्या नामवंत व कार्यक्षम वृत्तसंस्थेकडे हे काम द्यावे. पण माझी ही सूचना त्यांना तितकीशी पटली नाही हे मला जाणवले.

इथले अनेक नोकरशहा आणि काही अगदी सर्वांत वरचेसुद्धा भ्रष्टाचार करत असतात हे सर्वांना ठाऊक आहे. परंतु त्यांच्यावरती काही कारवाई का केली जात नाही याचे लोकांना आश्चर्य वाटते. फार काय इथले अनेक ज्येष्ठ सहकारीसुद्धा म्हणत असतात की प्रमुख सचिवांची निष्ठाही संशयास्पद आहे.

काही निष्कर्षाप्रत येताना मी असे म्हणेन की, जम्मू काश्मिरची परिस्थिती ही गंभीर होत चालली आहे. इथल्या लोकांत अशी भावना आहे की, सरकारला आमच्याबद्दल काहीही विचार करावासा वाटत नाही आणि राष्ट्राच्या जाणीवेतही आम्हाला स्थान नाही. परंतु तरीही आत्ताचे लोकमत हे स्पष्टपणे अनुकूल होत चालले आहे. दहशतवाद्यांवरती नक्कीच मोठे दडपण आलेले आहे. आपण स्पष्टपणे एक असा संदेश दिला पाहिजे की कोणत्याही परिस्थितीत भारत काश्मिरला निसटू देणार नाही. त्याचबरोबर एखाद्या अनौपचारिक मार्गाने आपण असाही एक संदेश दिला पाहिजे की आम्ही कसलीही पूर्व अट न घालता खुली चर्चा करायला तयार आहोत. ही प्रक्रिया सुरू करण्यासाठी यासिन मलिक व शब्बीर शाह यांची सुटका करून आपण आरंभ करायला पाहिजे. त्याचवेळी आपण कोणत्याही विशिष्ट राजकीय पक्षांवरती अवलंबून नाहीत असे दाखवून द्यायला तयार आहोत. बातम्यांच्या व्यवस्थापनाला पुरेसे महत्त्व आणि लक्ष दिले पाहिजे. अन् दहशतवाद्यांकडून मुद्दाम पसरवल्या जाणाऱ्या चुकीच्या बातम्या व अफवा यांच्याकडेही काळजीपूर्वक लक्ष दिले पाहिजे.

जम्मू व काश्मिर ही फक्त एकट्या गृह मंत्रालयाची समस्या नाही. जरी ते मंत्रालय जम्मू काश्मिरमधील घडामोडींकडे लक्ष देत असले तरी काही ऐतिहासिक कारणांमुळे ही गोष्ट गृह मंत्रालयाच्या अखत्यारीत कामकाजाच्या नियमामुळे येते आहे. परंतु तरीसुद्धा ही समस्या एकट्या गृह मंत्रालयाने न सोडवता संरक्षण मंत्रालय. परराष्ट्र मंत्रालय, अर्थ मंत्रालय आणि अशा अन्य काही मंत्रालयांकडूनही सोडवली गेली पाहिजे. या समस्येचे महत्त्व व तिची तातडीची निकड या गोष्टी लक्षात घेता एखादा असा विभाग निर्माण करायला हवा की, जो केन्द्र सरकारमधील जम्मू काश्मिर संदर्भातील सर्व गोष्टींमध्ये समन्वय साधू शकेल. पंतप्रधानांच्या कार्यालयात हा नवीन विभाग ठेवला गेला पाहिजे. त्यामुळे जम्मू काश्मिरच्या लोकांत असा एक संदेश दिला जाईल की आपली देखभाल भारत सरकारच्या सर्वोच्च पातळीवरून घेतली जात असून आपल्या अडचणी सोडविण्यसाठी फार परिणामकारकपणे पावले टाकली जात आहेत. त्याच्याच जोडीला सर्व सचिवांची एक समिती यासाठी नेमावी. मी कॅबिनेट सेक्रेटरी असताना अशा समितीचा अध्यक्ष असे. या समितीच्या कामाचे अवलोकन वारंवार करून परिस्थिती व समस्या हाताळण्यासाठी ती नेहमी वेळच्या वेळी वक्तशीरपणे भरते की नाही याकडेही लक्ष दिले गेले पाहिजे.

...व्यासपीठाची निरीक्षणे आपल्याकडे लवकरच स्वतंत्र मार्गाने येतील."

जून १९९४ मध्ये मी श्रीनगरला गेलो होतो. त्यानंतर मी नरसिंहराव यांना जे पत्र पाठवले ते खाली देत आहे :

गृह मंत्रालयाच्या व्यासपीठाच्या सभासदांसमवेत जम्मू काश्मिरवर झालेल्या चर्चेनंतर मी श्रीनगरला गेलो. तिथे १० ते १४ जूनपर्यंत होतो. राज्य सरकारचे ज्येष्ठ व वरिष्ठ अधिकारी, केंद्र सरकारच्या इंटेलिजन्स ब्युरोचे अधिकारी, बारामुल्ला व अनंतनाग या दोन जिल्ह्यातील अधिकारी आणि राज्य सरकारच्या अनेक कनिष्ठ अधिकाऱ्यांबरोबर माझी बोलणी झाली. त्याच काळात डॉ. फारूख अब्दुल्ला हेही श्रीनगरमध्ये असल्याने त्यांच्याबरोबरही मी खूप तपशीलवार चर्चा केली. हजरत बालदर्गा परिसर आणि श्रीनगर शहरातील काही ठिकाणांना मी भेटी दिल्या.

माझे असे मत झाले आहे की, राज्याच्या विधानसभेच्या निवडणुका ह्या या वर्षी ऑक्टोबर-नोव्हेंबर या काळात घेण्यास काही हरकत नाही किंवा त्या कोणत्याही परिस्थितीत पुढच्या वर्षी मार्च/एप्रिल महिन्यात घेण्यात याव्यात. अर्थात निवडणुका जाहीर करण्यासाठी अनेक टप्प्यातून जावे लागेल व अनुकूल वेळापत्रक तयार करावे लागेल. मी त्या गोष्टी खाली तपशीलवार देतच आहे व त्यानुसार होत रहावे. या बाबतीत काही लोक असे म्हणतील की, सध्या कायदा व सुव्यवस्था समाधानकारक नाही आणि दहशतवाद प्रतिबंधक मोहीम अजून पुरी न झाल्याने निवडणुका घेण्यात अर्थ नाही. परंतु यावर मी असे म्हणतो की, तशी आदर्श परिस्थिती ही काश्मिरच्या खोऱ्यात कधी उद्‌भवणार नाही आणि म्हणून तशा परिस्थितीची वाट पहात राहून निवडणुका वारंवार पुढे ढकलत रहाणे हे राष्ट्रीय हिताच्या दृष्टीने योग्य ठरणार नाही. आपण फक्त तशी बऱ्यापैकी परिस्थितीची वाट पाहू शकतो आणि त्यावेळी निवडणुका जाहीर करू शकतो. आणखी एका संदर्भात असे करणे आवश्यक आहे. आपण आंतरराष्ट्रीय दबावाला बळी पडता कामा नये. पण त्याच वेळी आपल्याला आंतरराष्ट्रीय मतप्रवाहाचे भानही ठेवायला हवे. म्हणून आपण जर लवकरात लवकर निवडणुका घेऊ शकलो तर ते राष्ट्रीय हिताला उपकारक ठरेल. तसेच, या निवडणुका लवकरात लवकर घेण्याने जम्मू काश्मिरच्या जनतेला स्वतःचे लोकशाही मार्गाने आलेले सरकार मिळेल व भारताचे लोकशाहीवादी हेतूही सिद्ध होतील. (मला अशी आशा वाटते की अनेक सभासद असलेला निवडणूक आयोग अस्तित्वात आणण्यासाठी आवश्यक ती घटनादुरुस्ती झाल्यामुळे निवडणूक प्रक्रिया ही सुरळीत होईल. मग

सरकारला निदान निवडणुकीच्या तारखा ठरविणे हे जमू शकेल. पण ही गोष्ट आता लगेच दुर्दैवाने घडणार नाही याची मला कल्पना आहे. प्रमुख निवडणूक आयुक्तांकडून सर्व मतदारसंघांच्या सरहद्दी आखून द्याव्या लागतील, मतदारांच्या याद्या नव्याने सुधाराव्या लागतील, निवडणुका घेण्यासाठी कर्मचारी नेमणे, त्यांची कामाची ठिकाणे ठरविणे, वाहन व्यवस्था करणे वगैरेंसारख्या सर्व सोयींची आधी तरतूद करावी लागेल. मतदार याद्या प्रसिद्ध करणे व मतदान पत्रिका छापणे, निवडणुकीबद्दल तारखा इत्यादींचा तपशील गॅझेटमध्ये प्रसिद्ध करणे, इत्यादी अनेक कामे आधी पार पाडावी लागतील. राष्ट्रीय हिताच्या दृष्टीने ठरविलेल्या काळात ही सर्व कामे करण्यासाठी सरकार निवडणूक आयुक्तांचे मन वळवेल अशी मला आशा आहे.)

लवकरात लवकर निवडणुका घेण्याबद्दलचा माझा आशावाद हा काश्मिर खोऱ्यातील लोकांच्या सध्याच्या मन:स्थितीवरती अवलंबून आहे. कारण सध्या दहशतवादी कृत्यांमुळे येथील जनतेचा भ्रमनिरास झाला आहे व ते खचून गेले आहेत. निवडणुका जाहीर झाल्यावर त्यांना काहीतरी वाट सापडेल असा विश्वास येईल. मला जे जाणवले व भावले त्या आधारावरती मी हे विधान करतो आहे. माझी ही भावना व विचार येथील अधिकारी व जनता यांच्या भावनेशी व विचारांशी तंतोतंत जुळतो आहे याचा मला आनंद होतो आहे. दहशतवादाच्या मार्गाने भविष्यकाळात काहीही साध्य होणार नाही हे सत्य काश्मिरमधील जनतेला आता उमगले आहे. खालील घटकांवरून ही गोष्ट सिद्ध होते :

१. आपल्याला मिळालेल्या आश्वासनानुसार आणि अपेक्षेनुसार आपल्याला अद्याप आंतरराष्ट्रीय पाठिंबा प्राप्त झाला नाही. जिनीव्हा येथे मानवी हक्क परिषदेच्या संदर्भात जो फज्जा उडाला, त्यावरून दहशतवाद्यांचे दावे व पितळ पूर्णपणे उघडे पडले आहे.

२. आश्वासन दिल्याप्रमाणे आणि अपेक्षेएवढ्या प्रमाणात पाकिस्तानचा पाठिंबाही अद्याप मिळाला नाही.

३. नुकत्याच झालेल्या हजरत बाल प्रकरणाला स्थानिक लोकांकडूनही पाठिंबा मिळालेला नाही हे स्पष्टपणे प्रगट झालेले आहे.

४. भारत सरकारची ठाम भूमिका व अफाट ताकद यांचे प्रदर्शन स्पष्टपणे प्रगट झालेले आहे.

वरील सर्व घटक विचारात घेता काश्मिर खोऱ्यातील जनतेच्या मनात भ्रमनिरास झालेला आहे. जनतेचे मत हे हळूहळू दहशतवादविरोधी

बनत चाललेले आहे. पण त्याच वेळी येथे हेही स्पष्ट केले पाहिजे की, दहशतवाद विरोधी मत म्हणजे आपोआपच सरकारच्या बाजूचे मत असे मात्र समजू नये. जर आपण काही खास व ठाम पावले उचलली तर याच दहशतवाद विरोधी मताला आपण पाहिजे ती वाट देऊन नंतर हवा तसा आकार देऊ शकतो.

मी पुन्हा आपल्याला कळकळीची विनंती करतो की, निवडणुकांच्या तारखा आता पक्क्या केल्या नाही तरी चालेल, पण निवडणुकांसाठी एक ढोबळ कालखंड मात्र आताच ठरवायला हवा. त्या काळाआधी सहा ते आठ महिने मागे मागे येत पूर्वतयारीचा सर्व कार्यक्रम आधी पक्का केला पाहिजे. हे करणे अत्यावश्यक आहे, कारण निवडणुकांची तयारी एका रात्रीत होत नसते. विशेषत: काश्मिरमधील सध्याच्या परिस्थितीत तर तयारीसाठी आपण पुरेपूर वेळ दिला पाहिजे. निदान आपण ठरवलेला निवडणुकींचा तो ढोबळ कालखंड काश्मिरमधील सरकारी प्रशासनाला लगेच कळवायला हवा म्हणजे त्यांच्याकडून खाली दिल्याप्रमाणे कार्यवाहीला सुरूवात होईल :

१. काश्मिर खोऱ्यातील व जम्मूच्या दोडा जिल्ह्यातील कायदा व सुव्यवस्था यांचे नागरीकरण करणे. सध्या हे भाग अशांत टापू म्हणून जाहीर केलेले आहेत. सैन्य आणि निमलष्करी दले हे आर्म्ड फोर्सेस स्पेशल पॉवर्स ॲक्टखाली कामे करीत आहेत. मुलकी पोलीस सैन्य आणि सीमा सुरक्षा बदल (BSF) हे स्वतंत्रपणे कामे करीत आहेत. एकत्रितपणे कारभार करणे ही एक संकल्पना असली तरी ही संकल्पना फक्त कागदावरतीच रहाते. अन् राज्यातील अधिकाऱ्यांच्या स्पष्ट मतानुसार यामुळे प्रत्यक्ष जागेवरती या एकत्रित पद्धतीने अजिबात काम करता येत नाही. जेव्हा निवडणुका घेतल्या जातील तेव्हा त्या मुलकी नियंत्रणाखाली, म्हणजे डिस्ट्रिक्ट मॅजिस्ट्रेट व सुपरिटेन्डन्ट ऑफ पोलीस यांच्या पूर्ण नियंत्रणाखाली घेतल्या जाव्यात. यामुळे लोकांच्या मनात विश्वास निर्माण होतो. पण त्याचबरोबर आंतरराष्ट्रीय मत अनुकूल होण्यासही मदत होते. त्यामुळे असे करणे अत्यंत आवश्यक आहे. नुकत्याच काश्मिर खोऱ्यात झालेल्या घडामोडींच्या प्रकाशात पाहिले तर इथल्या निवडणुका अनेक आंतरराष्ट्रीय निरीक्षकांचे व आंतरराष्ट्रीय वृत्तसृष्टीचे लक्ष वेधून घेतील, हे आपण लक्षात ठेवायला हवे. जर मुलकी प्रशासनाऐवजी सैन्य व सीमा सुरक्षा बल यांच्या नियंत्रणाखाली निवडणुका घेतल्या तर त्या निवडणुकांची विश्वसनीयता एकदम खूपच खाली घसरते. या निवडणुका शांततेच्या

वातावरणात पार पडण्यासाठी आणि दहशतवाद्यांचे दडपण व भय यापासून दूर ठेवण्यासाठी सीमा सुरक्षा दलाचे किंवा केंद्रीय राखीव पोलीस दलाचे साहाय्य घ्यावे लागणार हे नक्की. पण ही दोन्ही दले स्थानिक मुलकी प्रशासनाच्या अधिपत्याखाली कामे करतील असे पाहिले पाहिजे.

ही सारी प्रक्रिया कधी ना कधीतरी आणि कुठेना कुठेतरी सुरू व्हायला हवी. या बाबतीत मी असे सुचवतो की जिथे आता आपले अधिक नियंत्रण आहे अशा भागात निवडणूक प्रक्रियेची सुरूवात करावी. त्यासाठी सीमा सुरक्षा दल व केंद्रीय राखीव पोलीस दल यांनी आतापासून डिस्ट्रिक्ट मॅजिस्ट्रेट व सुपरिन्टेन्डन्ट ऑफ पोलीस यांच्या हुकूमतीखाली काम करावयास सुरूवात करावी. त्यातून मिळणाऱ्या अनुभवातून ही प्रक्रिया हळूहळू सुधारत न्यावी. मग निवडणुका जाहीर होईपर्यंत सारे राज्य बहुतांशी मुलकी प्रशासनाखाली आलेले असेल. सैन्य हे फक्त सरहद्दीवरती राहून पाकिस्तानातून होणारी घुसखोरी थांबवण्याचे काम करत राहील.

या नवीन परिस्थितीच्या आधी अनेक वेळा सैन्य व सीमा सुरक्षा दल यांच्याकडून दहशतवाद्यांना काश्मिरच्या खोऱ्यातून हुसकावून लावण्यासाठी आटोकाट प्रयत्न केले पाहिजे.

२. काही आकर्षक अशा आर्थिक योजना आधी जाहीर कराव्या लागतील की, त्यामुळे ताबडतोब नवीन रोजगार निर्माण होतील. मला असे अनौपचारिकपणे सांगण्यात आले की, अजून निमलष्करी दलांच्या दोन बटालियन्स उभ्या करायचा प्रस्ताव असून त्यासाठी ७००० माणसांची भरती करायची आहे. या अशा तऱ्हेची काहीना काही योजना जाहीर करायला हवी. इथल्या बँकांचे जाळे कोसळल्यामुळे स्वयंरोजगार योजना करण्यात अर्थ नाही. तशा योजना येथे फार संथ गतीने वाढत जातात. काही खास व वेगळे उपाय योजून स्वयंरोजगाराचे प्रस्ताव झटपट मंजूर करायला हवेत. शिवाय दोन तीन मोठ्या आर्थिक योजना, विशेषत: तयार अन्नपदार्थ निर्माण करण्याच्या, या जाहीर करावयास हव्यात.

३. सरकारने दहशतवाद्यांशी बोलणी करावीत असे प्रस्ताव सारखे केले जात असतात. या बाबतीत सरकारकडून कायम उलटसुलट व गोंधळात टाकणारे संकेत दिले जात असतात. म्हणून आपण दहशतवाद्यांशी बोलणी करण्याची एक सार्वजनिक स्वरूपाची घोषणा करावयास हवी. मात्र त्यासाठी फक्त दोन पूर्व अटी घालावयास हव्यात. पहिली अट म्हणजे दहशतवाद्याने आधी हिंसाचार सोडायला हवा आणि दुसरी अट म्हणजे त्याने काश्मिर भारतापासून वेगळा करण्याची मागणी सोडून

द्यायला हवी. या अटी मान्य करणाऱ्या अतिरेक्यांच्या कोणत्याही गटाने सरकारकडे बोलणी करण्यास यावे. पण त्याचबरोबर हेही स्पष्ट केले जावे की, याचा अर्थ राज्यात आधीच असलेल्या राजकीय पक्षांना वाटाघाटीतून वगळले जाणार नाही. फक्त दहशतवादी किंवा अतिरेकी यांच्याशीच बोलणी होतील आणि जे पक्ष सरकारबरोबर अतिरेक्यांविरुद्ध उभे राहिले त्यांच्याशी होणार नाही, असा अर्थ यातून निघणार नाही व तसे संकेत दिले गेले जाणार नाहीत याची खबरदारी घ्यायला हवी. आणखीही एक गोष्ट स्पष्ट करायला हवी ती म्हणजे या अशा बोलण्यावर किंवा वाटाघाटींवरती निवडणुका घेण्याचे निर्णय अवलंबून रहाणार नाहीत, आपण अशा तऱ्हेने हे सारे केले पाहिजे की अशी काही बोलणी झाली तर बोलणी करणाऱ्या पक्षांना या प्रक्रियेत सामील होण्यास मदत होईल.

४. काही प्रशासकीय उपाययोजना करून निवडणुकांसाठी एक अनुकूल वातावरण तयार करावे लागेल. त्यातला एक मोठा उपाय म्हणजे सार्वजनिक वितरण सेवेत कोठेही व कशाचीही टंचाई निर्माण होऊ देता कामा नये. केरोसिनचा पुरवठा हा नीट होत नाही व त्याचा नेहमी तुटवडा असतो असे मी येथे पाहिले आहे. तसेच जाडाभरडा तांदूळ हा रास्त दरांच्या दुकानात फार कमी असतो. म्हणून मागणीपेक्षाही जास्त पुरवठा अशा मालांचा सार्वजनिक वितरण व्यवस्थेत निवडणुकांच्या आधी सलगपणे किमान तीन चार महिने तरी करावयास पाहिजे.

५. काही विशिष्ट भागात ठराविक गोष्टींची गरज असते. उदाहरणार्थ, अनंतनाग जिल्ह्यात पुरामुळे सप्टेंबर १९९२ व जुलै १९९३ मध्ये फार मोठे नुकसान झाले. अशा वेळी या संवेदनशील भागासाठी खास निधी जाहीर केला गेला पाहिजे.

६. काश्मिर खोऱ्यातील तुरुंगात किंवा सैन्य व निमलष्करी दलाच्या कोठड्यांमध्ये मोठ्या संख्येने माणसे डांबली गेली आहेत. त्यांची झटपट छाननी करून शक्य तितक्या लोकांना सोडून दिले पाहिजे. काश्मिर खोऱ्यात ही गोष्ट फार हळवेपणे घेतली जात आहे. ह्या मानवी समस्येचा पुरा लाभ दहशतवादी उठवतात आणि पाकिस्तानला विरोधी प्रचारात याचा वापर करता येतो. जे कट्टर दहशतवादी अथवा अतिरेकी आहेत ते आणि गुन्हेगार मंडळी यांचा तुरुंगवास तसाच चालू ठेवावा. पण जी अन्य मंडळी तांत्रिकदृष्ट्या यामध्ये सापडली आहेत त्यांना सोडून दिले जावे. यामुळे सरकारला पोषक असणारी चांगली भावना पसरत जाईल.

७. सर्व डिस्ट्रिक्ट मॅजिस्ट्रेटजवळ एक विशिष्ट निधी उपलब्ध करून

द्यावा. त्याच्या विनियोगाचे स्वातंत्र्यही त्यांना द्यावे. म्हणजे ते प्रत्यक्ष जागेवरती व्यक्तींना सहाय्यकारी आर्थिक मदत मंजूर करू शकतील किंवा ह्या निधीच्या आधारे त्या भागातील काही सार्वजनिक बांधकामेही ते करू शकतील. यामुळे सरकारबद्दल जनतेच्या मनात एक चांगली छाप पडेल.

८. एक सर्वसमावेशक प्रचार योजना नीट आखून ती व्यवस्थित राबवली पाहिजे. त्यातून नुसताच दहशतवादाचा फोलपणा दाखवायचा नाही, तर त्यांची दुष्कृत्ये, त्यात असलेली पाकिस्तानची भागीदारी व त्यामागचे स्वार्थी हेतू हेही प्रगट व्हायला पाहिजेत तसेच आतापर्यंत सरकारने केलेले रचनात्मक कार्यही सांगितले गेले पाहिजे. त्यासाठी इलेक्ट्रॉनिक माध्यमे पूर्णपणे वापरली पाहिजेत. सध्या काश्मिरमधील वृत्तपत्रे बहुतांशी अतिरेक्यांच्या कृत्याला व त्यांच्या म्हणण्याला वारेमाप प्रसिद्धी देतात, याला छेद दिला पाहिजे. कल्पक रितीने पावले टाकून तो प्रचार अगदी जेमतेम ठेवला पाहिजे. त्याचबरोबर सर्व वृत्तपत्रांवरती दूरदर्शीपणे नियंत्रणे ठेवली पाहिजेत. आंतरराष्ट्रीय मते काश्मिरी जनतेला योग्य रितीने समजावून सांगितली पाहिजेत. म्हणजे जनतेला निवडून आलेल्या सरकारचे महत्त्व वाटून ते सरकार टिकू दिले जाईल. तसेच ह्या लोकशाही प्रक्रियेला उद्ध्वस्त करण्याच्या पाकिस्तानच्या प्रयत्नांना जनता खीळ घालेल. अशा रितीने आंतरराष्ट्रीय दडपण हे पाकिस्तानच्या विरुद्ध वापरले जावे.

मी फक्त काश्मिर खोऱ्यात काही उपाय करीन रहाण्यावरती जोर देत आलेलो आहे. परंतु जम्मू व लडाख यांच्याकडे दुर्लक्ष होता कामा नये. याचे कारण निवडणूक घेण्याची खरी कसोटी ही खोऱ्यामध्येच लागणार आहे. जर तिथे निवडणुका शांततेने पार पडल्या तरच आपण जगाला तोंड वर करून सांगू शकतो की, आमच्यावर लादलेल्या व पाकिस्तानच्या पाठिंब्यावर चाललेल्या दहशतवादाविरुद्ध आम्ही लोकशाही परत टिकवून धरू शकलो. नुसते एवढेच नाही, तर खोऱ्यातील निवडणुकांमधून जे काही निष्पन्न होईल त्या बाबतीतही आपल्याला काळजीपूर्वक पावले टाकली पाहिजेत. या संदर्भात १९८७ मधील निवडणुकांचे दुर्दैवी निकाल लक्षात घ्या. काश्मिरच्या विधानसभेतील ८७ जागांपैकी निम्म्या जागा, म्हणजे ४३ जागा, ह्या खोऱ्यातून निवडून आलेल्यांच्या असतात.

ह्या जागांवरती नॅशनल कॉन्फरन्स व काँग्रेस यांच्या विरोधीपक्षाचे उमेदवारही निवडून येऊ शकतात. पण त्यांची संख्या ही पुरेशी हवी. जर ती तशी नसेल तर आपल्याला ह्या निवडणुका महागात पडल्या असे समजावे लागेल. १९८७ च्या निवडणुकीत खोऱ्यातून निर्माण झालेल्या

दुर्दैवी निकालामुळे दहशतवादाला बळ प्राप्त झाले होते. कारण त्यांना निवडणुकीआधी असे वाटले होते की, या निवडणूक प्रक्रियेत त्यांना कसलेही स्थान नाही. प्रत्यक्षात ते निकाल दहशतवाद्यांना पुष्टी देणारे निघाले होते. म्हणून आपण ते निकाल विसरता कामा नये.

निवडणुका जाहीर झाल्यानंतर प्रत्यक्ष मतदानाचा दिवस उजाडेपर्यंतच्या कालावधीचाही आपण गंभीरपणे विचार केला पाहिजे. हा कालावधी किती कमीत कमी दिवसांचा असावा हे विचारपूर्वक ठरवले पाहिजे. सध्या हा कालावधी ३५ दिवसांचा आहे. तो जर बारा चौदा दिवसांवरती आणला तर सरकारवरती प्रचंड ताण पडेल. शिवाय त्यामुळे उगाच नुसते वाद निर्माण होतील हे आपण टाळले पाहिजे. हा कालावधी कमी करावा हे नक्की, पण तो फक्त इतका कमी करावा की तेवढ्या काळात दहशतवाद्यांना निवडणुका उधळण्याची तयारी करता येणे जड जाईल. पण त्याचबरोबर हा कमी केलेला कालावधी सर्व राजकीय पक्षांना विश्वासात घेऊन मान्य करायला लावावा. म्हणजे मग त्यांना त्यांच्या मतदारसंघात प्रचाराच्या हालचाली करण्यासाठी व मतदारांना भेटण्यासाठी पुरेसा वेळ मिळेल.

आणखीही एक प्रस्ताव पुढे येऊ शकतो. त्या प्रस्तावानुसार निवडणुकांपूर्वी व निवडणुकांदरम्यान कोणत्या ना कोणत्या स्वरूपात भारत पाक सीमेवरती काही काळापुरता युद्धविराम करावा. पण यासाठी अत्यंत काळजीपूर्वक आवश्यक ती खबरदारी व व्यवस्था केली पाहिजे.

सरहद्दीवरची टेहेळणी व गस्त ही त्या काळात खूप कडक केली पाहिजे. म्हणजे तेथून होणारी घुसखोरी व नंतरची विध्वंसक कृत्ये कमी होतील.

नव्याने निवडून आलेल्यांबरोबर बसून सरकार राज्याच्या समस्यांचे निवारण करण्यासाठी दीर्घकालीन उपाययोजनांबद्दल आपण चर्चा करू अशी घोषणा करण्यावरतीही विचार व्हावा.

मी या ठिकाणी महत्त्वाच्या दृष्टिकोनातून काही गोष्टी मांडल्या आहेत. निवडणुका होण्यापूर्वी आपण त्यांचा व तशा सर्व गोष्टींचा नीट आढावा घेऊन त्यांचे खरे स्वरूप ओळखून त्या काळजीपूर्वक हाताळाव्यात. पंतप्रधानांच्या कार्यालयात अशीही एखादी यंत्रणा असावी की ज्यामुळे ठरवलेले उपाय योजले जात असताना प्रत्येक टप्प्यावरती व ठराविक कालावधीत तिचे निरीक्षण करता येईल. या संपूर्ण निवडणूक प्रक्रियेवरती एक योग्य नियंत्रण ठेवले तर मी म्हटलेल्या निवडणुका घेणे कठीण जाणार नाही. आपला हेतू हा ऑक्टोबर / नोव्हेंबर १९९४ मध्ये किंवा उशीरात उशीरा मार्च/एप्रिल १९९५ मध्ये हमखास निवडणुका घेणे असा

आहे. आपल्याला नेमक्या तारखा जाहीर करण्याची गरज नाही. नाहीतर आपल्यापुढे फार कमी पर्याय रहातील. आपण फक्त आतून एक अंदाजे काळ सांगावा व पक्क्या तारखा नंतर जाहीर होतील असे म्हणा. त्याचबरोबर महत्त्वाच्या व मोजक्याच आंतरराष्ट्रीय देशांना अथवा राजकारण्यांना या वर्षी किंवा या वर्षानंतर निवडणुका घेण्याचा आपला मानस सांगून ठेवावा. ही गोष्ट त्यांच्यावरती अनुकूल छाप मारण्यासाठी करायची नसून नंतर ह्याच माहितीच्या आधारे पाकिस्तानला आपला निवडणूक कार्यक्रम उधळून लावण्यास प्रतिबंध करता येईल.

◆

३२
पंजाब

गृह मंत्रालयात मे १९७८ पासून अतिरिक्त सचिव म्हणून काम करताना मला पोलीसखाते, कायदा व सुव्यवस्था यांच्याकडे लक्ष द्यावे लागे. सहसचिव ज्योतिष पांडे हे मला सर्व परिस्थितीचा आढावा सांगत असत. त्यावेळी भिंद्रानवाले यांच्या पंजाबातील कामगिरीचा अहवाल पाहून आणि काँग्रेस तिथे शीख नेत्यांना उघड पाठिंबा देण्याचा धोकादायक खेळ खेळत असल्याचे पाहून भय वाटायचे.

मी पंजाबात दौरा केला, अमृतसरला गेलो व सुवर्ण मंदिर परिसराला भेट दिली. मंदिराच्या एका ज्येष्ठ अधिकाऱ्याने आम्हाला सारे मंदिर दाखवले. तो अधिकारी व त्याचे सहकारी यांना शीख तरुणांचा धर्माकडे पहाण्याचा दृष्टिकोन आवडत नव्हता व त्याबद्दल चिंता वाटत होती. त्यांच्या मते पंजाबात आलेल्या भरभराटीमुळे तरुण मुले पार बिघडून गेली आहेत व ती नुसती चैन व मौजमजा यांच्या मागे लागली आहे. त्यांना आता गुरुद्वारात जायला आवडेनासे झाले आहे. सुवर्ण मंदिर परिसराला भेट देणाऱ्या काही लोकांनाही मी भेटलो. विशेषत: ग्रामीण भागातून आलेल्यांना भेटलो. पण मला कुठेही दहशतवादाचे चिन्ह त्यांच्या बोलण्यातून आढळले नाही. जरी भिंद्रानवाले हे बेधडक हिंडत होते तरी ग्रामीण भागातील लोकांना भिंद्रानवाले यांच्या अतिरेकी दृष्टिकोनाबद्दल रस नव्हता. अमृतसरला जाताना व येताना मी अनेक छोट्या छोट्या वस्त्यांना भेटी दिल्या. शेतात काम करणाऱ्यांनाही भेटलो. ती सर्व माणसे सुखी व आनंदी वाटत होती. त्यांनी माझे चांगले आदरातिथ्य केले. त्या सबंध भागात शांतता व भरभराट नांदत होती. मला भिंद्रानवाले यांची गाठ घ्यायची होती. पण ते शेवटपर्यंत जमले नाही. १९८० मध्ये मी लुधियानाला गेलो होतो. उद्योग व व्यापार यांचे केन्द्र असलेले ते एक शहर आहे. तिथे अनेक हिंदू व्यापारी व उद्योगपती होते. तिथेही मला चिंता किंवा दहशतवाद यांचे पुसटसेही चिन्ह दिसले नाही.

गृह मंत्रालयातून १९८१ च्या सुरुवातीला माझी बदली श्रम मंत्रालयात झाली.

तिथे मी सचिव म्हणून काम पाहू लागलो. १९८४ च्या मध्यास मी आंतरराष्ट्रीय श्रम संघटनेच्या गव्हर्निंग बॉडीचा अध्यक्ष झालो. ३१ ऑक्टोबर १९८४ या काळ्या दिवशी मी इंदिरा गांधी यांच्या खुनाची बातमी युरोपला विमानाने जाताना ऐकली. जेव्हा मी आठवडाभराने परतलो तेव्हा दिल्ली शहर संपूर्णपणे बदललेले मला दिसले. लोक घराबाहेर हिंडायला भीत होते. काळोख पडायच्या आत ते घरी परतत होते. बाजाराच्या भागात कुठेही शीख दुकानदार दिसत नव्हते. जुन्या दिल्लीमध्ये बाजार भकास वाटत होता. याच ठिकाणी पूर्वी लोक पाहिजे तसे एके काळी भटकत होते यावरती आता कोणाचा विश्वास बसला नसता. मे १९८५ मध्ये मी मुंबईला आलो. कोळीवाडा भागात मोठ्या प्रमाणात शीख समाज एकवटलेला होता. तिथे त्यांच्या विरुद्ध समाजहितविरोधी लोक हिंसाचार घडवणार नाहीत ना याची काळजी आम्ही घेत होतो.

ऑगस्ट १९८६ मध्ये माझी पुन्हा दिल्लीला बदली झाली. कॅबिनेट सेक्रेटरीच्या पदावर मी तिथे रूजू झालो. मग पंजाबमधील परिस्थितीशी माझा जवळून संबंध आला. सुदैवाने महाराष्ट्रातील उच्च पोलीस अधिकारी ज्यूलियस रिबेरो हे आता पंजाबच्या पोलीस खात्याचे डायरेक्टर जनरल बनले होते. माझी व त्यांची पूर्वीपासून ओळख होतीच. पंजाबच्या कामात त्यांचे व माझे छान सूत जमले. त्यांनी मला पंजाबातील सद्य:स्थितीबद्दलची प्राथमिक माहिती दिली. सरला ग्रेवाल या पंतप्रधानांच्या सेक्रेटरी होत्या. त्यांनीही मला काही माहिती दिली. राष्ट्रपती झैलसिंग यांच्या भेटीत त्यांनीही मला थोडक्यात तिथली माहिती दिली. त्यांनी मला पतियाळाचे महाराज कॅ. अमरिन्दर सिंग यांना भेटून चर्चा करण्याचे सांगितले. परंतु राजीव गांधी यांना ते आवडले नाही म्हणून मी भेटलो नाही.

पंजाबच्या परिस्थितीवर नियंत्रण ठेवण्यासाठी राजीव गांधी यांनी मंत्र्याच्या एका गटाची नेमणूक केली. त्या गटात मानव संसाधन मंत्री पी. व्ही. नरसिंहराव, गृहमंत्री बुटासिंग, परराष्ट्रमंत्री शिवशंकर आणि एक दोघेजण असे होते. नंतर गृह खात्याचे राज्यमंत्री झाल्यावर पी. चिदंबरम त्या गटात सामील झाले. पण या सर्वांच्या मतांमधून पंतप्रधानांना सल्ला देण्याजोगे कोणतेही एक धोरण नीट निष्पन्न होईना. त्या गटातील सभासदांची भिन्न भिन्न मते अनेकदा एकमेकांना छेद देऊन जात होती. बुटासिंग हे पंजाबच्या परिस्थितीबद्दल स्वाभाविकच जादा उत्साहीपणे बोलत. पंजाबचे माजी राज्यपाल अर्जुनसिंग हेही आता या गटात सामील झाले. पण या गटाच्या बैठकी नियमितपणे व वारंवार होत नव्हत्या. राजीव गांधी हे बुटासिंग, चिदंबरम आणि इंटेलिजन्स ब्युरोचे संचालक एम. के. नारायणन यांच्यावरती जास्त अवलंबून होते. पंजाबचे राज्यपाल सिद्धार्थ शंकर रे हे सतत राजीव गांधी यांच्या संपर्कात रहात होते. पण पंजाबमधील परिस्थितीचे त्यांचे विश्लेषण हे रिबेरो यांनी

केलेल्या विश्लेषणापेक्षा वेगळे असायचे. अशा परिस्थितीत साहजिकच दिल्लीत पंजाबबद्दल गोंधळलेले विचार होते. चिदंबरम यांनी मात्र नीट विश्लेषण करून बरेच उपाय सुचवले होते. पण त्याला फारसे यश आले नाही.

मी दिल्लीला परतल्यावरती शीख दहशतवादाशी माझा पहिला संपर्क झाला. २ ऑक्टोबर १९८६ रोजी राजघाटावरील महात्मा गांधी यांच्या समाधीपाशी राजीव गांधी यांच्या दिशेने गोळ्या झाडल्या गेल्या. नंतर आम्हाला दिसून आले की दिल्ली पोलिसांच्या निष्काळजीपणाचा व बेफिकीरीचा तो एक परिणाम होता. करमजितसिंग या व्यक्तीने त्या गोळ्या झाडल्या होत्या. त्याची योजना अत्यंत निष्काळजीपणे रचलेली होती किंवा त्याच्या मागचे जे कोणी सूत्रधार होते त्यांनी ती योजना बेफिकीरपणे योजलेली होती. बावळटपणाचा तो एक नमुना होता. करमजितसिंगचा असे करण्यामागचा हेतूचा शोध घेतला असता कळले की, १९८४ च्या शीख विरोधी दंगलीत तो होरपळून गेला असल्याने त्याने ते गोळ्या झाडण्याचे कृत्य केले होते.

राजीव गांधी व संत हरचरणसिंग लोंगोवाल यांच्यात १९८५ मध्ये झालेल्या समझोत्याबद्दल बरेच प्रश्न पडून होते. खाली मुद्यांवरती कार्यवाही करायची बाकी होती.

१. पंजाबला चंडीगड शहर राजधानी म्हणून देऊन टाकणे.

२. सतलज व यमुना नदी यांना जोडणारा कालवा बांधणे.

३. १९८४ मध्ये शीख विरोधी झालेल्या दंगलीत, विशेषत: दिल्लीतील दंगलीत, ज्यांनी ज्यांनी भाग घेतला अथवा त्या दंगलीला उत्तेजन दिले त्या सर्वांवरती कारवाई करणे.

४. ऑपरेशन ब्ल्यू स्टार मध्ये पकडलेल्या सर्व स्त्री, पुरुष व मुलांना मुक्त करणे.

चंडीगड ही पंजाब व हरियाणा अशा दोन्ही राज्यांची एक जोड राजधानी होती. ती फक्त पंजाबला देण्याबद्दल, राजीव गांधी २६ जानेवारी १९८७ रोजी घोषणा करतील अशी अपेक्षा होती, पण तसे घडले नाही. त्या वर्षीच्या मध्यास हरियाणा विधानसभेच्या निवडणुका होणार असल्याने ती घोषणा केली गेली नाही असा समज सर्वत्र पसरला. जर पंजाब व हरियाना या दोन्ही राज्यांच्या मुख्यमंत्र्यांमध्ये या शहराबद्दल समझोता झाला तरच चंडीगडचे हस्तांतर पंजाबला होऊ शकत होते. पण असा समझोता होणे असंभवनीय होते. कारण या शहरात हिंदी भाषिक मोठ्या संख्येने होते व या शहराला हिंदी भाषिक हरियाणा राज्याने वेढले होते. त्यातून पंजाबकडून सतलज-यमुना लिंक कॅनॉल वेळेवरती पुरा केला गेला नव्हता. यामुळे पंधरा वर्षे हा राजधानीचा प्रश्न म्हणजे एक भिजत घोंगडे झाले होते. चंडीगडचे

हस्तांतरण होणे आता अवघड होऊन बसले होते. लिंक कॅनॉलबद्दलही अशीच गोष्ट होती.

हरियानात होणाऱ्या निवडणुकांचा परिणाम पंजाबवरती दुसऱ्या एका तऱ्हेने झाला. बर्नाला यांचे अकाली दल सरकार हे १९८५ मध्ये पंजाबच्या सत्तेवरती आले. पंजाबात कायदा व सुव्यवस्था राखण्यासाठी, दहशतवाद रोखण्यासाठी आणि हिंदू शीख यांच्यात सलोखा राखण्यासाठी ते प्रयत्न करीत होते. हे एक अत्यंत अवघड काम होते व बर्नाला ते करण्याची धडपड करीत होते. दहशतवाद परिणामकारक रितीने रोखला जात नव्हता. अन् असे वाटत होते की त्यासाठी सरकारकडे जेवढा उत्साह असायला पाहिजे तेवढा दिसत नव्हता. उलट दहशतवादाचे पंजाबात उदात्तीकरण करायला प्रतिबंध केला जात नव्हता. सुवर्णमंदिर ताब्यात घेण्याचे ऑपरेशन ब्ल्यू स्टार झाल्यानंतर सैन्यातील ज्या शीखांनी उघड उघड बंड केले होते, त्यांना आता हिरो बनवले जात होते. प्रतापसिंग बादल आणि पतियाळाचे महाराज कॅ. अमरिंदरसिंग यांच्या अकाली दल पक्षातून राजीनामा देऊन बाहेर पडण्यामुळे त्या पक्षात अंतर्गत कलह असल्याचे दिसत होते. इतकेच काय, पण शिरोमणी गुरुद्वारा प्रबंधक समितीचे नेते जी. एस. तोहरा हे तर उघड उघड दंड थोपटून युद्धाची भाषा करीत होते. राजीव गांधी - लोंगोवाल समझोता झाल्याने केन्द्र सरकार स्वाभाविकपणे ही परिस्थिती हळुवार हाताने निपटू पहात होते.

यामुळे सर्व अधिकाऱ्यांना, विशेषत: पोलीस अधिकाऱ्यांना असे वाटू लागले की दहशतवाद रोखण्यासाठी फार कठोरपणा करता कामा नये. यामुळे पंजाब पोलिसांच्या कार्यक्षमतेवरती परिणाम होत होता. अशा वेळी या खात्याच्या प्रमुखपदी ज्युलिओ रिबेरो यांची नेमणूक झाली होती व त्यांचे वरिष्ठ सहकारी परिस्थिती नियंत्रणाखाली आणण्यासाठी धडपडत होते. हिंदू, विशेषत: हरियाणा व पश्चिम उत्तर प्रदेशातील हिंदू मंडळी, यांना वाटू लागले होते की केन्द्र सरकार शीख अतिरेक्यांचे लाड करीत आहे.

हरियाणामध्ये विधानसभेच्या जशा निवडणुका होणार होत्या तशाच त्या केरळ, पश्चिम बंगाल येथेही होणार होत्या. या सर्व ठिकाणी काँग्रेसला नेत्रदीपक यश मिळावे म्हणून राजीव गांधी उत्सुक होते. याचे कारण त्यांच्या नेतृत्वाला आता आव्हान दिले जाऊ लागले होते. हरियाणात जनता दल पक्ष आपले दंड थोपटू लागला होता तर पश्चिम बंगाल व केरळ येथे डावे पक्ष कार्यरत झाले होते. शिवाय हरियाणाच्या सान्निध्यामुळे दिल्लीत आणखी गुंतागुंत वाढली होती.

राजीव गांधी यांना असे सुचवले गेले की, बर्नाला मंत्रिमंडळ बरखास्त करून पंजाबात सरळ राष्ट्रपती राजवट आणावी. त्यासाठी अर्थातच फोफावलेल्या दहशतवादाला काबूत आणण्याचे कारण द्यावे. तथापि, काँग्रेसला आपण हरियाणात जिंकू अशी

उमेद होती. त्यासाठी हा पक्ष पंजाबातील दहशतवादाचा आपल्याकडून बीमोड केला जाईल अशी भावना पसरवीत होता. हरियाणाचे मुख्यमंत्री भजनलाल यांनी जनता दलाचे नेते देवीलाल यांना उघड उघड आव्हान दिले होते. पंजाबचे राज्यपाल सिद्धार्थ शंकर रे यांनी हरियाणातले राजकीय विश्लेषण करून आम्हाला सांगितले की, तिथे काँग्रेस पक्ष निवडणुकीत चांगली कामगिरी करून दाखवेल. मे १९८७ मध्ये पंजाबात राष्ट्रपती राजवट जारी झाली. हरियाणातील निवडणुकीत जनता दलाने काँग्रेसला उखडून टाकले. देवीलाल यांनी ६० जागा जिंकल्या तर काँग्रेसला अवघ्या ५ जागा जिंकता आल्या. पंजाबमध्ये राष्ट्रपती राजवट लादल्यामुळे एक घटनात्मक इतिहास लिहिला गेला व त्याचे पडसाद पुढे पाच वर्षे म्हणजे १९९२ पर्यंत पडत राहिले. त्यामुळे घटनेमध्ये सतत दुरुस्त्या करण्याची गरज पडत गेली.

या समस्येबद्दल राजीव गांधी यांच्याशी बोलताना मी त्यांना सांगितले की जर आपण ऑपरेशन ब्ल्यू स्टारमध्ये स्थानबद्ध केलेल्यांना सोडले तर आणि १९८४ मधील शीखविरोधी दंगलीला जबाबदार असलेल्यांवरती कारवाई केली तर पंजाबातील दहशतवाद निपटण्याच्या आपल्या प्रयत्नाला सहानुभूती लाभेल, एवढेच नव्हे तर खलिस्तानवाद्यांचा परदेशात जो प्रचार चालू आहे तो बोथट केल्यासारखे होईल. या समस्येमध्ये मानवी भावना प्रखरतेने असल्याने यावर जेव्हा जेव्हा चर्चा होई तेव्हा आमची अवघडलेली स्थिती होऊन बसे.

ऑपरेशन ब्ल्यू स्टारमध्ये सुवर्णमंदिरात त्यावेळी हजर असलेल्या साऱ्या स्त्री पुरुष व मुले यांना स्थानबद्ध करून जोधपूरला ठेवले होते. त्यामुळे त्यांना 'जोधपूरचे स्थानबद्ध' (Jodhpur detenues) असे संबोधले जाई. त्या जमावात काही दहशतवादी नक्की असणार यात शंका नव्हती. परंतु अनेक निरपराध वृद्ध पुरुष व बायका, मुलेही नक्की होते. माझे म्हणणे असे होते की आपण यांची चौकशी करण्याची प्रक्रिया लवकर उरकून घ्यावी आणि ज्यांचा दहशतवाद्यांशी संबंध नाही त्यांना ताबडतोब मुक्त करावे. म्हणजे बरेच वृद्ध, बायका व मुले सुटतील. एक मानवी समस्या समजून हा प्रश्न सोडविण्याऐवजी दहशतवाद्यांशी राजकीय देवाणघेवाणीच्या वाटाघाटी करण्यासाठी सरकारला याचा उपयोग करून घ्यायचा होता. एक चाचणी पद्धत अशी अवलंबिली जावी की बायकामुलांना लहान लहान तुकड्यांमधून एकामागोमाग सावकाश सोडून द्यावे व त्याचा कायदा व सुव्यवस्थेवर काय परिणाम होतो आहे याचे निरीक्षण करावे. मी पाच सहा वेळा तरी हा प्रश्न राजीव गांधी व बुटासिंग यांच्याकडे काढला. पण मला कसलाही प्रतिसाद दिला गेला नाही.

१९८४ मधल्या शीखविरोधी दंगलीवरती जो मिश्रा आयोग नेमला होता त्याचा अहवाल हातात आला होता. त्या दंगलीत काँग्रेस पक्ष, पक्षाचे नेते व कार्यकर्ते यांचा हात असल्याचे कुठेही म्हटले नव्हते. तरीही दिल्लीतील तमाम जनतेला ठाऊक

होते की, काँग्रेसच्या काही ज्येष्ठ नेत्यांनी या दंगलीत प्रत्यक्ष भाग घेतला होता. ही गोष्ट मग नागरिक समितीच्या अहवालात उघड करण्यात आली. त्या समितीचे राजेश्वर दयाळ हे एक आयसीएस अधिकारी सभासद होते. त्यामुळे मिश्रा आयोगाच्या अहवालाबद्दल शंका निर्माण झाली. त्या अहवालाची विश्वासार्हता कमी झाली. हे मिश्रा म्हणजे रंगनाथ मिश्रा, सर्वोच्च न्यायालयातील न्यायमूर्ती होते आणि ते अत्यंत महत्त्वाकांक्षी होते आणि राजकीय दबावाला ते जरासे बळी पडायचे. इंदिरा गांधी खुनाच्या चौकशीच्या केसमध्ये ज्या न्यायमूर्ती ठक्कर यांनी काम केले त्यांच्यासारखे थोडेसे हे रंगनाथ मिश्रा होते. मिश्रा आयोगाच्या अहवालातील निष्कर्षांबद्दल मलाही संशय वाटत होता. मी त्याबद्दल असेही म्हटले होते की, ''जरी मिश्रा आयोगाला काँग्रेस पक्ष, काँग्रेस नेते किंवा कार्यकर्ते यांच्याविरुद्ध काही सापडले नसले तरी हेही नमूद करण्यासारखे आहे की, दंग्याच्या सुरुवातीच्या काळात योग्य नेते व कार्यकर्ते हे कुठेच कसे दिसले नाहीत? या काळात शीख समाजाला संरक्षण देण्यासाठी किंवा दंगेखोरांना रोखण्यासाठी किंवा समाजविरोधी दंगेखोरांवरती कठोर कारवाई करण्यासाठी पोलिसांना मदत करण्यासाठी हे सारे नेते व कार्यकर्ते नव्हते हेही सत्य यातून प्रगट होते. किंवा त्यांच्या नसण्यामुळेच ते उठून दिसत आहेत. ते नेते एरवी नेहमी कार्यतत्पर असायचे, किरकोळ तक्रारींसाठी व मागण्यांसाठी मोर्चे काढायचे. त्या पार्श्वभूमीवरती त्यांची ही निष्क्रियता खूप उठून दिसते.''

नंतर जेव्हा मला मिश्रा यांच्याबद्दल अधिकाधिक कळत गेले व त्यांचे व्यक्तिमत्त्व नीट समजत गेले, तेव्हा त्यांच्याबद्दल जे जे काही बोलले जायचे त्यावर माझा विश्वास बसू लागला. मिश्राजी नेहमी दर पंधरावीस दिवसांनी नियमितपणे मला घरी फोन करायचे. आपण समाजातील दुर्बल घटकांना कशी कायद्याची मदत देण्याचे अप्रतिम काम करतो ते पंतप्रधानांच्या कानावरती घालावे अशी प्रत्येक वेळी ते विनंती करायचे. सर्वोच्च न्यायालयाचे सरन्यायाधीश मित्रा यांच्यापेक्षा वयाने लहान होते. ते जेव्हा अचानक लंडनमध्ये वारले त्यानंतर मिश्रांचे फोन येणे मला थांबले. सरन्यायाधीश अचानक वारल्यामुळे उरलेल्यात सर्वात ज्येष्ठ म्हणून मिश्रांची आपोआपच वर्णी लागली. ते सरन्यायाधीश म्हणून झाल्यावर माझी व त्यांची एकदा गाठ पडली तेव्हा मी त्यांचे अभिनंदन केले. त्यावेळी त्यांनी माझ्याकडे अगदी आरपार रोखून पाहिले. मला ते आता ओळख दाखवत नव्हते. माझ्या घरी सतत फोन करणारे हेच ते गृहस्थ होते! नंतर सरन्यायाधीशपदावरून ते निवृत्त झाल्यानंतर राजकारणात शिरले. एका पक्षाचे त्यांनी तिकीटही मिळवले. राजकारणात शिरणारे सुप्रीम कोर्टाचे सरन्यायाधीश म्हणून त्यांना प्रथमपणाचा मान मिळेल हे नक्की.

शीखविरोधी दंगलीस जबाबदार असणाऱ्यांवरती कारवाई करण्याचा प्रश्न, मी राजीव गांधी यांच्याबरोबर दोनदा उकरून काढला. एकदा तर त्यावेळी बुटासिंगही

हजर होते. पण त्यांनी यावर कसलाही प्रतिसाद दिला नाही. नंतर मला बुटासिंगनी हळुवारपणे सांगितले की, राजीव गांधी या प्रश्नाबाबत खूप संवेदनशील आहेत. त्यांच्या मनावर यामुळे खूप ताण पडलेला आहे. ते तसे बाहेरून दाखवित नाहीत कारण त्यांनी स्वत:ला खूप सावरून धरले आहे. या बाबतीत राजीव गांधी एकदाच फक्त बोलले होते की, "एक प्रचंड वृक्ष कोसळला की जमीन साहजिकच हादरून निघते." पण त्यानंतर त्यांनी आपल्या भावना कधीही व्यक्त केल्या नाहीत. पण आतून ते खूप सोसत असले पाहिजेत.

जेव्हा राजीव गांधी हजर नव्हते तेव्हा मोठ्या बैठकीत मी हा प्रश्न काढला होता. माझे म्हणणे असे होते की, मिश्रा आयोगाच्या अहवालाखेरीज इतर बिनसरकारी आयोगाने शोधून काढलेले निष्कर्ष आपण बाजूला टाकू शकत नाही. त्यातून जे नि:पक्ष आहेत व राजकीय नाहीत असे राजेश्वर दयाळ यांच्यासारखे मान्यवर सभासद आहेत त्या समितीच्या निष्कर्षाकडे गंभीरतेने पाहिले पाहिजे. शिवाय दंगलीत जी होरपळून निघाली ती माणसे जेव्हा दंगलखोरांची व त्यांच्या साथीदारांची नावे घेऊन शपथेवरती साक्ष देतात, तेव्हा त्यांच्यावर अविश्वास दर्शवणे हे काही बरोबर ठरत नाही. ज्या सुरक्षा खात्यांनी निष्पाप नागरिकांचे संरक्षण करायचे ते या बाबतीत अपयशी ठरले, ही गोष्ट तर मनाला आणखी हळहळायला लावणारी आहे. लोक तर आता उघडपणे बोलू लागले आहेत की, सरकार दंगलखोरांवर कधीच कारवाई करणार नाही, कारण खुद्द पंतप्रधानच वैयक्तिकरित्या दंगा करणाऱ्यांना सामील झाले आहेत. ज्यांची नावे दंगलग्रस्तांनी घेतली ती माणसे आपल्याच पक्षाचे नेते व कार्यकर्ते असल्याने पंतप्रधान त्यांना वाचवू पहात आहेत. याखेरीज पंतप्रधानांच्या सल्लागारांनी त्यांना सांगितले की, हा सारा विरोधकांचा कट असून काँग्रेसचे नेते किंवा कार्यकर्ते हे त्यांचे लक्ष्य नसून राजीव गांधी यांना लक्ष्य बनवायचे आहे. ते ऐकून मला राजीव गांधी यांची दया आली. राजीव गांधी हे मूलत: सज्जन स्वभावाचे असूनही, त्यांच्याच पक्षाच्या सल्लागारांकडून दंगलखोरांवर कारवाई करू न देण्याच्या राजकारणात खेचले जावेत, हा केवढा दैवदुर्विलास होता. यामुळे विरोधकांच्या हातात खरोखरीच एक कोलीत पडले. ते सतत या प्रश्नाची तड लावून धरू लागले, शिवाय शीख अतिरेकी व खलिस्तानवादी लोक सतत याबद्दलच्या तीव्र भावना मुद्दाम व्यक्त करून सरकारवर कोरडे ओढू लागले. यामुळे शीख समाज काँग्रेसपासून दुरावला आणि सरकार व राजीव गांधी यांच्यावर 'अल्पसंख्याकांऐवजी पक्षाला संरक्षण देणारे' म्हणून ठपका ठेवला गेला.

पंजाबातील दहशतवादाविषयी इंटेलिजन्स ब्युरो नेहमी अहवाल देत होते. एकदा तर दोन भयानक अतिरेक्यांना पोलिस घेऊन जात असता ते पळून जाताना त्यांना गोळ्या घातल्या, असाही एक अहवाल आमच्याकडे आला. या अहवालामुळे

मी अस्वस्थ झालो आणि इंटेलिजन्स ब्युरोला "पोलीस खाते एवढे निष्काळजी कसे काय बनले?" असे विचारले. इथे मला प्रथमच 'एन्काऊन्टर' (चकमकीत ठार करणे) या शब्दाचा खरा अर्थ कळला. चळवळवादी आणि मानवी हक्कासाठी काम करणारे, नेहमी पोलिसांवरती असे खोट्या चकमकीत गुन्हेगारांना संपविण्याचे आरोप करीत आलेले आहेत. अशा चकमकीत एक तर निष्पाप लोकांना ठार केले जात असेल किंवा स्वसंरक्षणार्थ गोळीबार केला असे समर्थन केले जात असेल किंवा अतिरेक्यांशी संघर्ष करताना किंवा त्यांचा पाठलाग करताना ते खरेच मारले जात असतील. यातले कोणते खरे आहे व कोणते खोटे आहे हे कसे समजणार?

पण हे सारे दोषारोप अत्यंत योग्य दृष्टिकोन ठेवून तपासले पाहिजेत. परिस्थितीपूर्व घडामोडी लक्षात न घेता आणि घटनेनंतर सर्व काही काबूत आले तरीही ते लक्षात न घेता त्या आरोपांची तपासणी झाली पाहिजे. अतिरेक्यांशी पंजाबात लढा देणे ही अत्यंत गुंतागुंतीची गोष्ट होऊन बसली आहे. कारण ती दहशतवादी कृत्ये आता जागतिक पातळीवरील राजकारण, अर्थकारण व गुन्हेगारी यांचे संदर्भ व संबंध यामध्ये घडू लागली आहेत. अन् चळवळवादीसुद्धा हे नक्कीच मान्य करतील. त्यातून हे अतिरेकी केवळ स्थानिक भागातले असत नाहीत. ते देशाबाहेरूनही येतात. त्यांना सीमेपलीकडून मदत मिळवता येते. वेळप्रसंगी ते शेजारच्या देशात सहज पळून जातात व तिथे आश्रय घेतात. आंतरराष्ट्रीय संघटनांचे असे अतिरेकी हे अविभाज्य घटक बनले आहेत. त्यांना पाकिस्तानसारखे देश हे राजकीय आश्रय देतात. बाहेरच्या संघटनांकडून त्यांना उदारपणे मदत मिळते. नुसती आर्थिक मदत नाही, तर अत्याधुनिक शस्त्रास्त्रे आणि संपर्काची यंत्रेही त्यांना पुरवली जातात. आंतरराष्ट्रीय दहशतवादाविरुद्ध आपण नेहमी आवाज उठवत आलेलो आहोत. पण त्याला म्हणावे तसे यश लाभलेले नाही. याला मुख्य कारण आंतरराष्ट्रीय राजकारण हे आहे आणि आपल्या शेजारी देशाची दहशतवाद्यांना होणारी उघड व छुपी मदत आणि त्या देशाचाही त्यात सहभाग. पंजाबातील दहशतवाद्यांना पाकिस्तानात प्रशिक्षण दिले जाते. त्यांना निधी व शस्त्रास्त्रे दिली जातात. मग ते सीमा ओलांडून भारतात घुसतात. घुसताना त्यांना पाकिस्तानी रेंजरकडून पूर्ण संरक्षण पुरवले जाते. ते रेंजर भारतीय गस्ती पथक अथवा चौक्या यावरती गोळीबार करत रहातात. त्या गोळीबाराच्या ढालीचे संरक्षण घेऊन अतिरेकी सीमा पार करून भारतात घुसतात. दुर्दैवाने तस्करीचा धंदा करणारे भारतीय तस्कर आता शस्त्रास्त्रांची तस्करीही करू लागले आहेत. ते पाकिस्तानातून मोठ्या प्रमाणात शस्त्रास्त्रे आणू लागले आहेत. भारतात अतिरेक्यांना भारतीय चलनात निधी पुरवण्यासाठी *हवाला* मार्गाचा उपयोग केला जातो. कॅनडा व अमेरिका येथे जी शीख मंडळी स्थायिक झाली आहेत त्यांच्याकडूनही शीख अतिरेक्यांना पैशाचा पुरवठा केला जातो. खलिस्तानवादी

अतिरेक्यांना ते आश्रयही देतात.

१९८० नंतर दहशतवाद्यांनी पंजाबात अशी जबरदस्त दहशत बसवली होती की, तेथील कायदा व सुव्यवस्था जवळजवळ कोलमडली होती. अंधार पडल्यावर लोक घराबाहेर पडत नसत. पोलीससुद्धा एकट्या दुकट्याने न हिंडता टोळक्याने व संरक्षित वाहनातून हिंडत. दुर्दैवाने तिथली न्यायव्यवस्थाही नकळत अतिरेक्यांना उत्तेजन देत होती. दहशतवादाविरुद्ध कोणीही तक्रार करायला पुढे यायचे नाही की त्यांच्या विरोधात साक्ष द्यायचे नाही. त्यांच्या विरुद्ध पक्षाचे वकीलपत्रही कोणी वकील घ्यायचे नाही किंवा अशा खटल्यात अनेकदा खुद्द न्यायाधीश काम करायला नकार देत. जर एखाद्या न्यायाधीशाला काम करणे भाग पडले तर तो उदारपणे त्या अतिरेक्याला जामिनावरती सोडून देत असे किंवा खटला दीर्घकाळ पुढे ढकलीत असे. अशी ही परिस्थिती केवळ कठोर उपायांनीच ताळ्यावर आणता येत होती. खोट्या चकमकीत आरोपींना मारल्याचे आरोप पोलिसांवरती होत असत, पण तरीही अशा बातम्यांमुळे त्रास भोगणारी जनता आनंदीत होत असे. "चला तेवढाच एक अतिरेकी संपला," असे म्हणून ते सुस्कारे टाकीत. जर पोलिसांनी ठरवून खोट्या चकमकीत निर्दोष व्यक्तीला ठार केले तर त्याचे समर्थन कोणीही करणार नाही. परंतु असे जर अपघाताने घडले तर एक वेळ तिकडे दुर्लक्ष करता येईल. तसेच जर एखाद्या अतिरेक्याला निसटून जाऊ दिले तर तो पुढे अनेक निष्पाप लोकांचे बळी घेणार असतो.

पोलिसांची छळवणूक जर दीर्घकाळ अनियंत्रित राहिली तर तिचे पुढे दडपशाहीत रूपांतर होते, याबद्दल कोणाचेही दुमत नाही. पंजाबमध्ये पोलिसांवरती पिळवणुकीचे आरोप केले गेले, आपले वैयक्तिक सूड त्यांनी उगवून घेतले किंवा आपली बळींची संख्या वाढवायचे प्रयत्न केले किंवा केवळ मनुष्यहत्येची लालसा शमवण्यासाठी अतिरेकी मारले, असे विविध आरोप त्यांच्यावरती झाले. सुदैवाने पोलिसांवरती वरिष्ठ अधिकाऱ्यांचे कडक नियंत्रण होते व ते त्यांना नीट मार्गदर्शन करीत त्यांच्या या नेतृत्वामुळेच पोलिसांवर केले गेलेले आरोप फार काळ चालले नाहीत. जेव्हा परिस्थिती सुधारली व पोलिसांनी अतिरेक्यांचा दहशतवाद निपटून काढला तेव्हा जनतेला आनंद झाला. या दहशतवाद निपटण्याच्या मोहिमेत सीमा संरक्षण दल (BSF) आणि केन्द्रीय राखीव पोलीस दल (CRPF) ही पण सामील झाली होती.

या अप्रतिम निमलष्करी दलांचा पंजाबातील वापर हा अचूक वेळेत करून दहशतवाद संपवण्यास मदत झाली. पण त्यासाठी त्यांची खूप दमछाक झाली. केन्द्रीय राखीव पोलीस दल (CRPF) हे एक केन्द्र सरकारचे निमलष्करी दल आहे. जर राज्य सरकारने त्यांची मागणी केली तरच ते कायदा व सुव्यवस्था राखण्यासाठी पाठवण्यात येते. जेव्हा राज्यातील पोलीस दले अपुरी पडतात किंवा त्यांच्याकडून

परिस्थितीवरती नियंत्रण ठेवणे जमत नाही तेव्हा ह्या निमलष्करी दलाची मागणी होते. ह्या दलाची बटॅलियन तिथल्या राज्याच्या पोलिस खात्याच्या अधिपत्याखाली काम करते. एखाद्या राज्यात हे दल अति दीर्घकाळ किंवा कायमचे ठेवणे इष्ट नसते. काही काळानंतर त्याला परत आपल्या मूळच्या तळाकडे विश्रांतीसाठी व प्रशिक्षणासाठी यावे लागते. पण पंजाबमध्ये हेच निमलष्करी दल (CRPF) जणू काही कायमचे मुक्काम ठोकून आहे असे त्यावेळी वाटत होते. त्यांना सतत अतिरेक्यांच्या निर्घृण कृत्यांना व संतापाला चोवीस तास तोंड द्यावे लागत होते. यात भर म्हणून अतिरेक्यांजवळच्या अत्याधुनिक शस्त्रांना त्यांना तोंड द्यावे लागायचे. हाताशी अमाप पैसा असल्याने अतिरेक्यांना ते शक्य होई. ते सहजपणे सीमा ओलांडून पाकिस्तानात निघून जात. यावरून कोणालाही अतिरेक्यांशी पंजाबात सामना करताना निमलष्करी दलावर किती ताण पडत असेल याची कल्पना यावी. यामुळे अनेकदा त्यांच्यातील काही जवान मनावरचा ताण असह्य झाल्याने सैरभैर होऊन जात व वेड्यासारखे चाळे करीत.

सीमा संरक्षण दलाबद्दलही (BSF) हेच सांगता येईल. भारताच्या सरहद्दींचे संरक्षण करण्यासाठी या दलाची स्थापना झाली आहे. पण नाईलाजाने या दलाला पंजाबात अंतर्गत सुरक्षा ठेवण्यासाठी ओढून आणावे लागले. केंद्रीय राखीव पोलीस दलाला जसे काम करावे लागले व खूप ताणामधून जावे लागले तसेच यांनाही झाले. या दोन्ही दलात बऱ्यापैकी संख्येने शीख जवान व अधिकारी आहेत. त्यामुळे कदाचित ही माणसे दुहेरी निष्ठेच्या मानसिक द्वंद्वात सापडतील अशी भीती वाटत होती. सुदैवाने तसे काहीही न घडता त्यांनी आपले कर्तव्य निष्ठेने पार पाडले, शिस्त पाळली व धैर्य प्रगट केले. सीमा संरक्षण दल हे फार काळ सीमेवरती गस्त घालत होते व त्यांना सतत पाकिस्तानी रेंजरच्या गोळीबाराला तोंड द्यावे लागत होते. तस्करांची चोरटी वाहतूक थोपवण्यासारखी कामे ते सतत करीत होते. आता पंजाबातील अंतर्गत सुरक्षेचे वेगळेच काम त्यांच्या वाट्याला आले पण त्यांनी हे नवीन काम यशस्वी करून दाखवले.

आणखी एक निमलष्करी दल पंजाबात आणले होते. ते होते भारत तिबेट पोलीस दल (ITBP). यांच्याही काही तुकड्या आणल्या गेल्या होत्या. केंद्रीय पोलीस व सीमा सुरक्षा दलाच्या तुकड्यांना मदत देण्यासाठी त्या आणल्या गेल्या. पण त्यांच्याकडे बँकांसारखी स्थिर लक्ष्ये दिली होती. ते तिथे पहारा देत होते. उत्तुंग व बर्फाळ हिमालयातून उष्ण पंजाबमध्ये येऊन काम करणे हे त्यांना बरे ठरले!

पंजाबातील दहशतवादी कृत्याचा एक परिणाम म्हणजे हिंदू व शीख समाज एकमेकांपासून दुरावण्यात झाला असता. तसे घडावे म्हणूनच अतिरेकी, हिंदूंना लक्ष्य करून त्यांच्यावर हल्ले करायचे, गोळ्या झाडायचे. अनेक घटनांमध्ये त्यांनी

हिंदूंना शीख लोकांपासून वेगळे केले व मग त्यांना क्रूरपणे गोळ्या घातल्या. हिंदूंच्या लोकसंख्येत घबराट व गडबड निर्माण व्हावी हा या मागचा हेतू होता. ग्रामीण भागातून हिंदूंनी स्थलांतर करून शहरांचा आश्रय घ्यावा आणि नंतर शहरांमधून त्यांनी पंजाब सोडून जावे असाही त्यामागचा हेतू होता. थोडी हिंदू कुटुंबे पंजाब सोडून दिल्ली व अन्य राज्यात गेली. परंतु एकूण सामाजिक एकता व परस्परभाव हे फारसे बिघडले नाही. ग्रामीण भागातील व विशेषत: अर्धशहरी भागातील अनेक शीख कुटुंबे पुढे आली व त्यांनी हिंदूंचे संरक्षण केले, ह्या गोष्टीचा येथे कृतज्ञतापूर्वक उल्लेख करायला हवा. तसेच हिंदू समाजानेही अतिरेक्यांपुढे झुकण्याचे नाकारले व पंजाब हीच मातृभूमी मानून ते तिथेच टिकून राहिले.

पाकिस्तानच्या इच्छेनुसार अतिरेक्यांनी शीख समाजाला सरकारपासून फोडण्याचे खूप प्रयत्न केले. पण त्यांना त्यात अपयश आले. १९६५ व १९७१ च्या युद्धात शीखांनी सरकारला साथ देऊन पाकिस्तानचा पराभव करण्यास सक्रिय मदत केली. त्यामुळे शीख समाजाचे हे नीतिधैर्य वाखाणण्याजोगे आहे. तसेच जेव्हा १९८७ मध्ये व नंतर १९९० मध्ये भारत पाक संबंधात खूप तणाव निर्माण झाले तेव्हाही शीखांनी सरकारला उत्साहजनक प्रतिसाद दिला.

पंजाबच्या या दहशतवादासंदर्भात आम्ही परराष्ट्रांच्या सरकारांना, विशेषत: इंग्लंड, अमेरिका व कॅनडा या राष्ट्रांच्या सरकारांना माहिती पुरवून त्यांचे गैरसमज दूर करण्याचे प्रयत्न करीत होतो. कारण त्या देशात शीख अतिरेकी हे मुक्तपणे भारतविरोधी कारवाया करीत होते. तसेच तिथे स्थायिक झालेल्या शीख समाजाचेही त्यांना प्रचंड प्रमाणात खलिस्तान निर्मितीसाठी सहाय्य केले जात होते. कॅनडा व अमेरिकेच्या पश्चिम भागात पूर्वीपासून स्थायिक झालेल्या ह्या शीख समाजाची लोकसंख्या बरीच असल्याने त्यांचा तिथल्या स्थानिक राजकारणावरती प्रभाव पडतो. ब्रिटिश सरकारला आमची भूमिका पटली व त्यांनी त्यांच्या देशातील भारतविरोधी कारवाया हाणून पाडल्या व तिथला तणावही संपवला. पण अमेरिकेने मात्र याबाबतीत म्हणावे तसे काही केले नाही. कारण तिथल्या सरकारला आंतरराष्ट्रीय दहशतवादाबद्दलच्या भारताच्या चिंता कधीच नीट समजल्या नाहीत. तिथल्या काही ज्येष्ठ सिनेटर्सनी आणि शीख प्रतिनिधींनी शीख अतिरेक्यांच्या बाजूने बराच प्रचार केला. पण कॅनेडियन सरकारने आम्हाला प्रतिसाद देऊन भारत विरोधी भावनेचा व त्यावरून तिथे उद्‌भवणाऱ्या अंतर्गत कटकटींचा बऱ्याच प्रमाणात बंदोबस्त केला. या कटकटी तिथला शीख समाज अतिरेक्यांना पाठिंबा देत असल्याने निर्माण होत होत्या. शिवाय शीख अतिरेक्यांनी एअर इंडियाचे विमान उडवून दिलेली १९८४ मधली घटना, कॅनडाचे सरकार विसरले नव्हते. नंतर एकदा कॅनडातील खासदारांचे एक शिष्टमंडळ भारतात आले होते, त्यावेळी त्यांनी अमृतसरला जाऊन सुवर्णमंदिराला

भेट दिली. आम्ही सुरुवातीला त्यांना परवानगी देत नव्हतो. कारण तिथे जर शीख अतिरेक्यांनी त्या खासदारांच्या विरुद्ध निदर्शने करून आपल्याला इथे स्थानिक जनतेचा किती भक्कम पाठिंबा आहे हे दाखविण्याचा प्रयत्न केला तर? राजीव गांधी यांनी मला ही बाब नीट तपासण्यास सांगितले. मग मी रिबेरो यांच्याशी विचारविनिमय करून कॅनेडियन खासदारांच्या अमृतसरच्या भेटीची जोखीम घेण्यास हरकत नाही असा माझा अभिप्राय दिला. नंतर मी याचे समर्थनही केले. ते कॅनेडियन खासदार अमृतसरमध्ये मुक्तपणे सर्वत्र वावरले. त्यांनी सुवर्ण मंदिराला भेटही दिली. पण त्यांना कुठेही बंडखोरीची वा दहशतवादाची लक्षणे दिसली नाहीत. या बाबतीत त्यांनी आपल्या सरकारला नक्की एक खूप चांगला अहवाल दिला असणार.

१९८८ च्या सुरुवातीला आम्हाला सुवर्णमंदिरातील परिस्थितीची काळजी वाटू लागली. संपूर्ण मंदिराभोवती जरी सुरक्षा दलाच्या माणसांचा वेढा असला तरी अतिरेकी आतमध्ये शस्त्रास्त्रे, दारुगोळा व अन्य साहित्य चोरून नेत होते. त्यांना आतून हुसकावून बाहेर काढण्याची योजना आता आखायला हवी होती. पण आता अशा गोष्टीला पंजाबचे सरकार फारसा प्रतिसाद देत नव्हते. आतमध्ये मोर्चे बांधल्याचे पाहूनही राज्य सरकार काहीही करत नव्हते. मे १९८८ पर्यंत आतले अतिरेकी फुरफुरत होते. ते आता सरकारशी दोन हात करण्याच्या मन:स्थितीला आले होते. त्यांना जबरदस्तीने बाहेर काढल्याखेरीज ते तिथून निघणार नव्हते, हे आता उघड दिसू लागले. पण ऑपरेशन ब्ल्यू स्टारचा अनुभव लक्षात घेता यावेळी जादा खबरदारी घ्यावी लागणार होती. मग गृहमंत्री बुटासिंग यांनी नवीन डावपेच तयार केले. पण राज्यमंत्री पी. चिदंबरम आणि इन्टेलिजन्स ब्युरोचे संचालक एम. के. नारायणन यांनी त्यावर आधारित खरी योजना तयार केली. त्या योजनेत राजीव गांधी यांनीही रस घेऊन वैयक्तिकरित्या भाग घेतला. सुवर्ण मंदिरावरती प्रत्यक्ष हल्ला न करता नॅशनल सिक्युरिटी गार्डस्‌ची (NSG) नेमबाज माणसे वापरायची ठरवली. आत न शिरता बाहेरून त्यांच्यावरती गोळ्या झाडून त्यांची प्रतिहल्ला चढवायची क्षमता संपवायची असे ठरले. नॅशनल सिक्युरिटीच्या माणसांना कोणत्याही परिस्थितीत आतल्या अतिरेक्यांची हालचाल मर्यादित ठेवायचा हुकूम दिला. त्यामुळे अतिरेक्यांना आपल्या लपण्याच्या जागेतून बाहेर पडणे अशक्य करून सोडायचे. परंतु अशी कारवाई खूप वेळ खाणारी होती आणि तेवढ्या काळात खुद्द अमृतसर शहरात याची एक वाईट प्रतिक्रिया उमटण्याची भीती वाटत होती. या संदर्भात राजीव गांधी यांनी एक बैठक घेतली व ही योजना राबवायला नॅशनल सिक्युरिटी गार्डस्‌ना ठराविक वेळ देण्याचे ठरले. के. पी. एस. गिल हे मार्च १९८८ मध्ये पंजाब राज्याचे डायरेक्टर जनरल ऑफ पोलीस झाले. ही कारवाई सुरू झाल्यावर खूप वेळ लागतो आहे असे दिसल्यावर ते अस्वस्थ होत गेले. नॅशनल सिक्युरिटी गार्डस् खूप वेळ

घेत आहेत असे त्यांना वाटू लागले. ही कारवाई करण्याचे अधिकार आपणच घ्यावेत अशीही त्यांना इच्छा झाली. त्याप्रमाणे ते आमच्याकडे आग्रह धरू लागले. शेवटी असे ठरले की, नॅशनल सिक्युरिटी गार्डस्ना आणखी एक जादा आठवड्याची मुदत द्यावी. सुदैवाने ते अतिरेकी त्या कालावधीत शरण आले. अनेक अतिरेक्यांनी देवळाखालच्या तळघरात लपून आश्रय घेतला होता. त्या हॉलमध्ये त्यांनी घाण करून तिथले पावित्र्य नष्ट केले होते. मग आम्हाला ती जागा धुवून स्वच्छ करावी लागली. या कारवाईमुळे पंजाब पोलीस व नॅशनल सिक्युरिटी गार्डस् यांच्यात काही काळ तणाव निर्माण झाला होता. कारण पंजाब पोलीस खात्याला ही कारवाई करण्याची खूप इच्छा होती. तर नॅशनल सिक्युरिटी गार्डस्ना पंजाब पोलिसांकडून हुकूम घ्यायचे नव्हते. फक्त दिल्लीतील कोअर ग्रुपकडून आलेले हुकूमच ते मानीत होते.

ज्युलिओ रिबेरो यांची राज्यपालांचे सल्लागार या पदावरती मार्च १९८८ मध्ये नेमणूक झाली. या पदावर काम करण्याची त्यांची मुदत १९८९ च्या सुरुवातीला संपत होती. त्यानंतर आम्ही त्यांना जम्मू व काश्मिर राज्याचे राज्यपाल म्हणून किंवा ईशान्य राज्यातील एखाद्या राज्याचे राज्यपाल म्हणून त्यांची नियुक्त करायची ठरवले होते. परंतु शेवटच्या क्षणी तसे घडू शकले नाही. मग आम्ही त्यांना भारताचे रूमानियातले राजदूत म्हणून नेमले. त्यांच्या सुरक्षिततेच्या दृष्टीने तो योग्य निर्णय होता. तिथे एका हुकूमशहाची राजवट होती, त्यामुळे शीख अतिरेक्यांचा तिथे त्यांना उपद्रव होण्याची किंवा त्यांच्या जिवाला धोका करण्याची सुतराम शक्यता नव्हती. पण त्यांची पत्नी रूमानियात जायला तेवढी राजी नव्हती. तिला मुंबईत जाऊन नेहमीप्रमाणे रहायची इच्छा होती. परंतु मुंबईमध्ये त्यांच्या जिवाला शीख अतिरेक्यांपासून धोका पोचण्याची शक्यता होती. म्हणजे त्यांना सतत सुरक्षिततेच्या कवचाखाली दिवस काढावे लागणार होते. शेवटी मी त्यांचे मन वळवून त्यांना रुमानियातले राजदूतपद स्वीकारायला लावले.

सिमरानजितसिंग मान हे पंजाबातील एक ज्येष्ठ व माजी आयपीएस अधिकारी होते. त्यांना केन्द्र सरकारकडून शीख दहशतवाद्यांच्या भानगडी हाताळल्या जाण्याचे आवडत नव्हते. त्यामुळे सुरक्षेच्या कायदेशीर तरतुदीनुसार त्यांना स्थानबद्ध करून बिहारच्या तुरुंगात ठेवले होते. १९८९ मध्ये त्यांचे वडील आणि त्यांची पत्नी (ही एका आयसीएस अधिकाऱ्याची मुलगी होती आणि पतियाळाच्या महाराजांची मेव्हणी लागत होती.) हे मला भेटायला आले. ते खूप दुःखी दिसत होते. त्यांच्या मनावर खूप ताण आलेला होता. कारण त्यांना तुरुंगात जाऊन सिमरानजितसिंग मान यांची भेट घेण्यात खूप अडचणी येत होत्या. इतकेही करून जर त्यांना परवानगी मिळालीच तर ती फक्त काही मिनिटांची असायची. मी त्यांना आश्वासन

दिले की या बाबतीत मी बिहारच्या मुख्य सचिवाशी बोलेन आणि त्यांच्याकडून केव्हाही भेटायची परवानगी मिळवेन. शिवाय त्यांच्याशी सर्व अधिकारी नीट वागतील याचीही मी त्यांना खात्री दिली. यावर त्यांचे समाधान झालेले दिसले, चेहेऱ्यावर कृतज्ञताही दिसली. पण याचे परिणाम नंतर वेगळेच झाले. नोव्हेंबर १९८९ नंतर व्ही. पी. सिंग यांचे सरकार सत्तेवर आल्यावर सिमरानजितसिंग मान यांची एक मुलाखत वृत्तपत्रात छापून आली. त्यात त्यांनी म्हटले होते की, देशमुख यांच्या चिथावणीमुळे बिहारच्या तुरुंगात त्यांना फार वाईट वागणूक दिली गेली. यावर मला त्या वृत्तपत्रात माझा खुलासा प्रसिद्ध करून वस्तुस्थिती मांडायची होती. सिमरानजितसिंग यांचे म्हणणे चुकीचे आणि खोडसाळपणाचे कसे आहे ते दाखवून द्यायचे होते. पण व्ही. पी. सिंग मला म्हणाले की, तो प्रसंग विसरून जाऊ द्या म्हणजे सारे प्रकरण आपोआप निवळून नाहीसे होईल.

१९८९ च्या सुरुवातीला आम्ही पंजाबमध्ये निवडणुका घेण्याच्या प्रश्नावर विचार करू लागलो. इन्टेलिजन्स ब्युरोचे संचालक नारायणन यांनी एक प्रस्ताव व मोठी योजना सादर केली. त्यानुसार पंजाबातील निवडणुका ह्या टप्याटप्याने तर घ्यायच्या, पण त्याचबरोबर सर्वत्र त्या एका वेळी न घेता वेगवेगळ्या ठिकाणी वेगवेगळ्या काळात घ्यायच्या, अशी ती योजना होती. ज्या भागात कायदा व सुव्यवस्था याची परिस्थिती बऱ्यापैकी नियंत्रणात आहे तिथे प्रथम निवडणुका घ्यायच्या. त्यावेळी त्या भागाकडे जाणारे रस्ते रोखून अतिरेकी तिकडे जाणार नाहीत हे पाहिले जाईल. त्यानंतर दोन किंवा अधिक उपटप्यात उरलेल्या ठिकाणी निवडणुका घ्यायच्या. त्यामुळे मांडसारख्या छोट्या ठिकाणी संपूर्ण संरक्षण देता येईल आणि अतिरेक्यांच्या ठाऊक असलेल्या लपण्याच्या जागांनाही वेढा घालून त्या सीलबंद करता येतील. याची एक चाचणी घेण्यासाठी असे सुचवले गेले की आधी ग्रामपंचायतींच्या निवडणुका घ्याव्यात, नंतर सहकारी सोसायट्यांच्या व नंतर नगरपालिकांच्या निवडणुका क्रमाने घ्याव्यात. त्यामुळे राज्यातील निवडणूक यंत्रणेला पुरेसा अनुभव मिळेल आणि पोलिसांनाही अस्थिर परिस्थितीतला अनुभव मिळेल. शिवाय लोकांनाही हळूहळू धीर येत ते मतदानाला बाहेर पडतील. आमची ही योजना राजकारण्यांना पटवून द्यायचा आम्ही खूप प्रयत्न केला. पण त्याचा उपयोग झाला नाही. शिवाय विधानसभेच्या निवडणुकांचा प्रश्न आता खदखदू लागला होता.

राजीव गांधींच्या कारकिर्दीत पंजाबचे राज्यपालपद हे अर्जुनसिंग यांच्याकडून सिद्धार्थशंकर रे यांच्याकडे आणीबाणीच्या परिस्थितीत गेले. त्यांनी पश्चिम बंगालमध्ये नक्षलवाद्यांनी निर्माण केलेली परिस्थिती हाताळली होती. त्यावेळी राजकारण्यांना व राजकीय प्रश्नांना हाताळण्याचा अनुभव त्यांना आला होता. काँग्रेसेतर राजकीय व्यक्तींनाही ते चांगली वागणूक देतात अशी त्यांची ख्याती होती. त्यामुळे त्यांच्यावर

काँग्रेस विरोधकांचाही विश्वास बसला होता. परंतु त्यांच्या पंजाबमधील कारकिर्दीत त्यांना तिथला दहशतवाद तेवढासा परिणामकारकरितीने हाताळता आला नाही. नोव्हेंबर १९८९ मध्ये व्ही. पी. सिंग यांचे सरकार सत्तारूढ झाल्यावरती आता काहीतरी बदल होणार हे लक्षात येऊ लागले. व्ही. पी. सिंग आणि त्यांचे सहकारी विशेषत: आय. के. गुजराल, यांची खात्री पटली होती की, राजीव गांधी यांचे दहशतवाद हाताळण्याचे धोरण योग्य नव्हते व त्यामुळेच ते लोकांचा विश्वास जिंकू शकत नव्हते.

व्ही. पी. सिंग यांनी ७ डिसेंबर १९८९ रोजी अमृतसरला भेट दिली. त्यांची भेट कमालीची यशस्वी झाली. लोक मोठ्या संख्येने त्यांना भेटायला व त्यांचे अभिनंदन करायला आले होते. यानंतर लगेच जानेवारी १९९० मध्ये लुधियानात पंजाबातील सर्व पक्षीयांची एक बैठक झाली. त्या बैठकीवर अर्थातच काँग्रेसने बहिष्कार घातला होता. मग एक मंत्रिमंडळाची समिती स्थापन करून तिच्यामार्फत पंजाबातील परिस्थिती हाताळली जाऊ लागली. अतिरेक्यांपर्यंत थेट फोनच्या लाईनी वाटाघाटीसाठी टाकल्या गेल्या. सिमरानजितसिंग मान यांना पंतप्रधान व त्यांचे मदतनीस यांना केव्हाही भेटण्याची मुभा देण्यात आली.

या बदललेल्या परिस्थितीत पंजाबचे पोलीस खाते बावचळून गेले. अतिरेक्यांना कसे हाताळावे हे त्यांना समजेना. इतकेच काय पण भूतकाळात त्यांनी अतिरेक्यांविरुद्ध जी कडक कारवाई केली होती, त्याबद्दलही आपल्याला जाब विचारला जाईल की काय अशी त्यांना भीती वाटू लागली.

राज्यपालपदी नवीन व्यक्ती आली. त्यांचे नाव एन. के. मुखर्जी होते. ते पंजाबातील एक माजी मुलकी अधिकारी होते आणि केन्द्र सरकारमध्ये गृह खात्याचे सचिव व नंतर कॅबिनेट सेक्रेटरी झाले होते. त्यांच्या या नेमणुकीमागे आय. के. गुजराल यांचा हात होता हे सर्वांना ठाऊक झाले होते. निष्कारण जादा बळ वापरून अतिरेक्यांचा बंदोबस्त करणे हे त्यांना पसंत नव्हते आणि कुठेही मानवी हक्कांचे उल्लंघन होऊ नये हेही ते कटाक्षाने पहात असत. यामुळे पंजाब पोलिसांचे मनोबल आणखीनच खचले, त्यांच्यात अस्वस्थता निर्माण झाली. सिद्धार्थ शंकर रे हे राज्यातील सर्व राजकारण्यांशी संपर्क साधून असायचे. पण मुखर्जींना तसे करायला जमत नव्हते किंवा आवडत नव्हते.

अकाली दलातील बहुतेक सर्व गटांची एकी करून आणण्यात सिमरानजितसिंग मान यांना जमले. पण त्यामुळे ते अधिकच महत्त्वाकांक्षी बनले. ते आता बादल व तोहरा या नेत्यांना बाजूला टाकू लागले. आता त्यांची भाषा व घोषणा अधिक जहाल बनू लागली. जातीयवादी, अतिरेकी बंडखोर विधाने त्यातून प्रगट होऊ लागली. पण हळूहळू त्यांच्या लोकप्रियतेला ओहोटी लागली. त्यांच्या विधानांचा परिणाम होईनासा

झाला. कारण अतिरेकी गट आता त्याहीपेक्षा अधिक भडक व टोकाची विधाने करू लागले होते.

जरी व्ही. पी. सिंग सरकारचा हेतू चांगला होता, तरी त्यांनी पंजाबी दहशतवाद्यांसमोर ज्या तऱ्हेची प्रतिमा उभी झाली ती फारच विनाशकारी होती. पंजाबी अतिरेक्यांना वाटू लागले की आपल्याविरुद्ध बळाचा प्रयोग करण्यास सरकार नाखूष आहे. त्यामुळे पुन्हा हिंसाचारी कृत्ये उफाळून आली. एप्रिल १९९० मध्ये व्ही. पी. सिंग म्हणाले होते की, पंजाबच्या परिस्थितीकडे ते स्वत: वैयक्तिकरित्या लक्ष देतील. पण घटनाच अशा घडत गेल्या की त्यांना तसे करायला कधी सवड मिळाली नाही.

पंतप्रधान आणि राज्यपाल मुखर्जी यांच्यातील संबंध आता अस्वस्थ करणारे होऊ लागले होते. एप्रिल १९९० मध्ये मी पंजाबला भेट दिली तेव्हा मुखर्जी मला दिलखुलासपणे म्हणाले होते की, त्यांना केंद्र सरकारकडून निष्कारण होणारा हस्तक्षेप आता नको आहे. त्यांनी पंजाबच्या गृह खात्याचा सचिव म्हणून एकाची नेमणूक केली होती, पण ही नेमणूक केन्द्र सरकारशी विचारविनिमय न करता आणि न कळवता केली होती. व्ही. पी. सिंग यांना हे आवडले नव्हते. मुखर्जी आता निराश झाले होते आणि चिडले होते. आपले राज्यपालपद पुढे चालू ठेवण्यात त्यांना आता स्वारस्य वाटेना.

एरिया कमान्डर इन चीफ जनरल रॉड्रिग्ज यांनी मला एकदा हेलिकॉप्टरमध्ये आपल्याबरोबर बसवून भारत पाक सीमेवरती नेले. तिथे त्यांनी मला सीमेवर आपल्याकडून खोदलेले खंदक व बांध दाखवले. त्यांनी मग मला आपली आवडती नो-मॅन्स-लॅन्ड ही कल्पना सांगितली. नो-मॅन्स-लॅन्ड म्हणजे सरहद्दीवरती दोन्ही देशांच्यामध्ये एक निर्मनुष्य पट्टा निर्माण करणे. त्यामुळे तस्कर मंडळींची चोरटी वाहतूक, अनधिकृतपणे सीमा ओलांडणे, पाकिस्तानी रेंजर्सच्या पाठिंब्याने अतिरेक्यांची घुसखोरी हे थोपवले जाते. एखाद्याचा पाठलाग करीत येथे आल्यावरती पळून जाणाऱ्या व्यक्तीला मग पटकन सीमा ओलांडता येत नाही. सरहद्दीवरती कुंपण घालण्याचे काम चालू होते परंतु इथली शेते ही पार सीमेपर्यंत चिकटून असल्याने सीमेपर्यंत नांगरणी होते. तसेच काही वस्त्यासुद्धा अगदी सीमेपर्यंत आहेत त्यामुळे संपूर्ण सीमा ही सील करणे हे अशक्य ठरते व ते तेवढे परिणामकारकही होत नाही. फाळणी झाल्यानंतर लगेच तसे काही केले असते तर जमून गेले असते. कारण त्यावेळी येथे मनुष्यवस्ती नव्हती. पण आता तसे काही करायचे असेल तरी सीमेलगतची मनुष्यवस्ती उठवून त्यांचे दुसरीकडे प्रथम पुनर्वसन करावे लागेल.

के. पी. एस. गिल यांनी मला सरहद्दीवरील सीमा सुरक्षा दलाच्या काही चौक्यांवरती नेले. त्या चौक्या तरण तारण विभागातल्या होत्या. तिथूनच मोठ्या प्रमाणात घुसखोरी झाली होती. मी तिथल्या स्थानिक ग्रामीण लोकांत वावरलो,

मिसळलो व त्यांच्याशी गप्पा केल्या. ती सारी बहुतांशी पोक्त व वृद्ध माणसे होती. मला त्यांनी सांगितले की, आपण या घुसखोरांना कंटाळलो असून आपल्याला आता शांतता हवी आहे, म्हणजे आम्हाला आमचे रोजचे व्यवहार नीट पार पाडता येतील. त्यांच्या मुलांना अतिरेकी मंडळी पैशाचे आमिष दाखवून आपल्या जाळ्यात ओढतात. या तरुण मुलांनाही शस्त्रास्त्रे चालवण्याचे आकर्षण असते. पण याचे परिणाम शेवटी काय होतील ते त्यांना कळत नसते. त्या वृद्ध माणसांनी ही सारी हकिकत कसलाही आडपडदा न ठेवता मला मोकळेपणाने सांगितली. अतिरेक्यांवरती जी पोलीस कारवाई झाली त्यामुळे आपण समाधानी आहोत, असे त्यांच्यापैकी एकूण एक जणांनी सांगितले. त्याला कोणीही अपवाद नव्हता. अन् ही कारवाई परिस्थिती संपूर्ण काबूत येईपर्यंत अशीच चालू रहावी अशी इच्छा त्यांनी व्यक्त केली. अतिरेक्यांनी त्यांच्यावर खूप दहशत बसवली होती. नुकतीच रात्रीची गस्त चालू झालेली होती. त्यामुळे घुसखोरीला खूप आळा बसल्याचे त्यांनी सांगितले.

माझ्या पंजाबच्या भेटीचा अहवाल मी पंतप्रधान आणि मंत्रीमंडळ समितीला दिला. एव्हाना व्ही. पी. सिंग यांनी पंजाबचा राज्यपाल बदलण्याचे ठरवले होते. नवीन राज्यपालपदासाठी मी टी. एन. शेषन यांचे नाव सुचवले. पण त्या नावाला पंतप्रधानांनी प्रतिसाद दिला नाही. माझ्या आधी कॅबिनेट सेक्रेटरी असलेले पी. के. कौल ह्यांची निवड झाली. पण त्यांनी ऐन वेळेला माघार घेतली. मी मग सिक्कीमचे राज्यपाल ॲडमिरल तहिलियानी यांचे नाव सुचवले. त्यांना पंजाबच्या परिस्थितीचा चांगला परिचय होता. पण शेवटी आश्चर्यकारकरित्या वीरेन्द्र वर्मा हे नवीन राज्यपाल म्हणून निवडले गेले. त्यांनी जून १९९० मध्ये राज्यपालपदाची सूत्रे हातात घेतली. वर्मा यांच्यामध्ये परिस्थिती हाताळण्यासाठी लागणारी आवश्यक तेवढी भक्कम वृत्ती नव्हती. ते पोलिसांच्या कारवाईत व योजनेत विनाकारण हस्तक्षेप करू लागले. त्यांना अनेक पोलीस अधिकाऱ्यांच्या बदल्या करायच्या होत्या. के. पी. एस. गिल यांची पण बदली करावयाची होती. राज्याचे प्रमुख सचिव आणि भिंदर यांच्यासारखे काही ज्येष्ठ पोलीस अधिकारी वर्मा यांना सल्ला देत. व्ही. पी. सिंग हे सुद्धा वर्मा यांच्या कारभाराच्या पद्धतीविषयी नाराज होते. गिल मला दिल्लीत भेटले, त्यांनी परिस्थितीचे नीट चित्र माझ्यासमोर उभे केले. त्यांची मुख्य चिंता होती ती पोलीस खात्याचे मनोबल कसे टिकवून धरायचे याची. कित्येक पोलीस अधिकाऱ्यांना असे वाटू लागले होते की, आता नव्याने निवडणुका झाल्या तर निवडून आलेली राजकारणी मंडळी हीच आपली साहेब मंडळी होणार, मग संपलेच सारे! मी त्यावर गिल यांना म्हणालो की, मी जमेल तेवढा प्रयत्न करून काही सुधारणा होते का ते बघतो. त्या सुधारणा पुढीलप्रमाणे :

१. आयपीएस झालेल्या पोलीस अधिकाऱ्यांची पंजाबातून बाहेर

बदली करणे. ही बदली केन्द्र सरकारच्या खात्यात किंवा सार्वजनिक क्षेत्रातील उद्योगांमध्ये असेल.

२. केन्द्रीय राखीव पोलीस दलाच्या व सीमा सुरक्षा दलाच्या जादा बटालियन्स उभ्या करणे. ज्या अधिकाऱ्यांना आपल्याला राजकारणी मंडळी सतावतील अशी भीती वाटते व जे पंजाबातून बाहेर जायला राजी असतील अशा पोलीस अधिकाऱ्यांना त्यात सामावून घेतले जाईल.

३. पंजाबच्या बाहेर व दिल्ली शहराजवळ दोन तीन गृहसंकुले निर्माण करून, त्यामध्ये ज्या पोलीस अधिकाऱ्यांना आपली कुटुंबे ठेवायची असतील त्यांना ती ठेवू देणे.

माझ्या कल्पना व सूचना ऐकून गिल यांना समाधान वाटले. त्यांनी पंजाबमध्ये जाऊन त्या सूचनांवरती आपल्या सहकाऱ्यांबरोबर चर्चा करण्याचे ठरवले. माझ्या चर्चेचे एक टिपण मी गृहखात्याच्या सचिवाकडे पाठवून दिले.

फेब्रुवारी / मार्च १९९० मध्ये पंज ाबमधील निवडणुकांच्या प्रश्नाने एकदम वर डोके काढले. १९८९ मध्ये नारायणन यांनी जी मोठी योजना या संदर्भात सुचवली होती ती अंमलात आणून, टप्प्याटप्प्याने निवडणुका घ्याव्यात अशी जोरदार शिफारस मी पंतप्रधानांना केली. नजिकच्या भविष्यकाळात पंजाबमधील हिंसाचार अथवा अतिरेक्यांची कृत्ये बंद होण्याची शक्यता नसल्याने, निवडणुका घेण्यासाठी हिंसाचाराचे किमान प्रमाण किती असावे, याचा विचार आम्ही आता करायला हवा होता. निवडून आलेले सरकारच दहशतवादाशी मुकाबला करण्यासाठी योग्य ठरणार होते. पण यात एक जोखीमही अंतर्भूत होती. जर हे नवीन सरकार अतिरेक्यांना अनुकूल असणारे किंवा सहानुभूती बाळगणारे असेल अन् ते जर बिगर काँग्रेस पक्षीयांचे असेल तर? पण तरीही आम्हाला ती जोखीम घेणे भाग होते. कारण अशा सरकारला अतिरेक्यांनी आपल्यावरती नियंत्रण ठेवलेले आवडत नाही. परंतु, व्ही. पी. सिंग सरकारला समर्थन देणाऱ्या दोन प्रमुख पक्षांनी, म्हणजे भाजप व कम्युनिस्ट पक्षांनी, पंजाबात निवडणुका घेण्यास तीव्र विरोध केला. मग तिथली राष्ट्रपती राजवट पुढे चालू ठेवण्यासाठी पुन्हा मे महिन्यात घटनेत दुरुस्ती करणे भाग पडले.

पंजाबातील अस्वस्थता दूर करण्यासाठी तिथला दहशतवाद हा बळाने चिरडून टाकला पाहिजे, असे माझे मत मी अनेकदा बोलून दाखवले होते. पण त्याचबरोबर सरहद्दीवरच्या या महत्त्वाच्या राज्यात अशा अस्वस्थतेने का डोके वर काढले याचाही

विचार व्हायला हवा. जर तिथे असा दहशतवाद रुजण्यासाठी व फोफावण्यासाठी अनुकूल अशी भूमी असेल तर त्याचीही कारणे शोधली पाहिजेत. आपल्याकडे मुद्दाम दुर्लक्ष केले जात आहे अशी भावना पंजाबमध्ये पसरू लागलेली आहे; राज्याची भरभराट व उत्कर्ष होतानाही ही भावना पसरत चालली होती.

तिथल्या काँग्रेसचा प्रमुख विरोधी पक्ष अकाली दल याचा सतत केन्द्र सरकारवर विषारी गरळ ओकणे हा एक प्रमुख कार्यक्रम असायचा. काँग्रेस पक्षाच्या हिंदू जनमतावरही या भीतीच्या भावनेचा पगडा बसला होता. हिंदू व शीख यांच्या ऐक्याचा आदर्श म्हणून पंजाबकडे नेहमी पाहिले जाते. अनेक हिंदू कुटुंबात अशी प्रथा आहे की आपले एक मूल हे शीख पंथामध्ये सामील करायचे. हिंदू व शीख यांच्यात आपापसात नेहमी विवाह होत आलेले आहेत. अनेक हिंदू हे 'ग्रंथ साहेब' या पुस्तकाचे पठण करतात आणि नियमितपणे गुरुद्वारात जातात व तिथल्या लंगरमधला प्रसाद भक्षण करतात. पण केवळ राजकीय कारणांसाठी अकाली दलाने हिंदूविरोधी धोरण स्वीकारले. तथापि, १९९० पासून हे चित्र बदलू लागले. कारण अकालींना भारतीय राजकारणाच्या मुख्य प्रवाहात आणले गेले. १९७७ मध्ये हा अकाली दल पक्ष केन्द्र सरकारमध्ये सत्तेत भागीदार होता. पण त्या सरकारचा कालखंड हा खूपच कमी होता आणि दुर्दैवाने नंतर ऑपरेशन ब्ल्यू स्टारचे प्रकरण १९८४ मध्ये घडले. त्या प्रकरणाने या एकीला छेद दिला गेला. व्ही. पी. सिंग सरकारने शिखांचा विश्वास कमावण्याचे थोडे फार प्रयत्न केले. आपल्या मंत्रीमंडळात बादल यांना एक महत्त्वाचे मंत्रीपद दिले. बर्नाला यांना तमिळनाडूचे राज्यपालपद दिले. सेवानिवृत्त एअरचीफ मार्शल अर्जुनसिंग यांना दिल्लीचे नायब राज्यपालपद दिले आणि १९८४ मध्ये दिल्लीत झालेल्या शीखविरोधी दंगलीतील दंगलखोरांवरती कारवाई करण्यासाठी पावले उचलली. यामुळे अकाली दलाच्या हिंदूविरोधी धोरणाचा पंजाबमधील राजकारणावरचा प्रभाव हळूहळू कमी होत गेला.

पंजाबमधील अस्वस्थतेमागे आर्थिक व सामाजिक कारणेही आहेत. सर्वसाधारण उत्कर्ष व भरभराट वाढल्याने अनेक सुशिक्षित शीख तरुण हे नोकऱ्यांसाठी पंजाब सोडून बाहेर गेले. पण तरीही नोकऱ्यांची उपलब्धता पुरेश्या प्रमाणात वाढली नाही. विशेषत: ग्रामीण भागातील बेकारी हटली नाही. त्यामुळे त्या भागातील तरुणांना आपल्या दहशतवादी संघटनेत भरती करणे हे अतिरेक्यांना सोपे जाऊ लागले. सैन्यातील नोकऱ्याही कमी झाल्याने तिकडे जाऊ इच्छिणारे बरेच तरुण बेकार राहिले. त्यांचीही बेकारांच्या संख्येत भर पडली. या बेकारीला काही प्रमाणात निमलष्करी दलातील भरतीमुळे छेद दिला गेला खरा, पण तो पुरेसा नव्हता. अतिरेक्यांच्या वरच्या थरात, बऱ्याच संख्येने जाट जमीनदार व सैन्यातील अधिकारी होते. तसेच अतिरेक्यांना बाहेरून सहानुभूती दाखवणारेही खूप होते. ग्रामीण भागात

गुरुद्वारांचा प्रभाव जोरदार होता. काही गावात तर अशी गुरुद्वारे दहशतवादाचा प्रसार करणारी केन्द्रे झाली होती.

गेली अनेक दशके शीख लोक मोठ्या प्रमाणात परदेशात स्थलांतर करीत आलेले आहेत. इंग्लंड, पश्चिम अमेरिका व पश्चिम कॅनडा या देशात ते स्थायिक झाले व त्यांनी आपली खूप भरभराट करून घेतली. ते धनाढ्य बनले अन् इतर स्थलांतरीत जमातींप्रमाणे त्यांनाही आपली मुळे पंजाबच्या मातीत नेहमी रुजलेली असावीत असे वाटते. म्हणून खलिस्तानची कल्पना परदेशात स्थायिक झालेल्या शीख जमातीला चटकन भावते व ते अतिरेक्यांना मोठ्या प्रमाणात आर्थिक मदत देतात. तेवढी आर्थिक मदत देणे हे त्या धनाढ्य मंडळींच्या सहज आवाक्यातले असते. त्यांच्यात ही जी भावना उदयास आली त्याचा वेध घेण्यात, आपल्या परदेशातील वकिलाती व कॉन्सुलेटस ही अपयशी ठरली. अन् लक्षात आल्यानंतरही अतिरेक्यांच्या तिथल्या शीख समाजात केल्या जाणाऱ्या प्रचाराला उत्तर देण्यासारखे काहीही उपाय योजले नाहीत.

तथापि, परिस्थितीत बदल होत जातो आहे, पण अत्यंत मंद गतीने होतो आहे. पंजाबातील दहशतवाद हा आता नक्कीच नियंत्रणाखाली आला आहे. पण तरीही आपल्याला अत्यंत काळजीपूर्वक राहून भविष्यकाळात भूतकाळाची पुनरावृत्ती घडणार नाही हे पाहिले पाहिजे. राष्ट्रीय राजकारणाच्या मुख्य प्रवाहात अकाली राजकारणाला खेचून आणणे हाच एक पंजाबातील दहशतवादाला पुन्हा आपले डोके वर काढू न देण्याचा उपाय आहे.

◆

३३
भारतीय मध्यमवर्गाला झाले तरी काय?

कोणत्याही सामाजिक चळवळीला नेहमी मध्यमवर्गाकडून प्रेरणा दिली जाते. श्रीमंतवर्गाला सहसा सामाजिक बदल नको असतात. ते मूलत: स्थिरतावादी असतात. अन् जरी काही सामाजिक बदल झाले तरी आपले कोणी काही वाकडे करू शकणार नाही असे ते पैशाच्या जोरावरती धरून चालत असतात. सामाजिक चळवळीत भाग घेण्यासाठी गरीबवर्गाजवळ वेळ नसतो व तेवढी ताकदही नसते. रोजची भाकरी कशी मिळवायची याची चिंता त्यांना सतत आपल्या काटकसरी जीवनात करावी लागत असते. म्हणून सामाजिक बदल घडवून आणण्याचे ऐतिहासिक कार्य करण्याची जबाबदारी शेवटी मध्यमवर्गावरती पडते. अन् त्यासाठी त्यांच्याजवळ तेवढी बौद्धिक क्षमता व कुवत असते.

भारतातील मध्यमवर्गाचा इतिहास व उत्क्रांती हे प्रथम माहिती करून घेणे जरूरीचे आहे. नाहीतर या वर्गाविषयीच्या कल्पना ह्या पाश्चात्य विचारसरणीवर, कल्पनांवर आणि मापदंडावरती केल्या जातील. भारतात 'मध्यमवर्ग' ही एक आधुनिक संकल्पना आहे. पण समाजातील कप्पे हे एकमेकांपासून पक्के बंद नसल्याने 'मध्यमवर्ग' ही एक संकल्पना न रहाता एक 'आर्थिक व राजकीय वर्ग' अशी त्याबद्दल कल्पना करून विचार केला जातो. सर्वसाधारणत: 'समाजातील एक आर्थिक वर्ग' असे समजून जुन्या काळापासून असलेल्या मध्यमवर्गाविषयी बोलले जाते. हा वर्ग बहुतांशी नोकऱ्यांमधे गुंतलेला असतो. सरकारी सेवा, आर्थिक संस्था, व्यापार, धर्म आणि शिक्षण अशा क्षेत्रात मध्यमवर्गीयांच्या नोकऱ्या असतात. या वर्गाची काही ठळक वैशिष्ट्ये आहेत. पहिले म्हणजे या वर्गाला काही ध्येयधोरणे व दृष्टिकोन असतात. कदाचित त्यांच्या सिद्धान्तवादाचा हा पायाही असेल. दुसरे वैशिष्ट्य असे की या वर्गाची मूल्ये ही निखळ नीतीशास्त्राच्या पायावरती आधारलेली असतात. तिसरे वैशिष्ट्य हे की, समाजाच्या गरजा, समाजातील अंत:प्रवाह, विशेषत: जे प्रवाह दुर्बल घटकांवर परिणाम करीत असतात त्यांना हा वर्ग खूप

संवेदनशील असतो.

इंग्रजांची राजवट येईपर्यंत भारतात 'मध्यमवर्ग' असा एखादा वर्ग स्पष्टपणे नव्हता. भारतातील व्यवसाय हे बहुतांशी जाती किंवा जमातींवर आधारलेले असल्याने ते व्यवसाय अन्य जाती जमातींमध्ये पसरले नाहीत. म्हणूनही इंग्रजांच्या काळातील मध्यमवर्गाचा उदय हा एक ऐतिहासिक आविष्कार असावा. कदाचित जातीजमातीमध्ये, उदाहरणार्थ, क्षत्रिय व वैश्य जातींमध्ये, उपजाती असल्यानेही आत्तासारखा मध्यमवर्ग संपूर्ण समाजात पसरलेला नव्हता. फार काय, मोगलांनी अनेक शतके भारतावरती राज्य केले पण त्यांनाही असा मध्यमवर्ग निर्माण करता आला नाही. ॲरिस्टॉटल म्हणाला होता, "उत्कृष्ट राजकीय समाज हा मध्यमवर्गीय नागरिकांनी निर्माण केलेला असतो." परंतु भारतात इंग्रज येण्याआधी मध्यमवर्गासंबंधी असा काही एखादा संदर्भ मला सापडला नाही.

जरी इंग्रजांनी शुद्ध राजकीय कारणांसाठी इथला धर्म, वर्ग आणि जातींवर आधारित असलेली रचना यांना धक्का लावला नाही, तरी व्यावसायिक गरजांमुळे समाजातील बांध हे हळूहळू कोसळत गेले. जुन्या काळात ब्राह्मणांचीही सैन्ये होती. सैन्याला रसद व सेवा पुरविण्याचे काम हे जे कोणी सोयिस्कररित्या व आर्थिकदृष्ट्या देऊ शकतील त्या वर्गाला अथवा जातीला दिले जायचे. परंतु मध्यमवर्गाचा खरा उदय हा मेकॉले याच्या प्रसिद्ध शिक्षण पद्धतीमुळे व इंग्लीश भाषेच्या प्रसारामुळे झाला. सुप्रीम कौन्सिल ऑफ इंडियाच्या सभासदपदी त्याची नेमणूक १८३४ मध्ये झाली असता त्याला भारतीय समाजात इंग्रजी भाषा जाणणाऱ्या वर्गाची गरज जाणवू लागली. तसा वर्ग निर्माण झाला तरच आपल्याला सरकारी प्रशासन चालवता येईल, कायदा व वैद्यक सेवा यांसारख्या व्यावसायिक सेवा जनतेला देता येतील; शाळा व महाविद्यालये चालवता येतील. असा वर्ग निर्माण झाला तर त्या वर्गाचे अस्तित्व केवळ सरकारवरतीच अवलंबून राहील. मेकॉलेच्या धोरणामुळे असा हवा तसा झकास मध्यमवर्ग भारतात निर्माण झाला. पण ऐतिहासिक उपरोध असा की, राज्यकारभारासाठी ज्यांच्यावर विसंबून रहाण्याच्या हेतूने निर्माण केलेल्या ह्याच मध्यमवर्गाने देशाच्या जीवनात सामाजिक, राजकीय व आर्थिक क्रांती घडवून आणली.

अशा या क्रांतीकारी भारतीय मध्यमवर्गाला स्वातंत्र्यानंतरच्या ५५ वर्षांत काय झाले आहे? हे कळण्यासाठी प्रथम हा भारतीय मध्यमवर्ग स्वातंत्र्यापूर्वी वर उल्लेखलेल्या तीन क्षेत्रात कसा वागत होता ते पाहिले पाहिजे.

हा वर्ग सामाजिक क्षेत्रात अत्यंत क्रियाशील होता. फक्त महाराष्ट्रातील जरी उदाहरणे पाहिली तरी ते पुरेसे होईल. महाराष्ट्रात डेक्कन एज्युकेशन सोसायटी स्थापन झाल्यामुळे शिक्षणाच्या प्रसारासाठी शाळा व महाविद्यालये स्थापन होत

गेली. यामुळे सरकारला शिक्षणासाठी अनुदान देण्याची पद्धत सुरू करता आली. आगरकर आणि धोंडो केशव कर्वे यांनी बालविवाहांच्या विरुद्ध आणि बालविधवांच्या पुनर्विवाहासाठी चळवळी चालू केल्या. कर्वे यांनी स्त्रियांसाठी शाळा व महाविद्यालये चालू केली आणि पुण्याजवळ हिंगणे येथे एक परिसरही तेवढ्यासाठी उघडला. महात्मा फुले यांनी मागासवर्गीयांची स्थिती सुधारण्यासाठी एक चळवळ केली. ग्रामीण भागात प्रथम शिक्षणाचा प्रसार करण्यात भाऊराव पाटील हे आघाडीवरती होते. अशा अनेक सामाजिक संस्थांची या संदर्भात उदाहरणे सांगता येतील. त्या संस्थांनी वेगवेगळ्या क्षेत्रात उत्कृष्ट कार्ये करून दाखवली. उदाहरणार्थ, सेवासदन या संस्थेने स्त्रियांची स्थिती सुधारण्यासाठी प्रत्यक्ष कार्य खूप केले. आर्थिक क्षेत्रात महादेव गोविंद रानडे व फिरोजशहा मेहता यांनी जबरदस्त कामे करून लोकांना आपल्या स्वत:च्या हितासाठी उद्युक्त केले. भारताच्या अन्य राज्यातही अशाच प्रकारच्या चळवळी व कामे झाली.

भारतीय मध्यमवर्गाच्या दूरदृष्टीचे प्रतिबिंब, हे इंग्लंडमधील संसदेच्या धर्तीवर लोकशाही भारताची स्थापना करण्यासाठी राजकीय चळवळ निर्माण करण्यात दिसून येते. याचा कळस इंडियन नॅशनल कॉंग्रेस या पक्षाच्या स्थापनेत झाला. या पक्षाचे नेते हे मुख्यत्वेकरून वकील व शैक्षणिक कर्तृत्व गाजवणारे होते. अनेक क्षेत्रात सुधारणावादी चळवळीत सामील असलेला मध्यमवर्ग हा कटाक्षाने नैतिक मूल्ये पाळणारा होता. त्यांच्या दृष्टीने साध्याप्रमाणेच साधनेही महत्त्वाची वाटत होती. प्रामाणिकपणा, निष्ठा, मोफत सेवा, उत्पन्नाचा काही भाग हा दान करण्यासाठी वापरणे आणि ज्ञानाच्या व विशेषत: शैक्षणिक क्षेत्रात अगदी गरजेपुरते धन स्वीकारणे अशी त्यांची प्रमुख लक्षणे होती.

महात्मा गांधी यांची जनतेसाठीची चळवळ फार काळ चाललेली होती. त्याचा एक परिणाम आधुनिक भारतातील मध्यमवर्ग निर्माण होण्यात झाला. समाजातील सर्व घटकांना एकाच व्यासपीठावरती आणण्याचा प्रयत्न म. गांधी यांनी केला. सर्वांनी मिळून एक राजकीय चळवळ उभी करावी असा त्यामागचा हेतू असावा. पण त्याचा अप्रत्यक्ष परिणाम हा मोठ्या प्रमाणातील व ताकदवान असा मध्यमवर्ग निर्माण होण्यात झाला. अन् हाच मध्यमवर्ग १९४७ मध्ये सुरू झालेल्या नेहरू युगात राजकीय, सामाजिक आणि आर्थिक क्षेत्रात सक्रिय भाग घेत राहिला. त्या क्षेत्रात तसे अनेक दिग्गज उतरले होते खरे, पण बहुतांशी मध्यमवर्गीयांची एक संपूर्ण पिढीही त्यात होती.

भारतीय मध्यमवर्गाने हळूहळू आपली कर्तव्यपालनाची भूमिका १९६० पर्यंत कटाक्षाने पाळली होती. त्यानंतर त्यांनी आपली ही ऐतिहासिक भूमिका चालू ठेवायला हवी होती. पण ती सोडून दिली गेली हे आता कोणीही मान्य करेल.

हे असे का घडले?

मध्यमवर्गीयांचा दृष्टिकोन हा 'सत्तेचा उपयोग जनतेसाठी व देशासाठी केला पाहिजे' असा होता. पण हा दृष्टिकोन नंतर मोडकळीस आला. सत्ता ही जनहितासाठी न मिळवता सत्तेसाठीच मिळवायची. अन् ही सत्ता मिळविण्यासाठी भलेबुरे मार्ग चोखाळावेत व सत्ता मिळाल्यानंतर ती टिकवून धरावी, सोडू नये. असा नवीन दृष्टिकोन प्रसृत होऊ लागला. त्या दृष्टिकोनातून नीतिमत्ता ही पूर्णपणे उखडली गेली, नाहीशी झाली. भ्रष्टाचार फोफावत गेला आणि त्याला सामाजिक मान्यताही मिळत गेली. बहुतेक सर्व पक्ष गुन्हेगारीचा आधार घेऊ लागले. आर्थिक ताकद पण महत्त्वाची भूमिका बजावू लागली. सामाजिक जाणीव बधीर होत गेली. गरीब आणि आर्थिक लाभांपासून वंचित असे जनतेमधले स्तर यांचा विचार फक्त 'एकगठ्ठा मते देणारी मतपेढी' निर्माण करण्यात होऊ लागला.

हे जे नवीन सामाजिक चित्र उगवले आहे ते मध्यमवर्गाने निर्माण केले आहे, का त्यांनी आपल्या कर्तव्यात कुचराई केली म्हणून झाले आहे काय, हा एक विवाद्य मुद्दा आहे. मध्यमवर्गीयांनीच आत्ताचे हे चित्र निर्माण केले असे म्हणणे मान्य करणे कठीण आहे. कारण याच वर्गाने हिंसाचार व भ्रष्टाचार याला मूलतः विरोध केला आहे. सामाजिक, राजकीय आणि आर्थिक चळवळीमध्ये हा वर्ग रस घेईनासा झाला व दूर राहू लागला. हे त्याचे कारण आहे. या वर्गाला दारिद्र्याच्या चटका व झळा तशा थोड्या व काठावरतीच बसल्या होत्या. शहरी भागात आणि मोठ्या गावात हा असा दारिद्र्य भोगणारा मध्यमवर्ग अल्पसंख्य होता व शेवटी तो नामशेष होऊन पार संदर्भहीन झाला.

मध्यमवर्गाने दारिद्र्याच्या भीतीने आपला मूळचा स्वभाव सोडून देऊन नकारात्मक नीतिमूल्ये स्विकारायला सुरूवात केली. मग हळूहळू हा वर्ग सामाजिक व राजकीय चळवळींपासून स्वतःला दूर ठेवू लागला. "राजकारण हा मवाली व राक्षसी वृत्तीच्या माणसांचा एक खेळ आहे. तिथे आर्थिक ताकद व गुंडगिरीची ताकद हीच सर्वश्रेष्ठ ठरते," असे हे मध्यमवर्गीय म्हणू लागले. समाजातील दुर्बल घटकांबद्दलची सहानुभूती ही मतपेढ्यांच्या राजकारणामुळे आणि आरक्षणाच्या धोरणामुळे त्यांच्या मनातून वाहून गेली. आर्थिक क्षेत्रात कार्पोरेट कंपन्यांना त्यांनी 'भ्रष्टाचारात आकंठ बुडालेले भांडवलशाहीवादी ' असे ठरवून त्यांना हीन लेखले गेले.

भोगवाद, जागतिकीकरण आणि उदारतावाद यासाठी आपलीही नवीन भूमिका बजावण्यासाठी मध्यमवर्गाला उत्तेजन मिळत गेले. हा लक्षावधी लोकांचा मध्यमवर्ग आपणच निर्माण केलेल्या आनंदडोहात डुंबत राहिला. मालाची बाजारपेठ व सेवाक्षेत्र या संदर्भात हा वर्ग जगातील एका देशाएवढा मोठा आहे. यामुळे या वर्गाला आपल्या अंगभूत सत्तेची जाणीव होऊन आत्मविश्वासाने तो म्हणतो की, आता ती

जुनी आदर्शवाद, नीतिमत्ता आणि सामाजिक संवेदना यांची आपल्याला पर्वा नाही, त्याकडे दुर्लक्ष करणे, आम्हाला परवडते. सध्याच्या या माहितीयुगात उच्च शिक्षण, तांत्रिक व तंत्रज्ञानात्मक ज्ञान हे अत्यावश्यक होऊन बसले आहे. म्हणून मध्यमवर्गाला या गोष्टींचा मोठा लाभ उठवता येतो. त्यासाठी उत्कृष्ट जीवनाची आस त्यांचा दृष्टीत सामावलेली आहे. या वर्गाची नीतिमत्ता का खालावत गेली? तर काहीही केले तरी चालू शकते अशी त्यांची धारणा झाली आहे म्हणून. आपल्या सामाजिक दृष्टिकोनाचे समर्थन हा मध्यमवर्ग ''आपल्या देशात विविध प्रकारचे भारत सामावलेले आहेत'' असे म्हणून करतो. आलिशान अपार्टमेंटची संकुले आणि खर्चिक पार्ट्या ही या वृत्तीचीच लक्षणे आहेत. आपला देश सोडून परदेशात जाणे, तिथेच जमले तर स्थायिक होणे ही अनेक मध्यमवर्गीयांची ध्येये बनली आहेत.

आता हे खरे आहे की मध्यमवर्गातील काही जणांनी आपला पूर्वीचा दृष्टिकोन जपला आहे. पण ते लोक मूठभर आहेत, अल्पसंख्य आहेत. मध्यमवर्गीयांच्या पुढच्या पिढीला, मग ती या अल्पसंख्यांकापासूनचीही असली तरी, तिला आधीच्या पिढीमध्ये रस नाही. त्यांनी स्वत:ला आईवडिलांच्या कार्यापासून दूर ठेवले आहे. समाजातील इतर स्तरांमधून मध्यमवर्गात ज्या नवीन लोकांची भर पडते आहे, त्यांनाही अशाच विचारसरणीची लागण झाली आहे. मध्यमवर्गातील आणखी एक छोटा वर्ग आहे. त्यांची पावले धार्मिक बाबतीतल्या मूलतत्त्ववादाकडे वळली आहेत आणि राजकारण, समाजकारण व अर्थकारणातील सर्वोच्च पदांकडे त्यांची दृष्टी आहे. आजूबाजूच्या वेगाने बदलत्या जगात वावरताना त्यांना अशा तत्त्वज्ञानाच्या कुबड्या लागतात. त्यांच्या जवळ शिक्षण असल्याने सामाजिक प्रश्नांवरती धार्मिक व राजकीय मूलतत्त्ववाद हे एकमेव उत्तर आहे असे त्यांना वाटते. अन् आपल्या तत्वज्ञानाच्या प्रसारासाठी ते हिंसाचाराचा वापर करायलाही मागेपुढे पहात नाहीत.

आजचा भारतीय मध्यमवर्ग हा असा भरकटलेला आहे. मध्यमवर्गीयांनी सध्याची अंगीकारलेली दृष्टी ही ऱ्हस्व आहे व फार काळ टिकणारी नाही. जिथे दारिद्र्याच्या समुद्रात भरभराटीची बेटे असतात तो समाज हा नेहमीच अस्थिर असतो व नष्टप्राय होऊ शकतो ही गोष्ट लोक विसरतात. परदेशात स्थलांतर करणे हा पर्याय फक्त काही लोकांनाच उपलब्ध असतो. पण उरलेल्यांना इथेच रहायचे आहे, तेव्हा त्यांनी अंतर्मुख होऊन आत्मपरीक्षण करावे.

पुन्हा इथे तेच ते सांगायला हवे की, कोणत्याही समाजात असे काही पाणबंद कप्पे नसतात. भारतही त्याला अपवाद ठरत नाही. म्हणून भारतातल्या मध्यमवर्गाने सामाजिक, आर्थिक आणि राजकीय कामांमध्ये रस घेतला पाहिजे, भाग घेतला पाहिजे. पण तसे न करण्यासाठी हा वर्ग एकदम टोकाची भूमिका घेतो. पण ती एक लंगडी भूमिका आहे. कोणत्याही गोष्टीत एखादा तरी मध्यममार्ग हा सापडतोच.

उदाहरणार्थ, राजकारणात रस घेण्यासाठी निवडणुका लढवल्याच पाहिजेत असे नाही, पण निदान मध्यमवर्गाने मोठ्या संख्येने घराबाहेर पडून मतदान केले पाहिजे. खाऊन पिऊन सुखी असलेल्या मध्यमवर्गीय वस्तीमध्ये अवघे ३५ ते ४० टक्के मतदान नेहमी होत असते. तर झोपडपट्टी भागात हेच प्रमाण ८० टक्क्यांवरती जाते. आपल्या प्रौढ मतदानपद्धतीवर आधारलेल्या राजकीय पद्धतीत संख्येला महत्त्व आले आहे. त्यामुळे मध्यमवर्गाकडे दुर्लक्ष केले जाते व तो बाजूला टाकला जातो. त्यावर मात करायची असेल तर या वर्गाने समान मतांच्या लोकांचे गट निर्माण केले पाहिजेत व आपल्यासाठी एक लॉबीही निर्माण केली पाहिजे आणि सतत राजकीय पक्षांवरती दडपण आणत राहिले पाहिजे. हा एक लांबचा मार्ग आहे खरा, परंतु या मार्गावर पहिले पाऊल आपण टाकले की पुढची वाटचाल सहज होऊ लागते.

आपल्या आजूबाजूच्या समाजाबद्दल सहानुभूती बाळगून मध्यमवर्गाला संवेदनशील बनले पाहिजे, आणि जिथे जिथे शक्य आहे तिथे त्याने समाजसेवेचे गट स्थापन केले पाहिजेत. समाजसेवा संस्था (NGO) चालण्यासाठी या वर्गाने मदत करुन शक्य असेल तर आपल्या जवळचा थोडा वेळ हा आरोग्य व शिक्षण या क्षेत्रातील समाजकार्यासाठी स्वयंस्फूर्तीने दिला पाहिजे.

भ्रष्टाचाराशी तर या वर्गाने लढलेच पाहिजे. "असे केल्याने आमच्यात काय फरक पडणार आहे?" असे म्हणण्यात काहीही अर्थ नाही. भ्रष्टाचार हा एक कर्करोगाच्या पेशीसारखा आहे. तो वेळीच रोखला नाही तर वाढत जाऊन एके दिवशी प्रत्येकालाच भोवेल.

मध्यमवर्गातील एक छोटा वर्ग हा धर्म, राजकारण आणि अर्थकारण या बाबतीत टोकाची व मूलतत्त्ववादी भूमिका घेतो आहे. या छोट्या वर्गाला वेगळे पाडले पाहिजे. तशा प्रवृत्ती या हानीकारक असून त्या निपटून काढल्या पाहिजेत. नाहीतर सबंध मध्यमवर्ग हा या छोट्या वर्गामुळे ओळखला जाईल. मग ती प्रतिमा पुसून काढणे हे अवघड होऊन बसेल. जर्मनीमधील मध्यमवर्गाची प्रतिमा ही हिटलरी प्रवृत्तीमुळे बदनाम झाली होती हे लक्षात ठेवा.

भारतीय मध्यमवर्गाविषयी आणखी एक चुकीची समजूत करून घेतली जाते. ती म्हणजे या वर्गात फक्त तथाकथित 'पुरोगामी वर्ग व पुरोगामी जाती' आहेत. ही समजूत फार काळ टिकणारी नाही. कारण समाजाच्या सर्व विभागात हा मध्यमवर्ग पसरलेला आहे. अन् ही गोष्ट ठासून सांगितली गेली पाहिजे. नाहीतर काही राजकीय पक्ष त्या चुकीच्या समजुतींचा फायदा उठवून मध्यमवर्गातील एका गटाविरुद्ध बाकीच्यांना भडकावून देईल. देशाच्या सामाजिक, आर्थिक व राजकीय जीवनात मध्यमवर्गाची एक ऐतिहासिक भूमिका आहे. स्वातंत्र्यपूर्व काळात आणि नंतरही

वीस वर्षे या वर्गाने ही भूमिका चांगली बजावली होती. पण त्यानंतर या वर्गात असमाधान पसरत गेले. हळूहळू हा वर्ग कशातही रस घेईनासा झाला आणि आपल्या पूर्वीच्या भूमिकेपासून दूर दूर जाऊ लागला. पण त्याहीपेक्षा वाईट गोष्ट ही की या मध्यमवर्गाने आपली जुनी मूल्ये, आदर्शवाद, तत्त्वज्ञान, नीतिमत्ता आणि सामाजिक संवेदनशीलता या गोष्टी टाकून दिल्या. अन् त्याहीपेक्षा वाईट गोष्ट ही की हा वर्ग आता सध्याच्या उदारतावाद व जागतिकीकरणाच्या काळात समाजाकडे पाठ फिरवून एका भरभराटीच्या कोशात वेगळा बसला आहे.

स्वत:चे समर्थन करणारा हा एक दृष्टिकोन या वर्गाने बाळगला आहे. तो फार काळ चालणारा नाही. मध्यमवर्गाने राजकारणात रस घेतलाच पाहिजे आणि सामाजिक क्षेत्रात प्रत्यक्ष कामही केले पाहिजे. आपल्या सर्व कामात आणि आजुबाजूच्या भागात त्यांनी पुन्हा एकदा खणखणीत शुद्ध नीतिमूल्ये राबवायला सुरूवात केली पाहिजे. मध्यमवर्गाकडून समाज अपेक्षा करतो आहे, त्यांचा अपेक्षाभंग होऊ देणे हे चांगले नाही आणि स्वत:च्या हिताचेही नाही.

(११ सप्टेंबर २००० च्या 'एशियन एज' मधून)

◆

उपसंहार
माझ्या आयुष्यातील दुसरा अध्याय

पुण्यामध्ये माझी एक चार एकरांची जमीन आहे. १९९१ पासून त्या जमिनीचा विकास करण्यासाठी मी स्वत:ला वाहून घेतले. त्यासाठी मी बँकेचे कर्ज काढले आहे. एक छोटा पोल्ट्री फार्म मी उघडला आहे आणि जमिनीवरती अनेक फळझाडे मी लावली आहेत. चार ते पाच वर्षांत माझ्या ह्या शेताचे नीट बस्तान बसले आहे आणि आता मी बँकेचे कर्ज फेडले. महिन्यातील आठ ते दहा दिवस मी या माझ्या शेतावर जाऊन रहातो. त्यामुळे मुंबईतील माझ्या रोजच्या जीवनाला तेवढाच विरंगुळा मिळतो. मुंबईत माझा स्वत:चा एक फ्लॅट आहे.

माझ्या सेवाकाळाबद्दल किंवा नोकरीबद्दल (Public Service) मी लेखन करायला सुरूवात केली. लेखनात मी अन्य काही विषय घेतले. त्यात राजकीय घडामोडींचा अंतर्भाव आहे. या आधी मी लिहिलेल्या अनेक लेखांमुळे जनहितांच्या प्रश्नांना चालना मिळाली. मग मला व्याख्यानासाठी अनेक ठिकाणांहून बोलावणी येऊ लागली. मी लिहिलेले लेख हे दोन पुस्तकांच्या रुपाने पुन्हा प्रसिद्ध झाले. त्या पुस्तकांची नावे A cabinet Secretary Thinks Aloud आणि A Cabinet Secretary Looks Around अशी आहेत. पहिल्या पुस्तकात मी माझ्या नोकरीतील बऱ्याच बाबींविषयी लिहिलेले आहे. तर दुसऱ्या पुस्तकात मी राजकारण, अर्थकारण आणि अन्य बाबींविषयी लिहिलेले आहे. फेब्रुवारी १९९६ मध्ये माझा Coalition Governments -an inevitability we should accept (आघाडीची सरकारे - आपल्याला पत्करावी लागणारी एक अपरिहार्यता) हा लेख प्रसिद्ध झाला. वादग्रस्त विधानांमुळे तो खूप गाजला. त्यामुळे दुसऱ्या 'राजकारणातील प्रादेशिक पक्षांचा उदय' या लेखात लोकांनी खूप अपेक्षा ठेवली होती. अनेक राजकीय पुढाऱ्यांनी मला स्पष्ट सांगितले की मी काहीतरी कल्पनारम्य भाकिते करतो आहे. पण माझी भाकिते खरी ठरल्याबद्दल मला आता आनंद होतो आहे.

राजकारणात काम करण्यासाठी मला दोन वेळा विनंती केली गेली होती. पण

मी ती नाकारली. कारण त्यावेळी मी आर्थिकदृष्टया स्वतंत्र नव्हतो. पण मी नोकरीतून निवृत्त झालो तरी माझा राजकारणातला रस टिकून होता. मला पुन्हा एकदोनदा अप्रत्यक्षपणे राजकारणातून बोलावणी आली होती. परंतु तोपर्यंत मी निर्णय घेतला होता की राजकारणात आपण प्रत्यक्ष भाग घ्यायचा नाही. याचा अर्थ मला राजकारणात रस उरला नव्हता असे नव्हते. उलट मी तर नेहमी म्हणत असे की, मध्यमवर्गीय राजकारणात पडत नाहीत म्हणून भारतातील राजकारण हे सडत चालले आहे. म्हणून मी एका समाजसेवी संस्थेचे कामे करू लागलो. आणि त्या 'अग्री' (Action for Good Governance and Networking in India) या संस्थेचा अध्यक्ष झालो. 'प्रजा' नावाच्या संस्थेमध्येही मी अशीच सामाजिक कामे करतो. 'मोहल्ला कमिटी ट्रस्ट' ही संस्था जातीय सलोख्यासाठी धडपडत असते. त्या संस्थेत ज्युलिओ रिबेरो हे एक ट्रस्टी आहेत व मी चेअरमन आहे.

टाटा सन्स या संस्थेत मी संचालक म्हणून यावे यासाठी जे. आर.डी. टाटा प्रयत्नशील होते. ते काम स्वीकारण्यासाठी पंतप्रधान नरसिंहराव यांनी कोणताही अनुकूल वा प्रतिकूल अभिप्राय न दिल्याने मी शेवटी टाटा सन्समध्ये जानेवारी १९९२ मध्ये गेलो. सुरूवातीपासूनच असे ठरले होते की, 'मी कोणतेही कार्यकारी (Executive) पद स्वीकारणार नाही आणि इथल्या कामासंदर्भात सरकारकडे कसलाही संपर्क साधणार नाही. टाटा समूहाची जी काही सामाजिक जबाबदारी आहे त्याकडे मी लक्ष देईन व माझी इतर सामाजिक व अन्य कामे मी करीत राहीन.' माझ्या या अटी जे. आर.डी. टाटा यांनी आणि नंतर रतन टाटा यांनी मान्य करून मला तसे सहाय्य केले. मला त्या बदल्यात त्या दोघांकडून खूप शुभेच्छा व सौजन्य मिळाले. टाटा उद्योगातील नैतिक मापदंड हे खूप वरच्या पातळीवरचे आहेत. तशीच त्यांची ट्रस्टीपदाची तत्त्वेही वरच्या दर्जाची आहेत. त्याचबरोबर काम करणाऱ्या लोकांना ते सर्वतोपरी समजावून घेऊन वागवित असतात. त्यांच्या ह्याच गुणामुळे मी त्यांच्याकडे आकर्षित झालो. अन्यथा जरी मला इतर उद्योगसमूहांमधून बोलावण्याचे संकेत आले असले तरी मी कोणाकडेही फिरकलो नाही.

टाटांच्याकडे कामे करू लागल्याबरोबर मला खूप चांगले अनुभव येऊ लागले. भारत सरकारने जे. आर. डी. टाटा यांना भारतरत्न देण्याचे ठरविले होते व तसे संकेत जानेवारी १९९२ मध्ये त्यांना दिले गेले. तेव्हा त्यांनी मला बोलावून सांगितले की, "कृपया पंतप्रधानांना कळवा की अशा गोष्टीत मला रस नाही." जेआरडी यांची नम्रता व साधेपणा मला ठाऊक होता. सरकारी मानसन्मान व पुरस्कार स्वीकारण्यास ते नेहमीच नाखूष असतात. मग 'बॉम्बे हाऊस' मधील त्यांच्या एक्झिक्युटिव्ह मंडळींनी मला प्रेमाने बजावले की जेआरडींच्या म्हणण्याकडे तुम्ही बिलकुल लक्ष देऊ नका. मग मी पंतप्रधानांचा प्रिन्सीपल सेक्रेटरी अमरनाथ

यांच्याशी बोललो व सांगितले की, जर योग्य रितीने सरकार टाटांकडे गेले तर मग सहसा अडचण येणार नाही. २५ जानेवारीला जेआरडींना भारतरत्न प्रदान करण्यात आले.

पुण्यात मी ग्रामीण विकासाकडे लक्ष देऊ लागलो. भारतीय ॲग्रो इंडस्ट्रीज फाऊंडेशन (BAIF) ही संस्था डॉ. मणीभाई देसाई यांनी स्थापन केली होती व नावारुपास आणली होती. ग्रामीण भागात ही संस्था सामाजिक कामे करण्यात पण अग्रेसर होती. विशेषत: स्त्रियांची दुर्बलता व असहाय्यता घालवणे आणि कृत्रिम रेतनाने स्थानिक पशुधनाची प्रत वाढवून दूध व्यवसायाचा उद्योग वाढविणे ही कामे त्यांच्याकडून होतात. मी त्या संस्थेचा ट्रस्टी बनलो. वेंकटेश्वर हॅचरीज या उद्योग संस्थेच्या संचालक मंडळावरतीही मला घेण्यात आले. ह्या संस्थेने पोल्ट्री व्यवसायात क्रांती घडवली आहे आणि ग्रामीण उत्कर्षाचे एक नवे दालन जनतेला केले आहे.

शहरी भागातील सामाजिक कार्यासाठी मी कम्युनिटी एड ॲन्ड स्पॉन्सरशिप प्रोगॅम (CASP) ह्या सामाजिक संस्थेत जातो. ही संस्था लहान मुलांच्या शिक्षणाला मदत करते. सर्वसाधारण जनजीवन उन्नत करायचा प्रयत्न करते.

वैद्यकीय क्षेत्रात मी पुण्यातील संचेती ऑर्थोपिडीक रुग्णालयात ट्रस्टी आहे. तसेच पुण्यातील केइएम रुग्णालयाचा अध्यक्ष आहे. पुण्यातील खालच्या मध्यम वर्गातील माणसांना आणि ग्रामीण भागात, आरोग्य सेवा पुरविण्याचे त्यांचे कार्य अत्यंत अनुकरणीय असे आहे. डॉ. बानू कोयाजी यांच्यासारखी उत्साही व्यक्ती तिथे काम करीत होती. याखेरीज दिल्लीतील पॉप्युलेशन फाऊंडेशन ऑफ इंडिया या संस्थेच्या गव्हर्निन्ग बॉडीचा मी सभासद आहे.

मला कला व संस्कृती यात रुची असल्याने मुंबईच्या नॅशनल गॅलरी ऑफ मॉडर्न आर्ट या संस्थेचा मी अध्यक्ष आहे. तसेच मुंबईतील एशियाटीक सोसायटीचा मी अध्यक्ष आहे. जे. जे. स्कूल ऑफ आर्टस् या संस्थेला मदत करणाऱ्या ट्रस्टमधे मी चेअरमन असून षणमुखानंद फाईन आर्टस ॲन्ड संगीत सभा, मुंबई या संस्थेत मी उपाध्यक्ष आहे. मुंबईच्या पूर्वीच्या प्रिन्स ऑफ वेल्स म्युझियम या संस्थेचे नामांतर छत्रपती शिवाजी महाराज वस्तुसंग्रहालय असे झालेले आहे. मी त्या संस्थेचा एक विश्वस्त आहे.

आर्थिक क्षेत्रात मी टाईम्स बॅन्केचा चेअरमन असून आयडीबीआय प्रिन्सिपल म्युच्युअल फंडचा आता चेअरमन आहे. सिपोरेक्स इंडिया लिमीटेड हा उद्योग इमारतींचे पूर्वरचित भाग तयार करतो. भारतात हे तंत्र त्यांनी प्रथम आणले. मी त्या उद्योगाचा चेअरमन झालो. फिनोलेक्स केबल्स लिमिटेडचाही मी संचालक झालो.

शिक्षण क्षेत्रात, पुण्याजवळ कृष्णमूर्ती फाऊंडेशन स्कूलतर्फे जे सह्याद्री स्कूल बांधले जात आहे त्याच्याशी मी निगडीत आहे.

द बॉम्बे नॅचरल हिस्ट्री सोसायटी ही भारतातील एक खूप जुनी संस्था आहे, निसर्गरक्षणाचे काम ही संस्था करते. सलीम अली हे या संस्थेचे भूतपूर्व अध्यक्ष होते. ते दिवंगत झाल्यावर ह्या संस्थेला वाईट दिवसांना तोंड द्यावे लागले. मग मला विनंती केल्यावर मी त्या संस्थेचे अध्यक्षपद स्वीकारले. त्या संस्थेला परत पूर्वीचे चांगले दिवस आणण्यात मी यशस्वी झालो याचा मला आनंद वाटतो. माझ्या या कामामुळे भारत सरकारने मला एका समितीचे अध्यक्षपद देऊ केले. ह्या समितीला सरकारच्या राष्ट्रीय वन्यजीवन कृती योजनेचा आराखडा पक्का करायचा आहे.

पुणे हे माझे मूळ गाव असल्याने या शहराच्या विकासात मला खास रस आहे. पुणे-बंगलोर या महामार्गाचा पश्चिम बायपास रस्ता पाषाणपाशी अडून राहिला होता. कारण त्या रस्त्याला संरक्षण मंत्रालयाकडून परवानगी देण्याचे काम रेंगाळले होते. कॅबिनेट सेक्रेटरी असताना मी त्या जागेला भेट दिली आणि परवानगी मिळवून दिली. १९९१-९२ मध्ये पुण्याच्या विकासासाठी मी एक टास्क फोर्स स्थापन केला. पुणे शहराला एक सॉफ्टवेअर केंद्र करण्यासाठी आणखी सॉफ्टवेअर पार्क्स व सॉफ्टवेअर निर्यातीचा विकास या टास्क फोर्सकडून केला जातो.

पुण्यातला शनिवारवाडा हा मराठी साम्राज्य चालविणाऱ्या पेशव्यांच्या रहाण्याची व कार्यालयाची वास्तू. मी त्या वास्तूची उर्जितावस्था करण्यासाठी एक कृती समिती स्थापन करून तिच्यामार्फत त्या स्मारकाभोवतालचा परिसर व वातावरण स्वच्छ केले. शिवाय तिथे 'वार्षिक शनिवारवाडा उत्सव' सुरू केला. पुण्याला स्वत:चा नागरी विमानतळ नाही. त्यासाठी लष्कराच्या विमानतळावर अवलंबून रहावे लागते. यामुळेही शहराच्या विकासावरती परिणाम झाला होता. मी एका स्वतंत्र नागरी विमानतळाचा प्रस्ताव तयार करून सरकारकडे पाठवून दिला. सरकारने त्या कामात आता लक्ष घातले आहे.

टाटा कौन्सिल फॉर कम्युनिटी इनिशिएटीव्हज् ही संस्था टाटांच्या विविध संस्थांच्या सामाजिक जबाबदारीच्या कार्यांचे नीट नियोजन व संकलन करण्यासाठी स्थापन केली आहे. मी त्या संस्थेचा अध्यक्ष झालो आहे. टाटा इन्स्टिटयूट ऑफ सोशल सायन्सेस ही संस्था या क्षेत्रातली अग्रेसर आहे. तिला डीम्ड युनिव्हर्सिटीचा दर्जाही मिळाला आहे. या संस्थेच्या गव्हर्निंग बॉडीचा मी चेअरमन (Chancellor) बनलो आहे.

तर आज मी हा असा आहे!

◆